युजीसी नेट-सेटच्या शिक्षणशास्त्र विषयासाठी अनिवार्य पेपरसह एकमेव संपूर्ण मार्गदर्शक

शिक्षणशास्त्र

युजीसी नेट-सेट पेपर क्र. १, पेपर क्र. २ आणि पेपर क्र. ३ एकत्र

सुधारीत अभ्यासक्रमानुसार

२०१४-१५ च्या सोडवलेल्या प्रश्नपत्रिकांसह

प्राचार्य डॉ. कृष्णराव गुरव

प्रा. सतीश फरांदे

प्रा. महेंद्र दिपके

डायमंड पब्लिकेशन्स

शिक्षणशास्त्र

युजीसी नेट–सेट पेपर क्र. १, पेपर क्र. २ आणि पेपर क्र. ३ एकत्र

प्राचार्य डॉ. कृष्णराव गुरव, प्रा. सतीश फरांदे, प्रा. महेंद्र दिपके

Shikshanshastra
UGC NET-SET Paper-I, II & III Combined.

Prin. Dr. Krushnarao Gurav, Prof. Satish Farande, Prof. Mahendra Dipake

प्रथम आवृत्ती : एप्रिल, २००५, चतुर्थ सुधारित आवृत्ती : मे, २०१६

ISBN 978-81-8483-680-6

© डायमंड पब्लिकेशन्स

मुखपृष्ठ
शाम भालेकर

प्रकाशक
डायमंड पब्लिकेशन्स
२६४/३ शनिवार पेठ, ३०२ अनुग्रह अपार्टमेंट
ओंकारेश्वर मंदिराजवळ, पुणे–४११ ०३०
☎ ०२०–२४४५२३८७, २४४६६६४२
info@diamondbookspune.com

ऑनलाईन पुस्तक खरेदीसाठी भेट द्या
www.diamondbookspune.com

प्रमुख वितरक
डायमंड बुक डेपो
६६१ नारायण पेठ, अप्पा बळवंत चौक
पुणे–४११ ०३० ☎ ०२०–२४४८०६७७

अभिप्राय

विद्यापीठ व महाविद्यालयाच्या स्तरावर विषयज्ञानाबरोबर अधिव्याख्याता पदासाठी पात्रता येण्यासाठी भारतातील सर्व ठिकाणी विद्यापीठ अनुदान मंडळाने पात्रता परीक्षा आवश्यक केली आहे. त्या परीक्षेस बसणाऱ्या उमेदवारांची संख्या मोठी असली तरी निकाल अल्प लागतो व बरेचजण नाराज होताना दिसून येतात, मी हे स्वत: पाहिले आहे. राष्ट्रीय पातळीवर १९९० साली सुरू झालेल्या राष्ट्रीय शैक्षणिक चाचणी (NET) ची गर्दी पाहून राज्यस्तरावर प्रादेशिक अधिव्याख्याता पात्रता परीक्षा (SET) १९९५ पासून सुरू केलेली आहे. माध्यम प्रादेशिक असून विषज्ञान व कार्यपद्धती सारखीच आहे. या दोन प्रकारच्या परीक्षा एकाच स्तरासाठी व समान ज्ञानप्राप्तीसाठी आहेत. त्यामुळे सेट अगर नेट होणे आवश्यक आहे.

या परीक्षेचा निकाल वाढला पाहिजे, हे माझे विचार माझ्या संस्थेतील दोन अभ्यासू व्यक्तींनी मनावर घेऊन तसे प्रयत्न केलेले पाहून मला आनंद होतो आहे. प्राचार्य डॉ. गुरव के. एस. व प्राध्यापक सतीश फरांदे यांनी हे आवाहन समजून घेऊन 'शिक्षणशास्त्र' विषयासाठी युजीसीच्या नियमानुसार एक चांगला संदर्भग्रंथ मार्गदर्शक म्हणून सर्वांच्या अभ्यासासाठी तयार केला आहे. सध्या राज्यातील शिक्षणशास्त्र (बी.एड्) महाविद्यालयांची संख्या पाहता अशा संदर्भग्रंथाची व मार्गदर्शनाची फार मोठी गरज होती. सदर गरज प्राचार्य डॉ. के. एस. गुरव व प्रा. सतीश फरांदे यांनी प्रा. गोब्बी यांचे सहकार्याने पूर्ण केलेली आहे. मी तिघांना मनापासून धन्यवाद देतो. कारण विद्यापीठ अनुदान मंडळाने व राष्ट्रीय शिक्षक व शिक्षण परिषदेने अनिवार्य केलेल्या विषय अधिव्याख्यात्यांची मोठी सोय केलेली आहे. या प्रयत्नामुळे राज्यातील नवीन सुमारे १०० व जुन्या सुमारे १०० अशा दोनशे शिक्षणशास्त्र महाविद्यालयांतील सुमारे २००० ते २५०० प्राध्यापकांची सोय होणार आहे. कारण संपूर्ण तिन्ही पेपर्ससाठी हा संदर्भग्रंथ उपयोगी असून या प्रयत्नामुळे सदर परीक्षेचा निकाल निश्चितपणे वाढेल. या धाडसी निर्णयाचे मी कौतुक करतो आणि त्यांना धन्यवाद देतो. त्यांनी इतर स्पर्धा परीक्षांसाठी असाच प्रयत्न करावा असे मी सुचवितो.

धन्यवाद !

प्रा. लक्ष्मणराव ढोबळे
अध्यक्ष, शाहू शिक्षण संस्था
पंढरपूर, महाराष्ट्र

मनोगत

अधिव्याख्याता पात्र परीक्षा 'युजीसी' च्या निर्णयानुसार देशात १९९० पासून चालू आहे. त्यासाठी विज्ञान विषयासह सुमारे २८ विषयांचे आयोजन राष्ट्रीय स्तरावर होत आहे. परंतु मराठी माध्यमातून समान अभ्यासक्रमावर राज्यपातळीवर पुणे विद्यापीठाच्या मार्फत अधिव्याख्याता पात्रता परीक्षा घेण्याचे कार्य १९९५ पासून सुरू आहे. वयाची अट नाही, परंतु पदव्युत्तर पदवी ५५% गुणांनी उत्तीर्ण होण्याच्या अटीवर परीक्षेस बसण्यास अनुमती दिली जाते. दर सहा महिन्यांनी सदर परीक्षा राज्यातील सर्वच विद्यापीठात एकाच वेळी घेतली जाते.

या परीक्षेसाठी एक अनिवार्य पेपर असून तो १०० गुणांचा व बहुपर्यायी उत्तरे देण्याच्या ६० प्रश्नसंचांवर आधारित ठेवला आहे. सर्व विषयांसाठी हा एकच पेपर असून इतर दोन पेपर ५० प्रश्न १०० गुण व ७५ प्रश्न १५० गुणांसाठी आहेत. पेपर क्र. २ हा प्रथम सर्वांसाठी असलेल्या पेपरसारखाच, परंतु वैयक्तिक विषयांसाठी विषयज्ञानावर आधारित आहे. पेपर क्र. ३ हा बहुपर्यायी असून १५० गुण व विषयज्ञानावर आधारित असतो. या सर्वांसाठी अभ्यासक्रमांची रूपरेषा दिलेली असते; परंतु स्पर्धा परीक्षा असल्याने या अभ्यासक्रमात विसंगती व कठिणाई असते. सहजासहजी उत्तीर्ण होणे कठीण जाते. त्यामुळे निकाल २ ते ३ टक्के लागतो.

नेट-सेट परिक्षा उत्तिर्ण होण्यासाठी किमान गुणांची आवश्यकता तक्ता

कॅटेगरी	किमान गुणांची (%) आवश्यकता		
	पेपर-१	पेपर-२	पेपर-३
जनरल	४० (४०%)	४० (४०%)	७५ (५०%)
ओ.बी.सी. (नॉनक्रिमीलेअर)	३५ (३५%)	३५ (३५%)	६७.५ (४५%)
पी.डब्ल्यू.डी./एस.सी./एस.टी.	३५ (३५%)	३५ (३५%)	६० (४०%)

सदर निकाल १०% पर्यंत जावा या उद्देशाने 'शिक्षणशास्त्र' या विषयासाठी सर्व म्हणजे तिन्ही पेपर्सवरील अभ्यासक्रम पाहून एक नवा संदर्भग्रंथ तयार करावा अशी कल्पना आमच्या मनात आली आणि त्या दृष्टीने अभ्यासपूर्वक प्रयत्न केले. कारण शिक्षणशास्त्राच्या महाविद्यालयांतून नेट-सेट नसलेल्या परंतु होऊ इच्छिणाऱ्या प्राध्यापकांची संख्या मोठ्या प्रमाणात दिसून आली.

अनिवार्य पेपर क्र.१चा अभ्यासक्रम चालू परीक्षेपासून बदललेला आहे. सदर बदल लक्षात घेऊन सर्वांना उपयोगी होईल असा प्रयत्नपण येथे केलेला आहे. कमी वेळेतील हा प्रयत्न असून अजून सुधारणा करण्यास संधी आहे. या कामी अनेक ग्रंथांचा संदर्भ घेतलेला आहे. त्यांची यादी न देता फक्त आभार मानतो. संबंधित उमेदवारांनी या ग्रंथांचा उपयोग करून घ्यावा व सूचना कळवाव्यात ही विनंती. परीक्षेतील सुयशासाठी आमच्या मन:पूर्वक शुभेच्छा !

प्रा. सतीश फरांदे
अधिव्याख्याता,
गंगाबाई गोब्बी महिला शिक्षणशास्त्र महाविद्यालय,
जत, जि. सांगली

प्राचार्य डॉ. गुरव के. एस.
समन्वयक,
शाहू शिक्षण संस्था,
पंढरपूर

अनुक्रम

अनिवार्य - पेपर क्र. १ (सर्व विषयांसाठी)

पेपर नं. २

पेपर नं. ३
महत्त्वाचे विवेचन

नेट / सेट अधिव्याख्याता
अनिवार्य - पेपर नं. १ (सर्व विषयांसाठी)

पेपर नं. १ हा सर्वांना समान असून वस्तुनिष्ठ प्रश्नांचा संच असतो. महाराष्ट्र राज्य अधिव्याख्याता पात्रता परीक्षा सर्व विषयांसाठी घेताना पेपर नं. १ अनिवार्य असतो. चालू साली सदर पेपरचा अभ्यासक्रम बदललेला असून, प्रश्न पद्धतीही बदललेली आहे. या बदललेल्या घटकांना धरून हा पेपर आम्ही या ठिकाणी मांडलेला आहे. शिक्षणशास्त्र विषयाच्या विद्यार्थ्यांबरोबर इतरांना पण उपयुक्त व्हावा, अशी अपेक्षा आहे.

बदलेल्या अभ्यासक्रमानुसार एकूण दहा घटक असून त्यामध्ये प्रत्येकी उपघटकांची मांडणी केली आहे. प्रत्येक घटकांवर सहा प्रश्न व १२ गुण ठेवलेले आहेत. प्रत्येक प्रश्नास दोन गुण असून ६० प्रश्न व १२० गुण राहतील. परंतु, या ६० प्रश्नांपैकी आपणास येणारे कोणतेही ५० प्रश्न सोडवायचे आहेत. उदा. क्रमाने ५० प्रश्न सोडवा अथवा पाच प्रश्न सोडवून झाल्यानंतर १ वगळा. ५१ प्रश्न सोडविले असतील तर ओळीने १ पासून ५० होईपर्यंत प्रश्न तपासले जातील व पुढील प्रश्न बरोबर अथवा चुकीचा आहे याचा विचार केला जाणार नाही.

या ठिकाणी दहा घटकांना 'समान गुणभार' व 'समान प्रश्न संख्या' दिलेली आहे.

उद्देश - पेपर नं. १ चे प्रमुख उद्दिष्ट उमेदवाराची अध्यापन व संशोधनज्ञानाची क्षमता पाहणे आहे. त्यामुळे सदर चाचणीमध्ये उमेदवारांची नैसर्गिक क्षमता व कल पाहाणे किंवा विशेष योग्यता पाहाणे हे ध्येय आहे. अध्यापनातील जाणीव व नैसर्गिक कल आणि संशोधनातील आवड आणि सामान्यज्ञान ठरविण्याचा विचार स्पष्ट होतो. उच्चशिक्षणप्रणाली, तसेच आकलन क्षमता पाहाणे, सामान्य माहिती व तंत्रज्ञान मिळवण्याचे मार्ग व तर्क - अनुमान करता येणे हे पण पाहिले जाईल. पर्यावरणाचा व लोकांचा संबंध व जीवनावर होणारा परिणाम याची दखल घेणे.

सध्याच्या अधिव्याख्यात्याची गरज पाहून घटक बदलले आहेत.

प्रत्येक घटक व त्याचे उपघटक यांचे स्वरूप व अर्थ त्या घटकांच्या प्रश्नसंचापूर्वी दिलेली आहेत. प्रथम अभ्यासक्रम व उद्दिष्टे समजून घ्यावी. थोडक्यात, घटकांची एकत्र माहिती खालील प्रमाणे -

नवीन अभ्यासक्रमाप्रमाणे घटक प्रश्न व गुण

अ.नं.	घटकांचे नांव	प्रश्न संख्या	गुण संख्या
१.	अध्यापन (Teaching) विषयक अभियोग्यता - कल - दृष्टिकोन	५	१०
२.	संशोधन विषयक - कल - दृष्टिकोन - सामान्य ज्ञान (Research Attitude)	५	१०
३.	उताऱ्यावरील आकलन प्रश्न (Understanding Power)	५	१०
४.	संदेशवहन - (Communication)	५	१०
५.	युक्तिवाद - (Reasoning with Maths) क्षमता	५	१०
६.	तर्कशास्त्रीय युक्तिवाद - क्षमता (Logical Reasoning)	५	१०
७.	माहिती - आकडेवारी विश्लेषण (Interpretations of Data)	५	१०
८.	माहिती व संदेशवहन तंत्रज्ञान (ICT)	५	१०
९.	लोकसंख्या व पर्यावरण संबंध (Population & Environment)	५	१०
१०.	उच्चशिक्षण प्रणाली (Higher Education System)	५	१०

१. अध्यापन अभियोग्यता

(Teaching Aptitude)

- अध्यापन : स्वरूप, उद्दिष्टे, वैशिष्ट्ये
- अध्यापन कर्त्याची वैशिष्ट्ये
- अध्यापनावर परिणाम करणारे घटक
- शैक्षणिक साधने
- मूल्यमापन पद्धती

अध्यापन स्वरूप

अध्यापन म्हणजे 'शिकवणे' होय; पण अध्यापन ही संकल्पना व्यापक आहे. अध्यापन म्हणजे -

१) विद्यार्थ्यांना स्वत: शिकण्यासाठी मदत करणे.

२) विद्यार्थ्यांच्या वर्तनामध्ये चांगले बदल घडवून आणणे.

३) विद्यार्थ्यांना विविध शैक्षणिक अनुभव देऊन त्यांच्यामध्ये जिज्ञासा निर्माण करणे.

४) अध्यापन हे उद्दिष्टांवर आधारित असते.

५) अध्यापन म्हणजे विद्यार्थ्यांना अध्ययन करण्यास साहाय्य करणे.

अध्यापनाची उद्दिष्टे

शिक्षक व विद्यार्थी हे अध्यापनाचे केंद्रबिंदू असतात. अध्यापनाची उद्दिष्टे यशस्वी झाली तरच अध्यापन यशस्वी झाले, असे मानले जाते.

१) चिकित्सक व संश्लेषण विचार कौशल्य विकसित करणे.

२) विद्यार्थ्यांनी ज्ञानावर/विषयावर प्रभुत्व मिळवणे.

३) सतत अध्ययनामध्ये (lifelong learning) विद्यार्थ्यांना प्रोत्साहित करणे.

४) अध्ययनाचे योग्य ते संक्रमण व उपयोग करण्यास सांगणे.

५) विद्यार्थ्यांना दैनंदिन जीवनात उपयोगी पडणारी कौशल्ये विकसित करणे.

६) समस्या सोडवण्यासाठी गटामध्ये भाग घेण्यास प्रोत्साहित करणे.

७) विद्यार्थ्यांचा शारीरिक, मानसिक, बौद्धिक विकास करणे.

८) विद्यार्थ्यांच्या सर्जनशीलतेला चालना देणे.

९) विद्यार्थ्यांमध्ये निर्णयक्षमतेचा विकास करणे.

अध्यापनाची वैशिष्ट्ये

१) अध्यापन हे विशिष्ट वातावरणामध्ये घडून येत असते.

२) अध्यापन हे द्विकेंद्री असते.

३) अध्यापन कर्त्याने विशिष्ट योग्यता धारण केलेली असते.

४) अध्यापनामध्ये विद्यार्थ्यांच्या कुवतीचा व वयाचा विचार केलेला असतो.

५) अध्यापन हे विशिष्ट उद्दिष्टांवर आधारित असते.

६) अध्यापनामध्ये वेगवेगळ्या पद्धतींचा वापर केला जातो.

७) अध्यापनामध्ये विद्यार्थ्यांचा सहभाग महत्त्वाचा असतो.

अध्ययन - कर्त्याची वैशिष्ट्ये

२१ व्या शतकामध्ये अध्ययन कर्त्याला विविध साधने अध्ययनासाठी उपलब्ध आहेत. तरीही शिक्षकांचे महत्त्व कमी झाले नाही; कारण प्रत्येक विद्यार्थ्यांच्या अडचणी व समस्या ह्या वेगळ्या असतात व त्या शिक्षकच व्यवस्थितपणे द्वितर्फी आंतरक्रियेद्वारे सोडवू शकतो.

शिक्षकाने अध्यापन करत असताना अनेक गोष्टींचा विचार करावयाचा असतो -

१) अध्ययनकर्ता हा विविध वातावरणातून आलेला असतो. विद्यार्थ्यांमध्ये विविधता असते. या विविधतेमुळे विद्यार्थ्यांना तसेच शिक्षकाला शाळेमध्ये व व्यापक अर्थाने समाजामध्ये एकता निर्माण करण्यास मदत होते.

२) प्रत्येक अध्ययन कर्त्याची क्षमता वेगवेगळी असते. काही लवकर शिकू शकतात तर काहींना थोडा वेळ लागू शकतो.

३) विद्यार्थ्यांना उपजतच काही गुण असतात, त्या गुणांना/कौशल्यांना शिक्षकांनी प्रोत्साहन द्यावयास हवे.

४) अध्ययनकर्त्यास वेगवेगळ्या प्रकारचे प्रोत्साहन देण्याची गरज असते. उदा. पारितोषिके, शाबासकी इ.

५) बहुतांश वेळा शिक्षकांचे अनुकरण विद्यार्थी करत असतात त्यामुळे शिक्षकांचे वर्तन हे चांगले असावयास हवे.

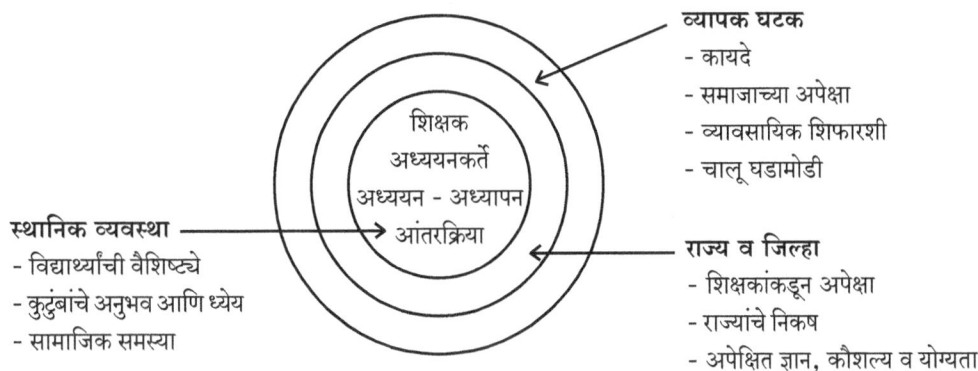

अध्ययन व अध्यापनावर परिणाम करणारे घटक

अध्यापनावर परिणाम करणारे घटक (Factors Affecting Teaching)

अध्यापनावर विविध घटकांचा परिणाम होत असतो. यामध्ये शिक्षकांविषयी घटक, शाळेविषयी, विद्यार्थ्यांविषयी, समाजाविषयी घटक, पर्यावरणाविषयी घटक, अभ्यासक्रमाविषयी घटक इ. घटकांचा समावेश होतो.

१) सामाजिक घटक : विद्यार्थ्यांचे व शिक्षकांचे कुटुंब, शेजारी त्यांची वागणूक इ. समाजातील मूल्ये यांचाही अध्यापनावर परिणाम होत असतो.

२) पर्यावरणीय घटक : अध्यापन ज्या वातावरणामध्ये घडून येत आहे त्या ठिकाणी वातावरण कसे आहे, याचा परिणाम अध्यापनावर होत असतो. उदा. सूर्यप्रकाश, स्वच्छता, वर्गखोल्यांची रचना, खेळती व शुद्ध हवा, शांत परिसर इ.

३) विषयज्ञान : शिक्षकास आपल्या विषयामध्ये निपुण असावयास हवे नाहीतर विद्यार्थ्यांना अध्ययनामध्ये रस वाटणार नाही; जर विषयज्ञान चांगले असेल तर विद्यार्थ्यांनाही त्या विषयामध्ये अध्ययनास गोडी वाटते.

४) अध्यापन कौशल्य : शिक्षकाने जर प्रभावी अध्यापन केले तर अध्यापन हे दर्जेदार व आनंददायी होते.

५) अध्यापन पद्धतीचा वापर : अध्यापन पद्धती ह्या दोन प्रकारच्या असतात. शिक्षकप्रधान जसे - व्याख्यान पद्धत, कथाकथन पद्धत. विद्यार्थीप्रधान जसे - प्रकल्प पद्धत, वादविवाद इ.

६) मानसिक व शारीरिक योग्यता : शिक्षक हा निरोगी व सुदृढ असेल तर तो आपले काम व्यवस्थितपणे पार पाडेल व आपल्या कामामध्ये परिणामकारकता आणेल. चांगल्या आरोग्यामुळे ते आपल्या अध्यापनावर लक्ष केंद्रित करू शकतात.

७) वर्गव्यवस्थापन व शिस्त : वर्गामध्ये शिस्त नसेल, विद्यार्थी शिक्षकांचे ऐकत नसतील तर त्याचा विद्यार्थ्यांना व शिक्षकांना काहीही फायदा होणार नाही. त्यामुळे वर्गव्यवस्थापन व शिस्त हे परिणामकारक अध्यापन होण्यासाठी आवश्यक घटक आहेत.

८) व्यावसायिक विकास : शिक्षकाने आपल्या ज्ञानात सतत भर घालावयास हवी. आपल्या विषयामध्ये सतत नवनवीन ज्ञान तयार होत असते. ते आत्मसात करावयास हवे.

९) अध्यापन सूत्रांचा वापर : सामान्यांकडून - विशेषाकडे, मूर्ताकडून - अमूर्ताकडे, सुगमाकडून - दुर्गमाकडे, ज्ञानाकडून - अज्ञानाकडे, पूर्णाकडून - अपूर्णाकडे इ. अध्यापनसूत्रांचा वापर शिक्षकाने करावयास हवा.

शैक्षणिक साधने (Teaching Aids)

आपण ऐकलेल्या माहितीचे २०% आठवणीत ठेवू शकतो. पाहिलेल्या माहितीचे ३०%, पाहिलेल्या व ऐकलेल्या माहितीचे ५०% तर स्वत: बोललेल्या व प्रत्यक्ष केलेल्या गोष्टींचे ९०% आठवणीत ठेवू शकतो.

मी ऐकले, मी विसरलो.

मी पाहिले, मी आठवले.

मी केले, मी समजलो.

यावरून आपल्याला अध्यापन करत असताना शैक्षणिक साधनांचे महत्त्व दिसून येते. शैक्षणिक साधने विद्यार्थ्यांच्या सर्व इंद्रियांना चालना देतात.

शैक्षणिक साधनांचे वर्गीकरण

१) दृक् साधने (Visual Aids)

२) श्राव्य साधने (Audio Aids)

३) दृक्श्राव्य साधने (Audio - Visual Aids)

शैक्षणिक साधने

दृक् साधने
- आलेख
- फलक
- आकृती
- नकाशे
- चित्रपट्टिका
- वस्तुसंग्रह
- चित्रे
- प्रतिकृती इ.

श्राव्य साधने
- रेडिओ
- टेपरेकॉर्डर
- दूरध्वनी
- ग्रामोफोन इ.

दृक्श्राव्य साधने
- चित्रपट
- दूरचित्रवाणी
- संगणक
- सीडीप्लेयर
- डीव्हीडी प्लेयर
- ओव्हरहेड प्रोजेक्टर इ.

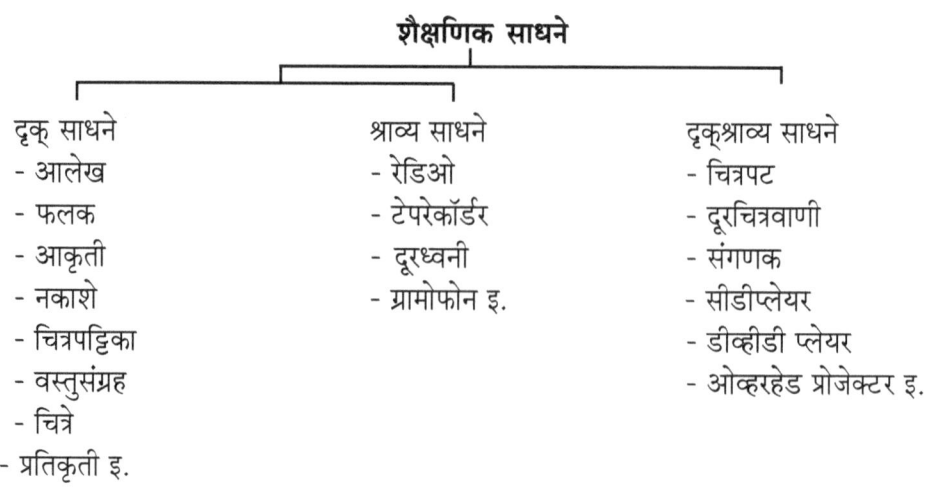

शैक्षणिक साधनांचे महत्त्व आणि गरज

- अवधान व आवड
- प्रेरणा मिळते
- वेळेची बचत
- अध्ययनास मदत
- वैज्ञानिक दृष्टिकोनास मदत
- प्रत्यक्ष अनुभव
- वैयक्तिक भिन्नतेस वाव
- प्रयत्नांची बचत

अध्यापन पद्धती (Teaching Methods)

अध्यापनामध्ये विविध विषयांचा समावेश झाल्यामुळे विविध अध्यापन पद्धतींचा वापर करावा लागतो.

१) व्याख्यान पद्धत (Lecture Method) : सर्वांत जास्त प्रमाणात वापरली जाणारी ही अध्यापन पद्धती आहे. ही पद्धत सर्व विषयांसाठी वापरता येते. एकाच वेळी अनेक विद्यार्थ्यांना मार्गदर्शन करता येते. अवघड सामग्री सोपी करून सांगता येते. पण ही पद्धती शिक्षककेंद्री असून विद्यार्थी फक्त ऐकत असतात; त्यामुळे विद्यार्थ्यांना लवकर कंटाळा येतो.

२) कथाकथन पद्धत (Story Telling Method) : कथा ही प्रत्येक विद्यार्थ्याला आवडत असते. त्यामुळे ते लक्षपूर्वक ऐकत असतात. कथेमुळे विषय मनोरंजक होतो. दीर्घकाळ विद्यार्थ्यांच्या स्मरणात राहते. वर्गनियंत्रण सुलभ होते. कथा ऐकताना खालील बाबी लक्षात घेणे आवश्यक असते. उदा. मुले कोणत्या वयोगटातील आहेत. भाषा विद्यार्थ्यांना समजेल अशी असावी. तसेच कथेतून योग्य तो बोध द्यावा.

३) गटचर्चा पद्धत (Group Discussion Method) : या पद्धतीमध्ये विद्यार्थ्यांचे लहान लहान गट पाडले जातात. त्यांना विशिष्ट विषय देऊन त्यावर चर्चा करावयाची असते. या पद्धतीमुळे विद्यार्थ्यांना आपले मत मांडता येते. विद्यार्थ्यांचा स्वत:चा सहभाग महत्त्वाचा असतो. विद्यार्थ्यांची मते कळतात; पण नेहमी या पद्धतीचा वापर करणे शक्य नसते; तसेच मोजकीच मुले या पद्धतीमध्ये भाग घेत असतात.

४) प्रकल्प पद्धत (Project Method) : डाल्टनने प्रकल्प पद्धतीचा शोध लावला. 'प्रत्यक्ष कृतीद्वारे शिक्षण' या सूत्रावर ही पद्धती आधारित आहे. स्वत: एखाद्या समस्येवर उपाय या पद्धतीद्वारे शोधला जातो. यामध्ये शिक्षकांची भूमिका ही एका मार्गदर्शनाची असते; पण ही पद्धती उच्च शिक्षणासाठीच उपयुक्त ठरते.

५) वादविवाद पद्धत (Debate Method) : वादविवाद पद्धतीमध्ये एखाद्या विषयावर विषयाच्या बाजूने किंवा विरुद्ध मते मांडावयाची असतात. यामध्ये विद्यार्थ्यांना आपले मत पटवून द्यावे लागते.

६) प्रश्नोत्तर पद्धत (Questioning Method) : प्रश्न पद्धतीमुळे विद्यार्थ्यांच्या शंकाचे निरसन होते. तसेच अध्यापनामध्ये लक्ष केंद्रित होते. विषयांचे विविध कंगोरे कळण्यास मदत होते.

७) नाट्यीकरण पद्धत (Dramatization Method) : भाषा व इतिहास यासारख्या विषयात या पद्धतीचा वापर केला जाऊ शकतो. याद्वारे ऐतिहासिक घटना जिवंत करून दाखवल्या जाऊ शकतात. नाट्यीकरणामुळे विद्यार्थ्यांच्या कलागुणांना वाव मिळतो.

८) प्रायोगिक पद्धती (Experimental Method) : या पद्धतीमध्ये विद्यार्थी स्वत: प्रयोग करतात. शिक्षकांची भूमिका ही फक्त मार्गदर्शनाची असते. या पद्धतीमुळे निरीक्षणशक्ती व वैज्ञानिक दृष्टिकोन विकसित होतो.

मूल्यमापन (Evaluation)

अध्यापनाचे - अध्ययनाचे कार्य किती यशस्वी झाले हे पाहण्याकरिता मूल्यमापनाची आवश्यकता असते.

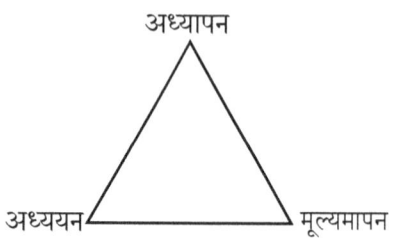

शैक्षणिक प्रक्रियेच्या ह्या तीन महत्त्वाच्या बाजू आहेत. मूल्यमापनामुळे शिक्षकाला आपले कार्य किती परिणामकारक झाले किंवा काही दोष राहिले हे मूल्यमापनामधून कळून येते.

मूल्यमापनाची साधने

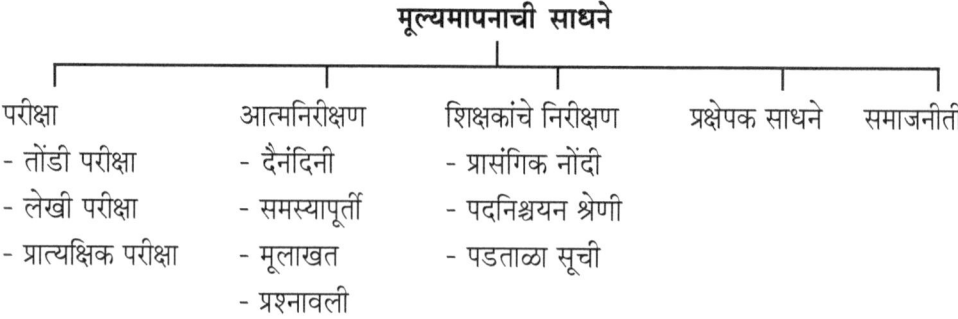

परीक्षा	आत्मनिरीक्षण	शिक्षकांचे निरीक्षण	प्रक्षेपक साधने	समाजनीती
- तोंडी परीक्षा	- दैनंदिनी	- प्रासंगिक नोंदी		
- लेखी परीक्षा	- समस्यापूर्ती	- पदनिश्चयन श्रेणी		
- प्रात्यक्षिक परीक्षा	- मूलाखत	- पडताळा सूची		
	- प्रश्नावली			

मूल्यमापनामुळे अध्ययन-अध्यापनामध्ये गुणवत्ता सुधारण्यास मदत होते. मूल्यमापन हे संख्यात्मक व गुणात्मक असते. त्यामुळे फक्त मार्कांकडे लक्ष न देता त्यांच्यामध्ये मूल्ये व विचार किती प्रमाणात रुजले आहेत. याचेही मूल्यमापन विविध साधनांद्वारे केले जाते.

सरावासाठी - नमुना प्रश्न

१. शिक्षण म्हणजे काय?
  अ) विविध कौशल्ये आत्मसात करणे. **ब)** आध्यात्मिक जीवनास सुरुवात करणे.
  क) क्रमिक पुस्तकांचा अभ्यास करणे. **ड)** परीक्षेस बसून उत्तीर्ण होणे.

२. अध्यापन म्हणजे काय?
  अ) पुस्तकांतील धडे पूर्ण करणे. **ब)** शिकणाऱ्याच्या मनात शिकण्याची प्रेरणा निर्माण करणे.
  क) परीक्षेची तयारी करून घेणे. **ड)** नवीन ज्ञानाची माहिती देणे.

३. खालीलपैकी अध्यापनाचे प्रमुख उद्दिष्ट कोणते?
  अ) अभ्यासक्रम पूर्ण करून घेणे. **ब)** विद्यार्थ्यांची परीक्षा घेऊन गुणदान करणे.
  क) विद्यार्थ्यांच्या वर्तनात सुधारणा करणे. **ड)** विद्यार्थ्यांना लवकर प्रौढ बनविणे.

४. वर्गात शिक्षक शिकविताना फलकलेखन करतात.
  अ) विद्यार्थ्यांनी दंगा करू नये म्हणून. **ब)** विद्यार्थ्यांचे अवधान राहावे म्हणून.
  क) विद्यार्थ्यांचे अक्षर सुधारावे म्हणून. **ड)** विद्यार्थ्यांचा सहभाग मिळावा म्हणून.

५. खालीलपैकी कोणते विधान अधिक योग्य आहे?

अ) अध्यापन ही कला आहे.　　　　　　**ब)** अध्यापन हे शास्त्र आहे.

क) अध्यापन हे कर्तव्य आहे.　　　　　**ड)** अध्यापन हे वरील तीनही आहे.

६. खालीलपैकी अध्यापनासाठी महत्त्वाची बाब कोणती?

अ) खडू व फळा　　**ब)** शिक्षक व विद्यार्थी　　**क)** विद्यार्थी व पुस्तके　　**ड)** शिक्षक व साधने

७. खालीलपैकी कोणत्या अध्यापन पद्धतीत विद्यार्थी अधिक सहभागी होऊ शकतो?

अ) चर्चा पद्धती　　**ब)** व्याख्यान पद्धती　　**क)** प्रश्न पद्धती　　**ड)** कथन पद्धती

८. अध्यापनात खालील कोणते सूत्र महत्त्वाचे आहे?

अ) ज्ञाताकडून अज्ञाताकडे.　**ब)** प्रश्नाकडून उत्तराकडे.

क) कथनाकडून निष्कर्षाकडे.　　　　**ड)** सामान्याकडून विशिष्टाकडे.

९. खालीलपैकी अध्यापनासाठी कोणती बाब अधिक महत्त्वाची आहे?

अ) बैठक व्यवस्था　　**ब)** क्रमिक पुस्तके　　**क)** अध्यापनाची साधने　　**ड)** स्वत: शिक्षक

१०. खालील अध्यापनाच्या पायऱ्या क्रमाने लावा.

१) प्रस्तावना　　२) संकलन　　३) प्रतिपादन　　४) हेतुकथन　　५) गृहपाठ

११. तुम्ही अध्यापन करत असताना उशिरा वर्गात येत असलेल्या विद्यार्थ्यांवर कोणती कारवाई कराल?

अ) उशिरा आलेल्या विद्यार्थ्यांस घरी परत पाठवाल.　**ब)** उशिरा येण्याचे कारण विचाराल.

क) प्राचार्यांकडे पाठवून द्याल.　　　　　　**ड)** काहीच करणार नाही.

१२. अध्यापनात सुधारणा होण्यासाठी पुढील कोणती कृती योग्य आहे?

अ) अध्यापकाचा पगार वाढविणे.　　　　**ब)** अध्यापना प्रशिक्षण द्यावे.

क) अध्यापनाची साधने वाढवावीत.　　　　**ड)** विद्यार्थी - शिक्षक आंतरक्रिया वाढवावी.

१३. पुढील कोणते विधान योग्य आहे?

अ) अध्यापन ही नियोजित प्रक्रिया आहे.　　**ब)** अभ्यास पूर्ण करणे म्हणजे अध्यापन होय.

क) अध्यापन म्हणजे परीक्षेची तयारी होय.　　**ड)** अध्यापन म्हणजे धडे पूर्ण करणे होय.

१४. वर्गात खडू - फळ्याचा वापर केल्यामुळे -

अ) विद्यार्थी दंगा करत नाहीत.　　　　**ब)** विद्यार्थ्यांना विषय आकलन लवकर होतो.

क) विद्यार्थ्यांना प्रत्याभरण देता येते.　　**ड)** शिक्षकांना थोडा वेळ विश्रांती मिळते.

१५. अध्ययन ही प्रक्रिया आहे -

अ) मानसिक　　**ब)** शारीरिक　　**क)** बौद्धिक　　**ड)** यापैकी नाही.

१६. खालील योग्य जोड्या लावा -

अ) आर्मस्ट्राँग　　१) संशोधन पद्धती

ब) फ्रोबेल　　　　२) किंडर गार्डन

क) सॉक्रेटिस　　　३) प्रश्न - उत्तर पद्धती

ड) जॉन ड्यूई　　　४) कार्यानुभव

(अ = १　　　　ब = २　　　　क = ३　　　　ड = ४)

१७. विद्यार्थ्याने वर्गात शंका विचारल्यास काय कराल?

अ) विद्यार्थ्याला शिक्षा कराल.　　　　**ब)** सदर शंकेकडे दुर्लक्ष कराल.

क) विद्यार्थ्याला बाहेर जाण्यास सांगाल.　　**ड)** प्रथम शंकेचे समाधान कराल.

१८. खालील पैकी कोणते विधान योग्य दिसत नाही?
अ) विद्यार्थ्यांच्या कलाने शिकवावे. **ब)** विद्यार्थ्यांना स्वयंअध्यायनास प्रोत्साहन द्यावे.
क) नवीन कल्पनांचा वापर करावा. **ड)** विद्यार्थ्यांच्या पासून नेहमी दूर रहावे.

१९. अध्यापनाच्या वेळी वर्गात गोंधळ सुरू झाल्यास -
अ) वर्ग मध्येच सोडून द्यावा. **ब)** विद्यार्थ्यांना शिक्षा करावी.
क) प्राचार्यांकडे तक्रार करावी. **ड)** दंग्याचे कारण शोधावे.

२०. परिणामकारक अध्यापन कोणत्या गोष्टीवर अवलंबून असते?
अ) शिक्षकांचे व्यक्तिमत्त्व **ब)** वर्गाची सजावट **क)** शिक्षकांची शैक्षणिक पात्रता **ड)** विद्यार्थी सहभाग

२१. शैक्षणिक मूल्यमापन प्रक्रियेत कोणता हेतू असतो?
अ) शैक्षणिक उद्दिष्टे ठरविणे. **ब)** शैक्षणिक अनुभव देणे.
क) उद्दिष्टांची पूर्तता झाली की नाही पाहाणे. **ड)** गुणदान करणे.

२२. अध्यापनाच्या नियोजनात कराव्या लागणाऱ्या बदलांस म्हणतात. -
अ) विविधता **ब)** लवचिकता **क)** वैयक्तिकता **ड)** निश्चितता

२३. खालील कोणती प्रक्रिया अखंड चालते?
अ) मूल्यमापन **ब)** अभिप्राय **क)** परीक्षा **ड)** मापन

२४. अध्यापनामुळे विद्यार्थ्यांत कोणता बदल होतो?
अ) ज्ञानात्मक **ब)** भावात्मक **क)** क्रियात्मक **ड)** वरील सर्व

२५. मूल्यमापन हे असते -
अ) गुणात्मक **ब)** संख्यात्मक **क)** गुणात्मक + संख्यात्मक **ड)** तिन्हीही नाही.

२६. उत्तरपत्रिका तपासताना शिक्षकांचा दृष्टिकोन कसा असावा?
अ) कडकपणा **ब)** मवाळपणा **क)** वस्तुनिष्ठ **ड)** व्यक्तिनिष्ठ

२७. खालील कोणता घटक अध्ययनास अधिक मदत करतो?
अ) शिक्षकांशी सतत संपर्क **ब)** मित्रांचा सहवास
क) पालकांशी चर्चा **ड)** ग्रंथालयाचा सतत उपयोग

२८. अध्यापनाचे वेळी प्रश्न विचारण्याचा हेतू असतो.
अ) विद्यार्थ्यांची परीक्षा घेणे. **ब)** हुशार विद्यार्थ्यांची निवड करणे.
क) विद्यार्थ्यांना विषयसारांश समजला आहे की, नाही याचा पडताळा घेणे.
ड) विद्यार्थ्यांचे लक्ष वेधणे.

२९. अध्यापनाचा दर्जा कोणत्या गोष्टीवर अवलंबून असतो?
अ) विषय ज्ञानावर **ब)** आर्थिक प्राप्तीवर **क)** आचार संहितेवर **ड)** अध्यापनाचे तंत्रावर

३०. शिक्षक हा समाजाचा असतो. -
अ) कलाकार **ब)** शिल्पकार **क)** चित्रकार **ड)** जाणकार

३१. अध्यापनास मूल्यमापनाची गरज असते -
अ) अध्यापनाचे यश - अपयश समजण्यासाठी **ब)** विद्यार्थ्यांची प्रगती समजण्यासाठी
क) विद्यार्थ्यांचे गुण समजण्यासाठी **ड)** वरील सर्व

३२. शिक्षकांची निवड कोणत्या निकषावर असावी?
अ) शैक्षणिक पात्रता **ब)** अध्यापनाचा अनुभव **क)** अध्यापनाची आवड **ड)** वरील सर्व

३३. पर्यावरणाचा पाठ घेताना कोणत्या बाबीला प्राधान्य द्याल?

अ) नकाशाचे वाचन करणे. **ब)** फलक लेखन ज्यादा करणे.

क) प्रश्नोत्तरे घेणे. **ड)** रोजच्या व्यवहारातील उदा. देणे.

३४. अध्यापन करताना एखादे विधान चुकीचे वाटल्यास काय कराल?

अ) पुस्तकातील आहे म्हणून तसेच शिकवाल. **ब)** दुरुस्ती करून शिकवाल.

क) शिकविणारच नाही. **ड)** अभ्यास मंडळाकडे तक्रार कराल.

३५. खालीलपैकी कोणते विधान स्वयंअध्ययनास लागू पडते?

अ) स्वत: शिकविणे **ब)** स्वत: शिकणे

क) दुसऱ्याकडून माहिती घेणे **ड)** दुसऱ्याला माहिती पुरविणे

३६. व्याख्यान ही पद्धती आहे -

अ) विद्यार्थी केंद्रित **ब)** पालक केंद्रित **क)** शिक्षक केंद्रित **ड)** अभ्यास केंद्रित

३७. खालीलपैकी कोणते विधान अध्यापनाचे ध्येय होऊ शकत नाही.

अ) व्यक्ती विकास करणे **ब)** ज्ञानार्जन करणे

क) वर्तनात सुधारणा करणे. **ड)** परीक्षेतील गुणांची टक्केवारी वाढविणे.

३८. जोड्या लावा -

अ) अध्यापनाची चर्चा पद्धती १) दृक्श्राव्य

ब) व्याख्यान पद्धती २) सर्वांचा सहभाग

क) दुरस्थ शिक्षण पद्धती ३) शिक्षक केंद्रित

ड) क्रमन्वित अध्ययन ४) लहान गट पाडणे

(अ = ३) (ब = २) (क = ४) (ड = १)

३९. चुकीचे विधान शोधा -

अ) सूक्ष्म अध्यापन हे अध्यापनाचे तंत्र आहे. **ब)** सूक्ष्म अध्यापन हे शिक्षक सरावतंत्र आहे.

क) शिक्षण देण्याची अध्यापनपद्धती आहे. **ड)** सूक्ष्म अध्यापन हे आधुनिकतंत्र आहे.

४०. पुढीलपैकी अयोग्य विधान सांगा.

अ) अध्ययन झाले नाही तर अध्यापन झाले नाही असे समजले जावे.

ब) बहिऱ्याने गाणे ऐकले तर ते न ऐकल्यासारखे आहे.

क) आंधळ्याने नृत्य झाले तर ते न झाल्यासारखे आहे.

ड) विद्यार्थी नापास झाले तर अध्यापन झाले नाही असे समजावे.

४१. चुकीचे विधान ओळखा -

अ) अध्यापनाची प्रतिमाने व अध्यापनाची पद्धती ही वेगवेगळी संकल्पना आहे.

ब) व्याख्यान पद्धतीमुळे कमी वेळात ज्यादा ज्ञान देता येते.

क) व्याख्यान पद्धती प्राथमिक शाळेत योग्य नाही.

ड) व्याख्यान पद्धतीमध्ये विद्यार्थी दंगा करू शकत नाहीत.

४२. अध्यापनावर व अध्ययनावर कोणत्या गोष्टींचा परिणाम होऊ शकतो?

अ) शारीरिक घटक **ब)** सामाजिक घटक **क)** परिसर घटक **ड)** वरील सर्व

४३. अध्ययनासाठी कोणत्या गोष्टीची गरज असते?

अ) पाठांतर **ब)** कुशाग्रबुद्धी **क)** लेखनशैली **ड)** पुनरावृत्ती

४४. 'सृजनशीलता' म्हणजे काय?

अ) जुने ते सोने समजणे   **ब)** संस्कृतीचे संवर्धन करणे

क) कलेला प्राधान्य देणे   **ड)** नवीन निर्मिती करणे

४५. खालील कोणते साधन 'दृक्श्राव्य' साधनात बसू शकते?

अ) नकाशे   **ब)** टेपरेकॉर्डर   **क)** प्रतिकृती   **ड)** दूरदर्शन

४६. शिक्षकांच्या कार्याचे मूल्यमापन खालीलपैकी कोणत्या बाबींवर अवलंबून राहाते?

अ) शिक्षकांनी किती तास अध्यापन केले.   **ब)** विद्यार्थी किती पास झाले.

क) अभ्यासाचे घटक किती पूर्ण केले.   **ड)** विषयाची उद्दिष्टे किती साध्य झाली.

४७. खालीलपैकी शिक्षकांची प्राथमिक जबाबदारी कोणती?

अ) विद्यार्थ्याला परीक्षेत पास करणे.   **ब)** विषयाची सविस्तर माहिती देणे.

क) विद्यार्थ्याला स्वावलंबी बनविणे.   **ड)** विद्यार्थ्याला आर्थिक मदत करणे.

४८. विद्यार्थ्यांच्या कल्पनाशक्तीला चालना मिळण्यास योग्य अध्यापन पद्धती कोणती?

अ) बुद्धिकथन   **ब)** गट चर्चा   **क)** कथनपद्धती   **ड)** व्याख्यानपद्धती

४९. पुढील कोणते साधन श्राव्य पद्धतीचे आहे?

अ) रेडिओ   **ब)** प्रतिकृती   **क)** फळा   **ड)** छायाचित्रे

५०. गुणात्मक विकासासाठी पुढील कोणत्या पाठ प्रकाराचा आर्थिक उपयोग होतो?

अ) ज्ञानात्मक पाठ   **ब)** भावात्मक पाठ   **क)** क्रियात्मक पाठ   **ड)** आदर्श पाठ

घटक - १ ला
उत्तरसूची

प्र.क्र.	उत्तर	प्र.क्र.	उत्तर	प्र.क्र.	उत्तर	प्र.क्र.	उत्तर
१	अ	२	ब	३	क	४	ड
५	ड	६	ब	७	अ	८	अ
९	ड	१०	१,४,३,२,५	११	ब	१२	ड
१३	अ	१४	क	१५	अ	१६	-
१७	ड	१८	ड	१९	ड	२०	ड
२१	क	२२	ब	२३	अ	२४	ड
२५	क	२६	क	२७	ड	२८	क
२९	ड	३०	ब	३१	ड	३२	ड
३३	ड	३४	ब	३५	ब	३६	क
३७	ड	३८	-	३९	क	४०	ड
४१	ड	४२	ड	४३	ड	४४	ड
४५	ड	४६	ड	४७	क	४८	अ
४९	अ	५०	ब				

***

पेपर नं. १

घटक नं. २ - संशोधनाविषयी दृष्टिकोन

संशोधनाविषयी दृष्टिकोन - कल

- ❒ संशोधन अर्थ - वैशिष्ट्ये - प्रकार
- ❒ संशोधनाच्या पद्धती
- ❒ संशोधन लेख, कार्यशाळा, परिसंवाद
- ❒ संशोधनाच्या पायऱ्या
- ❒ संशोधनाची नीतिमूल्ये
- ❒ प्रबंध - अहवाललेखन, वैशिष्ट्ये आणि नमुना - आराखडा इ.

(वरील घटकांवर आधारित ६ प्रश्न व १२ गुण आहेत.)

या ठिकाणी अध्यापकाला - प्राध्यापकाला एक नवा संशोधनात्मक दृष्टिकोन असावा लागतो. महाराष्ट्र राज्यात पीएच.डी.साठी, सेट/नेट झालेल्या उमेदवारांना नोंदणीसाठी प्राधान्य देण्यात आलेले आहे. एम. एड्. व एम. फिल. स्तरावरील संशोधनाचा दृष्टिकोन या ठिकाणी अपेक्षित धरला आहे.

वरील ५-६ उपघटक पाहिल्यास सर्व संशोधन बाबींची माहिती अपेक्षित धरली आहे. एम. एड./एम. फिल. पातळीवर उमेदवारांनी या विषयाचा अभ्यास केलेला असतो. तथापि, परीक्षा म्हणून काही संशोधनाची पुस्तके पुन्हा पहावीत. प्रबंध, शोध निबंध पहावेत. त्यामुळे काहीतरी संकल्पना, शब्दांचे अर्थ - स्वरूप यांची ओळख होईल आणि प्रश्नांचा अर्थ स्पष्ट होईल. त्यामुळे पर्यायी उत्तर समजण्यास सोयीचे होईल. तथापि, वरील घटकांना धरून आम्ही या ठिकाणी माहितीवजा निवेदन देण्याचा अगदी थोडक्यात प्रयत्न करीत आहोत.

घटक परिचय :

१. संशोधनाची संकल्पना : अर्थ स्वत:च्या मनात स्पष्ट असायला हवा. Research या इंग्रजी शब्दापासून संशोधन शब्द तयार झाला असून, Research म्हणजे पुन्हा-पुन्हा शोध घेणे. एखादी वस्तू, घटना, सूत्र, नियम, उपपत्ती इ. बाबतची नियोजित किंवा सूत्रबद्ध मांडणी करणे म्हणजे 'संशोधन' असे म्हणता येईल.

संशोधनाचे चार प्रकारे अर्थ स्पष्ट करता येतील; शोध म्हणजे -

१. Discovery : एखादी प्रस्थापित झालेली किंवा अगोदर अस्तित्वात असणारी वस्तू शोधून काढणे म्हणजे 'डिस्कव्हरी' - शोध होय. उदा. अमेरिका डिस्कव्हर्ड बाय कोलंबस.

२. Investigation : एखादे निरीक्षण, सत्य, तत्त्व नियमात बसविणे किंवा सूत्रबद्ध मांडणी करणे म्हणजे 'इनव्हेस्टिगेशन' - शोध होय. उदा. न्यूटनने लावलेला गुरुत्वाकर्षणाचा नियम, पृथ्वीचे-चंद्राचे भ्रमण इ.

३. Invention : एखाद्या नवनिर्मितीला समोर आणणे व त्याचा वापर करणे म्हणजे 'इन्व्हेन्शन' - शोध होय. या ठिकाणी शोधक नवीन काहीतरी करतो. उदा. राईट बंधूंनी विमानाचा शोध लावला. एडिसनने विजेचा शोध किंवा जेम्स वॅटने वाफेच्या इंजिनचा शोध लावला हे संशोधन महत्त्वाचे होय.

४. Change : पूर्वीच्या सूत्रांत, नियमात बदल करणे व नव्याने अभ्यासातून ते मांडणे हा पण संशोधनाचाच भाग होतो; तसेच इतर प्रकारदेखील संशोधनाचे प्रकार पडतात.

i) Fundamental Research : मूलभूत - संशोधन नावाप्रमाणे पायाभूत संशोधन असून शास्त्रज्ञांच्या प्रदीर्घ प्रयत्नाने पुढे येते. त्याचा त्वरित सामान्यांना उपयोग नसतो; परंतु नंतर त्या आधारे अनेक नवे शोध लागतात. उदा. विजेचा शोध, पाण्याचे घटक आणि लुई पाश्चरचा जंतूंचा शोध इ.

ii) Applied Research : उपयोजित संशोधन म्हणजे मूळ संशोधनाचा उपयोग करून व्यावहारिक व उपयोगी शोध लावणे. विजेपासून रेडिओ, मोटर इ. घरगुती वापरातील वस्तू, मशिन्स इ.

iii) कृतिसंशोधन - Action Research - सर्वांना स्वतःच्या व्यवहारातील समस्या मर्यादित स्वरूपात सोडविण्याचे संशोधन कार्य म्हणजे संशोधनच होय. वैयक्तिक पातळीवर, सांघिक किंवा संस्था पातळीवर व्यावसायिक, शैक्षणिक समस्यांचा शास्त्रीय पद्धतीने शोध घेऊन उपाय शोधून काढण्याच्या प्रयत्नास 'कृतिसंशोधन' म्हणता येईल. उदा. वर्गात मुले ठराविक तासाला दंगा का करतात? ठराविक विषयात नापास का होतात? इ. प्रकारचे सर्वेक्षण, प्रयोग करणे. थोडक्यात, संशोधन म्हणजे सहेतुक किंवा हेतुविरहित ज्ञानप्राप्ती करून घेण्याचा प्रयत्न.

ऑक्सफर्ड इंग्लिश डिक्शनरीत संशोधनाचा दिलेला अर्थ पुढीलप्रमाणे -
- वस्तुस्थिती जाणून घेण्यासाठी एखाद्या विषयाचा बारकाईने केलेला समीक्षक अभ्यास म्हणजे संशोधन होय.
- अभिनव वस्तुस्थिती पाहण्यासाठी हाती घेतलेले शोध - कार्य म्हणजे संशोधन.
- एखाद्या विषयांतर्गत वैशिष्ट्ये जाणून घेण्यासाठी केलेला व्यापक शास्त्रीय प्रयत्न होय.

१. संशोधनाचे गुणधर्म - वैशिष्ट्ये

१. संशोधन समस्येवर अवलंबून राहाते. समस्या पुढे आल्याशिवाय संशोधनास सुरुवात होत नाही. वैज्ञानिक गुणधर्म व संशोधनाचे गुणधर्म यामध्ये फार फरक नसतो.

२. संशोधन अनुभवावर व तर्कावर आधारित असते. पडताळून पाहिल्यास तेच उत्तर पुन्हा पुन्हा आलं पाहिजे. याला अनुभव प्रामाण्यता म्हणतात.

३. संशोधनातून सामान्यीकरण Generalisation होत असते.

४. संशोधनात काय केले तर काय घडेल हे नक्की सांगता येत नाही; कारण सर्व गोष्टी त्या त्या परिस्थितीवर अवलंबून असतात.

५. संशोधन निष्ठेवर, सत्यावर आणि नैतिक व निर्विकारपणे केलेल्या कार्यावर आधारित असते.

६. नियोजनपूर्वक, माहितीचे पृथक्करण करून मांडणी केल्यास, निष्कर्ष मांडता येतात. निष्कर्ष बदलतात, टीका होऊ शकतात. इ.

२. संशोधनाच्या पायऱ्या (Steps)

संशोधन पायरी - पायरीने करावे लागते. घाईगडबड करून चालत नाही. काही वेळा थांबावे लागते. कुतूहल, शंका, प्रश्न, अस्वस्थता इ. निर्माण होऊन मार्ग काढण्यात निश्चितता यावी लागते.

१) समस्या निवड - (Area & problem selection. Dissatisfaction with present condition is called the problem) प्रथम समस्या व त्याचे क्षेत्र निश्चित होणे आवश्यक आहे. सामाजिक प्रश्न, अध्यापन प्रश्न अभ्यासक्रम, मूल्यमापन, आर्थिक इ. क्षेत्रे होत. त्यामधील निश्चित समस्या - समस्येची निश्चितता.

२) साधने निश्चिती करणे - समस्या निवडल्यानंतर त्याबाबत माहिती जमा करण्याची योग्य साधने निर्माण करणे. उदा. मुलाखत निरीक्षण श्रेणी, सूत्रे इ. ठरविणे, त्यांचे महत्त्व सांगणे.

३) उद्दिष्टे - मर्यादित उद्दिष्टे हवीत; त्यामुळे पुढे जाणे निश्चित होते.

४) जनसंख्या - नमुना निवड पद्धती व संख्या.

५) गृहीतके - अनुभवातून - अभ्यासातून हंगामी गृहीत गोष्टी धरून पुढे जाता येते.

६) कार्यपद्धती व संशोधन पद्धती.

७) माहिती (Collection of Data) जमा करणे.

८) माहितीचे वर्गीकरण (Classification of Data).

९) पडताळणी (Varification)

१०) विश्लेषण (Analysis)

११) गृहीत कृत्याची पडताळणी करणे - चर्चा (Varification of Hypothesis)

गृहीतकृत्य कसोटीत उतरले तर उद्दिष्टे साध्य होतात. सिद्धान्त तयार होतो आणि न उतरल्यास चुकीचा ठरतो. परंतु, संशोधन चुकीचे होत नाही.

१२) निष्कर्ष व सामान्यीकरण - (Generalisation) - पडताळणीनंतर निष्कर्षाचे विधान केले जाते; त्याला 'सामान्यीकरण' म्हणतात.

१३) शिफारसी करणे.

१४) पुढील संशोधनासाठी विषय सुचविणे.

१५) अहवाल सादरीकरण (Reporting)

वरील सर्वच पायऱ्या सर्व ठिकाणी येतातच असे नाही. Hypothesis ला परिकल्पना असे काही ठिकाणी संबोधले जाते. hypo म्हणजे below कमी दर्जा आणि thesis म्हणजे 'सिद्धान्त' असे म्हणता येईल. कृपया, संशोधनावर वाचन करावे. काही प्रबंध पहावेत, अशी विनंती आहे. मराठी बरोबर इंग्रजी शब्द Terminology अवश्य पहावी. मराठी शब्द वेगवेगळ्या अर्थाने वापरले जातात. शिक्षणशास्त्रापेक्षा समाजशास्त्रे, इतर शास्त्रे यामध्ये पायऱ्या व कार्यपद्धतीत थोडा-फार फरक असतो. (Steps & procedure) कृपया, या ठिकाणच्या मर्यादा लक्षात घेणे.

३. संशोधनाच्या पद्धती (Research Methods)

संशोधनाच्या विविध कार्यपद्धती आहेत. उद्दिष्टे, व्याप्ती, मर्यादा लक्षात घ्यावी लागते व पद्धती ठरविली जाते. ऐतिहासिक (Historical), वर्णनात्मक (Descriptive) आणि प्रायोगिक या तीन प्रमुख पद्धतींबरोबर इतर अनेक पद्धती आहेत. नैदानिक, व्यक्ती अभ्यास उद्गामी - अवगामी इ. उपपद्धती आहेत. समाजशास्त्रीय, वैज्ञानिक इ. ही आहेत.

४. संशोधनाचे उद्देश (Research Objectives)

१. **ज्ञानात भर घालणे** (Knowledge Development) : ज्ञान सतत वाढत असते. बदलत असते, नियम, सिद्धान्त बदलतात, नवीन माहिती हवी असते.

२. **नवीन शोध लावणे** (Innovation) : जगात अनेक गूढ आहेत. उदा. सागरी भूकंप, अकाली मृत्यू, असाध्य आरोग्य इ. वर उपाय हवे आहेत.

३. **पुनर्परीक्षण** (Varification of Theories) : जुने नियम, सिद्धान्त, व्याख्या इ. बाबत परिस्थितीनुसार बदल करायला हवा.

४. **सामाजिक समस्या** (Social Problems) : समाजात अनेक सामाजिक, आर्थिक व इतर घटना घडतात. त्यावर आपल्याला उपाय हवे असतात.

५. लोकसंख्या वाढ, आर्थिक व औद्योगिक वाढ, तंत्रज्ञानात वाढ इ. बाबींचे सुनियंत्रण हवे. इ.साठी सतत संशोधन चालू असते.

५. संशोधकांच्या अंगचे गुणधर्म (Qualities of research worker)

१) विषयांचे सविस्तर ज्ञान - (Subject knowledge)   २) मनोधैर्य - आत्मविश्वास - (Confidence)

३) जागृतपणा - (Awareness)   ४) कामावर निष्ठा - (Faith on work)

५) प्रामाणिकपणा - (Honesty)   ६) संशोधन कार्यपद्धतीचे ज्ञान - (Methodology)

७) वैचारिक अधिष्ठान - (Clarity of thought)
८) संयम - (Patience)
९) कार्यक्षमता - (Working efficiency)
१०) आर्थिक स्थिती (Finance condition, etc.)

६. संशोधनाची नीतिमूल्ये (Ethics of Research)

संशोधन कार्यात नीतिमूल्यांचे पालन करणे आवश्यक आहे; अन्य ठिकाणी केले जाणारे वर्तन आणि संशोधनातील वर्तन यात फरक आहे.

- प्रामाणिकपणे माहिती (data) गोळा करावी; त्यात वस्तुनिष्ठता, निर्भयता हवी. सत्याला सामोरे जावे आणि निप:क्षपाती लेखन करावे.
- संशोधन करताना अनेकांचे सहकार्य घ्यावे; परंतु कोणत्याही दबावाखाली राहू नये.
- प्राण्यांवर प्रयोग केले जातात; त्यावेळी सर्व बाजूंनी विचार करून कार्य करावे.
- मानसशास्त्रीय प्रयोगाच्या वेळी व्यक्तीच्या इतर खासगी बाबींना महत्त्व देऊ नये.

७. संशोधन आराखडा (Research Design)

संशोधन कार्याचे क्षेत्र व समस्या प्रमाणित केल्यानंतर अभ्यासाची 'योजना' तयार करूनच सुरुवात करावी लागते. संशोधन आराखडा तयार केल्यामुळे संशोधनाची दिशा ठरते. वेळ, पैसा, शक्तीची बचत होते. संशोधकाने कोणती व कशी माहिती जमवावी? कोणती साधने वापरावीत? इ. गोष्टी स्पष्ट होतात.

आदर्श आराखड्याप्रमाणे संशोधन करणे शक्य होत नाही. कृती आराखड्यात नमुना निवड तंत्र वापरावे लागते. उदा. नमुना निवड पद्धती (Sampling Design), निरीक्षण कार्य पद्धती (Observations), संख्याशास्त्रीय आराखडा (Statistical Design), कार्यान्वित आराखडा (Operational Design).

८. माहिती गोळा करणे (Data Collection) : माहिती तथ्य किंवा आकडेवारी जमा करणे महत्त्वाचे आहे. त्यामध्ये प्राथमिक व दुय्यम स्रोत असतात. (primary data & secondary data) गट पाडणे, सारण्या करणे. इ.

९. विविध साधने (Tools of Data Collection) : विविध मार्गांने माहिती जमा करावी लागते. निरीक्षणे, मुलाखती, सत्यप्रतीचे कागद आणि प्रश्नावली महत्त्वाची असते.

१०. कोष्टकीकरण (Tabulation, Interpretation) : इ. प्रक्रिया करावी लागते. संख्याशास्त्रीय सूत्रांचादेखील उपयोग करावा लागतो. इ.

११. अभ्यासवर्ग किंवा परिसंवाद, कार्यशाळा, चर्चासत्र इ. (Seminar, Workshop, Symposium etc.) : संशोधनाचे कार्य संघटित, वैयक्तिक चालू असते त्यासाठी परिसंवाद, कार्यशाळा, चर्चांचे योग्य असे आयोजन करून विचारांची देवाण-घेवाण होते.

१२. संशोधन अहवाल (Research Report) : शेवटची पायरी म्हणजे लेखी अहवाल होय. त्याला 'प्रबंध सादरीकरण' म्हणतात. त्यामध्ये अहवाल सादर करताना तीन विभाग असतात. -

१) प्राथमिक विभाग - मुखपृष्ठ, प्रतिज्ञापत्र, ऋणनिर्देशन, अनुक्रमणिका इ.
२) प्रत्यक्षकार्य (Text) - प्रकरण १ ते शेवटचे, त्यामध्ये प्रास्ताविक (Introduction), समस्या मांडणी (Stating the problem), उद्दिष्टे (Objectives), नमुना निवड पद्धती (Selection of sample methods etc.) -अभ्यास पद्धती (Methodology), माहितीचे विश्लेषण (Analysis of data) विविध मार्गांने विवरण करणे इ.
३) निष्कर्ष व शिफारसी (Conclusions & Suggestions)
४) संदर्भ सूची (Bibliography)
५) परिशिष्टे (Appendix - dices)
(मराठी भाषेसाठी - कृपया इंग्रजी शब्द पहावा म्हणजे अधिक अर्थबोध होऊ शकेल.)

घटक नं. २ (संशोधनाचा दृष्टिकोन)
सरावासाठी नमुना प्रश्न

१. विधान - १. संशोधन म्हणजे अभ्यासपूर्वक नव्याने बदल घडविणे.
विधान - २. संशोधन म्हणजे शास्त्रीय पद्धतीने अनुमान काढणे.
अ) वरील दोन्ही विधाने बरोबर आहेत. **ब)** वरील दोन्ही विधाने चूक आहेत.
क) विधान एक बरोबर आहे व विधान दोन चूक आहे.
ड) विधान दोन बरोबर असून विधान एक चूक आहे.

२. संशोधनाशी संबंध नसलेले विधान ओळखा.
अ) अमेरिकेचा शोध कोलंबसने लावला. **ब)** विमानाचा शोध राईट बंधूंनी लावला.
क) हनुमानाने सीतामाईचा शोध लावला. **ड)** न्यूटनने गुरुत्वाकर्षणाचा शोध लावला.

३. संशोधन म्हणजे काय?
अ) शास्त्रीय पद्धतीने नवनिर्मिती करणे. **ब)** संशोधन म्हणजे ज्ञानात नवीन भर घालणे.
क) संशोधन म्हणजे जुन्या नियमांत बदल करणे. **ड)** संशोधन म्हणजे वरील सर्व.

४. पुढील संबंधित जोड्या लावा.
अ) मूलभूत संशोधन **१)** एड्स विरोधी विषाणू शोधणे
ब) उपयोजित संशोधन **२)** नव्याने लाईट, बल्ब तयार करणे
क) कृतिसंशोधन **३)** एखाद्या वर्गातील नापासाची कारणे शोधून उपाय सूचविणे.
(अ = ३) (ब = १) (क = २)

५. समस्या म्हणजे काय?
अ) सद्य:स्थितीवर नाराज असणे. **ब)** कार्याबद्दल मनात शंका येणे.
क) चालू घडामोडींबाबत अस्वस्थ होणे. **ड)** वरील सर्व.

६. पुढीलपैकी कोणते विधान संशोधन कार्य दर्शविते?
अ) संशोधन म्हणजे साहित्याचे वाचन करणे. **ब)** संशोधन म्हणजे दुसऱ्याचे मूल्यमापन करणे.
क) संशोधन म्हणजे इतरांवर टीका करणे. **ड)** संशोधन म्हणजे समस्येवर उपाय सुचविणे.

७. एखाद्या संशोधकाने संशोधन करून नवा सिद्धान्त मांडला तर त्यास म्हणतात.
अ) शोध प्रबंध **ब)** साहित्य ग्रंथ **क)** शोध पत्रिका **ड)** वरील सर्व

८. संशोधन कार्यात ..... या गोष्टीवर भर असतो.
अ) कार्यकारण भाव शोधणे. **ब)** पारंपरिक माहिती जमा करणे.
क) ज्ञान संकलन करणे. **ड)** विविधता तपासणे.

९. संशोधनाचे नियोजन म्हणजे -
अ) पडताळणी करणे. **ब)** नमुना निवड करणे.
क) आराखडा तयार करणे. **ड)** अहवाल लिहिणे.

१०. ..... ही संशोधनाची पहिली पायरी होय.
अ) समस्या निवड करणे **ब)** गृहीतके ठरविणे **क)** वस्तुनिष्ठता आणणे **ड)** यापैकी नाही.

११. ..... ही संशोधनाची शेवटची पायरी होय.
अ) अहवाल लेखन करणे. **ब)** माहितीचे वर्गीकरण करणे.
क) निष्कर्ष काढणे **ड)** शिफारशी करणे

१२. 'गृहीतकृत्य' म्हणजे काय?

अ) समस्येवर केलेली टीका **ब)** अंदाजाने केलेले विधान

क) जुन्यावर आधारित विधान **ड)** वरील पैकी कोणतेही नाही.

१३. संशोधन कार्यात अधिक विश्वसनीय मानतात. -

अ) मध्यमान (Mean) **ब)** मध्यगा (Median) **क)** बहुलक (Mode) **ड)** वरील सर्व

१४. संशोधनाची माहिती पुढीलपैकी कोणत्या साधनाने जमा करता येते?

अ) प्रश्नावली **ब)** मुलाखती **क)** निरीक्षणे **ड)** वरील सर्व

१५. संशोधन अहवाल लेखनात शेवटी जोडली जाते -

अ) परिशिष्टे **ब)** संदर्भ ग्रंथसूची **क)** ऋणनिर्देश **ड)** संशोधकाचा परिचय

१६. संशोधनाच्या माहितीचे गट पाडणे म्हणजे -

अ) वर्गीकरण करणे **ब)** सामान्यीकरण करणे **क)** निरीक्षण करणे **ड)** पडताळणी करणे

१७. संशोधकाने खालील कोणती गोष्ट करणे अपेक्षित नाही.-

अ) प्रत्यक्ष भेटी देऊन माहिती गोळा करणे **ब)** अहवालाचे लेखन करणे

क) दुसऱ्याचे निष्कर्ष वापरणे **ड)** माहितीचे पृथक्करण करणे

१८. पुढील शब्दांपैकी संशोधनाशी विसंगत शब्द निवडा.

अ) समस्या निवड **ब)** मुलाखत घेणे **क)** परिकल्पना **ड)** भावनिक आविष्कार

१९. निरक्षरांची संख्या शोधून काढण्यासाठी केलेल्या पहाणीस कोणत्या संशोधन पद्धतीचा वापर कराल?

अ) प्रायोगिक पद्धती **ब)** व्यक्ती अभ्यास पद्धती

क) सर्वेक्षण पद्धती **ड)** वरील सर्व.

२०. शैक्षणिक संशोधन व शैक्षणिक सर्वेक्षण या दोन बाबी आहेत.-

अ) परस्पर विरोधी **ब)** परस्पर पूरक **क)** स्वतंत्र **ड)** सांगता येत नाही.

२१. विद्यार्थी वर्गात दंगा का करतात, याची पहाणी करून उपाय सुचविण्याला म्हणतात.-

अ) उपयोजित संशोधन **ब)** कृतिसंशोधन **क)** वर्णनात्मक संशोधन **ड)** वरील सर्व

२२. एखाद्या संशोधन कार्यावर विविध मते मांडण्यासाठी बोलविलेल्या तज्ज्ञांच्या सभेला म्हणतात. -

अ) कार्यशाळा **ब)** परिसंवाद **क)** अभ्यास वर्ग **ड)** वाद-विवाद

२३. एका संशोधकाने शाळेत न येणाऱ्या २०० विद्यार्थ्यांची पाहणी करून अहवाल तयार केला; त्यास म्हणतात.-

अ) शोधपत्र **ब)** शोध अहवाल **क)** शोध ग्रंथ **ड)** यापैकी नाही

२४. संशोधकाकडून पुढील कोणती अपेक्षा करावी?

अ) इतरांच्या कामांवर टीका करावी. **ब)** वस्तुनिष्ठतेला धरून लेखन करावे.

क) संगणकाचा वापर करू नये. **ड)** जमेल तेवढे कार्य करावे.

२५. शासकीय अहवालातून प्राप्त झालेली माहिती असते. -

अ) प्राथमिक **ब)** दुय्यम **क)** आदर्श **ड)** निकृष्ट

२६. विद्यापीठाच्या उच्च शिक्षणासाठी सादर करावयाच्या संशोधन अहवालास म्हणतात. -

अ) संशोधन पत्रिका **ब)** संशोधन अहवाल **क)** प्रबंध **ड)** निवेदन

२७. श्री. रामराव गुरुजींना अभ्यासक्रमातील एक घटक चर्चा पद्धतीने, दोन समान गटांपैकी एका गटाला शिकवावयाचा आहे आणि दुसऱ्या गटाला नेहमीप्रमाणे ते व्याख्यान देणार आहेत; नंतर दोन्ही गटांमध्ये काय फरक दिसून

आला हे चाचणीद्वारा ते पाहणार आहेत तर त्यांना संशोधनाची एखादी खालीलपैकी पद्धती सुचवा. -

अ) अवगामी पद्धती **ब)** उद्गामी पद्धती **क)** प्रायोगिक पद्धती **ड)** सर्वेक्षण पद्धती

२८. न्यादर्श (Sample) म्हणजे काय?

अ) जनसंख्येतील प्रातिनिधित्व करणारा **ब)** जनसंख्येतील १/२ भाग

क) जनसंख्येतील १/४ भाग **ड)** संपूर्ण जनसंख्या

२९. महाराष्ट्र शासनाला जिल्हा व तालुका स्तरातून नमूना निवडून आहार सर्वेक्षण करावयाचे आहे, तर त्यासाठी योग्य न्यादर्शन पद्धती सूचवा.

अ) प्रासंगिक न्यादर्शन **ब)** नियमबद्ध न्यादर्शन **क)** गुच्छ न्यादर्शन **ड)** बहुस्तरीय न्यादर्शन

३०. प्रत्यक्ष भेटी देऊन स्थळांची मिळविलेली माहिती असते. -

अ) प्राथमिक **ब)** दुय्यम **क)** भौगोलिक **ड)** ऐतिहासिक

३१. खालीलपैकी दुय्यम स्रोत दाखविणारा पर्याय सांगा.

अ) मुलाखत **ब)** निरीक्षण **क)** प्रश्नावली **ड)** यापैकी नाही

३२. संशोधनात - आलेख, चित्रे इ. चा उपयोग कोणत्या वेळी केला जातो?

अ) नमुना निवड **ब)** समस्या निवड

क) माहितीचे (data) विश्लेषण **ड)** संशोधनाचे निष्कर्ष

३३. कोणत्याही संशोधनामध्ये आवश्यक असते. -

अ) उपयोगिता **ब)** सामान्यीकरण **क)** निष्कर्ष **ड)** वस्तुनिष्ठता

३४. संशोधनाचे कोणते उद्दिष्टे असते?

अ) शैक्षणिक समस्येचा अभ्यास **ब)** कामगार-शेतकऱ्याच्या स्थितीचे अभ्यासणे

क) शासकीय विकास कामाचा अभ्यास **ड)** वरील सर्व

३५. संशोधनकर्त्यांच्या अंगी कोणते गुण असावेत?

अ) नीतिधैर्य **ब)** जागरूकता **क)** संयम **ड)** वरील सर्व

३६. विद्यापीठाच्या उच्च शिक्षणात सादर करावयाच्या प्रबंधात किमान किती प्रकरणे (chapters) असावेत?

अ) तीन **ब)** आठ **क)** पाच **ड)** बंधन नाही

३७. संशोधनातील माहिती (data) कशावर अवलंबून असतो?

अ) माहिती गोळा करण्याची साधने **ब)** संशोधनाची पद्धती

क) संशोधकाचा प्रामाणिकपणा **ड)** संशोधनाची उद्दिष्टे

३८. संशोधनात संदर्भसूची देताना क्रम असतो - प्रथम लेखकाचे नाव, पुस्तकाचे नाव, प्रकाशकाचे नाव, प्रकाशन स्थळ व वर्ष.

अ) वरील विधान सत्य आहे. **ब)** वरील विधान असत्य आहे.

क) वरील विधान अर्ध-सत्य आहे. **ड)** सांगता येत नाही.

३९. संशोधनाच्या पुढील पायऱ्या क्रमाने लावा - १) समस्या निवड, २) निष्कर्ष मांडणे, ३) विश्लेषण, ४) संदर्भ सूची, ५) परिशिष्टे.

अ) १, ३, २, ४, ५ **ब)** ४, ५, १, २, ३ **क)** ३, २, १, ५, ४ **ड)** १, ३, २, ५, ४

४०. संशोधन अहवालाच्या मुखपृष्ठांवर क्रम असतो - संशोधनाचे शीर्षक, संशोधकाचे नाव, मार्गदर्शकाचे नाव, सादर करावयाची संस्था आणि दिनांक.

अ) वरील क्रम चूक आहे. **ब)** वरील क्रम बरोबर आहे.

क) वरील क्रम थोडा बरोबर आहे. **ड)** सांगता येत नाही.

४१. विधान १ : ऐतिहासिक संशोधनपद्धती फक्त इतिहास विषयातच वापरता येते.

विधान २ : ऐतिहासिक पद्धती इतर ठिकाणी देखील वापरली जाते.

अ) वरील दोन्ही विधाने बरोबर आहेत.   **ब)** वरील दोन्ही विधाने चूक आहेत.

क) पहिले विधान बरोबर असून दुसरे चूक आहे.   **ड)** दुसरे विधान बरोबर असून पहिले चूक आहे.

४२. पुढील असंबंधित नाव ओळखा. -

अ) जयंत नारळीकर   **ब)** सुनील गावसकर   **क)** डॉ. अब्दुल कलाम   **ड)** डॉ. गोवारीकर

४३. संशोधकाने प्राप्त केलेल्या माहितीचे गुण व वैशिष्ट्यावरून गट पाडणे; म्हणजे -

अ) वर्गीकरण करणे   **ब)** पडताळणी करणे   **क)** निरीक्षण करणे   **ड)** विश्लेषण करणे

४४. सामाजिक संशोधन हे .... असते.

अ) व्यवहारोपयोगी   **ब)** समाजोपयोगी   **क)** समस्या निराकरण   **ड)** वरील सर्व

४५. पुढील असंबंधित नाव ओळखा.

अ) म. जोतिराव फुले   **ब)** रवींद्रनाथ टागोर   **क)** धोंडो केशव कर्वे   **ड)** सी. व्ही. रामन

४६. संशोधन आराखडा केव्हा बनविला जातो?

अ) संशोधन सुरू करण्यापूर्वी   **ब)** संशोधनाला सुरुवात झाल्यावर

क) संशोधन पूर्ण झाल्यावर   **ड)** माहितीचे विश्लेषण करताना

४७. डॉक्टर ऑफ फिलॉसॉफी (पीएच.डी.) या विद्यापीठाच्या सादर करावयाच्या अहवालास म्हणतात. -

अ) प्रबंध   **ब)** निबंध   **क)** अनुबंध   **ड)** वरील सर्व

४८. संशोधन अहवालाच्या प्रथम प्रकरणात असते. -

अ) नमुना निवड   **ब)** संदर्भ वाचन

क) प्रस्तावना   **ड)** माहिती गोळा करण्याची साधने

४९. जोड्या लावा.

अ) परिशिष्टे   १) ibid

ब) संदर्भ वाचन   २) Ref

क) तुलना करणे   ३) पत्रव्यवहार

ड) त्याच ठिकाणी   ४) संदर्भसूची

(अ = ३)   (ब = ४)   (क = २)   (ड = १)

घटक - २ रा
उत्तरसूची

प्र.क्र.	उत्तर	प्र.क्र.	उत्तर	प्र.क्र.	उत्तर	प्र.क्र.	उत्तर	प्र.क्र.	उत्तर
१	अ	२	क	३	ड	४	–	५	ड
६	ड	७	अ	८	अ	९	क	१०	अ
११	अ	१२	क	१३	अ	१४	ड	१५	अ
१६	अ	१७	क	१८	ड	१९	क	२०	ब
२१	ब	२२	ब	२३	ब	२४	ब	२५	ब
२६	क	२७	क	२८	अ	२९	ड	३०	क
३१	ड	३२	क	३३	ड	३४	ड	३५	ड
३६	क	३७	ड	३८	अ	३९	अ	४०	ब
४१	ड	४२	ब	४३	अ	४४	ड	४५	ड
४६	अ	४७	अ	४८	क	४९	–		

पेपर नं. १

घटक नं. ३ - उतारा वाचून प्रश्न सोडविणे

(भाषा आकलन क्षमता) - (Reading Comprehension)

नवीन अभ्यासक्रमात भाषिक क्षमता पाहण्यास पाच प्रश्नांसाठी एक उतारा - Passage दिला जातो. त्यामधून भाषिक क्षमतेबरोबर आकलनक्षमतादेखील पाहिली जाते. यापूर्वी १० प्रश्न असत. आता ६ प्रश्न व १२ गुण आहेत. प्रश्न उताऱ्यावर आधारित असले तरी सरळपणे न विचारता भाषेचे आकलन गृहीत धरून विचारतात. त्यामुळे मराठी विषयाखेरीज इतरांना सामान्यज्ञानाचा विचार करून उत्तरे द्यावी लागतात.

उतारा ज्ञानात्मक विचार करणारा असतो. तसेच सामाजिक, राजकीय, आर्थिक, शासकीय धोरण, धार्मिक, मूल्यशिक्षणावर किंवा ऐतिहासिक, भौगोलिक ज्ञानाशी निगडित असतो. उतारा इंग्रजी व मराठी भाषेतच असतो. त्यामुळे काही संकल्पना, अर्थ स्पष्ट होत नसेल तर इंग्रजी वाक्यरचना पहावी. उतारा पूर्ण समजून घेण्यासाठी शांतपणे पाच मिनिटांत वाचावा आणि त्वरित दोन-तीन मिनिटांत पर्यायी उत्तरे वाचून उत्तर नक्की करावे. सदर उतारा हा घटक वाचून उत्तर नक्की करावे.

मराठी

उतारा १ :

डॉ. बाबासाहेब आंबेडकरांनी हिंदू धर्माची वर्ण-जातीविरहित सामाजिक समतेच्या पायावर पुनर्रचना व्हावी, असा आग्रह धरला होता व तो मान्य होत नाही हे पाहूनच त्यांनी 'बुद्ध' धम्म स्वीकारला. अस्पृश्यांना मंदिरे - पाणवठ्यासह सार्वजनिक ठिकाणी प्रवेश मिळावा म्हणून सत्याग्रही आंदोलने केली. कायद्याने अस्पृश्यता हा गुन्हा ठरवला. जातिअंताचा उपाय म्हणून आंतरजातीय विवाहांचा पुरस्कार केला. शैक्षणिक सवलतींबरोबर आरक्षणांची तरतूद केली. जातिअंतासाठी जे जे करणे शक्य होते ते ते बाबासाहेबांनी केले, खरे तर जातिअंत करायचा तर वर्ण-जाती व्यवस्थेचा पुरस्कार करणारा 'सनातन सवर्ण हिंदू धर्म'च बुडायला हवा. बाबासाहेबांनी हा उपाय राज्यघटनेत समाविष्ट करायला पाहिजे होता काय आणि समजा केला असता तर अल्पसंख्याक दलित आणि बहुसंख्याक हिंदू यांच्यात भ्रातृभाव टिकला असता काय आणि तसा तो समाविष्ट केला तरी सनातन हिंदू धर्म संपला असता काय? शिवाय, घटनेत अन्य उपाय जरी सुचवले असते तरी खरोखरच जातिअंत झाला असता काय? जातिअंताचा प्रश्न हा केवळ कायद्याचा घटनेतील उपायांचा प्रश्न आहे की, तो सामाजिक प्रबोधनाचाही प्रश्न आहे? तर, अर्थातच तो कायदेशीर तरतुदींबरोबरच सामाजिक प्रबोधनाचा कृतिशील कार्यक्रमही आहे. या पार्श्वभूमीवर कॉ. शरद पाटील यांच्या पोथीनिष्ठ मार्क्सवादी पंथाने तरी जातिअंतासाठी कोणता कृतिशील कार्यक्रम राबवला? कोणते उपाय सुचवले? आर्थिक क्रांती आली की, सामाजिक समता आपोआप येईल, या अर्धसत्यातून बाहेर पडायला येथील मार्क्सवादी मंडळी अजूनही फारशी तयार नाहीत, पण झापडबंद मार्क्सवादी विचारवंत हे विसरतात की, आपल्याकडे गरीब-श्रीमंत असे दोनच वर्ग नसून, हिंदू धर्मग्रंथांनी प्रमाणित केलेल्या वर्ण-जाती व्यवस्थेमुळे भारतीय समाज हजारो जातींत विभागला गेला असून, त्याच्या मनाची जडणघडण जाती संस्कारांच्या उच्च-नीचतेच्या भावनेनेच झाली आहे. तसे जर नसते तर उच्च विद्याविभूषित डॉ. बाबासाहेब आंबेडकरांना येथील जातीय मनुवादी समाजव्यवस्थेने हीणकस वागणूकच दिली नसती आणि आजही आर्थिक स्तर उंचावलेल्या दलितांकडे तुच्छतेच्या जातीय दृष्टिकोनातून बघितलेच गेले नसते. तात्पर्य, जातिअंताचा लढा आर्थिक उन्नतीबरोबरच घटना वा कायद्याचा जसा आहे तसाच तो प्रामुख्याने मानसिक परिवर्तनाशीही निगडित आहे. तेव्हा भांडवलदार, सरंजामदार-जमीनदारांच्या विरुद्ध श्रमिक-कामगारांचे लढे आपण उभारतो म्हणून ज्या मार्क्सवादी पक्षसंघटना स्वत:ची पाठ थोपटून घेतात, त्यांनी तरी कामगार-श्रमिक मजुरांमधील जातीय मानसिकता संपवली आहे काय? नाही, तर मग बाबासाहेबांनी घटनेत जातिअंताचा उपाय सुचवला

नाही म्हणून कॉम्रेड्सनी आरोळ्या का ठोकाव्यात?

डॉ. बाबासाहेब आंबेडकरांनी अपार कष्ट घेऊन आपल्या खंडप्राय देशातील लोकशाहीस पूरक ठरणारी राज्यघटना तयार केली. बाबासाहेबांना अभिप्रेत असलेल्या सर्व मूल्यांचा स्पष्ट निर्देश घटनेत करणे तत्कालीन परंपरावादी शक्तींनी शक्य होऊ दिले नाही. असे असतानाही दलित, शोषित, पीडित, आदिवासी, भटके-विमुक्तजन व स्त्रिया हे सर्वच जण या देशाच्या स्वातंत्र्याचे समान वाटेकरी आहेत, म्हणून त्या प्रत्येकाला 'एक मत - एक मूल्य' हा मूलभूत अधिकार बाबासाहेबांनी मिळवून दिला. घटनेच्या सरनाम्यात तशी नोंद केली.

१) मार्क्सवादी मंडळी अजूनही कोणता विचार सोडण्यासाठी फारशी तयार नाहीत?
   १) कायदेशीर तरतुदीं बरोबरच सामाजिक प्रबोधनाचा कृतिशील कार्यक्रम महत्त्वाचा आहे.
   २) सामाजिक समता आणण्यासाठी आर्थिक क्रांती उपयुक्त आहे.
   ३) गरीब-श्रीमंत हे दोनच वर्ग नसून भारतीय समाज हजारो जातीत विभागलेला आहे.
   ४) वरील सर्व.

२) डॉ. आंबेडकरांनी जाती अंताचा उपाय म्हणून कशाचा पुरस्कार केला?
   १) बुद्ध धर्म स्वीकारला.
   २) घटनेतील कायदेशीर उपाययोजना.
   ३) आंतरजातीय विवाहांचा पुरस्कार.
   ४) हिंदू धर्म नष्ट करणे.

३) डॉ. आंबेडकरांनी बुद्ध धर्म का स्वीकारला?
   १) जातीअंताचा उपाय म्हणून.
   २) हिंदू धर्माची वर्ण-जाती विरहित समतेच्या पायावर पुनर्रचना व्हावी.
   ३) अल्पसंख्याक दलित व बहुसंख्याक हिंदू यांच्यातील भ्रातृभाव टिकावा.
   ४) यांपैकी नाही.

४) मार्क्सवादी पक्ष संघटना स्वत:ची पाठ का थोपटवून घेतात?
   १) त्यांनी कामगार-श्रमिक मजुरातील जातीय मानसिकता संपविली.
   २) भांडवलदार, सरंजामदार व जमीनदार विरुद्ध श्रमिककामगारांचे लढे उभारले.
   ३) दलित शोषितांचे आर्थिक प्रश्न सुटल्यास सामाजिक क्षमता येऊ शकते ही मानसिकता रुजविली.
   ४) यांपैकी नाही.

५) उताऱ्यातील महत्त्वाचा विचार कोणता?
   १) जातीअंताचा लढा आर्थिक उन्नती बरोबरच कायद्याचा जसा आहे तसाच तो मानसिक परिवर्तनाशी निगडितही आहे.
   २) उपेक्षित घटकांना स्वातंत्र्याचे समान वाटेकरी करण्यासाठी त्यांना 'एकमत एक मूल्य' हा अधिकार डॉ. आंबेडकरांनी मिळवून दिला.
   ३) जातीअंतासाठी डॉ. आंबेडकरांनी कृतिशील कार्यक्रम राबविला.
   ४) वरील सर्व.

६) जातीअंताचा प्रश्न कशाप्रकारचा आहे?
   १) कायद्याच्या घटनेतील उपायांचा प्रश्न.
   २) सामाजिक प्रबोधनाचा प्रश्न.
   ३) कायदेशीर तरतुदींबरोबरच सामाजिक प्रबोधनाचा प्रश्न.
   ४) विचारवंतांच्या मानसिकतेचा प्रश्न.

उतारा २ :

पृथ्वीवरील जनुकं, प्रजाती व परीसंस्था हे ३०० दशलक्ष वर्षांपासून सुरू असलेल्या उत्क्रांतीचे परिणाम आहेत आणि मानवजातीच्या अस्तित्वाचा पाया आहे. जैवविविधता ही अमूल्य आहे कारण तिचे भविष्यातील मूल्य सांगता येत नाही. आनुवंशिक विविधता ही सर्व प्रजातींकरिता खूप महत्त्वाची आहे. तिच्यामुळे वेगवेगळ्या प्रजाती निर्माण होऊन सभोवतालच्या बदलांशी समायोजन करू शकतात. त्याबरोबर लागवड केलेल्या व जतन केलेल्या प्रजातींमधील आनुवंशिक विविधता सामाजिक, आर्थिक विकासाच्या दृष्टीने महत्त्वाची साधनसंपत्ती आहे. आनुवंशिक विविधतेशिवाय नवीन प्रजाती निर्माण करता येत नाहीत. आनुवंशिक विविधता नसती तर, जागतिक पातळीवरील अन्नाची निर्मिती सध्या आहे त्यापेक्षा खूप कमी झाली असती तसेच प्रजातींची भविष्यातील पर्यावरणीय बदलांशी समायोजन करण्याची क्षमताही खूप कमी झाली असती.

जैवसंपदा ज्यामध्ये जनुकिय संपदा, एखाद्या प्रजातीची एकूण संख्या, जीव किंवा जैविक घटक, परिसंस्थेतील कोणताही घटक यांचा प्रत्यक्ष किंवा अप्रत्यक्षरीत्या मानवासाठी उपयोग होतो, हे सर्व घटक पुनर्निर्मितीक्षम आहेत. योग्य व्यवस्थापन केल्यास त्यातून निश्चितच मानवाच्या गरजा भागू शकतात. त्यामुळे ही संपदा व तिला आधार देणाऱ्या संस्थांची विविधता ह्या शाश्वत विकासाचा पाया आहे.

उपलब्ध पुराव्यानुसार, मानवाच्या कृतीमुळे जैवसंपदा उद्ध्वस्त होत असून, पृथ्वीवरील जैवविविधता कमी होत आहे. सध्या प्रजातींचे ऱ्हास होण्याचे प्रमाण किंवा त्यांच्या सद्य:स्थितीचा अंदाज बांधणे आव्हानात्मक आहे. त्यावर लक्ष ठेवणारी पद्धतशीर यंत्रणा नसल्याने तसेच पायाभूत माहितीचा अभाव असल्याने विशेषत: प्रजातींनी समृद्ध असलेल्या विषुवृत्तीय पट्ट्यात स्थिती गंभीर आहे.

जैवविविधतेचा ऱ्हास होण्यास आर्थिक कारणे कारणीभूत आहेत. विशेषत: जैवविविधतेला व परीसंस्थेतील कार्यांना दिले जाणारे कमी मूल्य उदा. जलसंवर्धन, जैवपोषक चक्र, प्रदूषण नियंत्रण, मृदा निर्मिती, प्रकाश संश्लेषण व उत्क्रांती यावर मानवाची समृद्धी अवलंबून आहे. त्यामुळे मानव समाजातील सर्व क्षेत्रांना जैवविविधतेचे संवर्धन करणे तसेच जैविक संसाधनांचा शाश्वत पद्धतीने वापर करण्यात उत्सुकता आहे. परंतु, एक कोणताही घटक केवळ आपल्या बळावरच जैविक संसाधनांचे अशा तऱ्हेने व्यवस्थापन करू शकत नाही की, जेणेकरून सर्व उत्पादने शाश्वत पद्धतीने उपलब्ध केली जातील. त्यासाठी संशोधनापासून ते पर्यटनापर्यंत सर्व क्षेत्रांचे सहकार्य आवश्यक आहे.

१) पुढील दोन विधानांपैकी कोणते योग्य आहे?

अ) जैवविविधता राखण्यासाठी एकात्मिक मार्गाची गरज आहे.

ब) जैविक संसाधनांच्या संवर्धनात आर्थिक दृष्टिकोन अंतर्भूत आहे.

१) फक्त अ २) फक्त ब

३) अ व ब दोन्ही ४) अ व ब दोन्हीही नाहीत.

२) पुढील दोन विधानांपैकी कोणते योग्य आहे?

अ) विषुवृत्तीय पट्ट्यात जीवांची संख्या अमाप आहे.

ब) जैवसंपदेची कोणतीही मोजमाप/पाहणी केली जात नाही.

१) फक्त अ २) फक्त ब

३) अ व ब दोन्हीही ४) अ व ब दोन्हीही नाहीत.

३) पुढील दोन विधानांपैकी कोणते अयोग्य आहे?

अ) विविध बाबींची आपली मूल्यांकन पद्धती निश्चितच चुकीची आहे?

ब) जैविक संसाधनांचा शाश्वत विकास मानव विकास/कल्याण सुनिश्चित करतो.

१) फक्त अ २) फक्त ब

३) अ व ब दोन्हीही ४) अ व ब दोन्हीही नाहीत.

४) पुढील दोन विधानांपैकी कोणते अयोग्य आहे?

अ) मानव निसर्गाचा शत्रू आहे.

ब) जैविक संसाधने मानवाच्या गरजा पुरवितात.

१) फक्त अ २) फक्त ब

३) अ व ब दोन्हीही ४) न अ अयोग्य न ब

५) खालील विधानांपैकी कोणते योग्य आहे?

अ) उत्क्रांतीशिवाय एवढी अन्नधान्याची उत्पत्ती झाली नसती.

ब) आनुवंशिक विविधता क्वचितच समायोजित बदलाला साहाय्य करते.

१) फक्त अ २) फक्त ब

३) अ व ब दोन्हीही ४) न अ योग्य न ब

उतारा ३ :

त्रिस्तरीय लेझरच्या सर्वांत सोप्या प्रकारात, अंशस्थिर अणूंच्या एकत्रीकरणातून निर्माण होणारी ऊर्जा, तिच्या निम्नतम स्थितीपेक्षा जास्त असूनसुद्धा तिचा ऱ्हास स्थिर असतो. निम्नतम स्थितीत रूपांतर होण्यापेक्षा स्थिर स्थितीत रूपांतर होण्यासाठी जास्तीत जास्त अणूंची गरज असते, जर सदरील माहितीनुसार आयोजन केले आणि एका विशिष्ट वारंवारतेचा प्रकाश अणूंच्या समूहावर चमकवला, तर निम्नतम स्थितीतील अणूंपेक्षा स्थिर स्थितीतील अणूंचे जास्तीत जास्त उत्सर्जन होते. त्यामुळे मूळ प्रकाशात वृद्धी होते. लेझरची मूलभूत संकल्पना ही आहे. निम्नतम अवस्थेपेक्षा, अणूंच्या एकत्रीकरणामध्ये ऊर्जा पातळीचे आधिक्य जास्त असते. या संकल्पनेला 'समष्टी व्यस्तता' असे म्हणतात. समष्टी व्यस्तता निर्माण करण्यासाठी 'प्रकाशीय पंपण' हे सर्वसाधारण तत्त्व वापरले जाते. त्रिस्तरीय लेझरमध्ये अर्ध्यापेक्षा जास्त अणू स्थिर स्थितीत असतात. प्रवर्तित उत्सर्जन प्रबळ करण्यासाठी हा अभियोग चतु:स्तरीय लेझर पद्धतीत लागू पडत नाही. त्याचप्रमाणे, लेझरचे परिवहन अस्थिर स्थितीतून स्थिर स्थितीत होण्याऐवजी मध्य स्थितीतच संपुष्टात येते कारण मध्य स्थितीतील अणू स्थिर स्थितीमध्ये लवकरच समावर्तित होतात म्हणून अस्थिर स्थितीत वाढ करण्यासाठी मर्यादशील पंपण प्रमाण पुरेसे असते.

१) त्रिस्तरीय लेझरमध्ये, अंशस्थिर अवस्था .... मध्ये स्थिर असते.

१) निम्नतम अवस्थेच्या खाली २) उत्तेजित स्थितीच्या वर

३) उत्तेजित आणि निम्नतम स्थितीच्यामध्ये ४) ऐन निम्नतम स्थितीत

२) पंपण प्रक्रियेचे कमीत कमी प्रमाण .... मध्ये आवश्यक असते.

१) चतु:स्तरीय लेझर २) त्रिस्तरीय लेझर

३) द्विस्तरीय लेझर ४) पर्याय क्रमांक (१) व (२)

३) चतु:स्तरीय लेझर दरम्यानच्या प्रक्रियेमध्ये, अंशस्थिर स्थितीचे परिवहन .... संपुष्टात येते.

१) उच्चतम उत्तेजित स्थितीत २) निम्नतम स्थिती

३) अंशस्थिर आणि निम्नतम स्थितीच्यामध्ये ४) यांपैकी एकही नाही

४) प्रेरित उत्सर्जन प्रक्रियेसाठी त्रिस्तरीय लेझरमध्ये ....

१) ५०% अणू अंशस्थिर स्थितीत असतात.

२) ५०% पेक्षा कमी अणू अंशस्थिर स्थितीत असतात.

३) ५०% पेक्षा जास्त अणू अंशस्थिर असतात.

४) अंशस्थिर स्थिती रिक्त असते.

५) त्रिस्तरीय लेझर पद्धतीतील समष्टी व्यस्ततेत ....

१) अंशस्थिर स्थितीत अणुंचे जास्त आधिक्य असते.

२) निम्नतम स्थितीत अणुंचे जास्त आधिक्य असते.

३) अंशस्थिर आणि निम्नतम स्थितीत अणुंचे आधिक्य सारखे असते.

४) वरीलपैकी कोणतेही नाही.

उतारा ४ :

सध्या बाजारात जननिक अभियांत्रिकेची अनेक उत्पादने आढळून येतात. उदा. इंटरफेरॉन, मानवाचे वृद्धीसंप्रेरक आणि मानवीय इन्स्युलिन सन १९८२ साली पुन: संयोजी जिवाणूने बनविलेले मानवीय इन्स्युलिन बाजारात विक्रीस आले. पूर्वी ही सर्व प्रथिने प्राण्यांच्या पेशीपासून शुद्ध केली जात होती. परंतु, मानवावरील ही स्वरूपे त्या वेळी फार कमी प्रमाणात उपलब्ध होती.

१९८२च्या पूर्वी मधुमेहात उपयोगात येणारी सर्व इन्स्युलिन केवळ गुरांच्या बोव्हीन व डुकरांच्या स्वादूपिंडापासून शुद्ध केली जात होती. ही सर्व इन्स्युलिन उत्पादके मांस कारखान्यात सह उत्पादन म्हणून तयार व्हावयाची. इन्स्युलिनचा पुरवठा हा मांस कारखान्यातील पुरवठा व गरजेवर अवलंबून होता. पुन: संयोजी इ-कोलाय पेशीने व्यापारी तत्त्वावर तयार केलेल्या मानवीय इन्स्युलिनमुळे ते तयार करण्यात भविष्यात कमतरता राहण्याबाबत चिंता राहीलेली नाही.

याशिवाय, ज्यांना मधुमेह झाला आहे व ज्यांना बोव्हीन अथवा पोरसीनचे वावडे आहे त्यांच्याकरिता मानवीय इन्स्युलिन अत्यंत उपयुक्त ठरेल.

पुन: संयोजी डी.एन.ए.चे तंत्र जीन थेरपीमध्ये महत्त्वाची भूमिका बजावते, ज्यात ते प्रत्यक्षात सहभागी होऊन जीन साहित्यात फेरफारदेखील करते.

१) परिच्छेदास योग्य ते नाव सुचवा.

१) जननिक अभियांत्रिकी आणि औषधे   २) जननिक अभियांत्रिकी

३) माणसाचे इन्स्युलिन   ४) इन्स्युलिन आणि मधुमेह

२) पुढील दोन विधानांचा विचार करा.

अ) मानवीय इन्स्युलिन १९८२ पावेतो उपलब्ध नव्हते.

ब) तोपर्यंत इन्स्युलिन मांस कारखान्यातून मुख्य उत्पादन म्हणून उपलब्ध व्हावयाचे.

वरील कोणते विधान योग्य आहे?

१) फक्त अ   २) फक्त ब

३) अ व ब दोन्हीही   ४) अ व ब दोन्हीही नाहीत.

३) पुढील दोन विधानांपैकी कोणते योग्य आहे?

अ)मांस कारखान्यातून प्राप्त होणारे इन्स्युलिन कधीही कमी पडणे शक्य नव्हते.

ब) इ-कोलाय पेशींपासून मिळणारे मानवीय इन्स्युलिनचे महत्त्व केवळ विशिष्ट प्रकारच्या डायबेटिक्स् करता आहे.

१) फक्त अ   २) फक्त ब

३) अ व ब दोन्हीही   ४) अ व ब दोन्हीही नाहीत.

उतारा ५ :

रसायनशास्त्र आपल्या सभोवताली सर्वत्र आढळते. आपण घेतलेला प्रत्येक श्वास, आपण ज्या अन्नाचा आस्वाद घेतो, ज्या कपड्यांना परिधान करतो, जीवनाच्या प्रत्येक पैलूत रसायनशास्त्र शिरलेले आहे. इतर कोणत्याही विज्ञानाच्या शाखेपेक्षा अधिक रसायनशास्त्राने ज्या जगात आपण राहातो ते बदलले आहे. आपल्याला मुबलक खाद्य उपलब्ध करून दिलेले आहे. उत्तम आरोग्य दिलेले आहे, ताकदवर वस्तू, मूलायम कपडा, अधिक उज्ज्वल रंग, अधिक स्वच्छ घरे, सुरक्षित वाहतूक, अधिक ऊर्जा, कार्यक्षमता वाढविली आहे, इत्यादी. आपले शरीर क्लिष्ट रसायनांनी मिळून तयार झालेले आहे. (६५% भार पाणी या रसायनाचा आहे). आपल्या शरीरातील पेशींअंतर्गत होणाऱ्या रासायनिक प्रक्रियेमुळे आपण जीवित असतो. एवढेच नव्हे आपण आजारी पडलो, तरी औषध म्हणून रसायनांचा वापर करतो. कधी नैसर्गिक तर कधी मानव निर्मित औषध उपचारांसाठी वापरले जाते. रासायनिक प्रक्रियेद्वारे आपल्या शरीरातील ऊब आपण कायम ठेवू शकतो; अन्न शिजवू शकतो आणि वाहतूक गतिमान करू शकतो, इत्यादी. रसायनशास्त्राच्या वरदानाबरोबरच, या शास्त्राची एक अंधारी बाजूदेखील आहे. या शास्त्राच्या प्रगत संशोधनामुळे काही रसायनांचा शोध लागलेला आहे. जी समाजाला व मानवजातीला अत्यंत घातक आहेत. जैविक आतंकवाद व रासायनिक शस्त्रे हे विज्ञानाचे शाप आहेत. टॉक्सीकॉलॉजी या शास्त्राद्वारे अशा घातक रसायनांचा अभ्यास केला जातो. जे मानवी जीविताला धोका निर्माण करतात. सध्या कुठलेही विघातक रसायन हे सामान्य माणसाला सहज उपलब्ध होणे शक्य नाही तसेच एखाद्या गुन्हेगाराने गूढ पद्धतीने जर या रसायनांचा वापर गुन्हा करण्यासाठी केला तरी तो सापळ्यात अडकण्यापासून सुटणे जवळपास अशक्य. विषारी द्रव्ये हे असेच एक दुधारी शस्त्र आहे. गुन्हेगार याचा बेमालूमपणे वापर करून निरपराध लोकांचा बळी, त्यांच्या नकळत घेऊ शकतो. कधी कधी असे मृत्यू नैसर्गिक मृत्यू असल्याचेसुद्धा भासविले जाते.

१) पुढील दोन विधानांपैकी कोणते योग्य आहे?

अ) रसायनशास्त्र सर्वश्रेष्ठ शास्त्र आहे?

ब) रसायनशास्त्राशिवाय जीवन अशक्य

१) फक्त अ   २) फक्त ब

३) अ व ब दोन्हीही   ४) अ व ब दोन्हीही नाही.

२) पुढील विधानांपैकी कोणते अयोग्य आहे?

अ) मरण्याने मानवी शरीरातील रासायनिक प्रक्रिया संपुष्टात येते.

ब) रसायनशास्त्राने जैविक आतंकवादावर औषध शोधावयास हवे.

१) फक्त अ   २) फक्त ब

३) अ व ब दोन्हीही   ४) अ व ब दोन्हीही नाहीत.

३) पुढील विधानांपैकी कोणते योग्य आहे?

अ) मानव निर्मित औषधी नैसर्गिक औषधांपेक्षा/उपायांपेक्षा अधिक उपयुक्त असते.

ब) रसायनशास्त्राच्या घातक परिणामांना चांगली रसायने आवर घालतात.

१) फक्त अ   २) फक्त ब

३) अ व ब दोन्हीही   ४) अ व ब दोन्हीही नाहीत.

उतारा ६ :

साध्या अर्थाने 'उत्क्रांती' म्हणजे बदलाची संथ प्रक्रिया, जी सोप्यापासून गुंतागुंतीच्या प्रारूपाद्वारे होते. उत्क्रांतीमध्ये असे समजले जाते की, सर्व सजीव हे एकमेकांशी निगडित आहेत. मानव हा काही साध्या प्रारूपातून विकसित झाला असे समजले जाते. बहुतेक सर्व शास्त्रज्ञांनी आज उत्क्रांतीचे मूळ तत्त्व मान्य केले असले तरी, उत्क्रांती कशी झाली व पुढे ती कशी असेल याबद्दल विविध मते आहेत. उत्क्रांती सागरात सुरू झाली. जवळजवळ चारशे अब्ज वर्षांपूर्वी पहिला जमिनीवरील जीव निर्माण झाला. यांच्यापैकी काहींची हळूहळू सरपटणाऱ्या प्राण्यांमध्ये उत्क्रांती झाली. त्यानंतर त्यांचे रूपांतर सस्तन प्राण्यांमध्ये झाले. हे उष्ण रक्ताचे (बदल होणारे) जीव असून, त्यांच्यामध्ये अनुभवातून शिकण्याची इतर सजीवांपेक्षा जास्त क्षमता असते. ही क्षमता मानवी प्रजातींमध्ये विकासाच्या उच्च मर्यादेत पोहचली आहे. मानवाचे जवळचे नातेवाईक हे चिंपांझी, गोरिल्ला व ओरँगउटान आहेत. मानव व इतर प्राण्यांमधील साधर्म्य लिनेअस यांनी शोधून काढले व त्यांनी मानव वानरसदृश्य व माकड यांना एका घटकात ऑर्डर प्रायमेट्समध्ये ठेवले. लॅमार्कवाद, डार्विनवाद व सिंथेटीक सिद्धान्त ही क्रांतीची प्रमुख तीन विचारतत्त्वे आहेत. लॅमार्क हा प्रामुख्याने त्याच्या आनुवंशिकतेने मिळालेल्या गुणधर्मांबद्दल ओळखला जातो; ज्याबद्दल दुमत आहे. परंतु, त्याला उत्क्रांतीच्या इतिहासात श्रेय दिले जाते ते याकरिता की, त्याने सर्वप्रथम सांगितले की, उत्क्रांती हे सामान्य सत्य असून, त्यामध्ये सर्व सजीवांचा समावेश आहे, ती एक सातत्याने होणारी प्रक्रिया आहे. उत्क्रांतीच्या सिद्धान्तांची शास्त्रीय निर्मिती हे प्रामुख्याने चार्ल्स् डार्विनचे कार्य आहे. तो म्हणतो, मानवी उत्क्रांती ही नैसर्गिक निवडीच्या प्रक्रियेतून घडते. या सिद्धान्ताचे मुख्य मुद्दे हे जगण्यासाठीचा झगडा, विविधता, अतियोग्यच जगताना जिंकतो आणि नैसर्गिक निवड हे आहेत. चार्ल्स् डार्विनचा नैसर्गिक निवड हा मुद्दा आधुनिक रचनेमध्ये महत्त्वाचा घटक ठरतो. परंतु, बदलाचा सिद्धान्त, दुरुस्तीचा उद्‌गम आणि गत्यात्मक लोकसंख्येचे संख्याशास्त्रसुद्धा तिच्या स्थापनेचे महत्त्वाचे घटक ठरतात. सिंथेटिक सिद्धान्ताचे मुख्य गृहीत हे आहे की, उत्क्रांती ही प्रक्रिया पाच स्वतंत्र प्रक्रियांमधला सहसंबंध दर्शविते, त्या पाच प्रक्रिया म्हणजे बदल, गुणसूत्रांचा क्रमांक व रचनेमधील बदल, पुन: जुळवणी, नैसर्गिक निवड आणि स्वतंत्र पुन:निर्माण यालाच 'नव डार्विनवाद' असे म्हणतात.

१) अधिकांश शास्त्रज्ञांमध्ये कशाबाबत एकवाक्यता नाही?
   १) उत्क्रांतीच्या निश्चिततेबाबत २) सिंथेटिक सिद्धान्ताबाबत
   ३) उत्क्रांतीच्या दिशेबाबत ४) डार्विनवादाबाबत

२) लॅमार्कला खालीलपैकी कशाचे श्रेय दिले जाते?
   १) आनुवंशिकतेने मिळालेल्या गुणधर्मांचा २) उत्कर्षाचा सिद्धान्त मांडण्यास
   ३) उत्क्रांती ही सामान्य प्रक्रिया आहे. ४) उत्क्रांतीमध्ये सर्व सजीवांचा समावेश आहे.

३) खालील कोणते विधान योग्य आहे?
   अ) उष्ण रक्त प्राणी सर्वांत अनुभवी असतात.
   ब) उत्क्रांतीमध्ये असे गृहीत धरलेले आहे की सर्व सजीव एकत्र राहतात.
   १) फक्त अ २) फक्त ब ३) अ व ब दोन्ही ४) अ व ब दोन्हीही नाहीत.

४) खालील कोणते विधान अयोग्य आहे?
   अ) चिंपांझी, गोरिल्ला व ओरँगउटान यांत अनुभवातून शिकण्याची क्षमता मानवापेक्षा कमी नाही.
   ब) लॅमार्क, डार्विन व लिनेअस यांनी उत्क्रांतीची तत्त्वे मांडली.
   १) फक्त अ २) फक्त ब ३) अ व ब दोन्ही ४) अ व ब दोन्हीही नाहीत.

उतारा ७

अन्य देशांच्या तुलनेत भारतात उद्यमशीलता का बहरत नाही? जागतिक बँकेचे दोन अहवाल व गॅलप यांनी केलेल्या ताज्या पाहणीमध्ये याची उत्तरे मिळतात. उद्योजक असल्याचा टेंभा मिरविणाऱ्या नेत्यांनी त्याची दखल घेतली पाहिजे.

राजकीय नेते उद्योजक झाले तर त्यात बिघडले काय, असा सवाल सध्या अनेक नेत्यांकडून केला जात आहे. नेते आणि उद्योग क्षेत्र यांच्यातील संबंधांची प्रकरणे बाहेर येऊ लागल्यावर नेते हा सवाल करू लागले. या संदर्भात सर्व पक्षांचे नेते एकमेकांची पाठराखण करतात. उद्योग सुरू करून चार लोकांना पोटाला लावणे ही एकप्रकारे देशसेवाच असल्यामुळे नेत्यांनी त्यामध्ये भाग घेतल्यास त्यावर ओरड करण्याची गरज नाही. असा युक्तिवाद त्यामागे आहे. 'नेत्यांनी उद्योगपती होऊ नये वा उद्योगपतींनी कधीही मंत्री होऊ नये' असा नियम लोकशाही व्यवस्थेत घालता येणार नाही. लोकशाहीत प्रत्येकाला हवा तो व्यवसाय करण्याचा हक्क आहे व प्रत्येकाला निवडणूक लढविण्याचाही हक्क आहे. व्यवसाय कायद्याला धरून होत असेल आणि त्यातून एखाद्या नेत्याला चांगला फायदा मिळत असेल तर त्याबद्दल तक्रार करण्याचे कारण नाही. उलट, अशा यशस्वी उद्योगपतीचे स्वागतच केले पाहिजे. अनेक प्रगत देशांतील राजकीय नेते हे आधी यशस्वी उद्योजक होते आणि नंतर ते राजकारणात आले. यशस्वी उद्योगपती म्हणून काम करताना व्यक्तिमत्त्वात आपसूक जागविले जाणारे गुण हे अनेकदा देशापुढील गुंतागुंतीच्या समस्या सोडविताना उपयोगी पडतात असे आढळून येते. मात्र, यशस्वी उद्योजक आणि यशस्वी नेता अशी ओळख एकाच वेळी असणारे उदाहरण भारतात नसल्यामुळे आणि मूळात व्यावसायिक यशाबद्दल भारतात नकारात्मक भावना असल्यामुळे नेते उघडपणे स्वत:ला उद्योजक म्हणवून घेण्यास कचरतात. उद्योजक असण्यापेक्षा विद्वान असणे, समाजसेवक असणे याला भारतात महत्त्व दिले जाते. हे सर्वच क्षेत्रात खरे आहे.

१) कोणते गुण देशापुढील गुंतागुंतीच्या समस्या सोडविताना उपयोगी पडतात?

१) उद्योजक असण्यापेक्षा विद्वान असणे.

२) उद्योजक असण्यापेक्षा समाजसेवक असणे.

३) उद्योगपतींनी काम करताना आपसूक निर्माण झालेले गुण.

४) वरील सर्व

२) लोकशाहीमध्ये कोणता नियम घालता येणार नाही?

१) नेत्यांनी उद्योगपती होऊ नये.

२) उद्योगपतींनी मंत्री होऊ नये.

३) नेत्यांनी उद्योगपती होऊ नये व उद्योगपतींनी मंत्री होऊ नये.

४) यशस्वी उद्योजक व यशस्वी नेता असणाऱ्यांनी समाजकारण करू नये.

३) उताऱ्यामध्ये नेत्यांनी कशाची दखल घेतली पाहिजे याचा उल्लेख आहे?

१) अन्य देशांच्या तुलनेत भारतात उद्यमशीलता का भरत नाही.

२) प्रगत देशातील राजकीय नेते हे आधी यशस्वी उद्योजक होते आणि नंतर ते राजकारणात आले.

उत्तरे :

उतारा १ : (१) २ (२) ३ (३) ४ (४) २ (५) १ (६) २

उतारा २ : (१) १ (२) १ (३) ४ (४) १ (५) १

उतारा ३ : (१) ३ (२) १ (३) ३ (४) ३ (५) १

उतारा ४ : (१) १ (२) ४ (३) ४

उतारा ५ : (१) २ (२) ३ (३) ४

उतारा ६ : (१) ३ (२) १ (३) ४ (४) ३

उतारा ७ : (१) २ (२) ३ (३) १

English

उतारा १

From the stern-faced Foreign Legionnaires to the gleaming sabres of the cavalry guards and the Mirage fighters roaring overhead, the French military put on an impressive display as they marched down the Champs. Elysee this July 14. Behind the annual Bastille Day pomp however, France is at full stretch keeping over 12,000 troops deployed on an array of international missions from wars in libya and Afghanistan to keeping peace informer African colonies like Chad and lvory Coast. France is not alone. Britain, along with France, is the major military power in the European Union but last year announced it was scrapping HMS Ark Royal - flagship of the Royal Navy, axing fighter jets and spy planes and slashing the strength of the armed forces by 17,000. Of NATO's 26 European members, only France, Britain, Greece and Albania meet the alliance's target of spending at least 2 percent of GOP on defense. In comparison the United States dedicates 5.4 percent of its budget to the military. During the Cold War, the United States accounted for half of NATO's defense expenditure, now it pays 75 percent.

US politicians have long scolded Europeans for freeloading under the US military Umbrella, but outgoing defense secretary Robert Gates went a step further last month in a farewell speech to allies in Brussels. He told allies they risked "collective militar 1 irrelevance" unless they boosted I military capabilities, then issued a stark warning that after more than 60 years of NATO, they should no longer take Uncle Sam's protection for granted. The trans-Atlantic gap in military spending really took off after 9/11. In the years that followed, the George W. Bush administration poured money into the military, increasing the defense budget by about 8 percent every year. No European country matched that rate of spending. Mired in the worst debt crisis in recent history, Europeans are unlikely to launch a major military spending spree now.

1) With reference to the first paragraph, it can be inferred that the main thought of the author is that -
   1) The French military is overstreched because of its involvement in a number of international missions.
   2) The main role of the French military is to maintain peace in conflict situations that exist in its former colonies.
   3) The French military might is impressive was displayed during Bastille Day.
   4) The French military have an array of skills that are used to maintain peace in conflict areas.
2) It can be inferred that the main thought of the author in the passage is that.
   1) Across Europe, defence budgets are shrinking as governments wrestle with budget deficits and public debt.
   2) The defence budgets of other European countries need to be increased to match those of France, Britain, Greece and Albania.
   3) Defence budgets have been shrinking across Europe as governments are faced with the worst debt crisis they have seen.

4) Even though, as compared to other contries, France and Britain spend a larger percentage of their DGP on defence, they have also reduced their budget in recent years.

3) Consider the following statements with reference to Robert Gate's warning :

1) America does not intend to rush to the rescue when crises errupted on Europe's doorstep.

2) The United States is concerned about Europe's ability to bring the Libyan conflict to a successful end.

Select the correct answer using the codes given below :

1) 1 ony   2) 2 only   3) Both 1 and 2   4) Neither 1 and 2

4) With reference to the passage, which of the following have been stated as a reason(s) for the US's increased military strength as compared to its European neighbours?

1) The increased military spending by the US post 9/11.

2) The lack of financial strength in European economies.

3) The US's consistent focus on collective military relevance.

4) The increased share of the US in NATO's defence expenditure during the Cold War.

Select the correct answer using the codes given below.

1) 1 only   2) 1 and 2   3) 2 and 3   4) 3 and 4

उतारा २

Modern psychology teaches everyone to chalk out clear - cut goals and achieving them in the shortest duration. Psychologists, motivational experts and behavioural scientists are forever busy researching on easy and quick paths to Self - realisation. Fast, clear and smooth is the new mantra. But does it work in the longer run? Not really. People go through this achievements exercise find it exciting for some time and them one fine day become disillusioned.

A client shared that as a child he was told that everything will be fine if he got good marks. As her finished his postgraduation, he believed the socially accepted fantasy that everything will be fine if he got a well-paid job. Then he had similar hopes - from salary hikes, success, marriage, fatherhood, lavish partying, to practising relaxation techniques, buying a fancy car and owning a luxury apartment. He reported that at each stage of achieving something he felt on top of the world, but only for a short while.

Soon, he felt empty and then he chalked another goal thinking that may be this time he will stay happy for a longer duration. But nothing worked. Now for the last two years, he was struggling with the question 'who am I?' People thought that he was depressed and he should distract himself from this futile philosophical question. Ironically, he was advised by many to chalk out yet another goal to get over this psychological crisis or take pills to feel happy.

While 'who am I?' appears to be a futile question, it is the door to the greatest good. All of us are born with a true self that has unique potential; we can realise it if we hear our inner voice. However, we are taught right from day one what is socially valued and what is not. If we follow what is socially accepted, we get love and recognition; other - wise, criticism and rejection await us. As a result, we start doing what the world expects from us - money, fame, lavish lifestyle, designer body, umpteen possessions, pleasure and clear - cut goals. Thus, the question 'who am I?' is deliberately suppressed.

This question, if pursued, may get you what you have been searching for all along. Therefore once you reach a point where you have surety that you can execute your worldly duties, it is time to turn inward. Stop asking people what you should be doing. Do not trust psychological tests that claim to tell you what is good for you. There are no standard answers. Each person has to find his own answer. The real psychology lies in discovering and realising who you are.

Who am I? Think about this question; let it trouble you. Let it shake you up. Let it make you uncertain about your identity. If others try to pull you back into mainstream dramas, refuse politely and persist. Often, others distract you because they find this question scary and want to forget it. In my experience as a psychologists, I often find that the unknown zone looks scary in the beginning but if you stay on and explore, you will be in for a surprise.

Once you break away from social conditioning in your mind, you will get a taste of real freedom. You will gradually become what you are and not what people want you to be. You will experience happiness and contentment.

1) Hardcore psychologist want you to :
   1) Chalk out clearcut goals
   2) Achieve goals in shortest possible time
   3) Find easy and quick paths
   4) Understand onself.
2) Initially you must :
   1) Decide upon the easy and quick paths.
   2) Start asking yourself "Who am I?"
   3) Perform ordinary duties.
   4) Attain self realisation.
3) Give an appropriate title to this passage :
   1) Reasons for disillusionments
   2) Attaining goals one after the other
   3) Chalking out our goals
   4) Psychological behaviour

उतारा ३

What is life? One of our greatest difficulties in answering a question like this arises from language. We use words and are inclined to think that a thing must correspond to every noun. Now some nouns stand for things; for example, bricks, water and coal-gas are things. Others are more doubtful. For example, a wave moves over the sea. We say that it is the same wave now as five minutes ago, but the particles of water in it are quite different. A tune has even less claim to be called a thing. It may be being played in several places at once, or nowhere. And some nouns like greenness or cleverness stand for qualities which no one, except a few philosophers, suppose to have any existence of their own.

Where does life belongs in a classification of this kind? When a man dies, we may say that he has lost his life, or that life has gone out of him. Is that just a metaphor? is death the loss of something, or merely a change of state, as when a snowman melts, or a pattern is disarranged? The first people of whose ideas on this subject we know anything thought that life was the same as breath. But we know that breath consists of gas, which can be made into a solid or liquid and also that many living things do not breathe. Life if certainly not a kind of matter. When a man or an animal dies he does not lose or gain in weight. Nor is there any measurable loss of energy. The heat gradually leaves the body, but is doing so throughout life. A dead body cools because no more heat is being generated inside it, not because anything measurable leaves it at the moment of death.

Our ancestors thought that anything which moved itself was alive. And before the days of machinery that was quite a good definition. But a machine such as a motor - car or a stearnship moves itself, and as soon as machines which moved themselves had been made, people asked, "Is man a machine?" the philosopher Descarte's thought that both men and animals were machines, but that the human machine was partly controlled by the soul acting on a certain part of the brain, while animals had no souls. And some scientists think that life is just a very complicated mechanism.

1) Choose the Correct Option :

According to Descartes :

a) Both men and animals are machines.

b) Only human beings have brains, while animals have no brains.

c) Only human beings have souls, while animals have no souls.

d) Life is just a complicated mechanism.

    1) Only (a) and (b)   2) Only (a) and (c)

    3) Only (a) and (d)   4) All four

2) Choose the Correct Option :

A 'wave' is a doubtful noun because -

    1) It moves over the sea   2) It is the same as five minutes ago.

    3) the particles of water have changed   4) All the above three.

3) Choose the Correct Option :

Life is NOT a kind of matter because does NOT lead to :

(a) loss in weight   (b) gain in weight   (c) measurable loss of energy

    1) Only (a) and (b)   2) Only (b) and (c)

    3) Only (a) and (c)   4) (a), (b) and (c)

4) Choose the Correct Option :

The writer is sure that -

(a) death is a change of state   (b) death is disarrangement of pattern.

(c) life is not matter   (d) breath consists of gas

    1) Only (a) and (b)   2) Only (c) and (d)

    3) Only (d)   4) All four

5) Choose the Correct Option :

The Statement closest to the central theme of the passage is -

a) Language creates problems about understanding life.

b) Human beings are different from animals.

c) People have different options about what life is.

d) Human beings are machines.

1) Only (a)   2) Only (b)   3) Only (c)   4) Only (d)

उतारा ४

The 'Great Successor', Kim Jong Un, is young, untested and hasn't had the benefit of his father's guidance for more than a couple of years, much of which the older kim spent recuperating from a stroke. Thus, the first reports that the young Kim might opt for a collaborative rule, or 'collective leadership was expected - with his paternal aunt and paternal uncle, Jang Song Taek, and the all-powerful military, as intersecting powercentres. It's always difficult to guess what's going on inside that reclusive country but Kim Jong Un's older brothers could hardly be human if they did not consider playing some sort of a spoiler game. The Korean army reportedly doesn't care much for the young Un, who hadn't served in the military before becoming a four-star general. The army, which is the most powerful institution, is likely to hold the reins. All this when this isolated northeast Asian state is in the midst of a nuclear crisis a diplomatic stand-off with its twin. South Korea, and lousy relations with Japan and the U.S. North Korea is nuclear armed, weak and dangerous. In our own region, Pakistan is going through its own crisis, stoking fears that yet another military coup may be at hand. A 'Memogate' crisis that became much bigger than it should have is now proving to be the undoing of a civilian government that was too weak to start with anyway. And the army appears to be intent on pushing things to the brink. President Zardari had to rush to Dubai after rumours abounded of a coup against him.

Pakistan's ambassador to the US, Hussain Haqqani, is in not water for apparently conspiring against the army/ISI combine. A third case is being made out against the ISI chief, Shuja Pastia, for working aginst the civilian government.

1) Which of these has not been mentioned as a factor in the political situation in North Korea?
   1) Aruling alliance that includes the young Kim, his paternal aunt and paternal uncle and the military.
   2) Support from Kim Jong Un's older brothers.
   3) The possibility of a military coup.
   4) The possibility of the army having the main power in North Korea.

   Select the correct answer using the codes given below.

   1) 1, 2 and 3 2) 1 and 4 3) 2 and 3 4) 2 only.
2) With reference to the passage it can be inferred that :
   1) The author has brought in the situatio in North Korea and in Pakistan to draw out the similarities between the two countries.
   2) The author is alarmed by the similarities that exist in the political turnmoil in North Korea and in Pakistan.
   3) The author indicates that the future goverments of both North Korea and Pakistan will be weak leading to even greater tramoil in the region.
   4) The Korean army is more powerful with reference to the political situation in its country than the Pakistan army in its own country.
3) With reference to the passage, it can be inferred that the main throught of the author in the first paragraph is to discuss :
   1) the leadership in North Korea and the possibility of a collaborative rule.

2) the current political situation in North Korea and the requirements from a future leader.

3) the intersecting power centres in North Korea and their impact on the leadership.

4) the future leadership status in North Korea and the role of the army in this.

उतारा ५

An unrestrained urbanization is transmuting our cities. Horizons are punctuated with scaffoldings and a new grammar of glass and steel is taking shape, as old buildings and neighbourhoods are replaced with small pieces of Singapore. Enclaves of unique architectural styles are slowly being gentrified and brought into a homogenous mainstream. Transformations that are happening are pushing out the traditional inhabitants and new people are moving in who do not have the same social patterns. Though India has a variety of architectural idioms and techniques, cookie-cutter replications are gaining popularity. "Traditional architecture came around with strong response to social, cultural and climatic consideration," says Dilawari. "This is what is being eroded very fast. The interaction of designers with users is being replaced by the builder and quality of space is being replaced with arithmetic of space."

With the removal of architecture from its context, there is a slow extinction of features such as open spaces, balconies, high ceilings, pedestrian friendly thoroughfares, exposed brickwork and indigenous material such as kota stone. This is largely because the means of production have become so highly standardised - the capacity of human beings to create meaningful cultural objects that impact people is being lost. The chawls of Mumbai offer a window into the unique culture, society and history of an island metropolis in the midst of moulding itself in the image of a 'world class city.' In the late 19th Century, the textile industry prompted a vast influx of immigrants from the hinterland. Constructed by mill owners and private builders to house the growing community of migrants, the overcrowded chawl became the icon of the working class dwelling.

1) With reference to the passage, which of the following is not mentioned as an element of the new architectural style gaining ground in India?

1) Inhabitants with a dissimilar sense of community.

2) Erosion of the traditional architectural elements.

3) The builder's importance has replaced the need for designers.

4) The quality of the building / neighbourhood is not given importance.

Select the correct answer using the given below :

1) 1 only   2) 2 and 3   3) 3 only   4) 1, 2 and 4

2) With refrence to the passage, it can be inferred that architecture :

1) can be used to create a cultural impact.

2) is at the centre of a cultural debate.

3) has core elements like open spaces, balconies and high ceilings.

4) is a creative field that is open to interpretation.

3) With reference to the passage, consider the following statements :

1) The chawls continue to serve a valuable purpose in the cramped housing circumstances of Mumbai.

2) The chawls of Mumbai are symbolic of the city's distinct societal structure and way of life.

Select the correct answer using the codes given below :

1) 1 only 2) 2 only 3) Both 1 and 2 4) Neither 1 and 2

4) What does the author imply when he uses the words "old buildings and neighbourhoods are replaced with small pieces of Singapore?"

1) Old buildings and neighbourhoods are likened to the old architecture is Singapore.
2) Old buildings and neighbourhoods are renovated using architectural styles from Singapore.
3) Old buildings and neighbourhoods are substituted with analogous architectural styles.
4) Old buildings and neighbourhoods now have new architectural styles inspired by the neo-architecture of Singapore.

English Passage Answer

उतारा १ :	(1) 1	(2) 3	(3) 1	(4) 2	
उतारा २ :	(1) 4	(2) 3	(3) 3		
उतारा ३ :	(1) 2	(2) 3	(3) 4	(4) 2	(5) 3
उतारा ४ :	(1) 3	(2) 1	(3) 4		
उतारा ५ :	(1) 3	(2) 1	(3) 2	(4) 3	

हिंदी

उतारा १

यह परमावश्यक है कि हम ग्रीनहाउस गैसों का उत्सर्जन घटाएँ और इस तरह आगामी वर्षों और दशकों में होनेवाले जलवायु परिवर्तन के कुछ बदतरीन प्रभावों से बचें। उत्सर्जन कम करने के लिए, ऊर्जा के उत्पादन और उपभोग के हमारे तरीकों में एक बडा बदलाव अपेक्षित होगा। जीवाश्म ईंधनों पर अत्यधिक निर्भरता से हटना अतिविलम्बित है, किन्तु दुर्भाग्य से, प्रौद्योगिकीय विकास धीमा और अपर्याप्त रहा है, मोटे तौर पर इसलिए, कि तेल की अपेक्षाकृत निम्न कीमतों से जन्मी अदूरदर्शिता के कारण सरकरी नीतियाँ अनुसंधान और विकास में निवेशको प्रोत्साहन नहीं देती रही हैं। इसलिए अब राष्ट्रीय अनिवार्यता के रूप में बृहत् पैमाने पर नवीकरणीय ऊर्जाको काम में लाने के अवसर का लाभ उठाना भारत जैसे देश के लिए अत्यावश्यक है। यह देश ऊर्जा के सौर, वायु और जैवमात्रा स्रोतों से अत्यधिक सम्पन्न है। दुर्भाग्य से, जहाँ हम पीछे हैं, वह है इन स्रोतोंको काम में लाने के लिए प्रौद्योगिकीय समाधान विकसित और सर्जित करने की हमारी क्षमता।

जलवायु परिवर्तन पर अंत:सरकारी पैनल (IPCC) द्वारा निर्धारित रूप में ग्रीनहाउस गैसोंको सख़्ती से कम करने के लिए एक विशिष्ट प्रक्षेप-पथ स्पष्ट रूप से यह सुनिश्चित करने की आवश्यकताको दिखाता है कि ग्रीनहाउस गैसों के भूमंडलीय उत्सर्जनों का चरम बिन्दु २०१५ को पार न करे और उसके आगे तेज़ी से घटने लगे। ऐसे प्रक्षेप-पथ के साथ संबद्ध लागत वस्तुत: मर्यादित है और इसकी राशि, IPCC के आकलन में, २०३० में विश्व GDP के ३ प्रतिशत से अधिक नहीं होगी। दूसरे शब्दों में, सम्पन्नता के जिस स्तर पर विश्व बिना उत्सर्जन में कमी लाए पहुँच सकता, खराब-से-खराब हालत में कुछ मास या अधिक-से-अधिक एक वर्ष तक टल जाएगी। स्पष्टत: यह, जलवायु परिवर्तन से जुड़े

बदतरीन खतरों से करोडों लोगोंको बचाने के लिए चुकाई जानेवाली कोई बहुत बड़ी कीमत नहीं है। तथापि, ऐसे किसी प्रयास के लिए जीवन-शैलियोंको भी उपयुक्त रूप से बदलना होगा। ग्रीनहाउस गैसों के उत्सर्जन में कमी लाना सिर्फ़ एक प्रौद्योगिकीय उपाय भर नहीं है, और इसके लिए स्पष्टत: जीवन-शैलियों में बदलाव और देश की आर्थिक संरचना में रूपांतरण अपेक्षित है, जिसकेद्वारा, उत्सर्जनको प्रभावी रूप से कम किया जाए, जैसे कि जीव प्रोटीन के काफी कम मात्राओं में उपभोग के माध्यम से। खाद्य एवं कृषि संगठन (FAO) ने यह निर्धारित किया है कि पशुधन क्षेत्रक से उत्सर्जन कुल उत्सर्जन का १८ प्रतिशत होता है। इस स्रोत से हो रहे उत्सर्जन में कमी लाना पूरी तरह मनुष्यों के हाथ में है, जिन्होंने अपनी अधिक-से-अधिक जीव प्रोटीन के उपभोग की आहार-आदतों के कारण पड़नेवाले प्रभाव पर कभी कोई प्रश्न नहीं उठाया। वस्तुत: उत्सर्जन में कमी लाने के विशाल सह-सुलभ हैं, जैसे अपेक्षाकृत कम वायु प्रदूषण और स्वास्थ्य संबंधी लाभ, उच्चतर ऊर्जा सुनिश्चितता तथा और अधिक रोज़गार।

१) परिच्छेद के अनुसार, निम्नलिखित में से कौन-से ग्रीनहाउस गैसों के उत्सर्जन को कम करने में सहायक होंगे?

१) माँस के उपभोग में कमी लाना
२) तीव्र आर्थिक उदारीकरण
३) उपभोक्तावाद में कमी लाना
४) पशुधन की आधुनिक प्रबंधन प्रक्रियाएँ

नीचे दिए गए कूट का प्रयोग कर सही उत्तर चुनिए :

a) १, २ और ३
b) २, ३ और ४
c) केवल १ और ३
d) केवल २ और ४

२) हम जीवाश्म ईंधनों पर अत्यधिक निर्भर क्यों बने हुए हैं?

१) अपर्याप्त प्रौद्योगिकीय विकास
२) अनुसंधान और विकास के लिए अपर्याप्त निधियाँ
३) ऊर्जा के वैकल्पिक स्रोतों की अपर्याप्त उपलब्धता

नीचे दिए गए कूट का प्रयोग कर सही उत्तर चुनिए :

a) केवल १
b) केवल २ और ३
c) केवल १ और ३
d) १, २ और ३

३) परिच्छेद के अनुसार, ग्रीनहाउस गैसों में कमी लाना हमारे लिए किस तरह सहायक है?

१) इससे लोक स्वास्थ्य पर व्यय घटता है
२) इससे पशुधन पर निर्भरता घटती है
३) इससे ऊर्जा आवश्यकताएँ घटती है
४) इससे भूमंडलीय जलवायु परिवर्तन की दर घटती है

नीचे दिए गए कूट का प्रयोग कर सही उत्तर चुनिए :

a) १, २ और ३
b) १, ३ और ४
c) २, ३ और ४
d) केवल १ और ४

४) इस परिच्छेद का सारभूत संदेश क्या है?

a) हम जीवाश्म ईंधनों पर अत्यधिक निर्भर बने हुए हैं
b) ग्रीनहाउस गैसों में कमी लाना अत्यावश्यक है
c) हमें अनुसंधान और विकास में निवेश करना ही चाहिए
d) लोगों को अपनी जीवन शैली बदलनी ही चाहिए

Ans: १) c २) d ३) b ४) b

उतारा २

हिमालय का पारितंत्र भूवैज्ञानिक कारणों और जनसंख्या के बढ़े हुए बोझ, प्राकृतिक संसाधनों के दोहन और अन्य सम्बन्धित चुनौतियों से जन्य दबाव के कारण, क्षति के प्रति अत्यंत सुभेद्य है। सुभेद्यता के ये पहलू जलवायु परिवर्तन के प्रभाव के कारण उत्तेजित हो सकते हैं। यह सम्भव है कि जलवायु परिवर्तन हिमालय के पारितंत्र पर, बढ़े हुए तापमान, परिवर्तित वर्षण प्रतिरूप, अनावृष्टि की घटनाओं और जीवीय प्रभावों के माध्यम से, प्रतिकूल प्रभाव डाले। यह न केवल उच्चभूमियों में रहनेवाले देशज समुदायों के पूरे निर्वाह पर, बल्कि सारे देश में और उसके परे अनुप्रवाह क्षेत्र में रहनेवाले निवासियों के जीवन पर भी असर डालेगा। इसलिए, हिमालय के पारितंत्र की धारणीयता बनाए रखने के लिए विशेष ध्यान देने की तत्काल आवश्यकता है। इसके लिए सभी निरूपक प्रणालियों के संरक्षण के लिए सचेत प्रयत्न करने की आवश्यकता होगी।

आगे इस पर बल देने की आवश्यकता है कि सीमित व्याप्तिवाले, और बहुधा विशेषीकृत आवासीय आवश्यकताओंवाले विशेषक्षेत्री घटक सर्वाधिक सुभेद्य घटकों में से हैं। इस संदर्भ में, हिमालय का जैवविविधतावाला तप्तस्थल, जो विशेषक्षेत्री विविधता से संपन्न है, जलवायु परिवर्तन के प्रति सुभेद्य है। इसके खतरों में, आनुवंशिक संसाधनों और जातियों, आवासों का सन्भावित क्षय और सहगामी रूप से, पारितंत्र के लाभों में कमी का आना शामिल है। इसलिए, इस क्षेत्र के लिए संरक्षण योजनाएँ बनाते समय, निरूपक पारितंत्रों/आवासों में विशेषक्षेत्री घटकों के संरक्षण का अत्यंत महत्त्व हो जाता है।

उपर्युक्त को हासिल करने की दिशा में, हमें समकालीन संरक्षण उपागमों की ओर ध्यान अंतरित करना होगा, जिसमें संरक्षित क्षेत्र प्रणालियों के बीच दृश्यभूमि स्तर की अंतर्संयोजकता का प्रतिमान शामिल है। यह संकल्पना, जाति-आवास पर ध्यान केंद्रित करने की जगह जैवभौगोलिक परासको विस्तारित करने पर समावेशी ध्यान-संकेंद्रण करने का पक्षसमर्थन करती है, ताकि जलवायु परिवर्तन के प्राकृतिक समंजन सीमित हुए बिना आगे बढ़ सकें ।

१) निम्नलिखित कथनों पर विचार कीजिए।
परिच्छेद के अनुसार, पारितंत्र पर जलवायु परिवर्तन के प्रतिकूल प्रभावस्वरूप
१) इसके वनस्पतिजात और प्राणिजात में से कुछ का स्थायी विलोपन हो सकता है।
२) स्वयं पारितंत्र का स्थायी विलोपन हो सकता है।
उपर्युक्त कथनों में से कौन सा/से सही है/हैं?
a) केवल १ b) केवल २ c) १ और २ दोनों d) न तो १ न ही २

२) निम्नलिखित में से किस एक कथन का सबसे सटीक निहितार्थ यह है कि समकालीन संरक्षण उपागम की ओर ध्यान अंतरित करने की आवश्यकता है?
a) प्राकृतिक संसाधनों का दोहन हिमालय के पारितंत्र पर दबाव डालता है।
b) जलवायु परिवर्तन के कारण वर्षण प्रतिरूपों में बदलाव, अनावृष्टि की घटनाएँ और जीवीय हस्तक्षेप होता है।
c) समृद्ध जैवविविधता, जिसमें विशेषक्षेत्री विविधता शामिल है, हिमालय क्षेत्रको एक जैवविविधता तप्तस्थल बनाता है।
d) हिमालय के जैवभौगोलिक क्षेत्रको इस तरह समर्थ बनाना चाहिए कि वह अबाध रूप से जलवायु परिवर्तन के प्रति अनुकूल बनता रहे।

३) इस परिच्छेद द्वारा क्या सर्वाधिक महत्त्वपूर्ण संदेश दिया गया है?
a) विशेषक्षेत्रीयता हिमालयी क्षेत्र की लाक्षणिक विशेषता है।

b) संरक्षण प्रयासों का बल कतिपय जातियों या आवासों के स्थान पर जैवभौगोलिक परासों पर होना चाहिए।

c) जलवायु परिवर्तन का हिमालय के पारितंत्र पर प्रतिकूल प्रभाव हुआ है।

d) हिमालय के पारितंत्र के अभाव में, उच्चभूमियों और अनुप्रवाह क्षेत्रों के समुदायों के जीवन का कोई धारण आधार नहीं होगा।

४) परिच्छेद के संदर्भ में, निम्नलिखित पूर्वधारणाएँ बनाई गई हैं :

१) प्राकृतिक पारितंत्र बनाए रखने के लिए, प्राकृतिक संसाधनों के दोहन का पूरी तरह परिहार किया जाना चाहिए।

२) पारितंत्र को, न केवल मानवोद्‌भविक, बल्कि प्राकृतिक कारण भी प्रतिकूलत: प्रभावित कर सकते हैं।

३) विशेषक्षेत्री विविधता के क्षय से पारितंत्र का विलोपन होता है।

उपर्युक्त धारणाओं में से कौन-सी सही है/हैं?

a) १ और २ b) केवल २ c) २ और ३ d) केवल ३

Ans : १) a २) d ३) b ४) b

उतारा ३

यह अक्सर भुला दिया जाता है कि विश्वव्यापीकरण केवल अंतरराष्ट्रीय आर्थिक संबंधों और लेन-देन संबंधी नीतियों के बारे में ही नहीं है, बल्कि इसका सरोकार समान रूप से राष्ट्र की घरेलू नीतियों से भी है। अंतर्राष्ट्रीय रूप से (WTO आदि द्वारा) मुक्त व्यापार और निवेश प्रवाह संबंधी नियत दशाओंको पूरा करने हेतु किए गए आवश्यक नीतिगत परिवर्तन प्रत्यक्षत: घरेलू उत्पादकों तथा निवेशकोंको प्रभावित करते हैं। किन्तु विश्वव्यापीकरण में अध:शायी आधारभूत दर्शन कीमतों, उत्पादन तथा वितरण प्रतिरूप के निर्धारण के लिए बाज़ारों की अबाध स्वतंत्रता पर बल देता है, तथा सरकारी हस्तक्षेपोंको उन प्रक्रियाओं के रूप में देखता है जो विकृति उत्पन्न करती हैं तथा अदक्षता लाती हैं। अत: सार्वजनिक उद्यमों का विनिवेशों तथा विक्रयोंद्वारा निजीकरण हो; और अभीतक जो क्षेत्र और कार्यकलाप सार्वजनिक क्षेत्र के लिए आरक्षित हैं, आवश्यक है कि उन्हें प्राइवेट क्षेत्र के लिए खोल दिया जाए। इस तर्क का विस्तार शिक्षा तथा स्वास्थ्य जैसी सामाजिक सेवाओं तक है। कामगारों की छँटनी के माध्यम से श्रम-बल का समायोजन करने पर लगे प्रतिबंध हटा लिए जाने चाहिए तथा तालाबंदी पर लगे प्रतिबंधोंको हटाकर निर्गमनको अपेक्षाकृत आसान बनाया जाना चाहिए। रोज़गार तथा वेतन बाज़ार शक्तियों की स्वतंत्र गतिविधियोंद्वारा शासित होना चाहिए, क्योंकि उनको नियंत्रित करने में कोई भी उपाय निवेशको हतोत्साहित कर सकते हैं तथा उत्पादन में अदक्षता भी उत्पन्न कर सकते है। सर्वोपरि रूप से, राज्य की भूमिका में कमी लाने के समग्र दर्शन के अनुरूप, ऐसे राजकोषीय सुधार किए जाने चाहिए जिनसे आमतौर पर कराधान के स्तर निम्न हों तथा वित्तीय विवेक के सिद्धान्त के पालन हेतु शासकीय खर्च न्यूनतम हो। ये सब घरेलू स्तर पर किए जानेवाले नीतिगत कार्य हैं तथा विश्वव्यापीकरण कार्यसूची के सारभाग विषयों, यथा, माल और वित्त के स्वतंत्र अंतर्राष्ट्रीय प्रवाह से प्रत्यक्षत: संबंधित नहीं हैं।

१) इस परिच्छेद के अनुसार, विश्वव्यापीकरण के अंतर्गत सरकारी हस्तक्षेपों को ऐसी प्रक्रियाओं के रूप में देखा जाता है, जिनके कारण -

a) अर्थव्यवस्था में विकृतियाँ और अदक्षता आती है।

b) असाधनों का इष्टतम उपयोग होता है।

c) उद्योगोंको अपेक्षाकृत अधिक लाभप्रदता होती है।

d) उद्योगों के संबंध में बाजार शक्तियों की गतिविधि स्वतंत्र होती है।

२) इस परिच्छेद के अनुसार, विश्वव्यापीकरण का आधारभूत दर्शन क्या है?
a) कीमतों और उत्पादन के निर्धारण के लिए उत्पादकोंको पूर्ण स्वतंत्रता देना
b) वितरण प्रतिरूप विकसित करने हेतु उत्पादकोंको स्वतंत्रता देना
c) कीमतों, उत्पादन और रोजगार के निर्धारण हेतु बाजारोंको पूर्ण स्वतंत्रता देना
d) आयात और निर्यात के लिए उत्पादकोंको स्वतंत्रता देना

३) इस परिच्छेद के अनुसार, विश्वव्यापीकरण सुनिश्चित करने के लिए निम्नलिखित में से कौन सा/से आवश्यक है/हैं?
१) सार्वजनिक उद्यमों का निजीकरण
२) सार्वजनिक व्यय की विस्तार-नीति
३) वेतन और रोजगार निर्धारित करने की बाज़ार शक्तियों की स्वतंत्र गतिविधि
४) शिक्षा और स्वास्थ्य जैसी सामाजिक सेवाओं का निजीकरण
नीचे दिए गए कूट का प्रयोग कर सही उत्तर चुनिए।
a) केवल १ b) केवल २ और ३
c) १, ३ और ४ d) २, ३ और ४

४) इस परिच्छेद के अनुसार, विश्वव्यापीकरण की प्रक्रिया में राज्य की भूमिका कैसी होनी चाहिए?
a) विस्तृत होती हुई b) घटती हुई
c) सांविधिक d) उपर्युक्त में से कोई नहीं

Ans : १) a २) c ३) c ४) b

उतारा ४

केंद्रीय सार्वजनिक क्षेत्र उपक्रमों के निवल लाभ उनकी कुल परिसम्पत्तियों का मात्र २.२% है, जो प्राइवेट निगम क्षेत्रक की तुलना में कम है। भले ही सार्वजनिक क्षेत्रक या राज्य-संचालित उद्यमवृत्ति ने भारत के औद्योगीकरणको प्रेरित करने में महत्त्वपूर्ण भूमिका निभाई है, तथापि, हमारी बढ़ती हुई विकास आवश्यकताएँ, सार्वजनिक क्षेत्रक उद्यमों के संतोषजनक से अपेक्षाकृत न्यून निष्पादन, हमारे प्राइवेट क्षेत्रक में आई परिपक्वता, उद्यमवृत्ति के प्रसार हेतु इस समय उपलब्ध कहीं अधिक व्यापक सामाजिक आधार और प्रतियोगिता नीतियोंको लागू कर सकने के बढ़ते हुए सांस्थानिक सामर्थ्य यह सुझाते हैं कि सार्वजनिक क्षेत्रक की भूमिका के पुनरवलोकन का समय आ गया है।

सरकार का संविभाग-संघटन कैसा होना चाहिए? इसे सारे समय स्थिर नहीं बने रहना चाहिए। विमानन उद्योग पूर्णत: प्राइवेट मामलों की तरह भली-भाँति कार्य करता है। दूसरी तरफ, ग्रामीण सडकोंको, जिनका छुटपुट यातायात पथकर व्यवस्थाको अव्यवहार्य बना देता है, राज्य के तुलन-पत्र पर होना चाहिए। यदि ग्रामीण सड़के सरकार के स्वामित्व में न हों, तो उनका अस्तित्व ही न रहेगा। उसी तरह, हमारे कसबों और नगरों में लोक स्वास्थ्य पूँजी का सार्वजनिक क्षेत्रक से आना ज़रूरी है। इसी प्रकार, वनाच्छादन के संरक्षण और संवर्धनको सार्वजनिक क्षेत्रक परिसम्पत्तियों की एक नई प्राथमिकताके रूप में होना चाहिए।

इस्पात का ही उदाहरण लें। लगभग शून्य प्रशुल्क के साथ, भारत इस धातु के लिए एक सार्वभौम प्रतियोगी बाज़ार है। भारतीय व्यापार-प्रतिष्ठान विश्व बाज़ार में इस्पात का निर्यात करते हैं, जिससे यह निदर्शित होता है कि प्रौद्योगिकी में कोई अंतराल नहीं है। भारतीय कम्पनियाँ विश्व की इस्पात कम्पनियोंको खरीद रही है, जो यह दिखाता है कि पूँजी उपलब्धता में कोई अंतराल नहीं है। इन दशाओं में, प्राइवेट स्वामित्व उत्कृष्ट कार्य करता है।

विनियमित उद्योगों में, वित्त से लेकर आधारिक संरचना तक, प्राइवेट स्वामित्व साफ तौर पर वांछनीय है, जहाँ सरकारी अभिकरण विनियमन का कार्य निष्पन्न करे और बहुल प्रतियोगी व्यापार-प्रतिष्ठान प्राइवेट क्षेत्रक में अवस्थित हों। यहाँ, सरल और स्पष्ट समाधान है - सरकार का खेलपंच (अम्पायर) की तरह होना और प्राइवेट क्षेत्रक का खिलाडियों की तरह होना ही सबसे अच्छी तरह कार्य करता है। इनमें से अनेक उद्योगों में, सरकारी स्वामित्व की विरासत है, जहाँ उत्पादकता की प्रवृत्ति अपेक्षाकृत कम रहने की ओर है, दिवालियेपन का भय मौजूद नहीं है, और करदाताओं से धन की माँग का जोख़िम हमेशा बना हुआ है। इसमें सरकार के स्वामी होने और नियामक होने के बीच एक हित. द्वन्द्व भी बना रहता है। यदि सरकारी कम्पनियाँ कार्यरत न हों, तो प्रतियोगिता नीति की रचना और कार्यान्वयन और भी सशक्त और निष्पक्ष होगा।

१) इस परिच्छेद के अनुसार, यह कहने का/के क्या कारण है/हैं सार्वजनिक क्षेत्रक की भूमिका के पुनरावलोकन का समय आ गया है?

   १) औद्योगीकरण प्रक्रिया में अब सार्वजनिक क्षेत्रक ने अपनी प्रासंगिकता खो दी है।

   २) सार्वजनिक क्षेत्रक संतोषजनक ढंग से निष्पादन नहीं करता।

   ३) प्राइवेट क्षेत्रक में उद्यमवृत्ति बढ़ रही है।

   ४) अब प्रभावकारी प्रतियोगी नीतियाँ उपलब्ध हैं।

   दिए गए संदर्भ में, उपयुक्त में से कौन सा/से कथन सही है/हैं?

   a) केवल १ और ३ b) केवल २

   c) केवल २, ३ और ४ d) १, २, ३ और ४

२) इस परिच्छेद के अनुसार ग्रामीण सड़कोंको सार्वजनिक क्षेत्रक के दायरे में ही होना चाहिए। क्यों?

   a) ग्रामीण विकास-कार्य केवल सरकार का अधिकार क्षेत्र है।

   b) इसमें निजी क्षेत्रक को धनलाभ नहीं हो सकता।

   c) सरकार कर-दाताओं से धन लेती है, अत: यह सरकार का ही दायित्व है।

   d) प्राइवेट क्षेत्रक की कोई सामाजिक जिम्मेदारी होना आवश्यक नहीं है।

३) सरकार का संविभाग-संघटन किसे निर्दिष्ट करता है?

   a) सार्वजनिक क्षेत्रक की परिसंपत्ति गुणता

   b) तरल परिसंपत्तियों में निवेश

   c) विभिन्न औद्योगिक क्षेत्रकों में सरकारी निवेश का मिश्रण

   d) निवेश पर प्रतिफल देनेवाली पूँजी परिसंपत्तियों का क्रय

४) लेखक सरकार को खेलपंच (अम्पायर) की तरह और प्राइवेट क्षेत्रक को खिलाडियों की तरह होना पसंद करता है, क्योंकि

   a) सरकार प्राइवेट क्षेत्रक के निष्पक्ष कार्य के लिए मानदण्ड विहित करती है।

   b) नीति की रचना के लिए सरकार ही अंतिम सत्ता है।

   c) सरकार का प्राइवेट क्षेत्रक में कार्य करनेवालों पर कोई नियंत्रण नहीं होता।

   d) इस संदर्भ में उपर्युक्त कथनों में से कोई भी सही नहीं है।

Ans : १) c २) b ३) c ४) a

पेपर नं. १

घटक - ४

(संप्रेषण)

(Communication)

संप्रेषण - संज्ञापन

Communication - Nature - Characteristics

संप्रेषण - स्वरूप - वैशिष्ट्ये

Types of Communication and Barriers

संप्रेषणाचे प्रकार व अडथळे

Effective Classroom Communication

वर्गातील परिणामकारक संप्रेषण

१. संप्रेषण - (अर्थ)

संप्रेषण - संदेशवहन - Communication ही एक मानवी गरज आहे. मानवाचा विकास झाला त्याला 'संप्रेषण प्रक्रिया' जबाबदार आहे. संप्रेषणाच्या विविध पद्धतींचा शोध घेऊन, व्यवहारात वापर करूनच मानव इतर प्राण्यांपेक्षा पुढे आला आहे. ढोबळमानाने संप्रेषण म्हणजे एका व्यक्तीने दुसऱ्या व्यक्तीस संदेश पोहोचवणे व दुसऱ्याने पहिल्या व्यक्तीस अनुरूप प्रतिसाद देणे. आता संप्रेषणाचे महत्त्व जीवनात वाढत असून, ती एक स्वतंत्र अभ्यासाची शाखा बनत चालली आहे.

इंग्रजीतील Communication या शब्दाचे भाषांतर संदेशवहन किंवा संप्रेषण असे केले जाते. प्रेषण म्हणजे पाठविणे, 'सं' म्हणजे दोघातील म्हणून दोघांमधील भावना, विचार, वृत्ती यांची देवाण-घेवाण असा अर्थ होतो; म्हणून संप्रेषणास, संज्ञापन, आदान-प्रदान, दळणवळण असेही म्हणतात.

अमेरिका सोसायटी ऑफ ट्रेनिंग - 'The interchange of thought or information to bring about mutual understanding and confidence or good human relation' या व्याख्येवरून संप्रेषणाचा हेतू स्पष्ट होतो. परस्पर आकलन, आत्मविश्वास किंवा मानवी संबंध तयार होण्यासाठी विचार व माहितीची देवाण-घेवाण करणे होय. संप्रेषण शाब्दिक किंवा अशाब्दिक असू शकते. सांकेतिक भाषेत अथवा हालचालींद्वारा पण असू शकते. अनेकांनी अनेक व्याख्या केल्या आहेत; त्यावरून पुढील मुद्दे लक्षात येतात - १) संप्रेषणाचा मुख्य हेतू सामाजिक आकलन असतो. २) संप्रेषणातून ज्ञानात्मक, भावात्मक व क्रियात्मक बदल अपेक्षित आहेत. ३) संप्रेषणामध्ये शब्द, चिन्हे, साहित्य इ. माध्यमे वापरली जातात.

२. स्वरूप :

'संप्रेषण' ही अखंड चालणारी प्रक्रिया आहे. संप्रेषण पूर्वी खुणांतून, संकेतातून, हालचालींतून, शब्दांतून तर आता विविध माध्यमातून जलद व आंतरक्रियात्मक घडत आहे. काही वेळा -

१. संप्रेषण एकमार्गी प्रक्रिया होऊन घडते - संदेशाची संकल्पना प्रसाराची असेल तर, निवेदन काढणे, सूचना इ. नोटीस बोर्डावर लावणे. (संदेश प्रेषक - संदेश - संदेश ग्राहक)
२. द्विमार्गी प्रक्रिया - प्रेषकांचा संदेश स्वीकारून नंतर ग्राहक समजून घेऊन परत स्वत:ची प्रक्रिया, संदेश प्रेषकाकडे पाठवितो. उदा. प्रेषक - संदेश - ग्राहक संदेश - वर्गात घेतलेले अध्यापन, प्रश्न-उत्तरे इ.

३. संप्रेषण ही कला व शास्त्र आहे. उदा. फोन संभाषण.

४. संप्रेषणामध्ये मानसशास्त्रीय तत्त्व विचारात घेतले जाते. आकलन होणे, संवेदनांचा अर्थ लावणे या गोष्टींसाठी प्रेषक व ग्राहक मानसशास्त्रीय पातळीवर यावा लागतो.

५. समाजशास्त्रीय दृष्टिकोन असतो. समाजावर दीर्घकाळ परिणाम होतो. उदा. लेखन, इतिहास, शिवाजीमहाराज, म. गांधी, टिळक, सावरकर, फुले, डॉ. आंबेडकर यांचे संदेश, प्रभावी संदेशांमुळे सामाजिक विकास होतो.

६. संप्रेषणाचे घटक (Context) - किमान चार बाजू असतात : १) भौतिक - स्थान, २) सामाजिक - मानवी संबंध, नाते ३) वेळ - काळ - सकाळ, दुपार, रात्र इ. ४) मानसिक घटक - गंभीर, विनोदी, दु:खी इ. ५) मार्ग - (Channel) - दृक्-श्राव्य, ६) प्रतीक - (Symbol) - चित्र, खूणा, शब्द.

७. सांकेतिकीकरण (Encoding) - प्रेषकाला आशयाचे रूपांतर ग्राहकाला समजेल अशा माध्यमात करावे लागते. त्याला 'सांकेतिकीकरण (Encoding)' असे म्हणतात. उदा. भावना, कृती, चिन्हे, शब्द इ.

८. नि:सांकेतिकीकरण (Decoding) - प्रेषकाच्या संदेशाचा ग्राहक अर्थ लावतो त्याला नि:सांकेतिकीकरण म्हणतात. (चुकीचा अर्थ लावला तर विपर्यास होतो.)

९. प्रत्याभरण (Feedback) - प्रेषकाचा संदेश घेऊन, अर्थ लावून प्रतिक्रिया ग्राहक परत पाठवितो त्याला 'प्रत्याभरण' असे म्हणतात; ही शेवटची पायरी होय.

१०. गोंधळ (Noise) - संप्रेषण प्रक्रियेत अडथळा आणणाऱ्या बाबीला गोंधळ (Distort) म्हणतात. नको असलेली प्रतीके, जी संदेशांना पोहोचण्यास विलंब करतात त्यांना गोंधळ म्हणता येईल.

३. संप्रेषणाच्या उपपत्ती (Theories of Communication) :

(a) लक्षकेंद्री उपपत्ती (Bull's Eye Theory)

(b) पिंग-पाँग उपपत्ती (Ping-Pong Theory)

(c) सर्पिल उपपत्ती (Spiral Theory)

(d) माहिती उपपत्ती (Information Theory)

(e) मुक्त सभा उपपत्ती (Free Press Theory)

(f) सामाजिक जबाबदारी उपपत्ती (Social Responsibility)

४. वर्गांतर्गत संप्रेषण (Classroom Communication)

वर्गातील संप्रेषण ही द्विमार्गी संप्रेषण प्रक्रिया आहे. येथे शिक्षक सांकेतिकीकरण करून आपले संदेश पोहोचवितो. येथे कृती, भावना, वृत्ती, कल्पना, विचार या संदेशाचे शिक्षक व विद्यार्थी यांच्यामध्ये सामायिक आकलन (Common Understanding) झाल्यास त्याला 'वर्गांतर्गत संप्रेषण' म्हणतात.

या ठिकाणी प्रेषक म्हणून शिक्षकांची भूमिका महत्त्वाची आहे. या संप्रेषणाने शैक्षणिक नियोजनाची कार्यवाही होते. शिक्षकाने प्रभावी संप्रेषण घडवून आणण्यासाठी मानसशास्त्रीय सिद्धान्त, अध्यापनसूत्रे, पद्धती, साधने यांचा उपयोग करावा.

वैशिष्ट्ये -

१. वर्गांतर संप्रेषण ही शैक्षणिक संप्रेषणाची उपयुक्त व कार्यात्मक बाजू आहे. या संप्रेषणाद्वारेच शैक्षणिक नियोजन, व्यवस्थापन, मूल्यमापन होते. शिक्षक माहितीस्रोत आहे. शिक्षकाला आपला विद्यार्थी गट (ग्राहक) समजून घेण्यासाठी त्याची बौद्धिक, भावनिक, सामाजिक क्षमता माहिती पाहिजे. नैतिक विकासाच्या उपपत्ती व इतर

उपपत्ती माहिती असण्याची गरज आहे. विद्यार्थी स्वयंकेंद्रित असल्याने त्याला एकावेळी एकाच शब्दाचे आकलन होते. ८-९ वर्षांच्या पुढे सामाजिक बोलणे (Social Speech) वाढते. कुमारवयात स्वयंज्ञानावर त्यांचा विश्वास वाढतो.

२. मानसशास्त्रीय प्रतिमान - अर्थपूर्ण अध्ययन हा या प्रतिमानांचा गाभा असल्याने संप्रेषण प्रभावी होते. ज्ञानाचे संघटन, परस्परसंबंध वाढतो व एकजिनसीपणा येतो.

३. मानसशास्त्रीय कौशल्य - वर्गांतर्गत संप्रेषणाचा हेतू हा विद्यार्थ्यांचा केवळ ज्ञानात्मक विकास नसून सामाजिक, भावनिक, नैतिक विकास सुद्धा आहे. त्यातून स्वयंप्रेरणा, समायोजन, संघर्ष-व्यवस्थापन, संरक्षण, यंत्राचा योग्य वापर, स्वजाणीव इ. मानसिक कौशल्ये शिकता येतात.

४. वर्गातील संप्रेषण हे विषयाच्या अनुषंगाने होत असते. त्यासाठी शिक्षकांनी विषयज्ञान, उद्दिष्टे लक्षात घेऊन संप्रेषण करावे. त्यासाठी विविध मानसिक अडथळे दूर करण्याची आधुनिक तंत्रे वापरावीत.

५. संप्रेषणातील माध्यमाचे महत्त्व (Importance of Media in Communication)

संप्रेषणात माध्यम हा एक घटक आहे. माध्यमांच्या आतापर्यंत ५ पिढ्या दिसून येतात. -

१) १ ली पिढी - समोरासमोर,गुरु-शिष्यांची चर्चा व आंतरक्रिया होत. (face to face)

२) २ री पिढी - छापील साहित्याचा उपयोग - पुस्तके, तक्ते, शिक्षकांची या ठिकाणी गरज आहेच.

३) ३ री पिढी - आधुनिक यंत्रयुगामुळे या पिढीत रेकॉर्ड्स, रेडिओ, चित्रपट, दूरदर्शनचा वापर होतो. दूरवर व एकाच वेळी देशभर वापर होतो; परंतु एकमार्गी संप्रेषण होते.

४) ४ थी पिढी - यामध्ये मुक्तशाळा, दूरस्थ शिक्षण यांची कल्पना येऊन पोस्टाने, कॅसेट, उपग्रहांचे दूरदर्शन जाऊन पोहोचले.

५) ५ वी पिढी - इलेक्ट्रॉनिक तंत्रज्ञानाची भर पडली आणि द्विमार्गी संप्रेषण झाले. वैयक्तिक भेदाची अडचण दूर होते. 'इंटरनेट' या माध्यमाद्वारे आपण -

   १) जगभरात कोठेही संप्रेषण अगदी कमी वेळात करू शकतो. माध्यमांच्या विविधतेमुळे अवधान साधून दीर्घकाळ, प्रभावी संप्रेषणाचा परिणाम राहातो. माध्यमे चेतना देतात. उदा. दूरदर्शन, चित्रपट इ. ज्ञानेंद्रिये सक्षमतेने कार्य करतात.

   २) शाब्दिक, अशाब्दिक संदेश कायमस्वरूपी प्राप्त होतात व ते नंतर वापरता येतात. प्रत्याभरण करता येते. संगणकात सोय असते.

   ३) एकावेळी माध्यमे लाखो लोकांशी संभाषण देऊ शकतात.

   ४) वयानुसार, गटानुसार, वेळेनुसार माध्यमे उपयोगी पडतात.

   ५) माध्यमांद्वारे अडथळे दूर करता येतात.

६. संप्रेषण प्रक्रियेतील अडथळे (Barries in Communication)

संदेशवहनातील मार्गात विकृती निर्माण होते त्याला अडथळे (Barries) म्हणतात. या अडथळ्यांमुळे संप्रेषण योग्य होत नाही. त्यामुळे गैरसमज व तणाव निर्माण होतात. सदर अडथळे, प्रेषक, ग्राहक, माध्यम, मार्ग इ. घटकांपासून होत असतात.

अडथळ्यांची कारणे व वर्गीकरण :

१) भौतिक अडथळे : मुलांचा व इतर गोंगाट, शारीरिक व्यंग, ध्वनीप्रदूषण इ. तसेच वातावरणातील बदल -

थंडी, वीज, पाऊस, उकाडा इ.

२) **भाषिक अडथळे :** भाषा हे संप्रेषणाचे प्रमुख साधन आहे. त्यासाठी नेमका, काळजीपूर्वक संयमाने वापर केला पाहिजे. बोलण्याचा वेग, उच्चार, हावभाव, हातवारे यांचा अतिरेक नको. पुन्हा पुन्हा वापर (सेंटपरसेंट शुद्धता नको.) करून अनावश्यक शब्द टाळावेत. अन्यथा अडथळे निर्माण होतात. क्रम, तर्कशुद्धता, उद्देश, ग्राहकाची कुवत लक्षात घेण्याची गरज असते. मूळ मुद्दा सोडून पाल्हाळीत, शब्दसंचार नको.

३) **मानसिक अडथळे :** नावड, पूर्वग्रह दूषित, न्यूनगंड, भीती, बौद्धिककुवत, शारीरिक कमतरता इ. मानसिक कारणे वर्गातील संभाषणात अडथळे निर्माण करू शकतात.

४) **पार्श्वभूमी विषयक (Background barriers) :** प्रेषक व ग्राहक यांच्या वैयक्तिक पार्श्वभूमिका लक्षात घेतल्यास व्यक्तिभेद, अडथळा होऊ शकतो. उदा. पूर्वानुभव, सांस्कृतिक भिन्नता, पूर्व संस्कार, लिंगभेद इ.

जेव्हा प्रेषकाने पाठवलेला संदेश प्रेषकाला जसा वाटतो तसाच ग्राहकाला समजला तर संप्रेषण कार्यक्षम आहे असे म्हणता येईल. १०० टक्के कार्यक्षमता (Efficiency) प्राप्त होणे कठीण असते.

वर्गातील संप्रेषणात केवळ आकलन नको तर त्यानुसार वर्तनात बदल हवा. संप्रेषणाद्वारे जर का ग्राहकात बदल झाला तर ते संप्रेषण परिणामकारक होय. ग्राहकांमध्ये अपेक्षित वर्तनबदल घडविण्यासाठी प्रेषकाने संदेश देखील तेवढ्याच परिणामकारकतेने पाठविला पाहिजे. तसेच चांगल्या संप्रेषणासाठी ग्राहक देखील क्रियाशील असला पाहिजे. शैक्षणिक क्षेत्रांत, मानसशास्त्र, विद्यार्थी, प्रौढ वर्ग, विविध दृक्श्राव्य साधने इ. बाबत संशोधन झाले असून त्याचे निकष देखील महत्त्वाचे आहेत.

७. संप्रेषणाचे प्रकार :

माहिती, मते किंवा कल्पना यांची लिखित, मौखिक, दृश्य माध्यमांच्या साहाय्याने देवाण-घेवाण करणे की, ज्यायोगे या गोष्टी प्रत्येक संबंधिताला पूर्णपणे आकलन होतील अशा प्रकारे प्रसारित करणे म्हणजे संज्ञापन / संप्रेषण होय. संप्रेषणाचे प्रमुख तीन प्रकार होऊ शकतात.

१) मौखिक २) लिखित ३) दृश्य.

संप्रेषणाच्या प्रक्रियेच्या स्वरूपावरून संप्रेषणाचे विविध प्रकार पडतात - १) व्यक्ती अंतर्गत, २) समूहांतर्गत, ३) शाब्दिक - अशाब्दिक, ४) दृक्-श्राव्य इ.

१) **मौखिक :** १) प्रत्यक्ष भेटून, २) अप्रत्यक्ष भेट - दूरध्वनीवरून मौखिक संप्रेषणाद्वारे संवाद, मुलाखती, चर्चा, दूरध्वनी इ.चा समावेश होतो.

२) **लिखित :** लिखित संप्रेषण म्हणजे लेखी स्वरूपात केलेले संप्रेषण होय. उदा. टाचण, पत्रे, लेख, रोजनिशी, अहवाल इ. नवीन इलेक्ट्रिकल माध्यमे, फॅक्स, तार, टेलेक्स, टेलिमेसेज इ.

३) **दृश्य संप्रेषण :** फोटोग्राफी, आकृत्या, चित्रे, नकाशे इ. एक चित्र हजार शब्दांचे कार्य करते.

४) **जनसंवाद (Mass Communication) :** जाहीर सभा, वर्तमानपत्रे, रेडिओ, दूरदर्शन, फलक इ. मार्गाने जनसंवाद साधला जातो. वर्गातील संप्रेषण शिक्षकांच्या भूमिकेवर अवलंबून असते.

८. संप्रेषणाची कौशल्ये

संप्रेषणाची पाच मूलभूत कौशल्ये आहेत : १) बोलणे (Talking), २) लेखन (Writing), ३) ऐकणे (Listening), ४) वाचणे (Reading), ५) पाहाणे (Seeing).

४.१ संप्रेषण / संदेशवहन व्याख्या :

१) एका व्यक्तिकडून दुसऱ्या व्यक्तिकडे माहिती, ज्ञान, विचार संक्रमित करण्याची कला.

२) व्यक्ती/संघटनांमध्ये माहितीची विचारांची देवाणघेवाण होऊन अर्थपूर्ण प्रतिसाद निर्माण करणारी प्रक्रिया.

३) प्रत्यक्ष किंवा अप्रत्यक्षपणे माहिती व विचारांचे संक्रमण होण्यासाठी योग्य अर्थाची अभिव्यक्ति होऊन सामंजस्य निर्माण करणारी प्रक्रिया होय.

४.२ संदेशवहनाचे घटक

१) संदेशदाता/प्रेषक (Communicator) : जी व्यक्ती संदेश देते तिला 'प्रेषक' म्हणतात.
उदा. शिक्षक, वर्गामध्ये अध्यापन करताना संदेशदाताची भूमिका बजावतात.

२) संदेशग्राहक/प्रेषित : ज्या व्यक्तीला संदेश प्राप्त होतो व त्यातील अर्थपूर्ण संदेशाची प्राप्ती होते. उदा. विद्यार्थी

३) संदेश (Message) : ज्या गोष्टीचे संदेशवहन होते त्याला 'संदेश' असे म्हणतात.

४) माध्यम (Media) : संदेशवहनासाठी वापरलेले साधन म्हणजे 'माध्यम' होय. उदा. पत्र, फोन, इ-मेल, टेलिव्हिजन इ.

५) प्रतिसाद (Feedback / Response) : संदेशदात्याने संदेश पाठवल्यावर ग्राहकाने जी प्रतिक्रिया दिली त्यास 'प्रतिसाद' म्हणतात. प्रतिक्रिया ही जर अनुकूल असेल तर संदेश अर्थपूर्ण समजला आहे; जर प्रतिकूल असेल तर संदेशवहनामध्ये काहीतरी समस्या आहे व पुन्हा त्यासाठी प्रयत्न करावे लागतील.

४.३ संदेशप्रक्रियेतील टप्पे

१) संदेशवहनाचे उद्दिष्ट ठरविणे.

२) संदेशाची निश्चिती करणे.

३) माध्यमाची निवड करणे.

४) प्रत्यक्ष संदेशाचे वहन करणे.

५) संदेश समजणे.

६) प्रतिसाद मिळणे.

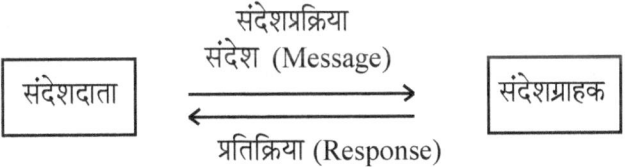

४.४ संदेशवहनाची वैशिष्ट्ये

१) संदेशवहन ही दुहेरी प्रक्रिया आहे. संदेशदाता व संदेशग्राहक या दोघांचेही या प्रक्रियेमध्ये सामील होणे आवश्यक असते.

२) संदेशवहन ही सतत चालणारी प्रक्रिया आहे.

३) संदेशवहनासाठी किमान दोन व्यक्तींची गरज असते तर जास्तीत जास्त कितीही व्यक्ती/संस्था यामध्ये सामील होऊ शकतात.

४) संदेशवहनासाठी माध्यमाची आवश्यकता असते.

५) संदेशवहनाची दिशा कोणतीही असू शकते. उदा. ऊर्ध्वगामी, अधोगामी.

४.५ संदेशवहनाचे प्रकार

१) एकतर्फी संदेशवहन : ज्या वेळी संदेशदाता संदेश पाठवतो व ग्राहक ग्रहण करतो त्याला 'एकतर्फी संदेशवहन' म्हणतात. उदा. शिक्षक वर्गामध्ये एकतर्फी बोलतात.

२) दुतर्फी संदेशवहन : ज्या वेळी दोन्हीही पक्ष एकमेकांची बाजू मांडतात व दोघांनाही बोलण्याची संधी दिली जाते त्याला 'दुतर्फी संदेशवहन' म्हणतात. यामध्ये दोघेही सक्रियपणे सहभागी होतात. उदा. प्रश्नोत्तर पद्धती.

३) समपातळीवरील संदेशवहन : ज्या वेळी एकाच पातळीवरील व्यक्तिमध्ये संदेशवहन होते त्या वेळी त्याला 'समपातळीवरील संदेशवहन' म्हणतात. उदा. गटचर्चा. यामध्ये एकाच वर्गातील विद्यार्थी, एकाच वयोगटातील व्यक्ती यांच्यामध्ये गट करून चर्चा होते.

४) औपचारिक-अनौपचारिक संदेशवहन : नियम, कायदा, पद्धत याला अनुसरून केलेले संदेशवहन औपचारिक स्वरूपाचे असते. विद्यार्थ्यांमध्ये गप्पागोष्टी, चर्चा याला 'अनौपचारिक संदेशवहन' म्हणतात.

५) अधोगामी व ऊर्ध्वगामी संदेशवहन (Downward) (Upward) : वरिष्ठाने कनिष्ठास किंवा मुख्याध्यापकाने शिक्षकास दिलेल्या आदेशाला 'अधोगामी संदेशवहन' म्हणतात.

कनिष्ठ अधिकाऱ्याने वरिष्ठांस दिलेल्या सूरूचनांना 'ऊर्ध्वगामी संदेशवहन' म्हणतात.

प्रभावी संदेशवहनातील अडथळे (Barrier in Effective Communication)

ज्या वेळी संदेशाचा चुकीचा अर्थ काढला जातो व त्यानुसार प्रतिसाद मिळतो. त्या वेळी संदेशवहनामध्ये काहीतरी अडथळा आला असेल असा अर्थ होतो. ते अडथळे वेगवेगळ्या प्रकारचे असू शकतात.

१) संदेशाची भाषा : पाठविलेला संदेश हा ग्राहकाच्या भाषेत नसेल किंवा त्याला ती भाषा समजत नसेल तर संदेशवहन यशस्वी होत नाही; कारण ग्राहकाकडून योग्य तो प्रतिसाद प्राप्त होत नाही.

२) संदेशातील अस्पष्टता : जर अर्थ स्पष्ट स्वरूपात नसेल तर किंवा क्लिष्ट भाषेत असेल तर योग्य प्रतिसाद मिळत नाही.

३) लांबलचक वाक्ये : लांब वाक्ये ही लवकर कळत नाहीत व त्यामुळे कधी कधी चुकीचा अर्थ निघू शकतो.

४) वेळेचा अभाव : ग्राहक जर कामामध्ये मग्न असेल तर संदेशवहन होत नाही.

५) संदेशाची मांडणी : संदेशाची मांडणी जर व्यवस्थित नसेल तर योग्य अर्थ निघत नाही.

६) संदेशाची भाषा/माध्यम : जे माध्यम ग्राहकांपर्यंत पोहचेल अशा माध्यमाची निवड.

७) पूर्वग्रहदूषित दृष्टिकोन : एखाद्या व्यक्तीच्या मनात काही पूर्वग्रह असतात तेव्हा व्यक्तीने कितीही चांगला संदेश दिला तरीही त्याचा वेगळा अर्थ काढला जातो.

उत्कृष्ट वर्गाध्यापन (Effecetive Classroom Communication)

शिक्षकांचे म्हणणे व्यवस्थितपणे विद्यार्थ्यांपर्यंत पोहचणे म्हणजे 'अध्यापन' होय.

पण जे शिकवले ते दीर्घकाळ स्मरणामध्ये राहण्यासाठी वेगवेगळी साधने शिक्षकाने वापरणे आवश्यक असते.

उत्कृष्ट वर्गाध्यापन होण्यासाठी शिक्षक विविध साधने वापरू शकतात.

उदा. प्रोजेक्टरचा उपयोग करणे.

- प्रश्नोत्तर पद्धतीने शिकवणे.
- स्थळास भेटी देऊन त्याविषयी माहिती सांगणे.
- नाट्यपद्धतीचा अवलंब करणे.

अध्यापन जिवंत करून दाखवण्यासाठी विविध अशा साधनांचा शिक्षक वापर करू शकतात.

घटक नं. ४ संप्रेषण / संज्ञापन

नमुना प्रश्न (Model Questions)

१. संप्रेषणासाठी कोणत्या गोष्टीची गरज लागते?

अ) प्रेषक **ब)** संदेश **क)** ग्राहक **ड)** वरील सर्व

२. मानवांच्या विचाराची देवाण-घेवाण सुरू झाली. -

अ) शारीरिक हालचालीतून **ब)** खुणा करून **क)** बोली भाषेतून **ड)** लेखन करून

३. संप्रेषण प्रक्रियेमुळे मानवाची झाली. -

अ) प्रगती **ब)** विकास **क)** नैतिकतेत वाढ **ड)** वरील सर्व

४. श्रीराम गुरुजींनी आपल्या पत्नीला फोनवरून निरोप दिला. त्याला खालीलपैकी काय म्हणता येईल?

अ) एकमार्गी संप्रेषण **ब)** द्विमार्गी संप्रेषण **क)** बहुमार्गी संप्रेषण **ड)** यापैकी नाही.

५. महाविद्यालयाच्या प्राचार्यांनी सुट्टीची नोटीस बोर्डावर सूचना लावली; याला कोणत्या प्रकारचे संज्ञापन म्हणता येईल?

अ) एकमार्गी **ब)** द्विमार्गी **क)** बहुमार्गी **ड)** यापैकी नाही.

६. संप्रेषण (Communication) हे काय आहे?

अ) शास्त्र आहे **ब)** कला आहे

क) कला व शास्त्र आहे. **ड)** कला व शास्त्र दोन्ही नाही.

७. संप्रेषणातून बदल अपेक्षित असतो. -

अ) भावात्मक **ब)** क्रियात्मक **क)** ज्ञानात्मक **ड)** वरील सर्व

८. विधान १ : प्रेषक ग्राहकाला समजेल असे भाषांतर माध्यमांच्याद्वारे करतात. त्याला (Encoding) इनकोडिंग म्हणतात.

विधान २ : प्रेषकाच्या संदेशाला ग्राहक योग्य तो अर्थ लावतो; त्याला (Decoding) डिकोडिंग असे म्हणतात.

अ) वरील दोन्ही विधाने बरोबर आहेत. **ब)** वरील दोन्ही विधाने चूक आहेत.

क) वरील दोन्ही विधाने परस्पर विरोधी आहेत. **ड)** वरील दोन्ही विधाने समान आहेत.

९. संप्रेषणातील ही शेवटची पायरी होय. -

अ) इनकोडिंग **ब)** डिकोडिंग **क)** प्रत्याभरण **ड)** यापैकी नाही.

१०. खालील कोणते समूह संपर्क (Mass Communication) नाही ते सांगा.

अ) दूरदर्शन **ब)** वर्गाध्यापन **क)** वर्तमानपत्रे **ड)** रेडिओ

११. संप्रेषणाचे मुख्य साधन .... हे आहे.

अ) भाषा **ब)** लेखन **क)** पुस्तक **ड)** पत्रे

१२. बोलण्याचा वेग, उच्चार, हावभाव, हातवारे यांचा अतिरेक झाल्यास त्याला .... म्हणतात. -

अ) मानसिक अडथळे **ब)** भाषिक अडथळे **क)** भौतिक अडथळे **ड)** दृक्-अडथळे

१३. ज्या संदेशात, वर्तनात बदल अपेक्षित ठेवून प्रेषक देत असतो त्याला कोणती उपपत्ती म्हणतात?

अ) लक्षकेंद्र उपपत्ती **ब)** माहिती उपपत्ती **क)** पिंग-पाँग उपपत्ती **ड)** सर्पिल उपपत्ती

१४. लोक जागृतीसाठी 'मूकनायक' हे वृत्तपत्र .... यांनी सुरू केलं.

अ) लोकमान्य टिळक **ब)** म. जोतीराव फुले **क)** म. गांधी **ड)** डॉ. बाबासाहेब आंबेडकर

१५. श्रवणशक्तीतील फरक मोजण्यासाठी कोणते यंत्र वापरतात?

अ) बॅरोमीटर **ब)** मायक्रोमीटर **क)** ऑडीओ मीटर **ड)** हायड्रोमीटर

१६. संप्रेषणाचा महत्त्वाचा हेतू कोणता?

अ) एका व्यक्तीचे विचार दुसऱ्या व्यक्तीपर्यंत पोहोचविणे.

ब) फक्त शाब्दिक संदेश इतरांना देणे.

क) अशाब्दिक संदेश पाठविणे.

ड) दोन गटांमध्ये वैचारिक देवाण-घेवाण करणे.

१७. खालीलपैकी कोणते घटक संज्ञापनात अडथळे आणू शकतात?

अ) प्रेक्षकांचे पूर्वग्रह **ब)** संदेशाचे आकलन न होणे

क) संदेश ग्राहकाची संदेश स्वीकारण्याची मानसिकता **ड)** वरील सर्व

१८. ई-मेल खालीलपैकी कोणत्या उद्देशाने वापरतात?

अ) तारायंत्राद्वारे माहिती पाठविणे

ब) फॅक्सची गती वाढविण्यासाठी

क) संगणकाच्या द्वारे परस्परांशी आंतरक्रिया करण्यासाठी

ड) पत्रांचे वितरण जलद होण्यासाठी

१९. जोड्या लावा -

अ) भारतातील १ ले वृत्तपत्र **१)** यंग इंडिया

ब) मराठीतील १ ले मासिक **२)** अखबार

क) राष्ट्रीय प्रचारासाठी म. गांधींचे वृत्तपत्र **३)** दिग्दर्शन

ड) हिंदी भाषेतील १ ले वृत्तपत्र **४)** बंगाल गॅझेट

(अ = २) (ब = ३) (क = १) (ड = ४)

२०. टपाल व तार खात्याचा जनक म्हणून कोणाला ओळखले जाते.

अ) लॉर्ड केनिंग **ब)** लॉर्ड बेंटिक **क)** लॉर्ड डलहौसी **ड)** लॉर्ड रिपन

२१. पुढील चुकीचे विधान ओळखा.

अ) वर्गांतर्गत संप्रेषण ही द्विमार्गी प्रक्रिया आहे.

ब) वर्गातील संप्रेषणात आकलनापेक्षा वर्तनात अधिक बदल अपेक्षित आहे.

क) भाषेत अनावश्यक बदल टाळावेत.

ड) चांगल्या संप्रेषणासाठी ग्राहक महत्त्वाचा नाही.

२२. पुढीलपैकी असंबंधित शब्द ओळखा -

अ) प्रेषक **ब)** ग्राहक **क)** संदेश **ड)** गोंगाट

२३. संप्रेषण प्रक्रियेत १००० शब्दांचे एका चित्राच्या बरोबरीचे कार्य असते.

अ) वरील विधान सत्य आहे. **ब)** वरील विधान असत्य आहे.

क) वरील विधान अर्धसत्य आहे. **ड)** सांगता येत नाही.

२४. पुढीलपैकी असंबंधित शब्द शोधा.

अ) नकाशे **ब)** चित्रे **क)** पत्रे **ड)** आकृत्या

२५. 'मौखिक संप्रेषण म्हणजे शाब्दिक संप्रेषण नव्हे.' हे विधान कसे आहे ?

अ) बरोबर **ब)** चूक **क)** सांगता येत नाही **ड)** वरील सर्व

२६. असत्य विधान शोधून काढा. -

अ) श्रवणक्षमता बोलण्यापेक्षा अधिक असते.

ब) श्रोता जेव्हा ऐकत असतो तेव्हाच संदेशाचे मूल्यमापन करत असतो.

क) कार्यक्षम श्रवणात श्रोत्याला प्रेषकांचा संदेश जशाचा तसा समजतो.

ड) कमी प्रतिच्या श्रवणात अवधान अधिक होते.

२७. दूरदर्शन माध्यमांचा विद्यार्थ्यांवर अधिक परिणाम का होतो?

अ) कारण त्यासाठी उपग्रहाचा वापर केलेला असतो.

ब) दूरदर्शन अधिक माहिती पुरवितो.

क) दूरदर्शनवरील माहिती सत्य असते.

ड) डोळे व कान या दोन्ही ज्ञानेंद्रियांना एकच चेतना मिळत असते.

२८. जनसंपर्क माध्यमांचे खालीलपैकी कोणते ध्येय असते?

अ) सर्वच ग्राहकांचे मन वळवून घेणे. **ब)** अपेक्षित लक्ष गटांपर्यंत पोहोचविणे.

क) हवा तो संदेश देणे. **ड)** जलद संदेश देणे.

२९. खालीलपैकी कोणत्या दृश्य-संप्रेषण साधनाचा अधिक परिणाम होऊ शकतो?

अ) पारदर्शिका **ब)** नकाशा **क)** छायाचित्रे **ड)** फिल्म

३०. विद्यार्थ्यांच्या चेहऱ्यावरील 'हावभाव' हे खालीलपैकी कोणाशी संबंधित आहेत?

अ) संदेश घेणारा **ब)** संदेश देणारा **क)** संदेश **ड)** संदेश वाहक

३१. 'दूरध्वनी' व 'टेलीग्राम' हे संप्रेषण प्रक्रियेतील कोणाशी संबंधित आहेत?

अ) ज्ञान वितरणाचा एक मार्ग **ब)** मुक्त शिक्षण प्रकार

क) दूरदर्शनवरून शिक्षण देणे **ड)** यापैकी नाही

३२. दुरस्थ शिक्षण याचा खालील कोणता अर्थ होऊ शकतो?

अ) ज्ञान वितरणाचा एक मार्ग **ब)** मुक्त शिक्षण प्रकार

क) दूरदर्शनवरून शिक्षण देणे **ड)** यापैकी नाही

३३. D-Commerce (डी-कॉमर्स) याचा अर्थ काय?

अ) डॉक्टर कॉमर्स **ब)** डिजिटल कॉमर्स **क)** डिरेक्टरी कॉमर्स **ड)** डिक्शनरी कॉमर्स

३४. जेव्हा एखादा घटक शाब्दिक संप्रेषणाने स्पष्ट करणे शक्य नसते तेव्हा .... याचा वापर करावा. -

अ) फलक लेखन   **ब)** श्रवण साधने   **क)** दृक्-श्राव्य साधने   **ड)** यापैकी नाही

३५. वर्गांतर्गत संप्रेषणात दृक्-श्राव्य साधने वापरावीत. -

अ) कारण लवकर आकलन होते.   **ब)** अध्यापनात जिवंतपणा येतो.

क) मिळालेले ज्ञान अधिक काळ टिकतेय.   **ड)** वरील सर्व.

३६. वर्गांतर्गत संप्रेषणात चित्र व नकाशाचा वापर करावा.

अ) कारण त्यांचे संप्रेषणमूल्य ज्यादा असते.   **ब)** लिहिण्याचे कष्ट वाचतात.

क) विषयज्ञान जलद होते.   **ड)** वरील सर्व.

३७. खेळ, प्रदर्शन, नाटक ही साधने कोणत्या प्रकारची आहेत?

अ) कृतियुक्त साधने   **ब)** श्रवण साधने   **क)** दृक्-साधने   **ड)** यापैकी नाहीत.

३८. वर्गांतर्गत संप्रेषणात दृक्-श्राव्य साधनांमुळे फायदा होतो. -

अ) मूर्त स्वरूपात अनुभव देता येतात.   **ब)** अमूर्त स्वरूपात अनुभव देता येतात.

क) मूर्त व अमूर्त दोन्ही स्वरूपात अनुभव देता येतात.

ड) सांगता येत नाही.

३९. परिणामकारक (अध्यापनासाठी), संज्ञापनासाठी शिक्षकाने.-

अ) वर्गात टि.व्ही., रेडिओ, चर्चा यांचा वापर करावा.   **ब)** वर्तमानपत्रे, मासिके वाचण्यास सांगावे.

क) प्राचीन ग्रंथ वाचण्यास द्यावेत.   **ड)** स्वयंवाचन करणेस सांगावे.

४०. वर्गांतर्गत संप्रेषण अधिक प्रभावी होण्यासाठी शिक्षकांनी पुढील कोणती गोष्ट करू नये.

अ) जीवनाशी संबंध जोडून अध्यापन करावे.   **ब)** दृक्-श्राव्य साधनांचा वापर करावा.

क) विद्यार्थ्यांना दमदाटी करावी.   **ड)** वरील सर्व.

४१. संप्रेषणाचे वर्गीकरण किती प्रमुख गटात होऊ शकते?

अ) तीन   **ब)** पाच   **क)** सहा   **ड)** आठ

४२. विधान - १ : ज्यावेळी दोन व्यक्ती किंवा अधिक व्यक्ती एकमेकांना भेटतात व बोलतात त्याला 'प्रत्यक्ष मौखिक संप्रेषण' म्हणतात.

विधान - २ : ज्यावेळी दूरध्वनीच्या माध्यमांतून बोलतात त्यास 'अप्रत्यक्ष मौखिक संप्रेषण' म्हणतात.

अ) वरील दोन्ही विधाने बरोबर आहेत.

ब) वरील दोन्ही विधाने चूक आहेत.

क) वरील १ ले विधान बरोबर व दुसरे चूक आहे.

ड) वरील २ रे विधान बरोबर आहे व पहिले विधान चूक आहे.

४३. लेखनाचे परिणामकारक संप्रेषण होण्यासाठी .... आवश्यक आहे.

अ) स्पष्टता   **ब)** सुसंगती   **क)** परिपूर्णता   **ड)** वरील सर्व

४४. पुढील सत्य विधाने शोधून काढा -

अ) प्रभावी लेखन आणि वाचन या एकाच नाण्याच्या दोन बाजू आहेत.

ब) फार पूर्वीपासून लेखन हा संप्रेषणाचा मार्ग असून आजही तो वापरात आहे.

क) संदेशाबाबत व्याख्याताची मते, भावना स्पष्ट होतात.

ड) वरील सर्व विधाने सत्य आहेत.

४५. ज्या तंत्रामध्ये संदेशाची प्रतिमा संकेतामध्ये रूपांतरित केली जाते आणि टेलिफोन तारांमधून पाठविली जाते; आणि पुन्हा संदेशाचे प्रतिमांमध्ये रूपांतर करून कागदावर पुनर्निर्मिती करते त्या यंत्राला म्हणतात -

अ) टेलीडॉन यंत्र **ब)** व्हिडिओ कॅसेट **क)** फॅक्स यंत्र **ड)** यापैकी नाही

४६. चुकीचे विधान ओळखा.

अ) प्रौढ लोक काही अपेक्षा ठेवून संदेश स्वीकारतात; म्हणून लोकांच्या अपेक्षांना समांतर संदेश असावा.

ब) दैनंदिन जीवनात संप्रेषणाची कार्यक्षमता शंभर टक्के असू शकत नाही.

क) चांगल्या संप्रेषणासाठी ग्राहक हा क्रियाशील नसला तरी चालतो.

ड) अशाब्दिक संप्रेषणासाठी १० ते १५ टक्के भाग शाब्दिक स्वरूपाचा असतो.

४७. वर्गांतर्गत संप्रेषणाचे मूल्यमापन करणे म्हणजे शिक्षकांच्या अध्यापन कार्याचेच मूल्यमापन म्हणता येईल.

अ) बरोबर आहे **ब)** चूक आहे **क)** अर्ध बरोबर आहे **ड)** अर्ध चूक आहे

(घटक - IV संप्रेषण - संज्ञापन - Communication)

नमुना प्रश्नसंच - उत्तरसूची

प्र.क्र.	उत्तर	प्र.क्र.	उत्तर	प्र.क्र.	उत्तर	प्र.क्र.	उत्तर	प्र.क्र.	उत्तर
१	ड	२	ब	३	ड	४	ब	५	अ
६	क	७	ड	८	अ	९	क	१०	ब
११	अ	१२	ब	१३	ड	१४	ड	१५	क
१६	अ	१७	ड	१८	क	१९	-	२०	क
२१	ड	२२	ड	२३	अ	२४	ड	२५	अ
२६	ड	२७	ड	२८	ब	२९	ड	३०	अ
३१	ब	३२	ब	३३	ब	३४	क	३५	ड
३६	अ	३७	अ	३८	अ	३९	अ	४०	क
४१	अ	४२	अ	४३	ड	४४	ड	४५	क
४६	क	४७	अ						

***

पेपर नं. १
घटक नं. ५ संख्यामाला
(Numbers Series)

नवीन अभ्यासात पेपर नं. १मध्ये घटक क्रमांक - ५ व ६ वा बौद्धिक चाचणीशी निगडित आहे. शिष्यवृत्ती परीक्षांसाठी शासन या पद्धतीचा अधिक वापर करून परीक्षा मंडळामार्फत परीक्षा घेते, त्याच धर्तीवर या प्रश्नांचीरचना केलेली असते. या प्रश्नांचीरचना ठराविक एकाच प्रकारची नसते. त्यामुळे मार्गदर्शन करणे आणि निश्चित उत्तरे देणे कठीण जाते. तथापि, जर-तर या तत्त्वावर तर्क करून उत्तरे देता येणे शक्य होते. सर्व स्पर्धा परीक्षांना या तंत्राचा उपयोग केला जातो; कारण यामधून बौद्धिकक्षमता ठरविता येते. मानसिक कल किंवा बौद्धिकक्षमता सर्वात महत्त्वाची असून या दोन्ही घटकांना एकत्र करून १२ प्रश्न व २४ गुण देण्याची सध्याच्या पेपर नं. १मध्ये तरतूद केलेली आढळते.

प्रश्न चार पर्यायी उत्तराशी निगडित असतो. या चार उत्तरांपैकी बहुतेक दोन उत्तरे पूर्णपणे चुकीची असतात. त्यामुळे सदर विसंगती उत्तरे सहजपणे समजून येतात. आता उरलेल्या दोन पर्यायी उत्तरांपैकी एक प्रश्नाशी निगडित असते. परंतु, दोन्हीही जवळची उत्तरे वाटतात आणि उमेदवार गोंधळतो व घाई-गडबडीत पटकन् एकावर खूण करून पुढे जातो; अशा वेळी परीक्षार्थीने एक-दोन सेकंदाचा थांबा घ्यावा आणि विचारपूर्वक उत्तर द्यावे. काही प्रश्न इतके सोपे असतात की, दैनंदिन जीवनाशी आणि शालेय अभ्यासक्रमाशी मिळते-जुळते असतात. त्यामुळे शालेय विषयांचा आधार घेऊन सामान्यज्ञान म्हणून सहज जमून जाते; वेळेचे बंधन असल्याने सर्व १० प्रश्न १० ते १२ मिनिटांत सोडवून पुढे जाता आलं पाहिजे.

या ठिकाणी काही नमुनाप्रश्न जुन्याच प्रश्न संचातून आम्ही निवडून नमुना म्हणून देत आहोत. तथापि, त्यांची उत्तरे या ठिकाणी ठेवलेली नाहीत. त्यांचं महत्त्वाचं कारण म्हणजे अशी 'रेडीमेड' तयार उत्तरे या ठिकाणी उपयोगी नाहीत. इतर विभागात उत्तरसूची दिलेली आहे, तशी ५ व्या व ६ व्या घटकांतील प्रश्नांना उत्तरसूची जोडलेली नाही. त्याचे महत्त्वाचे कारण - म्हणजे त्यामुळे 'युक्तिवाद' होत नाही. मनामध्ये 'तर्क' करून कारण शोधून काढण्याच्या प्रक्रियेला संधी प्राप्त होत नाही. बुद्धिला 'ताण' पडत नाही. साहजिकच सराव होत नाही. सराव व्हावा म्हणून या घटकांशी संबंधित असे दहा उपघटक करून फक्त नमुनादाखल प्रश्न दिले आहेत. प्रश्न समजणे याचा अर्थ उत्तर सापडणे शक्य आहे, असे गृहीत धरावे. सांकेतिक व समान शब्द, समान आकृती संबंध, जर-तर हे प्रश्न कोणत्याही पुस्तकी ज्ञानातून घेतलेले नसतात. त्याला तार्किक (Logical Reasoning) प्रश्न म्हणतात. नमुना प्रश्न पाहून परीक्षार्थींनी स्वत:च नवीनप्रश्न तयार करावेत म्हणजे योग्य तो सराव होतो. बाजारात उपलब्ध असणाऱ्या प्रश्नांच्या ढिगांचा वाचून - पाठ करून उपयोग होत नाही.

संख्यामालांचे विविध प्रकार :

1) n, n = नैसर्गिक संख्या, सम संख्या, विषम संख्या, त्रिकोणी संख्या, मूळ संख्या
2) n^2, n = नैसर्गिक संख्या, सम संख्या, विषम संख्या, त्रिकोणी संख्या, मूळ संख्या
3) n^3, n = नैसर्गिक संख्या, सम संख्या, विषम संख्या, त्रिकोणी संख्या, मूळ संख्या
4) $n + 1, n^2 + 1, n^3 + 1$
5) $n - 1, n^2 - 1, n^3 - 1$
6) $n + n, n^2 + n, n^3 + n$
7) $n^2 - n, n^3 - n$
8) समान फरक असणाऱ्या मालिका
9) शेजारच्या दोन संख्यांमधील फरक

10) शेजारच्या दोन संख्यांची बेरीज/वजाबाकी/गुणाकार/भागाकार इ.
11) एका आड एक संख्यांमधील संबंध
12) दिलेल्या संख्यांमधील प्रत्येक अंकाची बेरीज/गुणाकार इ.
उदा. खालील संख्यामालेतील प्रश्नचिन्हाच्या जागी काय येईल?

1) 2, 5, 11, 20, 32, 47, ?
1) 68 2) 65 3) 62 4) 64 (2)
स्पष्टीकरण : तीनच्या पटीच्या फरकाने चढत्याक्रमाने येणाऱ्या संख्यांचा गट दिला आहे.

2) 26, 52, 78, ?, 130
1) 91 2) 102 3) 117 4) 104 (4)
स्पष्टीकरण : १३च्या पाढ्यातील क्रमशः सम संख्यांचा गट किंवा २६च्या पटीतील क्रमाने संख्या आल्या आहेत.

सम-विषम संख्यांवर आधारित. उदा.

3) 15, 18, 23, 30, ?, 50
1) 37 2) 39 3) 41 4) 40 (2)
स्पष्टीकरण : 3, 5, 7, 9, 11 या विषम संख्यांच्या फरकाने संख्यांचा चढता क्रम दिला आहे.

4) 7, 8, 15, 15, 31, 29, 63, ?
1) 59 2) 57 3) 61 4) 58 (2)
स्पष्टीकरण : समस्थानची संख्या मागील संख्येच्या (2n - 1) आणि विषमस्थानची संख्या मागील संख्येच्या (2n + 1)च्या पट आहे.

मूळ संख्यांवर आधारित. उदा.

१ ते १०० पर्यंतच्या संख्यांच्या दरम्यानच्या मूळ संख्या

1 – 10	10 – 20	20 – 30	30 – 40	40 – 50	50 – 60	60 – 70	70 – 80	80 – 90	90 – 100
2,3,5,7	11,13,17,19	23,29	31,37	41,43,47	53,59	61,67	71,73,79	83,89	97

5) 2, 3, 5, 7, 11, 13, ?
1) 15 2) 17 3) 19 4) यांपैकी नाही (2)
स्पष्टीकरण : क्रमशः मूळ संख्यांचा क्रम दिला आहे.

6) 59, 47, 41, 31, ?
1) 23 2) 29 3) 19 4) 27 (1)
स्पष्टीकरण : उतरत्या क्रमाने एक सोडून एक मूळ संख्यांचा क्रम येतो.

7) 2, 5, 13, 29, ?
1) 53 2) 43 3) 47 4) 41
स्पष्टीकरण : 1, 2, 3, 4च्या मूळ संख्यांच्या फरकाने आलेल्या मूळ संख्यांचा चढता क्रम दिला आहे.

8) 60, 43, 30, 19, ?
1) 10 2) 12 3) 14 4) 15 (2)
स्पष्टीकरण : 17, 13, 11, 7 या मूळ संख्यांच्या फरकाने संख्यांचा उतरता क्रम आहे.

त्रिकोणी संख्या आधारित

9) 1, 3, 6, 10, 15, 21, 28, ?

    1) 28   2) 27   3) 35   4) 36   (4)

स्पष्टीकरण : त्रिकोणी संख्या $= \dfrac{n(n+1)}{2} = \dfrac{1 \times 2}{2} = 1, \ \dfrac{2 \times 3}{2} = 3$ याप्रमाणे

1, 3, 6, 10, 15, 21, 28, 36, 45, 55, 66 ..... या त्रिकोणी संख्या आहेत.

10) 91, 78, 66, 55, ?

    1) 36   2) 45   3) 44   4) 43   (2)

स्पष्टीकरण : त्रिकोणी संख्यांचा उतरता क्रम दिला आहे.

11) 90, 62, 41, 26, ?

    1) 14   2) 11   3) 18   4) 16   (4)

स्पष्टीकरण : 28, 21, 15, 10 या त्रिकोणी संख्यांच्या फरकाने संख्यांचा उतरता क्रम दिला आहे.

12) 7, 8, 11, 17, 27, ?

    1) 39   2) 40   3) 42   4) 41

स्पष्टीकरण : 1, 3, 6, 10, 15 या त्रिकोणी संख्यांच्या फरकाने संख्यांचा चढता क्रम येतो.

वर्ग संख्यांवर आधारित

13) 9, 16, 25, 36, 49, ?

    1) 65   2) 81   3) 64   4) 54   (3)

स्पष्टीकरण : वर्ग संख्या घेतल्या आहेत.

14) 17, 26, 37, 50, ?

    1) 63   2) 64   3) 65   4) 66   (3)

स्पष्टीकरण : $(n^2 + 1) \rightarrow$ n = नैसर्गिक संख्या

15) 24, 35, 48, 63, ?

    1) 80   2) 82   3) 72   4) 90   (1)

स्पष्टीकरण : $(n^2 - 1) \rightarrow$ n = क्रमशः नैसर्गिक संख्या

16) 0, 6, 6, 18, 20, 38, 42, ?

    1) 62   2) 66   3) 68   4) 70

स्पष्टीकरण : $(n^2 - n) \ (n^2 + 2)$ या प्रकारची मालिका आहे.

n = 1, 2, 3, 4, 5, 6, 8 या नैसर्गिक संख्या.

घन संख्यांवर आधारित

17) 1, 8, 27, 64, 125, 216, ?

1) 512   2) 334   3) 434   4) 343   (4)

स्पष्टीकरण : n^3 संख्या मालिका आहे.

18) 0, 7, 26, 63, ?

1) 124   2) 126   3) 74   4) 80   (1)

स्पष्टीकरण : $(n^3 - 1)$ या प्रकारची संख्यामाला आहे.

19) 6, 7, 15, 42, 106, ?

1) 231   2) 315   3) 209   4) 187   (1)

स्पष्टीकरण : $1^3, 2^3, 4^3, 5^3,$ या घन संख्यांच्या फरकाने असलेल्या संख्यांचा चढता क्रम.

20) 6, 23, 58, 117, ?

1) 159   2) 206   3) 184   4) 226   (2)

स्पष्टीकरण : $n^3 - 2, -4, -6, -8, -10$ या सम संख्या या प्रकाराने संख्यामाला तयार झाली आहे.

अक्षरमाला (Letter Series)

1	2	3	4	5	6	7	8	9	10	11	12	13
A	B	C	D	E	F	G	H	I	J	K	L	M
N	O	P	Q	R	S	T	U	V	W	X	Y	Z
14	15	16	17	18	19	20	21	22	23	24	25	26

उदा. 1) C, E, H, L, ?

1) P   2) R   3) Q   4) S   (3)

स्पष्टीकरण : डावीकडून क्रमाने 1, 2, 3, 4 ही अक्षरे सोडून तयार अक्षरमाला आहे. त्यानुसार L नंतर चार अक्षरे सोडून Q हे अक्षर येते.

2) AG, FL, KQ, PV, ?

1) UA   2) UZ   3) UB   4) VA   (1)

स्पष्टीकरण : A, F, K, R, ... या क्रमाने चार अक्षरे सोडून व दुसरे अक्षर G, L, Q, V ..... या क्रमाने चार अक्षरे सोडून

3) BDG , CEH, DFI, EGJ, ?

1) EIK   2) FHK   3) GIL   4) FGL   (2)

स्पष्टीकरण : प्रत्येक पदातील पहिले, दुसरे, तिसरे अक्षर डावीकडून क्रमाने आलेले आहे म्हणून EGJ नंतर FNK हे पद येईल.

4) AY, BX, CW, DV, ?

1) EV   2) EU   3) VE   EW   (2)

स्पष्टीकरण : A B C D E F G H I J K L M
           Z Y X W V U T S R Q P O N प्रमाणे मांडणी केली आहे.

- खालील प्रश्नांच्या संख्यामालिकेत प्रश्नचिन्हाच्या जागी काय येईल?

1) 5, 9, 14, 20, 27, 35, ?
   1) 43   2) 45   3) 42   4) 44

2) 2, 8, 9, 27, 28, ?
   1) 57   2) 84   3) 56   4) 85

3) 312, 424, 536, ?, 760
   1) 515   2) 485   3) 495   4) 505

4) 4, 6, 10, 18, 34, ?
   1) 66   2) 52   3) 64   4) 54

5) 5, 10, 16, 23, 31, ?
   1) 31   2) 39   3) 32   4) 40

6) 35, 43, 50, 55, 65, ?
   1) 80   2) 75   3) 76   4) 85

7) 34, 68, 102, 136, ?
   1) 153   2) 144   3) 174   4) 170

8) 3, 8, 15, 24, 35, ?
   1) 50   2) 47   3) 48   4) 49

9) 100, 71, 48, 29, ?
   1) 12   2) 19   3) 14   4) 16

10) 1015, 2128, 3645, 5566, ?
   1) 7788   2) 7890   3) 7791   4) 7891

उत्तर :   1) 4   2) 3   3) 4   4) 1   5) 4   6) 3   7) 4   8) 3   9) 1   10) 4

सरावासाठी प्रश्न - अक्षरमाला

1) O, M, K, I, G , ?
   1) E   2) J   3) G   4) H

2) A, D, I, P, Y, ?
   1) J   2) I   3) L   4) K

3) M, O, R, V, A, ?
   1) F   2) G   3) H   4) I

4) JC, LE, NG, PI, ?
   1) RK   2) KR   3) QH   4) MN

5) YC, XD, WE, VF
   1) UT   2) GU   3) UF   4) UG

6) XW, UT, RQ, ON, ?
   1) MK   2) KL   3) LM   4) LK

7) ?, GHI, JKL, MNO
1) DEE 2) DEF 3) DFE 4) DFF

8) BC, EF, IJ, NO, ?
1) TU 2) UT 3) ST 4) RS

9) MNO, JKL, GHI, DEF, ?
1) ABC 2) CBA 3) DCB 4) BCD

उत्तरे : 1) E 2) 1 3) 2 4) 1 5) 4 6) 4 7) 2 8) 1 9) 1

अक्षरांची लयबद्ध मांडणी

- **अक्षरांची लयबद्ध मांडणी करताना सर्वप्रथम**

१) अक्षरमालेतील अक्षरांची संख्या मोजून घ्या.

२) गटातील अक्षरांची संख्या निश्चित करा.

३) जेव्हा अक्षरमालेतील अक्षरांचे समान गट पडत नसतील तेव्हा ३, ४, ५... या चढत्या क्रमाने किंवा ३, ४, ३, ४ अशा अक्षरांचे गट पाडावेत. अथवा अक्षर कमी वा जास्त होत असल्यास शेवटच्या किंवा पहिल्या अर्धवट असणाऱ्या गटातील पद पहावे. उदा. abc cba abc cba abc अक्षरामालेत एकूण १८ अक्षरे आहेत म्हणजेच ३ चे ६ गट तयार होतील. किंवा ६ चे ३ गट.

abc / bca / abc / bca / abc / bca

एका आड एक गट

उदा. 1) - abbb - b - babb रिकाम्या जागी कोणती अक्षरे क्रमवार येतील.
1) aba 2) baa 3) bab 4) bba (3)

स्पष्टीकरण : babb ही अक्षरे याच क्रमाने पुन्हा पुन्हा येतात. bab रिकाम्या जागी भरल्यास लयबद्ध अक्षरमाला तयार होते.

2) a - ba - cbaac - aa - ba
1) acba 2) abac 3) acbac 4) aabac (1)

स्पष्टीकरण : abc ही तीन अक्षरे विशिष्ट क्रमाने मांडली आहेत. ही तीन अक्षरे वापरून पाहिल्यास acba हा अक्षरगट क्रमाने ४ वेळा येतो.

3) - 101 - 1011 - - 11101
1) 1011 2) 1111 3) 1010 4) 1110 (4)

स्पष्टीकरण : दोन-दोन चे आठ गट तयार करावे.

सरावासाठी प्रश्न

1) ab - abb - bbab - - bbabb
1) baba 2) abab 3) aabb 4) abbb

2) pqr - rq - qrprqp - - prqp - rprq
1) qpqrq 2) ppqrq 3) ppqqr 4) pprqp

3) xy - - xyzz - yz - xyz -
1) zzxzz 2) xzxzz 3) xxzxx 4) zxzxz

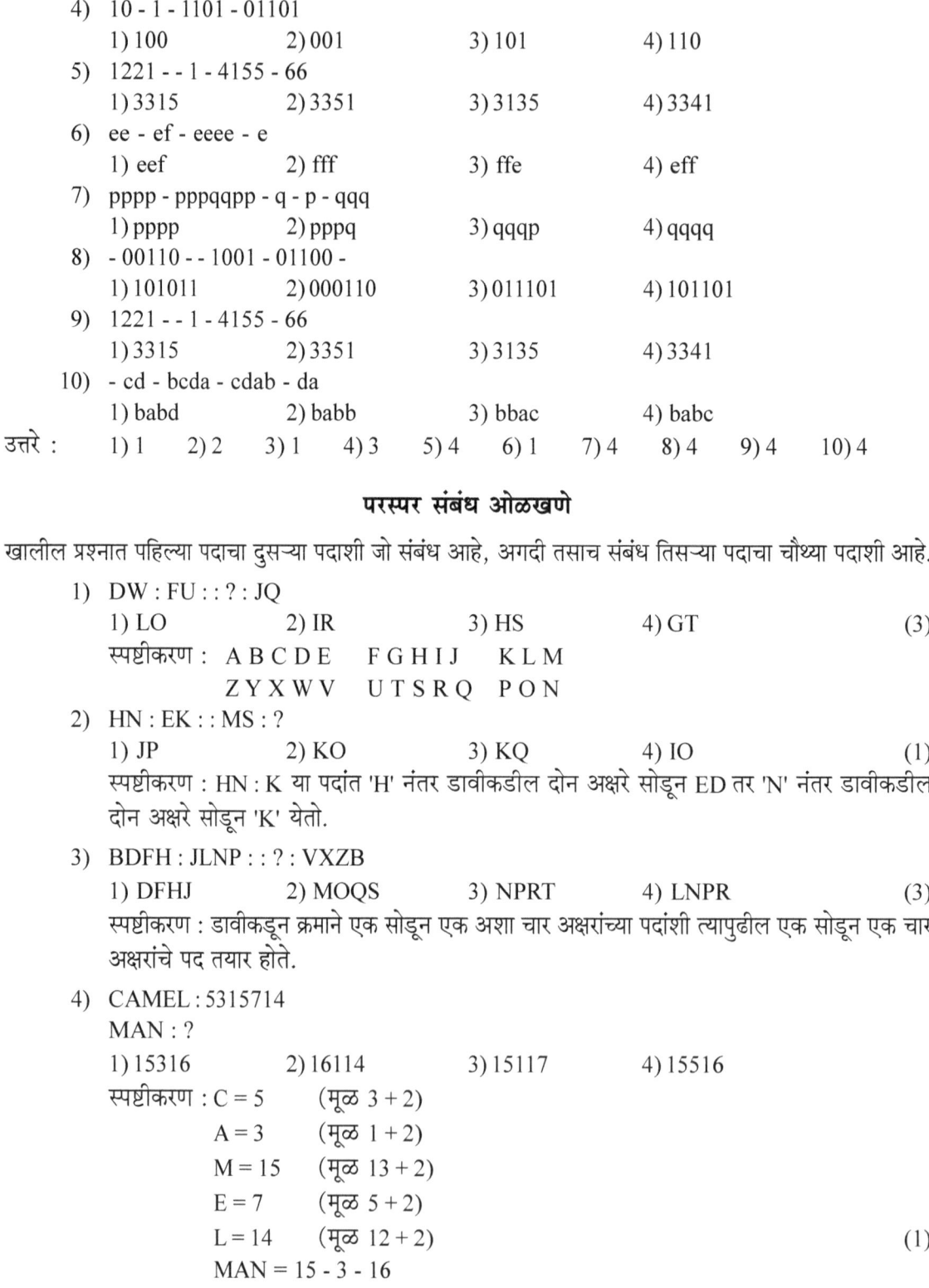

4) 10 - 1 - 1101 - 01101

1) 100 2) 001 3) 101 4) 110

5) 1221 - - 1 - 4155 - 66

1) 3315 2) 3351 3) 3135 4) 3341

6) ee - ef - eeee - e

1) eef 2) fff 3) ffe 4) eff

7) pppp - pppqqpp - q - p - qqq

1) pppp 2) pppq 3) qqqp 4) qqqq

8) - 00110 - - 1001 - 01100 -

1) 101011 2) 000110 3) 011101 4) 101101

9) 1221 - - 1 - 4155 - 66

1) 3315 2) 3351 3) 3135 4) 3341

10) - cd - bcda - cdab - da

1) babd 2) babb 3) bbac 4) babc

उत्तरे : 1) 1 2) 2 3) 1 4) 3 5) 4 6) 1 7) 4 8) 4 9) 4 10) 4

परस्पर संबंध ओळखणे

खालील प्रश्नात पहिल्या पदाचा दुसऱ्या पदाशी जो संबंध आहे, अगदी तसाच संबंध तिसऱ्या पदाचा चौथ्या पदाशी आहे.

1) DW : FU : : ? : JQ

1) LO 2) IR 3) HS 4) GT (3)

स्पष्टीकरण : A B C D E F G H I J K L M
Z Y X W V U T S R Q P O N

2) HN : EK : : MS : ?

1) JP 2) KO 3) KQ 4) IO (1)

स्पष्टीकरण : HN : K या पदांत 'H' नंतर डावीकडील दोन अक्षरे सोडून ED तर 'N' नंतर डावीकडील दोन अक्षरे सोडून 'K' येतो.

3) BDFH : JLNP : : ? : VXZB

1) DFHJ 2) MOQS 3) NPRT 4) LNPR (3)

स्पष्टीकरण : डावीकडून क्रमाने एक सोडून एक अशा चार अक्षरांच्या पदांशी त्यापुढील एक सोडून एक चार अक्षरांचे पद तयार होते.

4) CAMEL : 5315714

MAN : ?

1) 15316 2) 16114 3) 15117 4) 15516

स्पष्टीकरण : C = 5 (मूळ 3 + 2)
A = 3 (मूळ 1 + 2)
M = 15 (मूळ 13 + 2)
E = 7 (मूळ 5 + 2)
L = 14 (मूळ 12 + 2) (1)
MAN = 15 - 3 - 16

5) DSF : HWJ : : MHK : ?

   1) NIL   2) QLO   3) PQO   4) OJM   (2)

स्पष्टीकरण : D साठी ३ अक्षरे सोडून H, S साठी ३ अक्षरे सोडून W व F साठी ३ अक्षरे सोडून J अशी अक्षरे येतात.

D	S	F		M	H	K
↓	↓	↓		↓	↓	↓
H	W	J		Q	L	O

सरावासाठी

1) KLM : PQR : : RQP : ?

   1) WVU   2) UVW   3) WUV   4) यांपैकी नाही.

2) PON : KJI : : WVU : ?

   1) RQQ   2) RPQ   3) RQP   4) PPR

3) PQ : SU : : JH : ?

   1) ML   2) LM   3) MK   4) LL

4) EF : FH : : ? : KL

   1) JK   2) KK   3) JJ   4) KJ

5) MAN : HVI : : TIG : ?

   1) OEA   2) OBD   3) ODB   4) OEB

6) CAT : HFY : : ? : HXY

   1) CST   2) CQT   3) DTT   4) DST

7) GODO : HNEN : : TOOK : ?

   1) UNPJ   2) SNPJ   3) SPNJ   4) UNNJ

8) ELTS : ? : : TROB : RPMZ

   1) CJRQ   2) FMUJ   3) TUMQ   4) CJRP

9) PENX : RGPZ : : ? : TSRQ

   1) RSQP   2) RSTU   3) RQPO   4) RPQO

10) CRBS : DTEW : : GIJQ : ?

   1) HKMU   2) HJKR   3) KJHR   4) HMKU

उत्तरे :   1) 1   2) 3   3) 1   4) 3   5) 3   6) 1   7) 1   8) 1   9) 3   10) 1

वर्गीकरण (विजोड पद ओळखणे)

● या भागावरील प्रश्नांचे स्वरूप नावावरूनच समजते, अशा प्रकारच्या प्रश्नात चार विविध गट दिलेले असतात, त्यांपैकी तीन गट एका विशिष्ट नियमाने बनलेले असतात मात्र चौथा गट वेगळ्याच प्रकारे बनलेला असतो तो गट शोधणे व पर्यायातून निवडणे.

उदा.   1) खालील पैकी प्रश्नांतील गटात न बसणारे पद कोणते?

    52, 91, 56, 65   (3)

    स्पष्टीकरण : 13च्या पाढ्यातील संख्यांचा गट.

2) 31, 51, 21, 91

    स्पष्टीकरण : 31 मूळ संख्या आहे.

3) 16, 26, 36, 64

    स्पष्टीकरण : 26 वर्गसंख्या नाही.

4) 8, 27, 64, 125

    स्पष्टीकरण : 64 ही घनसंख्या व वर्गसंख्या आहे.

5) 83, 73, 46, 38

    स्पष्टीकरण : संख्येतील अंकाला गुणाकार 24 असलेला गट आहे.

6) HI, TS, OP, WX

    स्पष्टीकरण : क्रमाने लगतच्या दोन अक्षरांच्या जोड्यांची पदे दिली आहेत.

7) OMKI, YWUS, RTPN, JHFD

    स्पष्टीकरण : प्रत्येक पदामध्ये एक सोडून एक चार अक्षरे उलट क्रमाने दिली आहेत.

9) IHG , UTS, DCB, ONM

    स्पष्टीकरण : प्रत्येक पदातील 1 ले अक्षर स्वर आहे. पर्याय 3 अपवाद आहे.

सरावासाठी

1) PR, LN, VT, GI

2) CX, SH, KP, GT

3) STRQ, NMLK, JIHG, WVUT

4) CXDWV, GTHSI, KPLOM, BYCXD

5) FHJIG, KMONL, ACEDB, PSTRQ

6) 35, 65, 63, 21

7) 12, 48, 45, 24

8) 28, 78, 66, 54

9) 497, 265, 164, 366

10) $\dfrac{24}{30}$, $\dfrac{15}{25}$, $\dfrac{21}{35}$, $\dfrac{27}{45}$

11) 234, 543, 456, 345

12) 318, 530, 746, 424

उत्तरे :   1) 3   2) 2   3) 1   4) 1   5) 4   6) 2

             7) 3   8) 4   9) 2   10) 1   11) 2   12) 3

***

पेपर नं. १अ

घटक नं. ६ तर्क आणि अनुमान

(Logical Reasoning)

१) वेन आकृत्या व शब्दगट (विधाने) यांचा संबंध

दिलेल्या गटातील बाबींचा एकमेकांशी असलेला संबंध वेन आकृतीने दर्शविला जातो.

उदा. १) i) गाय, म्हैस, शेळी

ii) प्राणी, वनस्पती, महासागर

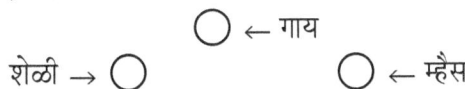

स्पष्टीकरण : गाय, म्हैस, शेळी हे तिन्ही प्राणी वेगवेगळे आहेत म्हणून एकमेकास न छेदणाऱ्या तीन वर्तुळांनी दर्शवणाऱ्या वेन आकृतीने हा शब्दगट दर्शविला आहे.

२) i) गाव, तालुका, जिल्हा

ii) आशिया, भारत, महाराष्ट्र

स्पष्टीकरण : जर एक बाब दुसऱ्या बाबीत समाविष्ट असेल व दुसरी बाब तिसऱ्या बाबीत समाविष्ट असेल तर तो गट तीन एक केंद्री वर्तुळांनी दर्शविला जातो.

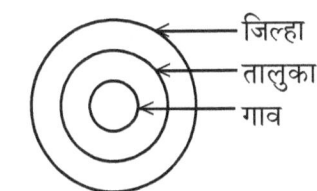

३) बुध, शुक्र, ग्रह

मुंबई, सातारा, महाराष्ट्र

स्पष्टीकरण : जेव्हा दोन स्वतंत्र बाबी तिसऱ्या बाबीचे घटक असतात तेव्हा एका मोठ्या वर्तुळात दोन स्वतंत्र वर्तुळे दर्शविणाऱ्या वेन आकृतीने हा शब्दगट दर्शविला जातो.

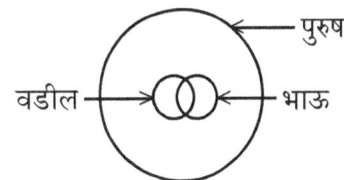

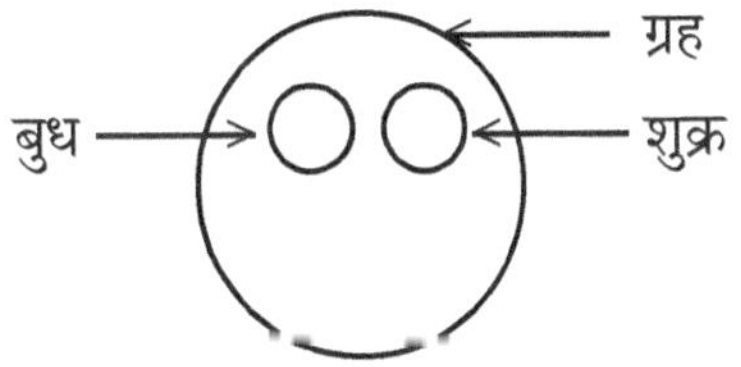

४) वडील, भाऊ, पुरुष

स्पष्टीकरण : वडील हे भाऊ असू शकतात व भाऊ हे वडील असू शकतात. मात्र, वडील व भाऊ दोन्ही पुरुष आहेत म्हणून वडील व भाऊ ही दोन एकमेकांना छेदणारी वर्तुळे पुरुष या मोठ्या वर्तुळात समाविष्ट आहेत.

५) प्रवासी, विमान, बोट

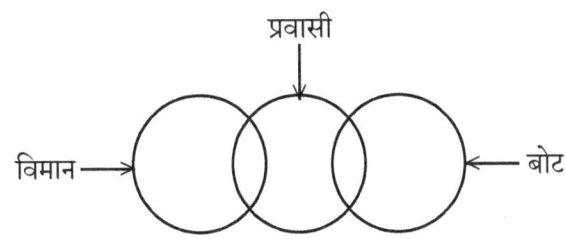

स्पष्टीकरण : जेव्हा दोन बाबी स्वतंत्र असून तिसऱ्या बाबीशी अंशत: संबंधित असतात. तेव्हा एका रेषेत मधल्या वर्तुळाला छेदणारी दोन वर्तुळे वेन आकृतीने दर्शवितात.

६) स्त्रिया, खेळाडू, गायक
स्पष्टीकरण : जेव्हा तिन्ही बाबी अंशत: एकमेकांशी संबंधित असतात, तेव्हा एकमेकांशी छेदणाऱ्या तीन वर्तुळांच्या वेन आकृतीने दर्शवितात.

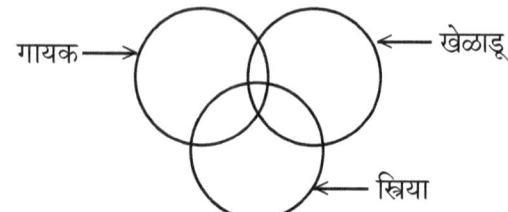

७) पुरुष, कलाकार, मूर्ती

स्पष्टीकरण : जेव्हा दोन बाबी एकमेकांशी अंशत: संबंधित असतात, परंतु तिसरी बाब त्या दोन बाबींशी संबंधित नसून पूर्णत: स्वतंत्र असते. तेव्हा एकमेकांना छेदणारी दोन वर्तुळे व तिसरे वर्तुळ स्वतंत्र असलेल्या वेन आकृतीने हा गट दर्शवितात.

उदा. खालील प्रश्नातील शब्दगट कोणत्या वेन आकृतीशी संबंधित आहे, हे ठरवा व त्या आकृतीचे सांकेतिक अक्षर दर्शविणारा योग्य पर्याय निवडा.

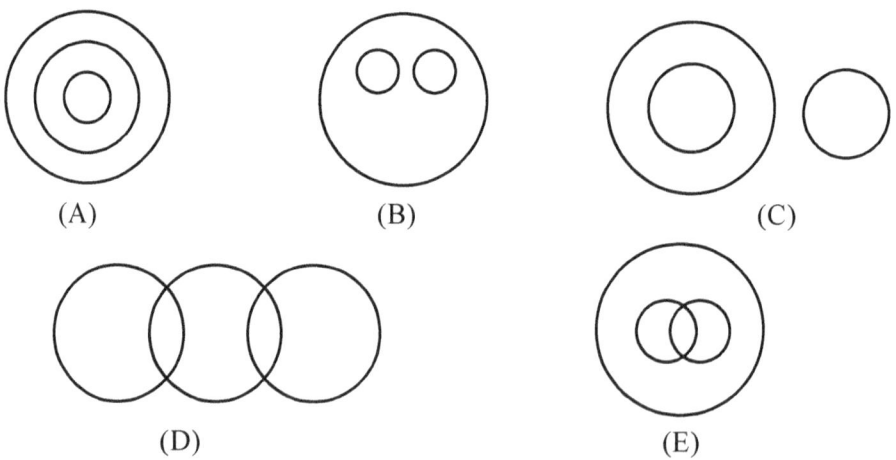

(A)

(B)

(C)

(D)

(E)

1) कोबी, पालक, भाजी
1) C 2) D 3) B 4) E (3)

2) पृथ्वी, पर्वत, जंगल
1) D 2) E 3) B 4) A (2)

3) दिवस, आठवडा, महिना
1) D 2) E 3) C 4) A (4)

4) सफरचंद, फळे, वांगी

1) C 2) D 3) B 4) E (1)

5) सामान, रेल्वे, जहाज

1) C 2) B 3) D 4) E (3)

तर्क आणि अनुमान :

या प्रकारच्या प्रश्नात दोन विधाने दिली जातात. त्याचबरोबर दोन अनुमाने दिली जातात, दिलेली विधाने वास्तवाशी विसंगत असली तरी ती सत्य मानून दिलेल्या अनुमानांपैकी कोणती अनुमाने निघू शकतात, हे नियमांच्या आधारे तार्किकदृष्ट्या विचार करून ठरवायचे असते.

१) अनुमान मध्यमपद समाविष्ट असल्यास अनुमान निघत नाही.

विधाने : १) सर्व वाघ, कोल्हे आहेत.
२) काही कोल्हे, ससे आहेत.

अनुमाने : १) सर्व कोल्हे, वाघ आहेत.
२) काही कोल्हे, ससे नाहीत.

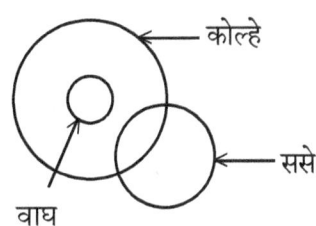

२) कोणतेही पद विधानात विभागल्याशिवाय अनुमानात विभागता येत नाही.

विधाने : १) काही पोपट, मोर आहेत.
२) सर्व मोर, बगळे आहेत.

अनुमाने : १) सर्व बगळे, मोर आहेत.
२) काही पोपट, बगळे आहेत.

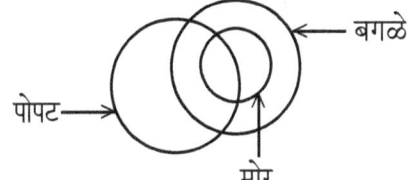

३) मध्यमपद निदान एकदातरी विधानात विभागले गेले पाहिजे अन्यथा अनुमान निघत नाही.

विधाने : १) सर्व कागद, पेन आहेत. २) काही पेन निळे असतात.

अनुमाने : १) सर्व पेन, कागद असतात. २) काही कागद निळे असतात.

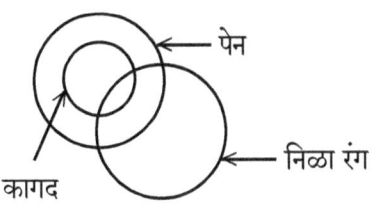

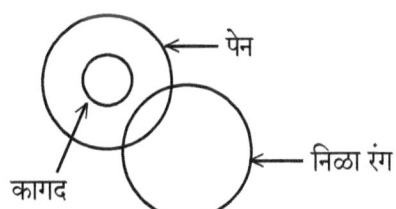

४) जर दोन्ही विधाने विशेष (Particular) असतील तर अनुमान निघत नाही.

विधाने : १) काही खिडक्या, दरवाजे असतात.
२) काही दरवाजे, खांब असतात.

अनुमाने : १) सर्व खिडक्या, खांब असतात.
२) काही खांब, खिडक्या असतात.

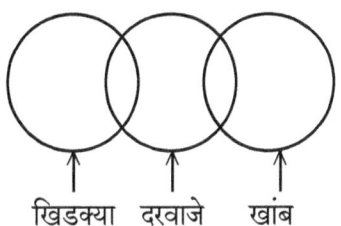

५) दोन्ही विधाने नकारार्थी असल्यास कोणतेही अनुमान निघत नाही.

विधाने : १) एकही पेरू, आंबा नाही.
२) एकही आंबा, चेरी नाही.

अनुमाने : १) एकही पेरू, चेरी नाही.
२) काही चेरी, आंबे असतात.

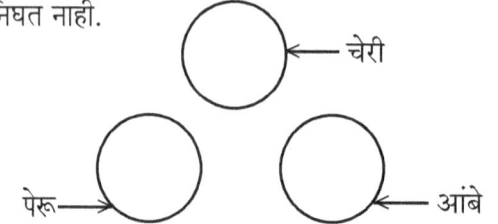

६) जर प्रधान विधान विशेष आणि गौण विधान नकारार्थी असल्यास अनुमान निघत नाही.

विधाने : १) काही दिवे पणत्या असतात.
२) कोणतीही मेणबत्ती नसते.

अनुमाने : १) एकही दिवा मेणबत्ती नसतो.
२) काही पणत्या मेणबत्त्या असतात.

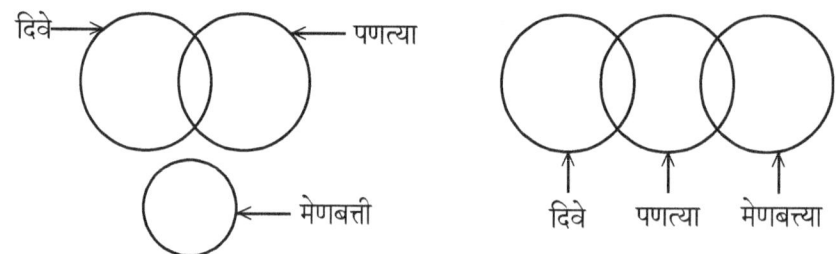

७) जर मध्यमपद दोनदा विभागले गेले असल्यास, अनुमान निघत नाही.

विधाने : १) सर्व चमचे, काटे असतात.
२) एकही पेला, चमचा नसतो.

अनुमाने : १) एकही पेला, काटा नसतो.
२) काही पेले, काटे असतात.

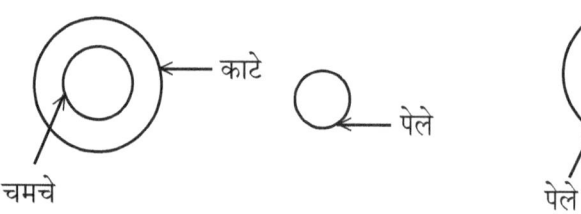

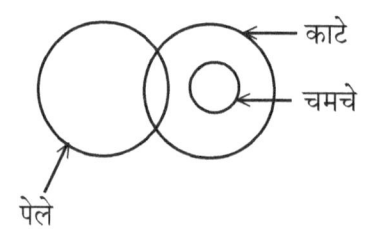

८) जर एक विधान नकारार्थी असेल, तर अनुमान नकारार्थी असले पाहिजे.

विधाने : १) सर्व मोती, हिरे आहेत.
२) एकही हिरा, माणिक नाही.

अनुमाने : १) एकही मोती, माणिक नाही.
२) काही माणिक, मोती असतात.

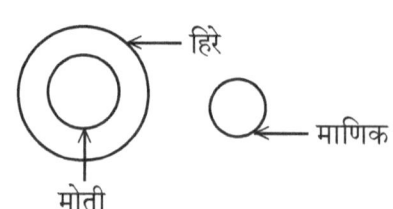

९) जर एक विधान विशेष असल्यास अनुमानसुद्धा विशेष पाहिजे.

विधाने : १) काही मुली, विद्यार्थी असतात.

२) सर्व विद्यार्थी, वाचक असतात.

अनुमने : १) काही मुली, वाचक असतात.

२) सर्व वाचक, मुली असतात.

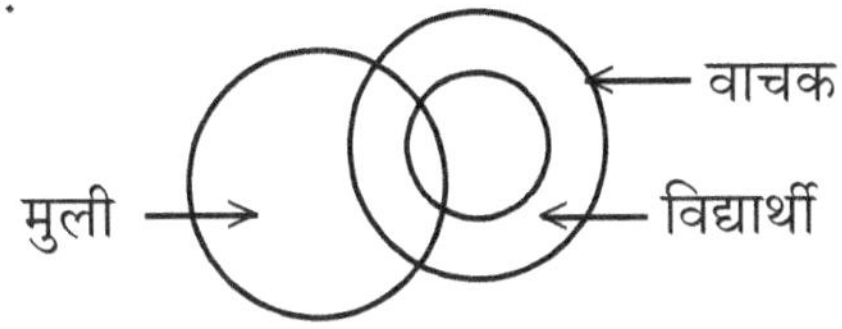

१०) दोन्ही विधाने होकारार्थी असल्यास, अनुमान होकारार्थी पाहिजे.

विधाने : १) सर्व कुत्रे, मांजरे आहेत.

२) सर्व मांजरे, गाई आहेत.

अनुमाने : १) सर्व कुत्रे, गाई आहेत.

२) काही कुत्रे, गाई नाहीत.

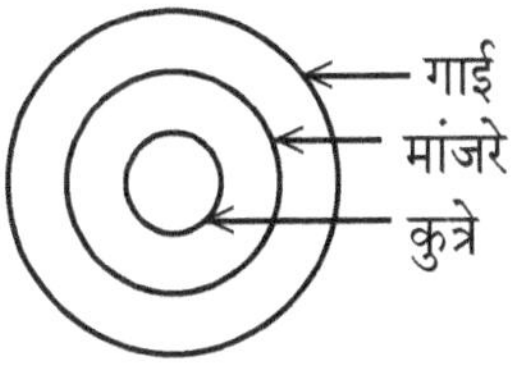

सरावासाठी उदा.

पर्याय : a) फक्त अनुमान I सत्य b) फक्त अनुमान II सत्य

c) अनुमान I किंवा II सत्य d) I व II दोन्ही असत्य

e) I आणि II दोन्ही सत्य

१) विधाने : १) सर्व हत्ती, वाघ आहेत.

२) सर्व वाघ, सिंह आहेत.

अनुमाने : I) सर्व हत्ती, सिंह आहेत.

II) सर्व सिंह, हत्ती आहेत.

1) a 2) e 3) b 4) d

२) विधाने : १) सर्व वकील, वक्ते असतात.

२) सर्व लेखक, वकील असतात.

अनुमाने : I) सर्व लेखक, वक्ते असतात.

II) काही वकील, लेखक असतात.

1) b 2) c 3) e 4) d

३) विधाने : १) सर्व मणी, टिकल्या असतात.

२) सर्व टिकल्या, चांदण्या असतात.

अनुमाने : I) सर्व चांदण्या, मणी असतात.

II) काही चांदण्या, मणी असतात.

1) d 2) e 3) a 4) b

४) विधाने : १) सर्व झोपड्या, बंगले असतात.

२) सर्व बंगले, तंबू असतात.

अनुमाने : I) काही तंबू, झोपड्या असतात.

II) काही तंबू, बंगले असतात.

1) e 2) b 3) d 4) c

५) विधाने : १) सर्व पेले, बश्या असतात.
    २) सर्व चमचे, बश्या असतात.
अनुमाने : I) सर्व बश्या, चमचे असतात.
    II) काही चमचे, पेले असतात.

1) a   2) b   3) c   4) d

६) विधाने : १) सर्व खडू, पेन्सिली असतात.
    २) सर्व पेन, खडू असतात.
अनुमाने : I) काही खडू, पेन असतात.
    II) काही पेन्सिली, खडू असतात.

1) b   2) e   3) d   4) c

७) विधाने : १) प्रत्येक शिक्षक, विद्यार्थी असतो.
    २) प्रत्येक विद्यार्थी, अनुभवी असतो.
अनुमाने : I) प्रत्येक शिक्षक, अनुभवी असतो.
    II) काही अनुभवी व्यक्ती, विद्यार्थी असतात.

1) e   2) a   3) c   4) b

उत्तरे : 1) 1   2) 3   3) 4   4) 1   5) 4   6) 1   7) 1

विधाने व गृहीतके :

दिलेल्या विधानानुसार कोणते गृहीतक अचूकपणे सूचित होते, ते ठरवा.

पर्याय : a) फक्त गृहीतक I सूचित होते.   b) फक्त गृहीतक II सूचित होते.
    c) गृहीतक I किंवा II सूचित होते.   d) दोन्ही गृहीतके सूचित होत नाहीत.
    e) दोन्ही गृहीतके सूचित होतात.

१) विधान : जर तो बुद्धिवान असेल, तर तो परीक्षेत उत्तीर्ण होईल.
गृहीतके : I) उत्तीर्ण होण्यास तो बुद्धिवान असला पाहिजे.
    II) तो परीक्षेत उत्तीर्ण होईल.

1) b   2) d   3) a   4) e

२) विधान : ग्रामीण भागात दारू पिण्याचे प्रमाण वाढल्याने अन्न विषबाधेच्या घटना वाढल्या आहेत.
गृहीतके : I) ग्रामीण भागात दारू पिण्याचे प्रमाण जास्त आहे.
    II) ग्रामीण भागात अनधिकृत दारूचे अड्डे जास्त आहेत.

1) b   2) e   3) d   4) a

३) विधान : सध्याचे त्याचे कंपनी A मधील शेअरची गुंतवणूक हा एक जुगार आहे.
गृहीतके : I) त्याच्या गुंतवणुकीतील तो तोटा असू शकतो.
    II) त्याला त्या गुंतवणुकीपासून नफा मिळू शकेल.

1) e   2) d   3) a   4) c

४) विधाने : घरात मच्छर प्रवेश करू नये म्हणून खिडक्यांना जाळ्या लावा.

गृहीतके : I) खिडक्यांशिवाय इतर मार्गाने मच्छर घरात प्रवेश करणे ऐच्छिक असते.

II) दरवाजांना लावण्यास जाळ्या उपलब्ध नाहीत.

1) d 2) e 3) a 4) b

५) बँक 'x' ने वैयक्तिक कर्जावर तत्काळ परिणाम म्हणून अर्धा टक्के व्याजदर कमी करण्याचे जाहीर केले आहे.

गृहीतके : I) दुसऱ्या स्पर्धक बँकासुद्धा वैयक्तिक कर्जावर व्याजदर कमी करू शकतात.

II) बँक x ही ग्राहकास वैयक्तिक कर्ज घेण्यासाठी आकर्षित करण्यास त्यामुळे यशस्वी ठरेल.

1) a 2) e 3) d 4) b

६) विधान : 'E' जीवनसत्त्वाच्या गोळ्यांचे मोठ्या प्रमाणात वितरण होते. तुमची रंगकांती चमकदार राहण्यास त्यांची मदत होते.

गृहीतके : I) लोकांना चमकदार कांती आवडते.

II) गोळ्यांच्या वितरणाअभावी रंगकांती निस्तेज होते.

1) e 2) d 3) b 4) c

७) विधान : वेड्यासारखे मी त्याच्या मागून जायचे ठरवले.

गृहितके : I) मी वेडा माणूस आहे.

II) मी वेडा माणूस नाही.

1) a 2) b 3) c 4) d

उत्तरे : 1) 3 2) 1 3) 4 4) 1 5) 4 6) 1 7) 3

विश्लेषण (पृथक्करण)

१) पुढील आकृतीचे निरीक्षण करा व प्रश्नांची उत्तरे द्या.

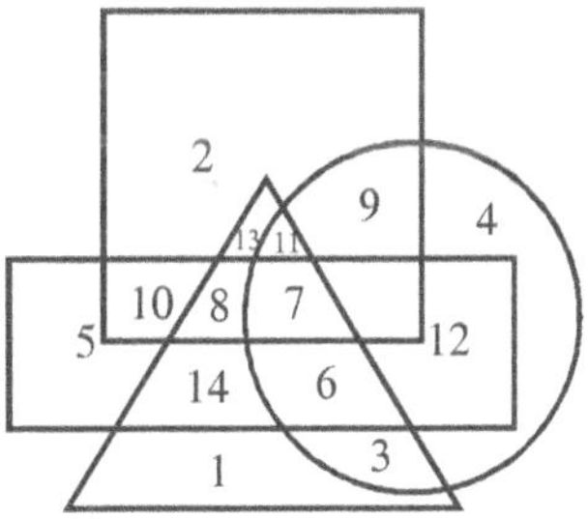

1) चौरस, त्रिकोण व आयतात नसलेली पण वर्तुळात असलेली संख्या कोणती?

1) 12 2) 6

3) 4 4) 9 (3)

2) त्रिकोण, चौरस, वर्तुळ व आयत या सर्वांत सामाईक असलेली संख्या कोणती?

1) 11 2) 7

3) 6 4) 8 (2)

3) चौरसात आयतात व त्रिकोणात आहे; परंतु वर्तुळात नाही अशी संख्या कोणती?

1) 14 2) 10 3) 6 4) 8 (4)

4) आयतात व त्रिकोणात आहे परंतु चौरसात व वर्तुळात नाही अशी संख्या कोणती?

1) 14 2) 5 3) 8 4) 10 (1)

5) फक्त चौरसात असलेली संख्या ही वर्तुळ व आयतात मिळून असलेल्या संख्येच्या किती पट आहे?
1) 6 2) 3 3) 1/3 4) 1/6 (4)

2) शेजारील आकृतीत (4)
x वर्तुळ राजकारणी लोकांचा संच दर्शविते.
y हे वर्तुळ भारतीयांचा संच.
z हे वर्तुळ वैज्ञानिकांचा संच दर्शविते.
या आकृतीतील e हा संच कोणत्या लोकांचे प्रतिनिधित्व करतो.
1) फक्त वैज्ञानिक
2) राजकारणी, भारतीय
3) फक्त राजकारणी
4) असे भारतीय राजकारणी जे वैज्ञानिक आहेत.

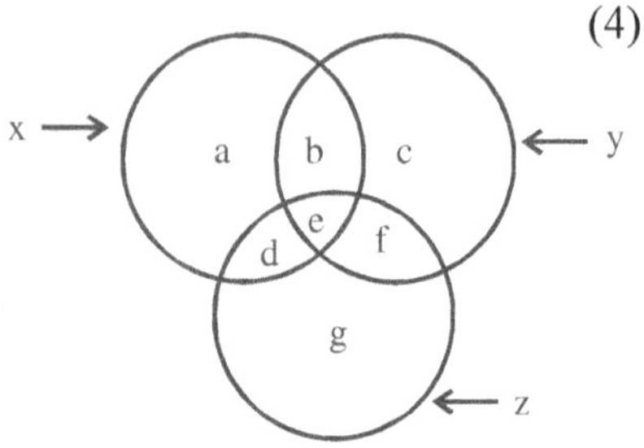

3) A = नोकरी करणाऱ्या व्यक्ती.
B = बसने प्रवास करणाऱ्या व्यक्ती.
C = रेल्वेने प्रवास करणाऱ्या व्यक्ती.

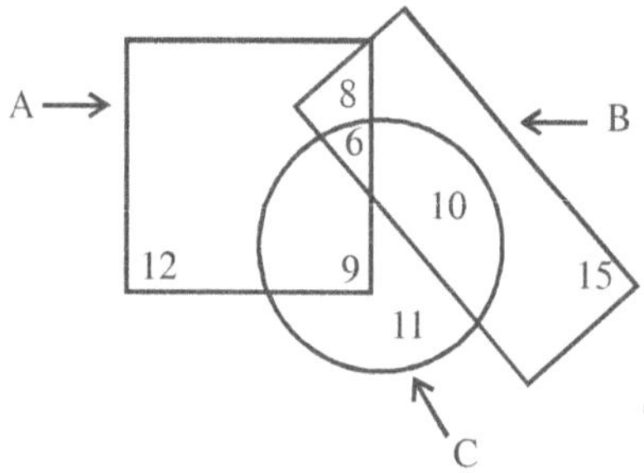

1) बसने प्रवास न करता नोकरी करणाऱ्या व्यक्ती किती?
1) 12 2) 20
3) 21 4) 29 (3)

2) नोकरी करणाऱ्या किती व्यक्ती प्रवास करतात?
1) 27 2) 23 3) 14 4) 12 (2)

3) प्रवास करतात; पण नोकरी करीत नाहीत अशा व्यक्ती किती?
1) 15 2) 26 3) 36 4) 50 (3)

आकृत्यांचे पृथक्करण

1) सोबतच्या आकृतीत एकूण किती कोन आहेत?
1) 3 2) 4
3) 5 4) 6 (4)
क्लृप्ती : एकूण किरणांना क्रम देऊन त्यांची बेरीज करा.

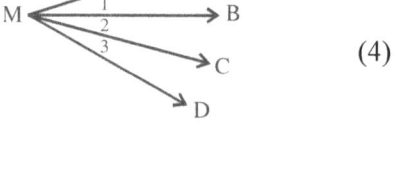

2) आकृतीत एकूण त्रिकोण किती आहेत?
1) 4 2) 7
3) 5 4) 6 (4)

3) आकृतीत एकूण त्रिकोण किती आहेत ?

$(1 + 2 + 3) + (2 + 3 + 4) = 15$

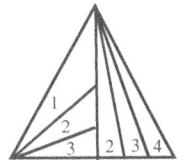

4) आकृतीत चौकोन किती आहेत ? 
   1) 15   2) 5
   3) 6   4) 10

   क्लृप्ती : 1 ते 5 अंकांची बेरीज करावी.

 (1)

5) आकृतीत एकूण चौकोन किती ? 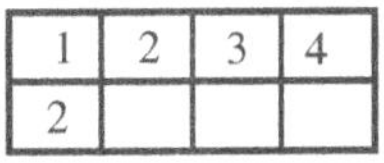
   1) 20   2) 30
   3) 10   4) 15

   क्लृप्ती : चौकोन = उभ्या रकान्यांच्या अंकांची बेरीज × आडव्या रकान्यांच्या
   अंकांची बेरीज $10 \times 3 = 30$

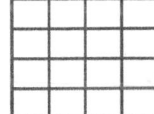 (2)

6) आकृतीत एकूण चौरस किती ?
   1) 15   2) 10
   3) 12   4) 14

   क्लृप्ती : रकान्यातील अंकांच्या वर्गांची बेरीज करणे.

   $1^2 + 2^2 + 3^2 = 1 + 4 + 9$
   $= 14$

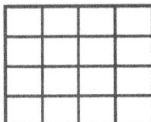 (4)

सरावासाठी उदाहरणे :

1) आकृतीत एकूण चौरस किती ?
   1) 30   2) 17
   3) 100   4) 25

2) आकृतीत चौकोन किती ?
   1) 100   2) 60
   3) 125   4) 30

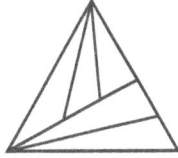

3) आकृतीत एकूण त्रिकोण किती ?
   1) 6   2) 11
   3) 10   4) 12

4) आकृतीत एकूण कोन किती ?
1) 21   2) 22
3) 20   4) 19

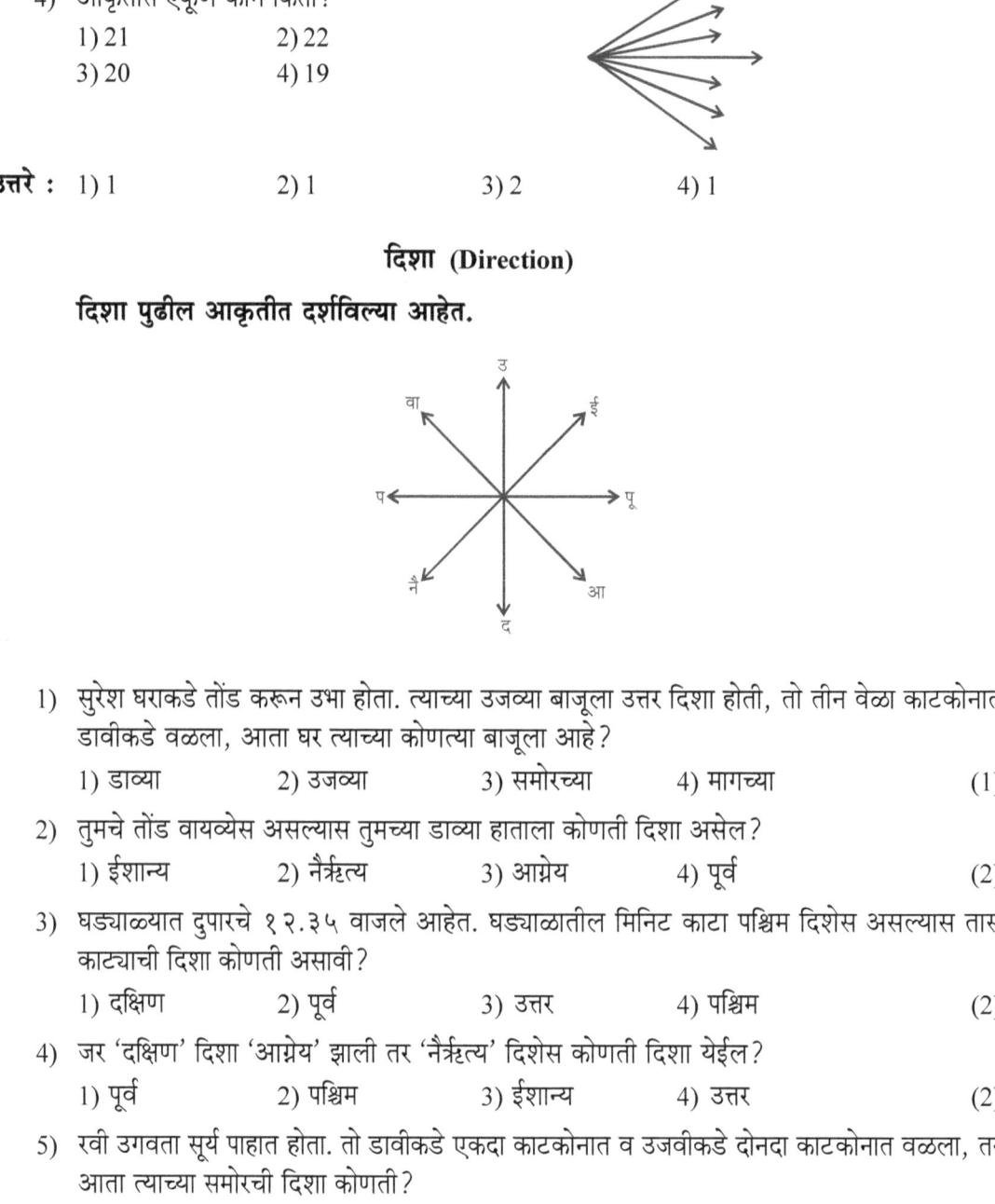

उत्तरे : 1) 1   2) 1   3) 2   4) 1

दिशा (Direction)

दिशा पुढील आकृतीत दर्शविल्या आहेत.

1) सुरेश घराकडे तोंड करून उभा होता. त्याच्या उजव्या बाजूला उत्तर दिशा होती, तो तीन वेळा काटकोनात डावीकडे वळला, आता घर त्याच्या कोणत्या बाजूला आहे ?
1) डाव्या   2) उजव्या   3) समोरच्या   4) मागच्या   (1)

2) तुमचे तोंड वायव्येस असल्यास तुमच्या डाव्या हाताला कोणती दिशा असेल ?
1) ईशान्य   2) नैर्ऋत्य   3) आग्नेय   4) पूर्व   (2)

3) घड्याळ्यात दुपारचे १२.३५ वाजले आहेत. घड्याळातील मिनिट काटा पश्चिम दिशेस असल्यास तास काट्याची दिशा कोणती असावी ?
1) दक्षिण   2) पूर्व   3) उत्तर   4) पश्चिम   (2)

4) जर 'दक्षिण' दिशा 'आग्नेय' झाली तर 'नैर्ऋत्य' दिशेस कोणती दिशा येईल ?
1) पूर्व   2) पश्चिम   3) ईशान्य   4) उत्तर   (2)

5) रवी उगवता सूर्य पाहात होता. तो डावीकडे एकदा काटकोनात व उजवीकडे दोनदा काटकोनात वळला, तर आता त्याच्या समोरची दिशा कोणती ?
1) पश्चिम   2) उत्तर   3) पूर्व   4) दक्षिण   (4)

कालमापन (दिनदर्शिका)

सामान्य वर्ष :

1) एकूण दिवस = 365, एकूण आठवडे = 52 + 1 दिवस जादा (odd)
2) सामान्य वर्षात 1 जाने. असणारा वार 53 वेळा येतो आणि बाकीचे वार प्रत्येकी 52 वेळा येतात.
3) 1 जाने. जो वार येतो तोच वार 31 डिसेंबरला येतो.
4) सामान्य वर्षात फेब्रुवारी महिन्यात 28 दिवस येतात.

लीप वर्ष

1) ज्या सनाला 4 ने नि:शेष भाग जातो आणि ज्या सनाच्या शेवटी दोन शून्य असल्यास 400 ने नि:शेष भाग जातो ते 'लिप वर्ष' होय.
2) लीप वर्षाचे एकूण दिवस = 366, एकूण आठवडे 52 + 2 दिवस जादा.
3) लीप वर्षात फेब्रुवारी महिना 29 दिवसांचा असतो.

उदा. 1) 1996 ची सुरुवात सोमवारने झाली असेल तर 1999 ची सुरुवात कोणत्या वाराने होईल?

1) गुरुवार   **2) शुक्रवार**   3) रविवार   4) शनिवार

क्लृप्ती : 1996 हे लीप वर्ष म्हणून 2 दिवस जादा, 1997 चा 1 दिवस जादा, 1998 चा 1 दिवस जादा. त्यानुसार 2 + 1 + 1 = 4 दिवस जादा म्हणून सोमवारच्या पुढील 4 था दिवस शुक्रवार येईल.

2) 1997 चे नवीन वर्ष सोमवारी सुरू झाले असेल, तर त्या वर्षभरात कोणता वार 53 वेळा येईल?

1) गुरुवार   2) मंगळवार   3) सोमवार   4) बुधवार

स्पष्टीकरण : लीप वर्ष नसेल तर 1 जानेवारी वार फक्त 53 वेळा येतो. बाकी वार 52 वेळा येतात.

3) खालील पैकी कोणते वर्ष लीप वर्ष आहे?

1) 1600   2) 1700   3) 1800   4) तिन्ही बरोबर   (1)

4) जर शिक्षक दिन मंगळवारी आला असेल तर त्याच वर्षी गांधीजयंती कोणत्या वारी येईल?

1) बुधवार   2) सोमवार   3) मंगळवार   4) रविवार   (2)

5) 2004 ची सुरुवात शनिवार या वाराने झाली असेल तर 1 एप्रिल 1996 ला कोणता वार होता?

1) रविवार   2) मंगळवार   3) शनिवार   4) सोमवार   (3)

6) 3 फेब्रुवारी 2004 रोजी मंगळवार होता, तर खालीलपैकी त्या महिन्यात कोणता वार 5 वेळा येईल?

1) रविवार   2) शुक्रवार   3) सोमवार   4) शनिवार   (1)

7) वर्षाची सुरुवात जून महिन्याने केल्यास क्रमाने 7 वा महिना कोणता येईल?

1) नोव्हेंबर   2) डिसेंबर   3) जुलै   4) जानेवारी   (2)

8) 26 ऑक्टोबर 1997 रोजी शनिवार होता; तर सप्टेंबर 1997 च्या शेवटच्या रविवारी कोणती तारीख होती?

1) 27   2) 29   3) 30   4) 28   (4)

9) सुशिमचा जन्म सोमवारी 15 सप्टेंबर 1997 रोजी झाला तर त्याचा दुसरा वाढदिवस कोणत्या वारी येईल?

1) बुधवारी   2) मंगळवारी   3) गुरुवारी   4) शनिवारी   (1)

घड्याळ वेळ

- दर एका मिनिटाला मिनिट काटा 6° तर तास काटा $(1/2)^\circ$ पुढे सरकतो. लगतच्या दोन अंकांमध्ये 30° चा कोन होतो.
- 1 तास = 60 मि. 1 मि. 60 = से. 1 तास = 3600 से.
  0.1 तास = 6 मि. 0.01 तास = 36 से.

1) दुपारी 12 वाजल्यापासून त्याच दिवशी सायं. 6 वाजेपर्यंत मिनिट काटा व तास काटा यांच्यात किती वेळा काटकोन येईल.

1) 10 **2)** 11 3) 12 4) 6 (2)

स्पष्टीकरण : एका तासात 2 वेळा काटकोन होतो म्हणून 6 तासात 12 त्यातून 3 वाजताची स्थिती वजा = 12 - 1 = 11 वेळा.

2) सकाळी 8 वाजल्यापासून त्याच रात्री आठ वाजेपर्यंत घड्याळाचा तास काटा व मिनिट काटा परस्पर विरुद्ध बाजूला सरळ रेषेत किती वेळा येईल?

1) 12 वेळा 2) 10 वेळा 3) 2 वेळा **4)** 11 वेळा (4)

स्पष्टीकरण : 12 तासात 12 - 1 = 11 वेळा सरळ रेषेत येतील.

3) दुपारी 1 वाजल्यापासून सायंकाळी 5 वाजेपर्यंत तास काटा व मिनिट काटा यांच्यात किती वेळा काटकोन होईल?

1) 5 2) 8 3) 7 4) 6 (3)

4) दुपारी 12 वाजल्यापासून त्याच रात्री 12 वाजेपर्यंत मिनिट काटा तास काट्याला किती वेळा ओलांडेल?

1) 11 2) 10 3) 12 **4)** 13 (1)

5) घड्याळाच्या दोन काट्यांत साडेतीन वाजता किती अंशांचा कोन होईल?

1) 90° 2) 75° 3) 85° 4) 80° (2)

6) तासकाटा, मिनिटकाटा व सेकंदकाटा यामध्ये सर्वात लहान काटा कोणता?

1) मिनिटकाटा **2)** तासकाटा 3) सेंकदकाटा 4) सांगता येत नाही.

7) तासकाटा 3 वर व मिनिटकाटा 3 वर असेल तर किती वाजतील?

1) अशक्य स्थिती 2) सव्वा दोन 3) पावणे दोन 4) साडे नऊ

8) मिनिटकाटा 7 वर असेल तेव्हा किती वाजतील?

1) 5 वाजून 30 मि. 2) 7 वा. 36 मि. **3)** 9 वा. 35 मि. 4) 1 वा. 40 मि.

9) मिनिटकाटा हा 4 आणि 5च्या मध्यभागी असता किती वाजले असतील?

1) 4 वा. 3 मि. **2)** 5 वा. 23 मि. 3) 3 वा. 18 मि. 4) 2 वा. 30 मि.

10) 13 वाजून 45 मि. काट्यांची अदलाबदल केली असता किती वाजतील?

1) 9 वा. 10 मि. 2) 9 वा. 15 मि. **3)** 9 वा. 8 मि. 4) 9 वा. 1 मि.

11) 1 तास म्हणजे किती मिनिटे / किती सेकंद असतील?

1) 60 मि./360 से. 2) 60 मि./600 से. 3) 60 मि./60 से. **4)** 60 मि./3600 से.

वर्गीकरण

- **खालीलपैकी विसंगत पर्याय कोणता?**

1)	अ) बसस्थानक	ब) रेल्वेस्टेशन	क) विमानतळ	**ड)** इग्लु
2)	अ) जून	**ब)** मार्गशीर्ष	क) जुलै	ड) ऑगस्ट
3)	**अ)** ईद	ब) होळी	क) पोळा	ड) दिवाळी
4)	अ) सफरचंद	ब) डाळिंब	क) केळी	**ड)** बटाटा
5)	अ) गवार	ब) चवळी	**क)** मूगडाळ	ड) तुरीच्या शेंगा
6)	अ) कैची	ब) वस्तरा	क) ब्रश	**ड)** ढाल
7)	अ) पेटी	ब) तबला	क) हालकी	**ड)** बासरी
8)	अ) मेथी	ब) पालक	**क)** दोडका	ड) शेपू
9)	अ) गाय	ब) बैल	क) कुत्रा	**ड)** सिंह
10)	अ) अंगठी	ब) बांगडी	क) घड्याळ	**ड)** पैंजण
11)	अ) पेन	**ब)** कपाट	क) पेन्सील	ड) स्केच पेन
12)	अ) गुलाब	**ब)** शेवगा	क) सदाफुली	ड) मोगरा
13)	अ) 2	**ब)** 3	क) 4	ड) 18
14)	अ) आयत	**ब)** वर्तुळ	क) चौकोन	ड) षटकोन
15)	अ) गणेश	ब) गजवक्र	क) लंबोदर	**ड)** शंकर

नातेसंबंध

1) माझी आई तुझ्या वडिलांची बहीण लागते तर तुझी आई माझी कोण?
   1) आत्या 2) मावशी **3)** मामी 4) काकी
2) माधुरीची आई मीनाची आत्या लागते, तर मीनाची आई ही माधुरीच्या आईची कोण?
   1) आत्या 2) बहीण 3) नणंद **4)** वहिनी
3) सुहासची काकू ही उमेशची मामी आहे तर उमेश सुहासचा कोण?
   1) मामे भाऊ 2) चुलत भाऊ **3)** आते भाऊ 4) मावस भाऊ
4) जान्हवी अश्विनीला म्हणाली, ''तुझ्या वडिलांची मेहुणी ही माझ्या वडिलांच्या आईची एकुलती एक सून आहे.'' तर जान्हवी अश्विनीची कोण?
   1) मावस बहीण 2) आते बहीण 3) मामे बहीण 4) बहीण
5) C ही A ची एकुलती एक नणंद आहे. C ही Bची आत्या आहे. D हा Cचा एकुलता एक भाऊ आहे. तर A ही D ची कोण?
   1) भाची 2) भावजय **3)** पत्नी 4) मेहुणी
6) माझे वडील तुझ्या बहिणीचे भाऊ आहेत. तुझ्या बहिणीशी माझे नाते काय?
   1) भाचा 2) मुलगा 3) चुलत भाऊ 4) पुतण्या

7) सुशिमाला दोन बहिणी आणि एक भाऊ आहे. भावाचे नाव समीर आहे तर समीरला बहिणी किती?

1) दोन 2) एक 3) चार **4)** तीन

8) सुशिमचे वडील हे गीताच्या आईचे दीर लागतात, तर गीताच्या वडिलांची बहीण ही प्रदीपची कोण?

1) मामी **2)** आत्या 3) काकी 4) आजी

9) अनिताची मुलगी ही अजितचा मुलगा शरदची आतेबहीण आहे, तर अनिता शरदच्या आईची कोण?

1) वहिनी 2) आत्या 3) जाऊ **4)** नणंद

10) निनादची आई ही गीताच्या वडिलांची एकुलती एक सून आहे तर निनाद हा गीताची मुलगी प्रीतीची कोण?

1) आते भाऊ 2) मावस भाऊ 3) चुलत भाऊ **4)** मामे भाऊ

11) लताला सहा बहिणी आहेत, तिची बहीण कल्पना ही शिक्षिका आहे तर कल्पनाला एकूण बहिणी किती?

1) 5 **2)** 6 3) 7 4) 8

12) निखीलला चार काका आहेत, तर मुंबईत बोरिवलीला राहणाऱ्या त्याच्या काकाला भाऊ किती?

1) 6 2) 5 **3)** 4 4) 3

13) A ही Bची मुलगी आहे. C ही Aची आत्या आहे. D हा Cचा एकुलता एक भाऊ आहे तर C ही Bची कोण?

1) नणंद 2) बहीण 3) जाऊ 4) भावजय

14) वरील माहितीनुसार D ही व्यक्ती Bची कोण?

1) भाऊ **2)** पती 3) दीर 4) भाऊजी

आकृत्यांवर आधारित

A) आरशातील प्रतिमा

प्रश्न आकृती **उत्तर आकृती**

1) (1)

(1) (2) (3) (4)

2) (4)

(1) (2) (3) (4)

3) (2)

(1) (2) (3) (4)

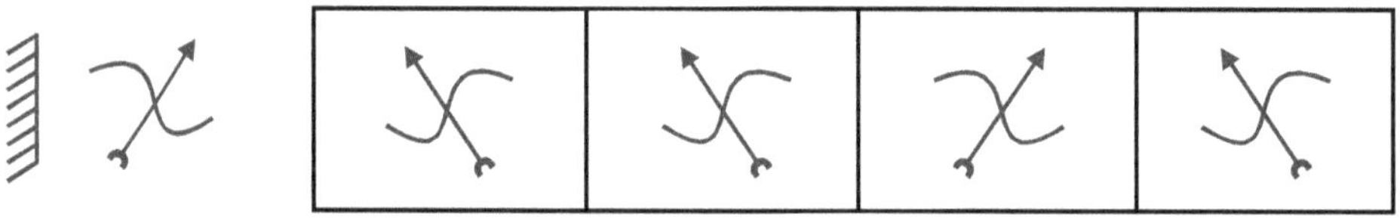

4) (1)

(1) (2) (3) (4)

5) (2)

(1) (2) (3) (4)

6) (2)

(1) (2) (3) (4)

7) (3)

(1) (2) (3) (4)

8) (4)

(1) (2) (3) (4)

जलप्रतिबिंब

१) खालील प्रश्नांत प्रश्न आकृतीचे जलप्रतिबिंब दाखवणारा योग्य पर्याय निवडा.

प्रश्न आकृती उत्तर आकृती

1) (2)

(1) (2) (3) (4)

2) (3)

(1) (2) (3) (4)

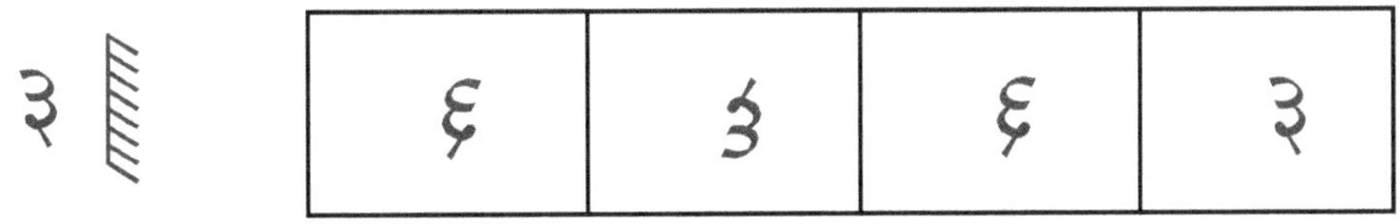

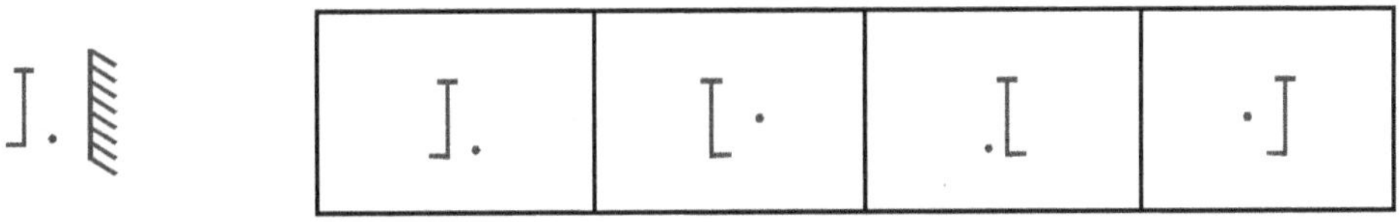

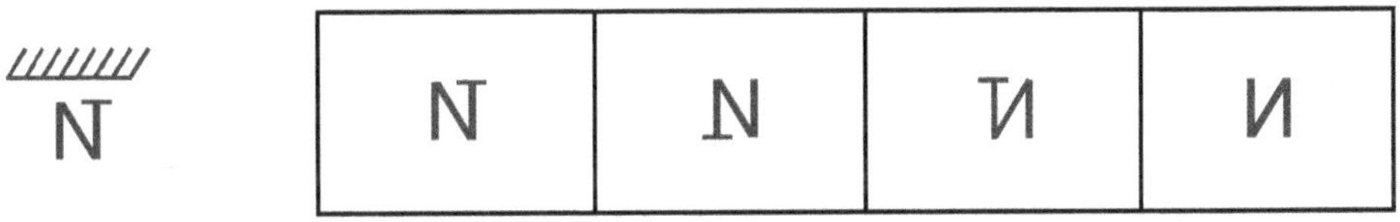

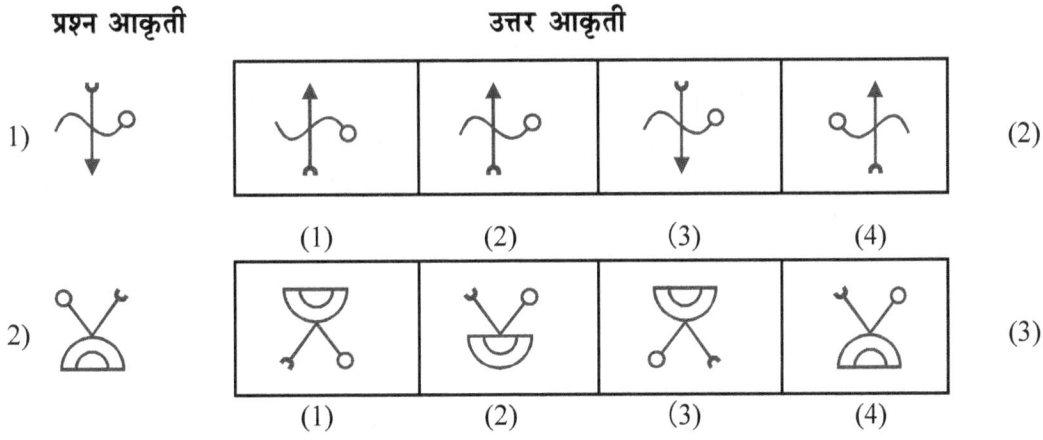

3) (1)

(1) (2) (3) (4)

4) (4)

(1) (2) (3) (4)

5) (2)

(1) (2) (3) (4)

6) (1)

(1) (2) (3) (4)

7) (4)

(1) (2) (3) (4)

8) (4)

(1) (2) (3) (4)

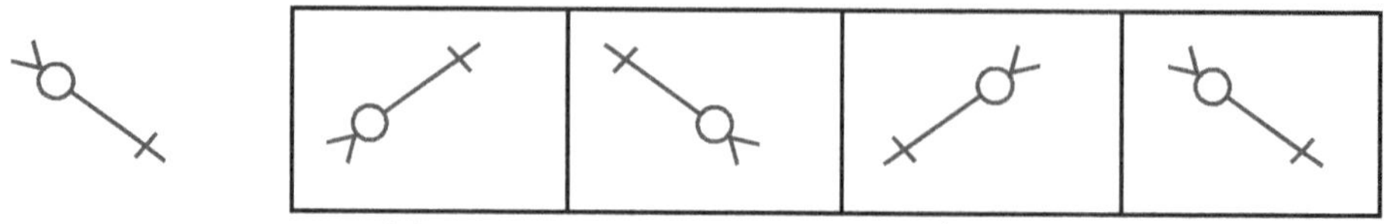

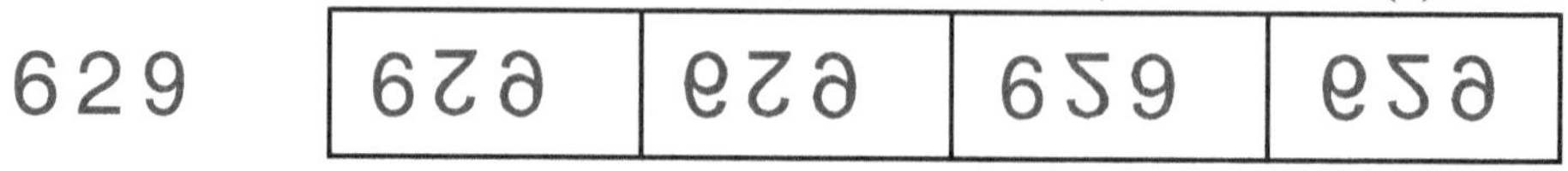

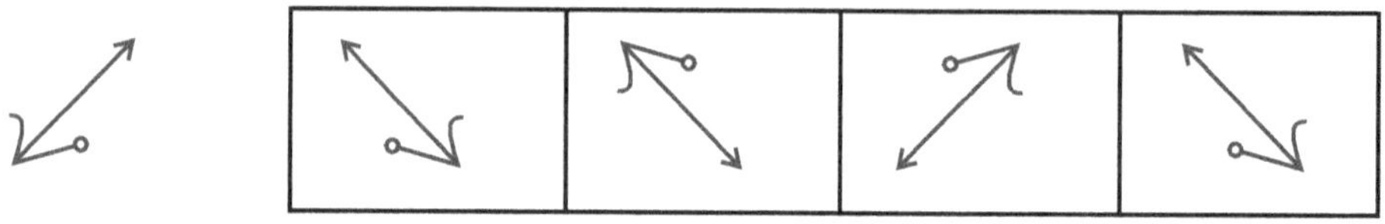

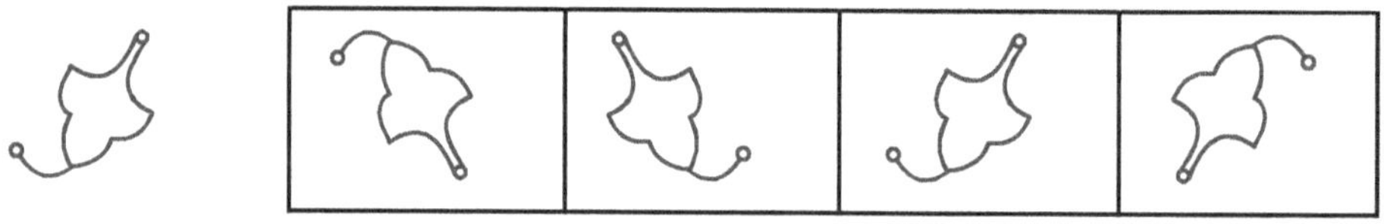

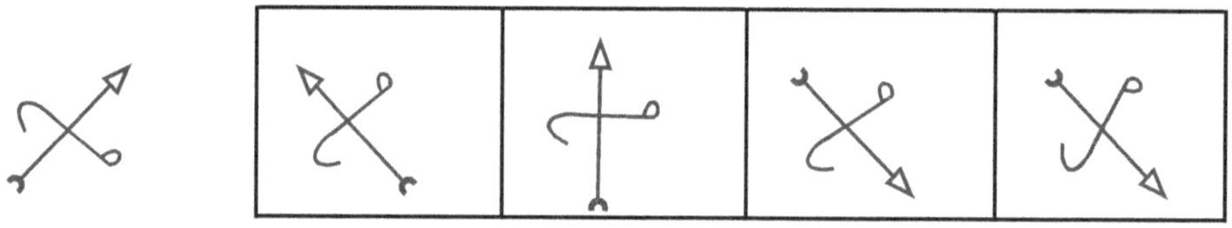

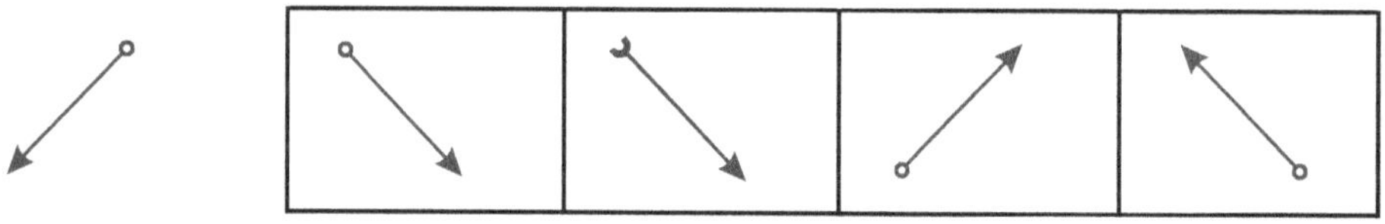

आकृत्यांचा समसंबंध

१) प्रत्येक प्रश्नात :: अशा चिन्हाच्या डाव्या बाजूस असलेल्या आकृत्यांच्या दोन्ही गटात एक प्रकारचा विशिष्ट संबंध आहे. त्याच तत्त्वावर आधारित असा संबंध :: अशा चिन्हाच्या उजव्या बाजूस असलेल्या तिसऱ्या गटात आणि (?) प्रश्नचिन्हाने दाखवलेल्या गाळलेल्या गटात आहे.

प्रश्न आकृत्या उत्तर आकृत्या

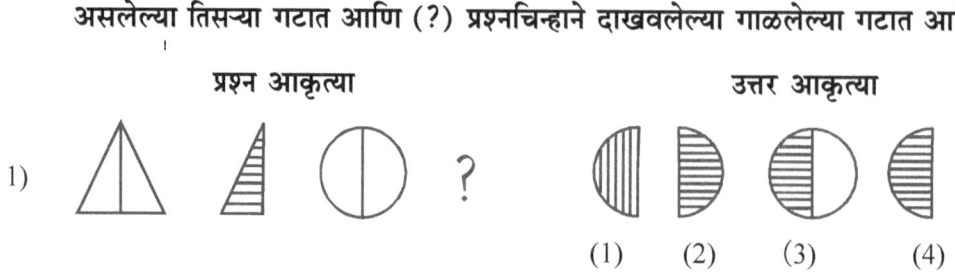

1) ?

(1) (2) (3) (4)

2)

(1) (2) (3) (4)

3)

(1) (2) (3) (4)

4)

(1) (2) (3) (4)

5)

(1) (2) (3) (4)

6)

(1) (2) (3) (4)

7)

(1) (2) (3) (4)

8)

(1) (2) (3) (4)

9)

(1) (2) (3) (4)

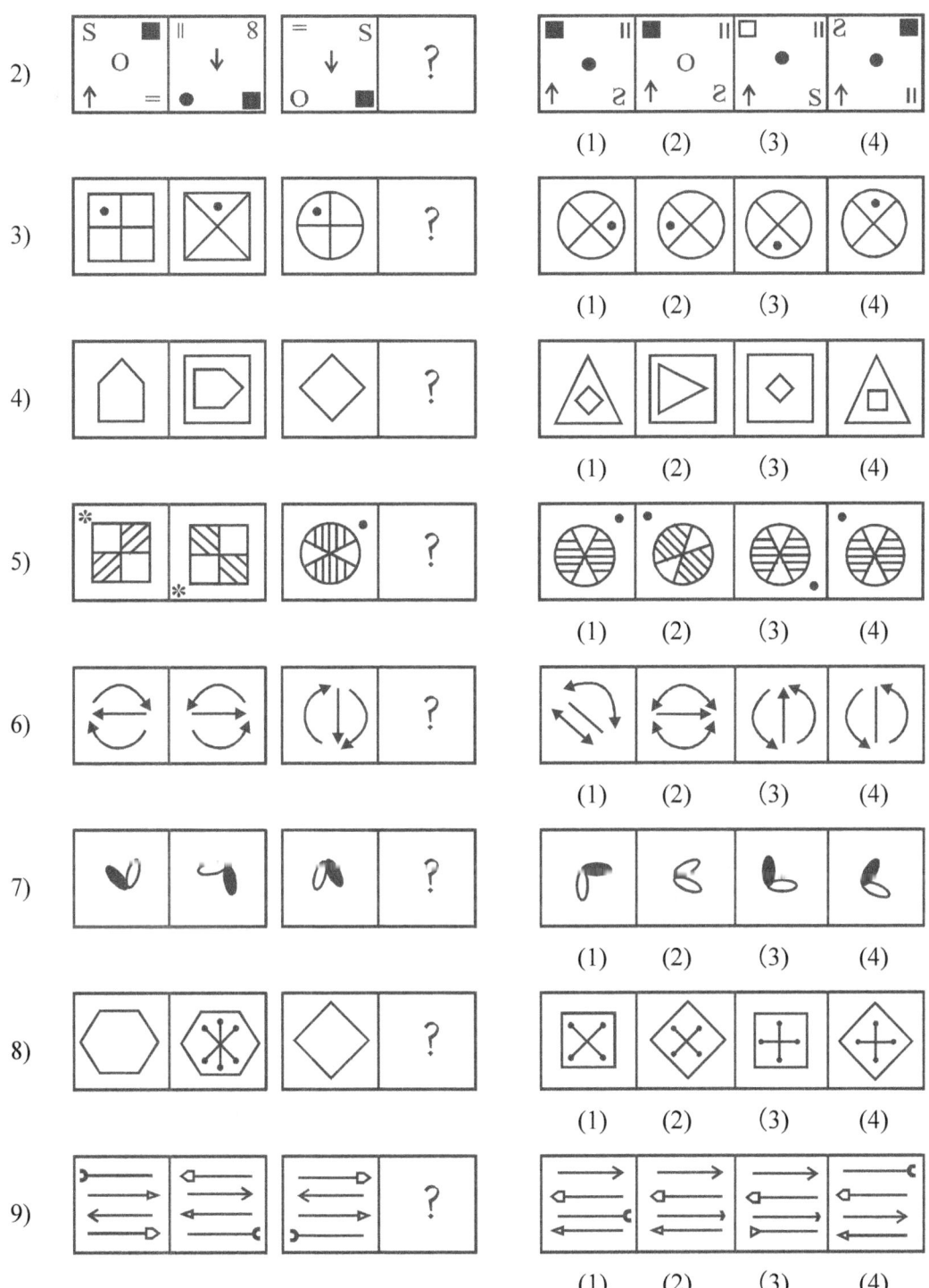

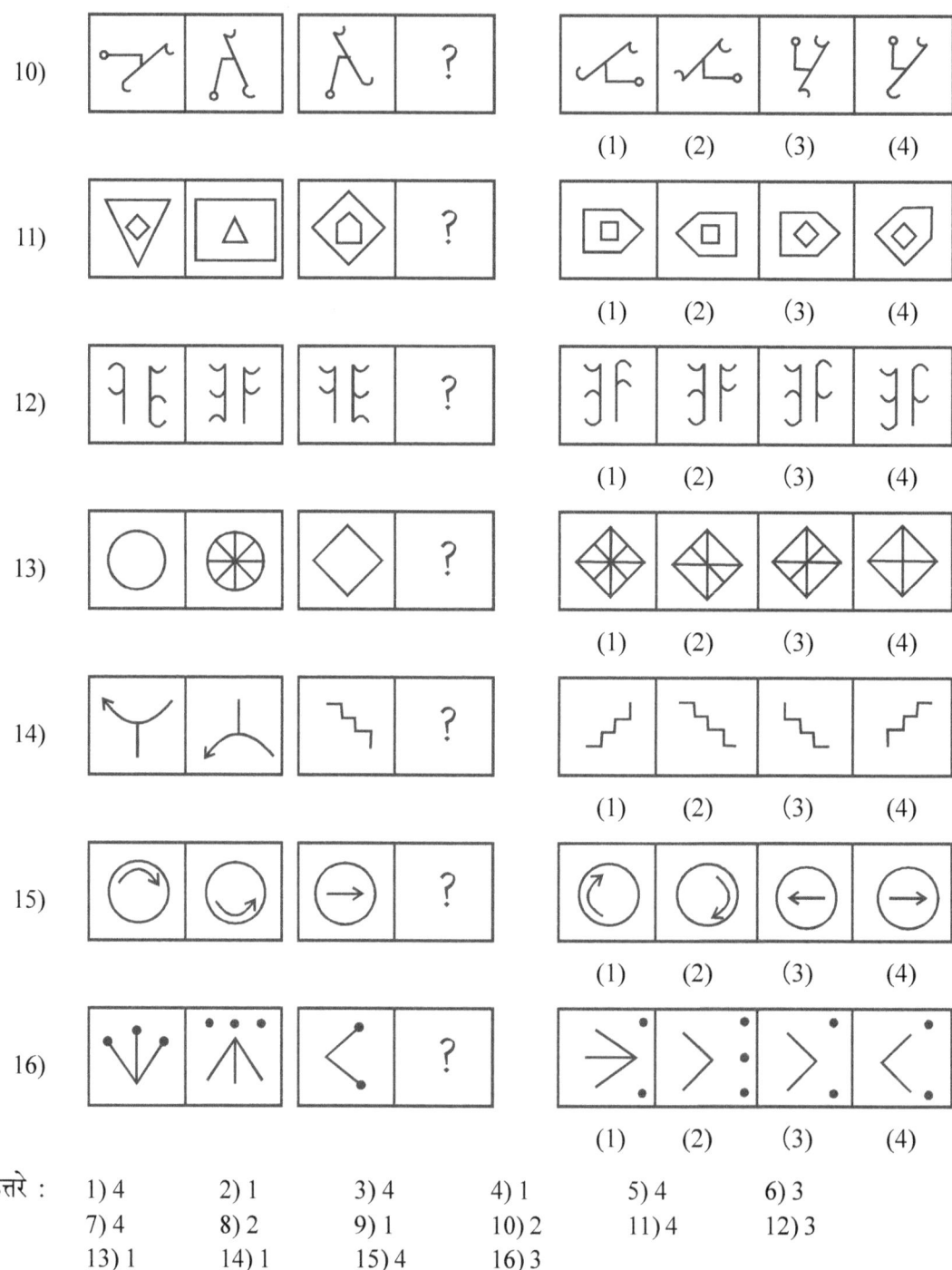

***

पेपर नं. १
घटक नं. ७
माहितीचे अर्थनिर्वचन - विशदीकरण
(Interpretation of data)

माहितीचे संकलन - विश्लेषण आणि अर्थनिर्वचन
संख्यात्मक व गुणात्मक माहिती - संपादन करणे.
आलेख व नकाशामार्फत माहितीचे प्रतिपादन करणे.

१. माहितीचा स्रोत - (Sources of data)

संशोधनासाठी विविध मार्गांनी माहिती जमा केली जाते. त्यासाठी अनेक साधने (tools) उपयोगात आणली जातात. सक्षम साधने असल्यास योग्य माहिती जमा होते. कोणती माहिती मिळवायची, कशी मिळवायची, केव्हा मिळवायची याचे नियोजन अगोदर करावे लागते. संकलित माहितीचे पुढे काय करावयाचे याची दिशा संशोधकास हवी. त्यावरून पुढील प्रक्रिया करणे सोपे जाते; विश्लेषणाच्या योग्य त्या पद्धतीचा वापर केल्यास अर्थनिर्वचन किंवा विशदीकरण आणि निष्कर्ष किंवा अनुमान काढणे शक्य होते.

माहितीचे संकलन' हा संशोधनाचा गाभा असतो. माहितीच्या दर्जावर संशोधनाचा दर्जा अवलंबून असतो. सदर माहिती दोन प्रकारची असते.

अ) संख्यात्मक माहिती (Quantative data) : सदरची माहिती विविध चलाशी संबंधित आणि आकड्यांच्या रूपात असते. या माहितीवर संख्याशास्त्रीय प्रक्रिया केल्या जातात. संशोधनासाठी संख्यात्मक माहिती जमा करणे व वापरणे सोईचे जाते.

ब) गुणात्मक माहिती (Qualitative data) : सदरची माहिती गुणात्मक म्हणजे शब्दांत असते. श्रेणी किंवा दर्जा किंवा शाब्दिक गुण वर्णन केलेले असतात. ज्यावेळी संशोधनातून गुणांचा (Quality) आपण अभ्यास करतो त्यावेळी गुणांचा दर्जा ठरवावा लागतो. त्यानुसारच पुढे माहिती जमा होते. नंतर त्याचे रूपांतर संख्यात्मक करून, विश्लेषण करून विशदीकरण (Interpretation) करणे सोपे जाते. संशोधकाला त्यासाठी तज्ज्ञांची मदत घेणे आवश्यक ठरते. संख्यात्मक माहिती संकलन करणे, गुणात्मक माहिती संकलन करणे, कोष्टकीकरण करणे इ. महत्त्वाचे आहे.

२. संकलित माहितीवरील विविध प्रकिया -

संशोधकाने जमा केलेली संख्यात्मक अथवा गुणात्मक माहिती हा एक प्रकारचा ढीगच असतो. त्यातून काही प्रक्रिया करून घ्याव्या लागतात. फेररचना करावी लागते. योग्य मांडणी करावी लागते, त्याला योग्य वळण देण्याच्या क्रियांना (data processing) असे म्हणतात. या क्रियांना पुढील नावे दिली जातात.

अ) माहितीची तपासणी करणे (Scrutiny of data) : प्राप्त माहितीची सत्यता आणि उपयुक्तता पहाणे म्हणजे तपासणी करणे होय. अपूर्ण माहिती व नको असलेली माहिती दूर करणे होय.

ब) माहितीचे संपादन करणे (Editing of data) : माहिती योग्य त्या स्वरूपात हवी; तशी नसेल तर ती करून घेऊन मांडणी करणे, क्रम लावणे इ.

क) सांकेतिकीकरण करणे (Coding of data) : माहितीचे वर्गीकरण करणे, सारणी करणे इ. साठी सांकेतिकीकरण महत्त्वाचे आहे. मूळ माहितीचे सांकेतिकीकरण करणे होय. सांकेतिकीकरण (Coding) तीन स्तरांवर होते. प्रश्न विचारताना गट, खूणा करण्यास सांगणे, जमा होतानाच ठराविक खुणांच्या नोंदी करणे आणि नंतर अधिकृत संकेत ठरविणे.

ड) वर्गीकरण (Classification of data) : प्राप्त माहिती संशोधनाची उद्दिष्टे, गृहीतके यानुसार मांडणे किंवा गट पाडणे म्हणजे वर्गीकरण करणे होय. उदा. - गुणानुसार टक्केवारी, श्रेणी किंवा वर्ग.

इ) कोष्टकीकरण / सारणीकरण (Tabulation of data) : वर्गीकरण केलेली माहिती त्या त्या गटानुसार एकत्रित मांडणे व टेबल किंवा सारणी करणे म्हणजे 'सारणीकरण' होय. प्रत्येक माहिती गटाने एकत्र करून सारणीमध्ये वारंवारता देता येते. संगणकाच्याद्वारे देखील गटवार सारणी तयार होऊ शकते. आलेख व आकृतीच्या साहाय्याने सदर माहिती (data) मांडता येतो; परंतु, आकडेमोडीसाठी त्याचा उपयोग नाही.

ई) पृथक्करण (Analysis) : माहितीच्या आधारे परस्पर संबंध पाहून आकृतीबद्ध नव्याने तयार करणे म्हणजे पृथक्करण होय. त्यासाठी संख्याशास्त्राचा उपयोग होतो. परिकल्पना व उद्दिष्टे डोळ्यांसमोर ठेवून संख्याशास्त्राच्या सूत्राचा उपयोग करावा. वारंवारता, केंद्रीय प्रवृत्ती, विचलनशीलता, शततमक, सहसंबंध, संभववक्र इ. सांख्यिकिय संकल्पना वापरून माहिती मिळते. जेव्हा नमुना अभ्यासून जनसंख्येच्या संदर्भात अनुमान काढावे लागते; त्यासाठी वापरत असलेल्या संख्याशास्त्रास 'अनुमानात संख्याशास्त्र' असे म्हणतात. गृहीतकृत्य तपासणीसाठी त्याचा उपयोग होतो. परीक्षकांचा उपयोग केला जातो आणि निवडलेल्या नमुन्यामध्ये गुणवैशिष्ट्ये शोधून वर्णन केले जाते; त्यासाठी संख्याशास्त्राच्या सूत्रांचा वापर केला जातो, त्यामुळे 'वर्णनात्मक संख्याशास्त्र' व 'अनुमानित संख्याशास्त्र' असे दोन विभाग पडतात.

वरील सर्व प्रक्रिया या पृथक्करणाचाच भाग आहेत. सदर संख्याशास्त्रीय प्रक्रिया महत्त्वाच्या असून त्यामुळेच सत्य माहिती कळून येते आणि विशदीकरण (Interpretation) होते.

३. अर्थनिर्वचन - विशदीकरण (Interpretation) :

संशोधनाची माहिती जमा केल्यानंतर संपादन करून, पृथक्करण करून निष्कर्ष काढावे लागतात. त्यासाठी अर्थनिर्वचन महत्त्वाचे आहे; तसे झाले नाही तर संशोधनाचा हेतूच नष्ट होईल. संपादन चालू असताना आणि विश्लेषण (Analysis) चालू असतानाच विशदीकरण पण काही प्रमाणात चालू असतंच. पृथक्करणाच्या प्रक्रियेतून दिसून येणारे चलांचे संबंध पाहून तर्क पद्धतीने अनुमान काढणेच्या कार्यपद्धतीला विशदीकरण (Interpretation) असे म्हणतात. या प्रक्रियेतून संशोधनाचे निष्कर्ष मिळत असतात; या प्रक्रियेमुळे सामान्यीकरण करणं सोपं जातं.

संशोधनाच्या निष्कर्षाचे महत्त्व विशदीकरणावर अवलंबून असते. त्यामुळे विशदीकरणाचे महत्त्व व गरज असते. विशदीकरणामुळे संशोधनातील काही बाबींची स्पष्टता होते, त्याचा उपयोग पुढील संशोधनाला होऊ शकतो. संशोधकाला आपले कार्य इतरांना पटविण्यासाठी निर्वचनाचा उपयोग होतो; संशोधक वाचकांना आपल्या कार्याचे फलित सांगू शकतो.

वर्णनात्मक संशोधनात परिकल्पना - गृहीतके नसतात. परंतु, वर्णनात्मक संशोधनातील अर्थनिर्वचन पुढील होणाऱ्या प्रायोगिक परिकल्पना ठरविण्यासाठी उपयोगी पडते.

४. अर्थनिर्वचनचे प्रकार (Types of Interpretation)

Interpretation चे खालील तीन प्रकार आहेत.

अ) वस्तुनिष्ठ निर्वचन : जी माहिती वस्तुनिष्ठ असते त्याचे विषयांतर होत नाही. त्यामुळे अर्थनिर्वचन करणे अवघड नसते. दोन संशोधनात फरक पडत नाही; कारण माहिती वस्तुनिष्ठ असते.

ब) तुलनात्मक निर्वचन : निरनिराळ्या संशोधकांनी शिक्षण क्षेत्रांत, तत्त्वे, सूत्रे, नियम इ. सिद्धान्त प्रस्थापित केलेले असतात; ते सर्वमान्य असतात. त्याची तुलना मिळालेल्या माहितीशी केली जाते. त्यामुळे सदर निर्वचनास 'तुलनात्मक अर्थनिर्वचन' म्हणतात.

क) व्यक्तिनिष्ठ निर्वचन : काही माहिती व्यक्तिगत असते. त्यामुळे निर्वचनही व्यक्तिनिष्ठ पद्धतीनेच करावे लागते. संशोधकाने स्वत: केलेले संशोधनाचे अर्थनिर्वचन हेदेखील व्यक्तिगत स्वरूपाचे असते. परंतु, ते मांडताना स्वतंत्रपणे, वेगळे आणि स्वतंत्र परिच्छेदात घ्यावे.

५. अर्थनिर्वचन एकतंत्र (Interpretation as a Technique)

अर्थनिर्वचन ही एक अभ्यासाने व अनुभवाने प्राप्त होणारी कला आहे. संशोधकाने स्वत:ची बुद्धी, तर्क, कल्पना, संख्याशास्त्राचा आधार घ्यावा. तज्ज्ञांशी चर्चा करून वस्तुनिष्ठतेने अर्थ लावावा. अर्थनिर्वचनमध्ये खालील पायऱ्या येतात - तसेच दक्षता येतात.

१.   सारणीत दिसून येणाऱ्या संबंधांचे स्पष्टीकरण करावे.

२.   प्राप्त माहितीचा वापर केला जावा.

३.   मार्गदर्शकाचे किंवा तज्ज्ञांचे मार्गदर्शन घ्यावे.

४.   घाई करून अर्थ लावला जाऊ नये. शांतपणे निर्णय घ्यावा.

५.   संकलन केलेली माहिती सक्षम - पुरेशी हवी.

६.   त्याची स्वत: खात्री करून मगच उपयोगात आणावी.

७.   प्रयोगाच्या वेळी सर्व घटकांचा समावेश करावा.

८.   काही नमुना निवड चुकीची होते. त्यामुळे प्रतिनिधीत्व योग्य होत नाही. साहजिकच संपूर्ण जनसंख्या प्रतिनिधी होत नाही.

९.   माहितीमध्ये काही वेळा व्यक्तिनिष्ठता अधिक असते.

१०. संख्याशास्त्रातील तत्त्वे योग्य आहेत का ? याचीपण खात्री करावी लागते इ. मर्यादा लक्षात घ्याव्यात.

***

पेपर नं. १

घटक नं. ७ माहितीचे अर्थनिर्वचन

नमुना प्रश्नसंच - (Model Questions)

१. संकलित माहितीच्या आधारे तर्क पद्धतीचा आधार घेऊन अनुमान काढण्याचे कार्य ज्या प्रकारे केले जाते; त्याला माहितीचे 'अर्थनिर्वचन' म्हणतात.

अ) वरील विधान बरोबर आहे. **ब)** वरील विधान असत्य आहे.

क) वरील विधान अंशत: सत्य आहे. **ड)** वरील विधान अनिश्चित आहे.

२. शैक्षणिक संशोधनात किती प्रकारची माहिती संकलित केली जाते?

अ) दोन **ब)** चार **क)** एक **ड)** पाच

३. पुढील चुकीचे विधान शोधा -

अ) जी माहिती आकड्यांच्या स्वरूपात असते त्यास 'संख्यात्मक' माहिती असे म्हणतात.

ब) जी माहिती गुणधर्म विषयक असते त्या 'गुणात्मक' माहिती असे म्हणतात.

क) जी माहिती कोष्टकांच्या स्वरूपात असते त्याला 'वर्गीकरण' म्हणतात.

ड) जी माहिती २० पैकी असते तिला शेकडा प्रमाण म्हणतात.

४. माहितीचे पृथक्करण करण्यापूर्वी पुढील कोणती प्रक्रिया करावी लागते.

अ) सांकेतिकीकरण **ब)** वर्गीकरण **क)** सारणीकरण **ड)** वरील सर्व

५. एका प्रकारची माहिती एकत्रित देणे म्हणजे 'सारणी' होय; हे विधान कसे आहे?

अ) चूक **ब)** बरोबर **क)** अनिश्चित **ड)** असत्य

६. विशदीकरणाने ------- होते.

अ) काही संकल्पना स्पष्ट होतात. **ब)** संशोधनाचे महत्त्व पटवून देता येते.

क) नवीन संशोधनास प्रोत्साहन मिळते. **ड)** वरील सर्व.

७. केंद्रीय प्रवृत्ती कोणत्या साधनाने मोजतात? -

अ) मध्यमान **ब)** मध्यगा **क)** बहुलक **ड)** वरील सर्व

८. आशिष, गिरीश, विनोद व प्रवीण हे चार विद्यार्थी इतिहास, भूगोल, गणित, चित्रकला या विषयास बसले; त्यांना प्रत्येकी १०० पैकी मिळालेले गुण खालील सारणीत दिले आहेत. त्यावरून पुढील प्रश्नांची उत्तरे द्या–

अ.नं.	विद्यार्थ्याचे नाव	विषय			
		इतिहास	भूगोल	गणित	चित्रकला
१.	आशिष	६०	८१	४५	५५
२.	गिरीश	५९	४३	५१	Ab.
३.	विनोद	७४	Ab.	७१	६५
४.	प्रवीण	७२	७६	Ab.	६८

अ) कोणत्या विद्यार्थ्याला सर्व विषय मिळून ६० ते ६५ गुण आहेत?

अ) आशिष **ब)** गिरीश **क)** विनोद **ड)** प्रवीण

ब) कोणाला सर्व प्रश्नपत्रिका मिळून सर्वात कमी गुण आहेत?

अ) आशिष **ब)** गिरीश **क)** विनोद **ड)** प्रवीण

क) कोणाला सर्व विषय मिळून सर्वाधिक गुण प्राप्ती आहेत?

अ) आशिष **ब)** गिरीश **क)** विनोद **ड)** प्रवीण

ड) कोणत्या विषयात विद्यार्थ्यांना सर्वात कमी गुण आहेत?

अ) इतिहास **ब)** भूगोल **क)** गणित **ड)** चित्रकला

इ) कोणत्या विद्यार्थ्याला तो बसलेल्या विषयात सर्वात ज्यादा टक्केवारी आहे?

अ) आशिष **ब)** गिरीश **क)** विनोद **ड)** प्रवीण

★ (वरील प्रश्न पद्धतीत - कोष्टके, आकडे, विषय, नावे आणि प्रश्न पद्धतीत बदल केला जातो. कच्ची आकडेमोड करून उत्तरे सर्व बरोबर देता येतात. थोडा - फार सराव करावा.)

९. विशदीकरण करताना संशोधकाने काय करू नये?

अ) संख्याशास्त्राचा आधार घ्यावा. **ब)** अभ्यास न केलेल्या घटकांची माहिती घ्यावी.

ब) तज्ज्ञ व्यक्तींशी चर्चा करावी. **ड)** व्यक्तिनिष्ठ माहितीचा सखोल विचार करावा.

१०. विशदीकरणाचे ----- हे प्रकार आहेत.

अ) वस्तुनिष्ठ **ब)** तुलनात्मक **क)** व्यक्तिनिष्ठ **ब)** वरील सर्व

११. खालीलपैकी कोणत्या प्रक्रियेने गुणात्मक माहिती होत नाही.

अ) विद्यार्थ्यांच्या चाचणीचे गुणपत्रक तयार करणे. **ब)** विद्यार्थ्यांच्या संगीताच्या स्पर्धा घेणे

क) विद्यार्थ्यांच्या नेतृत्व गुणास संधी देणे **ड)** विद्यार्थ्यांच्या खेळाच्या स्पर्धा आयोजित करणे.

१२. संशोधनात खालील कोणत्या पातळीवर सांकेतिकीकरण (Coding) होते.

अ) प्रतिसादकांनाच उत्तर देताना संकेत नोंद करणेस सांगणे.

ब) मुलाखत घेतानाच संशोधक नोंद करतो.

क) अधिकृत संकेताद्वारे करणे. **ड)** वरील सर्व.

१३. पुढील कोणत्या साधनाने संशोधनाची माहिती मिळते?

अ) मुलाखत **ब)** निरीक्षण **क)** दप्तर नोंदी **ड)** वरील सर्व

१४. खालील दिलेल्या वारंवारता विभाजन तक्त्यावरून मध्यमान (Mean) सांगा.

अ.नं.	प्राप्तांक	वारंवारिता	उदा. =
१.	४६	२	४६×२ = ९२ }
२.	४१	२	४१×२ = }
३.	४०	१	४०×१ = ४० } = ३९४
४.	४५	४	४५×४ = १८०}

(प्रथम प्राप्तांक व त्यांची वारंवारिता वरून गुणाकाराने संख्या काढणे. त्यांची बेरीज करणे = (३९४) या बेरजेस एकूण वारंवारिताने (०९ ने) भागणे. त्यावरून ३९४ ÷ ०९ = ? मध्यमान)

अ) ४३.७६ **ब)** ५३.७५ **क)** ४४.७० **ड)** ४२.२५

१५. पुढे एका बी. ए. च्या वर्गातील २० मुलांचे गुण (१०० पैकी) भूगोलाचे दिलेले आहेत. त्यावरून खालील प्रश्नांची उत्तरे द्या.

विद्यार्थी क्रमांक	गुण	विद्यार्थी क्रमांक	गुण
१	७०	११	५०
२	७०	१२	५५
३	६६	१३	५५
४	६५	१४	७०
५	६०	१५	६६
६	६०	१६	६५
७	७०	१७	६६
८	७०	१८	७२
९	६६	१९	६०
१०	६०	२०	५६

१. किती विद्यार्थ्यांना ६६ च्या वरती गुण आहेत?

    i) ६   ii) १०   iii) ५   iv) ३

२. किती विद्यार्थ्यांना ६० च्या वरती गुण आहेत?

    i) १५   ii) १६   iii) १२   iv) १०

३. किती विद्यार्थ्यांना प्रथम श्रेणी (६५ च्या वरती) आहे?

    i) १०   ii) ७   iii) ९   iv) ८

४. किती विद्यार्थ्यांना द्वितीय श्रेणी ५० ते ६० आहे?

    i) ५   ii) १०   iii) ८   iv) १२

५. ६० पेक्षा कमी असलेल्या विद्यार्थ्यांची सरासरी किती?

    i) ५४   ii) ५५   iii) ५२   iv) ५३

१६. वारंवारता म्हणजे काय?

अ) गुणावलीमध्ये एकच अंक पुन्हा पुन्हा येणे   **ब)** एकूण अंकाच्या सरासरीचा अंक
क) प्रथम व शेवटच्या अंकातील अंतर   **ड)** वरील पैकी नाही.

उत्तरसूची =

    १ = अ   २ = ब   ३ = ड   ४ = ड   ५ = ब   ६ = ड

    ७ = ड   ८ = अ) आशिष, ब) गिरीश, क) आशिष, ड) चित्रकला, इ) प्रवीण

    ९ = ब   १० = ड   ११ = अ   १२ = ड

    १३ = ड   १४ = अ   १५ = i, iii, ii, iv   १६ = अ

१७. पुढील तक्ता वाचा आणि खालील प्रश्नांची उत्तरे सांगा.

सन २००३-२००४ सालातील चार राज्यातील प्रशिक्षक शिक्षकांची टक्केवारी दिली आहे.

अ.नं.	प्रशिक्षणाचा स्तर	महाराष्ट्र	कर्नाटक	गुजरात	गोवा
१	प्राथमिक स्तर -	६४	९३	९४	४९
२	माध्यमिक स्तर -	२७	९५	९७	६८
३	उच्च शिक्षण -	३१	९५	८६	७७

१. कोणत्या राज्यात एकूण प्रशिक्षकांची टक्केवारी जादा आहे?

    अ) महाराष्ट्र   **ब)** कर्नाटक   **क)** गुजरात   **ड)** गोवा

२. कोणत्या राज्यात प्राथमिक व उच्च स्तरावर जादा फरक आहे?

    अ) महाराष्ट्र   **ब)** कर्नाटक   **क)** गुजरात   **ड)** गोवा

३. कोणत्या स्तरावर सर्व चारही राज्यातील प्रशिक्षकांची सरासरी संख्या ७० टक्क्यापेक्षा जादा आहे?

    अ) प्राथमिक   **ब)** माध्यमिक   **क)** उच्च स्तर   **ड)** कोणी नाही

४. कोणत्या राज्यात तिन्ही स्तरावरील टक्केवारीत कमी फरक आहे?

    अ) महाराष्ट्र   **ब)** कर्नाटक   **क)** गुजरात   **ड)** गोवा

५. कोणत्या राज्यात एकूण शिक्षक प्रशिक्षणांची टक्केवारी कमी आहे?

    अ) महाराष्ट्र   **ब)** कर्नाटक   **क)** गुजरात   **ड)** गोवा

    उत्तरे - (१ = **ब**) (२ = **अ**) (३ = **ड**) (४ = **ब**) (५ = **अ**)

१८. पुढील सहा देशातील सन २००३ इ. सालातील दरहजारी जन्मदर स्तंभलेखात दर्शविला आहे. त्यावरून पुढील प्रश्नांची उत्तरे सांगा.

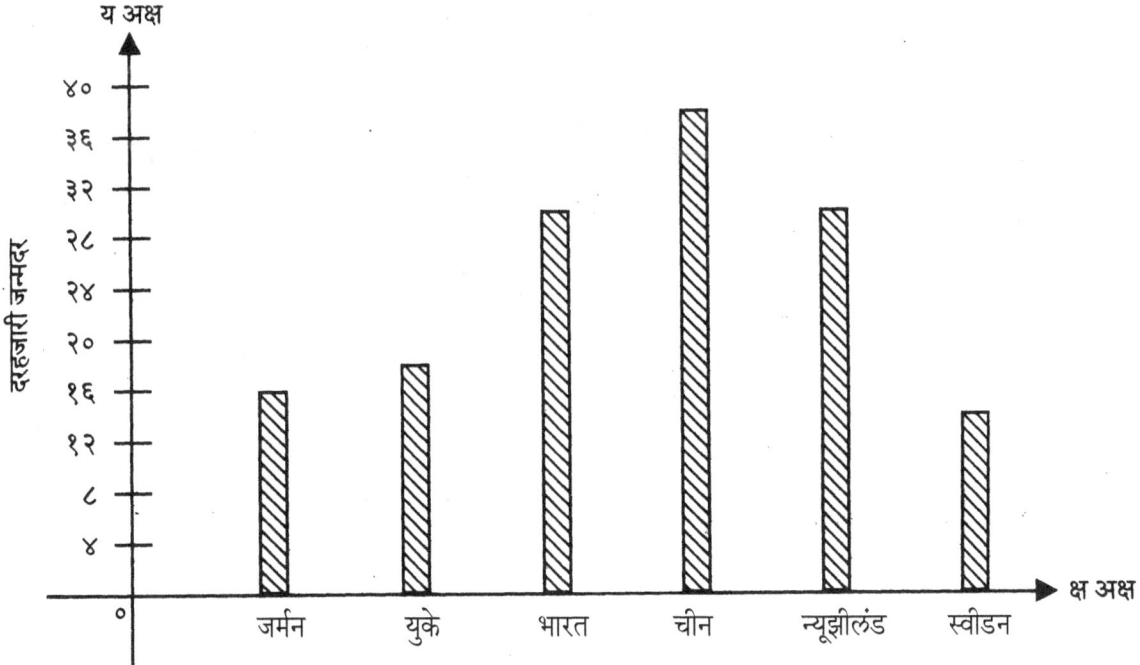

१. कोणत्या देशाचा जन्मदर सर्वाधिक दिसतो?

अ) भारत **ब)** चीन **क)** जर्मनी **ड)** स्वीडन

२. सर्व देशांचा सरासरी जन्मदर किती?

अ) २६ **ब)** २४ **क)** २८ **ड)** ३०

३. जन्मदरांच्या चढत्या क्रमाने रचना केली तर तिसऱ्या क्रमांकावर कोणता देश येईल?

अ) भारत **ब)** युके **क)** जर्मनी **ड)** चीन

४. उतरत्या क्रमाने रचना केली तर पाचवा क्रमांक कोणाचा?

अ) युके **ब)** भारत **क)** स्वीडन **ड)** जर्मनी

५. सर्वात जादा व सर्वात कमी जन्मदरातील फरक सांगा?

अ) २५ **ब)** २० **क)** २३ **ड)** २८

उत्तरे :- (१ = ब) (२ = अ) (३ = ब) (४ = ड) (५ = अ)

१९. पुढील सर्कल-आलेखात बी. एड. प्रवेशाच्या राखीव जागांच्या काही वर्षांपूर्वीची टक्केवारी दिली आहे. त्यावरून खालील प्रश्नांची योग्य उत्तरे लिहा. एकूण जागांची प्रवेश क्षमता ६०० आहे.

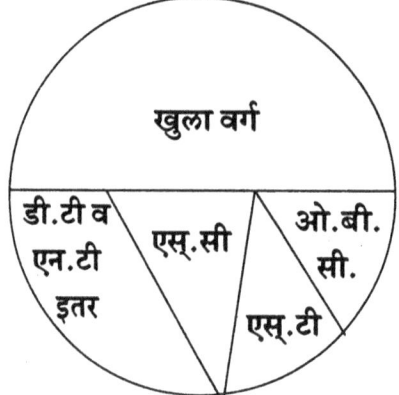

१. खुल्या वर्गाच्या जागा किती आहेत.

अ) ५० टक्के **ब)** ४० टक्के **क)** ७० टक्के **ड)** ३० टक्के

२. खुला वर्ग व ओ.बी.सी. मिळून किती जागा आहे?

अ) ५० टक्क्यांपेक्षा जास्त **ब)** ५० टक्क्यांपेक्षा कमी

क) समान **ड)** नाहीत

३. सदर आरक्षण घटनेच्या तरतुदीनुसार -

अ) बरोबर आहे **ब)** अयोग्य आहे **क)** सांगता येत नाही **ड)** चूक

उत्तरे :- (१ = अ) (२ = अ) (३ = अ)

माहितीचे पृथक्करण (Data Interpretation)

माहितीचे वेगवेगळ्या गटांत वर्गीकरण केल्यावर सादरीकरण करणे आवश्यक असते. जमा केलेली माहिती (सामग्री) उभ्या-आडव्या ओळीत कोष्टकरूपाने मांडणे सामग्रीकरण/तक्तीकरण होय. थोडक्यात, जमा केलेल्या सामग्रीला उभ्या-आडव्या रकान्यात व्यवस्थित व क्रमबद्ध रीतीने संघटित करणे म्हणजेच 'सारणीकरण' होय. सारणी म्हणजेच तक्ता अथवा रकाना होय.

सारणीचे प्रकार :

१) उद्दिष्टानुसार

अ) सामान्य उद्दिष्ट सारणी - उपलब्ध सर्व माहिती समाविष्ट असते.

ब) विशिष्ट उद्देश सारणी - जरुरीप्रमाणे आवश्यक ती विशिष्ट आकडेवारी दिलेली असते.

२) निर्मितीनुसार : अ) साधी सारणी ब) द्विमार्गी सारणी क) त्रिमार्गी सारणी ड) बहुमार्गी बहुविध सारणी इ) जटिल सारणीपैकी साधी सारणी व बहुविध सारणी हे दोन प्रमुख प्रकार असून, ते नेहमीच्या वापरात उपयोगात आणले जातात.

साधी सारणी : उपलब्ध माहितीचा एकच गुणधर्म विचारात घेऊन आकडेवारीचे दोन गटात विभाजन.

बहुविध सारणी : तीन पेक्षा अधिक गुणधर्म विचारात घेऊन सामग्री तक्त्यात मांडणी करतात.

आकृती आणि वक्र (Diagrams and Curve)

आकृतीचे प्रकार

१) दंडाकृती (Bar diagram)

दंडाकृतीचे प्रकार : १) साधी दंडाकृती (Simple bar diagram)

२) विभाजित दंडाकृती (Divided diagram)

३) गुणित दंडाकृती (Multiple bar diagram)

१) साधी दंडाकृती (Simple Bar Diagram) : एकच चल वापरण्यासाठी उपयोगी.

उदा. एकूण लोकसंख्या, दरडोई उत्पन्न, उत्पादन, जन्मदर, मृत्युदर.

उदा.

देश	**जन्मदर (वर्ष २००१)**
भारत	२७
चीन	१७
अमेरिका	१४
जपान	१२
पश्चिम जर्मनी	९

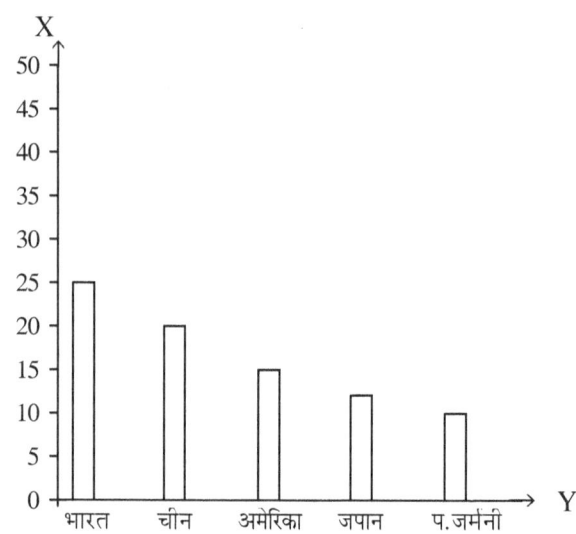

२) **विभाजित दंडाकृती (Divided Diagram) :** एखाद्या घटनेची वेगवेगळ्या घटकात विभागणी केली असल्यास या दंडाकृतीचा वापर करतात.

वर्ष	टेलिफोन कनेक्शन्स्	मोबाईल कनेक्शन्स्
२००५	१२	८
२००६	१२.७	१३
२००७	१३.३	१४.२
२००८	१३.८	१५.९

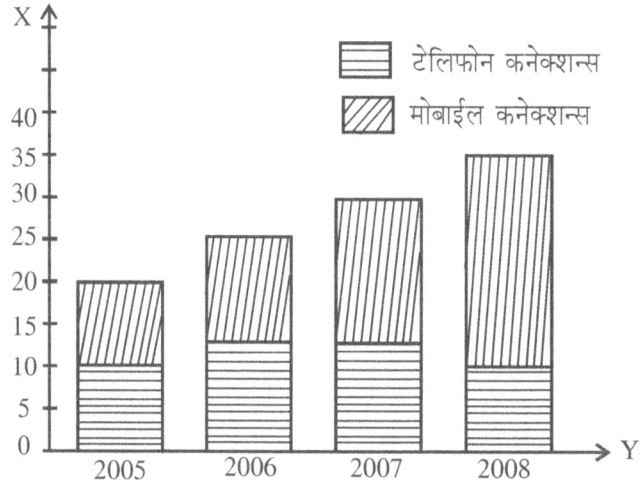

३) **गुणित दंडाकृती (Multiple Bar Diagrams) :**

दिलेल्या माहितीत (सामुग्रीत) अनेक घटक असून घटकात चढ-उतार कसे होत गेले हे दाखविण्यासाठी 'गुणित दंडाकृती' वापरतात.

वर्ष	उत्पादक उपभोक्ते	अनुत्पादक उपभोक्ते
१९७१	१७.५	३७.२
१९८१	२२	४६.४
१९९१	३१.५	५२.९
२००१	४२.३	५९.८

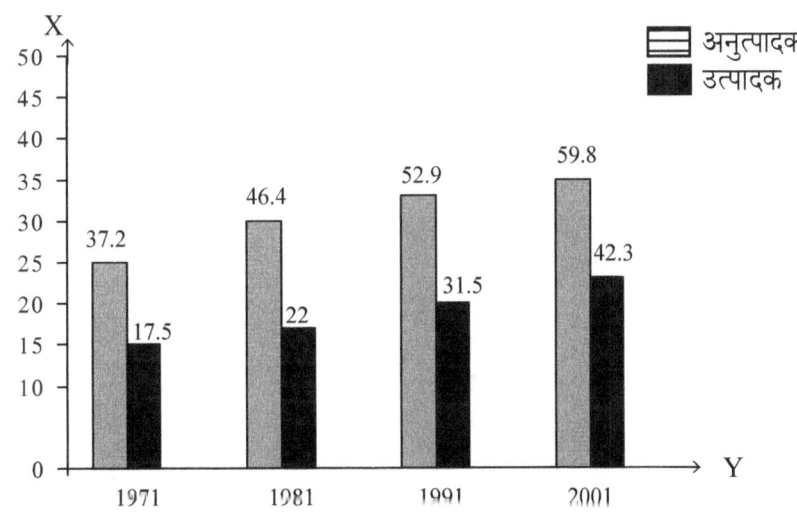

विभाजित वर्तुळ (Pie Diagram)

१) दिलेल्या माहितीच्या घटकात तीन किंवा त्यापेक्षा अधिक घटकांचा समावेश असल्यास विभाजित वर्तुळ या आलेख प्रकाराचा वापर करतात.

उदा. प्रत्येक घटकांची अंशात्मक किंमत $= \dfrac{\text{प्रत्येक घटकांची आकडेवारी}}{\text{सर्व घटकांच्या आकडेवारीची बेरीज}} \times ३६०^\circ$

कुटुंबाच्या खर्चाची आकडेवारी

अन्न	१२०	अन्न $= \frac{१२००}{३०००} \times ३६० = १२ \times १२ = १४४$
वस्त्र	६००	वस्त्र $= \frac{६००}{३०००} \times ३६० = ७२$
घरभाडे	३००	घरभाडे $= \frac{३००}{३०००} \times ३६० = ३६$
इतर	९००	इतर $= \frac{९००}{३०००} \times ३६० = १०८$
एकूण	३०००	एकूण = ३६०

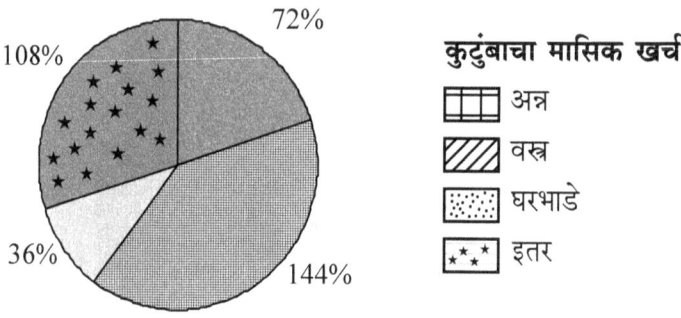

कुटुंबाचा मासिक खर्च

२)

ब

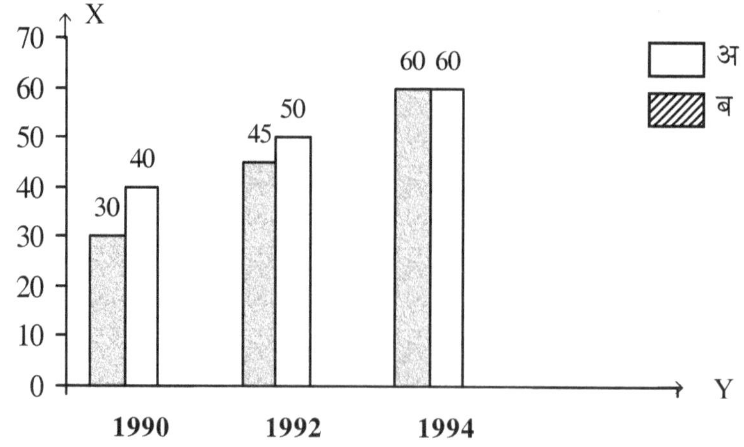

'अ' आणि 'ब' राज्यातील तीन वर्षांतील लोकसंख्येचा (लाखात) आलेख दिलेला आहे.
१९९० ते १९९४ पर्यंत 'अ' राज्यातील लोकसंख्येत किती टक्के वाढ झाली?

१) २०   २) ३०   ३) ४०   ४) ५०

३) पुढील आकृतीचे निरीक्षण करा.
एका शहरात ३०००० व्यक्ती असतील तर

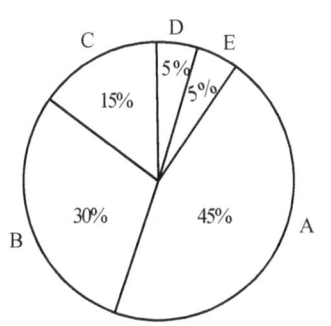

A = ४ थी पर्यंत शिक्षण.
B = ७ वी पर्यंत शिक्षण.
C = १२ वी पर्यंत शिक्षण.
D = पदवी.
E = निरक्षर.

१) पदवीशिक्षण झालेल्यांची एकूण लोकसंख्या किती?
   १) १५०   २) १५००   ३) १५५०   ४) १५५५५   (२)
२) एकूण साक्षर लोकसंख्या किती?
   १) १५००   २) २७००   ३) २५२५०   ४) २८५००   (४)
३) जर इंग्रजीचे शिक्षण ५ व्या इयत्तेपासून दिले जात असेल तर इंग्रजी येणाऱ्यांची संख्या किती?
   १) १८०००   २) २७०००   ३) २१०००   ४) १५०००   (४)

४) दिलेल्या pie आकृतीमध्ये एका कुटुंबाचे आर्थिक नियोजन असून विविध गुणोत्तरात केला जाणारा खर्च आणि त्याची बचत ८००० रु. आहे. त्याचा अभ्यास करून खालील प्रश्नांची उत्तरे द्या.

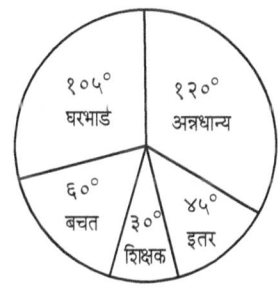

१) अन्नधान्यावरील खर्च आणि बचतीचे प्रमाण यांचे गुणोत्तर किती आहे?
   १) ३:२   २) ४:३   ३) ३:४   ४) २:१   (४)
२) कुटुंबाचा महिन्याचा एकूण खर्च किती?
   १) ४५०००   २) ४८०००   ३) ५००००   ४) ४००००   (४)
३) घरभाड्यापेक्षा अन्नधान्यावर किती अधिक खर्च केला जातो?
   १) २५००   २) २०००   ३) १०००   ४) ३०००   (२)
४) शिक्षणावर किती खर्च केला जातो?
   १) ७०००   २) ३०००   ३) ५०००   ४) ४०००   (४)

५) परदेशी शिक्षणासाठी वेगवेगळ्या शहरातून जाणारी मुले

राज्य	१९९५	१९९६	१९९७	१९९८	१९९९
मुंबई	७२३	८४०	९००	९२०	९२५
तिरूअनंतपुरम्	१०३५	९४०	१२००	१४००	१५००
बेंगळुरू	७५०	६००	८३०	५७५	९००
कोलकाता	५००	५५०	४५०	६००	५२५
दिल्ली	१५००	१६२५	१७००	१४७५	१८००
हैदराबाद	८००	८४०	८७५	९२५	७८५
एकूण	५३०८	५३९५	५९५५	५८९५	६४३५

१) विद्यार्थ्यांच्या परदेशी शिक्षणाला जाण्यासाठी कोलकाता मधून १९९७ - १९९८ दरम्यान किती प्रतिशत वाढ झाली?

१) ६६ २/३ २) ३३ १/३ ३) १५० ४) ५० (२)

२) कोणत्या शहरातून विद्यार्थ्यांच्या परदेशी शिक्षणाला जाण्याला सतत वाढ झालेली दिसून येते?

१) तिरूअनंतपुरम् २) दिल्ली ३) हैदराबाद ४) मुंबई (४)

३) कोणत्या वर्षी तिरूअनंतपुम् मधून एकूण विद्यार्थीसंख्येच्या १/५ विद्यार्थी शिक्षणासाठी परदेशी गेली?

१) १९९५ २) १९९६ ३) १९९७ ४) १९९८ (३)

४) कोणत्या शहराच्या बाबतीत परदेशी जाणाऱ्या विद्यार्थ्यांच्या संख्येतच चढ-उतार दिसून येतो.

१) तिरूअनंतपुरम् २) मुंबई ३) बेंगळुरू ४) कोलकाता (४)

५) कोणत्या शहरातून सर्वांत कमी विद्यार्थी परदेशी शिक्षणासाठी गेले आहेत?

१) तिरूअनंतपुरम् २) मुंबई ३) दिल्ली ४) कोलकाता (४)

६) आलेखाचे निरीक्षण करून उत्तराचा योग्य पर्याय निवडा.

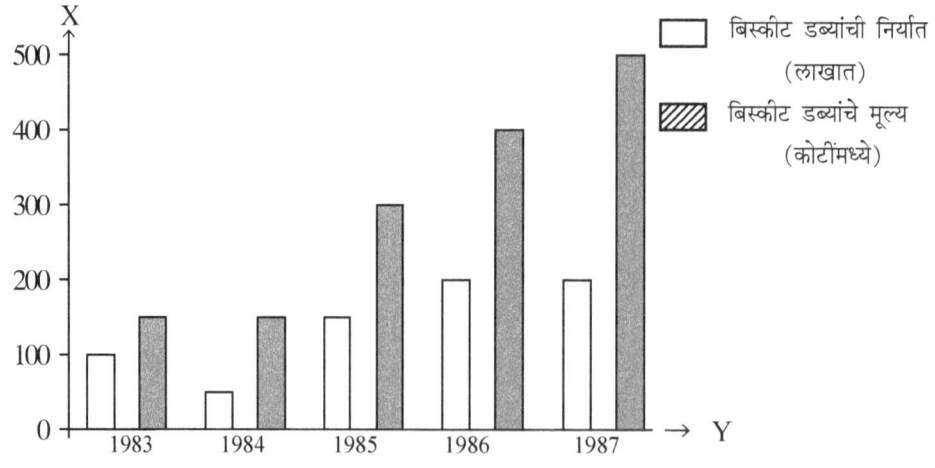

१) प्रत्येक बिस्कीट डब्यामागील मूल्य कोणत्या वर्षी सर्वांत कमी होते?
१) १९८३ २) १९८४ ३) १९८५ ४) १९८६ (१)
२) बिस्कीट डब्याच्या निर्यातीतील १९८५ आणि १९८६ मधील संख्यात्मक फरक किती?
१) १० २) १००० ३) १०००० ४) यांपैकी नाही. (१)
३) निर्यात मूल्यामध्ये साधारणत: १९८३ ते १९८७पर्यंत किती टक्के वाढ झाली?
१) ३५० २) ३३० ३) २४ ४) यांपैकी नाही. (४)
४) १९८३च्या तुलनेत १९८४मध्ये किती टक्के संख्यात्मक निर्यातीतील घट झाली?
१) ८५ २) २५ ३) ५० ४) यांपैकी नाही. (२)

७) आलेखाचे निरीक्षण करून उत्तरे निवडा.

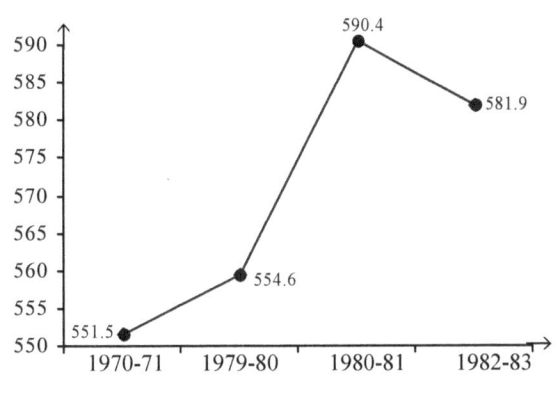

१९७९ - ८०च्या स्थिर किमतीनुसार

१) १९७० - ७१ ची १९८० - ८१ शी तुलना करता किती प्रतिशत उपभोक्ता खर्चामध्ये वाढ झाली आहे?
१) १० २) ७ ३) ८ ४) ३८ (२)
२) १९८२ - ८३ मधील उपभोक्ता खर्च १९८० - ८१ च्या उपभोक्ता खर्चापेक्षा कितीने कमी आहे?
१) ३६.४० रु. २) ३८५० रु. ३) ८.५० रु. ४) ८५ रु. (३)

***

पेपर २
घटक नं. ८ माहिती व संप्रेषण - संज्ञापन तंत्रज्ञान
(Information and Communication Technology)

१. प्रास्ताविक :

आज रोजी माहिती संदेशवहन स्वतंत्र तंत्रविज्ञान बनले आहे. जग एका छोट्या खेड्यासारखे झाले आहे. इंटरनेट, ई-मेल, ई-लर्निंग, इनकोडिंग असे शब्दप्रयोग सुरू झाले आहेत. प्रत्येक स्पर्धा परीक्षांसाठी आणि व्यवसायासाठी माहिती तंत्रज्ञान गरजेचे आहे. शेती, व्यवसाय, व्यापार, शासकीय सेवा, बँकिंग शाळा-महाविद्यालयातून या विषयाला पर्याय नाही. सर्वच शाखा माहिती तंत्रज्ञानाचे व्यापल्या असून त्याला संगणकीय साक्षरता असे म्हटले जाते; प्रत्येकाला किमान ज्ञान हवं आहे.

ज्या उमेदवारांनी या विषयाचे प्रमाणपत्र प्राप्त केले असेल किंवा पदवी घेतली असेल त्यांना सदर घटक फारच सोपा आहे. तथापि, प्रश्नपद्धती समजून घ्यावी अशी विनंती आहे; तसेच जे उमेदवार नवीन आहेत त्यांनी या बाबतचा घटक क्र. VIII पाहून अभ्यास करून परीक्षेस बसावे. या ठिकाणी अगदी प्राथमिक माहिती आणि संभाव्य प्रश्न देत आहोत. बाजारात व खासगी वर्गात प्राप्त झालेले लेखन, माहितीपत्रे, पुस्तके देखील हाताळावीत.

ICT - घटक -

१) स्वरूप - अर्थ - फायदे - तोटे - उपयोग

२) सामान्य संक्षिप्त रूपे व नामावली

३) संगणक व ई-मेलची मूलभूत माहिती

- Meaning, advantages, disadvantages and uses.
- General abbreviations and terminology.
- Basics of internet and e-Mailing.

माहिती व संप्रेषण तंत्रविज्ञानामध्ये माहितीशास्त्र आणि दूरसंचार तंत्रज्ञान या दोन बाबींचा समावेश होतो. संदेशवहन संज्ञापन व संप्रेषण म्हणजे माहितीचे विविध माध्यमातून हस्तांतर वाढविता येते. त्यासाठी दूरसंचार, पेजर, मोबाईल, फॅक्स, ई-मेल, ई-लर्निंग, इंटरनेट इ. चा वापर केला जातो. याची थोडक्यात माहिती घटक क्र. IV मध्ये दिलेली आहे. त्याचाच भाग म्हणून आम्ही या ठिकाणी सेट/नेट परीक्षेच्या दृष्टिकोनातून अधिक माहिती थोडक्यात नमुना प्रश्नासह देत आहोत. त्याचा निश्चितच उपयोग होईल.

२. माहिती तंत्रज्ञानाचे उपयोग (Advantages)

अ) शैक्षणिक कार्यासाठी - महाराष्ट्र शासनाने शिक्षकांसाठी माहिती तंत्रज्ञान (MS - ACIT - IT for teachers) हा अभ्यासक्रम सुरू केला आहे. दूरस्थ शिक्षणाची सोय इंटरनेटवर, वेबसाईटवर केली जाते. शाळेत संगणकाचा वापर सक्तीचा केला आह दृक्-श्राव्य साधनांचा वापर. संशोधनासाठी, परीक्षेसाठी तसेच कार्यालयीन कामासाठी संगणकाचा वापर होतो आहे.

ब) घरगुती व वैयक्तिक कामे - प्रवासाची आरक्षणे, बँकेची कामे, ई-मेलचा वापर, खरेदी व्यवहार, संपर्क साधने इ.

क) व्यावसायिक - वैद्यकीय व्यवसाय, उद्योगधंदे, व्यापार इ.साठी इंटरनेट, सेंट लाईट, दूरचित्रवाणी इ. वैयक्तिक

नोंदी, ई-कॉमर्स, डी.टी.पी., ऑनलाईन ट्रेनिंग इ.

ड) वैज्ञानिक-नैसर्गिक संकटे, भूकंप, शस्त्रक्रिया इ.बाबतचे आधुनिक ज्ञान प्राप्त होते.

इ) कला - मनोरंजन - पेजमेकर, डिजिटल छायाचित्रे, कार्टुन फिल्म, मनोरंजन सीडी इ.

३. माहिती तंत्रज्ञानाच्या मर्यादा (Disadvantages)

अ) परावलंबित्व - विजेवर चालणारी यंत्रे व साधने असून मानवाच्या शक्ती बाहेरची व परावलंबी आहेत. मानव आळशी व यंत्रावर भरवसा ठेवून जगतो. स्वत:ची बुद्धी व शक्ती वापरत नाही.

ब) आर्थिक बाजू - भारतातील सर्व जनतेला या शाखेचा किती उपयोग होईल हा प्रश्न पडतो; कारण गरीब देश व गरीब जनता आहे.

क) गुन्हेगारीत वाढ - गुन्हेगारी, फसवेगिरी, भ्रष्टाचार, खोटारडेपणा इ. गोष्टीत वाढ होत आहे. प्रामाणिकपणा कमी होतो आहे. बकालपणा वाढतो आहे.

४. इतिहास : पाच पायरीने दर्शविला जातो. तसेच पाच घटकांवर चालतो.

१) लोक (User), २) कार्यपद्धती (Procedure), ३) डेटा, ४) हार्डवेअर, ५) सॉफ्टवेअर

मेमरीक्षमता, बाईट (Byte) या एककात मोजतात.

१०२४ बाईट = १ किलो बाईट, १०२४ कि.बा. = १ मेगा बाईट

३. माहिती तंत्रविज्ञान - (अर्थ व इतिहास) :

माहिती तंत्रज्ञान ही एक व्यापक संकल्पना आहे; म्हणून त्याला तंत्रविज्ञान म्हणणे योग्य होईल. ज्यामध्ये माहितीचे सुयोग्य व्यवस्थापन केलेले आढळते. माहिती पुरविणे, माहितीवर प्रक्रिया करणे, ती साठविणे, हवी तेव्हा वापरणे, प्रसारण करणे इ. गोष्टींचा समावेश होतो. माहिती तंत्रज्ञानामध्ये संगणक (Computer) आणि (Communication) संप्रेषण या दोन बाबींचा प्रामुख्याने भाग असतो. परंतु, माहिती तंत्रविज्ञानाचा नेमका अर्थ समजून घेताना त्यामध्ये पारंपरिक व आधुनिक तंत्राचा समावेश महत्त्वाचा असतो. पुनर्मुद्रण, मुद्रण, संकलन, संपादन ही पारंपरिक तंत्रे आणि संज्ञापन व संगणक ही आधुनिक तंत्रे आहेत.

इ.स. १४५० - इंग्लंडमध्ये पहिला कागद कारखाना सुरू झाला.
इ.स. १५९० - शिसपेन्सीलचा शोध लागला.
इ.स. १८३७ - पहिले तारायंत्र तयार झाले.
इ.स. १८५२ - बी. डान्सर यांनी मायक्रोफिल्मचा शोध लावला.
इ.स. १८६८ - स्कोलस याने आधुनिक टाईप रायटरचा शोध लावला.
इ.स. १८७६ - बेल यांनी टेलिफोनमधून पहिला शब्द बोलला.
इ.स. १८७८ - बेल यांनी टेलिफोन नेटवर्कची कल्पना मांडली.
इ.स. १९०१ - मार्कोनीने पहिला रेडिओ सिग्नल पाठविला.
इ.स. १९२५ - जॉन बेअर्ड यांनी पहिला टि.व्ही. तयार केला.
इ.स. १९३६ - जगातील पहिली दूरदर्शन सेवा जनतेपुढे बी.बी.सी.ने ठेवली.
इ.स. १९४९ - इंग्लंडच्या केंब्रिज विद्यापीठात पहिला संगणक तयार झाला.
इ.स. १९५० - दूरून टेलिफोन डायल करून बोलणे शक्य झाले व विक्रीसाठी झेरॉक्स मशीन तयार झाले.
इ.स. १९५८ - सॅटेलाइटने (दूरसंचार उपग्रह) रेडिओ संदेश दिला.

इ.स. १९६७ - ब्रिटिश पोस्टाने डेटा प्रोसेसिंग (data processing) सुरू केले.

इ.स. १९८० - ब्रिटिश पोस्टाने संगणकीय - टेलिफोन - नेटवर्क - System - X ही सेवा सुरू केली.

इ.स. १९८१ - टेलिकम्युनिकेशन ॲक्ट तयार झाला. खासगीकरण कॉम्प्युटरच्या पाच पिढ्या मानतात -
१) (१९४६-५८), २) (१९५९-६५), ३) (१९६६-७६), ४) (१९७७-८५), ५) १९८५ पासून

४. संगणक क्षेत्राशी संबंधित काही संक्षिप्त रूपे (Some Abbreviations)

AI	- Artificial Intelligence
ARP	- Address Resolution Protocol
ASCII	- American Standard Code for Information
AM	- Amplitude Modulation
BBS	- Bulletin Board System
BCR	- Bar Code Reader
CAD	- Computer Aided Design
CD	- Compact Disc
COMSAT	- Communication Satellite
CPU	- Central Processing Unit
CRT	- Cathode Ray Tube
DAT	- Digital Audio Tape
DBMS	- Data Base Management System
DOT	- Department of Telecom
E-Mail	- Electronic Mail
FDD	- Floppy Disc Drive
HSDC	- High Speed Data Communication
INTERNET	- Inter Connected Network
PL$_|$	- Programme Language
P-ROM	- Programmeable Read Only Memory
PCN	- Personal Communication Network
RDBMS	- Relational Data Base Management System
STP	- Software Technology Park
UNIVAC	- Universal Automatic Computer
URL	- Uniform Resource Locator
VAN	- Value Area Network
VCD	- Video Compact Disc
WAN	- Wide Area Network
WAP	- Wireless Application Protocol
WAIS	- Wide Area Information Service
WORM	- Write Once, Read Many

WWW	- World Wide Web
XNS	- Xerox Network System
Y2K	- Year 2000
ZIP	- Zone Information Protocol

५. संगणक व ई-मेलची माहिती (Internet - E-Mail) :

जगामध्ये संगणक वैयक्तिकपणे जादा वापरला जातो. संगणक विशिष्ट पद्धतीने जोडले जातात. त्याला 'नेटवर्क' म्हणतात.

१) - LAN : लॅन - लोकल एरिया नेटवर्क - एका ठिकाणचे संगणक एकमेकांना जोडले जातात.

२) - MAN : मॅन - मेट्रोपॉलीटन एरिया नेटवर्क - शहरातील विविध भागातील जोडणारे

३) - VAN : वॅन - वाईड एरिया नेटवर्क - विविध - प्रांत - देशामधील जोडणारे.

जगातील अनेक भागातून जोडलेले नेटवर्क म्हणजे इंटरनेट होय. नेटवर्कचे नेटवर्क्स् = इंटरनेट. सर्व जगाशी संपर्क होतो. 'Global Village' असे म्हणतात. १९६९ साली अमेरिकेत संरक्षण यंत्रणेतून इंटरनेटचा जन्म झाला. इंटरनेटच्या सुविधांसाठी चार गोष्टी लागतात.-

१) वैयक्तिक उपग्रह, २) मोडेम यंत्रणा, ३) दूरध्वनी, ४) इंटरनेट कनेक्शन

- इंटरनेटची सेवा पुरविणाऱ्या संस्थांना - सेवा पुरवठादार म्हणतात. इंटरनेटच्या वेगवान संगणकांना 'सर्व्हर्स' म्हणतात.
- सध्या देशात विदेश संचार निगम लि. (VSNL), महानगर टेलिफोन निगम लि. (MTNL), सत्यम् ऑन लाईन, नेट क्रॉकर्स, मंत्रा ऑन लाईन इ. ISP आहेत. ISP म्हणजे इंटरनेट सर्व्हिस प्रोव्हाइडर.
- प्रत्येक संगणक वापर कर्त्याला एक सांकेतिक शब्द दिला जातो. त्याला 'पासवर्ड' म्हणतात. तो बदलता येतो, तो शब्द, अंक, चिन्ह या स्वरूपात असतो. इंटरनेट खाते उघडताना दिलेले नाव 'युजर' नेम होय. इंटरनेट व होणाऱ्या देवाण-घेवाणीच्या नियमावलीस 'प्रोटोकॉल्स' म्हणतात.
- 'चॅटिंग' इंटरनेटवरून गप्पागोष्टी करण्याला चॅटिंग म्हणतात.
- डाऊन लोडिंग - इतर ठिकाणची वेबसाईट वरील माहिती - आपल्या संगणकावर उतरवून घेणे.
- इंटरनेट विविध माहिती असते. या संग्रहाला, 'वेबसाईट' म्हणतात व त्यातील प्रत्येक पानाला 'वेबपेज' म्हणतात.
- संगणकीय भाषा - http (Hyper Text Transfer Protocol)
- प्रत्येक वेबसाईटचे नाव वेगवेगळे असते, ती विविध संस्थेशी संबंधित असून शेवटची दोन अक्षरे देशांची असतात.

  उदा. http//www.Uge.ac.in
- www = World Wide Web हे सर्व्हर आहे.

  Uge वेबसाईटचे नाव.

  ac तिचा क्षेत्राशी संबंध शैक्षणिक.

  in = india
- ई-मेलच्या सेवेसाठी - अकाउंट उघडावा लागतो. प्रत्येकी वेगळे नाव असत त्याला 'ई-मेल ॲड्रेस' असे म्हणतात. ई-मेलच्या पत्त्याचे भाग असतात. त्यापैकी (a) (.) ही चिन्हे आहेत. त्यांना अनुक्रमे 'अपरसँड' व 'डॉट' असे म्हणतात.

- ई-मेलच्या डॉट - पुढील अक्षरांवरून वेबसाईटचा प्रकार कळून येतो. उदा.-
  - १) Edu = Education - शैक्षणिक संस्था
  - २) Com = Commerical - व्यापारी संस्था
  - ३) Gov. = Government - सरकारी संस्था
  - ४) Int = International - संघटना
  - ५) Net = Network Backbone - नेटवर्क कणा
- भारत शासनाने संयुक्त राष्ट्रसंघाच्या सहकार्याने शिक्षण व संशोधन नेटवर्कच्याद्वारा (Education & Research Network - ERNET) ई-मेलची सुविधा सुरू केली आहे.
- संगणकात दोनच अंक असतात - (०) आणि (१) या दोन अंकांनी संगणकाची भाषा बनते. या पद्धतीला, 'बायनरी' म्हणतात. यामध्ये प्रत्येक स्थानाला बिट म्हणतात - म्हणजे डिजीट होय. आठ बीटचा एक बाईट बनतो.

संगणकाचे प्रकार :

१) मोजण्याचे काम करणारे = 'डिजिटल'
२) मापन करणारे = 'ॲनलॉग'
३) दोन्ही कामे करणारे = 'हायब्रीड'

आकारावरून : सर्व्हर्स, वर्क स्टेशन्स, पामटॉप, लॅप टॉप संगणक, मिनी संगणक, मेन फ्रेम, महासंगणक - CRAT

उपयोगावरून : १) सामान्य उपयोगाचे - बिले, याद्या बनविणे.
२) विशिष्ट उपयोग - रेल्वे आरक्षण, परीक्षा.

घटक - कोणतीही संगणक प्रणाली तीन घटकांनी बनलेली असते.-
१) आवक - (Input) इनपूट व जावक यंत्रणा (Output)
२) स्मृती - मेमरी यंत्रणा
३) प्रक्रिया - प्रोसेसिंग यंत्रणा

***

घटक नं. ८ माहिती व संप्रेषण तंत्रज्ञान

नमुना प्रश्न (Model Questions)

१. आजच्या टेलिफोनची नेटवर्क कल्पना कोणी मांडली?
अ) बी. डान्सर **ब)** के. ब्रुन **क)** अलेक्झांडर बेल **ड)** हेन्री मिल

२. 'माऊस' हा पॉईंटर डिव्हाईस असून त्याद्वारे टाईप करता येत नाही.
अ) बरोबर **ब)** चूक **क)** सांगता येत नाही

३. संगणक सुरुवात करण्याच्या प्रक्रियेला म्हणतात. -
अ) बुटिंग **ब)** स्टार्टिंग **क)** ओपनिंग **ड)** ऑन

४. 'बाईट' हे Byte मोजण्याचे एकक आहे. -
अ) वेग **ब)** अंतर **क)** माहिती साठवण क्षमता **ड)** विद्युत क्षमता

५. शास्त्रीय संशोधनासाठी ...... या कॉम्प्युटरचा वापर करतात.
अ) सुपर कॉम्प्युटर **ब)** पर्सनल कॉम्प्युटर **क)** मिनी कॉम्प्युटर **ड)** मेन फ्रेम कॉम्प्युटर

६. खालीलपैकी कोणते विधान - साधन इनपूट डीव्हाईस नाही.
अ) माऊस **ब)** माईक **क)** की-बोर्ड **ड)** संगणक पडदा

७. याला आय.टी.सी. म्हणतात -
अ) भारतीय संगणक यंत्र **ब)** भारतीय संदेशवहन तंत्रविज्ञान
क) माहिती व संदेशवहन तंत्रविज्ञान **ड)** यापैकी नाही

८. डी.टी.पी. (DTP) हे संक्षिप्त रूप .... याचे आहे.
अ) डोमेस्टिक टॉप पब्लिशिंग **ब)** डेस्क टॉप पब्लिशिंग
क) डायमॅनिक टॉप पब्लिशिंग **ड)** डिजिटल टॉप पब्लिशिंग

९. प्रकाशन क्षेत्रासाठी उपयुक्त सॉफ्टवेअर .... हे आहे.
अ) पेजमेकर **ब)** पावर पॉईंट **क)** वर्ड **ड)** एक्सेल

१०. 'डॉस' ही काय आहे?
अ) संगणक परिचय प्रणाली **ब)** संगणकाची एक भाषा **क)** व्हायरस सिस्टम
ड) हार्डवेअर सिस्टम

११. संगणक हा खालीलपैकी काय करू शकतो?
अ) माहिती (Data) साठवू शकतो **ब)** माहितीवर प्रक्रिया करतो
क) जलद व अचूक प्रक्रिया करतो **ड)** वरील सर्व

१२. उपग्रह संदेशवहनाचे (Satellite) कार्य कोण करतो?
अ) रडार **ब)** ट्रान्सफॉर्मर **क)** ट्रान्समीटर **ड)** यापैकी नाही

१३. मानवी मेंदूप्रमाणे संगणक यंत्रकाम करू शकते.
अ) सत्य आहे **ब)** असत्य आहे **क)** अंशत: सत्य आहे **ड)** वरील पैकी नाही

१४. माहिती व तंत्रज्ञानामध्ये खालीलपैकी कोणाचा संबंध नाही.
अ) इंटरनेट **ब)** ई-मेल **क)** दूरदर्शन **ड)** पेट्रोल पंप

१५. एक किलो बाईट्स म्हणजे किती बाईट्स (Bytes) ?
अ) ५०० बाईट्स **ब)** २०० बाईट्स **क)** १०० बाईट्स **ड)** वरील पैकी नाही

१६. पुढील बरोबर विधान ओळखा -

अ) वाय - टू - के ही समस्या दर बारा वर्षांनी येते. **ब)** संगणकाच्या चुकीमुळे होते.

क) थंडीमुळे येत असते. **ड)** २००० साली संबंधित संगणकाशी होती.

१७. प्रत्येक संगणकाबरोबर इंटरनेट असला पाहिजे हे विधान -

अ) वैयक्तिक आहे **ब)** अंदाजे आहे **क)** चुकीचे आहे **ड)** बरोबर आहे

१८. माहिती तंत्रज्ञानाचे प्रमुख भाग आहेत -

अ) दहा **ब)** बारा **क)** पाच **ड)** दोन

१९. MHz म्हणजे काय ते सांगा?

अ) मेगा हाईट **ब)** महाराष्ट्र झोन **क)** मेगा झेड **ड)** मेगा हाईट

२०. डी.ओ.टी. - (DOT) म्हणजे काय?

अ) डिपार्टमेंट ऑफ टेलिकॉम **ब)** डिपार्टमेंट ऑफ ट्रान्सपोर्ट

क) डिपार्टमेंट ऑफ टेलिकम्युनिकेशन **ड)** वरील पैकी नाही

२१. जगात पहिले तारायंत्र तयार झाले सन -

अ) १८३७ **ब)** १९३७ **क)** १८५७ **ड)** १८००

२२. किती साली बी. बी. सी. ने पहिली दूरदर्शन सेवा जनतेपुढे ठेवली?

अ) १८९० **ब)** १८३६ **क)** १९३६ **ड)** १९८६

२३. सी.ए.डी. (CAD) म्हणजे -

अ) (Computer Aided Design) कॉम्प्युटर एडेड डिझाईन

ब) कॉम्प्युटर एडेड डायग्राम

क) कॉम्प्युटर एडेड ड्राईव्ह

ड) वरील पैकी नाही

२४. पी. एल. म्हणजे - (PL) -

अ) (Programme Language) प्रोग्रॅम लँग्वेज **ब)** प्रोग्रॅम लर्निंग

क) प्रोग्रॅम लावूड **ड)** वरील सर्व

२५. संगणकाच्या भाषेत 'इन्फॉरमेशन' व 'डेटा' हे समान मानले जातात हे विधान आहे. -

अ) बरोबर **ब)** चूक **क)** कालसापेक्ष **ड)** अनिश्चित

२६. ई-मेल, ऑन लाईन सर्व्हिस, व्हाईस-मेल, फॅक्स या सर्व आहेत. -

अ) संगणकाचे घटक **ब)** माहिती पाठविण्याची साधने

क) माहिती पाठविणाऱ्या वाहिन्या **ड)** वरील पैकी नाही

२७. संगणकामध्ये मानवाप्रमाणे विचार करण्याची क्षमता कोणत्या संगणक पिढीत आली?

अ) पहिली **ब)** दुसरी **क)** तिसरी **ड)** पाचवी

२८. खालीलपैकी 'हार्डवेअर'मध्ये कोणाचा समावेश होतो?

अ) वर्ल्डशीट **ब)** गेम **क)** पेजमेकर **ड)** स्पीकर

२९. खालीलपैकी सी.डी.चा प्रकार कोणता?

अ) ऑप्टीकल डिस्क **ब)** हार्ड डिस्क **क)** मॅग्नेटिक डिस्क **ड)** यापैकी नाही

३०. संदेश पाठविताना काही सांकेतिक शब्द व खूणा वापरून संदेश पाठविला जातो. त्यास म्हणतात -

अ) इनकोडिंग **ब)** फोल्डिंग **क)** डिकोडिंग **ड)** मोडेम

३१. संदेश प्राप्त झाल्यानंतर त्यातील सांकेतिक शब्दांचा अर्थ लावून संदेश ग्रहण करणे म्हणजे ...... होय.

अ) डिकोडिंग **ब)** कोडिंग **क)** फोल्डिंग **ड)** इनकोडिंग

३२. खालीलपैकी कोणत्या माहिती संचार पद्धतीत एकाच दिशेने संदेशवहन होते?

अ) सिप्लेक्स **ब)** फूल-डुप्लेक्स **क)** हाफ-डुप्लेक्स **ड)** कॉंप्लेक्स

३३. एकाच कार्यालयातील विविध खोल्यात संगणक जोडणाऱ्या नेटवर्कला काय म्हणतात?

अ) मॅन **ब)** व्हॉन **क)** लॅन **ड)** पॅन

३४. वेगवेगळ्या शहरांना संगणक जोडणाऱ्या नेटवर्कला काय म्हणतात?

अॅ) मॅन **ब)** व्हॉन **क)** लॅन **ड)** पॅन

३५. संगणकातील दुभाषिकाचे काम करणारे साधन कोणते?

अ) सी.पी.यू. **ब)** मदर बोर्ड **क)** मोडेम **ड)** यापैकी नाही

३६. भारताने आयात केलेल्या २००४ सालच्या वस्तूंची यादी ही खालीलपैकी कोणत्या प्रकारात येते?

अ) डेटा **ब)** प्रोसेसिंग **क)** इन्फॉरमेशन **ड)** यापैकी नाही

३७. ई-आर. नेट खालीलपैकी कोणासाठी वापरतात?

अ) इंटरकोड **ब)** राष्ट्रीय संगणक नेटवर्क

क) शिक्षण व प्रशिक्षण कार्य **ड)** शिक्षण व संशोधन नेटवर्क

३८. खालीलपैकी संगणकाचा इनपुट कोण आहे?

अ) प्रिंटर **ब)** स्क्रीन **क)** स्पिकर **ड)** की-बोर्ड

३९. फ्लॉपी डिस्कवर डेटा केव्हा लिहिला व वाचला जातो?

अ) चुंबकीय पद्धतीचा वापर करून. **ब)** लेझर तंत्राचा वापर करून.

क) इलेक्ट्रॉनिकचा वापर करून. **ड)** इलेक्ट्रिकल पद्धतीचा वापर करून.

४०. बी.सी.आर. मार्फत बारकोड ओळखता येतो.

अ) बरोबर आहे **ब)** चूक आहे **क)** निश्चित नाही **ड)** अंशतः सत्य आहे

४१. डी.व्ही.डी.ची क्षमता असते. -

अ) सी.डी.च्या क्षमतेपेक्षा जास्त **ब)** सी. डी. च्या क्षमतेबरोबर

क) सी.डी.च्या क्षमतेपेक्षा कमी **ड)** वरील सर्व चूक

४२. स्टार नेटवर्क पद्धतीमध्ये एक वायर बसवून सर्व संगणक जोडले जातात. वेगवेगळ्या वायरची संगणक जोडतात.

अ) वरील दोन्ही विधाने चूक आहेत. **ब)** वरील दोन्ही विधाने बरोबर आहेत.

क) पहिले विधान बरोबर असून दुसरे चूक आहे. **ड)** दुसरे विधान बरोबर असून पहिले चूक आहे.

४३. इंटरनेटवरून सांकेतिक भाषेत पाठविलेला संदेश वाचण्याची प्रणाली कोणती?

अ) डिस्क्रिप्शन **ब)** प्रिस्क्रिप्शन **क)** सबस्क्रिप्शन **ड)** यापैकी नाही

४४. .... ही परिभाषा प्रक्रिया न केलेल्या माहितीसाठी वापरतात.

अ) डेटा **ब)** इन्फॉरमेशन **क)** स्टाटोस्टिक **ड)** प्रोसेसिंग

४५. खूप दूरच्या अंतरावरील संगणकाचा वापर इंटरनेटच्या मदतीने करण्याच्या प्रक्रियेला काय म्हणतात?

अ) टेल नेट **ब)** ई-मेल **क)** ऑन लाईन ट्रेडिंग **ड)** वरील सर्व

४६. खालीलपैकी 'लेन' कोणाला म्हणता येईल?

अ) बृहत् जाळे **ब)** मेट्रो जाळे **क)** स्थानिक जाळे **ड)** वरील पैकी नाही

४७. खालीलपैकी 'व्हॅन' कोणाला म्हणता येईल?

अ) बृहत् क्षेत्र जाळे **ब)** स्थानिक जाळे **क)** इंटरनेट **ड)** लघुक्षेत्र जाळे

४८. खालीलपैकी कोणत्या कंपनीची 'मक्तेदारी' आता इंटरनेट क्षेत्रात कमी झालेली आहे?

अ) विदेश संचार निगम लि. **ब)** शासकीय दूरध्वनी विभाग

क) महानगर टेलिफोन विभाग **ड)** भारत संस्कार संचार निगम लि.

४९. खालीलपैकी सत्य विधान ओळखा.

अ) टोकन रिंग पद्धतीमध्ये एकास एक संगणक जोडतात.

ब) टोकन रिंग पद्धतीमध्ये एका प्रमुख वायरला सर्व संगणक जोडतात.

क) टोकन रिंग पद्धतीमध्ये निरनिराळ्या वायरनी जोडतात.

ड) टोकन रिंग पद्धतीमध्ये मध्यवर्ती संगणक इतरांना जोडला जातो.

५०. इंटरनेटला जोडल्यानंतर कोणत्या वेबसाईटद्वारे इतर विषयांच्या वेबसाईटकडे जाण्याचा मार्ग सापडतो?

अ) पोर्टल **ब)** टायटल **क)** वेब इन्फॉरमेशन **ड)** स्क्रीन

घटक - VIII
उत्तरसूची

प्र.क्र.	उत्तर	प्र.क्र.	उत्तर	प्र.क्र.	उत्तर	प्र.क्र.	उत्तर	प्र.क्र.	उत्तर
१	क	२	अ	३	अ	४	क	५	अ
६	ड	७	क	८	ब	९	अ	१०	अ
११	ड	१२	ब	१३	अ	१४	ड	१५	ड
१६	ड	१७	अ	१८	क	१९	ड	२०	अ
२१	अ	२२	क	२३	अ	२४	अ	२५	ब
२६	ब	२७	ड	२८	ड	२९	अ	३०	अ
३१	अ	३२	अ	३३	क	३४	ब	३५	अ
३६	अ	३७	ड	३८	ड	३९	अ	४०	अ
४१	अ	४२	अ	४३	अ	४४	अ	४५	अ
४६	क	४७	अ	४८	अ	४९	अ	५०	अ

***

पेपर नं. १
घटक नं. ९ (पर्यावरण आणि लोकजीवन)
(Environment and People)

विकास याचा अर्थ मानव प्राण्याचे जीवन सुखी व समृद्ध करणे असा घेतला जातो. परंतु, मानवाच्या या विकास प्रक्रियेत इतर अनेक सजीवांचा व भूमातेचा नाश होतो याचा विचार कोणी करत नाही. परंतु, आता मानवांच्या लक्षात आपली चूक आली असून त्यावर तो उपाय शोधत आहे. स्वतःच्या स्वार्थासाठी नैसर्गिक संपत्ती नाश होत असून नैसर्गिक संपत्तीची काळजी घेतली नाही, तर मानवाच्या नाशाला मानवच जबाबदार होतो आहे, हे ज्ञात होत आहे. त्याचा अभ्यास विद्यार्थ्यांनी करावा ही संकल्पना या घटकामागे आहे; म्हणून या ठिकाणी त्या उद्दिष्टाने 'पर्यावरण व मनुष्य' ह्याविषयी माहिती घेण्याचा हा एक प्रयत्न आहे. सर्व स्तरावर हा विषय शिकविला जातो. शासकीय आदेश, कायदे, सार्वजनिक संस्था, सर्व देशातून या बाबत लोकजागृती होत आहे. या जाणिवेतून हा विषय या ठिकाणी मांडला आहे.

१. अर्थ व स्वरूप :

मानवाच्या जीवनाशी सतत संपर्कात असणाऱ्या व प्रत्यक्ष-अप्रत्यक्ष परिणाम करणाऱ्या सर्व भोवतालच्या (सजीव व निर्जीव) परिस्थितीला 'पर्यावरण' असे म्हणता येईल. पृथ्वीच्या पृष्ठभागावरील सर्व बाह्य परिस्थितीच्या प्रभावाचे दर्शन म्हणजे 'पर्यावरण' होय. पर्यावरण व त्याचा अभ्यास करण्याची गरज निर्माण झाली आहे.

माती, पाणी, प्राणी, पक्षी, हवामान, वृक्ष, सूर्य, चंद्र इ. सृष्टीचा परस्परांशी आंतरसंबंध असतो. या संबंधांना भौतिक, जैविक व सांस्कृतिक पर्यावरण असे म्हणता येईल.

- भौतिक पर्यावरणामध्ये हवा, पाणी, खनिजे, सूर्यप्रकाश इ. बाबी येतात तर जैविकमध्ये सर्व सजीव मोडतात. तसेच सांस्कृतिक पर्यावरणामध्ये लोकांचे राहणीमान, आहार-विहार, आर्थिक व राजकीय व्यवहार, सांस्कृतिक उपक्रम येतात.
- पर्यावरणातील सर्व साधनसामुग्रीचे जतन करणे.
- पर्यावरणातील सर्व साधनसामुग्रीचे परस्पर संबंध दृढ करणे.
- पर्यावरणातील सर्व साधनसामुग्रीचा योग्य उपयोग करणे.
   कोणत्याही कारणांनी नैसर्गिक संतुलन बिघडू नये.

२. भारतात चिपको, आप्पिको, शांतीघाटी, आरवली इ. ठिकाणी पर्यावरण बचाव आंदोलने झाली आहेत. राजस्थानमध्ये राजेंद्रसिंह यांच्या तरुण भारत संघाने जलसंवर्धनासाठी प्रयत्न चालविले आहेत. शासनाच्या विरोधी जाऊन नंदा देवी व येथील भाटिया जनतेन तसेच मेधा पाटकर यांनी अशी आंदोलने केली आहेत. पर्यावरणवादी सुंदरलाल बहुगुणा, अण्णा हजारे इ. मंडळी प्रबोधन करत आहेत.

शासनदेखील प्रयत्नशील आहे. कायदे केले जातात, वनमहोत्सव करून झाडे लावली जातात. मथुरा येथील तेलशुद्धीकरण कारखान्यावर कायदेशीर प्रतिबंध करून ताजमहालावर होत असलेला परिणाम थांबविला.

३. जागतिक स्तरावरील काही उपक्रम -

- १) आंतरराष्ट्रीय जैविक कार्यक्रम (IBP)
- २) जागतिक वन्यजीव कोष (WWF)
- ३) युनेस्कोचा मानव जीवाकरण उपक्रम

४) संयुक्त राष्ट्राचा पर्यावरण कार्यक्रम (UNEP)

५) आंतरराष्ट्रीय भू-आवरण कार्यक्रम (IGBP)

४. पर्यावरणातील महत्त्वाचे घटक - (नद्या, जंगले, धरणे, हवा, पाऊस, वृक्ष, प्राणी इ.)

१. नद्या - शेतीला व मानवाला नद्यांपासून पाणी मिळते. नद्यांच्या काठी शहरे व गावे वसलेली आहेत; परंतु, सर्वच नद्या प्रदूषणाने ग्रासल्या आहेत. नदीच्या काठी धार्मिक स्थळे स्थापन होतात आणि प्रदूषणात भरच पडते. उदा. काशी, मथुरा, पंढरपूर, नाशिक इ. नद्यांवर मोठी धरणे बांधली जातात. नर्मदा नदीवर सरदार सरोवर बांधल्याने अनेक जण विस्थापित झाले. त्यामुळेच त्यांचा विरोध आहे. जगातील सर्वात लांब नदी 'नाईल' (ईजिप्त) आहे. भारतातील सर्वात लांब गंगा नदी आहे. जगात सर्वात उंच धरण भाक्रा-नांगल आहे, तर लांब धरण हिराकुंड आहे. नद्यांच्या काठचा प्रदेश सुपीक असतो. नद्यांना महापूर येतो व हानी होते. नद्यांवरील धरणातून वीज तयार होते.

२. १) बॉम्बे नॅचरल हिस्ट्री जुनी व पर्यावरणवादी संस्था आहे. २) सेंटर फॉर इनव्हार्यन्मेंट एज्युकेशन - अहमदाबाद ही संस्था प्रबोधन करते. ३) सेंटर फॉर सायन्स ॲण्ड इनव्हार्यन्मेंट, नवी दिल्ली ही संस्था पण कार्य करते.

३. पर्यावरण समस्या दोन प्रकारे आहेत - १) निसर्ग निर्मित व मानव निर्मित. वादळे, भूकंप, महापूर, दुष्काळ ही निसर्गनिर्मितीची उदाहरणे होत; तर हवा, ध्वनी, भू-प्रदूषण ही मानव निर्मिती होत.

४. नैसर्गिक साधन संपत्ती दोन प्रकारची असते - १) अक्षय संपत्ती - कायमची नष्ट होत नाही. उदा. हवा, पाणी, सूर्यप्रकाश इ. २) क्षयसंपत्ती - वापरल्याने कायमची नष्ट होते. उदा. खनिजे, दगडी कोळसा, पेट्रोल, रॉकेल इ.

५. सूर्यापासून मिळणाऱ्या ऊर्जेला 'सौर ऊर्जा' म्हणतात. हा अपारंपरिक अक्षय स्रोत आहे. सौर ऊर्जेचा उपयोग करून अनेक उपकरणे वापरतात. वाऱ्यापासून वात-वायू ऊर्जा तयार करतात. त्यासाठी पवनचक्कींचा प्रयोग सुरू आहे. अणू ऊर्जा करताना युरेनियमचा वापर करतात.

६. पर्यावरणातील अजैविक पदार्थ - जैविकांकडे, जैविकांकडून परत अविघटकाकडे व विघटकाकडून परत पर्यावरणाकडे जाण्याच्या मार्गाला किंवा चक्रीय प्रणालीला 'परिसंस्था' म्हणतात. भूपरिसंस्था, वाळवंटी परिसंस्था, जल परिसंस्था आहेत.

७. वन्यजीव संरक्षणासाठी कार्यक्रम आखले असून काही राष्ट्रीय व अभयारण्ये उभारली आहेत.

१) कार्बेट अभयारण्य - जिम कॉर्बेटच्या नावाने उभारले असून ते पहिले अभयारण्य आहे - वाघ, हत्ती, मोर इ. प्राणी या अभयारण्यात आहेत.

२) वेदान्थंगल पक्षी अरण्य - चेन्नईजवळ एक शहरात

३) काझीरंगा अभयारण्य - आसाम - एकशिंगी गेंडा

४) गीर अभयारण्य - गुजरात - नीलगाय, सांबर, सिंह

५) बांदीपूर - कर्नाटक - हत्तीसाठी प्रसिद्ध

६) दाजीपूर - राधानगरी - महाराष्ट्रात - गवा, रेडा

८) प्रदूषण (Polution)

मानवी जीवनाच्या दृष्टीने कोणत्याही नैसर्गिक घटकांत होणारा हानीकारक बदल म्हणजे 'प्रदूषण' होय. कोणतेही पदार्थ किंवा ऊर्जा प्रमाणापेक्षा ज्यादा झाल्यास निसर्गाचे संतुलन बिघडते व त्यामुळे सजीवांचे आरोग्य धोक्यात येते; यालाच प्रदूषण (Pollution) म्हणतात.

प्रदूषणाचे प्रकार -

अ) हवा प्रदूषण (Air Pollution) : वाहनांचा वायू, कारखान्यांचे धूर इ.

ब) जल प्रदूषण (Water Pollution) : सांडपाणी इ.

क) ध्वनीप्रदूषण (Sound Pollution) : आवाजाची तीव्रता, आवाजाची तीव्रता 'डेसिबलने' ठरवितात.

ड) भूप्रदूषण (Soil Pollution) : अनेक किटकनाशकांच्या वापरामुळे जमिनीतील जीवजंतू नष्ट होतात.

'केंद्रीय प्रदूषण नियंत्रण मंडळ' व 'ब्यूरो ऑफ इंडियन स्टॅण्डर्स' यांनी १९९१ साली कमी धोकादायक वस्तूंना व त्यांच्या उत्पादनास 'इकोमार्क' दिला जाईल असे जाहीर केले होते. इकोमार्क (इकॉलॉजिक मार्क)ची अंमलबजावणी हवी. रासायनिक खते, औषधे, किटकनाशके तयार करणाऱ्या कंपन्या इ. संस्थांनी काळजी घेतली पाहिजे. वाहतूक व इतर ठिकाणच्या वायूचे निवारण योजना हवी.

१) १९८४ साली युनियन कार्बाइड फॅक्टरीतील मिथी आयसोसायनेट Mic या घातक वायूच्या गळतीमुळे 'भोपाळ' येथे दुर्घटना होऊन २५०० लोक मेले, काही अपंग झाले.

२) गोव्यातील 'झुआरी' कारखान्यांमुळे समुद्रातील मासे मेले.

३) परिचय नदीच्या काठी 'इंडियन रिअर अर्थ' कारखान्यातून किरणोत्सारी पदार्थाने कामगारांना कर्करोग झाला.

४) हॉस्पिटलमध्ये ४० व अन्य ठिकाणी ५० डेसिबलपेक्षा आवाजाची तीव्रता नसावी; परंतु लाऊडस्पिकर, हॉर्न यामुळे ध्वनिप्रदूषण वाढते आहे.

९) पृथ्वीवर - तपांबर - स्थितांबर, मध्यांबर व दलांबर असे थर आहेत. त्यानंतरच्या थराला 'बाह्यांबर' म्हणतात. तपांबर - पृथ्वीच्या जवळ असून या थरात वादळे, ढग, धुके तयार होतात. याच थरात बाष्प, नायट्रोजन, कार्बन-डाय ऑक्साईड वायू मोठ्या प्रमाणात असतो. त्यानंतर पुढे स्थितांबर थरात 'ओझोन वायू' आढळतो. सदरचा वायू सूर्याच्या अतिनील किरणांपासून पृथ्वीचे संरक्षण करतो.

१०) डॉ. वसंत गोवारीकर या वैज्ञानिकाने मान्सून पाऊस पडण्याच्या शक्यतेबाबत १६ 'मापदंडाचे - प्रतिमान' तयार केले आहे. ३० सप्टेंबर १९९३ साली लातूर जिल्ह्यातील 'किल्लारी' गावाला मोठा भूकंपाचा धक्का बसला. समुद्रातून भूकंप होऊन समुद्र पाण्याच्या लाटांनी २००४ साली (सुनामी) मोठी हानी झाली. ज्वालामुखीच्या लाव्हारसामुळे, हिमवादळामुळे, युद्धामुळे प्रदूषणात भर पडते.

११) जागतिक स्तरावर 'वसुंधरा बचाव' परिषदा घेऊन प्रयत्न सुरू आहेत. परंतु, वाळवंटी प्रदेशातील वादळे, महापूर यांसारख्या गोष्टी वारंवार होत आहेत. त्याची जाणीव ठेवून माणसाने आपले वर्तन ठेवावे, अशी अपेक्षा असते.

अ) जगात मोठे कोण? (पर्यावरणावर परिणाम करणारे)

१) मोठे खंड - आशिया

२) मोठे शहर - शांघाय

३) मोठा कालवा - सुएझ कालवा

४) मोठा धर्म - ख्रिश्चन धर्म

५) मोठा दिवस - २१ जून

६) मोठा पक्षी - शहामृग

७) मोठी नदी - ॲमेझॉन (अमेरिका)

८) मोठे बंदर - सीडने हर्बर

९) जलद उडणारा पक्षी - पाकोळी
१०) सर्वात जास्त जगणारा प्राणी - कासव
११) सर्वात जास्त उष्णता - जाकोबाबाद (पाकिस्तान)
१२) सर्वांत उंच उडी मारणारा प्राणी - कांगारू
१३) जास्त लोकसंख्या - टोकियो
१४) जास्त पाऊस - कॅलिमाया (चिल्ली)
१५) सर्वात लहान दिवस - २२ डिसेंबर

ब) भारत - सर्वांत मोठे कोण? (पर्यावरणावर परिणाम करणारे)

१) मोठे शहर - मुंबई
२) राज्य - मध्य प्रदेश
३) मोठा किल्ला - आग्रा
४) धबधबा - गिरसप्पा
५) विमानतळ - डमडम
६) मातीचे धरण - गंगापूर
७) काँक्रिट धरण - नागार्जुन सागर
८) देऊळ - कैलास मंदिर
९) उंच शिखर - कांचनगंगा
१०) समुद्रावरील पूल - इंदिरा गांधी
११) जास्त पाऊस - चेरापुंजी
१२) जंगली प्रदेश - आसाम
१३) शहरीकरण - महाराष्ट्र
१४) उंच पूल - चंबळ पूल
१५) उंच वृक्ष - देवधर
१६) पहिला उपग्रह - आर्यभट्ट
१७) पहिली रेल्वे - ठाणे ते मुंबई
१८) उंच दीपग्रह - मुंबईजवळ
१९) उंच घुमट - विजापूर
२०) लेणी - अजिंठा
२१) लांब रस्ता - ग्रॅंड ट्रक रस्ता
२२) प्लॅटफॉर्म - खडकपूर
२३) बोगदा - जवाहर बोगदा
२४) लोकसंख्या घनता - दिल्ली प्रदेश
२५) हॉटेल - ओबेराय

क) राष्ट्रीय प्रयोगशाळा व खाणी -

१) भाभा ॲटॉमिक रिसर्च संस्था - मुंबई
२) नॅशनल फिजिकल लॅब - नवी दिल्ली
३) मध्यवर्ती रस्ते संशोधन संस्था - नवी दिल्ली
४) मध्यवर्ती - खाण काम - धनबाद
५) मध्यवर्ती कातडे संशोधन संस्था - मद्रास
६) मध्यवर्ती इमारत संशोधन संस्था - रूडकी
७) पहिले आकाशवाणी केंद्र - मुंबई
८) सोने - कोलार (कर्नाटक)
९) दगडी कोळसा - राणी गंज (प. बंगाल)
१०) पांढरा दगड - राजस्थान
११) हिरे - पन्ना (मध्य प्रदेश)
१२) तांबडा दगड - जोधपूर
१३) खनिज मीठ - मंडी (हिमाचल प्रदेश)
१४) पेट्रोलियम - खंबायत, गुजरात, बॉम्बे हायवे
१५) सल्फर - तमिळनाडू
१६) चुनखडी - सिंगरेजी, (आंध्र) भंडारा, यवतमाळ
१७) सिलिका (वाळू) - (उत्तर प्रदेश व गुजरात)

ड) भूगोलातील ठळक बाबी (पर्यावरणाशी संबंधित)

१. सूर्य हा पृथ्वीपासूनचा जवळचा तारा आहे. त्याचा व्यास सुमारे १३ लाख कि.मी. असून त्याचे पृथ्वीपासून अंतर सुमारे १४ कोटी १५ लाख कि.मी. आहे. पृथ्वीचा व्यास १२,७०० कि.मी. आहे.

२. सूर्यमालेत ९ ग्रह असून ते स्वत: भोवती व सूर्याभोवती फिरतात. ग्रहांना उपग्रह असतात. पृथ्वीला एक तर मंगळाला दोन आणि शनिला सर्वात जास्त २३ उपग्रह किंवा चंद्र आहेत. ग्रहांभोवती फिरणाऱ्या उपग्रहांना 'खगोल' म्हणतात.

३. प्रकाशाचा वेग सेकंदाला ३ लाख कि. मी. असतो. ग्रह व तारे यांचे अंतर मोजण्यास त्याचा उपयोग करतात. एका वर्षात सूर्यप्रकाश जेवढा जाईल त्या अंतरास 'प्रकाश वर्ष' अंतर म्हणतात. एक प्रकाश वर्ष = ९ लाख ४५ हजार कोटी कि. मी.; सूर्यापासून निघणारा हा प्रकाश पृथ्वीवर येण्यास सुमारे ८ मिनिटे २० सेकंद लागतात.

४. चंद्र पृथ्वीपासून ३ लाख ८५ हजार कि. मी. दूर आहे. चंद्रावर गुरुत्वाकर्षण कमी असून ते पृथ्वीच्या १/६ आहे.

५. जगातील १ ला कृत्रिम उपग्रह 'स्पुटनिक' असून तो रशियाने १९५७ला सोडला. भारताने पहिला उपग्रह १९७५

साली 'आर्यभट्ट' आकाशात सोडला.

६. सर्व चंद्रग्रहणे पौर्णिमेला होतात; पण सर्व; चंद्र पौर्णिमेला होत नाहीत. वर्षातून २ - ३ वेळाच होऊ शकतात.

७. सूर्य ग्रहणे अमावास्येला होतात; पण सर्व अमावस्येला होत नाहीत तर ४ ते ५ होऊ शकतात.

८. पृथ्वीच्या ७८.८ टक्के भागावर पाणी आहे. २१.२ टक्के जमीन आहे. पृथ्वीवर आशिया, आफ्रिका, उ. अमेरिका, द. अमेरिका, युरोप, ऑस्ट्रेलिया, अंटार्क्टिका हे भूखंड आहेत आणि पॅसिफिक, अटलांटिका, हिंदी व आर्क्टिक हे चार महासागर आहेत. एव्हरेस्ट हे जगातील उंच शिखर असून त्याची उंची ८.८४८ मीटर उंच आहे. मरियाना हा 'गर्ता' महासागरातील सर्वात खोल 'गर्ता' आहे.

९. पृथ्वी पश्चिमेकडून पूर्वेकडे फिरते. त्याला परिवलन किंवा परिभ्रमण म्हणतात. त्याला २३ तास ५६ मिनिटे ५ सेकंद म्हणजेच साधारणपणे २४ तास लागतात. त्यामुळे रात्रं-दिवस होतात सूर्याभोवतीच्या भ्रमणामुळे ऋतुचक्रे होतात. या मार्गाला 'पृथ्वीची कक्षा' म्हणतात. ज्या दिवशी १२ तासांची रात्र व दिवस समान असतात त्या दिवसाला 'विषुवदिन' म्हणतात. २१ मार्च व २३ सप्टेंबर हे विषुवदिन आहेत.

१०. २१ जून रोजी उत्तर गोलार्धात मोठा दिवस व दक्षिण गोलार्धात मोठी रात्र असते. २२ डिसेंबरला दक्षिण गोलार्धात मोठा दिवस तर उ. गोलार्धात मोठी रात्र असते. या दिवसांना 'आयन दिन' म्हणतात. सूर्याच्या या असमान भ्रमणाला 'उत्तरायण' व 'दक्षिणायन' म्हणतात.

११. पृथ्वीवरील वातावरणात नायट्रोजन वायू (७८ टक्के); ऑक्सिजन (२०.९५ टक्के); कार्बन-डाय-(०.०३ टक्के) व ओझोन (०.०००६ टक्के) असून पाण्याची वाफ होत असते व धुळीचे कण निर्माण होत असतात.

१२. समुद्राची खोली, 'फॅदम' या एककामध्ये मोजतात. त्याला 'गती' म्हणतात.

१३. हवामानानुसार, वनस्पतीनुसार नैसर्गिक भूभाग तयार होतात. विषुववृत्तीय प्रदेश, मान्सून प्रदेश,गवताळ प्रदेश, उष्ण प्रदेश, सागरी प्रदेश, वाळवंटी प्रदेश, टुंड्रा प्रदेश इ.

१४. सरदार सरोवर प्रकल्प मध्य प्रदेशात नर्मदा नदीवर आहे.

१५. नाथसागर - जायकवाडी प्रकल्प गोदावरी नदीवर - पैठण येथे आहे.

१६. कर्नाटकामधील 'अल्माटी धरण' कावेरी नदीवर आहे.

१७. मुंबईला भारताचे मँचेस्टर म्हणतात.

१८. १८५३ साली लोहमार्ग मुंबई - ठाणे येथे सुरू झाला.

१९. मुंबई - सहारा / दिल्ली - इंदिरा गांधी / कोलकाता - डमडम / चेन्नई - मिनाबकम् ही आंतरराष्ट्रीय विमानतळे आहेत.

२०. 'लोणार' हे खाऱ्या पाण्याचे सरोवर, बुलढाणा (महाराष्ट्र) येथे आहे.

२१. 'सांबर' राजस्थानमध्ये तर चिल्क - ओरिसा व 'पाल' सरोवर काश्मिरमध्ये आहे.

२२. भाक्रा नांगल - भाक्रा व नांगल दोन ठिकाणी धरण असून त्याला 'गोविंदसागर' म्हणतात. सर्वांत उंच धरण आहे. त्याला

२३. गंगा नदी सर्वांत लांब आहे. गोदावरी द. भारतात सर्वांत मोठी.

२४. अमृतसर - सुवर्णमंदिर / कोणार्क - सूर्यमंदिर / मदुराई - मिनाक्षी मंदिर / पंढरपूर - विठोबा मंदिर आहे.

२५. 'कळसूबाई' हे सह्याद्री रांगातील उंच शिखर आहे.

पर्यावरणाची व्याख्या

'सजीवाच्या भोवताली असणारे जैविक तसेच अजैविक घटक प्रभाव आणि घटना यांना एकत्रितपणे 'पर्यावरण' असे म्हणतात.'

- अन्न, ऊर्जा, O_2, पाणी, निवारा अशा विविध प्रकारच्या गरजांसाठी सजीव हा पर्यावरणावर अवलंबून असतो. सजीव आणि पर्यावरण यांच्यामध्ये सतत आंतरक्रिया घडत असतात.
- पर्यावरणाचे जैविक आणि अजैविक असे दोन घटक पडतात.

जैविक घटक	अजैविक घटक
वनस्पती	पाणी
प्राणी	अग्नी
परपोषी	ऊर्जा
विघटक	तापमान
मानव	वातावरण
	मृदा

- पर्यावरणामध्ये सतत बदल घडून येत असतात. सजीव त्यांच्या अनुकूलन क्षमतेच्या साहाय्याने बदलास सामोरे जातात; पण हे बदल काही मर्यादेपर्यंतच सजीव सहन करू शकतात.

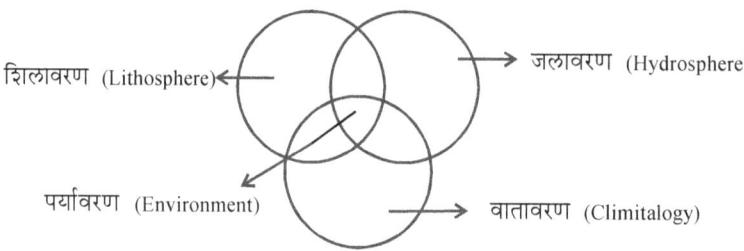

सजीव व अजीव घटकांचा परस्पर संबंध

वातावरण :

- पृथ्वीभोवतालचे वायुंचे आवरण म्हणजे 'वातावरण' होय.
- वातावरण हे पृथ्वीवरील सजीवांसाठी अत्यावश्यक आहे कारण सूर्याकडून येणारी अतिनील किरणे वातावरणामध्ये शोषली जाऊन त्यांचा अपायकारकपणा वातावरणाद्वारे कमी केला जातो.

  उदा. ओझोन वायू.

● वातावरणातील प्रमुख वायू व त्यांचे प्रमाण

वायू	प्रमाण
नायट्रोजन	७८.०९
ऑक्सिजन	२०.९३
अरगॉन	०.९३
कार्बन-डाय-ऑक्साईड	०.०३२
अन्य	०.०२

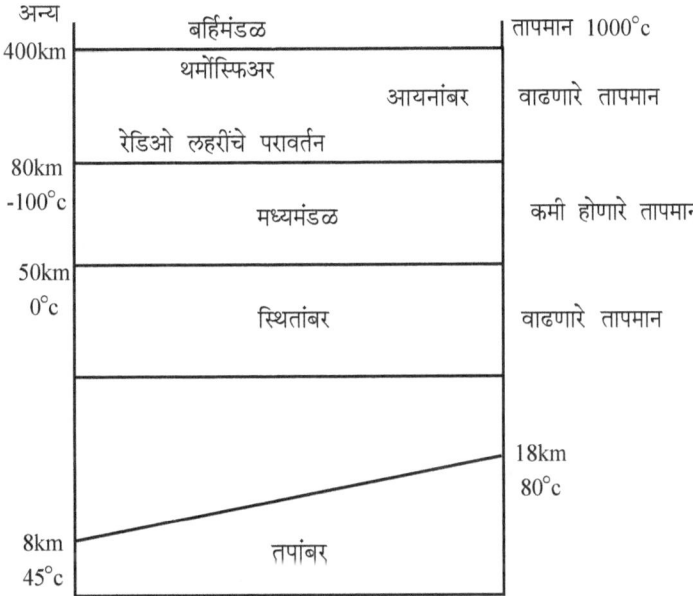

वातावरणाची संरचना

जलावरण :

नद्या, नाले, तलाव, समुद्र, महासागर, हिमनगे आणि हवेतील बाष्प यांचे मिळून जलावरण बनते.

● पृथ्वीचा ३/४ भाग हा जलावरणाने व्यापलेला आहे. पृथ्वीवरील पाण्यापैकी ९७% पाणी हे खारट असून २.७५% पाणीच हे गोडे आहे.

● यामधून (२.७५%) जवळपास ७५% पाणी हे हिमनदी व बर्फाच्या स्वरूपात आहे तर उरलेले २५% पाणी हे भूजलावर उपलब्ध आहे.

● पाणी हे पृथ्वीवरील सजीवांसाठी अत्यावश्यक घटक आहे.

पाण्याचे गुणधर्म :

१) पाण्याचे असंगत आचरण : यामुळे पाण्याचे बर्फामध्ये रूपांतर झाल्यावरसुद्धा बर्फाखाली मासे व इतर जलचर जिवंत राहू शकतात कारण पाण्याचे तापमान 4°c पासून 0°c पर्यंत कमी करत गेल्यास पाणी आकुंचन

पावण्याऐवजी पाणी प्रसरण पावते. तसेच 0°c पासून 4°cपर्यंत वाढवत नेल्यास प्रसरण पावण्याऐवजी आकुंचन पावते.

- पाणी हे द्रव्याच्या तिन्ही अवस्थांमध्ये आढळते.
  १) घन
  २) वायू
  ३) द्रव

जलावरणातील जलसाठा :

जलसाठा	घनफळ दक्षलक्ष क्युबिक k.m.	%
महासागर	१३७०	९७.२५
हिमनदी व हिमनगे	२९	२.०५
भूजल	९.५	०.६८
सरोवरे	०.१२५	०.०१
मृदा	०.०६५	०.००५
नदी व नाले	०.००१७	०.०००१

शिलावरण :

- पृथ्वीच्या पृष्ठभागावरील व खालील घनरूप असणारा भाग म्हणजे 'शिलावरण' होय.
- शिलावरण म्हणजे पृथ्वीचे कवच, प्रावरण व गाभा यांनी बनलेले थर होत.
- कवच हे क्लिष्ठ असून, त्याच्या पृष्ठभागावर मृदेचे थर आहेत.
- ह्या मृदेमार्फतच जीवानावश्यक असणारे पर्यावरण, निवारा, अन्न आणि भक्षकांपासून संरक्षण पुरविले जाते.
- पर्यावरणातील काही मूलभूत संकल्पना.

जीवसंख्या :

- एका विशिष्ट वेळी असणाऱ्या एकाच विशिष्ट जीव प्रजातीच्या सदस्यांच्या समूहास 'जीवसंख्या' असे म्हणतात. उदा. ताडोबा येथील वाघांची जीवसंख्या, सुंदरबन येथील वाघांची जीवसंख्या.

स्थानिक जीवसंख्या :

- एकाच प्रजातीच्या भौगोलिकदृष्ट्या वेगळ्या झालेल्या जीवसंख्यांना 'स्थानिक जीवसंख्या' म्हणतात.
- या स्थानिक जीवसंख्यांमध्ये स्थानिक पर्यावरणानुसार काही बदल झालेले आढळतात.

जीवसंख्येचे प्रमाण आणि त्यांच्या वयाचे पिरॅमिड्स :

- जीवसंख्येतील सदस्य हे वेगवेगळ्या वयोगटातील असतात आणि ते वयाच्या पिरॅमिड्सद्वारे दाखविले जातात.

- पिरॅमिड्चे तीन प्रकार दिसतात.
  १) विस्तारणारी जीवसंख्या
  २) स्थिर जीवसंख्या
  ३) घटणारी जीवसंख्या (वयस्क होणारी)

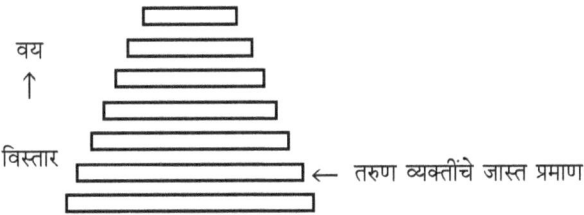

विस्तारणारी जीवसंख्या - घंटेच्या आकाराचा पिरॅमिड

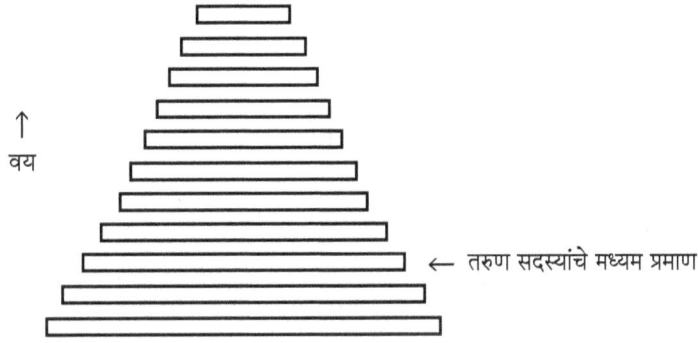

स्थिर जीवसंख्या पिरॅमिड

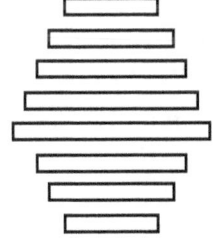

घटणारी जीवसंख्या पिरॅमिड

जीवसमुदाय :

- एकाच अधिवासात राहणाऱ्या परस्परांमध्ये तसेच भौतिक पर्यावरणाशी आंतरक्रिया करणाऱ्या सर्व सजीवांचा समूह म्हणजे 'जीवसमुदाय' होय.
- जीवसमुदाय ही संकल्पना फक्त परिसंस्थेतील जैविक घटक (सजीव) दर्शवितो.

इकोटोन :

- दोन वेगवेगळ्या लगतच्या जीवसमुदायांच्या मधील संक्रमणात्मक प्रदेश म्हणजे 'इकोटोन' होय. उदा. जंगल आणि गवताळ प्रदेश यांच्यातील संक्रमणात्मक भाग.

इकोटोन्स जैवविविधता संपन्न असण्याची कारणे :

१) लगतच्या दोन्हीही जीवसमुदायांपासून जीवप्रजातींचे इकोटोन्समध्ये होणारे स्थलांतर.

२) केवळ इकोटोन्समध्येच आढळणाऱ्या स्थानविशिष्ट प्रजाती.

परिसंस्था (Ecosystem)

व्याख्या : आर्थर टान्सली यांच्यामते :

''पर्यावरणातील जैविक आणि अजैविक घटकांच्या एकीकरणातून आकारास येणारी व्यवस्था म्हणजे 'परिसंस्था' होय.''

- प्रदेशातील जीवसमुदाय व भौतिक पर्यावरण यांची एकत्रित परिसंस्था बनते. परिसंस्थेत त्या विशिष्ट प्रदेशातील जैविक व अजैविक घटकांचा समावेश होतो.

- परिसंस्था ही परिस्थितिकीय अभ्यासाचे एकक मानले जाते.

परिसंस्थेचे घटक :

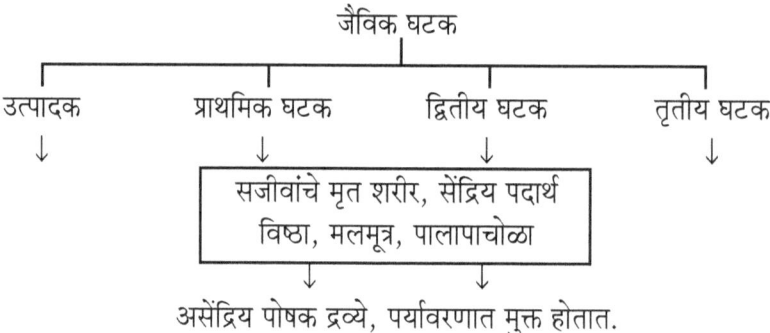

ऊर्जेचा पिरॅमिड :

- अन्नाच्या स्वरूपात साठविलेली ऊर्जा वनस्पतीपासून प्राथमिक भक्षकांना प्राप्त होते. परंतु, प्राथमिक भक्षकांना ऊर्जा ही पूर्णतः प्राप्त होत नाही. ती प्रत्येक भक्षकापासून कमी कमी प्रमाणात पोहचते.

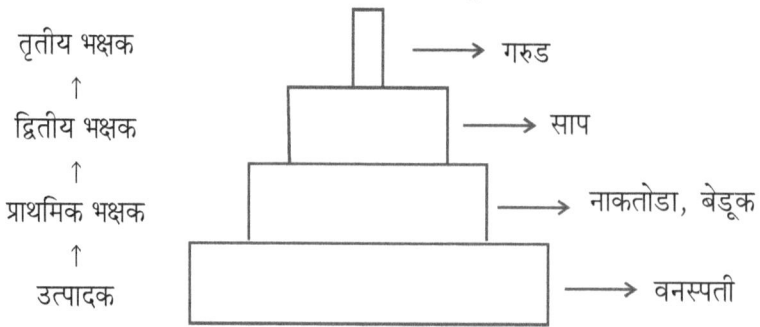

अन्नसाखळी :

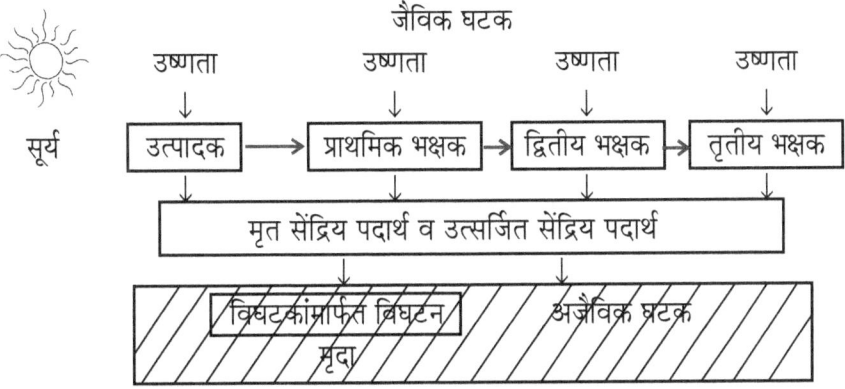

- सूर्यापासून येणारी ऊर्जा उत्पादकांपासून तृतीय भक्षकांपर्यंत संक्रमित केली जाते.

अन्नसाखळीची व्याख्या

- 'एका ऊर्जा विनिमय स्तरातून दुसऱ्या विनिमय स्तराकडे ऊर्जेचे होणारे संक्रमण म्हणजे 'अन्नसाखळी' होय.' निसर्गात दोन अन्नसाखळ्या आढळतात.

१) तृणभक्षक अन्नसाखळी

हरित वनस्पती (गवत)

↓

तृणभक्षक प्राणी (ससा)

↓

मांसभक्षक प्राणी (वाघ)

२) विघटक अन्नसाखळी

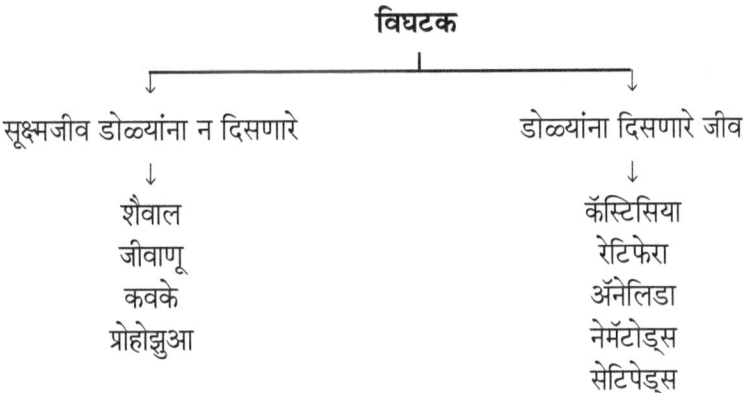

विघटक

सूक्ष्मजीव डोळ्यांना न दिसणारे	डोळ्यांना दिसणारे जीव
↓	↓
शैवाल	कॅस्टिसिया
जीवाणू	रेटिफेरा
कवके	ॲनेलिडा
प्रोहोझुआ	नेमॅटोड्स
	सेटिपेड्स

जैवविविधतेची व्याख्या

'जैवविविधता म्हणजे भूस्थित, सागरी, जलीय परिसंस्था ज्यांचा सजीव एक भाग आहे, अशा सर्व परिसंस्थांमधील जीवनाची असणारी विविधता होय.'

जगातील १७ महाविविधता केंद्रे

१) ऑस्ट्रेलिया	२) ब्राझिल	३) इंडोनेशिया
४) भारत	५) चीन	६) कोलंबिया
७) डेमोक्रेटिक रिपब्लिक ऑफ कांगो	८) युकॅडॉर	९) मादागास्कर
१०) मलेशिया	११) मेक्सिको	१२) पापुआ न्यूगिनी
१३) पेरू	१४) फिलिपाईन्स	१५) दक्षिण आफ्रिका
१६) U.S.A.	१७) व्हेनिझ्युएला	

पर्यावरण - दिनविशेष

२१ मार्च	- जागतिक वन दिन
२२ मार्च	- जागतिक जल दिन
२३ मार्च	- जागतिक हवामान दिन
७ एप्रिल	- जागतिक आरोग्य दिन
२२ एप्रिल	- जागतिक वसुंधरा दिन
३ मे	- जागतिक सौर दिन
५ जून	- जागतिक पर्यावरण दिन
११ जुलै	- जागतिक लोकसंख्या दिन
१६ सप्टेंबर	- आंतरराष्ट्रीय ओझोन दिन
१६ ऑक्टोबर	- जागतिक अन्न दिवस
१२ नोव्हेंबर	- राष्ट्रीय पक्षी दिन
२५ नोव्हेंबर	- जागतिक पर्यावरण संवर्धन दिन
२९ डिसेंबर	- जागतिक जैवविविधता दिन

प्रदूषण

''प्रदूषण म्हणजे हवा, जमीन आणि पाणी यांच्या भौतिक, जैविक, रासायनिक गुणवैशिष्ट्यांमध्ये होणारे अनिष्ट बदल होय की, जे मानवी जीवन किंवा इतर जीव प्रजाती, औद्योगिक प्रक्रिया, जीवनाची स्थिती आणि सांस्कृतिक मालमत्तेला हानिकारक ठरतील.'' ओडम (१९७१)

प्रदूषणाचे प्रकार : १) हवा प्रदूषण, २) जल प्रदूषण, ३) मृदा प्रदूषण, ४) ध्वनिप्रदूषण

१) हवा प्रदूषण : 'नैसर्गिकपणे आढळत नसलेल्या किंवा अत्यंत कमी प्रमाणात आढळणाऱ्या अनिष्ट पदार्थांचे सजीवांना अपायकारक ठरू शकेल इतक्या प्रमाणात हवेत असणे होय.' यालाच हवा/वायू प्रदूषण म्हणतात.

हवा प्रदूषणाचे स्रोत

१) नैसर्गिक घटक	२) मानवी घटक
a) परागकण	a) औद्योगिकरण
b) हायड्रोकार्बन्स	b) औष्णिक विद्युत निर्मिती केंद्र
c) धूळ	c) स्वयंचलित वाहने
d) वादळे	d) कृषी
e) ज्वालामुखी	

महत्त्वाची हवा प्रदूषके

१) हवा / वायुरूप प्रदूषके	२) कणाच्या स्वरूपातील प्रदूषके
a) कार्बन मोनाक्साईड (Co)	a) शिसे
b) सल्फर-डाय-ऑक्साईड (So_2)	b) पारा
c) हायड्रोकार्बन्स	
d) नायट्रोजन ऑक्साईड	

वायुरूप प्रदूषके

१) कार्बन मोनॉक्साईड (Co) :

स्रोत : १) स्वयंचलित वाहनातील धूर

२) दगडी कोळशाची ज्वलन क्रिया

३) सेंद्रिय पदार्थांचे ज्वलन

परिणाम : Coचा रक्तातील हिमोग्लोबीनशी संयोग होऊन कार्बोक्सिहिमोग्लोबीन तयार होते. परिणामी रक्ताची ऑक्सिजन वहन क्षमता कमी होऊन शरीरातील ऑक्सिजनची पातळी कमी होते.

२) सल्फर-डाय-ऑक्साईड (So_2)

स्रोत : १) जैविक विघटनामार्फत

२) ज्वालामुखीच्या उद्रेकामधून

३) तेलशुद्धीकरण कारखान्यांमधून

४) खनिज तेल (जैविक इंधनांच्या) ज्वलनातून

परिणाम : १) वनस्पतींना हानिकारक - मुख्यत: पानगळतीस कारणीभूत, २) आम्लवर्षा

३) हायड्रोकार्बन्स

स्रोत : १) नैसर्गिक वायू व तेलगळती

२) इंधन टाक्यांमधून इंधनाचे बाष्पीभवन

३) शेतीमधील कचऱ्याचे ज्वलन

परिणाम : हायड्रोकार्बन्सचे अपूर्ण ज्वलन झाल्यामुळे बेंझापायरिन-४ हा घटक निर्माण होतो, जो फुफ्फुसाच्या कर्करोगास कारणीभूत ठरतो.

४) नायट्रोजन ऑक्साईड : (No_2)

स्रोत : १) ऊर्जानिर्मिती संयत्रे.

२) खत व कीटकनाशक उत्पादन कारखाने.

३) वाहनांमार्फत हवेत उत्सर्जन.

परिणाम :

१) फळगळतीचे प्रमाण वाढते.

२) वातावरणामध्ये स्मॉग निर्मिती होते.

३) नायट्रस ऑक्साईड ओझोन वायुला नष्ट करतो.

कणांच्या स्वरूपातील प्रदूषके :

१) शिसे

स्त्रोत : १) स्वयंचलित वाहनांमधून.
२) रंग कारखान्यांमधून.
३) कीटकनाशकांमध्ये वापर.
४) सिरेमिक्स मार्फत.

परिणाम :

१) मानवी शरीरातील तांबड्या रक्त पेशींच्या वाढीस व विकासात अडथळे निर्माण करतो. त्यामुळे रक्तक्षय हा आजार होतो.

२) गरोदरपणा आणि प्रजनन शक्तीवर (मानवाचा) प्रतिकूल परिणाम.

पारा :

स्त्रोत : १) बुरशीनाशके उत्पादनात.
२) रंग उत्पादने.
३) सौंदर्य प्रसाधने उत्पादने.
४) पेपरपल्पच्या उत्पादनांमध्ये.

परिणाम :

१) पाऱ्याचे $1 mg/m^3$ या प्रमाणात असणाऱ्या हवेचे सतत ९० दिवस श्वसन झाल्यास मानवाचा मृत्यू होतो.

२) चेतासंस्था, यकृत आणि डोळ्यांवर प्रतिकूल प्रभाव पडतो.

हवा प्रदूषणाचे अनिष्ट परिणाम :

१) सूर्यापासून येणाऱ्या प्रकाशावर विपरीत परिणाम.

२) आम्लवर्षा.

३) ओझोनचा अपक्षय.

४) हरितगृह परिणाम.

५) जागतिक तापमानवाढ.

६) हवामान बदल.

आम्लवर्षा :

व्याख्या : ''आम्लवर्षा म्हणजे कोरड्या आम्लकणांचे वातावरणातून पर्जन्याबरोबर भुपृष्ठावर होणारे निक्षेपण होय.''

वातावरणातील सल्फर-डाय-ऑक्साईड, कार्बन-डाय-ऑक्साईड, नायट्रोजन ऑक्साईड, क्लोरीन या वायू प्रदूषकांचा वातावरणात उपस्थित असलेल्या बाष्प आणि ऑक्सिजनशी संयोग होऊन सल्फ्युरिक आम्ल, कार्बनिक आम्ल, नायट्रीक आम्ल आणि नायट्रस आम्ल, हायड्रोफ्लोरीक आम्ल निर्माण होतात, ही आम्ले पर्जन्यात/पावसात मिसळतात व पावसासोबतच जमिनीवर येतात. अशा पावसालाच 'आम्लवर्षा' असे म्हणतात.

आम्लवर्षाचे हानिकारक परिणाम :

१) **वनस्पतींवरील परिणाम :** आम्लवर्षणामुळे वनस्पतींमधील प्रकाशसंश्लेषण क्रियेवर विपरीत परिणाम होऊन पानांचा हिरवेपणा कमी होतो, पाने पिवळी पडून गळतात.

२) **जलपरिसंस्थेवरील परिणाम :** जलाशयातील प्लवंगांची वाढ खुंटते, माशांच्या प्रजनन प्रक्रियेवर प्रतिकूल परिणाम होऊन मासे मरतात.

३) **सरोवरांवर परिणाम :** ॲल्युमिनियम, कॉपर, झिंक यांसारखी विषारी धातुके खडकांपासून मुक्त होतात व पाण्याच्या प्रवाहाबरोबर सरोवरात साचतात. अनावश्यक घटक सरोवरामध्ये साचून जीवनावश्यक पोषकद्रव्याचे जलाशयातील प्रमाण कमी होऊ लागते त्यामुळे शैवालाची वाढ खुंटते आणि सरोवरातील अन्नसाखळीत बिघाड होतो.

४) **मानवी आरोग्यावरील परिणाम :** आम्लयुक्त पाणी प्यायल्याने श्वसनाचे, मज्जासंस्थेचे, पोटाचे व त्वचेचे विकार होतात.

५) **जमीन व मृदेवरील परिणाम :** जमिनीतील आम्लाचे प्रमाण वाढून रासायनिक गुणधर्म बदलतात. जमिनीतील सुपीकता कमी होते.

ओझोन अपक्षय :

$$O_2 + O \rightarrow O_3$$

ओझोन निर्मिती

ओझोनचे महत्त्व : सूर्यापासून येणारी अतिनील किरणे सजीवसृष्टीस हानिकारक असतात. ती वातावरणातील ओझोन थरात शोषली जातात व पृथ्वीवरील जीवसृष्टीचे संरक्षण होते.

ओझोन अपक्षयाची प्रक्रिया

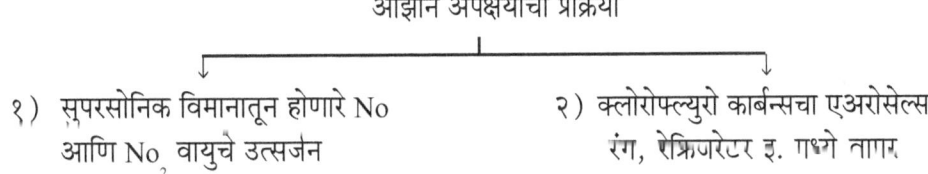

१) सुपरसोनिक विमानातून होणारे No आणि No_2 वायुचे उत्सर्जन

२) क्लोरोफ्ल्युरो कार्बन्सचा एअरोसेल्स, रंग, रेफ्रिजरेटर इ. [illegible]

हरितगृह परिणाम :

सूर्यापासून निघणारी किरणे वातावरणातून प्रवास करून पृथ्वीच्या पृष्ठभागापर्यंत पोहचतात. सूर्यप्रकाशातील उष्णता पृथ्वीमार्फत शोषित केली जाते त्यामुळे पृष्ठभाग तापतो, ही उष्णता दीर्घ उष्मालहरींच्या माध्यमातून पुन्हा वातावरणाकडे उत्सर्जित होते; कारण सूर्यापासून येणारी पूर्ण उष्णता पृथ्वी शोषू शकत नाही.

परंतु, परत जाणारी उष्णता ही वातावरणातील थरात जमा झालेल्या कार्बन-डाय-ऑक्साईड, मिथेन यांसारख्या वायुंच्या थरामुळे अडविली जाते. परतीच्या उष्मालहरी ह्या पट्ट्यांना भेदण्यास असमर्थ असल्यामुळे वातावरणाच्या बाहेर पडू शकत नाही म्हणून वातावरणाच्या आतील तापमान वाढते. दीर्घ उष्मालहरींमुळे 'हरितगृह परिणाम' होऊन पृथ्वीभोवतीचे वातावरण उबदार बनते. यालाच वातावरणातील 'हरितगृह परिणाम' म्हणतात.

हरितगृह परिणामांमुळे पृथ्वीचे तापमान वाढत असले तरीही त्यामुळे शीतकरणापासून पृथ्वीचे संरक्षण होते.

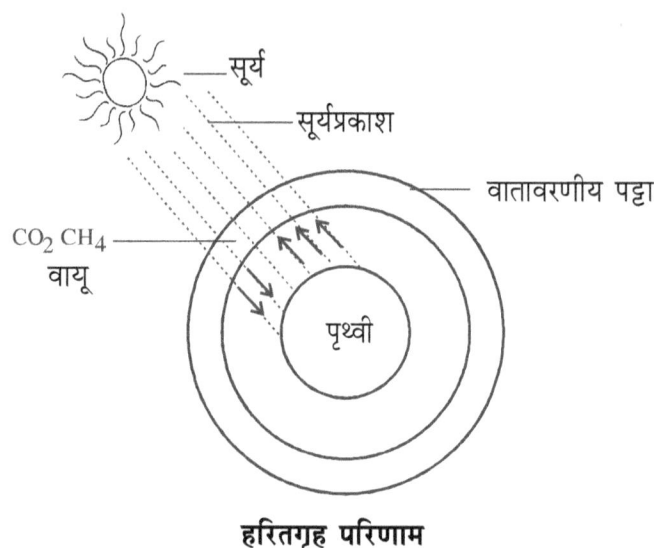

हरितगृह परिणाम

जागतिक तापमानवाढ :

मानवाच्या अवाजवी पर्यावरणातील हस्तक्षेपांमुळे हरितगृह वायुंचे प्रमाण अत्यंत जलद गतीने वाढते. यातूनच पृथ्वीचे तापमान वाढते यालाच 'जागतिक तापमानवाढ' असे म्हणतात.

जागतिक तापमानवाढ यामुळे होणारे परिणाम : UnEnvironmental panal on climate change (IPCC) ने जागतिक तापमानवाढीचे खालीलप्रमाणे परिणाम सांगितलेले आहेत.

१) भूभागावरील परिणाम :

    a) मृदेचा आर्द्रता समतोल बिघडतो.

    b) वाळवंटीकरणाचे प्रमाण वाढते.

    c) शुष्क भूमीचे प्रमाण वाढते.

    d) हिमखंड वितळल्यामुळे बराच पृथ्वीवरील भूभाग पाण्याखाली जाऊ शकतो.

    e) महासागरातील पाण्याची पातळी वाढल्यामुळे सागराच्या खारट पाण्यामुळे बराचसा भूभाग खारपड बनू शकतो.

२) वातावरणावरील परिणाम :

    a) पर्जन्यमान व ढगांच्या आच्छादनात वाढ होऊ शकते.

    b) उष्णकटिबंधीय वादळांची संख्या वाढते.

    c) एल्-निनो परिणामांच्या वारंवारतेत घट होऊन त्याचा मान्सूनी वाऱ्यांवर प्रतिकूल परिणाम होऊ शकतो.

    d) हवेच्या वेगात तीव्र वाढ.

    e) पृथ्वीचे तापमान वाढ यामुळे आरोग्यावर वाईट परिणाम होऊ शकतात.

३) अधिवास आणि जीवसृष्टीवरील परिणाम :

    a) प्रवाळ भित्तिका नष्ट होतील.

    b) प्राण्यांचे नैसर्गिक अधिवास नष्ट होऊन जीवप्रजातींचा ऱ्हास होईल.

c) सागरातील प्रकाशसंश्लेषण क्रिया मंदावून परिसंस्था नष्ट होतील.

d) अन्नसाखळी नष्ट होऊन जीवप्रजातींचा क्रम धोक्यात येईल.

४) मानवांवर होणारे परिणाम :

a) दुष्काळाची संख्या वाढेल.

b) जलपुरवठ्यात तीव्र घट.

c) उष्मालहरींमुळे उष्माघात वाढेल.

d) डेंग्यू, मलेरिया, चिकनगुनिया यांसारख्या रोगांचे प्रमाण वाढेल.

e) मानवाच्या दैनंदिन जीवनात मोठे परिवर्तन येईल.

जलप्रदूषण :

जलप्रदूषण म्हणजे पाण्यातील असे कोणतेही भौतिक किंवा रासायनिक बदल ज्यामुळे मानवी वापरास अयोग्य ठरून मानव व प्राण्यांवर विपरीत परिणाम होईल.

जलप्रदूषण ही जगातील एक गंभीर समस्या आहे. मोठ्या प्रमाणावर झालेले औद्योगिकीकरण, शहरीकरण, खाणकाम यांमुळे नैसर्गिक जलप्रवाहांचे मोठ्या प्रमाणावर प्रदूषण होते. परिणामी शुद्ध पाण्याची उपलब्धता कमी होते आणि त्यामुळे त्याचा पर्यावरण, मानवी जीवन यांवर प्रतिकूल परिणाम होतो.

जलप्रदूषके आणि त्यांचे स्रोत

१) सेंद्रिय पदार्थ :

स्रोत : १) कीटकनाशके

२) DDT, फिनाईल्स, पॉलिक्लोरीनेट

२) असेंद्रिय पदार्थ :

स्रोत : १) क्लोरीन

२) फॉस्फेट

३) नायट्रेट

४) युरिया

५) घरगुती सांडपाणी

६) औद्योगिक सांडपाणी

७) धातू व खाणकाम

३) रोगजंतू :

स्रोत : १) प्रक्रिया न केलेले सांडपाणी

२) मलमूत्र (मानवी व प्राणिजन्य)

३) इतर प्राणिजन्य पदार्थ

४) चामडी उद्योग

४) पोषणद्रव्ये :

स्रोत : १) शेतातून वाहून आलेले पर्जन्य जल.

५) औष्णिक जलप्रदूषण :

स्रोत : १) विद्युत निर्मिती प्रकल्प २) स्टील, पोलाद उद्योग

३) कागद कारखाने ४) साखर कारखाने

जलप्रदूषणाचे परिणाम

मानवी जीवनावर होणारे परिणाम | परिसंस्थेवर होणारे परिणाम

जलप्रदूषण केवळ मानवावरच परिणाम करत नाही तर जीवसृष्टीतील प्रत्येक सजीव प्राण्यासाठी, वनस्पतींसाठी जलप्रदूषणाचा विपरीत परिणाम होतो. प्रदूषित पाणी हे पिण्यासाठी, शेतीसाठी उद्योगांसाठी हानिकारक असते. त्याचा वरील वर्गीकरणाच्या दृष्टीने अभ्यास करता येईल.

१) मानवी आरोग्यावर होणारे परिणाम -

a) नायट्रेट्स मिश्रित पाणी प्यायल्याने 'ब्ल्यु बेबी सिंड्रोम' हा आजार होतो.

b) पाऱ्याच्या विषबाधेमुळे 'चेतासंस्थेचा मिनिमाटा' हा रोग होतो.

c) कॅडमियमच्या विषबाधेमुळे 'इटाई-ईटाई' हा रोग होतो.

d) आर्सेनिकयुक्त पाणी प्यायल्यामुळे 'ब्लॅक फूट' हा रोग होतो.

e) फ्ल्युओरॉईडयुक्त पाणी प्यायल्यामुळे अकाली वृद्धत्व, शरीरातील हाडांची व दातांची योग्य वाढ होत नाही.

२) जलीय परिसंस्थेवरील परिणाम -

a) जलस्थित परिसंस्थांवर दूषित पाण्यामुळे नामशेष होण्याचा धोका असतो.

b) जलीय जीवसृष्टीच्या प्रजननक्षमतेवर प्रतिकूल प्रभाव पडतो.

c) पोषकद्रव्यांचा अतिरिक्त पुरवठा होऊन तलावांचे, नद्यांचे युट्रोफिकेशन होते.

भारतातील जलप्रदूषणाचे नियंत्रण :

१) जल (प्रदूषण संरक्षण व नियंत्रण) कायदा - १९७४

- या कायद्याने भारतातील सर्वच राज्यात प्रदूषण नियंत्रण मंडळे स्थापन करण्यात आली आहेत.
- राज्य सरकारांना जलप्रदूषणाविषयी सल्ला देणे, हे मंडळाचे मुख्य कार्य आहे.
- यानुसार पाण्यातील प्रदूषकांचे प्रमाण निर्धारित मर्यादेपेक्षा कमी करणे, उद्योगांवर आणि महानगर जलप्रक्रिया केंद्रावर बंधनकारक करण्यात आले आहे.

२) १९८७चे पहिले राष्ट्रीय जल धोरण घोषित केले गेले आणि १९९०मध्ये त्याच्या देखरेखीसाठी व पूर्नविलोकनासाठी 'राष्ट्रीय जल संसाधने परिषद' स्थापन करण्यात आली.

३) राष्ट्रीय सरोवरे संर्वधन योजना - १९९३

४) राष्ट्रीय नदी संर्वधन योजना - १९९५

५) गंगा कृती योजना - १९९५

६) केंद्रीय भूजल मंडळ

ध्वनिप्रदूषण :

कानावर/मानवी श्रवण शक्तीवर विपरीत परिणाम करणारा अनावश्यक ध्वनी म्हणजे 'ध्वनिप्रदूषण' होय.

- शहरीकरण, औद्योगिकीकरण, जड यंत्रे आणि स्वयंचलित वाहनांचा वाढता वापर यामुळे मोठ्या प्रमाणावर ध्वनिप्रदूषण होते. जेट विमाने, लाऊड स्पिकर तसेच घरातील काही उपकरणे ध्वनिप्रदूषणात वाढ करत असतात.
- ध्वनिप्रदूषणामुळे मानवाच्या मानसिक व शारीरिक आजारांचे प्रमाण दिवसेंदिवस वाढत चालले आहे.
- ध्वनीचे एकक डेसिबल हे आहे त्याला db या संज्ञेने दर्शवितात.

ध्वनिप्रदूषणाबाबत वायू-दर्जा-मानके

क्षेत्र संकेताक	क्षेत्राचा वर्ग	ध्वनी	मर्यादा
		दिवसा	रात्री
A	औद्योगिक क्षेत्र	७५	७०
B	व्यावसायिक क्षेत्र	६५	५५
C	लोकवस्ती क्षेत्र	५५	४५
D	शांतता क्षेत्र	५०	४०

ध्वनिप्रदूषण नियमन आणि नियंत्रण नियम - २०००

- ध्वनी मानकांच्या अमंलबजावणीसाठी क्षेत्रांचे औद्योगिक, व्यावसायिक, लोकवस्ती किंवा शांतता क्षेत्र असे विभाजन करण्याचा अधिकार या कायद्याने राज्य सरकारांना देण्यात आला आहे.
- राज्य शासनामार्फत ध्वनी मानकांपेक्षा ध्वनीची तीव्रता जास्त असणार नाही, याची खात्री मिळवली जाईल व ध्वनीप्रदूषण रोखण्यासाठी राज्य शासनाने आवश्यक त्या उपाययोजना कराव्यात.
- दवाखाने, न्यायालये, शाळा, शैक्षणिक संस्था यांभोवती कमीत कमी १०० मीटर्स पर्यंतचा प्रदेश शांतता क्षेत्र/झोन म्हणून घोषित केला जावा.
- WHOच्या आकडेवारीनुसार जगातील सर्वाधिक ध्वनी प्रदूषित शहरे -
  १) टोकियो, जपान
  २) नागासाकी, जपान
  ३) न्यूयॉर्क, अमेरिका
- केंद्रीय प्रदूषण नियंत्रण बोर्डाच्या मते भारतातील सर्वात जास्त ध्वनिप्रदूषित शहरे -
  १) मुंबई
  २) दिल्ली
  ३) चेन्नई
  ४) बेंगळुरू
- WHOच्या मार्गदर्शक तत्त्वानुसार ध्वनिप्रदूषणाचे मानवी आरोग्यावर खालील परिणाम जाणवतात.
  १) ८० डेसिबल पेक्षा जास्त आवाज.
  a) श्रवणदोष, b) कायमस्वरूपी बहिरेपणा.
  २) ३० डेसिबल पेक्षा जास्त आवाज.
  a) निद्रेसंबंधी दोष, b) हृदय कार्यावर परिणाम, c) नकारात्मक विचारांचा प्रभाव.

लोक आणि पर्यावरणीय सुसंवाद :

- पर्यावरणाशी मनुष्याचा उत्पत्तीपासून सुसंवाद घडत आलेला आहे. किंबहुना, मनुष्य प्राण्याच्या विकासात पर्यावरण हाच अतिमहत्त्वाचा घटक आहे.
- मानवाच्या सोबतीला पर्यावरण नसते तर मनुष्य पृथ्वीवर जगूच शकला नसता.
- निरनिराळ्या लोकवस्त्या स्थापन होण्यात पर्यावरण, पाणी, जंगले, शेतीयोग्य जमीन अशा प्रमुख नैसर्गिक घटकांचा मोठा सहभाग राहिलेला आहे.

- प्राचीन काळापासून मानवाने नैसर्गिक संसाधनांचा आपल्या गरजांसाठी, विकासासाठी, उपभोगासाठी उपयोग केलेला आहे.
- परंतु, मानवाच्या अंदाधुंद विकासाच्या चक्रात पर्यावरणाचा अतोनात ऱ्हास होत गेला आणि नैसर्गिक पर्यावरणीय चक्रात बिघाड झाला.
- आज पर्यावरणाचा अति ऱ्हास झाल्यामुळे मनुष्यास अनेक पर्यावरणीय, प्रदूषणीय आणि आवासी समस्यांना सामोरे जावे लागत आहे.
- मनुष्य व पर्यावरणाचा मध्यंतरी तुटलेला संवाद पुन्हा प्रस्थापित करण्याची आज नितांत गरज आहे. त्याचा संदर्भ पुढीलप्रमाणे सांगता येईल.

लोक/मनुष्य व पर्यावरणीय सुसंवाद निर्मितीची गरज :

लोक आपल्या गरजा पूर्तीसाठी पर्यावरणावर अवलंबून असतात. पर्यावरणीय समतोल ढासळल्यामुळे आज पर्यावरण पुनर्निर्मिती करणे गरजेचे आहे. ह्या पर्यावरण पुनर्निर्मितीसाठी लोक पर्यावरणीय सुसंवाद साधणे अत्यावश्यक आहे, ते खालील मुद्यांवरून सांगता येईल.

१) संसाधनांचा उपयोग व वाटप :

- नैसर्गिक संसाधनांच्या समान वाटपासंदर्भात राष्ट्रीय आंतरराष्ट्रीय तसेच स्थानिक स्तरावर सर्व प्रश्नांची उकल करणे गरजेचे आहे.
- नैसर्गिक संसाधने, जंगले, गवताळ प्रदेश व दलदलीच्या प्रदेशातून विशेषत: ग्रामीण भागातून शहराकडे संसाधनांचा पुरवठा केला जातो, तो थांबविला पाहिजे.
- नैसर्गिक संसाधनांचे ग्रामीण व शहरी भागात न्याय वितरण केले तरच टिकाऊ पद्धतीने विकास साधता येईल.

२) शहरी-ग्रामीण समानता निर्मिती :

- वाढत्या शहरीकरण व औद्योगिकीकरणामुळे उपलब्ध ग्रामीण भागातील जमीन बळकावली जात आहे.
- औद्योगिकीकरणासाठी व नागरीकरणासाठी मोठ्या प्रमाणात ग्रामीण भागातील जंगलतोड केली जाते; यावर कायदेशीर प्रतिबंध लादले गेले पाहिजेत.
- ग्रामीण भागासोबतच शहरी भागातही सामाजिक वनीकरण व वृक्षारोपण कार्यक्रम राबविले जावेत.

३) भावी पिढ्यांसाठी नैसर्गिक संसाधन जपणूक करणे :

- नैसर्गिक संसाधनांचा काटकसरीने वापर करून भावी पिढ्यांसाठी स्वच्छ पर्यावरण हस्तांतरण करणे आत्ताच्या पिढीची जबाबदारी आहे.
- नैसर्गिक साधनसंपत्तीचा, खनिज इंधनांचा प्रमाणाबाहेर वापर आजच्या पिढीने केला तर भावी पिढीला जगणे कठीण होऊन बसेल.

४) स्त्रियांचा सक्रिय सहभाग :

- स्त्रियांचा विशेषत: ग्रामीण भागात पर्यावरणाशी स्त्रियांचा प्रत्यक्ष संबंध येतो.
- जळाऊ लाकूड गोळा करणे, गुरांना चारा आणणे, पिण्याचे पाणी इ. कामे स्त्रियांना करावी लागतात. नैसर्गिक संसाधने व्यवस्थापनात व वापरात स्त्री-सहभाग आणि निर्णयप्रक्रियेत प्रत्यक्ष स्त्रियांचा सहभाग असणे आवश्यक आहे.

५) प्राण्यांचे अधिकार जपणूक :

- मानव प्राण्यांप्रमाणे जंगली व पाळीव प्राण्यांनाही जीविताचा हक्क आहे.
- अवैध शिकार, पाळीव प्राणी म्हणून उपयोग, प्राणी अवयव तस्करी यांसारख्या अपप्रवृत्तीस प्रतिबंध घातला जाणे आवश्यक आहे.

६) पर्यावरण शिक्षण :

- टिकाऊ जीवनशैली निर्मितीसाठी विचारसरणी व जीवनपद्धती निर्मितीसाठी पर्यावरणीय शिक्षण पाठ्यपुस्तकांत समाविष्ट करण्यात आले पाहिजे.
- सुप्रीम कोर्टाच्या आदेशाप्रमाणे देशातील शाळा, कॉलेजांमध्ये विद्यार्थ्यांपर्यंत पर्यावरणीय जागृती निर्माण करण्यासाठी एकीकृत अभ्यासक्रमाची आखणी करण्यात यावी.
- या अभ्यासक्रमाद्वारे केवळ पर्यावरणविषयक जागृतीच नाही तर पर्यावरणाभिमुख कृती करण्यासाठी तरुणांना प्रोत्साहन देता आले पाहिजे.

७) जनजागृतीची नैतिकता :

- पर्यावरणाची नैतिक जागृती निर्मितीसाठी महत्त्वाचा घटक म्हणजे सर्वांना निसर्गाविषयीचा अनुभव देणे, निसर्गाविषयी प्रेम व जवळीक निर्माण झाल्यावर पर्यावरणाभिमुख कृती करण्यासाठी उद्युक्त केले जाऊ शकते.

***

पेपर नं. १

घटक नं. ९ लोक-जनता व पर्यावरण

नमुना प्रश्न - (Model Questions)

१. कोणता दिन 'वसुंधरा' बचाव म्हणून साजरा केला जातो?
अ) २२ एप्रिल **ब)** ५ सप्टेंबर **क)** ८ सप्टेंबर **ड)** २ ऑक्टोंबर

२. ५ जून हा दिवस .... म्हणून साजरा केला जातो.
अ) महाराष्ट्र दिन **ब)** क्रांतिदिन **क)** बालदिन **ड)** जागतिक पर्यावरण दिन

३. प्लास्टिकच्या पिशव्या वापरू नयेत; कारण -
अ) प्लास्टिक जमिनीत पडते व पर्यावरण बिघडते. **ब)** प्लास्टिक जनावरे खातात व मृत्यू पावतात.
क) प्लास्टिकचे विघटन होत नाही. **ड)** वरील सर्व.

४. जमिनीची उत्पादकता वाढविण्यासाठी काय करावे?
अ) भरपूर पाणी द्यावे **ब)** पाणी देऊ नये **क)** जमीन खोल नांगरावी **ड)** सेंद्रिय खते वापरावीत.

५. भूकंपाची तीव्रता मोजण्याचे साधन ...... हे आहे.
अ) रिश्टर **ब)** डेसिबल **क)** मिलिमीटर **ड)** सेंटीमीटर

६. लोकांना पर्यावरणाची माहिती देऊन जागृती करण्यासाठी -
अ) पर्यावरण संशोधन करावे **ब)** पर्यावरण संरक्षण करावे
क) पर्यावरण शिक्षण द्यावे **ड)** यापैकी नाही

७. शिक्षणात पर्यावरण हा विषय कोणत्या स्तरावर आहे?
अ) प्राथमिक स्तर **ब)** माध्यमिक **क)** महाविद्यालयीन **ड)** सर्व स्तरावर

८. सौर ऊर्जा ही ..... आहे.
अ) अक्षय साधन संपत्ती **ब)** क्षय साधन संपत्ती **क)** अक्षय व क्षय दोन्हीही आहे **ड)** दोन्हीही नाही

९. योग्य जोड्या लावा -

'अ' गट	**'ब' गट**
अ) राष्ट्रीय मरू उद्यान	१) हत्ती
ब) मांदीपूर	२) एक शिंगी गेंडा
क) कांझीरंगा	३) वाळवंटी मांजर
ड) कार्बेट	४) वाघ

अ) अ = १, ब = २, क = ३, ड = ४ **ब)** अ = २, ब = ४, क = १, ड = ३
क) अ = ३, ब = १, क = २, ड = ४ **ड)** अ = ३, ब = १, क = ४, ड = २

१०. खालीलपैकी प्रदूषणाची कारणे कोणती?
अ) खनिज तेलाचा वाढता वापर **ब)** मानवी लोकसंख्येत वाढ
क) मोठ्या प्रमाणात जंगलतोड **ड)** वरील सर्व

११. वनराईमुळे परिसरातील तपमानात ..... बदल होतो.

अ) वाढ होते **ब)** घट होते **क)** जैसे थे राहाते **ड)** वरील सर्व

१२. कोणता वातावरणाचा स्तर पृथ्वीच्या सर्वात जवळ आहे.

अ) स्थितांबर **ब)** दलांबर **क)** तपांबर **ड)** बाह्यांबर

१३. वनस्पती ---- च्या सहाय्याने अन्न तयार करतात.

अ) ऑक्सिजन **ब)** नायट्रोजन **क)** कार्बन डाय ऑक्साईड **ड)** सल्फर डाय ऑक्साईड

१४. राजेंद्रसिंहाची 'तरुण भारत संघ' ही संघटना कोणत्या जनजागृतीसाठी कार्य करते?

अ) आरोग्य सेवा **ब)** शेती सेवा **क)** जलसंवर्धन **ड)** राष्ट्रीय सेवा

१५. दाजीपूर अभयारण्य महाराष्ट्राच्या कोणत्या जिल्ह्यात आहे?

अ) सोलापूर **ब)** नांदेड **क)** कोल्हापूर **ड)** ठाणे

१६. महाराष्ट्रात ३० सप्टेंबर १९९३ रोजी कोणत्या ठिकाणी मोठा भूकंप होऊन जीवित हानी झाली होती?

अ) राधानगरी **ब)** तुळजापूर **क)** किल्लारी **ड)** रायगड

१७. सुनामी लाटाचा तडाका कोणत्या कारणांनी झाला?

अ) सागरी भूकंप **ब)** समुद्राची भरती **क)** ओहोटी **ड)** वादळी वारे

१८. 'नंदादेवी' अभयारण्य कोणत्या राज्यात आहे?

अ) आंध्र प्रदेश **ब)** महाराष्ट्र **क)** आसाम **ड)** यापैकी नाही

१९. ज्वालामुखी केव्हा घडत असतो?

अ) प्रचंड पाऊस पडल्यावर **ब)** हिमवादळामुळे

क) भूगर्भातील कवच फुटल्यावर **ड)** भूकंप झाल्यावर

२०. भूकंपाचे भाकीत यामुळे करता येते –

अ) आकाश ढगाळ असल्यास **ब)** बीळ करून राहाणारे प्राणी बाहेर येतात. ढ ा ढ)

इमारती व झाडे हालू लागली असता **ड)** सर्व माणसे गाढ झोपी गेले असता

२१. खालील कोणती संस्था पर्यावरणवादी आहे?

अ) इंडियन सोशल सायन्स, दिल्ली **ब)** भाभा अणुशक्ती केंद्र, मुंबई

क) बॉम्बे नॅचरल हिस्ट्री - मुंबई **ड)** वरील पैकी कोणी नाही.

२२. पर्यावरणाच्या प्रशिक्षणाचे खालील कोणते उद्दिष्ट आहे?

अ) पर्यावरणासाठी संरक्षण करणे **ब)** नैसर्गिक साधनसामग्रीची जोपासना करणे.

क) प्राणी - वनस्पतीचा वापर सद्सदविवेकबुद्धीने करणे **ड)** वरील सर्व

२३. खालीलपैकी पर्यावरणवादी व्यक्ती कोण नाही?

अ) अरुंधती रॉय **ब)**राजेंद्रसिंह **क)** अण्णा हजारे **ड)** मुकेश अंबानी

२४. खालीलपैकी पर्यावरणाशी संबंधित कोण आहेत?

अ) जागतिक वन्य जीव कोष (WWF) **ब)** आंतरराष्ट्रीय जैविक कार्यक्रम (UNEP)

क) आंतरराष्ट्रीय - भू - आवरण - जीवावरण (IGBP) **ड)** वरील सर्व

२५. कोणत्या वायूला पृथ्वीची संरक्षण छत्री म्हणतात ?

    अ) ऑक्सिजन   **ब)** कार्बन डाय ऑक्साईड   **क)** ओझोन   **ड)** हायड्रोजन

२६. अणुऊर्जेची निर्मिती करताना कोणता पदार्थ वापरतात ?

    अ) हायड्रोजन   **ब)** ओझोन   **क)** दगडी कोळसा   **ड)** यापैकी नाही

२७. सूर्यापासून निघणारा प्रकाश पृथ्वीवर येण्याचा - वेळ अंदाजे -

    अ) सहा तास   **ब)** सहा मिनिटे   **क)** आठ मिनिटे   **ड)** वीस मिनिटे

२८. पृथ्वीच्या .... भागावर पाणी आहे –

    अ) ९० टक्के   **ब)** ९५ टक्के   **क)** ७८ टक्के   **ड)** ५० टक्के

२९. समुद्राची खोली ---- या मापाने मोजतात.

    अ) फॅदम   **ब)** रिश्टर   **क)** किलोमीटर   **ड)** यापैकी नाही

३०. जोड्या लावा -

    अ) भारताचे मँचेस्टर   १) गर्ता

    ब) लोणार सरोवर   २) मदुराई

    क) समुद्राची खोली   ३) बुलढाणा

    ड) मीनाक्षी मंदिर   ४) मुंबई

    अ) अ = २, ब = ३, क = १, ड = ४   **ब)** अ = ४, ब = ३, क = १, ड = २

    क) अ = ३, ब = ४, क = १, ड = २   **ड)** अ = ४, ब = १, क = २, ड = ३

३१. पर्यावरणामध्ये माती, पक्षी, हवा, हवामान, वनस्पती यांचा आंतरिक संबंध असतो.

    अ) सदर विधान चूक आहे.   **ब)** सदर विधान अनिश्चित आहे.

    क) सदर विधान बरोबर आहे.   **ड)** काही सांगता येत नाही.

३२. पाणी, हवा, सूर्यप्रकाश यांना --- संपत्ती म्हणतात.

    अ) अक्षय संपत्ती   **ब)** क्षय संपत्ती   **क)** अक्षय व क्षय दोन्हीही   **ड)** दोन्हीही नाही

३३. जोड्या लावा

    'अ' गट   'ब' गट

    अ) जिम कार्बेट   १) दाजीपूर

    ब) गवा रेडा   २) १ ले अभयारण्य

    क) सांबर   ३) गीर जंगल

    ड) एक शिंगी गेंडा   ४) काझीरंग अभयारण्य

    अ) अ = २, ब = १, क = ३, ड = ४   **ब)** अ = १, ब = २, क = ३, ड = ४

    क) अ = ४, ब = ३, क = २, ड = १   **ड)** अ = २, ब = १, क = ४, ड = ३

३४. वर्षातील मोठा दिवस ---- कोणता ?

    अ) २५ जून   **ब)** २१ जून   **क)** २३ जुलै   **ड)** १५ ऑगस्ट

३५. सर्वात लहान दिवस -

    अ) २२ डिसेंबर   **ब)** २५ डिसेंबर   **क)** ३० जाने.   **ड)** ३० जून

३६. जोड्या लावा -

'अ' गट	'ब' गट
अ) दगडी कोळसा	१) गुजरात - उ. प्रदेश
ब) खनिज मीठ	२) यवतमाळ, भंडारा
क) चुनखडी	३) मडी - हिमाचल
ड) सिलीका - वाळू	४) राणी गंज - प. बंगाल

अ) अ = ४, ब = ३, क = २, ड = १ **ब)** अ = ४, ब = २, क = ब, ड = ३
क) अ = ३, ब = १, क = २, ड = ४ **ड)** अ = २, ब = १, क = ३, ड = ४

३७. शहरातील जलप्रदूषण सुधारणेची जबाबदारी असते.–

अ) राज्यशासनाची **ब)** केंद्र शासनाची **क)** नगरपरिषदेची **ड)** वैयक्तिक

३८. हॉस्पिटलमध्ये आवाजाची तीव्रता .... असावी–

अ) ४० ते ४५ डेसिबल **ब)** ९० ते ९५ डेसिबल **क)** ० ते १० डेसिबल **ड)** १०० ते १२५ डेसिबल

३९. 'इकोमार्क' म्हणजे काय?

अ) प्रदूषणाची किमान असलेची खूण **ब)** प्रदूषणाची कमाल क्षमता असलेची खूण
क) ध्वनी मोजण्याची एक यंत्र **ड)** आजार मोजण्याचे एक साधन

४०. भू-प्रदूषण रासायनिक औषधे, खते शेतीमध्ये वापरल्यामुळे होते.

अ) बरोबर **ब)** चूक **क)** अंशत: बरोबर **ड)** सांगता येत नाही.

४१. पृथ्वीवरील वातावरणात ओझोनचे प्रमाण असते.

अ) ०.०६ टक्के **ब)** ६.०० टक्के **क)** ०.००००६ टक्के **ड)** ०.००६ टक्के

४२. 'मरियाना' ही गर्ता आहे

अ) सर्वात मोठी गर्ता **ब)** सर्वात लहान गर्ता **क)** मध्यम खोलीची आहे **ड)** सांगता येत नाही

४३. या अंतराला 'प्रकाशवर्ष' म्हणतात

अ) एका दिवसात प्रकाश जेवढा जाईल ते अंतर **ब)** एका महिन्यात प्रकाश जेवढा जाईल ते अंतर
क) एका वर्षात प्रकाश जेवढा जाईल ते अंतर **ड)** वरील पैकी नाही

४४. खालीलपैकी कोणत्या पदार्थात 'ए' जीवनसत्व सर्वात ज्यादा असते

अ) गाजर **ब)** तांदूळ **क)** आवळा **ड)** केळी

४५. खालीलपैकी ज्यादा प्रदुषण होणारी जागा कोणती?

अ) शाळा परिसर **ब)** मंदिर परिसर **क)** खेळाचे मैदान **ड)** न्यायालयीन परिसर

४६. याचा जैविक पर्यावरणात समावेश होत नाही–

अ) पाणी **ब)** वनस्पती **क)** पक्षी **ड)** प्राणी

४७. भू - अंतर्गत हालचालीमुळे पुढील धोका संभवतो–

अ) महापूर **ब)** अवर्षण **क)** ज्वालामुखी **ड)** भूकंप

४८. वृक्षांची मोठ्या प्रमाणात तोड झाल्याने ही समस्या आली –

    अ) भूकंप   **ब)** अवर्षण   **क)** आजार   **ड)** शिक्षण

४९. प्राथमिक शाळांतून पर्यावरणाचा अभ्यास करावा.

    अ) पर्यावरण घटक   **ब)** संशोधन   **क)** परिसर अभ्यास   **ड)** प्रबोधनात्मक व्याख्यान

५०. या शहराला वाढत्या नागरिकत्वाचा धोका आहे.

    अ) दिल्ली   **ब)** नागपूर   **क)** चेन्नई   **ड)** मुंबई

पेपर - १

घटक - IX

उत्तरसूची

प्र.क्र.	उत्तर	प्र.क्र.	उत्तर	प्र.क्र.	उत्तर	प्र.क्र.	उत्तर	प्र.क्र.	उत्तर
१	अ	२	ड	३	ड	४	ड	५	अ
६	क	७	ड	८	अ	९	क	१०	ड
११	ब	१२	क	१३	क	१४	क	१५	क
१६	क	१७	अ	१८	ड	१९	क	२०	ब
२१	क	२२	ड	२३	ड	२४	ड	२५	क
२६	ड	२७	क	२८	क	२९	अ	३०	ब
३१	क	३२	अ	३३	अ	३४	ब	३५	अ
३६	अ	३७	क	३८	अ	३९	अ	४०	अ
४१	क	४२	अ	४३	क	४४	अ	४५	ब
४६	अ	४७	ड	४८	ब	४९	क	५०	ड

***

पेपर नं. १

घटक नं. १० उच्च शिक्षण प्रणाली व प्रशासन इ.

(Higher Education System and Administration)

१. **ऐतिहासिक :** भारतात तक्षशिला, नालंदा, पैठण इ. ठिकाणी उच्च शिक्षण अभ्यास केंद्रे होती. परंतु परकीयांच्या आक्रमक भूमिकेमुळे, त्यांची परंपरा उरली नाही. ब्रिटीश सत्ता सुरू झाल्यानंतर शिक्षणाचा नवा विचार पाश्चात्त्य पद्धतीने नव्याने सुरू झाला. त्यामध्ये इंग्रजी भाषेला प्राधान्य मिळाले. त्यामुळे इंग्रजी जाणणारे तरुण तयार झाले. त्यांचा उपयोग राज्यकारभारासाठी करून घेणे ब्रिटिशांनी ठरविले. १८३५ ला मॅकालेंची झिरपती प्रणाली, १८५४ चा वूडचा खलिता यामुळे उच्च शिक्षणाची सोय करण्याची कल्पना पुढे आली. १८५६ ला भारतात मद्रास - मुंबई - कोलकाता या ठिकाणी उच्च शिक्षणाची केंद्रे म्हणून विद्यापीठे - विश्वविद्यालये - युनिव्हर्सिटीज तयार झाल्या. त्यांची रचना इंग्लंडच्या लंडन विश्वविद्यालयाच्या धरतीवर होती. मॅट्रीकच्या परीक्षा या विद्यापीठामार्फत होत होत्या. ब्रिटीश काळात १६ विद्यापीठे कार्यरत होती.

स्वातंत्र्यानंतर १९४८ ला डॉ. राधाकृष्णन तथा विद्यापीठ आयोगाची स्थापना झाली आणि ग्रामीण विद्यापीठांची कल्पना पुढे आली. परंतु त्यामध्ये फार यश आले नाही. १९५२ चे डॉ. मुदलियार आयोगाचे कार्य माध्यमिक स्तरावर आधारित होते. परंतु त्यानंतर महत्त्वाचा आयोग म्हणजे राष्ट्रीय शिक्षणाचा किंवा डॉ. कोठारी शिक्षण आयोग होय. ह्यांनी शिक्षणाची दखल घेऊन चर्चा केली आणि नव्या संस्था निर्माण करण्यासाठी शिफारशी केल्या. १९६८ साली नवीन धोरणात्मक निर्णय घेतले गेले. काही संस्थांची स्थापन झाली. शिक्षणाचा आकृतिबंध नवीन होऊन (१० + २ + ३) अभ्यासक्रमांची रचना बदलली. कार्यानुभव व मूल्य शिक्षणाला महत्त्व आले. देशातील तंत्रशिक्षणाची व्याप्ती वाढविली. त्यानंतर महत्त्वाचा बदल १९८६ च्या शैक्षणिक धोरणाच्या माध्यमातून झाला आहे.

२. **राष्ट्रीय स्तरावरील शैक्षणिक संस्था (National Education Agencies)**

अ) केंद्रीय शिक्षण सल्लागार मंडळ (CABE) - सदर मंडळ कोलकाता विद्यापीठ आयोगाने १९१७ ला सुचविल्यानुसार १९१९ साली स्थापन झाले होते. केंद्रीय शिक्षण मंत्री या मंडळाचा अध्यक्ष असतो. शैक्षणिक धोरण व नवीन विचार प्रणाली स्थापन करण्यामध्ये या मंडळाचा सहभाग असतो.

ब) विद्यापीठ अनुदान मंडळ - (University Grants Commission) - भारत सरकारने संसदच्या ठरावान्वये विद्यापीठ अनुदान मंडळ (UGC) १९५६ साली सुरू केले. देशातील उच्च शिक्षणाचा दर्जा सुधारण्यासाठी सदर मंडळ कार्यरत आहे. विद्यापीठे व इतर संशोधन निगम (Bodies) यांच्याशी चर्चा करून उच्च शिक्षण प्रगती पथावर ठेवणे हे महत्त्वाचे कार्य सदर मंडळ करते. सर्व विद्यापीठांचा शैक्षणिक दर्जा, परीक्षा पद्धती, संशोधन कार्य ह्या गोष्टी समन्वयाने साध्य करणेचे कार्य मंडळ करते. तसेच नवीन विद्यापीठांना आणि नवीन शैक्षणिक व संशोधन विस्ताराला मान्यता देऊन आर्थिक व तांत्रिक मदत करणेचे कार्य सदर संस्था करत आहे. या मंडळाच्या कार्यासाठी इतर उपविभाग स्थापन केलेले आहेत.

क) राष्ट्रीय शैक्षणिक संशोधन - प्रशिक्षण संस्था - परिषद - (National Council for Educational Research and Training - NCERT) - ही स्वायत संस्था असून भारत सरकारच्या शिक्षण मंत्रालयाने

१९६१ साली स्थापन केली. या संस्थेने राष्ट्रीय शिक्षण संस्था (National Institute of Education - NIE) स्थापन केली असून त्या मार्फत विविध कार्ये पार पाडली जातात.

ड) **राष्ट्रीय शिक्षक - शिक्षण परिषद** - (National Council for Teacher Education) १९७३ पासून (NCTE) ने सदर संस्था स्थापन केली आहे. शिक्षक - प्रशिक्षणाची जबाबदारी सदर संस्था घेते (NCTE)

इ) **राष्ट्रीय समाज शिक्षण परिषद** - (Indian Council for Social Science Research - ICSSR) सदर संस्था राष्ट्रीय स्तरावर समाजशास्त्रीय विषयातील संशोधन व अभ्यासक्रम यामध्ये समन्वय साधून मार्गदर्शन करते. देशातील व परदेशातील दर्जा पाहून नवीन उपक्रम सुचविला जातो. राज्यस्तरावर देखील, (State Education Board) राज्य शिक्षण मंडळ व इतर संस्था कार्यरत आहेत.

३. मुक्त विद्यापीठे (Open University) -

१९८५ साली दिल्ली येथे इंदिरा गांधीच्या नावाने मुक्त विद्यापीठाची स्थापना होऊन देशभर कार्य सुरू झाले. महाराष्ट्रात यशवंतराव चव्हाण यांचे नावे नाशिक येथे १९९० साली मुक्त विद्यापीठ प्रादेशिक स्तरावर स्थापन झाले. या विद्यापीठातून दुरस्थ शिक्षण पद्धतीने (Distance learning) ज्ञानदान केले जाते.

मुक्त विद्यापीठांची वैशिष्ट्ये -

१. शिक्षण स्थळ, वेळ, वय यापासून मुक्त असते.

२. स्वयंअध्ययन पद्धतीचा वापर

३. संदेशवहनासाठी विविध माध्यमांचा वापर

४. गरजेनुसार अभ्यासक्रमाची रचना

५. आवडीनुसार व सवडीनुसार शिक्षण घेता येते.

४. महाराष्ट्रातील प्रमुख विद्यापीठे -

१. मुंबई विद्यापीठ, मुंबई

२. पुणे विद्यापीठ, पुणे

३. नागपूर विद्यापीठ, नागपूर

४. शिवाजी विद्यापीठ, कोल्हापूर

५. अमरावती विद्यापीठ, अमरावती

६. उत्तर महाराष्ट्र विद्यापीठ, जळगांव

७. श्रीमती नाथीबाई दामोदर ठाकरसी (S. N. D. T.) महिला विद्यापीठ, मुंबई

८. स्वामी रामानंद तीर्थ - विद्यापीठ, नांदेड

९. डॉ. बाबासाहेब (मराठवाडा) आंबेडकर विद्यापीठ, औरंगाबाद

१०. डॉ. बाबासाहेब आंबेडकर तंत्रज्ञान विद्यापीठ, रायगड

११. सोलापूर विद्यापीठ, सोलापूर

★ महाराष्ट्रात १२ अभिमत विद्यापीठे आहेत. तसेच पुढील चार कृषिविद्यापीठे आहेत.

१.   महात्मा फुले कृषिविद्यापीठ, राहुरी (अहमदनगर)

२.   डॉ. पंजाबराव कृषिविद्यापीठ, अकोला

३.   मराठवाडा कृषिविद्यापीठ, परभणी

४.   कोकण कृषिविद्यापीठ, दापोली

★ तसेच राष्ट्रीय स्तरावर इंडियन ॲग्रीकल्चरल रिसर्च इन्स्टिट्यूट (I. A. R. I) आणि इंडियन कौन्सिल ऑफ ॲग्रीकल्चरल रिसर्च - (I. C. A. R) या संस्था काम करतात. संकरित पिकाच्या जाती शोधून उत्पादन वाढ करणे, पशुसंशोधन केंद्र चालविणे इ. शेती उत्पादनात या संस्थांनी भर घातली आहे. तसेच (I. I. T.) मार्फत ५ ठिकाणी उच्च तंत्र शिक्षण दिले जाते.

५.   विद्यापीठांचा प्रकार (Types of Universities)

१. संलग्न स्वरूपी विद्यापीठे - फक्त संलग्नता असणे.

२. संलग्न व अध्ययन करणारी - नागपूर, शिवाजी, मुंबई, नांदेड, जळगाव, पुणे इ.

३. एककेंद्रीय विद्यापीठे - शांतिनिकेतन, जामिया मिलिया, टिळक विद्यापीठ

४. केंद्रशासित विद्यापीठे - अलीगड, दिल्ली, बनारस, विश्वभारती

५. विद्यापीठाचा दर्जा दिलेल्या संस्था - इंडियन कृषी संशोधन केंद्र - दिल्ली; इंडियन इन्स्टिट्यूट ऑफ सायन्स - बेंगलोर; टाटा इन्स्टिट्यूट ऑफ सोशल सायन्स, इंडियन स्कूल ऑफ माईन्स इ.

६.   केंद्रशासनाच्या काही संस्था -

१. नॅशनल केमिकल लॅबोरेटरी - पुणे

२. भाभा ॲटोमिक रिसर्च सेंटर - मुंबई

३. ॲटोमिक पॉवर प्लॉन्ट - तारापूर

४. इंडियन ड्रग रिसर्च लॅबोरेटरी - पुणे

५. कॉटन टेक्नॉलॉजिकल रिसर्च लॅबोरेटरी - मुंबई

७.   मेडिकल क्षेत्रातील संस्था -

१. हाफकीन इन्स्टिट्यूट - मुंबई

२. जसलोक रिसर्च सेंटर - मुंबई

३. कॅन्सर सेंटर - टाटा मेमोरियल हॉस्पिटल - मुंबई

४. इंडियन इन्स्टिट्यूट ऑफ एक्सपेरीमेंटल मेडिसन - कोलकाता

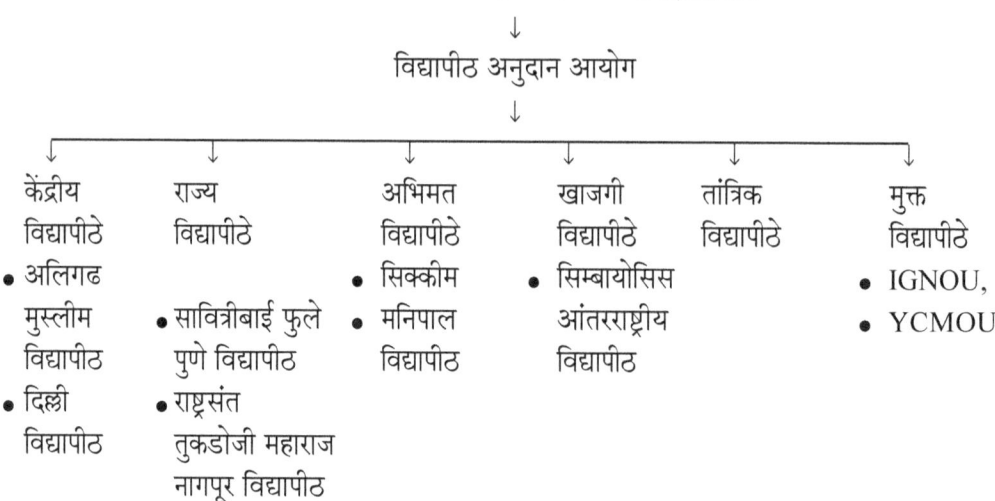

मानव संसाधन विकासमंत्रालय - IIT, IIM's

↓

विद्यापीठ अनुदान आयोग

↓

केंद्रीय विद्यापीठे	राज्य विद्यापीठे	अभिमत विद्यापीठे	खाजगी विद्यापीठे	तांत्रिक विद्यापीठे	मुक्त विद्यापीठे
• अलिगढ मुस्लीम विद्यापीठ	• सावित्रीबाई फुले पुणे विद्यापीठ	• सिक्कीम	• सिम्बायोसिस आंतरराष्ट्रीय विद्यापीठ		• IGNOU,
• दिल्ली विद्यापीठ	• राष्ट्रसंत तुकडोजी महाराज नागपूर विद्यापीठ	• मनिपाल विद्यापीठ			• YCMOU

मानव संसाधन विकास मंत्रालय :

भारतातील शिक्षणाच्या क्षेत्रातील अग्रगण्य शिखर संस्था म्हणून मानव संसाधन विकास मंत्रालयाला सर्व अधिकार आहे. देशातील शैक्षणिक विकास व शिक्षण व्यवस्था संचालन या मंत्रालयामार्फत केले जाते.

- IIT आणि IIM हे मानव संसाधन विकास मंत्रालया अंतर्गत स्वायत्त संस्था म्हणून कार्यरत असतात.
- विद्यापीठ अनुदान आयोग हा भारतातील सर्व विद्यापीठीय शिक्षणाचा सूत्रधार म्हणून कार्य करत असतो. त्याअंतर्गत वेगवेगळ्या प्रकारची विद्यापीठे स्थापण्यास व त्यांचे सूत्रसंचालन करण्यास आयोग मान्यता देत असते.

  १) केंद्रीय विद्यापीठे (Central Universities)

  २) राज्य विद्यापीठे (State University)

  ३) अभिमत विद्यापीठे (Deemed University)

  ४) खाजगी विद्यापीठे (Private University)

  ५) तांत्रिक विद्यापीठे (Technical Universities)

  ६) मुक्त विद्यापीठे (Open Universities)

ISRO - Indian Space Research Organisation

- ISRO ही अवकाश संशोधनातील महत्त्वाची भारत सरकारची एकमेव संस्था आहे.
- स्थापना - १९६२मध्ये पंतप्रधान जवाहरलाल नेहरू यांनी डॉ. विक्रम साराभाई यांच्या सल्ल्यानुसार केली.
- ISRO ही संस्था अवकाश खात्याअंतर्गत असून प्रत्यक्ष पंतप्रधानांच्या कार्यालयाच्या अधीन कार्य करते.
- ISRO ने आर्यभट्ट हा पहिला उपग्रह रशियाच्या मदतीने 19 April 1975 मध्ये अवकाशात सोडला. १९८० ला रोहिणी उपग्रह सोडला.
- Polar Sattelite Launch Vehicle, PSLV आणि Geosynchronus Sattelite Launch Vehicle, GSLV
- ISRO ने गगण, IRNSS, प्रादेशिक नेव्हिगेशन System ISRO ने तयार केलेल्या आहेत.
- भारतीय बनावटीचे अतिशय थंड तापमानात कार्य करणारी क्रायोजेनिक इंजिने तयार केली आहेत.

DRDO

- DRDO ही संरक्षण, संशोधन आणि विकास यामध्ये कार्यरत असून, मुख्यालय नवी दिल्ली येथे आहे.
- DRDOची स्थापना १९५८ला तांत्रिक विकास संस्था तसेच तांत्रिक विकास आणि उत्पादन संचनालय यांना एकत्रित करून करण्यात आली.
- DRDO ही भारत सरकारच्या संरक्षण मंत्रालयाअंतर्गत कार्य करते.
- DRDO संरक्षण क्षेत्रात लागणारे विविध प्रकारचे तंत्रज्ञान विकसित करते.
- DRDO अंतर्गत ५२ प्रयोगशाळांचे जाळे भारतभर पसरले आहे.
- DRDOचा पहिला प्रकल्प Surface to Air Mesile १९६०मध्ये सुरू करण्यात आला त्यालाच Project Indigo म्हणून ओळखले जाते.
- Project Devile, Project Pruthvi (1980) सुरू करण्यात आले.
- आकाश क्षेपणास्त्र, त्रिशूल क्षेपणास्त्र व नाग क्षेपणास्त्र असे विकसित क्षेपणास्त्र DRDO ने विकसित केले आहेत.

Indian Institute of Social Science Research (ICSSR)

- या संस्थेची स्थापना भारत सरकारने १९६९मध्ये सामाजिक क्षेत्रामध्ये चालना देण्यासाठी केली.
- ICSSRचे कार्य खालीलप्रमाणे -
  १) सामाजिक शास्त्रामधील संशोधनाच्या प्रगतीचा आढावा घेणे व शासनाला सल्ला देणे.
  २) विविध प्रकारच्या Feloship व Scholership शैक्षणिक संस्थांना सामाजिक विषयात संशोधन करण्यासाठी प्रदान करणे.
  ३) ज्या संस्था संघटना समाजशास्त्रातील संशोधनात कार्यरत आहेत त्यांना आर्थिक मदत करणे.
  ४) Seminar, Workshop, कार्यशाळा यांचे आयोजन करणे व त्यास अर्थसाहाय्य देणे.
  ५) संशोधन कार्यामध्ये समन्वय आणून आंतरशाखीय संशोधनास प्रेरणा देणे.
  ६) भारत सरकारला सामाजिक शास्त्रातील संशोधनावर वेळोवेळी सल्ला देणे व संशोधनाला चालना देणे.

भारतातील संशोधन संस्था : Council of Scientific and Industrial Research (CSIR)

- CSIRची स्थापना १९४२मध्ये करण्यात आली.
- ही संस्था स्वायत्त असून, भारतातील संशोधन आणि विकास या क्षेत्रातील शिखर संस्था आहे.
- या संस्थे अंतर्गत -   ३७ प्रयोगशाळा
                        39 Field Station's
                        १७००० कर्मचारी
- ह्या संस्थेचे जाळे सर्व भारतभर पसरले असून, विज्ञान व तंत्रज्ञान मंत्रालया अंतर्गत कार्य करते.
- Registration of Societies Act नुसार (१८६०) Society म्हणून CSIRची नोंदणी करण्यात आली.
  १) Aizo space Engineering
  २) Structural Engineering
  ३) जीवशास्त्रे
  ४) मेटालर्जी
  ५) रसायनशास्त्र

६) खाणशास्त्र
७) पेट्रोलिअम
८) लेदर
९) पर्यावरण इ. विषयांमध्ये CSIRद्वारे संशोधन केले जाते.

IIM : Indian Institute of Managment

- IIM ह्या १९ सरकारी व्यवस्थापन शिक्षण आणि संशोधन कार्यात सहभागी स्वायत्त संस्था आहेत.
- ह्या संस्था प्रामुख्याने पदव्युत्तर, डॉक्टरेट आणि कार्यकारी शिक्षण अभ्यासक्रम राबवितात.
- ह्या संस्थांची स्थापना जवाहरलाल नेहरू यांनी योजना आयोगाच्या शिफारशीनुसार केली.
- IIM ह्या Indian Societies Registration Act नुसार स्थापन करण्यात आल्या आहेत.
- प्रत्येक संस्था ही स्वायत्त असून, या सगळ्या संस्थांचे समन्वय घडवून आणण्यासाठी IIM Council स्थापन करण्यात आले आहे.
- या Councilचे अध्यक्ष मानव संसाधन विकास मंत्री असून, सर्व IIMचे अध्यक्ष व संचालक यांचा समावेश असतो.
- १९ IIM's खालीलप्रमाणे आहेत.

१) कोलकाता - १९६१
२) अहमदाबाद - १९६१
३) बेंगळुरू - १९७३
४) लखनौ - १९८४
५) कोझीकोडे - १९९६
६) इंदौर - १९९६
७) शिलाँग - २००७
८) रांची - २०१०
९) त्रिची - २०११
१०) उदयपुर - २०११
११) काशीपूर - २०११
१२) नागपूर - २०१५
१३) गया - २०१५
१४) विशाखापटटनम - २०१५
१५) अमृतसर - २०१५
१६) संबळपूर - २०१५
१७) सिरमोर - २०१५
१८) जम्मू काश्मीर
१९) तेलंगणा - प्रस्तावित

IIT : Indian Institute of Technology

भारतीय प्रौद्योगिकी संस्थान

भारतीय तंत्रज्ञान संस्था

IIT ह्या भारतातल्या अभियांत्रिकी व तंत्रज्ञान क्षेत्रातील उच्च शिक्षण देणाऱ्या ७ स्वायत्त संस्थांचा उच्च समूह आहे. त्या म्हणजे -

१) कानपूर
२) मुंबई
३) नवी दिल्ली
४) चेन्नई
५) खरगपूर
६) गुवाहाटी
७) रुरकी

- IIT's ह्या Instibtute of Technology Act 1961 नुसार राष्ट्रीयदृष्ट्या महत्त्वाच्या संस्था म्हणून जाहीर केल्या आहेत.
- या कायद्यानुसार IIT'sचे अधिकार, कर्तव्य आणि दैनंदिन कार्य याविषयी तरतुदी आहेत.
- प्रत्येक IIT ला स्वायत्त संस्थेचा दर्जा आहे. तसेच सर्व IITचे समन्वय घडवून आणण्यासाठी IIT Councilची स्थापना करण्यात आली आहे.
- केंद्रीय मानव संसाधन विकास मंत्री या मंडळाचा पदसिद्ध अध्यक्ष असतो.
- यामार्फत मुख्य खालील कार्यक्रम समाविष्ट असतात. जे 'व्यावसायिक शिक्षण व कौशल्य विकास मोहिमे' अंतर्गत समाविष्ट असतात.

  १) नवीन तंत्रनिकेतन समाविष्ट करणे.

  २) सध्या कार्यरत असलेल्या तंत्रनिकेतनाचे बळकटीकरण करणे.

  ३) तंत्रनिकेतनाच्या माध्यमातून समुदाय विकास साधणे.

  ४) तंत्रिनिकेतनामध्ये महिला वसतिगृहाची स्थापना करणे.

  ५) कला प्रशिक्षकाच्या प्रशिक्षण योजना.

  ६) अद्ययावत व्यावसायिक प्रशिक्षण योजना.

  ७) फोरमन प्रशिक्षण योजना, कर्मचारी प्रशिक्षण व संशोधन कार्यक्रम.

  ८) शैक्षणिक माध्यम विकास कार्यक्रम.

  ९) महिला प्रशिक्षण योजना.

  १०) उच्च तंत्रज्ञान प्रशिक्षण योजना.

तंत्रनिकेतन (पॉलिटेक्निक्स) शिक्षण

- तंत्रशिक्षणाच्या महत्त्वाच्या घटकातील 'तंत्रनिकेतन' शिक्षण हा एक घटक आहे. भारताच्या आर्थिक विकासात हे महत्त्वाचे योगदान देते.
- सामान्यत: पदविका अभ्यासक्रम ३ वर्षांचे असतात. ज्यामध्ये पारंपरिक अभ्यास शाखांचा समावेश होतो.

  १) सिव्हिल　　२) इलेक्ट्रीकल　　३) मेकॅनिकल

  ४) इलेक्ट्रॉनिक　　५) संगणक　　६) वैद्यकीय प्रयोगशाळा साहाय्यक
- स्त्रियांसाठी पदविका अभ्यासक्रम

  १) ब्युटीकल्चर

  २) गारमेंट टेक्नोलॉजी

  ३) टेक्सटाईल टेक्नोलॉजी
- तंत्रनिकेतनांमार्फत इयत्ता १०वी नंतरच ३ वर्षीय पदविकेच्या माध्यमातून विद्यार्थ्यांमध्ये विविध कौशल्यांचा विकास करण्यात येतो.

औद्योगिक प्रशिक्षण संस्था : Industrial Training Institutes

- १९५० साली ५० ITIची स्थापना करण्यात आली.
- केंद्रीय कामगार मंत्रालयाच्या रोजगार व प्रशिक्षण महासंचालनालयाच्या पुढाकाराने ह्या ITIची स्थापना झाली. त्या अंतर्गत 'कारागीर प्रशिक्षण योजना' सुरू करण्यात आली होती.

- १५ ते २५ या वयोगटातील प्रशिक्षणार्थींना हे प्रशिक्षण उपलब्ध करून दिले जाते.
- या प्रशिक्षणाचा कालावधी २ महिन्यांपासून ते २ वर्षांपर्यंत असू शकतो.
- ITI आणि ITCs (Industrial Training Centers) ह्या तांत्रिक क्षेत्रामध्ये प्रशिक्षण देणाऱ्या 'प्रशिक्षण संस्था' आहेत. त्यांची स्थापना रोजगार व प्रशिक्षण महासंचलनालय, कामगार व रोजगार मंत्रालय भारत सरकार यांच्या अंतर्गत कारभार पाहिला जातो.
- ITI मधून प्रशिक्षण घेतलेल्या प्रशिक्षणार्थींची संख्या १० ते १२% आहे.
- साधारणपणे १०वी उत्तीर्ण व्यक्ती ITIमध्ये प्रवेश घेण्यास पात्र असतो.
- रोजगार व प्रशिक्षण महासंचनालया मार्फत चालविल्या जाणाऱ्या आणि ITI मार्फत दिल्या जाणाऱ्या प्रशिक्षण योजना खालीलप्रमाणे आहेत.

१) कारागीर प्रशिक्षण योजना.

२) अपरेंटिस प्रशिक्षण योजना.

३) नवीन संस्था आणि तंत्र शिक्षणाच्या दर्जाबाबत नियम आखणे व संस्थांच्या पूर्ण मान्यतेचा आढावा घेणे.

४) AICTE संबंधित तंत्रज्ञान आणि व्यवस्थापन शिक्षण क्षेत्रांमध्ये योग्य ते बदल घडवून आणणे.

५) AICTE आपले काम राज्य सरकार, विद्यापीठे, तंत्रज्ञान संस्था व राज्य तंत्रज्ञान मंडळ आदींशी चर्चा करून पार पाडत असते.

६) संशोधन व विकास कार्यासाठी आर्थिक मदत देणे.

उदा. 1) Modernization and Removal of Absolscence (MODROBS) - कमाल १५ लाख रुपये अनुदान संस्थेला.

2) Trust Area Programme in Technical Education (TAPEC) - संस्थेला २० लाख रुपये अनुदान.

3) Research and Development - बहुशाखीय दृष्टिकोन विकसित करण्यासाठी संस्थेला १० लाख रुपये अनुदान.

अखिल भारतीय तंत्रशिक्षण परिषद (All India Council of Techenical Education)

तंत्रशिक्षणाच्या विकासामध्ये गुणात्मक व दर्जात्मक सुधारणा करण्यासाठी AICTEची स्थापना १९८७च्या AICTE कायद्यानुसार करण्यात आली. तसेच या कायद्याने तंत्रशिक्षणामध्ये महत्त्वाचे घटक सुचविले/मान्य केले; ते म्हणजे -

१) अभियांत्रिकीच्या विविध शाखा

२) तंत्रज्ञान

३) व्यवस्थापन

४) नगर विकास

५) स्थापत्य शास्त्र

६) हॉटेल मॅनेजमेंट आणि केटरिंग सर्व्हिसेस

७) फार्मसी

८) उपयोजित कला

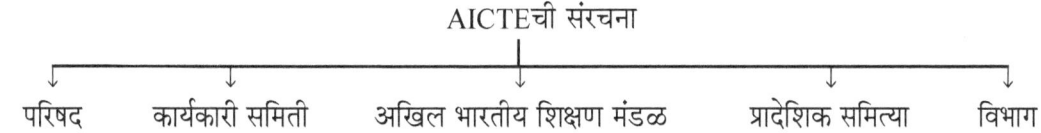

AICTEची संरचना

परिषद   कार्यकारी समिती   अखिल भारतीय शिक्षण मंडळ   प्रादेशिक समित्या   विभाग

AICTEची उद्दिष्टे :

१) नवीन तंत्रशिक्षण संस्था स्थापन करण्याबाबत मान्यता देणे.

२) शैक्षणिक अभ्यासक्रम आखणे, समाविष्ट करणे आणि त्याचा संस्थात्मक उद्दिष्टांसाठी उपयोग करणे.

महत्त्वाच्या सरकारी संस्था

१) केंद्रीय स्तरावर (भारत सरकार) - मानव संसाधन विकास मंत्रालय

↓

राष्ट्रीय कौशल्य विकास परिषद

↓

उच्च माध्यमिक व्यावसायिक शिक्षण व प्रशिक्षण कार्यक्रम

↓

तांत्रिक उच्च शिक्षण कार्यक्रम

२) राज्य शासन

↓

तांत्रिक शिक्षण संचलनालय

↓

खाजगी क्षेत्र

↓

NGO's

देशाच्या मानवी संसाधन विकासामध्ये तांत्रिक व व्यावसायिक शिक्षण महत्त्वाची भूमिका बजावते. त्याचे महत्त्व पुढीलप्रमाणे सांगता येईल -

१) कौशल्याधारित मानवी शक्ती निर्माण करणे.

२) औद्योगिक उत्पादकता वाढविणे.

३) जीवनमानाचा दर्जा उंचावणे.

४) स्वावलंबी कौशल्य निर्मिती.

५) अर्थार्जनाची क्षमता वाढविणे.

६) कार्यक्षमता वाढविणे.

७) आधुनिक तंत्रज्ञानाचा, कार्यप्रणालीचा वापर करून राष्ट्रीय दर्जा वाढविणे.

भारतातील व्यावसायिक तांत्रिक शिक्षण सुरुवात :

• १८८२च्या हंटर कमिशनने भारतामध्ये व्यावसायिक शिक्षणाची मागणी आर्थिक कारणांमुळे नाकारली, जी सर्व भारतीय नेत्यांद्वारे आयोगापुढे निवेदनामार्फत मांडली होती.

• पुढे १९१७ सालच्या 'सॅडलर आयोगाने' व्यावसायिक विषयांना अभ्यासक्रमात स्थान द्यावे अशी शिफारस केली.

- सॅडलर आयोगाच्या शिफारशीस मान्यता देऊन तत्कालीन व्हॉईसरॉयने १९२१ला लॉर्ड लिटन समितीची स्थापना केली. या लिटन समितीने भारतात औद्योगिक, तांत्रिक व व्यावसायिक शिक्षणाची सोय करावी, अशी मान्यता दिली.
- महात्मा गांधींनी 'वर्धा योजनेच्या' मार्फत मूलोद्योगी शिक्षणात हस्त व्यवसायाच्या अंतर्गत व्यावसायिक शिक्षण देण्याची पद्धत मांडली होती.
- शिक्षणाचा सर्वांगीण आराखडा मांडणाऱ्या कोठारी आयोगानेही व्यावसायिक, तांत्रिक शिक्षणावर उपाय सुचविले होते.

व्यावसायिक/तांत्रिक शिक्षण संरचना

- कुशल व अर्धकुशल मनुष्यबळाच्या प्रशिक्षणासाठी तांत्रिक शिक्षण दिले जाते. तांत्रिक/व्यावसायिक शिक्षण व प्रशिक्षणासाठी धोरण निर्धारण व अवलंब.

भारतीय वैद्यकीय परिषद (Indian Medical Council)

- IMC Act 1933 अंतर्गत 1934 साली भारतीय वैद्यकीय परिषदेची स्थापना करण्यात आली.

→ रचना
→ १) अध्यक्ष
→ २) प्रत्येक राज्याचा एक प्रतिनिधी
→ ३) प्रत्येक विद्यापीठाच्या वैद्यकीय अभ्यासशाखेतील प्रतिनिधी
→ ४) राज्याच्या वैद्यकीय सचिव
→ ५) वैद्यकीय पदवीधारकांमधून ७ जणांची निवड

IMCची उद्दिष्टे आणि कार्ये :

देशपातळीवरील वैद्यकीय शिक्षणात सुसूत्रीकरण आणून शिक्षणाचा दर्जा कायम राखण्यासाठी IMC विविध मार्गांचा अवलंब करते. तिचे कार्य व उद्देश खालीलप्रमाणे सांगता येतील.

१) वैद्यकीय शिक्षणाचा दर्जा योग्यरीत्या सांभाळला किंवा नाही याचे पर्यवेक्षण करणे व प्रत्यक्ष भेट देऊन तपासणी करणे.
२) गरजेनुसार नवीन वैद्यकीय महाविद्यालये सुरू करण्यासाठी परवानगी देणे आणि पदव्युत्तर किंवा उच्च शिक्षणासाठी नवीन अभ्यासक्रमाला मान्यता देणे.
३) शैक्षणिक पात्रता निश्चित करणे आणि त्यास अधिमान्यता देणे.
४) वैद्यकीय प्रमाणपत्र प्राप्त विद्यार्थ्यांच्या नोंदी करणे व त्या कायम सांभाळणे.
५) परदेशात जाणाऱ्या वैद्यकीय अधिकाऱ्यांना प्रमाणपत्र देणे.

IGNOUच्या संलग्न संस्था

१) कॉमनवेल्थ ऑफ लर्निंग
२) जागतिक आरोग्य संघटना
३) वर्ल्ड इंटेलेक्चुअल प्रॉपर्टी राईट्स ऑर्गनायझेशन
४) नॅशनल कौन्सिल ऑफ हॉटेल मॅनेजमेंट ॲन्डकेटरींग टेक्नोलॉजी
५) इंडियन कौन्सिल ऑफ ॲग्रिकल्चरल रिसर्च

IGNOUची व्याप्ती व विस्तार

२१ - अभ्यास केंद्रे
६७ - प्रादेशिक केंद्रे
६७ - परदेशातील केंद्रे
३००० - अभ्यार्थी केंद्रे
४९० - प्रकारचे अभ्यासक्रम
३७००० - पेक्षा जास्त शैक्षणिक मार्गदर्शक

- IGNOUला जानेवारी २०१०मध्ये युनेस्कोने जगातील सर्वांत मोठे विद्यापीठ म्हणून घोषित केले.
- IGNOU तर्फे 'ग्यान दर्शन' हे दृक्‌श्राव्य चॅनल (TV चॅनल) तर 'ग्यान वाणी' हे रेडिओ चॅनल चालविले जाते.
- ब्रिटनमधील सेंट्रल लॅंकेशायर विद्यापीठासोबत IGNOUने 'सांकेतिक भाषेतील पदवी कार्यक्रमाची' सुरुवात केली. अशा प्रकारचा हा जगातील पहिला कार्यक्रम होता.

IGNOUची ध्येये/उद्दिष्ट्ये :

१) शिक्षणाच्या व ज्ञानग्रहणाच्या प्रगती व प्रसारास विविध साधनांमार्फत चालना देणे.
२) सर्वदूर भारतात शिक्षणाच्या संधींचा प्रसार करणे.
३) सामाजिक शैक्षणिक विकास प्राप्त करणे.
४) उच्च शिक्षणाच्या संधी सर्वसामान्य लोकांपर्यंत पोहचविणे.
५) मुक्त शिक्षण पद्धतीत सुधार व दर्जेदार शिक्षण सर्व जनतेला उपलब्ध करून देणे.
६) कमीत कमी शुल्कामध्ये मागास घटकांना शिक्षणाच्या उच्च सोयी उपलब्ध करून देणे.
७) राष्ट्रीय व आंतरराष्ट्रीय स्तरावर 'मुक्त शिक्षण पद्धतीचा' प्रसार करणे.
८) रोजगार निर्मिती हे ध्येय ठेवून पदवी, पदविका, पदव्युत्तर पदवी अभ्यासक्रम दर्जेदार व वैशिष्ट्यपूर्ण बनविणे.
९) शिक्षणातील असमानता दूर करून मागास दुर्गम भागातील कामगार, स्त्रिया, नोकरदार वर्ग, प्रौढांना अशा सर्व घटकांना उच्च शिक्षणाच्या सोयी पोहचविणे व त्यांचा विकास घडवून आणणे.
१०) समाजाला अभ्यासक्रम, प्रवेशाचे नियम, वयाची अट, परीक्षांचे आयोजन, अभ्यास पद्धती सुलभ ठरतील याप्रमाणे आखणी करणे.
११) देशात मुक्त शिक्षण व दूरस्थ शिक्षण यांना प्रोत्साहन देऊन अशा संस्थांमध्ये समन्वय साधणे व दर्जात्मक वाढ घडवून आणणे.

मुक्त विद्यापीठ :

- १९६९ साली सर्वप्रथम ग्रेट बिटनमध्ये मुक्त विद्यापीठाची स्थापना झाली.
- भारतामध्ये १९७० साली मुक्त विद्यापीठावरील परिसंवाद आयोजित केला होता.
- १९७५ साली भारत सरकारने प्राध्यापक जी. पार्थसारथी यांच्या अध्यक्षतेखाली यासाठी एक समिती स्थापन केली. ज्या समितीने मुक्त विद्यापीठे स्थापन करण्याची शिफारस केली होती.
- १९८३ साली केंद्रीय विद्यापीठांच्या कार्याबाबत पुनर्विलोकन करण्यासाठी डॉ. माधुरी शहा यांच्या अध्यक्षतेखालील समितीनेही मुक्त विद्यापीठांची स्थापना करण्याची शिफारस केली.
- शहा समितीच्या शिफारशींच्या आधारे १९८५ साली पंतप्रधान राजीव गांधी यांनी भारतातील पहिले मुक्त

विद्यापीठ 'इंदिरा गांधी मुक्त विद्यापीठाची' स्थापना केली. (20 September 1985)

- IGNOU - Indira Gandhi National Open University.
- IGNOU Act संसदेने १९८५ साली संमत केला व ह्या विद्यापीठाला कायदेशीर मान्यता दिली.

पत्राचार शिक्षण पद्धतीचा विकास

- १९६२ साली दिल्ली विद्यापीठामध्ये सर्वप्रथम सुरू.
- नंतर ह्या पद्धतीचा पुढे हळूहळू विकास होत गेला.
- पत्राचार पद्धतीचा देशभर होत असलेल्या विकासामुळे UGCने यावर मार्गदर्शक सूचना प्रकाशित केल्या.
  १) पदवीपर्यंतचे अभ्यासक्रम हे प्रत्येक राज्यातील फक्त एकाच विद्यापीठाने राबवावेत.
  २) ज्या विद्यापीठांकडे योग्य व प्रशिक्षित शिक्षकवृंदांची उपलब्धता असेल तशाच विद्यापीठांनी अभ्यासक्रम राबवावेत.
  ३) ज्या प्रदेशामध्ये विद्यार्थी संख्या जास्त असेल तेथे अभ्यास केंद्रे (प्रादेशिक अभ्यास केंद्रे) स्थापावीत.
- १९८० साली ३२ विद्यापीठांत ही पद्धती अवलंबिली गेली.
  १९९०मध्ये ४६ विद्यापीठे.
  १९९९पर्यंत ७० विद्यापीठे.

४) उच्च शिक्षण अध्यापन, संशोधन व परीक्षा पद्धती बाबत दर्जा निश्चिती व व्यवस्थापन करणे.

दूरस्थ शिक्षण पद्धतीचा उदय :

विसाव्या शतकामध्ये नवीन शिक्षण पद्धती उदयास येण्यामागे बरीच कारणे कारणीभूत ठरली. ती म्हणजे -

१) अपुरा वित्तपुरवठा.

२) ज्ञान निर्मितीमध्ये झालेली प्रचंड वाढ.

३) सर्व हक्कांसाठी समाज शिक्षणाची मागणी.

४) माहिती व दळणवळणामध्ये झालेली मोठी वाढ.

वर्गशिक्षण पद्धतींमधील उणिवा जाणवू लागल्या आणि बदलत्या परिस्थितीनुसार 'वर्ग शिक्षण पद्धती' ही स्वत:मध्ये बदल घडवून आणण्यास सक्षम नव्हती. ही नवीन बदलती परिस्थिती बाबींमधून जाणवते.

१) शिक्षणाच्या वैश्विकरणाची आवश्यकता.

२) निरंतर शिक्षणाची आवश्यकता.

३) शिक्षणाच्या संधीमधील समानता.

४) विज्ञान तंत्रज्ञानामध्ये झालेली प्रगती.

या सर्व परिस्थितीत तत्कालीन औपचारिक किंवा वर्ग अध्ययन पद्धती अपयशी ठरत होती म्हणून 'दूरस्थ शिक्षण व मुक्त शिक्षण पद्धतीची' सुरुवात व उदय झाला. हा शिक्षण व्यवस्थेतील तिसरा टप्पा मानला जातो.

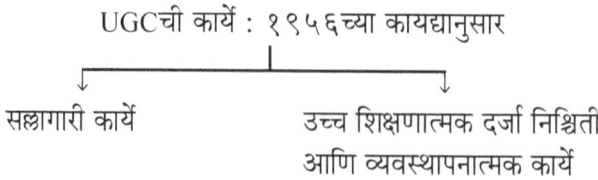

UGCची कार्ये : १९५६च्या कायद्यानुसार

- सल्लागारी कार्ये
- उच्च शिक्षणात्मक दर्जा निश्चिती आणि व्यवस्थापनात्मक कार्ये

१) सल्लागरी कार्ये :

१) विद्यापीठांच्या उच्च शिक्षणाचा दर्जा त्यासाठी उपलब्ध सोयी-सुविधा याबाबत केंद्र सरकारला सल्ला देणे.

२) विद्यापीठांच्या आर्थिक गरजांची तपासणी करणे आणि केंद्र सरकारला विद्यापीठांना अनुदान देण्यासाठी शिफारस करणे.

३) विद्यापीठाने दिलेल्या पदवीची विश्वासार्हता तपासणे व त्याबाबतचा सल्ला केंद्र व राज्य शासनांना देणे.

४) वेगवेगळ्या विद्यापीठांना विद्यापीठीय शिक्षण सुविधांसाठी सल्ला देणे.

५) एखाद्या नवीन विद्यापीठाच्या स्थापनेसाठी किंवा विस्तारासाठी तशी विनंती केल्यास सल्ला देणे.

२) उच्च शिक्षणाचा दर्जा निश्चिती व्यवस्थापन :

१) उच्च शिक्षणाच्या नियोजनासंदर्भात प्रस्ताव तयार करणे.

२) नवीन विद्यापीठांची आवश्यकता असल्यास तसे मत देणे.

३) विद्यापीठीय अभ्यासक्रमाचा एक राष्ट्रीय दर्जा ठरवून त्यामध्ये सुसूत्रता आणणे.

४) उच्च शिक्षणाच्या विकासासाठी विविध योजना राबविणे.

५) आयोगाकडे उपलब्ध निधी विद्यापीठांना योग्य निकषानुसार वाटप करणे.

विद्यापीठ अनुदान आयोग (University Grant Commission)

- १९४४च्या सार्जंट समितीने विद्यापीठ अनुदान समितीची स्थापना करण्याची शिफारस केली होती.
- १९४५मध्ये विद्यापीठ अनुदान समितीची स्थापना फक्त

  १) अलिगढ

  २) बनारस

  ३) दिल्ली

  या तीनच विद्यापीठांपुरती करण्यात आली होती.
- १९४७मध्ये विद्यापीठ अनुदान समितीचे कार्यक्षेत्र सर्व विद्यापीठे असतील असे जाहीर करण्यात आले.
- डॉ. राधाकृष्णन यांच्या अध्यक्षतेखालील विद्यापीठ शिक्षण आयोगाने ग्रेट ब्रिटनच्या विद्यापीठ अनुदान आयोगाच्या धर्तीवर भारतातील विद्यापीठ अनुदान आयोगाची स्थापना करण्याची शिफारस केली होती.
- १९५३मध्ये शिक्षणमंत्री मौलाना अब्दुल कलाम आझाद यांच्या हस्ते विद्यापीठ अनुदान आयोगाची स्थापना व उद्घाटन करण्यात आले.
- १९५६च्या कायद्यानुसार UGCला वैज्ञानिक दर्जा देण्यात आला.
- UGCचे पहिले अध्यक्ष सी. डी. देशमुख हे होते.
- UGCची प्रादेशिक कार्यालयेची पुढीलप्रमाणे आहेत.

  १) भोपाळ   २) पुणे   ३) हैदराबाद

  ४) बेंगळुरू   ५) कोलकाता   ६) गुवाहाटी

NCERT : (National Council for Educational Research and Training)

- संपूर्ण भारताच्या शालेय शिक्षणास साहाय्य करणारी ही सर्वोच्च संस्था आहे.
- केंद्र व राज्य सरकारांना शिक्षणाच्या गुणवत्तावृद्धीसाठी सल्ला व मार्गदर्शन करणारी महत्त्वाची संस्था.

- स्थापना - २७ जुलै १९६१ साली एक स्वायत्त संस्था म्हणून.
- NCERTची प्रशासकीय रचना

सर्वसाधारण मंडळ	कार्यकारी समिती
अध्यक्ष - केंद्रीय मानव संसाधन मंत्री	पदसिद्ध अध्यक्ष - केंद्रीय मानव संसाधन मंत्री

कार्ये :

१) संशोधन
२) शिक्षक प्रशिक्षण
३) विस्तार सेवा
४) प्रयोग व शोध
५) माहिती व ज्ञान यांचे निरसनगृह
६) राज्यांना साहाय्य
७) आंतरराष्ट्रीय सहकार्य
८) प्रकाशने
९) नोडल एजन्सी

***

पेपर नं. १
घटक नं. १०

नमुना प्रश्नसंच (Model Questions)

१. भारत देशात उच्च शिक्षणाची सुरुवात यामुळे झाली.
अ) १८८२ सालचे कमिशन **ब)** डॉ. राधाकृष्णन आयोग
क) वुडचा खलिता १८५४ **ड)** यापैकी नाही.

२. शिक्षणाचा १० + २ + ३ आकृतिबंधाचा संबंध खालील कोणत्या आयोगाशी आहे?
अ) डॉ. मुदलीयार आयोग - १९५२ **ब)** श्रीमती डॉ. चित्रा नाईक समिती - १९६५
क) डॉ. ईश्वरभाई कमिटी - १९७६ **ड)** डॉ. कोठारी आयोग - १९६६

३. कोकण कृषी विद्यापीठ ---- या ठिकाणी आहे.
अ) रत्नागिरी **ब)** रायगड **क)** दापोली **ड)** वेंगुर्ले

४. विद्यापीठ अनुदान मंडळाची स्थापना किती साली झाली?
अ) १९६० **ब)** १९५६ **क)** १९४८ **ड)** १९७२

५. खालीलपैकी कोणते विद्यापीठ एक केंद्रीय नाही?
अ) टिळक विद्यापीठ - पुणे **ब)** शांतिनिकेतन
क) जामिया मिलिया **ड)** नागपूर विद्यापीठ

६. खालीलपैकी कोणते विद्यापीठ केंद्रीय नाही?
अ) दिल्ली विद्यापीठ **ब)** बनारस विद्यापीठ **क)** मुंबई विद्यापीठ **ड)** अलिगड विद्यापीठ

७. खालीलपैकी कोणते विधान मुक्त विद्यापीठाशी संबंधित आहे?
अ) स्वयं अध्ययन करणे **ब)** गरजेनुसार अभ्यासक्रमांची रचना असणे
क) विविध माध्यमांचा उपयोग करणे. **ड)** वरील सर्व

८. योग्य जोड्या लावा -

'अ' गट - विद्यापीठे	'ब' गट - स्थान
अ) श्रमिक विद्यापीठ	१) राहुरी
ब) महात्मा फुले कृषी विद्यापीठ	२) जळगाव
क) उत्तर महाराष्ट्र	३) नाशिक
ड) यशवंतराव चव्हाण मुक्त विद्यापीठ	४) मुंबई

अ) अ = ४, ब = १, क = २, ड = ३ **ब)** अ = १, ब = २, क = ३, ड = ४
क) अ = २, ब = ३, क = ४, ड = १ **ड)** अ = २, ब = १, क = ३, ड = ४

९. विद्यापीठाच्या कुलगुरूची नेमणूक ---- करतात.
अ) मुख्यमंत्री **ब)** राष्ट्रपती **क)** राज्यपाल **ड)** शिक्षणमंत्री

१०. भारतातील पहिले मुक्त विद्यापीठ कोणते?
अ) विश्व भारती विद्यापीठ **ब)** इंदिरा गांधी विद्यापीठ
क) डॉ. बाबासाहेब आंबेडकर विद्यापीठ **ड)** नेहरू विद्यापीठ

११. खालीलपैकी कोणते विद्यापीठ केंद्रीय आहे.

अ) शिवाजी विद्यापीठ, कोल्हापूर **ब)** पुणे विद्यापीठ, पुणे

क) नागपूर विद्यापीठ, नागपूर **ड)** यापैकी नाही.

१२. इंडियन स्कूल ऑफ इंटरनॅशनल स्टडीज या ठिकाणी आहे.

अ) मुंबई **ब)** नवी मुंबई **क)** न्यू दिल्ली **ड)** यापैकी नाही.

१३. संशोधन प्रकल्पाच्या आर्थिक मदतीसाठी खालील पैकी कोणाकडे अर्ज कराल?

अ) UGC **ब)** NCERT **क)** NABARD **ड)** UPC

१४. नवोदय विद्यालयाची संकल्पना ---- या शैक्षणिक समितीशी संबंधित आहे.

अ) श्रीमती मलगोंडा पाटील समिती **ब)** ईश्वरभाई पटेल समिती

क) राष्ट्रीय शैक्षणिक धोरण १९८६ **ड)** डॉ. कोठारी शैक्षणिक आयोग १९६६

१५. इंडियन इन्स्टिट्यूट ऑफ सायन्स ---- येथे आहे.

अ) म्हैसूर **ब)** बेंगलोर **क)** हैद्राबाद **ड)** न्यू दिल्ली

१६. 'तीन भाषा सूत्र' कोणत्या आयोगाने सुचविले?

अ) डॉ. कोठारी आयोग **ब)** डॉ. मुदलीयार आयोग

क) डॉ. राधाकृष्णन आयोग **ड)** डॉ. ईश्वरभाई पटेल आयोग

१७. शासन व विद्यापीठ यांना जोडणारा घटक ---- हा आहे.

अ) शिक्षण संचालक **ब)** राज्यपाल **क)** शिक्षण सचिव **ड)** कुलगुरू

१८. भारताच्या हरितक्रांतीचे जनक ---- हे आहेत.

अ) डॉ. अब्दुल कलाम **ब)** डॉ. विश्वनाथन **क)** डॉ. गोवारीकर **ड)** डॉ. स्वामीनाथन

१९. जोड्या लावा -

'अ' गट	'ब' गट
अ) भाभा ॲटोमिक रिसर्च सेंटर	१) इंदोर
ब) सर्वे ऑफ इंडिया	२) मुंबई
क) सेंटर ऑफ ॲडव्हान्स टेक्नॉलॉजी	३) अहमदाबाद
ड) फिजीकल रिसर्च लॅबोरेटरी	४) डेहराडून

अ) अ = २, ब = ४, क = १, ड = ३ **ब)** अ = २, ब = ३, क = ४, ड = १

क) अ = १, ब = २, क = ४, ड = ३ **ड)** अ = १, ब = ४, क = २, ड = ३

२०. भारताने अणू चाचणी पोखरण येथे ---- साली घेतली.

अ) १९८५ **ब)** १९७४ **क)** १९६८ **ड)** १९७६

२१. 'राष्ट्रीय विज्ञान दिन' म्हणून कोणता दिवस पाळला जातो?

अ) २८ फेब्रुवारी **ब)** २६ जानेवारी **क)** ५ जून **ड)** ३० जानेवारी

२२. प्रज्ञावंत व्यक्तींचे स्वत:च्या देशातून स्थलांतर करून दुसऱ्या देशात जाणे म्हणजे -

अ) ब्रेन ड्रेन **ब)** ब्रेन वॉश **क)** फॉरेन चेंज **ड)** नेटिव्ह चेंज

२३. १९८६ च्या शैक्षणिक धोरणाचा खालीलपैकी कोणाशी अधिक संबंध आहे?

अ) शिक्षण हमी योजना **ब)** रोजगार हमी योजना **क)** खडू फळा मोहिम **ड)** स्कूल आहार योजना

२४. देशातील कोणत्या राज्याची साक्षरता सर्वात जास्त आहे?

अ) मध्य प्रदेश **ब)** केरळ **क)** बिहार **ड)** महाराष्ट्र

२५. खालीलपैकी कोणत विधान मूल्यशिक्षणाशी लागू होत नाही –

अ) आपल्या कार्याशी नेहमी प्रामाणिक असावे.

ब) कोणत्याही मार्गाने पैसा जमा करणेचे ध्येय असावे.

क) प्राणी - पशू - पक्षी यांना त्रास होईल असे वर्तन कधीही करू नये.

ड) दर वाढदिवसाला एक झाड लावून जगवावे.

२६. जोड्या जुळवा

'अ' गट	'ब' गट
अ) सेंट्रल इन्स्टिट्यूट ऑफ कॉटन रिसर्च	१) पुणे
ब) भारत इतिहास संशोधन मंडळ	२) मुंबई
क) बॉम्बे नॅचरल हिस्ट्री सोसायटी	३) इचलकरंजी
ड) टेक्सटाईल्स इन्स्टिट्यूट	४) नागपूर

अ) अ = ४, ब = १, क = २, ड = ३ **ब)** अ = ४, ब = २, क = १, ड = ३

क) अ = १, ब = २, क = १, ड = ३ **ड)** अ = ३, ब = १, क = २, ड = ४

२७. खालीलपैकी कोणते विधान सत्य आहे?

अ) साक्षरता म्हणजे समजून वाचणे **ब)** साक्षरता म्हणजे समजून लिहिणे

क) साक्षरता म्हणजे स्वत:ची जाणीव होणे **ड)** वरील सर्व

२८. पत्रव्यवहाराने अध्ययन करणे म्हणजे ---- होय.

अ) औपचारिक शिक्षणपद्धती **ब)** अनौपचारिक पद्धती

क) दुरस्थ शिक्षणपद्धती **ड)** स्वयं शिक्षणपद्धती

२९. 'एड्स' रोगा विरोधी प्रशिक्षण कोणत्या स्तरावर द्यावे?

अ) प्राथमिक शिक्षण स्तर **ब)** माध्यमिक शिक्षण स्तर **क)** उच्च शिक्षण स्तर **ड)** वरील सर्व

३०. स्थानिक स्वराज्य संस्थामधून महिलांना ---- टक्के जागा आहेत.

अ) २५ टक्के **ब)** ५० टक्के **क)** ३० टक्के **ड)** ३३ टक्के

३१. खालीलपैकी भारतीय वैद्यक शास्त्रातील तज्ज्ञ कोण होते?

अ) चरक **ब)** डॉ. होमी भाभा **क)** डॉ. जगदीशचंद्र बोस **ड)** आर्यभट्ट

३२. डॉ. बाबासाहेब आंबेडकर यांनी ---- यासाली बौद्ध धर्माचा स्वीकार केला.

अ) १९४२ **ब)** १९४९ **क)** १९५२ **ड)** १९५६

३३. खालीलपैकी कोणाला नोबेल पारितोषिक मिळाले नाही –

अ) सी. व्ही. रामन **ब)** रविंद्रनाथ टागोर **क)** डॉ. हरगोविंद खुराना **ड)** डॉ. जयंत नारळीकर

३४. खालीलपैकी कोणाला 'भारतरत्न' हा किताब मिळाला?

अ) इंदिरा गांधी **ब)** डॉ. बाबासाहेब आंबेडकर **क)** धोंडो केशव कर्वे **ड)** वरील सर्व

३५. खालीलपैकी कोणाचा शिक्षण कार्याशी संबंध आहे?

अ) रविंद्रनाथ टागोर **ब)** महात्मा गांधी **क)** महात्मा जोतीराव फुले **ड)** वरील सर्व

३६. खालीलपैकी कोणती 'अणुसंशोधन' संस्था नाही?

अ) भाभा ॲटोमिक रिसर्च सेंटर, मुंबई **ब)** हाफकीन इन्स्टिट्यूट, मुंबई

क) टाटा इन्स्टिट्यूट ऑफ फंडामेंटल रिसर्च, मुंबई **ड)** ॲटोमिक पॉवर प्लॅन्ट, तारापूर, मुंबई

३७. लोकसभा सभासदाचे किमान वय ---- असावे.

अ) २५ वर्षे **ब)** १८ वर्षे **क)** २१ वर्षे **ड)** ३० वर्षे

३८. मंत्रिमंडळ हे सामुहिक जबाबदार कोणाला असते?

अ) राज्यसभेला **ब)** राष्ट्रपतिला **क)** लोकसभेला **ड)** यापैकी नाही

३९. संसदेने मंजूर केलेल्या विधेयकाला राष्ट्रपतींनी मंजूर केल्यानंतर त्याचे रूपांतर ---- होते.

अ) वटहुकूमात **ब)** अधिसूचनेत **क)** कायद्यात **ड)** नियमात

४०. पंतप्रधानाची नेमणूक खालीलपैकी कोणाकडून होते?

अ) राष्ट्रपती **ब)** सरन्यायाधीश **क)** लोकसभा **ड)** मंत्रिमंडळ

४१. सध्याच्या शिक्षणपद्धतीत कोणती स्वतंत्र यंत्रणा नाही?

अ) मूल्यशिक्षण **ब)** प्रौढ शिक्षण **क)** वैदिक शिक्षण **ड)** पर्यावरण शिक्षण

४२. व्यक्तींच्या नैतिक विकासासाठी खालीलपैकी कशाची गरज असते?

अ) घटनेतील मार्गदर्शक तत्त्वांची **ब)** भौतिक प्रगतीची

क) आर्थिक प्रगतीची **ड)** घटनेतील मूलभूत अधिकारांची

४३. प्रौढ मताधिकार हा भारतामध्ये ---- प्राप्त होतो.

अ) जन्माच्या वेळी **ब)** शाळेत प्रवेश घेतल्यानंतर

क) कॉलेजमध्ये प्रवेश घेतल्यानंतर **ड)** १८ वर्षे पूर्ण झाल्यानंतर

४४. प्रौढ मताधिकारामुळे ---- हे शिक्षण घडते.

अ) धार्मिक **ब)** राजकीय **क)** सामाजिक **ड)** नैतिक

४५. अशिक्षित व्यक्तीचे जनमत घडविण्यात खालीलपैकी कोणाचा अधिक सहभाग असतो?

अ) शाळा **ब)** सभा **क)** दूरदर्शन **ड)** वर्तमानपत्रे

४६. शैक्षणिक संस्था धार्मिक व आर्थिक व्यवहार करत असेल तर सरकार त्यावर -

अ) नियंत्रण ठेवू शकते **ब)** नियंत्रण ठेवू शकत नाही

क) सरकार त्यांना मदत करते **ड)** काही करू शकत नाही

४७. मानवी अधिकारांचा जाहीरनामा संयुक्त राष्ट्र संघाने केव्हा जाहीर केला?

अ) १९४२ **ब)** १९४५ **क)** १९४८ **ड)** १९५२

४८. 'समाज उपयोगी उत्पादक कार्य' ----- कार्यानुभवाची ही संकल्पना खालीलपैकी कोणत्या शिक्षण समितीने मांडली?

अ) श्रीमती मलगोंडा पाटील समिती - १९८४ **ब)** डॉ. श्रीमती चित्रा नाईक समिती - १९६५

क) डॉ. ईश्वरभाई पटेल समिती - १९७६ **ड)** वरीलपैकी नाही.

पेपर - १० : घटक - X
उत्तरसूची

प्र.क्र.	उत्तर	प्र.क्र.	उत्तर	प्र.क्र.	उत्तर	प्र.क्र.	उत्तर	प्र.क्र.	उत्तर
१	क	२	ड	३	क	४	ब	५	ड
६	क	७	ड	८	अ	९	क	१०	ब
११	ड	१२	क	१३	अ	१४	क	१५	ब
१६	अ	१७	ब	१८	ड	१९	अ	२०	ब
२१	अ	२२	अ	२३	क	२४	ब	२५	ब
२६	अ	२७	ड	२८	क	२९	ड	३०	ड
३१	अ	३२	ड	३३	ड	३४	ड	३५	ड
३६	ब	३७	अ	३८	क	३९	क	४०	अ
४१	अ	४२	ड	४३	ड	४४	ब	४५	ब
४६	अ	४७	क	४८	क				

***

पेपर नं. २

पेपर न. २ ची विभागणी प्रमुख चार घटकांत केली आहे.

अ) शैक्षणिक तत्त्वज्ञानाचे अधिष्ठान / तात्त्विक भूमिका

ब) शैक्षणिक समाजशास्त्रीय अधिष्ठान / तात्त्विक भूमिका

क) शैक्षणिक मानसशास्त्रीय अधिष्ठान / अभ्यासपद्धती

ड) शैक्षणिक संशोधनाची कार्यपद्धती / अभ्यासपद्धती

वरील चार घटकांची अंतर्गत उपघटकांमध्ये मांडणी केलेली असून त्यावर आधारित पेपर क्रमांक दोनची वस्तुनिष्ठ प्रश्नांच्याद्वारे परीक्षा घेतली जाते. प्रश्नपद्धती व गुणदानपद्धतीदेखील पेपर क्रमांक एकप्रमाणे ठेवली आहे. त्यासाठी प्रश्न-संख्या ६० आणि गुणदान एकूण १०० व वेळ ७५ मिनिटे आहे. या ठिकाणी वरील प्रमुख घटकांवर आधारित काही प्रश्नसंच देत आहोत. तसेच उत्तरसूची जोडली आहे. सरावासाठी उपयोग करून घ्यावा.

अधिव्याख्याता शिक्षण या पदासाठी सेट / नेटची परीक्षा देणारे परीक्षार्थी, एम्. एड. असतात. त्यामुळे सदर पेपर अवघड जाण्याचा प्रश्नच येत नाही. तसेच पर्यायी उत्तरे दिलेली असल्याने, फक्त शांतपणे जवळचा पर्याय निवडणे एवढेच काम असते.

अ) शैक्षणिक तत्त्वज्ञान

१. शिक्षण व तत्त्वज्ञानाचा संबंध

(Relation of Education and Philosophy)

१) खालीलपैकी कोणते विधान सत्य आहे?

अ) शिक्षण हे शास्त्र आहे. **ब)** शिक्षण हे कला आहे.
क) शिक्षण हे कला व शास्त्र आहे. **ड)** कला व शास्त्र दोन्हीही नाही.

२) खालीलपैकी सहज शिक्षणाचे केंद्रस्थान कोणते?

अ) समाज **ब)** कुटुंब **क)** सिनेमागृह **ड)** वरील सर्व

३) मुलांची पहिली - प्रथम शाळा कोणती?

अ) कुटुंब **ब)** बालवाडी **क)** मित्रमंडळी **ड)** कोणीही नाही

४) पुढीलपैकी अध्ययनाच्या संदर्भात कोणते वाक्य बरोबर आहे?

अ) अध्यापन हे नैदानिक आहे. **ब)** अध्यापन हे उपयोजित आहे.
क) अध्यापन हे दोन्हीही आहे. **ड)** अध्यापन हे वरील दोन्हीही नाही.

५) खालीलपैकी निसर्गवादाशी कोणाची अधिक जवळीक आहे?

अ) फ्रोबेल **ब)** जॉन ड्यूई **क)** म. गांधी **ड)** रूसो

६) खालीलपैकी कोणते दोन घटक शिक्षणाशी अधिक जवळचे आहेत?

अ) शिक्षक आणि विद्यार्थी **ब)** शिक्षक आणि क्रमिक पुस्तके
क) ध्येये व तंत्रे **ड)** पालक आणि शिक्षक

७) शैक्षणिक संस्थेत प्राचार्यांची कोणती भूमिका असते?

अ) व्यवस्थापक **ब)** मालक **क)** संस्थापक **ड)** अध्यापक

८) एखादा विद्यार्थी अनुत्तीर्ण झाला तर तुम्ही त्याला कोणता सल्ला द्याल?
अ) शाळा सोडण्यास सांगाल **ब)** त्याला पुन्हा संधी द्याल
क) त्याला शिक्षा कराल **ड)** काहीच करणार नाही.

९) अभ्यासक्रम याचा अर्थ काय?
अ) विद्यार्थ्यांना शिक्षकांनी वर्षभर शिकवायचा भाग **ब)** विद्यार्थ्यांनी पुस्तकांतून करावयाचा अभ्यास
क) परीक्षेसाठी करावयाची तयारी **ड)** वरीलपैकी काही नाही.

१०) पुढीलपैकी कोणती शिक्षणप्रणाली वैज्ञानिक दृष्टिकोन देते?
अ) निसर्गवाद **ब)** वास्तवतावाद **क)** आदर्शवाद **ड)** यांपैकी नाही

११) उद्‌गामी पद्धतीने अध्यापन करणे म्हणजे काय?
अ) सामान्याकडून विशिष्टाकडे जाणे. **ब)** विशिष्टाकडून सामान्याकडे जाणे.
क) मूर्ताकडून अमूर्ताकडे जाणे. **ड)** सोप्याकडून अवघडाकडे जाणे.

१२) अध्ययनासाठी पुढील कोणत्या गोष्टीची गरज असते?
अ) लेखन - वाचन क्षमता **ब)** समजून घेण्याची क्षमता
क) ऐकण्याची क्षमता **ड)** इतर गरज नाही.

उत्तरसूची

१.	क	२.	ड	३.	अ	४.	क	५.	ड	६.	अ
७.	अ	८.	ब	९.	अ	१०.	ब	११.	अ	१२.	ब

२) पाश्चात्त्य तत्त्वज्ञानाची केंद्रे

१. शिक्षण व तत्त्वज्ञानाचा संबंध (Western Schools of Philosophy)

१) 'निसर्गाकडे मागे वळा' ही घोषणा कोणी केली?
अ) कार्यवादींनी **ब)** निसर्गवादीनी **क)** अस्तित्ववादींनी **ड)** अध्यात्मवादीनी

२) 'प्रचलित पद्धती बदला म्हणजे तुम्ही योग्य दिशेने पुढे जाल' असे कोणी म्हटले आहे?
अ) म. गांधी **ब)** रूसो **क)** ड्यूई **ड)** स्वामी विवेकानंद

३) कोणत्या तत्त्वज्ञानानुसार जीवनमूल्ये व्यक्तीमध्येच दडलेली असतात?
अ) आदर्शवाद **ब)** मार्क्सवाद **क)** निसर्गवाद **ड)** कार्यवाद

४) कोणत्या तत्त्वज्ञानानुसार शाळांसाठी वर्गाची गरज नाही?
अ) आदर्शवाद **ब)** मार्क्सवाद **क)** निसर्गवाद **ड)** अस्तित्ववाद

५) खालीलपैकी कोणता मुद्दा समाजशिक्षणाचे ध्येय होऊ शकत नाही?
अ) शिक्षण हे समाजसेवेसाठी असते. **ब)** शिक्षण हे व्यक्तिविकासासाठी असते.
क) शिक्षण हे उत्तम नागरिक घडविते. **ड)** शिक्षण हे समाजाची कार्यक्षमता वाढविते.

६) खालील कोणते उद्दिष्ट अस्तित्ववादाला लागू पडते?
अ) व्यक्तीच्या अंतर्मनाचा शोध घेणे. **ब)** व्यक्तीला मोक्षप्राप्तीसाठी मार्गदर्शन करणे.
क) व्यक्तीला उत्तम नागरिक म्हणून तयार करणे. **ड)** व्यक्तीला स्वत:च्या अस्तित्वाची जाणीव करून देणे.

७) प्रकल्पपद्धतीचा दोष पुढीलपैकी कोरता ?

अ) प्रकल्पपद्धतीत विद्यार्थ्यांचा वेळ वाया जातो.   **ब)** प्रकल्पपद्धती विद्यार्थ्यांना आवडत नाही.

क) प्रकल्पपद्धती शिक्षकांना आवडत नाही.   **ड)** प्रकल्पपद्धतीमुळे विद्यार्थ्यांच्या ज्ञानात सातत्य रहात नाही.

८) १९८६ च्या राष्ट्रीय शैक्षणिक धोरणातील १० गाभाभूत घटक शिक्षणाच्या कोणत्या तत्त्वज्ञानाला धरून आहेत ?

अ) निसर्गवाद   **ब)** आदर्शवाद   **क)** वास्तववाद   **ड)** कार्यवाद

९) धार्मिक शिक्षण कोणत्या तत्त्वज्ञानात अधिक आहे ?

अ) कार्यवाद   **ब)** आदर्शवाद   **क)** वास्तववाद   **ड)** निसर्गवाद

१०) तत्त्वज्ञानाची शाखा व त्याचा शिक्षणावर होणारा परिणाम यांच्या जोड्या लावा.

अ) तत्त्वज्ञानाची शाखा	**ब) शिक्षणावर होणारा परिणाम**
१. अध्यात्मशास्त्र (Metaphysics)	अ) अभ्यासक्रम
२. ज्ञानमीमांसा (Epistemology)	ब) अध्यापनपद्धती
३. मूल्यमीमांसा (Axiology)	क) सामाजिक उद्दिष्टे
४. सामाजिक तत्त्वज्ञान (Social philosophy)	ड) ध्येये व आदर्श

उत्तरसूची

१.	ब	२.	ब	३.	ब	४.	क	५.	ब	६.	ड
७.	ड	८.	क	९.	ब	१०. (१ = ड), (२ = ब), (३ = अ), (४ = क)					

चूक की बरोबर ते सांगा.

१) वास्तववाद (Realism) हा शिक्षणतत्त्वज्ञानातील अलीकडील विचार आहे.   - बरोबर

२) रूसो (Rousseau) हा निसर्गवादाचा संस्थापक आहे.   - बरोबर

३) आदर्शवाद हा (Ideallism) शिक्षणकेंद्रित आहे.   - बरोबर

४) कार्यवाद ही (Pragamatism) तत्त्वप्रणाली आहे   - बरोबर

५) आदर्शवादाची शिस्त ही स्वयं (Self) शिस्त आहे.   - बरोबर

६) जेम्स (W. M. James) हा कार्यवादाचा जनक आहे.   - बरोबर

७) प्लेटो हा आदर्शवादाचा जनक आहे.   - चूक

८) शिक्षणाला सर्व वादांची (ism) गरज नाही   - चूक

९) अस्तित्ववादात विद्यार्थ्याला महत्त्व नाही.   - चूक

१०) निसर्गवाद शिक्षकाला केंद्रस्थानी मानतो   - चूक

११) शिक्षण हे व्यावसायिक आहे असे रूसो म्हणतो.   - चूक

१२) सर्व तत्त्ववेते शिक्षणतज्ज्ञ नसतात.   - चूक

३) भारतीय तत्त्वज्ञानाची दर्शने

(Indian Schools of Philosophy)

१) भारतीय संस्कृतीची तात्त्विक मीमांसा कोणत्या वेदापासून सुरू होते?

अ) ऋग्वेद **ब)** सामवेद **क)** यजुर्वेद **ड)** अथर्ववेद

२) प्रत्येक वेदातील मूळ मंत्रास ------ म्हणतात.

अ) संहिता **ब)** जीवात्मा **क)** उत्पत्ती **ड)** परमात्मा

३) खालीलपैकी कोणते ठिकाण प्राचीन विद्यापीठ नाही?

अ) नालंदा **ब)** कांची **क)** तक्षशिला **ड)** गया

४) वैदिक धर्मातील काही तत्त्वांविषयीच्या असंतोषामुळे ---- हा धर्म तयार झाला.

अ) बुद्ध धर्म **ब)** हिंदू धर्म **क)** मुस्लिम धर्म **ड)** ख्रिश्चन धर्म

५) 'पब्बज्जा' हा प्रवेशविधी ---- या धर्मात केला जातो.

अ) जैन धर्म **ब)** वैदिक धर्म **क)** बौद्ध धर्म **ड)** यापैकी नाही

६) नालंदा विद्यापीठ आताच्या कोणत्या राज्यात आहे.

अ) उत्तर प्रदेश **ब)** मध्य प्रदेश **क)** राजस्थान **ड)** बिहार

७) मोक्षाची कल्पना प्रथम कोणत्या तत्त्वज्ञानाने नाकारली?

अ) चार्वाक **ब)** बुद्ध **क)** जैन **ड)** वैदिक

८) मोक्ष याचा अर्थ खालीलपैकी कोणता?

अ) भौतिक सुखातून मुक्ती **ब)** मृत्यूपासून मुक्ती

क) कर्मापासून मुक्ती **ड)** या सर्वांपासून मुक्ती

९) भारतीय तत्त्वज्ञानाच्या शाखा व त्यांचे जनक यांच्यात योग्य जोड्या लावा.

१. सांख्य अ) महावीर स्वामी

२. वेदान्त ब) गौतम बुद्ध

३. बुद्ध क) उपनिषदिक

४. जैन ड) कणाद

उत्तरसूची

१.	अ	२.	अ	३.	ड	४.	अ	५.	क	६.	ड
७.	अ	८.	ड	९. (१ = ड), (२ = क), (३ = ब), (४ = अ)							

४) भारतीय शिक्षण तत्त्ववेत्ते

(Indian Philosophy)

१) खालीलपैकी म. गांधींची शिक्षणातील योगदान कोणते?

अ) राष्ट्रीय एकात्मता **ब)** बेसिक शिक्षण पद्धती **क)** आंतरराष्ट्रीय शिक्षण **ड)** बहुजनांचे शिक्षण

२) बेसिक शिक्षणपद्धतीमध्ये महत्त्व दिले जाते.

अ) जीवन शिक्षणपद्धतीला **ब)** विद्यार्थिकेंद्रित पद्धतीला

क) राष्ट्रीय शिक्षणपद्धतीला **ड)** शिक्षणकेंद्रित पद्धतीला

३) शांतिनिकेतनचे जनक कोण?

अ) म. गांधी **ब)** रवींद्रनाथ टागोर **क)** सुभाषचंद्र बोस **ड)** स्वामी विवेकानंद

४) पूर्वाश्रमीचे 'नरेंद्रनाथ' हे नावा कोणाचे होते?

अ) म. गांधी **ब)** रवींद्रनाथ टागोर **क)** स्वामी विवेकानंद **ड)** ईश्वरचंद्र विद्यासागर

५) विश्व-भारतीची स्थापना कोणी केली?

अ) डॉ. राधाकृष्णन **ब)** डॉ. झाकीर हुसेन **क)** लो. टिळक **ड)** रवींद्रनाथ टागोर

६) तत्त्ववेते व त्यांच्या शिक्षणपद्धती जोड्या लावा.

तत्त्ववेत्ते	**शिक्षण पद्धती**
१. स्वामी विवेकानंद	**अ)** एकत्रित शिक्षणपद्धती
२. रवींद्रनाथ टागोर	**ब)** वर्धा शिक्षणपद्धती
३. एम. के. गांधी	**क)** आंतरराष्ट्रीय शिक्षणपद्धती
४. योगी अरविंद	**ड)** माणूस घडविण्याची शिक्षणपद्धती

७) 'विश्वभारती'मध्ये इतर परदेशी भाषा शिकविल्या जातात.- बरोबर

८) पाँडेचरी अभ्यासकेंद्राचे नेतृत्व योगी अरविंदांकडे जाते. - बरोबर

९) धार्मिक शिक्षण स्वामी विवेकानंदांना मान्य नव्हते. - चूक

१०) वर्धा शिक्षणयोजना डॉ. राधाकृष्णननी तयार केली. - चूक

उत्तर सूची

१.	ब	२.	अ	३.	ब	४.	क	५.	ड
६. (१ = ड), (२ = क), (३ = ब), (४ = अ)									

ब) शिक्षणाचे समाजशास्त्रीय अधिष्ठान

(Sociological Foundation of Education)

१) शिक्षण व समाजशास्त्राचा संबंध

अ) शाळेतील व्यवस्थापनेच्या बाबत **ब)** वर्गव्यवस्थापनेच्या बाबत

क) शिक्षक व पालक संबंधाबाबत **ड)** शिक्षण व समाजातील संबंधाबाबत

२) भारतीय संदर्भात पुढीलपैकी कोणता अडथळा समाजपरिवर्तनासाठी होत नाही?

अ) भारतीय संस्कृती **ब)** भारतीय देवदेवता **क)** स्त्रियांचे शिक्षण **ड)** भारतीय सण

३) समाजशास्त्र शिक्षणशास्त्राशी संबंधित आहे; कारण –

अ) समाजाला शिक्षणाची गरज आहे. **ब)** विद्यार्थी-शिक्षक समाजात राहातात.

क) समाज शाळेला मदत करतो. **ड)** वरील सर्व

४) शाळा ही सामाजिक संस्था आहे; कारण –

अ) शाळा पुढील पिढीसाठी ज्ञान, परंपरा, संस्कृती जतन करण्यासाठी मदत करते.

ब) समाजपरिवनाचे मार्ग सांगते.

क) काही धर्मांच्या चालीरीती सांगते.

ड) समाजाकडून शाळा बांधली जाते.

५) शाळेतील अभ्यासक्रमात ----- याचा समावेश असावा.
अ) प्रत्येक धर्मातील पौराणिक कथा **ब)** सर्व धर्मांच्या प्रार्थना
क) काही धर्मांच्या चालीरीती **ड)** प्रत्येक धर्मातील मूलभूत तत्त्वांचा

उत्तरसूची

१.	ड	२.	क	३.	ड	४.	अ	५.	ड

(१) शिक्षणाचे समाजशास्त्र आणि समाजशास्त्राचे शिक्षण : स्वरूप व अर्थ

(Nature & Meaning of Education Sociology and Sociology of Education)

१) 'शैक्षणिक समाजशास्त्र म्हणजे व्यक्ती व व्यक्तीच्या परिसरातील संस्काराची आंतरक्रिया होय.' असे कोणी म्हटले आहे?
अ) ब्राउन **ब)** कार्टर **क)** स्कीनर **ड)** ओढोवे

२) खालील सामाजिक संस्थांपैकी कोणत्या संस्थेचा शिक्षणावर परिणाम होत नाही?
अ) कुटुंब **ब)** शासन **क)** धार्मिक **ड)** व्यापारी मंडळ

३) समाज शिक्षणाचा विश्वास कोणत्या शासनपद्धतीमध्ये असतो?
अ) लोकशाही **ब)** हुकूमशाही **क)** राजेशाही **ड)** यांपैकी नाही.

४) खालील कोणती आर्थिक व्यवस्था शिक्षणाला प्राधान्य देते?
अ) शेती, आर्थिक **ब)** औद्योगिक **क)** व्यापारी **ड)** मिश्र

५) सामाजिक संस्था म्हणून कुटुंबाचे महत्त्वाचे कर्तव्य कोणते?
अ) मुलांना जन्म देणे **ब)** मुलांचे संगोपन करून वाढ करणे.
क) मुलांना शिक्षण देणे **ड)** लोकसंख्येत वाढ करणे.

६) समाजातील दुर्बल घटकांचे आरक्षण कोणत्या तत्त्वावर आहे?
अ) समाजपरिवर्तनावर **ब)** व्यक्तीच्या अधिकारावर
क) शिक्षणाच्या संधीच्या समानतेवर **ड)** मानवी दृष्टिकोनावर

७) शैक्षणिक समाजशास्त्र खालील कोणत्या घटकांशी संबंधित आहे?
अ) राजकीय **ब)** अर्थशास्त्र **क)** मानसशास्त्र **ड)** समाजशास्त्र

८) समाजसंस्था आणि त्यांचे शैक्षणिक योगदान यांच्या जोड्या लावा.

समाजसंस्था	**शैक्षणिक योगदान**
१. कुटुंब	**अ)** शिक्षणाचे नियंत्रण
२. सोसायटी	**ब)** शिक्षणाची सोय करणे
३. शाळा	**क)** सामाजिकीकरण
४. शासन	**ड)** बालशिक्षण

उत्तरसूची

१.	अ	२.	ड	३.	ब	४.	अ	५.	ब	६.	क
७.	ड	८. (१ = ड), (२ = क), (३ = ब), (४ = अ)									

(२) शिक्षणाची सामाजिक संरचना - बालकांचे सामाजिकीकरण, शिक्षण आणि घर
(Education as a Social System : Socialization of the Child, Education and Home)

१) व्यक्तीमध्ये सामाजिकीकरणास सुरूवात केव्हा होते?

अ) बालवयात   ब) कुमारवयात

क) संपूर्ण आयुष्यभर   ड) जीवनाच्या टप्प्याटप्प्यातून

२) खालीलपैकी प्राथमिक गट कोणता?

अ) शाळा   ब) कारखाना   क) कुटुंब   ड) राजकीय पक्ष

३) मुलांना वळण लावण्यात खालीलपैकी कोण कारणीभूत?

अ) सामाजिक मानसशास्त्र   ब) समाजशास्त्र   क) आनुवंशिक शास्त्र   ड) राजकीय पक्ष

४) सामाजिकीकरण व्यक्तीमध्ये केव्हा संपुष्टात येते?

अ) बालवयात   ब) उतरत्या वयात   क) मृत्यूनंतर   ड) वरीलपैकी नाही.

५) शाळेतील एखाद्या वर्गातील विद्यार्थिसंख्या कोणत्या खालील पद्धतीचा गट होईल?

अ) समाजगट   ब) प्राथमिक गट   क) संख्याशास्त्र गट   ड) मंडळ

६) ज्यावेळी दोन किंवा जादा व्यक्ती एकमेकांच्या संपर्कात येतात त्यावेळी खालीलपैकी काय म्हणता येईल?

अ) सामाजिक आंतरक्रिया   ब) संघर्ष   क) सहकार   ड) स्पर्धा

७) चूक की बरोबर सांगा.

१) सामाजिकीकरणात आजी - आजोबांचा महत्त्वाचा भाग असतो   - बरोबर

२) 'घर' हे सामाजिकीकरणात मूलभूत केंद्र आहे   - बरोबर

३) सामाजिकीकरणात लैंगिक संबंध महत्त्वाचे आहेत   - बरोबर

४) सामाजिकीकरणात स्वयंसंस्थांचा भाग नसतो   - चूक

५) धार्मिक संस्थांचा सामाजिकीकरणात भाग नसतो   - चूक

८) पुढील संस्था व त्यांची सामाजिकीकरणातील भूमिका जुळवा.

१. शाळा   अ) संघप्रवृत्तीत वाढ

२. घर   ब) समाजात समंजसपणा आणणे

३. शेजारी   क) संस्कृतीत वाढ

४. खेळाचे मैदान   ड) समाजावर नियंत्रण ठेवणे

उत्तरसूची

१.	क	२.	क	३.	अ	४.	क	५.	ड	६.	अ
८. (१ = ड), (२ = क), (३ = ब), (४ = अ)											

(३) शिक्षण आणि समाज - भारतीयांच्या संदर्भात

(Education and the Community with Special Reference to India)

१) समाजाचा नमुना म्हणून खालील कोणते उदाहरण होईल ?

अ) तरुण मंडळ **ब)** खेडेगाव **क)** तुरुंग **ड)** यात्रा

२) उंची जीवनपद्धती खालील कोणत्या घटकाशी संबंधित आहे ?

अ) व्यक्ती **ब)** लोकसंख्या **क)** पर्यावरण **ड)** संस्कृती

३) समाजातील वाढता जन्मदर काय दर्शवितो ?

अ) सुबत्तावाढ **ब)** राहणीमान खालावणे **क)** सामाजिक दुर्बलता **ड)** राजकीय दबाव

४) 'ग्रामीण समाज' खालील कोणत्या गटात मोडतो ?

अ) मिश्र सोसायटी **ब)** विभिन्न सोसायटी **क)** आदिवासी वसाहत **ड)** एकजिनसी सोसायटी

५) मुस्लिम वधूला लग्नाचे वेळी दिल्या जाणाऱ्या वस्तूंना म्हणतात.

अ) हुंडा **ब)** वरदक्षणा **क)** मेहेर **ड)** नुकसानभरपाई

६) बलात्काराला (Rape) १० वर्षाची तुरुंगवासाची शिक्षा कोणत्या कायद्याने होते ?

अ) I. P. C. - 354 **ब)** I. P. C. - 325 **क)** I. P. C - 275 **ड)** I. P. C. - 375

७) मुस्लिम विवाहाचा कायदा कशावर आधारित आहे ?

अ) कुराण **ब)** मुस्लिम कायदा **क)** भारतीय घटना **ड)** यापैकी नाही

८) चूक की बरोबर सांगा.

१) श्रीमंत माणसं सुसंस्कृत असतात. - चूक
२) मुस्लिम समाज शिक्षणाच्या बाबतीत मागे आहे. - बरोबर
३) स्त्रियांचे शिक्षण सर्वच ठिकाणी पुढे आहे. - चूक
४) सामाजिक दर्जावरून शिक्षणाचा दर्जा कळून येतो - बरोबर
५) ग्रामपंचायत नैतिक शिक्षणाला जबाबदार असते. - बरोबर

उत्तरसूची

१.	ब	२.	ड	३.	ब	४.	ड	५.	क	६.	अ	७.	अ

(४) शिक्षण आणि आधुनिकता

(Education and Modernization)

१) धार्मिक शिक्षण आणि धर्मशिक्षण यामधील फरक काय ?

अ) या दोन संकल्पना समान आहेत **ब)** या दोन संकल्पना समान नाहीत.
क) या दोहोंत साधारण फरक आहे. **ड)** तुलना करता येत नाही.

२) 'धर्म' ही शैक्षणिक संस्था आहे कारण ......

अ) धार्मिक शिक्षण मिळते. **ब)** नैतिक शिक्षण मिळते
क) समाजशिक्षण मिळते. **ड)** वरील सर्व

३) कुटुंब ही प्राथमिक समाजसंस्था आहे, कारण.....

अ) कुटुंब मूलभूत सामाजिक घटक आहे. **ब)** समाजातील व्यक्ती राहतात.

क) व्यक्तींचा आमने-सामने संबंध राहतो. **ड)** वरील सर्व

४) समाजशास्त्राचा अभ्यास म्हणजे.....

अ) सामाजिक तंत्रज्ञानाचा अभ्यास **ब)** दुर्लक्षित समाजघटकांचा अभ्यास

क) सेवा सदस्यांचा अभ्यास **ड)** सामाजिक घटनांचे पृथक्करण करून अभ्यास करणे.

५) संस्था व त्यांचा आधुनिक परिणाम - जोड्या लावा.

१. जातीयता **अ)** जादा प्रमाण

२. विवाहसंस्था **ब)** साधारण प्रमाण

३. धार्मिक संस्था **क)** परिणाम नाही

४. कुटुंबसंस्था **ड)** सांगता येत नाही

६) चूक की बरोबर सांगा.

१) महिला शिक्षणाचे आधुनिकीकरण झाले आहे. - बरोबर

२) भारतीय संस्कृती आधुनिकीकरणास योग्य नाही - चूक

३) शिक्षणाचे आधुनिकीकरण संथपणे चालू आहे - बरोबर

४) आधुनिकीकरण परदेशाशी जोडले जाते - बरोबर

५) आधुनिकीकरण दिसून येत नाही - चूक

उत्तरसूची

१. क	२. ब	३. क	४. ड

(५) शिक्षण आणि धर्म

(Education and Religion)

१) अनेक धर्मांचा देश म्हणून भारताने कोणते धोरण ठरवावे?

अ) निधर्मीपणाची व्याख्या व अर्थ समजावून सांगावा. **ब)** शाळांतून धार्मिक शिक्षण द्यावे.

क) प्रत्येकाला धार्मिक स्वातंत्र्य द्यावे. **ड)** काहीही करू नये.

२) ''स्त्रियांना मानवी दृष्टिकोनातून सर्व अधिकार व विकासाच्या संधी द्याव्यात'' हे खालीलपैकी कोणाचे उद्गार आहेत?

अ) म. गांधी **ब)** डॉ. राधाकृष्णन् **क)** रवींद्रनाथ टागोर **ड)** इंदिरा गांधी

३) शाळेतून धर्माचे शिक्षण देण्यासाठी काय करावे?

अ) धर्मातील मूल्यांचा अभ्यासक्रमात समावेश करावा. **ब)** रोज सर्व धर्मांच्या प्रार्थना म्हणाव्यात.

क) साधू संतांची व्याख्याने ठेवावीत. **ड)** वरील सर्व

४) शिक्षणाच्या संदर्भात पुढील जोड्या लावा.

१. हिंदू धर्म **अ)** तांत्रिक कृषी शिक्षण

२. मुस्लिम धर्म **ब)** आधुनिक निधर्म संकल्पना

३. ख्रिश्चन धर्म **क)** धर्माचे कायदे शिक्षण

४. शीख धर्म **ड)** विविध धर्माचे शिक्षण

५) चूक व बरोबर सांगा

१) लोकशाहीमध्ये धर्मशिक्षण देऊ नये - चूक

२) धार्मिक मूल्ये हा शिक्षणाचा पाया आहे - बरोबर

३) बहुतेक सर्व धार्मिक संस्थांना सरकारी संरक्षण आहे - बरोबर

४) खिश्चन महिला सर्वात जास्त शिक्षण घेतात. - बरोबर

५) भारत हा कोणत्याही एका धर्माचा नाही. - बरोबर

उत्तरसूची

१. अ	२. क	३. अ

(६) शिक्षण आणि राजकारण

(Education and Politics)

१) शिक्षणसंस्थांना सर्वात जादा आधार कोणाचा?

अ) समाज **ब)**मंडळे **क)** शासन **ड)** कुटुंब

२) शिक्षणाची उद्दिष्टे खालीलपैकी कोणावर अधिक अवलंबून राहतात?

अ) संस्कृती **ब)** धर्म **क)** राजकारण **ड)** जातीयता

३) भारत देश १९४७ साली स्वतंत्र झाला कारण त्यामुळे .....

अ) काँग्रेस पक्ष सत्तेवर आला **ब)** ब्रिटिश शासन बंद झाले

क) पाकिस्तान निर्माण झाला **ड)** भारतीय लोकांच्या हाती सत्ता आली.

४) खालीलपैकी शासन कोणती गोष्ट करू शकत नाही?

अ) कुटुंबनियोजनाची सक्ती करणे **ब)** सैन्यांच्या संख्येत वाढ करणे

क) सर्वांना शिक्षणाच्या सुविधा पुरविणे **ड)** धार्मिक सुविधा बंद करणे

५) भारतातील शिक्षण सध्या कोणाच्या हातात आहे?

अ) शासन **ब)** विद्यापीठ **क)** कुटुंब **ड)** राष्ट्रपती

६) भारतातील सध्याची राज्यप्रणाली ...... ही आहे.

अ) लोकशाही **ब)** समाजवादी **क)** आदर्शवादी **ड)** वरील सर्व

७) राजकीय संस्था व त्यांची भूमिका (जोड्या लावा)

१. कायदे मंडळ **अ)** नियोजन

२. कार्यकारी मंडळ **ब)** न्याय देणे

३. न्यायमंडळ **क)** अमंलबजावणी

४. प्रशासन **ड)** कायदा करणे

८) चूक व बरोबर सांगा.

१) राज्य सरकार शिक्षणमंडळातील अंतिम नाही – बरोबर

२) राजकीय प्रणाली शिक्षणाची ध्येये ठरविते – बरोबर

३) लोकशाहीमध्ये आदर्श नागरिकशिक्षणाची गरज आहे – बरोबर

४) शिक्षणाचा व राजकारणाचा काही संबंध नाही – चूक

५) समाजवादामध्ये सर्वांना शिक्षण दिले जात नाही – चूक

उत्तरसूची

१.	ब	२.	अ	३.	ड	४.	ड	५.	अ.	६.	अ
७. (१ = ड, २ = अ, ३ = ब, ४ = क)											

(७) शिक्षण आणि संस्कृती
(Education and Culture)

१) संस्कृतीचा खालीलपैकी कोणता अर्थ होऊ शकतो?

अ) गटामध्ये वागण्याची पद्धती **ब)** वर्तनावर मर्यादा घालणे

क) जुन्या चाली - रूढींचे पालन **ड)** नवीन विचारांना विरोध करणे.

२) खालीलपैकी कोणते वर्तन असंस्कृत आहे?

अ) रस्त्यावरून गाणे म्हणत फिरणे **ब)** मंडळात गाणे म्हणणे

क) आकाशवाणीवर गाणे म्हणणे **ड)** घरी गीत गाणे

३) खालीलपैकी कोणता 'वंश' होऊ शकत नाही.

अ) भारतीय **ब)** आशियन **क)** नागा **ड)** यापैकी नाही

४) मानवप्राणी सुसंस्कृत आहे हे कशावरून ......

अ) मानव सामाजिक प्राणी आहे **ब)** वेगवेगळ्या ठिकाणी राहतो.

क) तो स्वतःला शहाणा समजतो **ड)** तो कल्पनेच्या जगात राहतो.

५) खालीलपैकी संस्कृतीचे दर्शन कशामुळे होते?

अ) देवावर विश्वास ठेवणे **ब)** सण साजरे करणे

क) कपाळावर कुंकू - टिळा लावणे **ड)** हातात हात धरणे

६) बालकाला शिक्षण देण्याचा खालीलपैकी कोणता उद्देश असतो.

अ) सुसंस्कृत करणे **ब)** ज्ञान देणे **क)** तंत्रज्ञान देणे **ड)** पैसा मिळवणे

७) खालील संस्कृतीच्या व गुणधर्मांच्या जोड्या लावा

१. भारतीय संस्कृती **अ)** साधेपणा

२. पाश्चात्त्य संस्कृती **ब)** गुंतागुंत

३. शहरी संस्कृती **क)** आधुनिकता

४. ग्रामीण संस्कृती **ड)** ज्ञानसाधना

८) चूक व बरोबर सांगा.

१) निधर्म शिक्षणामुळे विविध संस्कृतींना संधी मिळते - बरोबर

२) चालू शिक्षणाला, पूर्व - पश्चिम संस्कृतीची जोड हवी - बरोबर

३) मध्यकाळात भारतीय संस्कृतीचे पुनरागमन झाले - बरोबर

४) शिक्षणाच्या माध्यमातून संस्कृतीचे वहन होते - बरोबर

५) भारतीय संस्कृतीचा सध्या नाश झालेला दिसतो. - चूक

उत्तरसूची

१. अ	२. अ	३. ड	४. ड	५. ब	६. अ
७. (१ = ड, २ = क, ३ = ब, ४ = अ)					

(८) शिक्षण व लोकशाही

(Education and Democracy)

१) नागरिकत्वाचे प्रशिक्षण देण्यासाठी कोणती पद्धती योग्य?

अ) नैतिकतेचे प्रशिक्षण **ब)** चर्चात्मक प्रशिक्षण **क)** परिसंवात्मक **ड)** नियमित वर्ग प्रशिक्षण

२) नागरिकत्वासाठी खालील कोणते ध्येय होऊ शकत नाही?

अ) हक्क व कर्तव्यांची जाणीव **ब)** धार्मिकत्व स्वीकारणे

क) प्रामाणिकपणे व्यवसाय करणे **ड)** निर्व्यसनी होणे

३) समाजात 'जात' महत्त्वाची मानतात; कारण....

अ) संकटकाळी सभासद मदत करतात **ब)** नेहमी सहकार्य करतात

क) दुसऱ्या जातीत जाऊ देत नाहीत **ड)** आपल्या जातिबांधवाला मतदान करतात.

४) सध्या देशात सामाजिक बदल पुढील कोणत्या कारणाने होताना दिसतो –

अ) व्यवसायामुळे **ब)** धार्मिक संघटनेमुळे

क) जातीयतेच्या संघटनेमुळे **ड)** व्यापारी मंडळामुळे

५) प्राथमिक शिक्षणाच्या सार्वत्रिकीकरणात भारतात कोणता अडथळा जाणवतो?

अ) प्रादेशिक राजकारण **ब)** व्यावसायिक

क) शिक्षकांची अपूर्ण संख्या **ड)** आर्थिक फंड अपूर्ण

६) भारतीय शिक्षणाचा दर्जा कमी होण्यास पुढील कोणता घटक जबाबदार आहे?

अ) गुणवंत शिक्षकांची कमतरता **ब)** शासनाचे दुर्लक्ष

क) आर्थिक फंडाची कमतरता **ड)** जादा राजकीय हस्तक्षेप

७) शिक्षणाच्या नियोजनात कोणता खालील घटक येत नाही?

अ) समानता **ब)** गुणवत्ता **क)** समर्थता **ड)** धार्मिकता

८) चूक व बरोबर सांगा

१) निरक्षरता लोकशाहीतील अडथळा आहे. - बरोबर

२) लोकशाहीमध्ये शिक्षणाने परिवर्तन घडते - बरोबर

३) लोकशाहीत शिक्षण खाजगी करणे योग्य - चूक

उत्तरसूची

१.	ब	२.	ब	३.	अ	४.	क	५.	ड	६.	ड	७.	ड

(९) सामाजिक बदलाचा अर्थ व स्वरूप

(Meaning and Nature of Social Change)

१) शाळेतील समाजबदलाचा महत्त्वाचा घटक कोणता?

अ) शिक्षक **ब)** प्राचार्य **क)** विद्यार्थी **ड)** व्यवस्थापक

२) 'देशाचे भवितव्य शाळेतील वर्गात घडते आहे' याचा पुढील कोणत्या विचाराशी संबंध आहे.

अ) शैक्षणिक तत्त्वज्ञान **ब)** शैक्षणिक समाजशास्त्र **क)** शैक्षणिक मानसशास्त्र **ड)** शैक्षणिक इतिहास

३) समाजशास्त्रीय दृष्टिकोनातून खालीलपैकी शिक्षणाचे ध्येय कोणते?

अ) सामर्थ्य **ब)** लोकशाहीचे नागरिकत्व **क)** आध्यात्मिक विकास **ड)** मानवी पूर्णत्व

४) 'शिक्षण आणि सामाजिकबदल' याबाबत 'ओटावे' यांचे मत काय?

अ) शिक्षण समाजात बदल घडविते

ब) शिक्षणाच्या बदलानंतर सामाजिक बदल होतो

क) शैक्षणिक बदल व समाजबदल हे परस्परांवर अवलंबून असतात

ड) परस्परांवर अवलंबून नसतात.

५) 'शिक्षणामुळे सामाजिक बदल होत नसून सामाजिक बदलाचा परिणाम शिक्षणावर होतो' असे खालीलपैकी कोण म्हणतो?

अ) ड्यूई **ब)** ॲरिस्टॉटल **क)** मॅगडूगल **ड)** दुर्खैदून

६) 'क्रांतीशिवाय समाजबदल हवा असेल तर तो शिक्षण करू शकेल' असं खालीलपैकी कोणी म्हटले आहे?

अ) डॉ. मुदलियार आयोग अहवाल **ब)** राष्ट्रीय धोरण - १९८६

क) आदिशेषच्या कमिटी **ड)** झाकीर हुसेन कमिटी अहवाल

७) 'शाळा म्हणजे लोकशाहीचा पालक आहे' असे कोण म्हणतो?

अ) ईश्वरभाई पटेल समिती - १९७७ **ब)** थॉमस एच. ब्रिग्स

क) आदिशेषीया कमिटी **ड)** डॉ. राधाकृष्णन कमिटी

८) चूक व बरोबर सांगा

१) कायदा करून सामाजिकबदल होत नाहीत. - बरोबर

२) समाज-बदल नेहमी प्रगतीकडे घेऊन जातो. - चूक

३) भारत ग्रामीण जीवनाशी निगडित असल्याने सामाजिक बदल नेहमी हळूवार होतात. - बरोबर

उत्तरसूची

१.	अ	२.	ब	३.	ब	४.	ब	५.	ड	६.	क	७.	ब

(१०) सामाजिक वर्गीकरण व गतिमानता आणि शिक्षण

(Education and Social Classification and Social Mobility)

१) समाज वर्गीकरण म्हणजे काय?

अ) समाजाचे जातीयतेनुसार वर्गीकरण **ब)** आर्थिक सुबकतेवर सामाजिक वर्गीकरण

क) सामाजिक प्रतिष्ठेनुसार वर्गीकरण **ड)** सामाजिक - आर्थिक उत्पादनावर आधारित वर्गीकरण

२) 'सामाजिक वर्गीकरण संपूर्णपणे उत्पादन घटकावर अवलंबून असते' असे कोण म्हणतो?

अ) मार्क्स **ब)** वेबर **क)** वार्नर **ड)** कोमते

३) सामाजिक गतिमानता म्हणजे काय?

अ) हालचालीत बदल **ब)** हालचाल नसताना बदल

क) स्थलांतर, एका ठिकाणाहून दुसरीकडे **ड)** सामाजिक योग्यतेनुसार योग्यतेत वाढ

४) खालीलपैकी कोणी प्रतिष्ठा प्राप्त केलेली नाही?

अ) अधिव्याख्याता **ब)** डॉक्टर **क)** आमदार **ड)** विद्यार्थी

५) खालीलपैकी कोणाचा शिक्षणाशी जवळचा संबंध आहे?

अ) सामाजिक वर्गीकरण **ब)** समाजगतिशीलता **क)** जात **ड)** सामाजिक स्तर

६) खालीलपैकी सामाजिक स्तरांचे उदाहरण कोणते?

अ) राहते घर **ब)** घराची स्थिती **क)** उत्पन्नाचा आकार **ड)** घरातील साहित्य

७) चूक व बरोबर सांगा

१) जातीची उतरंड व शैक्षणिक पातळीचा संबंध आहे. - बरोबर

२) प्रत्येक समाजामध्ये सामाजिक स्तर असतो. - बरोबर

३) प्राचीन काळी समाजातील सर्वांना शिक्षणाची समान संधी होती. - बरोबर

४) ग्रामीण भागात जातीयतेची उतरंड स्पष्ट दिसून येते.- बरोबर

५) पाश्चात्त्य देशांत जातीयता कमी आहे. - बरोबर

उत्तरसूची

१. ड	२. अ	३. ड	४. ड	५. ड	६. क

(११) सामाजिक न्याय, समता व शिक्षणाच्या संधी

(Social Justice and Equality and Educational Opportunity)

१) समतेच्या तत्त्वविरोधी खालील कोणते शिक्षण आहे?

अ) पब्लिक स्कूल **ब)** शासकीय शाळा **क)** आश्रमशाळा **ड)** नवोदय विद्यालय

२) घटनेच्या कोणत्या कलमाने राज्यशासनाला मागास वर्गीयांना शिक्षणाच्या सवलती देता येतात?

अ) कलम - ४६ **ब)** कलम - १४ **क)** कलम - १६ **ड)** कलम - १५

३) जातीच्या संघटना म्हणजे.....

अ) बंदिस्त समाज **ब)** मुक्त समाज **क)** स्थिर समाज **ड)** मृत समाज

४) शिक्षणाला सामर्थ्य येण्यासाठी व शिक्षण हे सामाजिक सुधारणेचे शक्तिशाली साधन बनविण्यासाठी काय केले पाहिजे?

अ) अभ्यासक्रम बदलणे   **ब)** अध्ययनपद्धती बदलणे

क) परीक्षापद्धती बदलणे   **ड)** शालेय शिक्षण मजबूत करणे

५) भारतात राष्ट्रीय शिक्षणपद्धतीची गरज आहे; कारण....

अ) भारत हे एक राष्ट्र आहे.   **ब)** भारत विकसनशील देश आहे.

क) स्थानिक - प्रादेशिक व घटक राज्य व भाषेमुळे राष्ट्राचा विसर पडू नये. **ड)** केंद्र सरकार स्थिर होण्यासाठी

६) भारतीय समाजात एकात्मता आणण्यासाठी .....

अ) देशभर शैक्षणिक सोयी पुरविणे.

ब) सर्व देशात शिक्षणाचे माध्यम एक पाहिजे.

क) सर्व ठिकाणी एकाच प्रकारच्या शाळा व समान सवलती हव्यात.

ड) सर्व शाळांत धार्मिक व समाजमूल्ये शिकविणे आवश्यक आहे.

७) चूक व बरोबर सांगा.

१) शिक्षणामधून सामाजिक न्याय देता येतो.   - बरोबर

२) भारतीय समाजात समानतेची कमतरता आहे.   - बरोबर

३) राष्ट्रीय शिक्षण राष्ट्रीय एकात्मता घडविते.   - बरोबर

४) ग्रामीण समाजाला समतेची गरज नाही.   - चूक

५) शाळेतून समानतेचे धडे देता येत नाहीत.   - चूक

उत्तरसूची

१.	अ	२.	अ	३.	अ	४.	ड	५.	क	६.	क

(१२) सामाजिक बदलातील अडथळे, जातीयता, धार्मिकता, प्रादेशिक आणि भाषा, वर्ग इ.

(Constraints of Social Change, Caste, Class, Languages, Religion, Regionalism)

१) चुकीचे विधान ओळखा -

अ) वर्ग-व्यवस्था व समाजसुधारणा यांचा जवळचा संबंध आहे.

ब) समाजातील वर्गव्यवस्था एकविसाव्या शतकातील नाही.

क) भारतीय लोक धार्मिक आहेत.

ड) आर्थिक व्यवस्थेच्या वाढीमुळे वर्गव्यवस्थेत वाढ होते.

२) भारतीय अर्थव्यवस्थेचे भवितव्य खालील कोणत्या बाबीशी निगडित आहे?

अ) औद्योगिक अर्थव्यवस्था   **ब)** ग्रामीण अर्थव्यवस्था

क) करपद्धती अर्थव्यवस्था   **ड)** मिश्र अर्थव्यवस्था

३) 'भारतीय बदलते खेडे' हे पुस्तक कोणी लिहिले?

अ) एस. सी. दुबे   **ब)** एम. एन. श्रीनिवास   **क)** बोटो मोरे   **ड)** जयप्रकाश नारायण

४) प्राचीन भारतात समाजाला सामान्य ज्ञान कोण देत होते?

अ) कुटुंबप्रमुख   **ब)** शास्त्रज्ञ   **क)** ब्राह्मण   **ड)** राजे लोक

५) 'रेसेस आणि कल्चर्स ऑफ इंडिया' हे पुस्तक कोणाचे?
अ) डी. एन मुज्जुमदार **ब)** के. एम. कापडिया **क)** डॉ. चौधरी **ड)** यांपैकी कोणी नाही.

६) चूक व बरोबर सांगा.
१) स्वातंत्र्यानंतर हिंदीचा प्रसार झाला नाही. - चूक
२) संस्कृत भाषेशिवाय शिक्षण पूर्ण होणार नाही. - चूक
३) प्रादेशिकता राष्ट्रीय शिक्षणात अडथळा होत आहे. - चूक
४) भाषावर प्रांतरचनेचा फार फायदा झाला नाही. - बरोबर
५) हिंदू समाज जातीयतेमुळे मागे राहिला. - बरोबर

उत्तरसूची

१. ड	२. ड	३. ब	४. क	५. अ

(१३) आर्थिक व सामाजिक मागासलेल्या समाजघटकांचे शिक्षण
एससी / एसटी/ स्त्रिया व ग्रामीण लोकसंख्येच्या संदर्भात
(Education of socially - economically backward section of the society with special reference to SC/ST/women and rural population)

१) अस्पृश्यता कायदा केव्हा पास झाला?
अ) १९३५ **ब)** १९५१ **क)** १९३० **ड)** १९५५

२) भूदान व ग्रामदानाच्या चळवळीचा उद्देश सांगा?
अ) भूमिहीनांना भूमी मिळवून देणे **ब)** शेतकऱ्यांना सुखी करणे
क) ग्रामीण जीवन सुखी करणे **ड)** समाजाची पुनर्बांधणी करणे

३) खालील कोणते विधान गावसुधारणेस योग्य नाही?
अ) ग्रामीण पुनर्बांधणीची रचना **ब)** पंचायतीमार्फत आरोग्यसेवा शिबिर भरविणे
क) अल्पभूधारकांना रोजगार पुरविणे **ड)** पंचायत निवडणुकीत यशप्राप्ती करणे महत्त्वाचे.

४) 'कास्ट इन मॉडर्न इंडिया' या पुस्तकाचा लेखक कोण?
अ) डॉ. मुखर्जी **ब)** श्रीनिवास **क)** धुरी **ड)** दुबे

५) ग्रामीण भागातील शाळांची प्रमुख समस्या ..... आहे.
अ) शाळेला क्रीडांगण नाही. **ब)** शिक्षकसंख्या कमी आहे.
क) बहुतेक विद्यार्थी गरीब आहेत **ड)** राजकीय हस्तक्षेप फार नाही.

६) चूक व बरोबर सांगा.
१) भारतीय सरकारने स्त्रियांच्या शिक्षणाकडे दुर्लक्ष केले. - चूक
२) देशातील सर्वांना शिक्षणाची सोय झाली आहे. - चूक
३) ग्रामीण भागात स्त्रीशिक्षणाकडे दुर्लक्ष होते. - बरोबर
४) २००१ च्या जनगणनेनुसार केरळात साक्षरता जादा आहे. - बरोबर
५) मागासवर्गीयांना आरक्षणाचा फायदा झाला नाही. - चूक

उत्तरसूची

१. ड	२. ड	३. ड	४. ब	५. क

क) शैक्षणिक मानसशास्त्राचे अधिष्ठान

(Psychological Foundation of Education)

(१) शिक्षण व मानसशास्त्राचे संबंध

(Relation of Education and Psychology)

१) शैक्षणिक मानसशास्त्राचा प्रमुख उद्देश कोणता?
अ) शैक्षणिक प्रात्यक्षिकाचा अर्थ समजून घेणे
ब) विद्यार्थ्यांना अध्यापन करताना शिक्षकांची भूमिका स्पष्ट करणे
क) परिणामकारक अध्यापनाची सूत्रे समजून घेणे
ड) शैक्षणिक संशोधनासाठी कार्यपद्धती ठेवणे.

२) खालीलपैकी कोणते उद्दिष्ट मानसशास्त्राचे नाही?
अ) शैक्षणिक उद्दिष्टप्राप्तीसाठी संशोधन करणे. **ब)** शिक्षणाची उद्दिष्टे ठरविणे.
क) अध्ययनाचे तत्त्वज्ञान ठरविणे. **ड)** शिक्षकांना मार्गदर्शन करणे.

३) शैक्षणिक अभ्यास करण्यासाठी खालीलपैकी कोणती संशोधनपद्धती जास्त उपयोगी आहे?
अ) व्यक्ती अभ्यासपद्धती **ब)** ऐतिहासिक पद्धती **क)** सर्वेक्षण पद्धती **ड)** प्रायोगिक पद्धती

४) प्रायोगिक मानसशास्त्राचा 'जनक' कोण?
अ) वॅस्टन **ब)** फ्रॉईड **क)** उंट **ड)** हूल

५) मानसशास्त्र हे वर्तनाचा अभ्यास असून कोणाच्या वर्तनाचा अभ्यास केला जातो?
अ) मानव **ब)** पशू **क)** वनस्पती **ड)** जीवजंतू

६) शैक्षणिक मानसशास्त्रात प्रामुख्याने कोणता अभ्यास होतो?
अ) ठराविक विद्यार्थ्यांची मानसिकता **ब)** वर्गातील अध्ययन व त्याबाबतचे तंत्र
क) शैक्षणिक गृहीतकांचा अभ्यास **ड)** विद्यार्थ्यांच्या विकासाचा अभ्यास

७) चूक व बरोबर सांगा.
१) मानसशास्त्राचा अभ्यास जर्मनीमध्ये १८२० साली 'लिपझिग' येथे विल्यम उंट याने सुरू केला. - बरोबर
२) जेस्टलच्या मानसशास्त्रामध्ये आकलनशक्तीचा अभ्यास केला जातो. - बरोबर
३) जेम्स याने भावनिक मानसशास्त्रात प्रामुख्याने कार्य केले आहे. - बरोबर

उत्तरसूची

१.	अ	२.	ब	३.	ड	४.	क	५.	ड	६.	ब

(२) वाढ व विकासाची प्रक्रिया

(Process of Growth and Development)

१) व्यक्तिविकासामध्ये 'आनुवंशिकता' हा घटक जादा परिणाम करू शकतो ही संकल्पना ..... यांनी मांडली.
अ) हुल **ब)** स्कीनर **क)** न्युमॅन **ड)** यांपैकी नाही.

२) व्यक्तीच्या जन्माचे वेळी उंची व डोके यांचे प्रमाण ४ : १ असे असते. सदर प्रमाण पूर्ण वाढ झाल्यावर ..... असते.
अ) २ : ४ **ब)** ६ : २ **क)** २ : ८ **ड)** २ : १

३) पुढील कोणत्या वयात बालक मित्रगटाला महत्त्व देते?

अ) किशोर वय **ब)** कुमार वय **क)** प्रौढ वय **ड)** यांपैकी नाही.

४) या वयोगटाला वादळी वयोगट असे म्हणतात.

अ) ८ ते १० व्रर्षे **ब)** १६ ते १८ वर्षे **क)** ४० ते ४५ वर्षे **ड)** ३ ते ६ वर्षे

५) व्यक्तिभेद लक्षात घेऊन शिक्षकाने काय करावे?

अ) अध्यापनपद्धती ठरवावी **ब)** गुणदानयोजना करावी

क) पुस्तके लिहावीत **ड)** काहीच करू नये

६) आईने जादा प्रेम केल्यास मुलाची वाढ होते....

अ) एकांगी **ब)** दुअंगी **क)** सर्व बाजूंनी **ड)** मंद

७) व्यक्तिविकासाच्या अवस्था व वयोगट यांच्या जोड्या लावा.

१. बालक	**अ)** ६५ ते ७५
२. कौमार्य	**ब)** २२ ते ३०
३. तरुण	**क)** १५ ते १८
४. वयस्क	**ड)** १ ते ७

८) चूक व बरोबर सांगा

१) क्रियात्मक विचार हा सर्वात उत्तम विचार आहे. - बरोबर

२) व्यक्तिभेद व अभ्यासकरचना याचा संबंध आहे. - बरोबर

३) विकासप्रक्रियेत मानसशास्त्राचा संबंध नाही. - चूक

४) नैसर्गिक वातावरणावर व्यक्ती मात करू शकते. - बरोबर

५) मानसशास्त्र हे शिक्षकांना मदत करते. - बरोबर

उत्तरसूची

१.	क	२.	ड	३.	अ	४.	ब	५.	अ	६.	अ

(३) बुद्धी व बुद्धिमापनाचे सिद्धान्त

(Intelligence - Its Theories and Measurements)

१) बुद्धी म्हणजे.....

अ) नवीन परिस्थितीत समायोजना साधण्याची क्षमता **ब)** परीक्षेत अधिक गुण प्राप्त करून घेणे

क) झटपट उत्तर देणे **ड)** यापैकी नाही

२) बुद्धीचा द्विघटक सिद्धान्त ..... यांनी मांडला.

अ) स्पिअरमन **ब)** बीने **क)** थॉमसन **ड)** हूल

३) बुद्धीचा अनेकघटक सिद्धान्त ..... यांनी मांडला.

अ) बीने **ब)** स्पिअरमन **क)** टर्मन **ड)** थर्स्टन

४) मानसिक वयाची कल्पना ...... यांनी मांडली.

अ) स्पिअरमन **ब)** बीने **क)** कामत **ड)** बर्ट

५) बुद्धी गुणांक ठरविण्याचे श्रेय ..... यांना जाते.

अ) विल्यम स्टर्न **ब)** थॉमसन **क)** ॲडम **ड)** गाल्टन

६) बुद्ध्यंक किंवा बुद्धिगुणांक ठरविण्याचे सूत्र .....

अ) $\dfrac{M.A.}{C.A.} \times 100$ ब) $\dfrac{C.A.}{M.A.} \times 100$ क) $\dfrac{M.A.}{100} \times C.A.$ ड) $\dfrac{C.A.}{M.A} \times 100$

७) मानसशास्त्र व त्यांचे सिद्धान्त यांच्या जोड्या लावा.

१. बीने   अ) अनेकघटक सिद्धान्त
२. स्पिअरमन   ब) तीनघटक सिद्धान्त
३. हूल   क) दोनघटक सिद्धान्त
४. थॉर्नडाइक   ड) एकघटक सिद्धान्त

८) चूक व बरोबर सांगा.

१) बीने - सायमन स्केल १९०५ साली विकसित झाले.   - बरोबर
२) सर्व बुद्धिमापनाच्या चाचण्या प्रमाणित असतात.   - बरोबर
३) बुद्धी म्हणजे सर्वसाधारण क्षमता होय.   - चूक
४) आर्मी - बीटा चाचणी साक्षर सैन्याना देतात.   - चूक
५) मानसशास्त्राची प्रयोगशाळा प्रथम विल्यम उंटने बांधली   - बरोबर

उत्तरसूची

१.	अ	२.	अ	३.	ड	४.	ब	५.	अ	६.	अ
७. (१ = ड, २ = क, ३ = ब, ४ = अ)											

(४) अध्ययन व प्रेरणा

(Learning and Motivation)

१) 'अध्ययन म्हणजे अनुभव व वर्तन यामधील सुधारणा होय.' सदर व्याख्या खालीलपैकी कोणाची?
   अ) वुडवर्थ   ब) गिलफोर्ड   क) मर्फी   ड) मॅसलो

२) खालीलपैकी कोणत्या कृतीमुळे मुले त्वरित शिकतात?
   अ) बक्षीस देणे   ब) स्तुती करणे   क) शिक्षा करणे   ड) काहीच न करणे

३) वर्तनात सुधारणा होऊन शिकणे हे ..... असते.
   अ) कायमस्वरूपी   ब) तात्पुरते   क) उलटस्वरूपी   ड) स्वकारात्मक असते.

४) 'अध्ययन' ही सहेतूक प्रक्रिया आहे.
   अ) बरोबर   ब) चूक   क) दोन्ही   ड) सांगता येत नाही

५) अध्ययनातील पठारावस्था शिक्षकांस उपयोगी आहे.
   अ) बरोबर   ब) चूक   क) दोन्ही   ड) सांगता येत नाही

६) प्रयत्न व प्रमोद पद्धतीशी खालीलपैकी कोणाचा संबंध येतो?
   अ) गिलफोर्ड   ब) थॉर्न निक/नाइकी   क) हॉर्टन   ड) यांपैकी कोणी नाही

७) 'मर्मदृष्टी अंगी बाणविणे' ही समष्टिवादी उपपत्ती खालील कोणत्या मानसशास्त्रज्ञाशी निगडित आहे?
   अ) बेकर   ब) वुडवर्थ   क) कोहलर   ड) मर्फी

८) अध्ययनातील श्रेणीपद्धती खालीलपैकी कोणाशी संबंधित आहे?

अ) मॅसलो **ब)** पाव्हलो **क)** बर्नर **ड)** थर्स्टन

९) चूक व बरोबर सांगा.

१) थॉर्नडाइकने अध्यापक व प्रतिक्रिया यांच्या संबंधावर भर दिल्याने त्याची उपपत्ती 'संयोजनवाद' म्हणून ओळखली जाते. - बरोबर

२) साहचर्यवादी उपपत्ती (Associationist Theories) व समाविष्टवादी उपपत्ती (Gesalt Field Theories) असे दोन प्रकार पडतात. - बरोबर

३) प्रेरणा (Motivation) हा शिक्षणव्यापाराचा पाया आहे. - बरोबर

१०) थॉर्नडाइकने अध्ययनप्रक्रियेचे तीन नियम प्रमुख मांडले.

अ) सज्जतेचा नियम **ब)** पुनरावृत्तीचा नियम **क)**परिणामाचा नियम

११) कोहलरच्या मते, मर्मदृष्टीनेच समस्या सोडविल्या जातात. त्यासाठी कोहलरने चिंपाझी या माकडाचा उपयोग केला - बरोबर

उत्तरसूची

१.	अ	२.	ब	३.	अ	४.	अ
५.	अ	६.	ब	७.	क	८.	ब

१) प्रेरणा (Motivation) मूलभूत ..... आहे; कारण –

अ) मानसशास्त्रीय गरज **ब)** शरीरशास्त्रीय गरज **क)** समाजशास्त्रीय गरज **ड)** तात्त्विक गरज

२) ''भुकेलेला भिकारी अन्नासाठी धडपडतो आणि स्पर्धेत भाग घेण्यासाठी 'सराव' करणारा खेळाडू, हे प्रेरणेमुळेच होते.''

अ) बरोबर **ब)**चूक **क)**सांगता येत नाही **ड)** अंशत:

३) काही प्रेरणा अंतर्गत असतात तर काही बाह्य असतात.

अ) चूक **ब)** बरोबर **क)** अंशत: खरे **ड)** अंशत: चूक

४) लैंगिक इच्छा ही ..... या प्रेरणेत मोडते.

अ) संरक्षणात्मक **ब)** सामाजिक **क)** शारीरिक **ड)** जीवशास्त्रीय

५) प्रेरणा ओळखता येते .....

अ) सरळ निरीक्षणाने **ब)** वर्तनावरून **क)** संभाषणातून **ड)** यांपैकी नाही

६) मानसशास्त्र व अध्ययनस्वरूप यांच्या जोड्या लावा.

१. थॉनडाइक **अ)** अभिसंधान

२. पाव्हलोह **ब)** मर्मदृष्टी

३. कोहलर **क)** साहचर्य

४. स्कीनर **ड)** प्रयत्न प्रमाद

उत्तरसूची

१.	ब	२.	अ	३.	ब	४.	ड	५.	ब

(५) मानसशास्त्र व शिक्षण

(प्रतिभावंत, क्रियाशील, मागास, मतिमंद, वंचित विद्यार्थी)

१) उच्च क्रियाशील व्यक्ती बुद्धीने वरच्या दर्जाची असते, असे म्हणतात....

अ) ब्रिटिश मानसशास्त्र **ब)** अमेरिकन मानसशास्त्रज्ञ

क) रशियन मानसशास्त्र **ड)** भारतीय मानसशास्त्र

२) क्रियाशीलता वाढत जाते.....

अ) वय **ब)** सराव **क)** शिक्षण **ड)** अनुभव

३) आनुवंशिकतेचा जादा परिणाम होतो......

अ) विद्यार्थ्यांच्या भावनिक विकासावर **ब)** सामाजिक विकासावर

क) शारीरिक विकासावर **ड)** सांस्कृतिक विकासावर

४) प्रतिभावंत विद्यार्थी कसे ओळखले जातात?

अ) ज्यांचा बुद्ध्यंक १०० पेक्षा जादा आहे

ब) ज्यांची प्रगती सर्व विषयांत इतरांपेक्षा वरची

क) ज्यांची अभियोग्यता वरच्या ३ लोकसंख्येत असते.

ड) जे आपल्या वयाच्या मुलामध्ये जास्तीत जास्त फरकाने वेगळे दिसतात

५) मुले निराश - हताश होण्याचे कारण.....

अ) परिसर अडथळे **ब)** आई - वडिलांचे दुर्लक्ष **क)** शिक्षकांचे अध्यापन **ड)** इतर

६) आपल्या मुलांची प्रगती पाहून काही पालक नाराज होतात त्यावेळी ते विसरतात –

अ) प्रगतीला इतर घटक कारण असतात **ब)** प्रगती ही गुंतागुंतीची प्रक्रिया आहे.

क) प्रगती ही सतत चालणारी प्रक्रिया आहे **ड)** प्रगती ही अनुभवावर अवलंबून असते

७) चूक व बरोबर सांगा

१) शिक्षकांनी प्रतिभावंत विद्यार्थ्यांची स्वतंत्र सोय करावी. - बरोबर

२) शिक्षकांनी सर्वांना एकाच अध्यापनपद्धतीने शिकवू नये. - बरोबर

३) शासनाने प्रतिभावंतांकडे लक्ष द्यावे. - बरोबर

उत्तरसूची

१. अ	२. ड	३. क	४. ड	५. अ	६. ड

(६) व्यक्तिमत्त्व

(Personality)

१) व्यक्तिमत्त्व म्हणजे काय ......

अ) व्यक्तिमत्त्व म्हणजे शरीरयष्टी व रचना **ब)** व्यक्तिमत्त्व म्हणजे बुद्ध्यंकाचा स्तर

क) व्यक्तिमत्त्व म्हणजे परिस्थितीशी जुळवाजुळवी **ड)** व्यक्तिमत्त्व म्हणजे वरील सर्व

२) खालीलपैकी व्यक्तिमत्त्वाच्या सिद्धान्ताशी जवळचा शास्त्रज्ञ कोण?

अ) आलपोर्ट **ब)** फ्रॉइड **क)** शेल्डन **ड)** कॅटेल

३) आत्मकेंद्रीत व्यक्तिमत्त्वसिद्धान्त कोणी मांडला?

अ) जी - आलपोर्ट **ब)** स्पेअरमन **क)** रॉजर्स **ड)** फ्रॉइड

४) मानसशास्त्रीयदृष्ट्या व्यक्तिमत्त्वाचे गुणधर्म वयाच्या ...... या स्तरावर दिसून येतात.

अ) जन्माच्या वेळी **ब)** बालवयात **क)** कौमार्य वयात **ड)** प्रौढ वयात

५) व्यक्तिमत्त्वाच्या उपपत्ती व त्यांचे जनक यांच्या जोड्या लावा.

१. फ्रॉइड	**अ)** शारीरिक रचना
२. आलपोर्ट	**ब)** मनोविश्लेषण
३. शेल्डन	**क)** प्रभावी लक्षणे
४. युंग	**ड)** आंतरमुखी व बाह्यमुखी

उत्तरसूची

१. ड	२. अ	३. क	४. अ
५. (१ = ब, २ = क, ३ = अ, ४ = ड)			

(७) मानसिक आरोग्य आणि शिक्षण

(Mental Health and Education)

१) मानसिक आरोग्य म्हणजे काय?

अ) मन निरोगी ठेवणे. **ब)** समायोजन करणे.

क) गुणांचा व अवगुणांचा अभ्यास करणे. **ड)** वरील सर्व

२) पुढील विधानांपैकी कोणते विधान मानसिक आरोग्य या सदरात बसत नाही.

अ) मनुष्य आपले मत ठामपणे मांडतो. **ब)** स्वत:च्या मताबद्दल आग्रही असतो.

क) वृत्ती उल्हासी व सहकार्याची असते. **ड)** नवीन कामाबद्दल सर्वांचे सहकार्य घेतो.

३) मानसिक आरोग्याशी शाळा, घर, व समाज संबंधित असतात.

अ) बरोबर **ब)** चूक **क)** सांगता येत नाही **ड)** दोन्ही

४) पुढीलपैकी कोणते विधान समायोजनेशी संबंधित नाहीत.

अ) म. फुले अनेक समायोजनेशी संबंधित नाहीत.

ब) गोविदांने सर्वांना विश्वासात घेऊन स्वत:चे आंतरजातीय लग्न पार पाडले.

क) शामरावांनी आई - वडील व भावाशी संघर्ष करून घरदार सोडले.

ड) सुशीलने सर्व शिक्षकांचे मार्गदर्शन घेऊन या साली बोर्डात प्रथम क्रमांक मिळवला.

५) मानसिक संघर्षाच्या अभ्यासासाठी कोणत्या शास्त्रज्ञाने अधिक प्रयत्न केले.

अ) डॉ. भाटिया **ब)** फ्रॉइड **क)** कुर्ट लेवीन **ड)** यांपैकी नाही

६) खालीलपैकी कोणते विधान असत्य आहे.

१) लैंगिक शिक्षणामुळे गुन्हेगारी वाढते.

२) समायोजन हे चांगल्या आरोग्याचे लक्षण आहे.

३) लैंगिक शिक्षणाची सोय शाळातून असली पाहिजे.

४) कुटुंबात मुलांच्या विचारांना प्राधान्य द्यावे.

उत्तरसूची

१. ड	२. ब	३. अ	४. क	५. क	६. अ

ड) शैक्षणिक संशोधनपद्धती

(Methodology of Educational Research)

(१) शैक्षणिक संशोधनाची व्याप्ती व स्वरूप

१) 'शास्त्रीय व तात्त्विक पद्धतीने शैक्षणिक क्षेत्रातील समस्यांचा अभ्यास करून उत्तर शोधणे हे शिक्षणसंशोधन कार्याचे ध्येय असते.' सदरची व्याख्या खालीलपैकी कोणी केली?

अ) एफ. एल. व्हाइटनी **ब)** डब्ल्यू. एम. ट्रव्हेर्स **क)** एम. एस. मोनरो **ड)** जॉन. डब्ल्यू

२) 'शैक्षणिक परिस्थितीतील वर्तनाचा शास्त्रीय पद्धतीने विकास करण्याच्या कार्यपद्धतीला शैक्षणिक संशोधनपद्धती' असे म्हणतात, हे कोणी सांगितले?

अ) स्टीफन कोरे **ब)** जॉन बेस्ट **क)** ट्राव्हर्स **ड)** यांपैकी नाही

३) 'शास्त्रीय पद्धतीने स्वत:च्या समस्यांचा व कृतींचा अभ्यास करून मार्ग काढून निर्णय घेतला जातो त्यास लोक कृति संशोधन असे म्हणतात.' सदर कृति संशोधनाची व्याख्या कोणाची?

अ) जॉन ड्यूई **ब)** जॉन बेस्ट **क)** स्टीफन कोरे **ड)** मोनरो

४) जेव्हां जनसंख्या बहुजिनसी असते त्यावेळी चांगला निकाल/ निष्कर्ष प्राप्तीसाठी खालीलपैकी कोणती निवड पद्धती वापराल ते सांगा.

अ) क्लस्टर सँपलिंग **ब)** स्टॉटा फाइड सँपलिंग **क)** रॅडम सँपलिंग **ड)** परमसिंव्ह सँपलिंग

५) खालीलपैकी कोणती समस्या शैक्षणिक संशोधन होऊ शकत नाही?

अ) गावच्या लोकसंख्येचा अभ्यास. **ब)** गावच्या शाळेतील शैक्षणिक सुविधांचा अभ्यास.

क) गावच्या साक्षरतेचे सर्वेक्षण **ड)** गावातील मुलांची शाळेतील उपस्थिती.

उत्तरसूची

१. अ	२. क	३. क.	४. ब	५. अ

(२) संशोधन व समस्येची मांडणी

(Formulation of Research Problem)

१) शिक्षणशास्त्रातील पी. एच्डी. पदवी भारतातील कोणत्या विद्यापीठाने किती साली प्रदान केली?

अ) मुंबई विद्यापीठ - १९४३ **ब)** कोलकाता विद्यापीठ - १९४०

क) मद्रास विद्यापीठ - १९४८ **ड)** पंजाब विद्यापीठ - १९४५

२) शैक्षणिक संशोधनाचे पी. एच्डी. प्रबंधाचे ४ थे संकलन कोणत्या सालापर्यंत आहे?

अ) १९९० **ब)** १९८५ **क)** १९८८ **ड)** १९९२

३) ''हंगामी उत्तर किंवा तात्पुरता तर्क करणे व परिस्थितीनुसार निरीक्षण अथवा सर्वेक्षण करून अंतिम उत्तर किंवा निष्कर्ष ठरविणे त्याचा वापर करणे म्हणजे परिकल्पना होय.'' ही व्याख्या कोणी केली?

अ) जेम्स ग्रीटन **ब)** मोनरोह **क)** जॉन बेस्ट **ड)** यांपैकी कोणी नाही.

४) शै. संशोधनाचा उद्देश कोणता?

अ) शैक्षणिक समस्या ओळखून त्या सोडविणे.

ब) शैक्षणिक प्रक्रियेमधील नवीन सिद्धान्त व तत्त्वे शोधून काढून त्यांचा वापर करणे.

क) शिक्षणाची उद्दिष्टे ठरविणे.

ड) शिक्षणाची मूल्ये ठरविणे.

५) शैक्षणिक संशोधनाचे शिक्षकांना महत्त्व आहे. कारण –

अ) शिक्षकांच्या शैक्षणिक पात्रतेत भर पडते. **ब)** शिक्षकांची हुशारी वाढते.

क) आदर्श शिक्षक होता येते. **ड)** काय शिकवावे व का आणि कसे शिकवावे हे कळते.

६) सकारात्मक विधाने -

१) कृतिसंशोधनासाठी जादा समस्या वर्गात सापडतात.

२) संशोधनाची व्यवहारिकता सांगता आली पाहिजे.

३) संशोधनाची उद्दिष्टे सुरुवातीलाच मांडावीत.

४) समस्यांची निवड व मांडणी करणे हे संशोधनाचे पहिले कार्य आहे.

५) समस्याविधान सरळ असावे.

उत्तरसूची

१.	अ	२.	क	३.	अ	४.	ब	५.	ड

(३) माहिती जमा करणे
(Collection of Data)

१) Data म्हणजे काय?

अ) घटना **ब)** सत्य **क)** निरीक्षणे **ड)** आकडेवारी

२) शैक्षणिक 'जनसंख्या' याचा खालीलपैकी अर्थ कोणता?

अ) स्त्री - पुरुष **ब)** विद्यार्थी - शिक्षक **क)** चालक - पालक **ड)** यांपैकी कोणी नाही.

३) नमुना निवडताना खालीलपैकी कोणती गोष्ट करावी?

अ) टक्केवारी ठरवावा **ब)** वर्गवारी ठरवावी **क)** अभ्यासपद्धती लक्षात घ्यावी **ड)** वरील सर्व.

४) खालीलपैकी कोणते विधान बरोबर नाही?

अ) चाचणी प्रमाणित नसताना विश्वसनीय होऊ शकते.

ब) चाचणी विश्वसनीय नसताना प्रमाणित होऊ शकते.

क) चाचणी प्रमाणित व विश्वसनीय दोन्हीही असते.

ड) चाचणी विश्वसनीय नसताना प्रमाणित होऊ शकते

५) खालीलपैकी कोणती नमुना निवडपद्धती प्रमुख असते?

अ) नियमबद्ध नमुना निवडपद्धती. (Systematic Sampling)

ब) वर्गीकृत वा दृच्छिक नमुना निवडपद्धती (Stratafide Sampling)

क) बहुस्तरीय नमुना निवडपद्धती. (Multiple Sampling)

ड) वरील सर्व

६) पुढील माहितीचे प्राथमिक व दुय्यम गटात वर्गीकरण करा.

संपर्क, प्रश्नावली, मुलाखत, वैयक्तिक कागद, कार्यालयीन कागद, विविध नोंदी, संशोधन मासिक, वर्तमानपत्रे, इतर मासिके, सरळ निरीक्षणे.

प्राथमिक माहिती (Primary)	दुय्यम माहिती (Secondary)
१) सरळ निरीक्षणे	१) वैयक्तिक कागदपत्रे
२) प्रश्नावली	२) कार्यालयीन पत्रे
३) मुलाखत	३) विविध नोंदी
४) वैयक्तिक संपर्क	४) वर्तमानपत्रे व मासिके

७) सकारात्मक विधाने -

१) माहिती जनसंख्येतून नमुना निवडपद्धतीने घेता येते.

२) माहिती गुणात्मक व संख्यात्मक असू शकते.

३) कोणतीही प्रकाशित माहिती दुय्यम स्रोत समजला जातो.

४) मोठ्या जनसंख्येसाठी नमुना निव आवश्यक आहे.

५) जनसंख्या एकजिनसी किंवा बहुजिनसी असू शकते.

६) संभाव्यता निवडपद्धती व असंभाव्यता अशा दोन प्रमुख नमुना निवडपद्धती असून संभाव्यता पद्धतीत समान संधी असते, तर असंभाव्यतामध्ये संशोधक स्वत:च्या इच्छेने निवड करतो.

उत्तरसूची

१.	क	२.	ड	३.	ड	४.	ब	५.	ड

(४) संशोधनाची साधने व तंत्रे

(Tools and Techniques of Research)

१) संशोधनाची आधारसामग्री गोळा करण्यासाठी एका वेळी -

अ) सर्व साधनांचा उपयोग करावा लागतो.   **ब)** काही साधनांचा.

क) फक्त मुलाखतीचा   **ड)** फक्त प्रश्नावलीचा

२) विद्यार्थी उशिरा येण्याचे सत्य कारण शोधण्यासाठी पुढील कोणते साधन जास्त उपयोगी होईल.

अ) मुलाखत   **ब)** निरीक्षण   **क)** प्रश्नावली   **ड)** नोंदी

३) गुणात्मक पृथक्करण खालील कोणत्या संशोधनकार्यात वापरले जात नाही?

अ) वर्णनात्मक संशोधन   **ब)** ऐतिहासिक संशोधन   **क)** व्यक्ती अभ्यास   **ड)** प्रायोगिक संशोधन

४) व्यक्तीचे समाजातील स्थान समजून घेण्यासाठी खालील कोणते साधन वापराल?

अ) समाजमितीतंत्र   **ब)** मुलाखती   **क)** प्रश्नावली   **ड)** यांपैकी नाही

५) मुलाखत घेणे म्हणजे -

अ) दोन व्यक्तींचे संभाषण   **ब)** दोनपेक्षा जादा व्यक्तींचे संभाषण

क) ठराविक विषयासंबंधी पूर्वनियोजित प्रश्न-उत्तरे   **ड)** गप्पा मारणे

६) सकारात्मक विधाने -

१) संशोधनाची साधने व तंत्रे सतत वाढत आहेत.

२) योग्य साधनांचा वापर केल्यास विश्वसनीय माहिती मिळते.

शिक्षणशास्त्र, सेट/नेट परीक्षा १६९

३) पडताळासूची व पदनिश्चयन श्रेणी ही वेगवेगळी तंत्रे आहेत.

४) व्यक्तीचेमते त्याच्या अभिवृत्तीचे निदर्शक आहे हे गृहीत धरूनच अभिवृत्तीचे मापन होत असते.

५) अभिवृत्ती व मनोवृत्ती हे समानअर्थी शब्द आहेत.

६) पडताळासूचीमुळे विशिष्ट बाबींचे अस्तित्व समजते परंतु त्याचे मापन करता येत नाही.

उत्तरसूची

१. ब	२. अ	३. ड	४. अ	५. क

(५) संशोधनाच्या विविध पद्धती

(Methods or Approaches of Research)

१) संशोधनाच्या निष्कर्षावरून अध्यापनपद्धतीत बदल करावयाचा असेल तर त्यास कोणती संशोधनपद्धती म्हणता येईल?

अ) मूलभूत संशोधन **ब)** उपयोजित संशोधन **क)** प्रायोगिक संशोधन **ड)** वर्णनात्मक संशोधन

२) डॉ. स्टीफन कोरे यांचे नांव खालीलपैकी कोणाशी संबंधित आहे?

अ) कृतिसंशोधन **ब)** मूलभूत संशोधन **क)** सामाजिक संशोधन **ड)** ऐतिहासिक संशोधन

३) खालीलपैकी कोणती गोष्ट संशोधनाच्या मुख्य आराखड्यात येत नाही?

अ) प्रास्ताविक **ब)** गृहीतके

क) नमुना निवड **ड)** संबंधित साहित्याचा आढावा

४) विद्यार्थी गृहपाठ वेळेवर लिहून आणत नाहीत ही शिक्षकांची समस्या खालील कोणत्या संशोधनप्रकारात मोडते -

अ) व्यक्ती अभ्यास **ब)** कृति संशोधन **क)** तौलनिक अभ्यास **ड)** यापैकी नाही.

५) जोड्या लावा

१) वर्णनात्मक संशोधन	अ) मागील वृन्तांत अभ्यास
२) तौलनिक कार्यकारणपद्धती	ब) ठराविक अभ्यास
३) प्रयोगशाळेतील प्रयोग	क) सामाजिक क्षेत्र प्रयोग
४) क्षेत्रीय अभ्यास	ड) प्रयोगशाळा
५) क्षेत्रीय प्रयोग अभ्यास	इ) कॉज्यूल तुलनात्मक
६) ऐतिहासिक संशोधन	प) घटना वर्णनात्मक

६) सकारात्मक विधाने -

१) ऐतिहासिक अभ्यास शैक्षणिक संस्थांचा अभ्यास होतो.

२) विकासाचा अभ्यास वर्णनात्मक संशोधन होऊ शकते.

३) व्यक्तिअभ्यासामध्ये व्यक्ती, शाळा, गाव, राष्ट्र व एखादी घटना होऊ शकते.

उत्तरसूची

१. ब	२. अ	३. ड	४. ब
५. (१ = प, २ = इ, ३ = ड, ४ = क, ५ = ब, ६ = अ)			

(६) माहितीचे पृथक्करण

(Analysis of Data)

१) कोणत्या चाचणीमध्ये खालील सूत्र वापरतात. सूत्र $= X^2 = \frac{\sum(fo - fe)^2}{fe}$

अ) चाय स्क्वेअर चाचणी **ब)** व्हो सहसंबंध **क)** फ - चाचणी **ड)** यांपैकी नाही

२) माहितीच्या पृथक्करणाचे खालीलपैकी कोणते कार्य असते?

अ) माहितीचा अर्थ समजून घेणे **ब)** परिकल्पना किंवा गृहीतके तपासणे.

क) अर्थपूर्ण परिणाम प्राप्त करून घेणे. **ड)** वरील सर्व.

३) एकमेकांना काटकोनात छेदणाऱ्या दोन सरळ रेषांचा 'संदर्भरेषा' म्हणून आलेखात उपयोग केला जातो.

अ) बरोबर **ब)** चूक **क)** सांगता येत नाही. **ड)** केव्हातरी

४) पुढील विधानांपैकी कोणते विधान बरोबर नाही?

अ) वारंवारतासारणी तयार करताना प्रत्येक गुणांचे अस्तित्व राहत नाही.

ब) वारंवारतासारणीने एखाद्या अंकमालिकेचे गट पाडता येतात.

क) वारंवारतासारणीने शिक्षकांना गुणांचा अर्थबोध होत नाही.

ड) वारंवारतासारणीवर वर्गांतर लांबीचा परिणाम होतो.

५) खालील कोष्टाकावरून चाय् - स्क्वेअरची किंमत काढा आणि पुढील बरोबर उत्तरावर खूण करा.

	A	B	C	
O	3	4	1	8
E	2	1	5	8

अ) १७.५० **ब)** १७.२५ **क)** १२.७० **ड)** १७.००

६) सकारात्मक विधाने -

१) प्रतिनिधिक अंकाला त्या गटाची 'केंद्रीय प्रवृत्ती' म्हणतात.

२) अनुमानात्मक संख्याशास्त्र व वर्णनात्मक संख्याशास्त्र अशी दोन संख्याशास्त्रे आहेत. शिक्षकाला अनुमान संख्याशास्त्र (inferential statistics) जादा उपयोगी आहे.

३) अंकाच्या श्रेणी दोन प्रकारच्या असतात - १) अखंडित २) खंडित श्रेणी होय.

उत्तरसूची

१.	अ	२.	ड	३.	अ	४.	क

(७) वर्णनात्मक व अनुमानात्मक संख्याशास्त्र

(Descriptive and Inferential Statistics)

१) संख्याशास्त्राच्या वाढीत खालीलपैकी कोणी सर्वात जास्त भर घातली?

अ) शास्त्रज्ञ **ब)** अर्थशास्त्रज्ञ **क)** उद्योगपती **ड)** गणिततज्ज्ञ

२) पुढील सूत्राच्या सहाय्याने सात विद्यार्थ्यांच्या खालील गुणांचे 'मध्यमान' काढा. (बरोबर उत्तरावर खूण करा)

सूत्र= $M = \frac{\sum X}{N} = ?$ गुण = ४७, ५४, ३४, ६३, ५१, १६, २९

अ) ४५ **ब)** ४२ **क)** ४८ **ड)** ४०

३) खालीलपैकी कोणती सरासरी सर्वात कमी दर्जाची असते?

अ) मध्यगा (Median) **ब)** गणित मध्यमान **क)** भूमिति मध्यमान **ड)** बहुलक (Mode)

४) ९ विद्यार्थ्यांचे गुणांचे मध्यमान (Mean) १६ आहे नंतर एका नवीन विद्यार्थ्याचे गुण मिळाल्यानंतर मध्यमान १७ झाले तर त्या विद्यार्थ्याचे गुण किती?

अ) २० **ब)** २५ **क)** २८ **ड)** २६

५) पुढील अंकमालेतून बहुलक ओळखून लिहा. - ५, ६, ३, २, ४, ८, ७, ९, १, १०, ११, १२, १३

अ) ५ **ब)** ९ **क)** ८ **ड)** नाही

६) प्रमाण विचलन हे नेहमी ...... पासून काढतात -

अ) मध्यमान **ब)** बहुलक **क)** मध्यगा **ड)** यांपैकी नाही.

७) खालील अंकमालेतून मध्यगा (Median) काढा? - ७१, ७२, ६४, ६८, ७०, ७६, ७३, ७५

अ) ७१.०० **ब)** ७१.५ **क)** ७२.०० **ड)** ७२.५

८) ४० विद्यार्थ्यांचे सरासरी वय १६ आहे, आणि ६० विद्यार्थ्यांचे सरासरी वय २० वर्षे आहे. तर त्या वर्गातील १०० विद्यार्थ्यांचे सरासरी वय काय?

१) १६.८० वर्षे २) १८.०० वर्षे ३) १८.४० वर्षे ४) १८.८० वर्षे

उत्तरसूची

१.	ड	२.	ब	३.	ड	४.	ड
५.	ड	६.	अ	७.	ब	८.	क

संशोधनामध्ये तात्पुरती उत्तरे म्हणून गृहीतके किंवा परिकल्पना मांडतात. प्राप्त झालेल्या माहितीवरून मांडलेल्या गृहीतकांचा खरेखोटेपणा पाहिला जातो आणि निष्कर्ष काढले जातात, याला परिकल्पनेचे परीक्षण म्हणतात. परिकल्पनेच्या प्रकारांपैकी शून्य परिकल्पनेचे परीक्षण करण्यासाठी 'कायी स्केअर' परीक्षीका वापरतात.

शून्य परिकल्पनेमध्ये दोन चलांमधील संबंध किंवा अंतर शून्य आहे असे गृहीत धरले जाते. संशोधक आपल्या नमुन्यानुसार प्रयोग करून निरीक्षित वारंवारिता आणि स्वत:ला अपेक्षित असलेली वारंवारिता यांतील फरक शून्य आहे की, नाही हे तपासतो म्हणजे शून्य परिकल्पनेचे परीक्षण करतो. (Testing of null hypothesis.) (उदा. एका संशोधनात ५०० महिलांना 'अ' कंपनीचा कुकर आणि 'ब' कंपनीचा कुकर यांपैकी कोणता पसंत आहे असे विचारले तेव्हा ३०० 'अ' २०० 'ब' अशी पसंती मिळाली. संशोधकास २५० - २५० अशी समान पसंती हवी होती. परंतु (३००-२००)

१०० हा जो फरक आहे तो सार्थ आहे का ? याचाच अर्थ या दोन गटांत फरक नसतो ही शून्य-परिकल्पना स्वीकार्य आहे की नाही, हे ठरविणे होय. त्यासाठी कार्य-स्केअर चाचणी (Chisquartest) हे उत्तम सांख्यिकीय मापन आहे.

वारंवारिता निरीक्षित वारंवारिता अपेक्षित निरीक्षित वारंवारिता अपेक्षित वारंवारिता

$$\text{त्याचे सूत्र} = x^2 = \sum \left[\frac{(fo - fe)^2}{fe} \right] \quad \text{म्हणून} \quad \frac{fo - fe}{fe} = \frac{2500}{250} + \frac{2500}{250}$$

	अ गट	ब गट	एकूण	fo निरीक्षित वारंवारिता
वारंवारिता निरीक्षित	३००	२००	५००	fe अपेक्षित वारंवारिता
वारंवारिता अपेक्षित	२५०	२५०	५००	
fo - fe	50	- 50		
(fo - fe) =	2500	2500		

$$\frac{fo - fe}{fe} = \frac{2500}{250} + \frac{2500}{250} = 10 + 10 = 20$$

***

७) उत्तरामध्ये स्वतःची नावीन्यता, सृजनशीलता, विचार करण्याची पद्धत, मुद्देसूदपणा, उत्तराशी बांधिलकी, एकवाक्यता,

पेपर क्र. ०३

अ) पाठ्यांश : तत्त्वज्ञान व शिक्षणशास्त्रातील घटकांचा संबंध - (a) पाश्चात्त्य शिक्षण व त्याचे विचार - (b) पाश्चात्त्य तत्त्वज्ञानांच्या शाळा (1) आदर्शवाद - Idealism (2) वास्तववाद - Realism (3) निसर्गवाद - Naturalism (4) कार्यवाद - Pragmatism (5) अस्तित्ववाद Existentialism या पाच शैक्षणिक सिद्धान्तांबाबत - ज्ञानात्मक - वास्तवता आणि मूल्य व त्यांच्या शैक्षणिक अंमलबजावणीमधील ध्येये, पद्धतीची माहिती अपेक्षित आहे.

(अ) भारतीय तत्त्वज्ञानाच्या शाळा : वेदांत - बौद्धवाद - जैनवाद - मुस्लीमवाद - Vedant - Budhism - Jainism - Islamic आणि वरील प्रमाणे खास संदर्भ - ज्ञानात्मक, वास्तवता आणि मूल्य शिक्षणाचे कार्यपद्धतीची माहिती असणे आवश्यक आहे.

(ब) तसेच पाश्चात्त्य व भारतीय विचारवंत : विवेकानंद, टागोर, म. गांधी, अरविंद आणि इतरांचे शैक्षणिक योगदान.

१. तत्त्वज्ञानाचे स्वरूप

तत्त्वज्ञान म्हणजे अदृश्य किंवा गूढार्थ शोधून काढण्यासाठी केलेला प्रयत्न होय. अशा व्यक्तींना तत्त्वज्ञानी म्हणतात. जीवनात आलेल्या अनुभवावरून व्यक्ती सकारात्मक व नकारात्मक तत्त्वज्ञान सांगत असते. तत्त्वज्ञान हे गूढार्थ शोधून काढणारे एक गहन शास्त्र आहे. ते सर्व शास्त्रांचे मूळशास्त्र आहे. तत्त्वज्ञानाचा व शिक्षणाचा निकटचा संबंध आहे. त्यामुळे शैक्षणिक प्रश्न तत्त्वज्ञानाखाली येतात. ज्या समस्यांना मानवाला तोंड द्यावे लागते, त्या समस्यांचे स्पष्टीकरण, वर्गीकरण व संघटन तत्त्वज्ञान करते. तत्त्वज्ञान केवळ बुद्धिवानांसाठी नसून जो आपले कार्य निश्चित करणेसाठी ज्ञान व अनुभव यांचा उपयोग करून तत्त्वज्ञान मांडतो त्याच्यासाठी आहे. तत्त्वज्ञानाची कल्पना म्हणजे मानवी जीवन शक्य तितके अर्थपूर्ण व सुबोध करणेसाठी मनुष्याने केलेला प्रयत्न होय. संघर्षमय मानवी जीवन सुखकर करणेच्या प्रयत्नाचे साधन होय.

२. तत्त्वज्ञानातील प्रमुख संप्रदाय -

भारतीय तत्त्वज्ञानात आध्यात्मिक ज्ञानाला महत्त्व देण्यात आले आहे, हा अध्यात्मवाद आदर्शवाद म्हणून ओळखला जातो. याशिवाय निसर्गवाद, कार्यवाद आणि वास्तववाद हे पण संप्रदाय शिक्षणाच्या दृष्टीने महत्त्वाचे आहेत. शिक्षकाला भारतीय प्राचीन तत्त्वज्ञानाचा परिचय अवश्य असला पाहिजे. शिक्षण प्रक्रियेत प्रमुख स्थान बालकाला - विद्यार्थ्याला आहे; म्हणून त्याच्या जन्मजात प्रवृत्ती कोणत्या असतात, ते ज्ञान ग्रहण कसे करते, त्याचा शारीरिक व मानसिक विकास कसा होतो; त्या विषयीचे ज्ञान निसर्गवादांतून मिळते. शिक्षणाने बालकाला ज्ञान दिले आणि त्यावर उत्तम संस्कार केले पण त्याच्या कार्यशक्तीचा विकास केला नाही; तर त्याच्या उपजीविकेचा प्रश्न कोण सोडविणार? म्हणून कार्यात्मक शिक्षण देण्याचा आग्रह कार्यवाद धरतात. शाळा-महाविद्यालयातून दिले जाणारे शिक्षण सामाजिक व वैयक्तिक गरजा व राष्ट्रीय ध्येये यांच्याशी संबंधित असले पाहिजे हे वास्तववाद दाखवत असतो. थोडक्यात म्हणजे - शिक्षणाची ध्येये व उद्दिष्टे - विद्यार्थी - शिक्षकसंबंध, अध्यापन - अध्ययन पद्धती, अभ्यासक्रम रचना, संस्कृतीचे संरक्षण, संस्काराचे संक्रमण, परीक्षा पद्धती, शैक्षणिक प्रशासन व नियोजन इ. बाबी तत्त्वज्ञानातील प्रमुख संप्रदायांवर अवलंबून असतात.

३. तत्त्वज्ञान आणि शिक्षण -

कोणत्याही समस्येचा मूलगामी विचार तत्त्वज्ञानात सापडतो. व्यक्ती व समाज जीवनाचे अंतिम ध्येय काय असावे, हे तत्त्वज्ञान ठरविते. तत्त्वज्ञानाने ठरविलेल्या गोष्टी साध्य करण्याची जबाबदारी शिक्षणाला घ्यावी लागते. तत्त्वज्ञान ही तात्त्विक किंवा सैद्धांतिक बाजू तर शिक्षण म्हणजे व्यावहारिक बाजू होय, म्हणजे शिक्षण व तत्त्वज्ञान या एकाच नाण्याच्या दोन बाजू असे म्हणता येईल. एक बाजू चिंतनात्मक (Contemplative Theoretical) तर दुसरी बाजू क्रियात्मक किंवा गतिमान (Practical - dynamic) आहे. त्यामुळे गतिमान तत्त्वज्ञानाला 'शिक्षण' म्हणता येईल.

तत्त्वज्ञानी पुरुष जीवनाची ध्येये ठरवित असतात आणि शिक्षकाला शिक्षणामार्फत ती साध्य करावयाची असतात. काही तत्त्ववेत्त्यांनी तर प्रत्यक्ष शिक्षकांचे कार्य केले आहे. प्राचीन ग्रीस मधील प्लेटो, सॉक्रेटिस, ॲरिस्टॉटल, स्वित्झरलँडमधील पेस्टालॉजी, जर्मनीतील फ्रोबेल, अमेरिकन जॉन ड्युई, इटलीतील मॉंटेसरी, भारतातील व्यास, वसिष्ठ, शंकराचार्य, स्वामी विवेकानंद हे थोर भारतीय शिक्षणतज्ज्ञ होते.

१. आदर्शवाद - अध्यात्मवाद

(Idealism - Spiritualism)

प्रस्तावना - आदर्शवादाची सुरुवात युरोपमध्ये सॉक्रेटिस, प्लेटो व ॲरिस्टॉटल या विचारवंतानी केली. सॉक्रेटिस (इ. स. पूर्वी - ४६९-३९९) आपल्या अनुयायांशी स्वत: प्रश्नरूपाने चर्चा करत. नैसर्गिक सृष्टीच्या पलीकडे एक अदृश्य शक्ती आहे असे तो प्रतिपादन करी. सॉक्रेटिसचे संवाद त्याचा शिष्य प्लेटो याने ग्रंथित केले. प्रत्येक पदार्थामागे कल्पना (Idea) असते. दिसणारे जग हे नाशवंत आहे परंतु कल्पना (Idea) नाशवंत नसते. कल्पना विश्व (World of ideas) हे अविनाशी आहे. यावरून या तत्त्वज्ञानाला 'आदर्शवाद' असे म्हणतात. प्लेटोच्या व त्याच्या अनुयायांच्या वादात परमात्मा आहे (World soul) आणि आत्मा पण आहे (Individual soul); म्हणून आदर्शवादाला 'अध्यात्मवाद' असेही म्हणतात.

प्रत्येक व्यक्तीने सदाचारी जीवन जगावे आणि जीवनाची अंतिम ध्येये - सत्यं, शिवं, सुंदरम् ही मूल्ये साध्य करावीत; निसर्ग सतत बदलत असतो. उत्पत्ती, स्थिती व लय या तिन्ही प्रक्रियेतून जात असतो. खिश्चन धर्मातही हा वाद सांगितला जातो. चराचर सृष्टीच्या मागे एक देव आहे, त्यानेच जग निर्माण केले. तो अदृश्य आहे. ईश्वर हाच जगाचा पिता असून, येशू हा त्याचा प्रेषित आहे. सृष्टी निर्माण करणारा तो देव, त्यालाच 'परमात्मा' म्हणतात. भारतीय तत्त्वज्ञान अध्यात्मावर आधारित आहे; म्हणून आदर्शवादाला 'अध्यात्मवाद' (Spiritual) असे म्हणतात. नैसर्गिक चक्र कोणीतरी चालवत आहे. पंचमहाभूतांना चालविणारी एखादी अदृश्य शक्ती ही बलाढ्य असली पाहिजे, त्यालाच विश्वशक्ती-युनिव्हर्सल पॉवर किंवा ब्रह्म, ईश्वर, परमात्मा म्हणतात; तोच जग चालवितो. या संकल्पनेमधून अध्यात्मवाद तयार झाला. भारतीय तत्त्वज्ञान याच वादावर उभे राहिले आहे. परंतु, इ. स. पूर्वी ५०० - ७०० वर्षे पर्यंत बौद्ध व जैन धर्माचा प्रसार झाला. या दोन्ही धर्मांनी अध्यात्मवादाची तत्त्वे सामान्य माणसांना कळतील अशी त्यांच्याच भाषेत सांगितल्याने बहुजन समाजाला आवडली. वैदिक धर्माचे तत्त्वज्ञान ज्ञानेश्वरांनी प्रथम प्राकृतमध्ये मांडले. त्यांची ज्ञानेश्वरी म्हणजे भगवद्गीतेवरील टीका. एकनाथांचा भागवतग्रंथ देखील तसाच आहे. 'ज्ञानेश्वरी व भागवत' या दोन मराठी ग्रंथांनी महाराष्ट्रीय जनतेला अध्यात्मवाद शिकविला. युरोपात मार्टिन ल्यूथरने मठात राहणाऱ्या पाद्री लोकांचा दूराचार उघडकीस आणला आणि बायबलचे भाषांतर जर्मन भाषेत केले. लोकांना बायबल वाचावयास शिकविले आणि जीवनाचे अंतिम सत्य, शिव, सुंदर हेच उद्दिष्ट आहे हे दाखविले. भारतातील तत्त्वज्ञांनी व साधुसंतांनी तसेच युरोपमधील विचारवंतांनी आदर्शवादावर भर देऊन नीतिमत्ता व चारित्र्यावर भर दिला आणि शिक्षणाचा पाया घातला. शुद्ध आचार, विचार ठेवावा; हाच खरा व्यावहारिक वेदांत होय.

१. ज्ञानसाधना - Theory of Knowledge - Epistemology

आदर्शवादामध्ये ज्ञानाची प्राप्ती मनुष्याच्या मनाच्या म्हणजे ज्ञानेंद्रियांच्याद्वारे होते; प्रथम संवेदना होतात. त्यानंतर त्या स्पष्ट होऊन ज्ञान निश्चित होते. त्यालाच अवबोध (Perception) म्हणतात. हे अवबोध ध्वनी, गंध, रुची, स्पर्श यासंबंधी असते. एकाच स्वरूपाचे बोधातून सामान्य - बोध म्हणजे संकल्पना - (Concept) तयार होते. यालाच (Idea) ज्ञान संबोधतात. या ज्ञान ग्रहणाच्या पायऱ्या मनाच्या शक्तीने तयार होतात. त्यालाच आपण बुद्धी म्हणतो. अध्यात्मवृत्ती माणसामध्ये जन्मजात असते. ती बाहेरून लादलेली नसते. शिक्षणवेत्ता - जे. एस. रॉस म्हणतो- 'Man's spiritual nature is not something just added to man, but the every essence of his being.'

२. आदर्शवादाची मूल्यप्रणाली - (Axiology)

आदर्शवादाच्या (अध्यात्मवादाच्या) दृष्टीने जीवनमूल्य म्हणजे (Values of life) सत्यं, शिवं, सुंदरम् (Truth Goodness and Beauty) पाश्चात्त्य व पौर्वात्य विचारवंतानी ही मूल्ये स्वीकारली आहेत. मानवी जीवन सुखी होण्यासाठी माणसाने सदर मूल्यानुसार आचरण केले पाहिजे. या मूल्यांच्या आधारेच आत्मा - साक्षात्काराचा (Self - Realisation) अनुभव येतो. शिक्षणाच्या अभ्यासक्रमातून विद्यार्थ्यांना आत्मस्वरूपाची ओळख होत असते. प्लेटोच्या मते, 'सत्यं, सुंदर व मंगल अशा मूल्यांचा अंतर्भाव अभ्यासक्रमात पाहिजे. प्रत्येक मुलात परमेश्वराचा अंश (आत्मा) आहेच असे आदर्शवादी समजतात. त्यासाठी बौद्धिक विकास झाला पाहिजे. व्यक्ती (व्यष्टी) आणि समाज (समष्टी) यामध्ये अंतर्गत सूत्र समान आहे. जीवनातील मूल्ये साध्य करण्यासाठी शालेय परिसर, अभ्यासक्रम, गुरू-शिष्य संबंध महत्त्वाचे आहेत. अध्यात्मवादात धार्मिक, सामाजिक, नैतिक व सौंदर्यपूर्ण मूल्यांचा अंतर्भाव असतो.'

३. धार्मिक मूल्य - (Religious values)

आदर्शवादामध्ये (अध्यात्मवादात) धार्मिक मूल्यांना महत्त्व आहे कारण मानवाच्या सुरुवातीसाठी धर्म असतो. अध्यात्माचे गहन तत्त्वज्ञान जरी समजले नाही. तरी दैनंदिन धार्मिक विधी, पूजाअर्चात सर्वांना सहभागी होऊन आध्यात्मिक आनंदाचा अनुभव घ्यावा. त्यामुळे नैतिकता व सदाचार वाढून समाजात ऐक्याची भावना वाढेल. भारतीय घटनेनुसार धर्मशिक्षण शिक्षण-संस्थातून कोणत्या स्वरूपात द्यावे याचा विचार महत्त्वाचा आहे.

४. सामाजिक मूल्य - (Social value)

अध्यात्मवादात अंतिम ध्येय मोक्ष (जन्म-मृत्यूच्या फेऱ्यातून मुक्तता) आहे आणि ते प्रत्येक व्यक्तीने स्वत:च्या प्रयत्नाने साध्य करावयाचे असते. परंतु, समाज व्यक्तींचा संच असतो; म्हणून व्यक्ती (व्यष्टी) महत्त्वाची असली तरी समाज (समष्टी) ही महत्त्वाचा असतो. व्यक्ती ही समाजाचा घटक असते आणि समाज जीवनावर व्यक्तीचे समाधान व सुख अवलंबून राहते. व्यक्तीला समाजातून अनुभव मिळत असतात म्हणून आदर्शवाद्यांना समाजात नैतिकता महत्त्वाची वाटत असते. त्यासाठी धार्मिक मठ स्थापन केले आहेत.

५. नैतिक मूल्ये (Ethical values)

अध्यात्मवादात नैतिक मूल्यांना महत्त्व दिले जाते. व्यक्तीने व समाजाने अनैतिकतेने वर्तन करू नये. सर्वांशी प्रेमाने व सहकार्याने वागावे. समाजात सुख - समाधान लाभले पाहिजे. त्यासाठी प्रत्येक व्यक्तीने काम, क्रोध, लोभ, मोह, मद, मत्सर या शत्रूंपासून नेहमी दूर राहिले पाहिजे.

६. सौंदर्यरुची मूल्ये (Aesthetic values)

मानवी जीवनाची अंतिम मूल्ये सत्यं, शिवं, सुंदरम् ही आदर्शवादाला/अध्यात्माला मान्य असून जिथे सुंदर संगीत,

नृत्य, कलावादन असतं तिथं मन प्रसन्न राहातं. सौंदर्य प्रत्येक व्यक्तीला आवडते म्हणून अभ्यासक्रमात कला विषयांना महत्त्व असले पाहिजे.

७. अध्यात्मवाद आणि शिक्षण (Education and Spiritualism)

शिक्षणाच्या माध्यमातून विद्यार्थ्यांच्या भावनिक, क्रियाशील व ज्ञानात्मक, सर्वांगीण विकासाला साथ मिळाली पाहिजे. त्यासाठी प्रत्येक शिक्षकाने प्रत्येक विद्यार्थ्याकडे लक्ष पुरविले पाहिजे. विद्यार्थ्यात परमात्म्याचा अंश असला तरी अज्ञानाने दुराचार घडतात. आळस, स्वार्थ, अहंकार येण्याचा संभव असतो, त्यासाठी शिक्षणाच्या माध्यामातून दुर्गुण दूर करता आले पाहिजेत.

(अ) शिक्षणाची ध्येये (Educational Aim)

या वादात शिक्षणाच्या ध्येयांचा विचार केला आहे. व्यक्तीच्या विकासामध्ये कुटुंबाचा, समाजाचा व राष्ट्राचा विकास होत असतो. त्यासाठी शिक्षणाची राष्ट्रीय ध्येये ठरविली जातात. प्रत्येक राष्ट्राची जीवन प्रणाली ठरलेली असते, त्यानुसार शिक्षणाची ध्येय - धोरणे ठरविली जातात आणि शिक्षणाच्या माध्यमातून पार पाडली जातात.

(ब) शिक्षकांची भूमिका (Roll of Teacher)

विद्यार्थी शिक्षकाला आदर्श समजून त्यांच्याशी वर्तन करत असतो. केवळ ज्ञान देण्याची अपेक्षा नसून आदर्श जीवन स्वत:च्या कृतीने शिक्षकाने विद्यार्थ्यांसमोर ठेवले पाहिजे. प्राचीन काळापासून गुरुला पित्यापेक्षा आदर्श मानले जाते, म्हणून आधुनिक ज्ञान-साधने बरोबर आध्यात्मिक शिकवण देणारे गुरुवर्य असले पाहिजेत अशी आदर्शवाद्यांची शिकवण आहे.

(क) शैक्षणिक साधने व पद्धती (Educational Aids and Methods)

लहानपणापासून आदर्शवाद / अध्यात्मवाद विद्यार्थ्यांना शाळेतून शिकवावा असा आग्रह धरलेला नसतो. परंतु, ज्ञानप्राप्ती बरोबर आदर्शजीवनाची बैठक तयार करणारा अभ्यासक्रम आणि तशीच साधने व अध्ययन - अध्यापन पद्धती असली पाहिजे. शिक्षक स्वत: अध्यापन साधने तयार करून अध्यापन करत असेल तर विद्यार्थी अनुकरण निश्चित करतात. आधुनिक साधने व पद्धती वापरताना विद्यार्थी केंद्रबिंदू समजून सर्व शैक्षणिक व्यवहार व्हावेत अशी अपेक्षा आदर्शवादी करताना दिसतात.

८. समीक्षणात्मक निवेदन (Criticism)

भारतामध्ये अध्यात्मवाद फार प्राचीन काळापासून चालत आला आहे. आधुनिक काळातही त्याचा पुरस्कार केला जातो. युरोपातही सदर वादाला प्राधान्य असून, पुरातन काळापासून म्हणजेच इ. स. पूर्व काळापासून चालत आला असून आजही कमी झालेला नाही. ज्ञानाच्या व विज्ञानाच्या प्रगतीमुळे निसर्गावर विजय मिळविला असला तरी शेवटी मानवाला सुख-शांती-समाधानासाठी चिंता करावी लागत आहेच. अंतिम समाधान मिळवावयाचे असेल तर दृश्य व व्यक्त चराचर सृष्टीच्या पलीकडे जी अदृश्य, अव्यक्त, प्रेरक आणि चैतन्यमय शक्ती (ब्रह्म - परमात्मा - परमेश्वर) आहे तिच्या शोधात नेहमी भक्तीमार्गाने गेले पाहिजे; ज्ञानाची पूर्तता अध्यात्मवादानेच होईल.

परंतु, अध्यात्मवाद (Spiritualism) समजणेस कठीण आहे. परमेश्वर अदृश्य असून सापडत नाही. प्रत्यक्ष दर्शन देत नाही. 'आत्मा' व 'परमात्मा' दिसत नाही, म्हणून सत्य मानता येईल का? अशी टीका पूर्वीपासून होत असून आजही होत आहे. जे दिसत नाही ते चूक आहे. यावर आदर्शवादी म्हणतात की, आत्मा दिसत नसला तरी शरीराच्या सर्व हालचाली कोण करतो आणि निसर्गाच्या हालचाली कशा काय होतात? या सर्वांच्या पाठीमागे अदृश्य शक्ती आहे, हे आदर्शवादी सांगतात. 'आत्मा' आणि 'परमात्मा' म्हणजे 'जीव' आणि 'शिव' यांचे ज्ञान प्रयत्नाने, आराधना केल्याने होते. जोपर्यंत 'मी' - 'माझे' हा

अहंकार माणसाच्या मनामध्ये आहे तोपर्यंत त्याला खरं ज्ञान व आत्मज्ञान प्राप्त होणार नाही.

अध्यात्मवादी शारीरिक व आरोग्याविषयी उदासीन असतात असे सांगितले जाते. परंतु, या टीकेबाबत 'शरीर सर्वम साधनम्' असे सांगितले जाते. आरोग्य ही मोठी संपत्ती आहे. त्याचे महत्त्व आहेच, असे अध्यात्मवादी सांगतात - जसे की - आरोग्यम् धनसंपदा इ. अध्यात्मवादात ज्ञानयोग - भक्तियोग व कर्मयोग सांगितलेला आहेच, आधुनिक शास्त्र ज्ञानाच्या प्रयत्नामुळे शोध लागलेत त्यामागे विज्ञानाचे तंत्र आहे; त्यामुळे विश्वशक्ती - अदृश्यशक्ती नाही असे काही विचारवंत समजतात. परंतु, या बाबतीतही काही विचारवंत पाश्चात्त्य व पौर्वात्य तत्त्ववेत्ते बाह्यशक्ती मानतात. आयरिश तत्त्वज्ञ जॉर्ज बर्कले (१६८५ - १७५३) व जर्मन तत्त्वज्ञ फ्रोबेल ईश्वरशक्ती मानतात. प्रत्येक मुलात दैवी शक्ती असते असे मानूनच त्यांनी बालोद्यानाची कल्पना मांडली व शिक्षणात आणली. म. गांधी, विवेकानंद, रवींद्रनाथ टागोर, अरविंद घोष, डॉ. राधाकृष्णन् इ. अध्यात्मवादावर सर्व शिक्षण आधारित असावे असे प्रतिपादन केलेले दिसते. नैतिकमूल्य हा शिक्षणाचा पाया असला पाहिजे आणि त्याची अनुभूती शाळांतून मिळाली पाहिजे हे शिक्षणाचे ध्येय या देशात दिसले पाहिजे.

२. निसर्गवाद
(Naturalism)

१. भारतीय :

निसर्गवाद (Naturalism) हा देखील इ. सनापूर्वी पासून मांडला जातो. अध्यात्मवाद समजणेस कठीण आहे, म्हणून काही विचारवंत त्यावर विश्वास ठेवत नाहीत; तर आत्मा व परमात्मा आपल्याला दिसत नाही तर त्यावर विश्वास कसा ठेवायचा असे त्यांना वाटते. जी चराचर सृष्टी आपणास दिसते त्यास - प्रमाण - प्रत्यक्ष समजावयाचे असे समजतात. प्राचीन भारतातील 'चार्वाक्' याची विचारसरणी निसर्गवादी होती. मोक्ष - आत्मा - परमात्मा यावर त्याचा विश्वास नव्हता. पुन्हा जन्म नसतो म्हणून 'ऋण काढून सण साजरे करावेत' असे तो सांगत असे. त्याची भिस्त ऐहिक सुखावर होती. या विचारसरणीला कर्मवाद, पुनर्जन्म मान्य नाही. परमेश्वराने जग निर्माण केलेले नाही तर असंख्य पदार्थांच्या संयोगाने सृष्टी निर्माण झालेली आहे. एका दिवसात हे सारे तयार झालेले नाही. या विचारांचा 'कणादमुनी' अणू-परमाणूंच्या संयोगाने जगाची उत्पत्ती झाल्याचे सांगतो आणि अणुवादाचा पुरस्कार करतो. कणादाने पदार्थविज्ञानातील काही सिद्धान्त मांडलेत; भौतिक वादाला अनुसरून काही पाश्चात्त्य विचारवंतांनी पण प्राचीन काळी निसर्गवादाची मांडणी केलेली आहे.

२. युरोपातील निसर्गवाद :

'अफाट पोकळीत जग अणुंच्या एकीकरणाने तयार झालेले आहे,' असे ग्रीक तत्त्वज्ञ डेमोक्रिट्स (इ. स. पूर्वी ४६०-३७०) याने मांडला. दुसरा ग्रीक तत्त्वज्ञ 'थेल्स' याने (इ. स. पूर्वी ६४०-५५०) जगाची उत्पत्ती पाण्यापासून झाल्याचे सांगतो; तसेच काहींच्या मते हवेपासून सृष्टी निर्माण झालेली आहे. अणूंच्या गतीमुळे घनता आली व चराचर सृष्टीची उत्पत्ती झाली असे तत्त्वज्ञान इ. स. पूर्वी युरोपात मांडण्यात आले होते. फ्रॅन्सीस बेकन व थॉमस या इंग्रज विचारवंतांनी (१५६०-१६८०) निसर्गवादाचा जोरदार पुरस्कार केला. 'तत्त्वज्ञान म्हणजे पदार्थाचे गुणधर्म स्पष्ट करणारे शास्त्र', असा सिद्धान्त मांडला. निसर्गाचे ज्ञान मिळविण्यासाठी बेकनने अनेक प्रयोग केले. निसर्गवादाचा प्रमुख प्रणेता १८ व्या शतकातील 'जीन जॅक्स रुसो' होय. (१७१२-१७७८) फ्रान्समधील राज्यक्रांती घडवून आणणारा रुसो 'सामाजिक करार' Social contract आणि 'एमिल' Emile या त्याच्या प्रख्यात ग्रंथाने फारच गाजला आणि त्यांची छाप भारतीय व पाश्चात्त्य शिक्षणावर पडली. समाजातील भेदभाव, अन्याय यावर त्यान कडक टीका केली. शिक्षणात मुलाला निसर्गाप्रमाणे जगू द्या आणि प्रौढांनी त्यांच्यावर स्वत:ची मते लादू नयेत असा प्रचार केला, त्याला आधुनिक शिक्षणाचे जनक मानतात. रुसो नंतर निसर्गवादाचा पुरस्कार करणारा इंग्रज विचारवंत हर्बर्ट स्पेन्सर होय (१८२०-१९०३). निसर्गाचा गाडा चालतो,

त्याचे कारण निसर्गाचे सामर्थ्य होय. त्याचे ज्ञान करून घ्यावे आणि त्यानुसार प्रत्येकाने जगावे. निसर्गज्ञानाचा उपयोग करून घेऊन सुखाचा शोध घ्यावा. निसर्गात उत्क्रांती सतत चालू आहे; त्याचे ज्ञान शाळेतून द्यावे. स्पेन्सरने विचारांचे लेखन करून निसर्गवादाला मोठी चालना दिली आहे.

३. निसर्गवादाचे तीन प्रकार पडतात :

(a) भौतिक निसर्गवाद - Naturalism of physical science

(b) यांत्रिक निसर्गवाद - Mechanicalism

(c) जीवशास्त्रीय निसर्गवाद - Biological Naturalism

भौतिक वादाप्रमाणे जग हे जड तत्त्वाने भरले असून त्यात आत्मतत्त्व नाही. मानवाचे जीवन निसर्ग नियमाप्रमाणे नियंत्रित होत असून त्यामध्ये जन्मजात प्रवृत्तींना स्थान नाही. त्यामुळे हा प्रकार शिक्षणात येत नाही. निसर्गवादातील यांत्रिकपणा हा नैसर्गिक असून मानव हा त्याचा छोटा घटक आहे. शरीराच्या क्रिया यांत्रिकपणे होतात त्यामध्ये मानसिक प्रेरणा नाहीत. मानवाला परिस्थितीनुसार मिळते - जुळते घेणे भाग आहे (adjustment); त्याला स्वयंप्रेरणेने वागता येत नाही. मानवाला मिळते-जुळते घेऊन जगावे लागते हे शिक्षणातून शिकवावे लागते. वरील दोन्ही निसर्गवादापेक्षा जीवशास्त्रीय निसर्गवाद महत्त्वाचा आहे; कारण तो डार्विनच्या उत्क्रांतीवादावर आधारलेला आहे. मानवाला अनुवंशिकतेनुसार नैसगिक सहजप्रवृत्ती जन्मजात मिळतात आणि त्यांचा विकास निरनिराळ्या अवस्थांतून होतो. त्यामध्ये ईश्‍वरअंश नसतो. सहजप्रवृत्तींचा (Instincts) विकास करणे हे शिक्षणामध्ये किती महत्त्वाचे आहे हे मानसशास्त्रज्ञ मॅक्‌डूगलने प्रतिपादले आहेच.

४. निसर्गवादाचे तत्त्वज्ञान (Metaphysics) :

या जगात अंतिम सत्य म्हणजे 'निसर्ग' होय. निसर्गशक्तीवर जग चालते आणि त्याचा शेवटही निसर्गातच होतो. निसर्ग एक किंवा अनेक पदार्थांनी तयार होतो. (उदा. पाणी, हवा, अणू) मानवाला दिसते तेच जग आहे. माणसाला मिळणारी प्रेरणा, व्यावहारिक हालचाल ही नैसर्गिक प्रवृत्तीने होते. त्यामागे अदृश्य कोणतीही शक्ती नाही. मानवाने अशा शक्तीचा शोध घेत बसण्यापेक्षा सरळ निसर्गाला शरण जावे आणि आनंदाने जगावे. रूसो म्हणतो, निसर्गाकडे चला, कृत्रिम जीवन जगू नका. या जगात निसर्गाचे साम्राज्य असून मानवाला पुनर्जन्म नसतो. त्यामुळे ऐहिक सुख भोगण्यास निसर्गवाद शिकवतो. शिक्षणातून विद्यार्थ्यांना निसर्ग नियम सांगून जगण्यास शिकवा. जीवनात मिळते-जुळते घेऊन (Adjust) जगावे लागते यालाच 'शिक्षण' म्हणतात.

५. ज्ञानसाधना - (Theory of Knowledge - Epistemology) :

मानवाच्या मूलभूत गरजा अन्न, हवा, पाणी, निवारा यासाठी निसर्गाशी जवळीक निर्माण केली पाहिजे. त्यासाठी पाऊस, जमीन, हवा, पाणी, वनस्पती, आकाश, ग्रह - तारे, गती - भ्रमण इ. चा अभ्यास केला पाहिजे. ज्ञानासाठी निसर्गाचे निरीक्षण करूनच अनुमान काढले पाहिजेत; प्रयोगशील बनले पाहिजे. ज्ञानेंद्रियांचा उपयोग करून घेता आला पाहिजे. उद्‌गामी पद्धतीने विचार करावा. निसर्गापासून संरक्षण करण्यास विविध शास्त्रांचा अभ्यास करून सामुदायिक जीवन जगण्यास शिकले पाहिजे. पर्यावरणाचा अभ्यास करून अंतिम सुखाचा मार्ग शोधला पाहिजे. निसर्गवादी दैव-प्रारब्ध यांना मानत नाहीत. प्रयत्नाने सर्व प्रश्‍न सोडविण्यावर भर देतात.

६. मूल्यप्रणाली (Axiology) :

(a) धार्मिक : निसर्गवादाचा देवावर विश्‍वास नाही. जे दिसते तेवढेच सत्य मानतात. अध्यात्मवादाप्रमाणे अदृश्य, गूढ चैतन्यशक्ती मानली जात नाही त्यामुळे धर्माची संकल्पना नाही. निसर्गाची भौतिकता आणि प्रयत्न हाच धर्म समजून

'प्रयत्नांती परमेश्वर' समजतात. निसर्ग हाच धर्म समजून कोणतेही कर्मकांड न करता त्याला जीवन समर्पित करणे हाच धर्म होय.

(b) सामाजिक : रुसोच्या मताप्रमाणे मनुष्य जन्मानेच स्वतंत्र असतो (Man in born free); म्हणून त्याला जगण्याला स्वातंत्र्य हवे, तसेच सामाजिक कृत्रिमपणा निसर्गवादी मानत नाहीत. 'निसर्गाकडे वळा आणि सुखाने जगा व जगू द्या.' निसर्गाने जे दिले आहे ते शुद्ध व पवित्र असते, परंतु माणसाच्या हातात ते येते तेव्हा ते भ्रष्ट होते. 'Every thing is good as it come from the hand of the Nature, but everything degeneralies into the hand of the man.' असे म्हटले जाते. त्यामुळे समाज बंधनास मर्यादा येतात. तथापि, मानवी जीवनात परस्परसंबंध ठेवून सहकार्याने जगावे लागते हे ते मान्य करतात. मानव एकटा जगू शकत नाही. समाजाशी मिळते - जुळते घेऊनच जगावे लागते. वस्तुस्थितीला धरूनच जीवन जगावे लागते. त्यासाठी सामाजिक, राजकीय, कौटुंबिक बंधने, नियम पाळून रहाणे निसर्गवादी मान्य करतात. व्यक्ती स्वातंत्र्याबद्दलच्या मर्यादा लक्षात घेऊन समाजाची जीवनमूल्ये निसर्गवाद्यांना मान्य आहेत.

(c) नैतिकमूल्ये : अध्यात्मवादाप्रमाणे कडक नाहीत. व्यक्तीला इतरांचे हक्क समजून घेऊन स्वत:चे वर्तन ठरविता येते. मानसिक व शारीरिक स्वातंत्र्य असले तरी इतरांना त्रास देऊ नये. या बाबत निसर्गवाद्यांची सर्व मूल्ये कमी प्रतीची दिसतात.

(d) सौंदर्यरुची मूल्ये : निसर्गाला प्रमुख स्थान असल्याने सौंदर्यमूल्यांना भरपूर संधी आहे. आकाश, वारा, चंद्र-सूर्य, वनस्पती, पाऊस, नद्या, पर्वत इ. नैसर्गिक घटकांचे स्वतंत्र सौंदर्य व रूपे पहावीत व त्याचा आनंद घ्यावा हे मान्य आहे. बालपणापासून आवड निर्माण करावी व निसर्गात मुलांना आनंद घेता यावा, असे विषय शिकवावेत व विविध कलांना संधी द्यावी.

७. शिक्षणातील निसर्गवाद (Naturalism in Education)

शिक्षणात निसर्गवादाला रुसोच्या 'एमिल' या ग्रंथामुळे फारच महत्त्व आले. 'एमिलच्या' विकासाचा पायाला प्रत्यक्षात मानसशास्त्राच्या माध्यमातून शिक्षणक्षेत्रात आला आणि बालकेंद्रित (Paidocentric) शिक्षणप्रणाली तयार झाली. शिक्षणप्रक्रियेतील शिक्षक-बालक-विषय यामध्ये शिक्षकाचे व विषयज्ञानाचे महत्त्व कमी करून बालकाला स्थान देण्यात आले. शिक्षकाला विषयज्ञानापेक्षा बालकाच्या मनोविकाराचे ज्ञान झाले पाहिजे. बालमानसशास्त्र व नैसर्गिक विकासाच्या अवस्था (Stages of Development) रुसोने सांगितल्या आहेत. त्यावर आधारित बालमानसशास्त्रात प्रगती झाली असून फ्रोबेल, मॉंटेसरी व पेस्टॉलॉजी आदी शिक्षणतज्ज्ञांनी आपली शिक्षणप्रणाली उभी केली आहे. (बालविकासाच्या चार अवस्था शैशावस्था - बाल्यावस्था - कौमार्यावस्था आणि तारुण्यावस्था व इतर मानसशास्त्रीय नैसर्गिक अभ्यास पुढे दिला आहे.)

८. शिक्षणाची ध्येये (Educational Aim)

निसर्गवादात रुसोने शिक्षणाची उद्दिष्टे हवी तशी स्पष्ट केलेली दिसत नाहीत. निसर्गाच्या नियमानुसार व निसर्गाच्या सान्निध्यात मुलांचा विकास झाला पाहिजे असे अस्पष्ट विधान रुसोचे आहे. मोघम विधान पुढे अधिक स्पष्ट करून स्पेन्सरने सांगितले आहे की, 'संपूर्ण जीवन जगण्याची बालकाची तयारी करून घेणे' (Complete living). स्पेन्सर याबाबत स्पष्टीकरण देतो की – (१) स्वत:चे संरक्षण (२) स्वत:चे अस्तित्व (३) उपजीविकेचे साधन (४) नागरिकत्वाचा विकास (५) रिकामेपणाचा सदुपयोग (६) सामाजिक बंधने पाळणे आणि संततीद्वारा मानवतेची सेवा करणे, या संपूर्ण ध्येयांची गरज शिक्षणाने ओळखून शिक्षण दिले पाहिजे, असे निसर्गवादी हॅबर्ट स्पेन्सर सांगतो.

(a) शिक्षक : रुसोच्या मते विद्यार्थ्यांचा खरा शिक्षक निसर्ग असतो. सर्व मुलांनी निसर्गाच्या सान्निध्यात स्वयंप्रेरणेने व निरीक्षणाने हवं ते मुक्त शिक्षण घ्यावे. पालकांनी व शिक्षकांनी मुलांना शिक्षण घेण्यास भाग पडू नये; केवळ दुरून मार्गदर्शन करावे. विद्यार्थ्यांनी निसर्गाशी प्रयोगाने संबंध जोडावेत. पुस्तकीज्ञानापेक्षा प्रत्यक्ष कृतीद्वारा शिक्षणावर निसर्गवाद्यांचा

जोर असून मुलांच्या जन्मजात प्रवृत्तीचा Inborntendencies लक्षात घ्याव्यात. रुसोच्या तत्त्वज्ञानामुळे पालक - शिक्षकांचे विद्यार्थ्यांशी नाते बदललेले आहे.

(b) अध्यापन - अध्ययन पद्धती व साधने - Teaching - Learning Experiences : निसर्गवादात 'निसर्ग' हाच मोठा अभ्यासक्रम असतो आणि सर्व साधने उपलब्ध असतात. रात्रं-दिवस, वनस्पती उगवणे व त्याची वाढ होणे इ. प्रयोगाने, प्रवासाने, अनुभवाने शिकावे. स्वतंत्र अभ्यास पद्धतीची गरज नाही असे 'रुसो' सांगतो; तर स्पेन्सरच्या मते, वर्गात नकाशे, चित्रे यांचा वापर करण्यास हरकत नाही. मुलांवर कोणतीही गोष्ट लादू नये. परंतु वाईट-चांगले काय, यातील फरक समजला जावा अशी अध्यापन पद्धती स्वीकारावी. पुस्तकातील ज्ञानापेक्षा बाहेरून फिरून ज्ञानाचा शोध घ्यावा आणि शिक्षकांनी जरूर लागली तर मार्गदर्शन करावे. आरोग्य, स्वत:चा व्यवसाय, सामाजिक व कौटुंबिक सर्वच प्रकारच्या जबाबदाऱ्या मुलाने वयोमानानुसार स्वीकाराव्यात असे निसर्गवाद सांगतो. शैक्षणिक साधने स्वत: मुलांनी तयार करावीत आणि वापरावीत. कृतिशील अभ्यासक्रम आखून स्वत:च्या पायावर व्यक्ती म्हणून कसा उभा राहील, हे शाळा-महाविद्यालयांनी पहावे.

स्वयंशिक्षण Auto - Education and Natural Discipline ही निसर्गवादातील सूत्रे आहेत. इंग्लंडमधील ए. एस्. नील यांची समर हिल Summer Hill ही शाळा निसर्गवादाप्रमाणे चालविलेली आहे. सर्वच बाबतीत मुलांना स्वातंत्र्य दिले जाते. शिक्षक निरीक्षक असतात. धार्मिक, नैतिक, आदेश, शिस्तपालन स्वतंत्रपणे शिकविले जात नाही.

९. निसर्गवादाचे समीक्षण (Criticism)

निसर्गवादाचे सिद्धान्त मुलाच्या विकासासाठी व शिक्षण प्रक्रियेसाठी फायद्याचे आहेत. परंतु, काही सिद्धान्ताला मर्यादा घालणे आवश्यक आहे. निसर्ग सर्वच बाबतीत समजून घेता येत नाही. प्रयोग व कृतीच्या साहाय्याने प्रयोगशाळेत अनुमान काढावे लागतात. समाज व व्यक्ती यांचा परस्पर संबंध लक्षात घेता व्यक्तीला सामाजिक काही बंधने पाळणे आवश्यक आहे. तसेच सर्वच मुले सारखी हुशार नसतात. व्यक्तिगत फरक व सामाजिक परंपरा, राजकीय तत्त्वप्रणाली या गोष्टींना शाळेतून महत्त्व दिले पाहिजे. सर्वच गोष्टी निसर्गावर सोडून चालणार नाहीत. मुलांना शिक्षकांचे मार्गदर्शन व पालकांचे सर्व बाजूने संरक्षण असणेची गरज आहे. पूर्ण निसर्गात राहिल्यास इतर प्राण्याप्रमाणे मानव रानटी होईल, म्हणून शाळांची व समाजाची जरूर तेवढी बंधने पाहिजेत तरच व्यक्ती समाजोपयोगी होईल. रुसोची भडक विधाने सोडल्यास आणि हर्बर्ट स्पेन्सरची तत्त्वे स्वीकारल्यास निसर्गवाद उपयुक्त आहे.

३. कार्यवाद
(Pragmatism)

१. प्रास्ताविक :

अध्यात्मवादात परमेश्वराला तर निसर्गवादात निसर्गाला महत्त्व दिले आहे. परंतु, मानवाच्या कर्तृत्वाचा उल्लेख कुठेच केलेला दिसत नाही. प्राचीन काळापासून आजपर्यंतचा इतिहास पाहिला तर सर्व प्रगती मानवाच्या स्वकर्तृत्वावरून दिसून येते. निसर्ग व परमेश्वर या प्रगतीत कुठच दिसून येत नाही, म्हणून मानव केंद्रित धरून त्याच्या कर्तृत्वाला संधी द्यावी म्हणून नवा विचार किंवा पंथ पुढे आला. युरोप मधून अमेरिकेत लोक जाऊन स्थायिक झाले. त्या सर्वांना अमेरिकेचा शोध कोलंबसने लावला याची जाणीव झाली. हा शोध कोण्या एका ईश्वराने अथवा निसर्गाने सुचविला नाही तर मानवाच्या कर्तृत्वातून तो लागला. प्रगतीच्या इतिहासात पण मानवाचे कर्तृत्वच दिसते म्हणून नवीन सिद्धान्त मांडण्यात आला; हाच तो 'कार्यवाद' होय.

प्राचीन काळी अथेन्समध्ये मानव केंद्रबिंदू मानून 'शिक्षण प्रसार' झाला. ईश्वर किंवा निसर्गापेक्षा मानवाचे

कर्तृत्व मोठे आहे हा विचार तरुणांना आवडला. ऑगस्त कॉम्प्त (Auguste Compte 1798 - 1857) या फ्रेंच विचारवंताने, माणसाची प्रगती सतत चालू असून, त्यामध्ये निसर्ग अथवा ईश्वराचा सहभाग नसतो असा विचार मांडला. समाज ही एक शक्ती असून 'समाजशास्त्र' हा शब्द (Sociology) त्यानेच प्रथम वापरला. भारतात या विचाराला प्राधान्य कोणी दिलेले दिसत नाही. मानवाच्या कर्तृत्वाची गाथा गाणारा वैचारिक पंथ म्हणजे कार्यवाद (Pragmatism) होय.

अमेरिकेतील व्यावहारिक विचारसरणी (Practical approach) हा या सिद्धान्तामागे दिसून येतो. अमेरिकन लोक परंपरावादी नाहीत. कार्यवाद म्हणजे कार्यक्षम, क्रियाशीलता असा असून त्याची खरी सुरुवात चार्ल्स पिअर्स (१८३९-१९१४) यांच्या लेखनातून झाली. त्यांच्या मते, कोणताही सिद्धान्त कायमस्वरूपी नसतो (No concept are permanent). त्यानंतर विल्यम जेम्स (१८४२-१९१०) याने 'अनुभव' हाच सर्वश्रेष्ठ असून, जीवनमूल्ये (Value of life) अनुभवातून मांडली जातात, असे प्रतिपादन केले. जॉन ड्युई (१८५९-१९५२) या शिक्षणतज्ज्ञाने कार्यवादाला मोठ्या प्रमाणात शिक्षण प्रक्रियेत स्थान दिले. लोकशाही पद्धतीमध्ये निसर्ग व मानव याची फारकत करता येत नाही असे मत जॉन ड्युईने मांडले. प्रयोग किंवा कृती शिवाय शिक्षण होऊ शकत नाही. कौशल्य प्राप्त होणे आणि त्या कौशल्याचा जीवनाशी संबंध जोडणे आवश्यक असलेचे विचार जॉन ड्युईने मांडले.

२. **कार्यवादाचे तत्त्वज्ञान** (Metaphysics)

कार्यवादी मंडळी जगाचा कर्ता, मानवाचा उगम, धर्म इ. मागील गोष्टींचा विचार करत नाहीत. कोणतीही गोष्ट त्रिकाल सत्य असू शकत नाही. मागील घटनांचा फार विचार करण्याची सवय कार्यवाद मानत नाही. सध्याच्या चालू परिस्थितीचा विचार करून त्यावर योग्य तो मार्ग काढणे हे शहाणपण मानले जाते.

विश्व ही अखंड संस्था असून, परमात्मा ती चालवतो हे अध्यात्मवादी विचार व निसर्ग ही सार्वभौम शक्ती आहे हे निसर्गवादी विचार कार्यवाद मानत नाहीत. जग वाहत असते, घटना घडत असतात, त्याबाबत माणसाने जागृत राहून योग्य कार्यपद्धती परिस्थितीनुसार ठरवावी जगात स्थिर असे काहीच नाही. एकसूत्रीपणा नसतो. जग बहुरूपी आहे असे कार्यवादी समजतात. जॉन ड्युई म्हणतो - 'ज्या अर्थी ईश्वर दिसत नाही, दाखविला जात नाही, तर मग अदृश्य वस्तु का म्हणून मानायची? मनुष्य निसर्गाचा घटक आहे; डार्विनचा सिद्धान्त मानतात. पूर्वानुभवाचा फायदा घेऊन चालू समस्या सोडवाव्यात व जीवन सुखाने जगावे. मनुष्य स्वत:च्या विचाराने व कृतीने चालत असतो.

३. **ज्ञानसाधना** (Epistemology)

अनुभवातून प्राप्त होणारे ज्ञान हे महत्त्वाचे आहे; ज्ञानासाठी ज्ञान नको. विचारांपेक्षा कृतीला महत्त्व देतात. जगात अनेक समस्या असतात. त्या स्वत: प्रयोगाने सोडवाव्यात असे तत्त्वज्ञान मानून ज्ञान संपादन केले जाते. वर्तमानकाळ महत्त्वाचा, भूतकाळापेक्षा समोर येणाऱ्या परिस्थितीवर मात करण्याचा अनुभव घ्यावा; निराश होऊ नये. प्रयत्नांती परमेश्वर, प्रयत्न हाच देव मानून प्रयत्न करावेत, अनुभव घ्यावा व जीवनाचा मार्ग शोधावा. स्वकर्तृत्वावर विश्वास ठेवून वागावे.

४. **मूल्यप्रणाली** (Axiology)

निसर्गवाद व अध्यत्मवादाची मूल्ये अगोदर ठरलेली असतात परंतु कार्यवादात तसे नसते. उद्योगाला धर्म समजतात. स्वतंत्र नैतिकता असते. कार्यावर विश्वास ठेवून अपयशाला न घाबरता पुन्हा - पुन्हा प्रयत्न करून पुढे जाणे ते पसंत करतात. समाजाचे महत्त्व असून; समाजऐक्य महत्त्वाचे मानून मनुष्याने सहकार्याने कामे करावीत. जीवनमूल्ये अगोदर ठरविण्याची गरज नाही. परिस्थितीनुसार ठरविली जातात. जगात सर्व अस्थिर असलेने कृती करूनच अनुभवाने मूल्ये ठरवावीत; जग हे अपूर्ण आहे.

५. शिक्षणात कार्यवाद (Pragmatism in Education)

मुलांना कृतीने शिक्षण देण्याचे मान्य करतात. कृतिशीलता (activities)ला फार महत्त्व देतात. लोकशाही मार्गाने शिक्षण घ्यावे, सर्वांना समान संधी द्यावी असे कार्यवादी मानतात; मुले राष्ट्राची संपत्ती आहेत. समाज व व्यक्तीचे संबंध महत्त्वाचे असून शिक्षणातून ते वाढवावेत. प्रयोगाने शिक्षण द्यावे. बदलत्या परिस्थितीनुसार शिक्षणाचा अभ्यासक्रम बदलावा.

शिक्षणाची ध्येये

कार्यवाद्यांनी शिक्षणाची ध्येये स्पष्टपणे सांगितली नाहीत. कृतीतून मूल्ये समजून घेऊन ध्येये साध्य करावीत. विद्यार्थ्यांवर विश्वास ठेवून त्यांनाच संधी द्यावी. विद्यार्थ्यांना स्वातंत्र्य देऊन 'जीवन' व 'शिक्षण' यांचा समन्वय साधला जावा यावर जोर दिला. समाजाच्या बदलत्या परिस्थितीनुसार ध्येये बदलतात, असे जॉन ड्युई प्रतिपादन करतात. लोकशाही प्रमाण मानून शिक्षणात सर्व मानवी घटकांना समान संधी हे प्रमुख ध्येय आहे. व्यक्तीला पूर्ण स्वातंत्र्य असून, समाजहित लक्षात घेऊन, शिक्षणाची ध्येये ठरवावीत. कृतिशील शिक्षण व व्यक्तीस्वातंत्र्य महत्त्वाचे आहे. जीवन सतत बदलत असल्याने निश्चित ध्येये नाहीत.

(a) शिक्षक : विद्यार्थीकेंद्रित पद्धतीमुळे शिक्षणाला गौण स्थान आहे. विद्यार्थ्यांना मार्गदर्शन करून त्याच्या कृतीला संधी देणे हे शिक्षकाचे कार्य. शिक्षणाचे नियोजन विद्यार्थ्यांच्या कुवतीनुसार व आवडीनुसार करून देणे शिक्षकाचे काम असते. सर्व सोयी-साधने पुरविणे व जरूर तर दुरून मार्गदर्शन करणे.

(b) अभ्यास पद्धती : ठराविक अभ्यास नाही. समस्या ठरवून त्याचा अभ्यास ठरविणे. नियोजनपूर्वक पार पाडणे. शिक्षकाने मार्गदर्शन करून करावयास भाग पाडणे. प्रकल्प पद्धती, व्यवसाय पद्धती अशा कृतिशील पद्धतींचा वापर केला जातो. डॉ. किल्पॉट्रीक यांचा प्रकल्प (project-study-method) कार्य पद्धतीवर या वादाचा अभ्यासक्रम व अभ्यास पद्धती दिसून येते. समस्या निवडणे व त्यानुसार नियोजन करून साहित्य व अभ्यासपद्धती ठरविणे. प्रकल्पामुळे सांघिक शिस्त तयार होते. सहकार्य व स्वयंशिस्त असलेने शिक्षकांची भूमिका बदलते.

शैक्षणिक समीक्षण : कार्यवादामध्ये व्यक्तीला व समाजाला महत्त्व दिले आहे. 'जगा आणि जगू द्या' असे तत्त्वज्ञान दिसते. परंतु, मुलांना स्वातंत्र्य थोडे जादा दिल्याने त्यांच्यात बिघाड होण्याची भीती असते. ध्येये वर्तमानकाळानुसार ठरवावीत, अशी अपेक्षा असते. परंतु, भूतकाळातील कार्यपद्धती व सिद्धान्त विचारात घेणे आवश्यक आहे. हे कार्यवादी मानत नाहीत. व्यक्ती स्वातंत्र्याला काही मर्यादा असणे गरजेचे आहे. कार्यवादी निश्चित सांगत नाहीत. त्यामुळे दिशाहीन शिक्षण होऊ शकते म्हणून अध्यात्मवादाशी कार्यवादाने जमवून घेतल्यास चांगले शिक्षण होईल. सर्वच मुलं संशोधक वृत्तीची नसतात. सर्वांनी सर्व ठिकाणी कृतीनेच शिकावे हे अशक्य आहे. सर्वांना समान न्याय व नियम लावता येणार नाही. कार्यवाद्यांनी बौद्धिक शिक्षणाला पण महत्त्व द्यायवयास पाहिजे. कार्यवादाला निश्चित असे तत्त्वज्ञान नाही, हे त्यांचे वैगुण्य दिसून येते.

४. वास्तववाद
(Realism)

प्रस्तावना : जे दिसते ते खरे आहे, असे वास्तवतावादी मानतात. निसर्गवादाशी हे सत्य असून साम्य आहे. शिक्षणाच्या बाबतीत वास्तववादी शास्त्रीय ज्ञानावर भर देतात. निसर्गवाद्यांप्रमाणे वास्तववादी पुस्तकी ज्ञानावरून विद्यार्थ्यांना वास्तवता समजत नाही; त्यामुळे जीवनाशी समरस होता येत नाही. त्यामुळे जीवनात नैराश्य येते. हे टाळण्यासाठी नवीन शिक्षणपद्धती शोधून काढली आणि तिला वास्तववाद (Realism) असे नाव दिले गेले.

वास्तववादी विचारसरणीची चर्चा १६ व्या शतकात युरोपात सुरू झाली. शाब्दिक वास्तववादी (Verbal realists), सामाजिक वास्तववादी (Social realists), सेंद्रिय वास्तववादी (Sense realists) असे तीन वर्ग तयार झाले. वास्तवता ही ज्ञानेद्रियांनी होते असे जर्मन शिक्षणतज्ज्ञ हर्बर्ट (१७७६-१८४१) याने मांडले आणि सर्वच ठिकाणी सत्य स्थिती ज्ञानेंद्रिये सांगू शकतात, असे तो सांगतो; वास्तववादांमध्ये मतभिन्नता दिसून येत असली तरी सर्वांचे एकमत झालेचे दिसते. ते म्हणजे - 'हे जग स्वतंत्रपणे अस्तित्वात आहे. देवाच्या किंवा मानवाच्या इच्छेवर जगाचे अस्तित्व अवलंबून नाही.'

१. वास्तववादाची तात्त्विकता (Metaphysics) :

वास्तववादीचे तत्त्वज्ञान वेगवेगळ्या पद्धतीने मांडले जाते. जग हे ईश्वराच्या इच्छेनुसार चालते, असे काही समजतात तर नास्तिकवादी जग हे निसर्गाच्या कार्यकारणभाव पद्धतीने चालते असे मानतात. बहुतेक वास्तववादी जग हे अनेक वस्तुंचा परिपाक होऊन बनलेचे सांगतात. भौतिक नियमाने जग चालते. मानवाच्या हालचाली शरीराचे आरोग्य चांगले असेपर्यंत सुरळीत चालते. निसर्गात नेहमी बदल होतात; त्याची दखल घेऊन मानव पुढे जातो. माणसाचे मन व बुद्धी महत्त्वाची असून, वास्तववादी मन-मेंदूला सर्वात प्राधान्य देतात. मानवाला मेंदूमुळे अस्तित्व जाणवते.

२. ज्ञानसाधना :

वास्तववादी मेंदूला महत्त्व देऊन ज्ञानग्रहण मेंदूमुळे होते असे सांगतात. ज्ञानसाधनेसाठी एकाग्रता हवी. ज्ञानेंद्रिय सत्यता पाहून ज्ञान स्वीकारतात किंवा नाकारतात. बाह्य जग बदलत राहते, त्यानुसार ज्ञानात बदल होतात. विचार करून ज्ञान संपादन करावे. सत्य बदलते पण शास्त्रीय सत्य खरे मानावे.

३. मूल्यप्रणाली (Axiology) :

वास्तवादी अनुभवाला प्राधान्य देतात. परंतु, मूल्ये ठरविताना काही व्यक्तीला तर काही सामाजिक मूल्यांवर भर देतात. व्यक्ती तितक्या प्रकृतीप्रमाणे काही विद्वान देव मानतात व धार्मिक मूल्यांना महत्त्व देतात तर काही नैतिक व व्यावहारिक मूल्ये प्रधान मानतात. जीवनाची मूल्ये व्यक्तीनुसार भिन्न असतात आणि प्रत्येकाने त्याचे पालन करून सर्वांचे भले व्हावे असे वर्तन ठेवावे. 'सर्वांचे सर्व कल्याण' ही तत्त्वप्रणाली समजून मूल्ये ठरविली जातात.

४. शिक्षण व वास्तववाद (Education and Realism) :

शिक्षणात काल्पनिक गोष्टीपेक्षा वास्तवता असली पाहिजे. बाह्य जग खरे समजून शिक्षण दिले पाहिजे. वस्तुस्थितीचे दर्शन मुलांना द्यावे. शब्दांपेक्षा वस्तूवर दृष्टी ठेवावी, यावर भर दिला जातो. (things rather than words). युरोपातील १७ व्या शतकापासून एकोणवीस-विसाव्या शतकातील हर्बर्ट स्पेन्सर व थॉमस या शिक्षणाच्या काळात वास्तवतेचा शिक्षण प्रसार झाला. वास्तववादाचा शिक्षणाच्या तात्त्विक (Theory) व प्रॅक्टिकल स्वरूपावर चांगला परिणाम झाला आहे. सर्वच देशात आज या विचाराला महत्त्व दिले जात आहे.

५. शिक्षणाची ध्येये :

शिक्षणाने मुलांच्या शारीरिक, भावनिक व मानसिक विचारांत व आचारांत बदल झाला पाहिजे. 'शिक्षण' व 'श्रम' यांची सांगड व्यावहारिक स्तरावर झाली पाहिजे. 'श्रम' व 'शिक्षण' हे एकत्र झाले पाहिजेत. इंग्लंडमधील माध्यमिक शाळेत स्पेन्सर समितीने पुढील शिफारस केली. 'आधुनिक समाजात विद्यार्थ्यांना सरळ - चांगले वर्तन करता यावे असे संस्कार झाले पाहिजेत; त्यासाठी जीवननिष्ठा, ध्येये हवीत.'

६. शिक्षक - अध्यापन - अध्ययन पद्धती :

शिक्षकांनी मुलांसोबत अध्यापन व अध्ययन करावे. स्वत:च्या अनुभवातून विद्यार्थ्यांनी शिक्षण घ्यावे. त्यासाठी विविध साधनांचा उपयोग करावा. विद्यार्थीकेंद्रित परंतु संपूर्ण शिक्षकांचे मार्गदर्शनाखाली वास्तव्याला धरून (Reality)

अध्यापन - अध्ययन करावे. जीवनाच्या समस्यांवर आधारित मार्गदर्शन करणारी शिक्षणपद्धती व अभ्यासक्रम असावा. व्यक्ती स्वातंत्र्याबरोबर सामाजिक बांधिलकी समजून शिक्षणातील सर्व घटकांनी परस्पर संबंध ठेवावेत अशी वास्तववादी विचारसरणी आहे. धंदे, शिक्षण, कौशल्य वाढ, श्रमांची प्रतिष्ठा मुलांच्या अंगी यावी अशी अपेक्षा असते. ज्ञानापेक्षा अनुभवाला महत्त्व आहे. शिक्षकांचा आदेश मुलांनी पाळावा. मुलांना पूर्ण स्वातंत्र्य देऊ नये या मताचे बहुतेक वास्तववाद्यांचे विचार दिसून येतात.

७. वास्तववादाची समीक्षा (Criticism) :

भौतिक जग हे खरं असून, त्याचाच अभ्यास करावा हे तत्त्व वास्तववादींना मान्य आहे. व्यक्तीची व समाजाची कार्यक्षमता वेगळी नाही. कार्यवादाप्रमाणे वास्तववाद मानवांच्या कर्तृत्वाचा पाढा सांगतो व मानवाला महत्त्व देतो. भौतिक सुधारणा वास्तववादामुळे आल्या आहेत हे मान्य आहे. तथापि, या तत्त्वज्ञानाला निश्चित असे स्वरूप नाही. त्यात मतभिन्नता आहे. तसेच बाह्य जग व मनाचा संबंध मानत नाहीत आणि तिसरे वैगुण्य म्हणजे सामाजिक व व्यक्तीजीवनाचा संबंध जवळचा आहे असे ते मानत नाहीत. या विचारांचा पंथ पूर्णपणे विकसित झालेला नाही. शास्त्रीय ज्ञानाला व शोधाला फार महत्त्व दिले जाते.

५. अस्तित्ववाद व शिक्षण

Existentialism and Education

१. प्रस्तावना :

आज रोजी प्रभावी विचारसरणी म्हणून अस्तित्ववादाचा विचार होतो. पारंपरिक तत्त्वज्ञानाला विरोध म्हणून दुसऱ्या महायुद्धानंतर (१९३९-४५) पाश्चात्त्य देशात सदर विचाराला चालना मिळाली. व्यक्तीचे व्यक्तित्व (Individuality) सर्वश्रेष्ठ असून, त्याला प्राधान्य दिलं पाहिजे, असे या पंथाचे मत आहे. 'सार्त्र' या फ्रेंच तत्त्ववेत्त्याबरोबर जर्मनचे हायडेगर व यास्पर्स यांचा या तत्त्वामागे विचार कारणीभूत आहे. माणसाने कसे जगावे हे तत्त्वज्ञान अस्तित्ववादात सापडते. माणूस यंत्राचा गुलाम बनला आहे. त्याचे बाह्यरूप पाहिले जाते हे आयोग्य आहे. समाज-राष्ट्रवादी व्यक्तीला गौण समजू नये, असे हा पंथ सांगतो. अस्तित्ववादाप्रमाणे अस्तित्व (Existence) म्हणजे केवळ जगणे नव्हे. त्यामध्ये व्यक्तीचा आत्मसाक्षात्कार दिसला पाहिजे. यंत्रामुळे तो नष्ट झाला आहे; माणूस विवेक हरवून बसला आहे; तो एकाकी जीवन जगतो आहे. त्यामुळे उद्या व्यक्तित्व संपून जाईल, म्हणून त्याची काळजी घेतली पाहिजे, असे अस्तित्ववाद्यांचे विचार आहेत.

सरेन किर्केगार (१८१३-१८५५) या डॅनिस तत्त्ववेत्त्यानुसार हा विचार पुढे आला. कार्ल यास्पर्स या जर्मन वेत्त्याचा या विचारांवर पगडा बसला होता. भौतिकशास्त्राचा प्रगतीच्या विरोधी हा पंथ आहे. मनुष्य स्वत:ला हरवून बसला आहे. मार्टिन - हायडेगर हा जर्मन अस्तित्ववादी व्यक्तिमत्त्वाचा पुरस्कर्ता असून, पृथक्करण करून सर्व व्यथा मांडतो. त्यामुळे माणूस अंतर्मुखी असतो, त्याला संरक्षण देऊन बोलके केले पाहिजे. स्वत:बद्दल तो जागृत झाला पाहिजे, तरच तो समाज व राष्ट्राला उपयोगी होईल, असे या पंथाचा विचार आहे.

२. अस्तित्ववादाची शैक्षणिक उद्दिष्टे :

१) शिक्षणाने पूर्ण विकास होणेची गरज आहे. २) आत्मलक्षी ज्ञानाला महत्त्व देणे. ३) पर्यावरणाच्या माध्यमातून शिक्षण देणे. ४) शिक्षणातून व्यक्तीला 'स्व' ची जाणीव झाली पाहिजे. ५) आत्मनिष्ठेचा विचार प्राधान्याने करून अभ्यासक्रम ठरविला पाहिजे.

शिक्षक : शिक्षकाने विद्यार्थ्याला स्वत:बद्दल विचार करावयास प्रथम शिकविले पाहिजे. त्यासाठी त्याला पूर्ण स्वातंत्र्य देणे गरजेचे आहे. विद्यार्थी बेजबाबदार होऊ नये याकडे शिक्षकांनी पहावे. शास्त्रीय विषय शिकविताना आत्मनिष्ठा पण

शिकवावी. विषयज्ञानापेक्षा स्वत:ची जाणीव होऊन जगणे महत्त्वाचे मानावे.

शैक्षणिक मूल्ये : १) धार्मिक - नैतिक मूल्ये महत्त्वाची असून, शाळांतून दिली गेली पाहिजेत. समाजात व्यक्तीला स्थान असते; मूल्य असते हे समजून देणचे काम शाळेचे आहे. जीवन-मरणाची कल्पना यावी म्हणून अध्यात्माची मूल्ये शाळेतून दिली जावीत. सर्व मूल्ये धर्मसंस्थेवर सोडून चालणार नाहीत. 'सर्व धर्म समभाव' ठेवून धार्मिक मूल्ये शाळेतून द्यावीत. मृत्यू सर्वांना असल्याने व्यक्तीने स्वार्थी भाव ठेवू नये.

सारांश : अस्तित्वात भिन्न भिन्न पंथ आहेत. काही जण ईश्वराला मानतात तर काही मानत नाहीत. युद्ध काळातील तणावामुळे सदर वाद निर्माण झाल्याने अजूनही तो अपूर्ण दिसून येतो, पूर्णत्वाला गेलेला दिसत नाही. शिक्षणाची संपूर्ण तत्त्वप्रणाली अजून अस्तित्ववादाने मांडलेली दिसत नाही; तशाप्रकारे प्रयत्न पण दिसत नाहीत. सध्याचे प्रयत्न कमी पडतात हे खरं आहे. युद्धाचे प्रतिबिंबच अद्यापि या विचार पंथावर दिसून येते.

१. तत्त्वज्ञानाची भारतीय शैक्षणिक केंद्रे (संप्रदाय)
(Indian schools of Philosophy)

भारतीय शिक्षणाची परंपरा मोठी आहे. भारतीयांच्या शिक्षणकार्यावर वैदिक, बौद्ध, जैन आणि इस्लामिकांचा परिणाम झालेला आहे. या चार तत्त्वप्रणालीत तात्त्विक भेद स्पष्ट असल्याने, त्या भेदांचा परिणाम शैक्षणिक उद्दिष्टे, अध्यापनाच्या पद्धती,अभ्यासक्रम, गुरू- शिष्यांचे नाते इ. वर झालेला आहे.

१. वैदिक तत्त्वज्ञान :

भारतीयांचे तत्त्वज्ञान वेदांवर आधारित आहे. वेद, तोंडी सांगितले होते. परंतु, पुढे ते संस्कृत भाषेत मांडण्यात आले. आर्यांचा पहिला वेद - 'ऋग्वेद' होय. ऋग्वेदात देवदेवतांची स्तुती किंवा गौरव केला असून, महत्त्व सांगितले आहे. प्रार्थना, सूत्रे या रचनेतून प्राचीन इतिहास समजतो; अग्नी, वारा, पाऊस, आकाश, सूर्य, चंद्र, मेघगर्जना इ. ना देव समजून त्यासंबंधी भावनिक विचार - आचार आहेत. आर्यांचा दुसरा वेद 'यर्जुर्वेद' होय. त्यामध्ये यज्ञाच्या कामात मंत्र कसा उपयोगात आणावा हे सांगितले असून, वेद कसे म्हणावेत? याची पद्धती 'सामवेद' या तिसऱ्या वेदात आहे. चौथा वेद 'अथर्व वेद' होय. या चारी वेदांस 'संहितावाङ्मय' असे म्हणतात. हे सर्व वाङ्मय आर्यांनी सिंधुनदीच्या काठी (आताचा पंजाब प्रांत) वसाहत होत असताना लिहिले आहे.

त्यानंतर वैदिक ज्ञानाचा दुसरा भाग - आरण्यके, ब्राह्मणग्रंथ, इ. स. पूर्वी गंगा - यमुनेच्या खोऱ्यात त्यांची वसाहत असताना लिहिली. प्रत्येक वेदावर ब्राह्मण ग्रंथ असून, हे गद्यात आहेत. वेदांच्या मंत्रांवर व यज्ञकर्मांवर ब्राह्मण ग्रंथात टीका आढळते. त्यामध्ये प्राचीन कथाही आहेत. त्यानंतरचे 'आरण्यके' ग्रंथ असून, ऋषींनी अरण्यात लेखन - पठण केल्याने त्यांना 'आरण्यके' म्हणतात. सदर लेखन वेदान्तपर आहे. त्यानंतरचे ज्ञान म्हणजे 'उपनिषदे' या शब्दाचा अर्थ गुरुजवळ जाऊन, बसून प्राप्त केलेले ज्ञान किंवा तत्त्वज्ञान होय. उपनिषदांचे स्वरूप वेदांतपर असून, त्यावर जीव, परमात्मा, जन्म-मरण, मोक्ष, माया, सृष्टी इ. बाबतचे तात्त्विक विवेचन मांडले आहे. तत्त्वज्ञानाची तात्त्विक माहिती जगामध्ये सर्वात जास्त उपनिषदांमध्ये आहे. त्यानंतरचे वाङ्मय सूत्रांच्या रूपाने येते. अनेक सूत्रे तयार झालेली दिसून येतात. चारही वेद, ब्राह्मणके, आरण्यके, उपनिषदे या वाङ्मयाला वैदिक वाङ्मय किंवा 'श्रुती' असे म्हणतात.

त्यानंतर (इ. स. पूर्वी २०००-५००) महाभारत व रामायण ही दोन महाकाव्ये येतात. त्यावरून समाजजीवन व रूढीपरंपरा समजतात. धार्मिक व नैतिक जीवनाची मूल्ये समजून येतात; त्यापुढे पुराणे रचली गेली. त्याला महत्त्वाचे कारण म्हणजे वैदिक तत्त्वज्ञानातील यज्ञ, पशूहत्या, ब्राह्मणाचे पुढारीपण, संस्कृत भाषेची आडकाठी हे दोष दाखवून निर्वाणासाठी सत्य, अहिंसा, सदाचार, संन्यास या गोष्टी महत्त्वाच्या सांगितल्या गेल्या. त्यासाठी गौतम बुद्ध व वर्धमान महावीर यांनी बौद्ध धर्माची व जैन धर्माची तत्त्वे सांगितली. सामान्य लोकांना कर्मकांडाऐवजी सदर तत्त्वज्ञान पटले. सोप्या बोली भाषेत

(पाली) नीतिचे, धर्माचे नियम समजले. भक्तीमार्ग आला. वेदांतील निराकार देवतांच्या जागी आता ब्रह्मा, विष्णू, महेश, लक्ष्मी, पार्वती आल्या त्यांचे महात्म्य, वर्णनासाठी पुराणे रचण्यात आली. मुख्य पुराणे १८ व उपपुराणे पण १८ आहेत. पुराणांचे महत्त्व, वेद, महाभारताप्रमाणेच मानले जाते. धार्मिक व सामाजिक इतिहासात पुराणांचे महत्त्व आजही आहे. कालिदासाची काव्ये व पाणिनी यांनी सदर वाङ्मय दर्जेदार करून ठेवले आहे.

आर्यभट्टाने ज्योतिषशास्त्र व गणितशास्त्रात बहुमोल भर घालून ज्ञानाची उंची वाढविली. त्याच्या सिद्धान्ताचे अरबी भाषेत भाषांतर झाले. आर्यभट्टानंतर 'वराह-मिहिर' या थोर ज्योतिषीची नेमणूक उज्जयनीच्या वेधशाळेच्या प्रमुखपदी झाली होती. वास्तुशास्त्र, नीतिशास्त्र, गणितशास्त्र यांचा पण धर्मशास्त्रा इतकाच समाज जीवनावर परिणाम होतो; म्हणून भारतीय शिक्षणाचे ते ध्येय होते.

वैदिक शिक्षणात सुरुवातीस धर्मशिक्षण पाठांतरावरच चालत, नंतर संस्कृत भाषा आणि नंतर लोकभाषेत चालू झाले. पुढे पाठशाळेत जाण्यासाठी 'उपनयन' (व्रतबंध 'मौजीबंधन') म्हणजे गुरुंच्या घरी जाण्याचा धार्मिक विधी आठव्या वर्षी केला जात असे. त्यावेळी मुलींना पण उपनयन करत. उपनयन-ब्राह्मणांना आठव्या वर्षी, क्षत्रियांना ११ व्या वर्षी वर वैश्यांना १२ व्या वर्षी करत.

२. गुरुकुल पद्धतीतील जीवन पद्धती

उपनयनापासून गुरुच्या घरी किंवा गुरुच्या आश्रमात पूर्ण वेळ राहून विद्या संपादन करण्याच्या पद्धतीला 'गुरुकुल पद्धती' म्हणतात. गुरुंना पूज्य मानून त्यांच्या सर्व आज्ञा पाळून दिनक्रम चालत असत. त्यावेळी ग्रंथालये व इतर साधने नव्हती. आचार्य गायत्रीमंत्राने सुरुवात करत. गायत्रीमंत्रात सूर्याची उपासना असून, 'सूर्यासारखे तेज शिष्य किंवा उपासकांच्या अंगी येवो' अशी प्रार्थना असे. जसे गुरूने सांगितले तसे वर्तन शिष्याने ठेवले पाहिजे. त्यामुळे 'संस्कार' अपेक्षित होत असत. साधी राहणी, उच्च आचार - विचार व आहार ठेवून ब्रह्मचर्या पाळली जात. सकाळी उठून गुरुंच्या वैयक्तिक सेवेबरोबर आश्रमातील कामे नियमाने करून प्रार्थना, विद्यादान चालत असे. १२ व्या वर्षी अध्ययन पूर्ण होऊन १९ ते २० वर्षांचे वयाला घरी परत येत व नीतिमत्तेचे संस्कार झालेले असत.

शिष्याने संस्कारी बनावे, धार्मिक व सामाजिक नीतिमत्ता पाळावी अशी अपेक्षा होती. साधु किंवा संन्याशी होऊन धर्माचा प्रचार करावा अशी अपेक्षा 'गुरुकुल'मध्ये नव्हती. ज्या पाठशाळेत किंवा गुरुकुलात विद्यार्थी राहात, त्या वातावरणामुळे आणि नियमांमुळे, शीलसंवर्धन व जीवनमूल्ये जोपासली जात. दैनंदिन उपक्रमांमुळे व गुरुंच्या निरीक्षणामुळे विद्यार्थी संपूर्णपणे जीवन जगण्यास तयार होई.

सर्वांना समान संधी होती. तथापि, धर्माच्या व इतर खास उच्च शिक्षणाची संधी इच्छेनुसार प्राप्त होई. त्यामुळे व्यक्ती विकासाला भरपूर संधी दिली जात असे. तत्त्वज्ञान, वाङ्मय, ज्योतिषशास्त्र, गणितशास्त्र, वेदशास्त्र, स्थापत्यशास्त्र इ. मध्ये प्रावीण्य मिळत. समाजात परोपकार व नीतिमत्ता राखली जात असे. त्यामुळे सर्व व्यवहार प्रामाणिकपणे चालत. पुत्र-पती-पिता या तिन्ही ठिकाणी प्राप्त झालेल्या नियमांनुसार जीवन जगल्यामुळे समाजजीवन सुरळीत चालत होते; हे गुरुकुल पद्धतीचे यश म्हणता येईल.

३. अभ्यासक्रम - अध्यापन पद्धती - परीक्षा

वैदिक काळ हजारो वर्षांचा असल्याने जीवन बदलत गेले. नवीन ज्ञानशाखा निर्माण झाल्या त्यामुळे अभ्यासक्रम व अध्यापन पद्धती पण बदलत गेल्या. सुरुवातीस धर्मासाठी लागणारे वाङ्मय पाठ करावे लागे, त्यामुळे पाठांतर पद्धती होती. पुढे उपनिषद व सूत्रकाळात वैशिष्ट्यपूर्ण बदल झाले. जैन व बौद्ध धर्माच्या नवीन तत्त्वज्ञानामुळे कर्मकांड, भाषा इ. मध्ये बदल झाले. विद्यार्थ्यांच्या स्मरणशक्तीबरोबर कृतिशीलतेवर भर द्यावा लागला. वैदिक ज्ञान मागे पडून काव्य, ज्योतिषशास्त्र, कथा इ. बाबी पुढे आल्या. पुराणे - स्मृती, व्याकरण, ज्योतिषशास्त्राचा पगडा लोकांच्या मनावर बसला.

परीक्षा पद्धती : आजच्या सारख्या सहामाही, वार्षिक, सत्र परीक्षा नव्हत्या. अपेक्षित ज्ञानप्राप्तीनंतर पुढील अध्ययन केले जाई. विद्यार्थ्याने विद्वत मंडळापुढे उभे राहून तोंडी परीक्षा होत असत. वाद-विवाद व चर्चा होऊन ज्ञानाची पातळी तोंडी परीक्षेवरून ठरविली जाई. पास नापास नसे. अंतिम निर्णय गुरुंचा होता.

४) **गुणदोष :** वैदिक शिक्षण धार्मिक विचारांवर आधारित होते. त्यामुळे शीलसंवर्धनावर व ब्रह्मचर्यावर भर होता. त्यामुळे वैयक्तिक चारित्र्य चांगले घडत होते. अधिक शास्त्रीय सिद्धान्तावर भर असल्याने नवीन ज्ञानाची भर होत गेली. परंतु, धर्माला प्राधान्य असल्याने सर्व गोष्टींना मर्यादा येत होत्या. परंतु, बौद्ध व जैन तत्त्वज्ञानामुळे लोकांना स्वतंत्र मते मांडण्याची सवय लागली त्यामुळे नवीन तत्त्वज्ञानी पुढे येऊ लागले. गौतमबुद्धांच्या वेळी ६३ तत्त्वज्ञान पद्धती होत्या. भारतीय संस्कृतीची उंची वाढली व विस्तार झाला.

२. बौद्धकालीन शैक्षणिक तत्त्वज्ञान

वैदिक तत्त्वज्ञानाला शह देण्याचे मोठे काम बुद्धाने केले. आत्मा-परमात्मा आणि सृष्टीची निर्मिती यामध्ये जी निराकार शक्ती आहे हे बुद्ध तत्त्वज्ञानाला मान्य नाही. बुद्धांनी वैदिक धर्म व धर्मकांड नाकारले आणि कर्मकांडाला महत्त्व दिले. व्यक्तीच्या अनुभवाला महत्त्व दिले. अध्यात्ममार्ग सर्वांना खुला करून दिला. व्यक्तीची गुणवत्ता ही धर्मावर नसून कर्तृत्वावर ठरविली जाऊ लागली. त्यासाठी पुराणे, कथा यांची निर्मिती झाली, हे खरं आहे. परंतु, बुद्धाच्या तत्त्वज्ञानात पुढील गोष्टींना प्राधान्य दिले. –

१) अहिंसा, सत्य, करुणा, सेवा या गोष्टींनी निर्वाण होऊ शकते.

२) जगात देव नाही, वर्ण नाहीत, सर्वजण समान आहेत.

३) मादक पदार्थ सेवन करू नये. दुसऱ्याची निंदा करू नये.

४) अयोग्य वेळी आहार घेऊ नये. मांसाहार करू नये.

५) संपत्तीचा साठा करू नये. साधेपणाने जीवन जगावे.

बौद्धकालीन शिक्षण पद्धती :

१) ऐहिक सुखापासून दूर राहणे हे बौद्ध धर्माचे महत्त्वाचे तत्त्व होते. त्यामुळे शिक्षणाची व्यवस्था स्वतंत्र मठात किंवा विहारात होती. 'पब्बजा' विधी होऊन संघात प्रवेश मिळत असे. ८ व्या वर्षी विधी होई व १२ वर्षे शिक्षण होई. संघात नियमानुसार वर्तन करावे लागे. सकाळी सर्वांनी स्नान करून मनन, पठन ठरल्याप्रमाणे एकत्र होई. त्यानंतर भिक्षा मागण्यास जावे लागे. जेवण व पिवळे कपडे किमान, एवढीच संपत्ती असे. मठाचा खर्च राजे लोक व धनिक व्यापारी करत. राहण्याची व जेवणाची एकत्र सोय होती. शिष्य व गुरू यांचे संबंध सलोख्याचे होते. गुरुंना मान-सन्मान होता. परंतु गुरु विरोधी संघाकडे दाद मागता येत होती. धार्मिक ज्ञानापेक्षा विविध विषयांना प्राधान्य देऊन, चर्चा व परिसंवाद घेऊन अध्यापन-अध्ययन होत असे. सर्वांना नियम पाळणे बंधनकारक होते. लोकशाहीने संघ चालत.

२) प्राथमिक व उच्च शिक्षण वेगवेगळे असत. उच्च शिक्षणासाठी तक्षशिला, नालंदा अशी विश्वविद्यालये होती. अनेक विषयांचे अध्यापन-अध्ययन चालत. त्यामुळे परदेशातील भिक्षूक येत होते. सर्वांसाठी प्रवचने, व्याख्याने होत असत. मठात तर्कशास्त्र, गणित, अर्थशास्त्र, न्यायालय, खगोलशास्त्र, औषधशास्त्र, समाजजीवन इ. वर सखोल अभ्यास होई.

३) परीक्षा : तोंडी परीक्षेला महत्त्व होते, वादविवाद होत असे. भिक्षू (भिक्खू) देश पर्यटनास बाहेर पडत आणि लोकांना बोलीभाषेत बौद्ध तत्त्वज्ञान समजावून देत. स्वयंशिस्तीचे धडे मठात मिळाल्याने बाहेर दूषित वर्तन होत नसे. एकावेळी हजार-दोन हजार विद्यार्थी मठात राहात असत. सर्व साधेपणाने, निश्चयाने, मनन, चिंतनाने, सेवाभावी वृत्तीने वागत असल्याने बेशिस्तीचा प्रश्न येत नव्हता.

३. जैन तत्त्वज्ञान व शिक्षण

१) जैन तत्त्वज्ञान बुद्धकालीन होते. भगवान महावीर हे शेवटचे तीर्थंकर होय. जैन तत्त्वज्ञान बुद्ध तत्त्वज्ञानाशी जवळीक साधणारे होते. वैदिक तत्त्वज्ञान आणि जैन तत्त्वज्ञानात काही फरक असला तरी साम्य पण आहे. बौद्ध तत्त्वज्ञानाप्रमाणे जैन धर्मात हिंदूंच्या कर्मकांडांना स्थान दिसत नाही. भक्तिमार्ग आणि परमात्मा या संकल्पना मान्य असल्या तरी त्यासाठी कोणत्याही मार्गाने जाण्याचा विचार जैन धर्मात नाही. अनेक तत्त्ववेत्ते व विचारवंत जैन तत्त्वज्ञान हे हिंदू तत्त्वज्ञानाचा भाग समजतात. जैन म्हणजे जीन आणि पुढे जिंकणारा, इंद्रियांवर ताबा असणारा तो 'जैन' होय.

२) जैन तत्त्वज्ञान : जैन तत्त्वज्ञान जडवादी आहे. प्रत्येक वस्तुला स्वत:चे स्थान आहे. जिवात दोन प्रवृत्ती असतात. आध्यात्मिक व भौतिक प्रवृत्ती; भौतिक प्रवृत्ती नाशाला कारणीभूत होते म्हणून अध्यात्म प्रवृत्तीने जीवन जगावे असे जैनांचे तत्त्वज्ञान सांगते. जैन धर्म वर्णभेद मानत नाही. पुनर्जन्म मानत नाहीत. स्त्री-पुरुष मानत असून, सर्वांनी सदाचारी वर्तन नेहमी ठेवावे. याच जन्मी मोक्ष मिळतो. त्यासाठी अहिंसा, सत्य, ब्रह्मचर्य या गोष्टींचे वर्तन सतत ठेवावे लागे.

३) शिक्षणाचा अभ्यासक्रम : अभ्यासक्रमात भौतिक व आध्यात्मिक दोन्ही विषयांचा समावेश होता. भौतिकशास्त्रे, गणित, ज्योतिष, खगोलशास्त्राच्या चिकित्सक अभ्यासाबरोबर वैद्यकीय, स्थापत्य इ. शास्त्रांचा अभ्यासक्रम आखला जात असे. आध्यात्मिक, भावनिक ज्ञान देऊन मोक्षप्राप्तीकडे व्यक्तीला घेऊन जाणे हे ध्येय आहे. त्यासाठी जीव, आत्मा, मोक्ष, अहिंसा इ. विषयांचा अभ्यासक्रम शिकविला जाई. आजही जैन मठातून सदर अभ्यास केला जातो.

४) अध्यापन पद्धती : गुरू-शिष्याचे संबंध चांगले होते. शिक्षक हा आचार्य व उपाध्याय या दोन प्रकारचा असतो. शिक्षण सर्वांना खुले असले, तरी खास करून साधू (भिक्खू), साधवी (भिक्खूनी) यांची खास सोय असे. प्रवचन, चर्चा, परिसंवाद या मार्गाने शिक्षण दिले जाई. सर्व ज्ञानेंद्रियांचा उपयोग करून घेतला जाई. गुरूकुल किंवा आश्रम पद्धती होती परंतु बुद्ध पद्धतीपेक्षा वेगळी होती. कांची, काशी या ठिकाणी जैन धर्माची वाढ झाली.

४. उपसंहार (समीक्षण) - बौद्ध, जैन व वैदिक शिक्षण

प्राचीन व मध्ययुगीन काळात भारत देशांत धार्मिक शिक्षणाला शिक्षणात प्राधान्य होते. वैदिक हिंदू धर्माचे शिक्षण 'गुरूकुल', 'आश्रम' व पाठशाळांमधून दिले जात तर जैन व बौद्ध धर्माचे शिक्षण मठ व विहारांमधून दिले जाई. गुरुकुलात व आश्रमात एकच गुरू अध्यापन करत परंतु मठात व विहारात अनेक गुरू हजारो विद्यार्थ्यांना शिकवत होते. त्यांचा निवास-भोजनाचा खर्च राजे व धनिक लोकांकडून होई. गुरुकुलात व आश्रमात विद्यार्थ्यांना स्वत: श्रम करावे लागत; तथापि, राजाश्रय होता. गुरुकुलात व आश्रमात पाठांतर फार असे तर विहार व मठात ग्रंथवाचन, पठण, चर्चा, मनन, प्रवचन या पद्धतीला महत्त्व होते. तसेच धार्मिक तत्त्वज्ञानाच्या बाहेर जाऊन इतर विषयांवर अध्यापन व अध्ययन होई. विश्व विद्यालयाचे स्वरूप नालंदा, विक्रमशीला इ. विहारातून दिसून येत होते. विहारात कोणालाही प्रवेश देण्यात येत होते. परंतु, आश्रमात व गुरुकुलात ब्राह्मण व राजे लोकांना प्राधान्य दिले जात. सदर फरक दिसत असले तरी या सर्वच विद्याकेंद्रात अध्यापन पद्धती, गुरू-शिष्यांचे नाते संबंध, व्यासंगी व कर्तव्यतत्पर गुरुवर्य, विद्यार्थ्यांचे चारित्र्य, स्वयंशिस्त, अभ्यासूवृत्ती इ. पुष्कळ साम्य होते. त्यामुळे प्राचीन भारतीय शिक्षणपद्धतीकडे अभिमानाने पाहता येते.

५. मुस्लिम तत्त्वज्ञान व शिक्षण पद्धती

भारतात मुस्लिम धर्म व तत्त्वज्ञान अलीकडचेच आहे. सुमारे १२ व्या शतकात परकीय आक्रमणात मुस्लिम धर्माचे अनुयायी या देशात येऊन येथील धर्मावर व धार्मिक शिक्षणावर आक्रमण करू लागले, असे इतिहास सांगतो. मुस्लिम धर्माचे लोक या देशातील एक महत्त्वाचा घटक म्हणून गेली ८०० वर्षे कार्यरत आहेत; म्हणून इस्लामिक

तत्त्वज्ञान व शिक्षण याचा अभ्यास महत्त्वाचा आहे. सर्वांच्या जीवनपद्धतीतील तो एक पूरक भाग असून, आजही या देशात मुस्लिम विद्यापीठ स्वतंत्र कार्यरत असून, या तत्त्वज्ञानाची अभ्यासकेंद्रे आहेत. आग्रा, जानपूर, दिल्ली, बेदर, हैदराबाद ही महत्त्वाची ठिकाणे होत.

१) मुस्लिम शैक्षणिक तत्त्वज्ञान : मुस्लिम धर्माच्या तत्त्वज्ञानाचा पाया धर्मावर आधारित आहे. धर्माची बांधणी करून, प्रचार करणे हे महत्त्वाचे सूत्र या तत्त्वज्ञानात मानले जाते. सदर तत्त्वज्ञान अल्लाचा दूत पैगंबर यांच्या विचारांवर अवलंबून होते. प्राथमिक शिक्षण, 'मक्ताब' (Maktabs) मधून तर उच्च शिक्षण 'मदरसा'मधून दिले जात.

२) प्राथमिक शिक्षणात कुराणातील तात्त्विक भागाबरोबर लेखन, गणित शिकविले जाई. कागद, शाई, पेन या गोष्टींना धार्मिक महत्त्व असून, ज्ञान हा त्याचा पाया होता. मदरसामधून इस्लाम धर्माबरोबर इतिहास, व्याकरण, शेती, अर्थशास्त्र, जीवनाचे तत्त्वज्ञान सांगितले जाई. मुस्लिम काळात राज्यकर्ते धर्माला प्राधान्य देत व मदरशांना सर्व प्रकारची मदत करत होते.

अकबर बादशहाने धर्माच्या बाहेर जाऊन इतर सामाजिक विषयांना प्राधान्य दिले होते. हिंदू तत्वज्ञान शिकविण्याची सोय केली होती. धार्मिक शिक्षणात सर्व धर्माचे तत्त्वज्ञान असणेची गरज प्रतिपादन करून 'ऐने-अकबरी' हा महत्त्वाचा ग्रंथ अबुल फजलकडून लिहवून घेतला. तथापि, इस्लाम धर्माचा पगडा कायम राहून गेला. औरंगजेबासारख्या बादशहानी धर्माला प्राधान्य देऊन शिक्षणाची व्यवस्था केली.

३) अभ्यासक्रम : 'कुराणाचा सर्वांगीण अभ्यास' हा महत्त्वाचा भाग अभ्यासक्रमात असे परंतु समाज जीवनाशी संबंधित विषय पण महत्त्वाचे होते. कला, गायन, नृत्य इ. गोष्टींना महत्त्वाचे स्थान होते. कुराणतत्त्वे व कायदे, न्याय व शिक्षा यांचा पण समावेश होता.

४) अध्यापन : अध्यापनात विशिष्ट अशी पद्धती नव्हती. उर्दू व फार्सी भाषांना प्राधान्य असलेल्या व्याकरण लेखनाला महत्त्व होते. पाठांतरावर जोर होता. प्रार्थना व महम्मदांची वचने पाठ करावी लागत. तोंडी परीक्षेला अधिक महत्त्व असे. बहुतेक धर्मगुरुंना न्यायाधीश, शिक्षणप्रमुखपदी नेमणुका देत. बौद्धिक पद्धतीप्रमाणे वरिष्ठ विद्यार्थी कनिष्ठांना मार्गदर्शन करीत व अध्यापकाची जबाबदारी सांभाळत. मौला अथवा मौलवी सामान्य लोकांना धर्म व धर्माचा विधी- नमाज इ. चे वाचन होत. 'शिया' व 'सुन्नी' या दोन पंथांमुळे व व्यवसायामुळे जातीभेद वाढत गेला. धर्माला प्राधान्य दिल्याने महिलांच्या शिक्षणावर व अधिकारावर बंधने आली.

मुस्लिम शिक्षण पद्धतीतील गुण-दोष

गुणधर्म : १) पुरुषांना सक्तीचे शिक्षण होते. २) धार्मिक व भौतिक विषयांत समन्वय होता. ३) वैयक्तिक चारित्र्य घडणीसाठी खास प्रयत्न केले जात. ४) गुरू-शिष्यांचे वैयक्तिक चांगले संबंध असत. ५) प्रात्याक्षिक कार्यावर भर दिला जाई व वैयक्तिक बक्षिसे देऊन शिक्षणाला प्रोत्साहन मिळे. बहुतेक शिक्षण मोफत. ६) साहित्याची व कलेची वाढ झाली. ७) धार्मिक व इतर संस्थांना प्राधान्यानं मदत दिली जात. ८) शिक्षकांना सन्मानपूर्वक वागणूक देऊन महत्त्वाच्या जागांवर नेमणुका होत.

दोष : १) कुराणावर जादा भर देण्यात येई. २) धर्माच्या नावाखाली महिलांना कमी प्राधान्य. ३) शृंगार, नृत्य, गायनाला जादा महत्त्व असे. ४) अभ्यासक्रम व अध्ययन पद्धतीत सुसंगती नसे. ५) सर्वांगीण विकास, शिक्षणाला कमी महत्त्व होते. ६) मानसशास्त्रीय बैठक कमी होती. ७) हिंदू व इतर धर्मियांशी कमी समन्वय ठेवला जाई. त्यामुळे सामाजिक दुरावा वाढला. ८) आध्यात्मिक शिक्षणापेक्षा भौतिक शिक्षणाला प्राधान्य.

१. स्वामी विवेकानंद
(१८६६-१९०२)

विवेकानंद यांचे मूळ नाव नरेंद्र असे होते. भारत देशातील अलीकडच्या काळातील भारतीय संस्कृतीचे तत्त्ववेत्ते म्हणून स्वामीजींची ओळख जगाला झालेली आहे. १८९३ साली वयाच्या ३० व्या वर्षी शिकागो येथील धर्म परिषदेत हिंदू धर्माचे प्रतिनिधीत्व करून हिंदू संस्कृतीची व हिंदू तत्त्वज्ञानाची जगाला महती पटवून दिली आणि त्यानंतर भारतभर प्रवास करून धर्माच्या नावाखाली सुरू असलेल्या अंधश्रद्धा व रूढी यांच्या विरोधी विचार मांडून आध्यात्मिक विकास म्हणजे काय व संपूर्ण जीवनाचा विकास कसा करावा याचे मार्गदर्शन 'श्री रामकृष्ण आश्रम' या नावाची संस्था काढून दिले.

ईश्वर आहे किंवा कसे? या शंकेच्या मन:स्थितीत असताना त्यांची 'रामकृष्ण परमहंस' यांच्याशी भेट झाली. त्यांनी त्यांना 'आत्मसाक्षात्कार' व 'आध्यात्मिक सामर्थ्य' समजावून सांगितले. विवेकानंदांच्या मते, धर्म व शिक्षण यामध्ये फरक नाही. धर्माची व्याख्या करताना ते म्हणतात, 'धर्म माणसातील दैवी शक्तीचा आविष्कार होय. दैवीशक्ती व पूर्णत्व वेगळ्या नाहीत. आध्यात्मिक शक्ती जागृत झाल्याशिवाय व्यक्तीला पूर्णत्व प्राप्त होत नाही; म्हणून धर्म हा शिक्षणाचा गाभा आहे'. त्यांच्या मते विकास, माणुसकी, गरिबांची सेवा हाच खरा धर्म होय. विवेकानंदांच्या मते, आपला आत्मा हे ज्ञानाचे भांडार आहे. ज्ञानप्राप्ती म्हणजे स्वत:जवळ असलेल्या ज्ञानाची ओळख होय. 'शिकणे' याचा अर्थ 'अज्ञान दूर करणे' असे ते म्हणतात; म्हणून शिक्षकाचे काम एवढेच की, विद्यार्थ्यांच्या विकास मार्गातील अडथळे दूर करणे व त्यांच्या शक्तींना जागृत करणे; म्हणून विकासाला योग्य परिस्थिती निर्माण करून देणे आवश्यक असते. विवेकानंदांच्या या शैक्षणिक विचाराचे शिक्षणतज्ज्ञ रुसो, पेस्टॉलॉजी, फोबेल यांच्याशी साम्य आहे'.

स्वामींच्या मते, 'शिक्षणाचे अंतिम उद्दिष्ट मानवाचा संपूर्ण विकास करणे हे असून, त्यासाठी अध्यात्माचे ज्ञान आवश्यक आहे. मृत्यूला न घाबरणारी माणसे शिक्षणातून निर्माण झाली पाहिजेत', हेच धर्माचे उद्दिष्ट मानता येईल.

चरित्र :

विवेकानंदांच्या मते, 'शिक्षण म्हणजे जीवनाची घडण आणि चारित्र्य संवर्धन, चारित्र्य म्हणजे सवयींची पुनरावृत्ती.त्यातून मानवामानवातील प्रेम व इतरांच्या सुखाबद्दल आत्मीयता बाळगणे. केवळ बौद्धिक विकास म्हणजेच शिक्षण नव्हे. शारीरिक व मानसिक दुर्बलता विवेकानंदांना मान्य नव्हती; म्हणून त्यांनी फुटबॉल खेळाडूंना 'गीता तत्त्वज्ञान' अधिक समजते असे सांगितले. 'स्वत:च्या सामर्थ्यावर ज्यांचा विश्वास' तो खरा धार्मिक होय. त्यांच्या मते शिष्यांच्या अंगी आचार-विचारांची शुद्धता, चिकाटी, आत्मसंयमन, सहनशीलता हे महत्त्वाचे असून, ब्रह्मचर्याला खूप महत्त्व दिले आहे स्वामीजींना प्राचीन गुरुकुले विशेष महत्त्वाची वाटत होती. त्यांच्या मते गुरू हा केवळ पंडित नसावा. गुरू हा आदर्श, चारित्र्यसंपन्न असावा. विद्यार्थ्यांना केवळ माहिती देणे एवढेच गुरुचे काम नसून शिष्यावर संस्कार घडविणे ही जबाबदारी गुरुचीच आहे.

२. रवींद्रनाथ टागोर
(१८६१-१९४१)

रवींद्रनाथ टागोर यांनी महाविद्यालयीन शिक्षणाची कोणतीही पदवी संपादन केली नव्हती; कारण चार भिंतींच्या आत दिले जाणारे शिक्षण त्यांना मान्य नव्हते. शिक्षणासाठी रवींद्रनाथ इंग्लंडला जाऊन आले; परंतु, पित्याकडून व खासगी शिक्षकाकडून त्यांनी संस्कृतीचे व कलेचे धडे घेतले. पित्याकडून संगीत, नृत्य, चित्र, काव्य यांचा वारसा मिळाला. ते स्वत: प्रतिभासंपन्न कवी होते. त्यामुळे साहित्यिक क्षेत्रांत नोबेल पारितोषिकाचे मानकरी ठरले. स्वामी विवेकानंदांप्रमाणे रवींद्रनाथ भारतीय संस्कृति तत्त्वज्ञानाचे उपासक होते. रुसोच्या तत्त्वज्ञानातील निसर्गवादाशी त्यांचा जवळचा संबंध आहे.

टागोरांच्या मते, शिक्षणाची ध्येये व जीवनाची ध्येये यांत कसलाही फरक नाही. आत्म्याचा विकास व मुक्ती आणि त्यानुसार सत्याचा साक्षात्कार होऊ शकतो, असे ते मानत होते. शिक्षणातून प्रेमभावना निर्माण झाली पाहिजे, अशी त्यांची इच्छा होती. शाळेतील कृत्रिम शिक्षण त्यांना मान्य नव्हते. प्रत्यक्ष निसर्गात जाऊन मुक्तपणे अभ्यास करावा या मतोच रवींद्रनाथ होते. 'शिक्षण' आणि 'जीवन' यांमध्ये फरक नसावा. शिक्षणाचा खरा उद्देश मानसिक स्वातंत्र्य हा असून, मुलांना स्वतंत्र वातावरणात ठेवले तर ते होऊ शकते. पिंजऱ्यातील पोपटाप्रमाणे मुलांना बंदिस्त केले तर स्वतंत्र विचार करण्याचे सामर्थ्य कसे येणार? असा सवाल करून शालेय शिक्षणावर टीका केली आहे.

त्यांच्या मते - शिक्षण म्हणजे नवनिर्मिती असून, तयार खेळणी मुलांना देऊ नयेत; त्यांनी स्वत: नवनिर्मिती केली पाहिजे असे रवींद्रनाथांना वाटे. हस्तव्यवसाय, कला इ. शिक्षणपद्धतींवर त्यांनी भर दिला होता. खरे शिक्षण नैसर्गिक वातावरणातून मिळते. रूसोप्रमाणे मुलांनी निसर्गात शिक्षण घ्यावे असे सांगून तशा प्रकारच्या शैक्षणिक संस्था त्यांनी उभ्या केल्या; निसर्गावर त्यांची भक्ती होती. निसर्गातून आध्यात्मिक प्रेरणा मिळते असे ते मानतात.

रवींद्रनाथांची धर्म व अध्यात्मावर श्रद्धा होती. परंतु, पुस्तकी ज्ञानावर त्यांचा विश्वास नव्हता. केवळ धार्मिक प्रवृत्तीने विकास होऊ शकत नाही असे त्यांचे मत होते. निसर्ग व मानव यांच्या प्रेमातून अनुभूती येऊ शकते असे ते म्हणत. त्यांच्या मते, धार्मिक शिक्षण वेगळे देण्याची गरज नाही. शिक्षणाच्या वातावरणामधून धार्मिकवृत्ती निर्माण व्हावी अशी शिक्षणपद्धती असावी. शिक्षक रवींद्रनाथांच्या मते केवळ ज्ञान देणारा शिक्षक नको. प्रेमाच्या माध्यमातून मुलांना शिक्षणासाठी तयार करावे. ज्या शिक्षकांच्या मनामध्ये कल्पनाशक्ती नाही त्यांच्यावर शिक्षणाची जबाबदारी कदापि येऊ नये. काही शिक्षकांमध्ये, विद्यार्थ्यांमध्ये आपण श्रेष्ठ आहोत ही भावना चुकीची असून, मुलांमध्ये मिसळून, त्यांच्या आवडीचा विचार करून शिकवितात अशा वृत्तीचे शिक्षक असावेत. मुलांना शिकविताना शिक्षकाने मूल झाले पाहिजे; अशा वेळी प्रौढत्व विसरून मुलांमध्ये समरस होणारे शिक्षक रवींद्रनाथांना आवडत. शिक्षक सतत शिकणारा असावा. नवीन ज्ञानाचा जिवंतपणा त्याच्याजवळ असावा. रवींद्रनाथांनी 'आश्रमपद्धतीने' १९०१ साली कोलकात्यापासून ९० मैलांवर (सु. १४४ किमी) बेलांपूर येथे शांतिनिकेतनची स्थापना केली. या संस्थेमध्ये झाडाखाली वर्ग भरत होते. गवताची सुंदर हिरवळ, वेली असे शाळेचे वातावरण होते. राहण्याची सुविधा झोपड्यांमध्ये होती. जेवण शिक्षक-विद्यार्थी एकत्र करीत.

रवींद्रनाथांची राहणी साधी, विचारसरणी उच्च होती. शांतिनिकेतनमधील मुलांना सर्व कामे स्वत:च करावी लागत. श्रीमंत, गरीब हा भेद नव्हता. संगीत व इतर कलात्मक विषय, व्यावसायिक शिक्षण मुलांना दिले जात असे. रवींद्रनाथांची शिस्त ही अभिनव कल्पना होती. शिस्त ही मनाची वृत्ती व्हावी, ती लादली जाऊ नये. स्वत: रवींद्रनाथ मुलांसोबत खेळ खेळत, संगीत शिकवत, मुलांनी स्वत: चूक दुरुस्त करावी असे त्यांचे मत होते. रवींद्रनाथांनी मातृभाषेतून शिक्षण देण्यावर भर दिला. सलग २० वर्षे 'शांतिनिकेतन'मध्ये प्रयोग केल्यानंतर १९२१ साली 'विश्वभारती' म्हणजे 'विश्वसंस्कृती' होय असे सांगितले. हे जागतिक कीर्तीचे विद्यापीठ होते. इतर देशांचे विद्यार्थीही तेथे होते. विश्वभारतीमध्ये विविध शाखांचे शिक्षण दिले जाई. १९२२ साली विद्यानिकेतन नावाची ग्रामीण संस्था

स्थापन केली. ग्रामीण भागातील निसर्ग संपत्ती यावरून 'शिक्षण देणे' हा हेतू होता.

रवींद्रनाथांनी नाटके, कविता लिहिल्या. ते उत्तम बालकवी होते. रवींद्रनाथांनी तत्त्वचिंतनांपेक्षा जागतिक शैक्षणिक प्रयोग केले आणि प्रादेशिक शिक्षणापेक्षा जागतिक शिक्षणावर भर दिला.

३. महात्मा गांधी
(१८६९-१९४८)

स्वातंत्र्यापूर्वी स्वातंत्र्याबरोबर शिक्षणात सुधारणा करणारे व सर्व भारतीयांना परिचित असलेले व्यक्तिमत्त्व महात्मा गांधी हे होत. भारतीय तत्त्वज्ञान व संस्कृतीचे उपासक महात्मा गांधी होते.

केवळ साक्षरता म्हणजे शिक्षण नव्हे, जीवनाशी संबंधित जीवन जगण्यास योग्य असे, स्वत:च्या पायावर उभे करणारे व्यावसायिक शिक्षण गांधीजींना अपेक्षित होते. शिक्षणाच्या परिवर्तनातूनच देशाचा विकास होणार असून, स्वातंत्र्याबरोबर शिक्षणसुधारणेकडे त्यांनी १९२० पासूनच लक्ष दिले.

व्यक्तीच्या सुप्त गुणांना संधी देणे व त्यात वाढ करणे म्हणजे शिक्षण. 'आत्मा' व 'मन' यांचा संयुक्तपणे विकास करून बुद्धी, शरीर, भावना यांचा विकास शिक्षणाने होऊ शकतो. अध्यात्मविकासाला गांधीजींनी प्राधान्य दिले. दीनदुबळ्यांची सेवा, गरिबांची सेवा, म्हणजेच ईश्वरी सेवा असून, सर्व मानव समान आहेत. सर्वजण परमेश्वराचीच लेकरे आहेत. प्रत्येकांत ईश्वरी अंश आहे, अशी धारणा होती. 'सा विद्या या विमुक्तये' या ब्रीद वाक्याने गुजरात विद्यापीठाची स्थापना १९२० साली त्यांनी केली.

मुलांच्या शिक्षणाला मदत एखाद्या व्यवसायाने व्हावी त्यामुळे हात, पाय, डोळे, नाक यांचा योग्य वापर होऊ शकतो. अमेरिकन शिक्षणतज्ज्ञ जॉन ड्युई व गांधी यांच्यात साम्य आहे. कार्यवादावर आधारित कार्यानुभव दोघांना प्रिय होता.

बेसिक/मूलोद्योग/जीवन शिक्षणपद्धतीची योजना १९३७ साली वर्धा आश्रमात गांधीजींनी मांडली. काही थोर विचारवंतांनी, डॉ. झाकीर हुसेन यांनी कार्यरत केली त्यास 'मुलोद्योगी पद्धती' म्हणतात. एखाद्या मुख्य व्यवसायाच्या आधारे मातृभाषेतून १४ वर्षे पर्यंत सक्तीचे शिक्षण सर्वांना द्यावे; असा अभ्यासक्रम तयार केला. व्यवसायातून जे उत्पन्न मिळेल ते शाळेने वापरावे व शाळा स्वावलंबीत व्हावी व विद्यार्थी पुढे स्वावलंबनाने जगावेत असा हा अभ्यासक्रम होता. यात समन्वयतत्त्वे होती. तसेच फेस्टॉलाजी, फ्रोबेल, मॉटेसरी यांच्या 'सृजनशील' या तत्त्वावर आधारित सदर योजना होती. सदर योजना फार काळ चालली नाही. यंत्राच्या युगात बंद पडली. परंतु, आज कृतीतून शिक्षण व ग्रामीण भागातील शिक्षण गांधीजींच्या तत्त्वज्ञानातून चालू आहे.

४. योगी अरविंद
(१८७२-१९५०)

श्री स्वामी विवेकानंदांप्रमाणे आधुनिक युगातील एक महायोगी श्री अरविंद घोष हे भारतीय संस्कृती व तत्त्वज्ञानाचे भाष्यकार होते. परदेशी शिक्षण होऊनही भारतीय धर्मग्रंथ व तत्त्वज्ञानाचा अभ्यास करून ते योगी झाले. १९१० साली पाँडेचरीत पोहोचले व १९५० पर्यंत तेथेच आश्रम तयार करून राहिले होते.

तत्त्वज्ञान - अरविंदांचे तत्त्वज्ञान हे त्यांच्या योगसाधनेवर आधारित होते. त्यांच्या मते 'ब्रह्म' हे अंतिम सत्य असून, ते विश्वाच्या सर्व अंगांशी व्यापलेले असून, अनंत आहे. जीव-जगत-ईश्वर ही त्याची रूपे होत. विश्व हे माया किंवा भास नसून, ब्रह्माचे जड रूप आहे. ब्रह्मसाक्षात्कार हेच मानवी जीवनाचे अंतिम ध्येय होय.

अरविंद हे शिक्षणतज्ज्ञही होते. ज्ञानी मानव तयार करणे हे शिक्षणाचे प्रथम ध्येय असले पाहिजे. शिक्षणाची कल्पना वैयक्तिक नसून प्रदेश-देश व जगाला एकत्र येण्याची आहे. अज्ञानाचा नाश हेच खरं शिक्षण ते मानत असत, प्रचलित

शिक्षणाच्या पद्धतीवर त्यांनी टीका केली आहे.

आंतरराष्ट्रीय शिक्षणकेंद्र-पॉण्डेचरीआश्रम येथे आहे. अरविंदांच्या शिष्या व ज्येष्ठ-साधक-योगिनी 'श्रीमती माताजी' यांनी १९४३ साली शाळा काढून अरविंदांच्या शैक्षणिक विचारांना चालना दिली. वाढत जाऊन १९५१ साली आंतरराष्ट्रीय विद्यापीठ तयार झाले. या ठिकाणी भाषा, मानवीशास्त्रे, विज्ञान, अभियांत्रिकी पदवीबरोबरच संगीत, नाट्य, नृत्य, चित्रकला आदी विषय शिकविले जात. आश्रमाच्या प्रथेप्रमाणे विद्यार्थ्यांची दैनंदिनी ठेवली होती. स्वत: माताजी व इतर साधक-योगिनी व्यवस्थापन पाहात. १९५९ साली त्यांनी अरविंद विद्यापीठाला आंतरराष्ट्रीय दर्जा मिळवून दिला.

समृद्ध ग्रंथालय व क्रीडांगणे इ. दालने उघडली व जीवनाच्या सर्व विकासप्रक्रियांना चालना दिली.

नैसर्गिक गतीनुसार प्रत्येक विद्यार्थ्याने ज्ञानप्राप्ती करून, स्वबळावर जीवन जगावे हे पाँडेचरी शिक्षणसंस्थेत सर्वांना शिकविले जाते. देशात व परदेशात या विश्वविद्यालयाचे विद्यार्थी आहेत. अनेक शिक्षणतज्ज्ञ व विचारवंत या ठिकाणी भेटी देऊन जातात. माताजींच्या मते 'To be a good teacher one must be a great yogi'. या आश्रमात मुक्तपद्धती वापरून शिक्षण दिले जाते. परंतु, त्याचबरोबर भारतीय अध्यात्म व संस्कृती आणि मानवी जीवनमूल्ये यांचा त्रिवेणी संगम झालेला दिसून येतो. योगी अरविंद यांचे हेच शिक्षणातील योगदान होय.

***

पेपर नं. ३
घटक नं. २

१. शिक्षण व शिक्षणशास्त्राचा अर्थ-स्वरूप (Meaning and Nature)
२. शिक्षण आणि सामाजिक बदल (Education and *S*ocial Change)
३. सामाजिक बदलांतील अडथळे (Constraints on Social Change)
४. शिक्षण आणि सामाजिक न्याय व समानता (Education Related to Social Equity and Equility)
५. सामाजिक व आर्थिक मागास वर्गातील समाजघटकांचे शिक्षण
(Education of Socially and Economically Disadvantaged Section of Society)

१. शिक्षणाचा अर्थ व स्वरूप

(अ) शिक्षण म्हणजे काय? (What is Education?)

शिक्षणाचा अर्थ सर्वसाधारण पाश्चात्त्यानी व पौर्वात्य विचारवंतांनी सारखाच सांगितलेला आहे. त्या त्या काळातील राजकीय प्रणाली, समाजजीवन व सामाजिक संस्कृती यावर त्या त्या विचारवंतांनी आपापली मते मांडून शिक्षणाचा अर्थ सांगण्याचा प्रयत्न केलेला आहे.

शिक्षण म्हणजे उपदेश करणे व त्यानुसार अपेक्षित बदल करणे. गुरूने आपल्या समवेत असणाऱ्या शिष्यांना उपदेश करावयाचा आणि त्यांनी त्या उपदेशाचा अर्थ समजून घेऊन आपल्या वर्तनात योग्य तो बदल करावयाचा, म्हणजे शिक्षण प्रक्रिया पूर्ण करावयाची व पुढील जीवनात उपयोगात आणावयाची 'शिक्ष्' या संस्कृत धातूचा अर्थ-शिक्षण घेणे, ज्ञान मिळविणे असाही होतो. इंग्रजीत 'शिक्षण' या शब्दाला 'Education' हा शब्द वापरतात. त्यामध्ये E (out of) आणि duco (I read) या लॅटिन धातूपासून Educatum आणि नंतर Education हा शब्द तयार झाला आहे. व्यक्तीच्या अंगी ज्या उपजत, सुप्त प्रवृत्ती व कार्यशक्ती असतात त्या जागृत करून त्यांना उपजीविकेचे साधन बनवून, व्यक्ती व समाजाच्यासाठी त्यांचा जरुरीप्रमाणे उपयोग करावयास भाग पाडणे म्हणजे 'शिक्षण', असा आता सर्वसामान्यपणे शिक्षणाचा अर्थ जगात मान्य झालेला दिसून येतो. त्या अनुसंधाने काही खालील विचारवंतांच्या व्याख्या देत आहोत -

१. ग्रीक तत्त्ववेत्ता (खि. पू. ४२७-३४७) **प्लेटो** - 'मुलांच्या उपजत प्रवृत्तीचे उदात्तीकरण करून त्यांना चांगले नागरिक बनविणे हे शिक्षणाचे ध्येय होय.
२. फ्रेंच निगर्सवादी तत्त्ववेत्ता - **जॉन जॅक्स रूसो**- (१७१२-१७७८) 'शिक्षण म्हणजे नैसर्गिक वाढ होय.' निसर्गाच्या सर्व घटनांमधून मुलांनी शिक्षण घेणे. अंतर्गत मनाची नैसर्गिक वाढ - स्वाभाविक वाढ होय.
३. आधुनिक मानसशास्त्राचा जनक - **स्विस योहान पेस्टालॉझ्झी** (Johann Pestalozzi) (१७४६-१८२७) 'शिक्षण म्हणजे स्टो मानवाच्या सर्व जन्मसिद्ध शक्तीची समप्रमाणात वाढ.' शारीरिक, मानसिक, नैतिक वाढ करणे होय.
४. जर्मन तत्त्ववेत्ता - **जॉन फ्रेडिक हबार्ट** (१७७६-१८३१) 'शिक्षण म्हणजे शीलसंवर्धन, विद्यार्थ्यांच्या कोऱ्या पाटीवर शिक्षकाने अध्यापनाचे योग्य ते संस्कार करून चारित्र्य संपन्न व्यक्तिमत्त्व घडविणे. '
५. बालोद्यान पद्धतीचा जनक जर्मन तत्त्ववेता - **फ्रेड्रिक फ्रोबेल** (१७८२-१८५२) म्हणतो. 'मानवाचे जीवन श्रद्धा, पावित्र्य यांनी समृद्ध करणे होय.' बालकाची काळजी शिक्षकाने माळ्याप्रमाणे घेऊन त्याची वाढ निसर्गातील रोपट्याप्रमाणे करून त्यांना वाढू द्यावे.
६. इंग्लिश शास्त्रीय ज्ञानाचा अभ्यासक - **स्पेन्सर** (१८२०-१९०३) 'सुंदर जगण्याची कला म्हणजे शिक्षण' जीवन चांगले जगण्यास केवळ संस्कार उपयोगी पडणार नाहीत; त्यासाठी व्यावसायिक शिक्षणाचीही गरज आहे.

७. अमेरिकन तत्त्वतेत्ता **जॉन ड्युई** (१८५८-१९५२) म्हणतो, 'शिक्षण म्हणजे जीवनाची तयारी नसून, प्रत्यक्ष जीवनच होय.' व्यक्तीच्या अंगी कार्यात्मक शक्तीची वाढ करणे म्हणजेच शिक्षण. शिक्षण जीवनापासून विभक्त होऊ शकत नाही.

८. शिशू शिक्षणाची पुरस्कर्ती - **इटालियन मॉंटेसरीबाई** (१८७०-१९५२) म्हणतात, 'स्वयंपूर्ण हालचाली म्हणजे शिकणे असून, योग्य हालचालींची संधी प्राप्त करून देणे.'

९. इंग्लिश तत्त्ववेता - **पर्सीनन** (१८७०-१९४४) म्हणतो, 'व्यक्तीचा सामाजिक जीवन जगण्यासाठी पूर्ण विकास करणे.'

१०. इंग्लिश तत्त्ववेता **जॉन रस्कीन** (१८९९-१९००); 'ज्ञान म्हणजे शिक्षण नव्हे. त्यांना ज्ञानी करणे नव्हे, तर ज्यांना नीट वागता येत नाही त्यांना नीट वागण्यास सांगणे.'

११. रवींद्रनाथ टागोर - (१८६१-१९४१) बौद्धिक ज्ञानाबरोबर निसर्गाच्या सान्निध्यात राहून व्यक्तीच्या अंगातील सुप्तकलांना संधी देणे म्हणजे शिक्षण.

१२. स्वामी विवेकानंद - (१८६२-१९०२) - शीलसंवर्धन, राष्ट्रप्रेमी मानव घडविणे, सुप्तगुणांना आध्यात्माद्वारे वाढ करून जीवन जगण्यास समर्थ बनविणे.

१३. महात्मा गांधी (१८६९-१९४८) - सुप्त गुणांचा सर्वांगीण विकास एखाद्या हस्त व्यवसायातून शिकविणे.

१४. श्री. अरविंद घोष - (१८७२-१९५०) - व्यक्तीच्या अंतर्गत मनाचा विकास करून राष्ट्रीय व आंतरराष्ट्रीय मानवता निर्माण करणे म्हणजे शिक्षण; समाजाशी सांगड घालणे.

१५. महात्मा फुले (१८२७-१८९०) - थोर समाज सुधारक म्हणतात, 'विद्या म्हणजे मती, नीती आणि प्रगती होय.'

१६. महर्षी कर्वे (१८५८-१९६२) - स्त्रियांच्या शिक्षणाचे कैवारी म्हणतात, 'स्त्रियांच्या शिक्षणाची आबाळ थांबवून त्यांना त्यांच्या भाषेत गरजेनुसार शिक्षण देऊन ज्ञानी करणे.'

१७. ना. गोपाळकृष्ण गोखले (१८६६-१९१५) - 'सर्वांना शिक्षण देऊन शहाणे करून सोडावे सकळजन' या विचारांचे प्रयत्न केले.

१८. पं. जवाहरलाल नेहरू (१८८९-१९६४) - तंत्र विज्ञानाबरोबर संस्कृती जपणारे व स्वावलंबी शिक्षणाचे माध्यमातून व्यक्ती घडविणे.

१९. सर्वपल्ली राधाकृष्णन् (१८८८-१९७५) - तत्त्वज्ञानी व शिक्षक लोकशाही मार्गाने लोकांना स्वावलंबी व समर्थ बनविणे यालाच शिक्षण म्हणावे.

वरील विविध व्याख्यातून शिक्षणाचा अर्थ कसा बदलत गेला आहे याचे दर्शन होते. मानसशास्त्राबरोबर, समाजशास्त्र, राज्यशास्त्र, अर्थशास्त्र, धर्मशास्त्र व प्रत्येक देशाची विकासाची उद्दिष्टे लक्षात घेऊन शिक्षणाचा अर्थ बदलत जाताना दिसतो. प्रत्येक देशाची संस्कृती व सामाजिक मूल्ये विचारांत घेऊन शिक्षणाच्या व्याख्या केलेल्या दिसून येतात; शिक्षण स्थिर नाही.

ब) शिक्षणाचे स्वरूप (Nature of Education)

शिक्षणाचा अर्थ दोन प्रकारे घेतला जातो, १) संकुचित अर्थ २) विस्तारित अर्थ

शाळा-महाविद्यालयातून शासनाच्या ध्येय-धोरणानुसार शिक्षण देण्याची पद्धती पारंपरिक आहे. गुरु-गृही राहून किंवा प्राचीन काळी आश्रमातून शिक्षण दिले जाई. त्यानंतर शाळा महाविद्यालयातून विषयज्ञान होत असे. परीक्षा देणे, पदवी संपादन करणे, यालाच 'शिक्षण' म्हणण्याची प्रथा आजही दिसून येते. अभ्यासक्रम व त्यासंबंधीची पाठ्यपुस्तके ठराविक पद्धतीने शिकविणे व परीक्षा घेणे ही पारंपरिक शिक्षणपद्धती होय. या शिक्षणात विद्यार्थी- शिक्षक - शिक्षणाचा आकृतिबंध

इ. चा समावेश होतो. ज्ञानाबरोबर चारित्र्य घडविणे, स्वावलंबन प्राप्त करणे व ऐहिक सुखासाठी प्रयत्न करणे यालाच शिक्षण असे आजही शिक्षणाचे स्वरूप म्हणून ओळखले जाते. ज्ञानासाठी विविध मार्गांचा उपयोग केला जातो. परंतु, त्याला 'शिक्षण' म्हाणण्याची प्रथा नाही. शिक्षणाचा अर्थ शाळा, पुस्तके, परीक्षा, पदवी, अध्यापन-अध्ययन करण्याच्या पद्धती या सर्व घटकांशी शिक्षणाचे स्वरूप गुंतविले जाते. त्यामुळे शिक्षणाचे स्वरूप संकुचित (Narrow meaning) समजले जाते.

२) विस्तृत अर्थ (Broader Meaning)

शिक्षणाच्या विविध व्याख्या पाहिल्यानंतर शाळा व महाविद्यालयाखेरीज शिक्षण अन्य मार्गाने सतत चालूच असते. मूल जन्मल्यापासून मरेपर्यंत काही ना काही शिकत असते. त्यासाठी शाळा व परीक्षा या गोष्टींची गरज नाही. कुटुंबात व समाजात राहून व्यक्ती भरपूर अनुभवाने शिकत पुढे जाते. निसर्गाकडे पाहून, निरीक्षणाने अनेक गोष्टींचे ज्ञान होते. निसर्ग हाच सर्वश्रेष्ठ गुरू असून, त्याचा फायदा सर्वांनाच होत असतो. आकाश, तारे, ग्रह यांच्या हालचाली व सूर्यप्रकाश, वनस्पती, प्राणी यांच्याकडून होणारी ज्ञानप्राप्ती बहुमोलाची व जीवनाला आधार देणारी असते. छोटा कारागीर, गायक, खेळाडू, शाळेच्या बाहेर अनेक जीवनकार्य अनुभवतो. समाज व राष्ट्रहिताच्या गोष्टी पारंपरिक पद्धतीने व्यक्ती शिकत असते; आज बहुतेक सर्व शिक्षणतज्ज्ञांनी व विचारवंतांनी शिक्षणाचे बहुव्यापी स्वरूप मान्य केलेले आहे.

२. शिक्षण आणि सामाजिक बदल
(Education and Social Change)

समाजात सतत बदल होत असतात. त्या बदलामागे शिक्षण सतत दिसून येते. सामाजिक प्रक्रियेच्या कोणत्याही पैलूत बदल झाला तर त्याचा परिणाम समाज बदलात होतो. समाजात व्यक्ती व इतर घटक एकमेकांच्या संपर्कात येतात. त्यामुळे व्यक्तीच्या जीवनात सामाजिक बदलाचा चांगला अथवा वाईट परिणाम होतो. सामाजिक बदल म्हणजे एकूण समाजात चाललेल्या पारंपरिक प्रक्रियेत होणारा बदल आणि त्याचा व्यक्तीच्या वर्तनावर होणारा परिणाम होय. या बदलाने व्यक्तीचे व एकूण समाजाचे जीवन बदलते. काही सामाजिक बदल बाह्य स्वरूपाचे असतात तर काही अंतर्गत स्वरूपाचे असतात. मॅक् आयव्हर व पेज यांच्या मते, सामाजिक बदलाचे तीन प्रकार असू शकतात.

१. संवर्धित बदल (Cumulative change) हा बदल आधीच्या विकास कार्यावर आधारित असतो. आणि तो विकास वर जाणाऱ्या रेषेने दाखविला जातो.
२. दिशा भिन्नत्व बदल (Change in one direction followed by the reverse direction) - काही वेळा बदल वर जाणारा, पण नंतर खाली घसरणारा असतो. उदा. जागतिक व्यापार, तेजी-मंदी.
३. लाट बदल (Wavelike change) - या बदलात बदलाची लाट दिसते पण विकास असेलच असे नाही; लाटेप्रमाणे चढ-उतार दिसून येतो. उदा. काही 'फॅशन', 'फॅशन' येते पण लागलीच नव्या फॅशनने जुनी फॅशन नष्ट होते. सामाजिक बदल हळूहळू किंवा जलदही होतात; काही बदल वादळी होतात तर काही शांततेने होतात. काही वेळा बदल अनियमित होतात. सामाजिक बदलाचा विस्तार काही वेळा मोठ्या प्रमाणात तर काही वेळा मर्यादित स्वरूपात दिसून येतो. सामाजिक बदल ही सार्वजनिक बाब असल्याने तो बहुतेक सर्व ठिकाणी जाणवतो.

सामाजिक बदल घडविणारे घटक

अ) भौतिक घटक (Physical factors) : भूकंप, महापूर, रोगराईसारख्या आपत्ती समाजात बदल घडवू शकतात; प्राणहानी होते. आर्थिक नुकसान होते, बेघर होऊन माणसे स्थलांतर करतात. त्यामुळे जीवन पद्धतीत बदल करावा लागतो.

ब) राजकीय घटक (Political factors) : लढाईतून देश जिंकणे, राजकीय पक्षांच्या सत्तेत बदल होणे, यामुळे बदल अपेक्षित असतात. उदा. बांगला देशाची १९७१ सालची निर्मिती, १९४७ सालची पाकिस्तान निर्मिती, जर्मन व

इटलीतील हुकूमशाहीचा परिणाम इ.

क) आर्थिक घटक (Economic factor) : आर्थिक घडामोडी होऊन आर्थिक मंदी व तेजी निर्माण होते. त्यामुळे लोकांत गरिबी-दारिद्र्य वाढते किंवा सुबकता येते, त्यामुळे समाजात बदल जाणवतो.

ड) औद्योगिक वाढ (Industrial development) : या प्रकारच्या वाढीमुळे कामगार संख्या, पर्यावरण, राहणीमान यावर परिणाम होतो व बदल अपेक्षित राहतो.

इ) तंत्रज्ञानात वाढ (Techonological development) : तंत्रज्ञानाच्या शोधामुळे समाजात व देशात दूरगामी बदल झाले आहेत. राहणीमानात सतत बदल होत आहेत. जलद साधने, मोटार, प्रवास, गृहवस्तूत वाढ, कामात यंत्राचा उपयोग होत असून, राहणीमान वाढत जात आहे. त्यामुळे सवयी बदलतात. जाणवणारा बदल आहे.

ई) सांस्कृतिक घटक (Cultural factor) : इतर अनेक सुखसोयींमुळे पोषक वेशभूषा बदलत आहेत. मागणीप्रमाणे पुरवठा होत असून, त्यामुळे सामाजिक रूढी, परंपरा बदलत आहेत.

इतर घटक (१) लोकसंख्येत वाढ झाल्याने कुटुंब संस्था व राहणीमान बदलत जाते. २) पर्यावरणामुळे नवीन कायदे व लोकजीवन अस्थिर होत आहे. ३) हुंडा बळी, लग्नपद्धती इ. बदल होताना दिसतात. सामाजिक वातावरण बदलत चालले आहे. काही बदल चांगले तर काही वाईट होत आहेत. अन्नात बदल, कामात बदल होऊन समाज जीवन बदलताना दिसते.

या सर्व बदलांची दखल शिक्षणाने घेतली पाहिजे, सामाजिक बदलांचा परिणाम प्रथम शिक्षण क्षेत्रातच दिसू लागतो. योग्य बदलाला प्रतिसाद देऊन आणि वाईट बदलाला शिक्षणाच्या माध्यमातून विरोध अपेक्षित असतो.

शिक्षणाची सामाजिक बदलाची भूमिका

(The Roll of Education in Social Change)

सामाजिक बदल योग्य मार्गाने स्वीकारले जावेत. त्यामधून जीवनमूल्ये व्यक्तिगत व सामाजिक साध्य व्हावीत म्हणून शिक्षणाची भूमिका महत्त्वाची ठरत असते.

१. **समाज बदलाचे पृथक्करण करणे :** सामाजिक बदल कोणत्या स्वरूपाचा आहे. त्याचा परिणाम समाज घटकांवर कसा होणार आहे; त्याचे स्वरूप कसे राहणार आहे. याचा विचार शिक्षणाने करणे आवश्यक आहे. त्यासाठी सामाजिक अभ्यास करून पृथक्करण करून लोकांसमोर ठेवला पाहिजे. सत्य-असत्य समजावून दिले पाहिजे.
२. **बदल स्वीकारण्याने प्रबोधन :** बदल उपयोगी व समाज परिवर्तनास चालना देणारा असेल, तर तो स्वीकारावा म्हणून प्रबोधन केले पाहिजे. सामाजिक बदलाचे स्वरूप लक्षात घेऊन जरूर तर अभ्यास वर्ग भरवून प्रचार केला पाहिजे. अभ्यासक्रम आखून शिक्षण दिले पाहिजे; त्यासाठी शासन व शिक्षणसंस्थांनी सक्रिय भाग घेतला पाहिजे. उदा. संगणक कार्य.
३. **प्रतिकार केला पाहिजे :** जर सामाजिक बदल व्यक्तीला, समाजाला घातक असेल, तर प्रतिकार करणेसाठी सर्वांनी एकत्र येऊन, योजना आखून प्रतिकाराचे शिक्षण दिले पाहिजे. उदा. अंधश्रद्धा, हुंडाबळी, धार्मिक सक्ती इ.
४. **संघटनात्मक नेतृत्व तयार करणे :** शिक्षणाच्या माध्यमातून संघटना स्थापून नेतृत्व उभे करण्याची गरज आहे. तरुणांना समाजसेवेचे धडे देऊन लोकसेवक तयार करणेची गरज आहे. म. फुले, डॉ. आंबेडकर, म. गांधी इ. मंडळींनी परिस्थितीनुसार समाजसेवेचे व्रत घेऊन समाजाचे परिवर्तन केले होते; तसेच राष्ट्रीय व सामाजिक चळवळी उभ्या केल्या होत्या आणि नवीन समाज निर्माण करणेचा प्रयत्न केला होता. त्यामुळे कै. कर्वे यांनी महिलांसाठी, ताराबाई मोडक यांनी आदिवासींच्या शिक्षणासाठी प्रयत्न केले. डॉ. बाबा आमटे, डॉ. नरेंद्र दाभोळकर यांचे सध्याचे

कार्य तशाच स्वरूपाचे आहे. सामाजिक बदलाला योग्य वळण देऊन विधायक कामांसाठी त्याचा उपयोग करण्यासाठी शिक्षण हे फार मोठं माध्यम आहे. 'उद्याच्या भारताचे भवितव्य शाळेतील वर्गातून घडत आहे.' हे राष्ट्रीय शिक्षण आयोगाचे धोरण सर्वांना ठाऊक आहे.

३. समाज बदलातील अडथळे
(Constraints on Social Change)

अ) जात (Caste) : भारत हा जाती-धर्माचा देश समजला जातो. कधीही जात नाही ती 'जात'. सामाजिक बदल जातीयतेवर मोठ्या प्रमाणात अवलंबून असतो. प्राचीन काळी समाजाच्या सोयीसाठी वर्ण तयार केले गेले. प्रत्येक वर्ण आपापली कामे करत. परंतु, एका वर्णातून दुसऱ्या वर्णात जाता येत होते. द्रोणाचार्यांसारखे ब्राह्मण धनुर्विद्येत प्रवीण होते, तर क्षत्रिय राजा जनक, विश्वमित्र तत्त्वज्ञ व ऋषी झाले. पुढे सदर जागा जातीव्यवस्थेने घेतली आणि जाती ताठर झाल्या. व्यवसायाने जाती ठरवल्या आणि त्या कायमच्या होऊन बसल्या. जातीच्या बाहेर जाणे पाप झाले आणि प्रत्येक जात स्वत:च्या मोठेपणासाठी प्रसंगी संघर्ष करू लागली. भारताच शैक्षणिक, सामाजिक, आर्थिक आणि राजकीय क्षेत्रातही जातीभेद मोठा अडथळा होऊन बसला आहे.

सामाजिक बदल प्रामुख्याने जातीयतेवर अवलंबून असतो. विवाहकार्य, महिलांना शिक्षण व समाजात सहभागी होताना जात आडवी येते. जातीच्या दाखल्याशिवाय प्रवेश मिळत नाही. अर्जावर 'जात' हा रकाना ठेवलेला असतो. स्वातंत्र्यानंतर जातीचे असे राजकारण आल्याने जाती-धर्माच्या नावाखाली निवडून येण्याचे संकेत येऊ लागले. जातीच्या संघटना जोरात कार्यरत झाल्या. शहरात जातीबांधव एकत्र येऊन मोर्चे, उपोषणे करून मागण्या व हक्क सांगू लागले. त्यामुळे समाज बदल जातीवर अवलंबून आहे.

जातीयता कमी होण्यासाठी भारतीय संघटनेत तरतूद करून कायदे करण्यात आले आहेत. शिक्षणाच्या माध्यमातून सर्व जातींना सवलती देऊन समानता दिली आहे. शिक्षणातून समाजात रोटी-बेटी व्यवहार सुरू केला आहे. परंतु, ऐक्य साधले जात नाही; पुस्तकाच्या व भाषणाच्या बाहेर ते जात नाही. सुशिक्षित व अशिक्षित दोघेही जातीचा अडथळा निर्माण करत आहेत. जातीयता नष्ट व्हावी म्हणून शिक्षणाचे प्रयत्न सफल होत नाहीत. आज व्यापारी संघटना, व्यावसायिक संघटना, नोकर संघटना, मजबूत होत असून, त्यांचा पण 'समाज बदलात' मोठा सहभाग होतो आहे. या संघटना जातीच्या संघटनेप्रमाणे आपापल्या हक्कासाठी प्रयत्नशील असल्याने कोणताही समाज बदल सहजासहजी होत नाही. तसेच योग्य तो बदल घडवून आणणे शिक्षणाला व शासनाला शक्य होत नाही.

डॉ. श्रीनिवास, डॉ. घुरी, डॉ. श्रीमती कर्वे इ. जातीयतेवर अभ्यास केला आहे.

ब) वंश (Race/Ethinicity) : जगामध्ये मानववंश सर्वश्रेष्ठ मानला जातो. वर्णभेद (Race) मानवामध्ये मानला जातो. परंतु त्यासाठी पुरावा मात्र सापडत नाही. रंगावरून, शरीराच्या ठेवणीवरून-बांध्यावरून वंशभेद केला जातो. परंतु, वर्गीकरण करता येणे शक्य होत नाही; म्हणून युनोस्कोने समाजशास्त्रज्ञ, वंशशास्त्रज्ञ, मानसशास्त्रज्ञ इ. एकत्र आणून 'वंश' ची व्याख्या करण्याचा प्रयत्न केला. परंतु, मानवामध्ये वर्गीकरण स्वतंत्रपणे करून वंशभेद स्पष्ट करता आलेला नाही. धर्म व प्रदेशाच्या चालीरितीवरून वंशभेद करणे शक्य होत नाही. शरीराच्या त्वचेचा रंग, शरीराचा बांधा, उंची, जाडी या गोष्टींवरून बौद्धिक, भावनिक, शारीरिक भेद होत नाही. त्यामुळे सर्व मानव जात एकाच हाडामासाची आहे हे सिद्ध होते. परंतु, आपण हा या वंशाचा तो त्या वंशाचा असं म्हणणे बरोबर नाही. शारीरिक ठेवण व रंग यावरून निग्रो, आर्य, द्रविड, गोरे, एस्किमो, जॅपनीज, सिलोनी इ. वंश समजतो. त्यामध्ये रक्त व इतर घटकांत फरक करता येत नाही. परंतु, समाज बदलाला वंश वेगळा समजून महत्त्वाचा विचार होतो तो बरोबर नाही. ठराविक वंशाचे लोक उच्चप्रतीचे व नीच प्रतीचे होत नाहीत. शिक्षणामध्ये या बाबीची नोंद हवी.

क) वर्गीकरण वर्ग (Class) : सामाजिक बदलांमध्ये समाजातील वर्गाचा (Class) परिणाम होतो. सदरचे वर्ग जगातील प्रत्येक देशात निरनिराळ्या सामाजिक रूढी-परंपरेमुळे निर्माण झालेले दिसून येतात. उदा. उमराव, जानराव, उद्योगपती, सरदार, राजे, छत्रपती, बादशाह, पठाण, जमीनदार, कामगार, शेतकरी, मजूर, हमाल इ. वर्ग समाजात आहेत. वंशपरंपरेने चालत आले असून, सामाजिक बदलाचा परिणाम वेगवेगळा जाणवतो. 'मॅक आयव्हर' व 'पेज' समाजशास्त्रज्ञांच्या मते, वर्ग फक्त आर्थिक पायावर मानले जात नसून, समाजप्रतिष्ठा पारंपरिक आहे. व्यापारी वर्गाकडे संपत्ती भरपूर असली तरी सामाजिक प्रतिष्ठा कमी असते. समाजबदल या वर्गावर अवलंबून असतो. परंतु, कार्ल मार्क्सच्या मताप्रमाणे केवळ आर्थिक घटकांवर वर्ग असतात. शासकीय अधिकारी व त्याची जबाबदारी, न्यायसंस्था इ. बाबी देखील वर्गाचा व सामाजिक बदलांचा विचार करताना लक्षात घ्यावीत.

ड) भाषिक प्रश्न : (Languages) : भाषा ही सामाजिक समस्या होऊ शकते. भारतात भाषेचा प्रश्न मोठा आहे. या देशांत परकीयांच्या आगमनामुळे भाषा प्रश्न आजही मोठा आहे. मोघल बादशाहानी उर्दू सुरू केली. इंग्रजांनी इंग्रजीला प्राधान्य दिले. भाषांवर प्रांत रचनेमुळे लोकांच्या समस्या सुटल्या नाहीत. कर्नाटक-महाराष्ट्र-वाद केवळ भाषेमुळे गेली ५० वर्षे चालू आहे. दक्षिण भारतातील लोकांना 'हिंदी नको' आहे. पंजाबमध्ये पंजाबी तर बंगलामध्ये बंगाली असा युक्तिवाद करून सामाजिक संघर्ष होतात. आसाम आदि राज्यात आदिवासी वेगवेगळ्या भाषा बोलताना दिसतात. स्थानिक भाषा व चालीरिती भिन्नतेमुळे सामाजिक एकीकरण शक्य होत नाही. प्रत्येकाला भाषेचा फार अभिमान वाटत असतो; त्यामुळे परस्पर संबंध साधणे आणि जवळ येणे शक्य होत नाही.

शिक्षणात भाषेला फार महत्त्व असते. सर्व अभ्यासक्रम भाषेवर आधारित राहतो. मातृभाषेतून प्राथमिक शिक्षण दिले जावे हे तत्त्व सर्वांना मान्य आहे; शासन प्रयत्न करत आहे. पण भौगोलिक परिस्थिती, राजकीय स्वार्थ, ऐतिहासिक परंपरा, सामाजिक स्वार्थ यामुळे वादावादी होताना दिसून येते. राजकीय लोक या संधीचा गैरफायदा घेतात; त्यामुळे संघर्ष वाढतात. शिक्षणाच्या अभ्यासक्रमात दुय्यमस्थान देऊनही काही मंडळी प्रादेशिक व इंग्रजी भाषेवर भर देऊन इंग्रजी माध्यमाच्या शाळा चालविल्या जातात; त्यामुळे आज भावी पिढी इंग्रजी बनत चालली आहे ही खेदाची बाब आहे.

इ) धर्म व धार्मिक संस्था (Religion) : धर्म ही वैयक्तिक बाब असून, सर्वांना धर्म पाळणेस स्वातंत्र्य दिले आहे; तरी पण धर्माच्या नावावर या देशात संघर्ष होत आहेत. धर्माच्या नावावर जगात लढाया झालेल्या आहेत, होत आहेत. त्यामुळे सामाजिक स्वास्थ बिघडते. हिंदू-मुस्लीमवाद जुना असून, राजकीयमंडळी त्याचा गैरफायदा उठवतात; म्हणून शिक्षणाच्या माध्यमातून सर्वधर्म समभाव वाढविला पाहिजे. आजचा प्रयत्न अपूर्ण वाटतो आहे. धार्मिक सण, यात्रा या मार्गाने आणि इतर धर्माबद्दल आदर ठेवून नेतृत्वाने वर्तन केले पाहिजे. सर्व धर्म व सर्व मानव समान, ही भावना शाळा-महाविद्यालयांतून स्वातंत्र्यानंतर अजूनही प्रयत्न करूनही शक्य झाले नाही. त्यामुळे भारतीय समाजात धर्म-जात संघर्ष आहेच.

ई) लोकसंख्या वाढ (Population Problem) : कोणत्याही राष्ट्रात अथवा समाजात ज्यादा लोकसंख्यावाढ हा मोठा धोका आहे. जगातील जमिनीचा २.४ टक्के भाग भारताच्या वाट्याला आहे. परंतु, लोकसंख्या मात्र १५ टक्के आहे. सदर प्रमाण कमी करण्यासाठी स्वातंत्र्यानंतर खास प्रयत्न शासनाने केले आहेत. परंतु, अपेक्षित यश आलेले नाही. त्यामुळे सामाजिक बदलातील मोठा अडथळा लोकसंख्या हा आहे. कुटुंब नियोजनाच्या उपक्रमांतून प्रबोधन झाले आहे; परंतु, यश कमी आहे. लोकसंख्येमुळे गरिबी, दारिद्र्य, दंगा-मारामाऱ्या, चोऱ्या होतात आणि सामाजिक स्वास्थ्य बिघडते. लोकसंख्यावाढीमुळे बेकारीत वाढ होते, रोगराई वाढते. समाजातील सर्व घटकांवर वाईट परिणाम होतो. पर्यावरण संतुलन बिघडते. या सारख्या नैसर्गिक आपत्ती वाढत जाऊन मानवाला जगणेच अवघड होते; राहणीमान खालावत जाते.

आज लोकसंख्या वाढीचे दुष्परिणाम सर्वानाच ज्ञात झाले आहेत. त्यामुळे लोकसंख्या शिक्षणाच्या माध्यमातून शासनाने विविध प्रयत्न सुरू केले आहेत. शाळा - महाविद्यालयातून व सार्वजनिक कार्यालयीन ठिकाणी प्रबोधन सुरू आहे.

परंतु, सामाजिक रूढी; परंपरा, अज्ञानामुळे देशाची लोकसख्ंया कमी न होता वाढतच आहे. १९७१ साली ८४ कोटी लोकसंख्या होती ती आज १०० कोटींच्या पुढे गेलेली आहे. यावरून राजकीय व सामाजिक जागृती दिसत नाही; कोणीही गांभीर्याने या बाबत विचार करत नाही.

प) प्रादेशिकता (Regionalism) : या देशात प्रादेशिकतेला फार महत्त्व आहे. ऐतिहासिक घटनांमुळे व राजकीय धोरणांमुळे प्रादेशिक समस्या वाढत आहेत. सामाजिक बदलांवर प्रादेशिकवादाचा बराच परिणाम होत असतो. प्रत्येकजण प्रादेशिक अभिमान सांगत असतो. पंजाब मधील शीख लोकांची अकालीदल पार्टी किंवा नागालॅण्डमधील संघर्ष, कर्नाटक, गुजरात, महाराष्ट्रातील प्रादेशिकता स्पष्ट दिसून येते. प्रादेशिकता स्वातंत्र्यानंतर कमी झालेली नाही. घटनेनुसार भारत हे अखंड सार्वभौम राज्य आहे हे कोणी जाणत नाही. त्यामुळे प्रादेशिकतेला महत्त्व दिले जाते. निवडणुकीमध्ये या भूमिकेतून निवडणुका होतात. त्यामुळे सामाजिक बदल चांगले न होता वाईट पायंडा पडून, समाजात दुफळी माजत जाते. प्रादेशिकता कमी करण्यासाठी नवोदय विद्यालयांसारखे उपक्रम शैक्षणिक क्षेत्रांत उपयोगी होतील; लोकांचे सहकार्य महत्त्वाचे आहे.

४. सामाजिक न्याय व समता आणि शिक्षण

(Education Related with Social Equity-Equility)

सामाजिक बदलाचे वेळी सामाजिक न्याय व समता यांचा विचार महत्त्वाचा आहे; जर लोकशाही राज्यकारभार करावयाचा असेल, तर लोकांना स्वातंत्र्य व समतेचे धडे दिले पाहिजेत; जर्मन तत्त्ववेता फिचटे (Fithe) यांच्या मते शिक्षणाची समस्या प्रथम सोडविल्या शिवाय राज्याचा कारभार लोकशाही पद्धतीने करता येणार नाही. डॉ. राधाकृष्णन् १९४९ च्या विद्यापीठ आयोगाच्या निमित्ताने म्हणत होते, 'लोकशाही प्रधान देशात लोकांच्या शिक्षणाचा प्रश्न सोडविल्याशिवाय लोकशाही कारभार करता येणार नाही.' प्लुटो आपल्या 'दि रिपब्लिक' या ग्रंथात शिक्षणाचे महत्त्व सांगतात. जॉन ड्युईंच्या मते, 'सुशिक्षित नागरिकांशिवाय लोकशाही यशस्वी होणार नाही.' ग्रीक देशाप्रमाणे भारत देशात प्राचीन काळी राज्यात लोकांना लोकशिक्षणाची गरज सांगितली होती. परंतु, आज त्यापेक्षा लोकशाही शिक्षणाची गरज आहे. नागरिकांना हक्काची व कर्तव्याची जाणीव असल्याशिवाय राज्याचा कारभार योग्य प्रकारे करता येणार नाही. सर्वांना समान संधी, सर्वांना समान न्याय या तत्त्वावर राज्याचा सर्व कारभार उभारला पाहिजे. त्यासाठी समान शिक्षणाची संधी उपलब्ध करून दिली पाहिजे; त्यासाठी पुढील बाबींना प्राधान्य द्यावे लागेल -

१. हक्क व कर्तव्याचे सर्व नागरिकांना शिक्षण.

२. लोकशाही मूल्यांवर सर्वांचा विश्वास हवा.

३. लोकप्रतिनिधींची योग्य निवड.

४. सुसंस्कृत वातावरणाची निर्मिती.

५. सामाजिक समानता व समान तत्त्वांवर आधारित न्याय संस्था

भारतातील समान शिक्षणाची संधी : स्वातंत्र्यापूर्वीच लोकशाहीची घोषणा १९३८ च्या कॉंग्रेसच्या अधिवेशनात पं. नेहरूंनी केली होती. स्वातंत्र्यानंतर सार्वभौम राज्य लोकांच्या हातात घटनेनुसार सत्ता देऊन कारभार सुरू झाला. घटनेच्या ४५ व ४६ कलमानुसार सर्वांना शिक्षणाची संधी उपलब्ध करून देण्याची जबाबदारी केंद्र व राज्य शासनाने घेतली. घटनेच्या २९ व्या कलमानुसार भाषा, संस्कृतीचे सर्वांना स्वातंत्र्य दिले आहे. जात-धर्म-लिंग यावरून शिक्षणाचा अधिकार नााकारला जात नाही. कलम ३० नुसार कोणत्याही अल्पसंख्यांकांना त्यांच्या शिक्षणसंस्था स्थापनेस परवानगी दिली आहे. सध्याच्या घटनेनुसार सर्वांना संधी देऊन समान विकास करणेची संधी व न्याय देण्याची सोय आहे. अन्यायविरोधी दाद मागण्याची तरतूद कायद्यात केली आहे. त्यामुळे सर्वजण आपापल्या गरजेनुसार व कुवतीनुसार प्रगती करू शकतात.

५. सामाजिक व आर्थिक मागासवर्गातील समाज घटकांचे शिक्षण

(अ) अनुसूचित जाती-जमातींच्या शिक्षणासंबंधी घटनेतील तरतुदी

(SC/ST and their Education)

भारतीय राज्य घटनेमध्ये अनुसूचित जाती-(एस.सी.), अनुसूचित जमाती (एस.टी.) साठी खालील शैक्षणिक सुविधा केल्या आहेत.

१. घटना कलम १७ प्रमाणे अस्पृश्यता सार्वजनिक ठिकाणी पाळणे हा गुन्हा समजण्यात येतो.

२. कलम १५ नुसार सर्व अनुसूचित जाती-जमातींना नदी, विहीर, घाट या ठिकाणी पाणी पिणे अंघोळ करण्यास प्रतिबंध करता येणार नाही. तसेच कलम २५ प्रमाणे सार्वजनिक उत्सव, देऊळ, यात्रा इ. ठिकाणी मुक्त प्रवेश दिला जातो.

३. कलम २९ नुसार सार्वजनिक शाळा- महाविद्यालयात मुक्त प्रवेश दिला जातो. तसेच कलम १६ व ३३५ प्रमाणे शैक्षणिक सेवेत व इतर सार्वजनिक सेवेत आरक्षण दिले आहे.

४. तसेच शिक्षणासाठी मोफत शैक्षणिक साहित्य व शिष्यवृत्ती ठेवण्यात आल्या आहेत. पहिल्या पंचवार्षिक योजनेत ४० कोटींची तरतूद होती; ती वाढत जाऊन पाचव्या योजनेत २०० कोटी केली होती. अशाप्रकारे त्यात वाढ होत आहे.

५. १९६०-६१ साली ढेबर आयोग नेमून मागासवर्गीयांचा खास अभ्यास करून शिक्षणाच्या व इतर सवलती जाहीर केल्या होत्या. त्यामध्ये व्यावसायिक शिक्षण, शिक्षण व इतर खर्चासाठी संपूर्ण अनुदान, शिक्षकांसाठी वेतन व मातृभाषेतून पुस्तके आणि इतर सोयी दिल्या गेल्या.

६. १९६४-६६ च्या कोठारी शिक्षणाच्या आयोगाने शिक्षणासाठी मागासवर्गीयांसाठी जादा प्राथमिक शाळा, जादा माध्यमिक शाळा व महाविद्यालयीन शिक्षणासाठी खर्चात जादा रक्कमेची तरतूद केली होती.

७. मागास व भटक्या आणि गुन्हेगार जमातीच्या लोकांना इतर जाती-जमातींप्रमाणे सर्व सोयी उपलब्ध करून देऊन, शिक्षणाची समान संधी दिली होती.

८. भटक्या जमातींसाठी फिरती शाळा व अर्धवेळ शाळांच्या योजना आखण्यात आल्या. केंद्रशासनाच्या व राज्य शासनाच्या योजना पुढे वाढत गेल्या.

९. केंद्रशासनाच्या वतीने आय.ए.एस.चे प्रशिक्षण वर्ग सुरू करून मोफत सोयी पुरविल्या. तसेच मागासवर्गीयांच्या या सवलतीबाबत संशोधान केंद्रे उभारली गेली. या शिवाय राज्य शासनाने आश्रमशाळा, वसतिगृहे, शैक्षणिक साहित्य, भोजनव्यवस्था, परीक्षा व इतर फी सवलती दिल्या आहेत.

१०. १९८६ चे शैक्षणिक धोरण, १९९२ ची फेररचना यामध्ये सामाजिक समता व समान शिक्षण सोयी सवलतींची फेररचना करून अधिक प्रमाणात आधुनिक सोयी जाहीर केल्या.

११. आय.ए.एस. प्रशिक्षणाबरोबर आय.आय.टी. व इतर ठिकाणी जादा जागांना आरक्षण देऊन उच्च शिक्षणाच्या सवलती दिल्या आहेत.

१२. राज्य व केंद्र शासनाच्या संयुक्त उपक्रमाद्वारे 'सर्व शिक्षण मोहीम' कार्यक्रम देशात आर्थिक पूर्ण सवलतींसह राबविला जात असून, मागासवर्गीयांबरोबर दुर्बल व शारीरिक अपंगांना बरोबर घेऊन १०० टक्के शाळेत उपस्थिती ठेवली जात आहे.

ब) स्त्रियांचे शिक्षण (Women Education)

या देशाच्या इतिहासात प्राचीन काळी स्त्रियांना फार मान होता. पुरुष-स्त्री असा भेदभाव नव्हता. महाभारतात स्त्रियांना पुरुषांचे बरोबरीने वागविले जाई. परंतु, परकीय राजवटींमुळे सर्व समाजघटक दुभागले. स्त्रियांना कमी समजून 'चूल-मूल' एवढाच अधिकार दिला. भोगवस्तू म्हणून त्यांचा केवळ वापर केला गेला. परंतु, ब्रिटिश शासनाच्या धोरणामुळे स्त्रियांना व मागास वर्गाला अभय मिळाले. त्याचा फायदा घेऊन म. जोतिराव फुले, कर्वे, म. गांधी, विठ्ठल रामजी शिंदे, राजाराम मोहन रॉय, ॲनी बेझंट इ. नी पुढाकार घेऊन महिलांना प्रतिष्ठा मिळवून देण्याचा प्रयत्न केला. त्याचा परिणाम आज दिसून येत आहे. १८८२ च्या शैक्षणिक आयोगाने 'स्त्री शिक्षणा'ला राज्यमान्यता दिली. स्वातंत्र्यानंतर कायद्यानेच सर्व महिलांना समान अधिकार प्राप्त झाले. १९५७ च्या स्वतंत्र समितीने स्त्रियांच्या सुधारणेसाठी काही शिफारशी केल्या. शिक्षणाबरोर घरी तसेच बाहेरही स्त्रिया भाग घेऊ लागल्या. शिक्षणातही पुढे आल्या व पुरुषाच्या बरोबरीने कामे करू लागल्या. परंतु, सामाजिक व कौटुंबिक रूढी-परंपरा सांभाळताना त्यांना त्रास होत आहे; म्हणून सध्या सर्व ठिकाणी राखीव जागा ठेवल्या जात आहेत. स्वयंसेवी संस्था पण शासनाच्या धोरणानुसार महिलांसाठी प्रयत्न करत आहेत. राजकीय सवलती व जबाबदारी आल्याने स्त्रिया पुढे येत आहेत. शिक्षण व अन्य क्षेत्रांत प्रवेश उल्लेखनीय निश्चितच आहे.

क) अनुसूचित जाती - जमाती आणि स्त्रियांना वसतिगृहे व फीच्या सवलती दिल्या जातात; तसेच अपंग, मतिमंद, निराधार मुलांना व मुलींना सावित्रीबाई दत्तक योजना, म. फुले हमी योजना इ. सोयी शिक्षणाच्या माध्यमातून सर्व वंचितांना शासन व स्वयंसेवी संस्था सहकार्य करत आहेत. त्यामध्ये सुसूत्रता येणे आवश्यक आहे. त्यासाठी सर्वेक्षण होऊन नवीन नियोजन करावे, अशी अपेक्षा करण्यास हरकत नाही.

ड) ग्रामीण लोकांचे शिक्षण (Education of Rural People)

भारत देश शेती-प्रधान देश म्हणून ओळखला जातो. त्यामुळे ८० टक्के लोक शेती व्यवसायावर आणि ग्रामीण भागात राहतात. ब्रिटिश काळात सुधारणेच्या नवीन विचाराने काही शाळा सुरू झाल्या होत्या. परंतु, त्यापूर्वी काही गावातून पाठशाळा व मदरसा चालविल्या जात. अक्षर ओळख या पलीकडे शिक्षण जात नसत. शासनाचे ग्रामीण जीवन व शिक्षण याकडे लक्ष नव्हते, शासकीय कार्याला मदत करण्यासाठी लेखनिक स्वरूपाची व्यवस्था शाळांतून होत होती. त्यापूर्वी खेड्यात स्वतंत्र शिक्षण व्यवस्था नव्हती. पंतोजीची शाळा होती. अनेक छोट्या गावातून कोणतीच व्यवस्था नव्हती. सहाजिकच ९० टक्क्यांपेक्षा जादा निरक्षर जनता होती. त्याचा परिणाम अज्ञान, दारिद्र्य, अंधश्रद्धा या स्वरूपाचा झाला. ब्रिटिशाच्या सुधारणावादामुळे इंग्रजी शिक्षण शहरात सुरू होते; पण मर्यादा होती.

ग्रामीण लोक खरोखर ग्रामीण जीवन जगत होते. स्वातंत्र्यानंतर मात्र प्रत्येक गावात शाळा, पंचायत आणि सहकारी संस्था स्थापन झाल्या. त्यामुळे शेती व्यवसायाबरोर इतर शिक्षणाचे वर्ग सुरू झाले. साक्षरता वर्गातून वाचन-लेखन-अंकज्ञान व समाज शिक्षणाचे धडे गावातील लोकांना शासनामार्फत मिळू लागले. तसेच पंचायती राज्य, आहार व आरोग्य आणि शेती व्यवसायाला पूरक शिक्षणाची सोय झाली. पंचवार्षिक योजना व त्यामार्फत ग्रामीण विकासाचे कार्य सुरू झाले. रस्ते, पाणी, वीज या सोयींबरोबर शाळा, माध्यमिक शाळा आणि तालुक्याच्या ठिकाणी महाविद्यालये सुरू झाली.

वरील शैक्षणिक सोयींबरोबर ग्रंथालये, निरंतर वर्ग, अनौपचारिक वर्गातून व्यावसायिक छंद व कला इ. शिक्षण तरुण वर्गांना देण्याचे कार्य सुरू झाले. ग्रामीण लोक आर्थिक सुधारणेसाठी डेअरी, पोल्ट्री, फळबाग, साखर उद्योग त्यांचा अभ्यास प्रत्यक्ष-अप्रत्यक्ष करू लागले. विजेची सोय, वाहतुकीसाठी रस्ते व वाहने उपलब्ध झाल्याने चौथ्या पंचवार्षिक योजनेनंतर शहरी जीवन व ग्रामीण जीवन यातील अंतर कमी झाले. आता दुर्बल व मागासवर्गीयांच्या शिक्षणाकडे लक्ष देऊन आर्थिक व सामाजिक समानता आणण्यासाठी शासन व लोकप्रतिनिधींनी लक्ष द्यावे.

पेपर नं. ३
घटक नं. ३
मानवी वाढ व विकास
(Process of Growth and Development)

१) शारीरिक, सामाजिक, भावनिक आणि बौद्धिक विकास
(Physical, Social, Emotional and Intellectual)

२) संबोध कल्पना निर्मिती, तर्क समस्या, सृजनशीलता (Development of Concept Formation, Logical Reasoning, Problem Solving and Creative Thinking)

३) भाषिक विकास (Language Development)

४) व्यक्ती भेद (Individual Differences)

१) शारीरिक, सामाजिक, भावनिक आणि बौद्धिक विकास
(Physical, Social, Emotional, Intellectual)

अ) नवजात अर्भकापासून वीस वर्षे वयाच्या प्रौढापर्यंतच्या विविध वयोगटातील, विविध व्यक्ती डोळ्यांसमोर आणा तसेच तुम्ही पाहिलेल्या बालकांच्या वाढीच्या अवस्था डोळ्यांसमोर आणा आणि २० वर्षांत त्याच्यात कसा बदल होत गेला याची आठवण करा. तुमच्या स्मरणात बदल कसे होत जातात हे लक्षात येईल.

व्यक्तीच्या जीवनास मातेच्या उदरात सुरुवात होते. त्या ठिकाणी क्रमाक्रमाने मानवी आकृती तयार होते. तीन महिन्याचे बालक मातेच्या पोटात स्पष्ट दिसते. पाचव्या महिन्यात हालचाल सुरू होते आणि मातेला चाहूल लागते. जन्माला आलेले मूल एक वर्षांत विविध टप्प्यातून जाते हे सर्वजण पाहतो. एका वर्षानंतर चालण्यास व बोलण्यास सुरू करते आणि दोन-तीन वर्षांत सर्व गोष्टींचा आग्रह सुरू होतो; अशा प्रकारे शारीरिक व वर्तनातून होणारा बदल स्वाभाविक व पूर्णत्वाच्या दिशेने होतो यालाच 'विकास' म्हणतात. निश्‍चित दिशेने क्रमश: प्रगती स्वरूपात बदल होण्याच्या या प्रक्रियेस 'विकास प्रक्रिया' असे म्हणतात.

जॉन ॲडम्सच्या मते शिक्षण ही मुलांच्या नैसर्गिक वाढीस योग्य दिशा देणारी प्रक्रिया आहे; म्हणून शिक्षकास बालकांच्या विकास अवस्थांचा अभ्यास करणे गरजेचे आहे. बालक म्हणजे प्रौढ माणसाची प्रतिकृती नाही हे शिक्षकाला माहिती पाहिजे. मुलांचा विकास, उंची, वजन, बांधा, तसेच बुद्धिमत्ता, भावना, सामाजिक व नैतिकवर्तन इ. बाबत होत असतो. मूल म्हणजे माणूस बनण्याच्या मार्गातील विविध अवस्थातून जाणारी व्यक्ती होय. विकास कोणत्या अवस्थातून होतो आणि प्रत्येक अवस्थेची वैशिष्ट्ये काय असतात, हे शिक्षकास कळले तर इष्ट ते वळण लावण्याचे कार्य होऊ शकते. विकास प्रक्रियेचा अभ्यास केल्याने खालील फायदे होतात.

१) बालकांच्या विकासाच्या अवस्था व वैशिष्ट्ये समजतात.

२) विशिष्ट अवस्थेवेळी बालकापासून कोणत्या शैक्षणिक अपेक्षा करणे योग्य ठरेल याचा विचार करता येतो.

३) परिणामकारक अध्यापन पद्धती व शैक्षणिक साहित्याची निवड केली जाते.

४) विद्यार्थ्यास व पालकांस योग्य मार्गदर्शन करता येते.

ब) विकासाची अंगे : १) शारीरिक विकास - मातेच्या उदरात गर्भधारणा होताच विकासाच्या प्रक्रियेस सुरुवात होते. पेशींची वाढ म्हणजेच शारीरिक वाढ होय. शारीरिक वाढ जन्मापूर्वीच सुरू झालेली असते. जन्माच्या वेळी बालकाच्या

हालचाली मातेच्या उदरातील हालचालींशी सुसंगत असतात; नंतर हळूहळू डोळे फिरविणे, शिंकणे, खोकणे, हात-पाय हालविणे, कुस बदलणे सुरू होते. पुढे रांगणे, बसणे व उभा राहण्याचा प्रयत्न होतो. समतोल साधण्याची प्रक्रिया सुरू होते. पुढे चालणे, धावणे सुरू होते. दोन वर्षांत बोलावयास सुरुवात होते. खेळणी खेळणे, रडणे, भांडणे, हट्ट करणे सुरू होते. बालवाडीत जाईपर्यंत कोणतीच स्वतंत्रपणे क्रिया करता येणेस समर्थ नसते. बाल्यावस्था संपूर्ण शाळेत जाण्यास योग्य वय ६ वर्षे समजले जाते. शारीरिक विकासात सर्व मुलांच्या वेग सारखा नसतो. शैक्षणिकदृष्ट्या, स्थूलमानाने विकासाच्या अवस्था पुढील प्रमाणे–

१) जन्मपूर्व अवस्था - ० ते २ आठवडे.
२) नवजातावस्था - ३० दिवस.
३) शैशावस्था - २ वर्षांपर्यंत.
४) बालकावस्था - २ ते ५ वर्षे.
५) किशोरावस्था - ६ ते १२ वर्षे
६) कौमार्यावस्था - १३ ते १८ वर्षे
७) प्रौढावस्था - १८ चे पुढे.

सदर अवस्थेचा कालावधी सर्वच मुलांत समान असत नाही. काही उशिरा तर काही लवकरच पूर्ण करताना दिसतात. मुलांची वयाच्या ५ व्या वर्षापर्यंत हालचाल इतरांच्या मदतीनेच होत असते. किशोर अवस्थेत बालक स्वतंत्रपणे बाहेर जाणे - येणे सुरू करते. स्वावलंबन सुरू होते. संघटित मैत्री, खेळणे या गोष्टी मित्रांच्या साहाय्याने स्वतंत्रपणे करण्याची शारीरिक तयारी होते. सांघिक स्पर्धा, सहकार्य, सामाजिक वर्तनाला सुरुवात होते.

किशोरावस्था : शारीरिक वाढ जोरात सुरू होते. त्यामुळे 'हम भी कुछ कम नही' ही वृत्ती तयार होते. सांघिक प्रवृत्ती वाढते. मित्रमंडळीतून नेतृत्वाची धडपड सुरू होते. आई-वडिलांचे पटत नाही. मित्राच्या सहकार्याने खेळ व खेळाच्या योजना आखल्या जातात. शारीरिक वाढीमुळे कृतींना भरपूर संधी प्राप्त होतात. मुलं कृतिशील बनतात. ७ ते १२ वर्षांच्या शारीरिक वाढीची गती पाहून शिक्षकाने कृतिशील शिक्षण पद्धतीवर जोर दिला पाहिजे. शारीरिक हालचाल लक्षात घेऊन खेळ व इतर उपक्रमांत मुलांना गुंतविल्यास भावनिक, सामाजिक व बौद्धिक विकासाला गती मिळते व विधायक कार्य होते. मुलांच्या सुप्त गुणांना या वयात संधी प्राप्त करून देणे हे शिक्षणाचे काम आहे.

किशोर अवस्थेत भांडण, गट तयार करणे या प्रवृत्तींचा विधायक कामांसाठी उपयोग करून घ्यावा. रागावून न जाता थोडं शांतपणे समजून घेऊन सांगितले की मुलं ऐकतात. या वयातच शिक्षकांचे मार्गदर्शन महत्त्वाचे असते. किशोरवय हे प्राथमिक शाळेत शिक्षण घेण्याचं वय असतं. संघप्रवृत्ती, रचनाप्रवृत्ती या प्रमुख प्रवृत्तींचा शिक्षकांनी भरपूर उपयोग करून घ्यावा.

कुमारावस्था : १३ ते १८ वर्षांची मुलं-मुली या गटात येतात. या वयात प्रामुख्याने शारीरिक वाढ व इतर बदल जलद होतात. मुलींमध्ये मुलांपेक्षा सुरुवात लवकर होते. जैविक वाढ हे या अवस्थेचे महत्त्वाचे लक्षण होय. आवाजात बदल, शरीर व एकूण बांधा बदलतो व विरोधी लिंगाबद्दल आकर्षण प्रथमच जाणवू लागते. त्यामुळे मुलं-मुली बेचैन होऊन अस्वस्थता वाढण्याची शक्यता असते. प्रौढाप्रमाणे स्वत:ला 'मत स्वातंत्र्य' हवे असे वाटत राहते. मित्र-मैत्रिणींची सवय लागते. स्वत:च्या शारीरिक वाढीत डौलपणा यावा म्हणून कपडे व इतर वस्तुंचा वापर सुरू होतो. स्व-भावना वाढीस लागते. उपदेश वा इतरांचा विचार पटत नाही. मनाची द्विधा स्थिती निर्माण होऊन निराशा वाटते. वादळी वातावरण तयार होऊ लागते; म्हणून या वयाला 'धोक्याचे वय' समजतात.

या वयात शारीरिक वाढ पूर्णत्वाकडे जाते. बौद्धिक व भावनिक गोंधळ सुरू होतो. याचा विचार करून अध्यापन-अध्ययनाची दखल घेतली पाहिजे. सामाजिक व राष्ट्रीय दृष्टिकोनातून शैक्षणिक मूल्यांची वाढ करण्याचा प्रयत्न शिक्षकांनी करावा. त्यासाठी वैचारिक व कृतिशील अध्यापन करून तशाचप्रकारे अध्ययन करण्यास भाग पाडावे. व्यक्तिगत व सामुदायिक कल लक्षात घेऊन मार्गदर्शन करावे. कुमारांच्या विचारांना पूर्ण स्वातंत्र्य द्यावे. योग्य मार्गदर्शन केल्यास विधायक कामे करून घेता येतात. समाजसेवा शिबिर, चर्चात्मक व परिसंवादात्मक अध्यापन करून कुमारांचा सहभाग वाढवावा. वैयक्तिक व योग्य मार्गदर्शन मिळाल्यास या वयातील शारीरिक व बौद्धिक विकासाला विधायक वळण लागते. बाह्य

जगाचा, शालेय वातावरणाचा व घरच्या परिस्थितीचा मेळ कसा घालावा याचे मार्गदर्शन या वयोगटातील मुला-मुलींना महत्त्वाचे आहे; अशाच प्रकारचे एकूण वातावरण घरात व शाळेत मिळाले पाहिजे. अध्यापनाच्या नियमित वर्गाच्या बाहेर जाऊन शिक्षकांनी सुसंवाद साधण्याची गरज आहे. जीवनमूल्ये स्थिर होण्याचे हे वय असून प्रौढ वयाचा पाया या ठिकाणी घातला जातो.

सामाजिक विकास : सामाजिक जीवनाची जाणीव असणे हे व्यक्तीला समाज विकासाचे कामी साहाय्यभूत ठरते. सुरुवातीस बालकाचा समाजाशी काही संबंध नसतो. पुढे हळूहळू कुटुंबातील व्यक्तीशी व नंतर शेजारी व मित्राशी ओळख होते. कुटुंबातील जीवनाची व बाह्य जीवनाची ओळख होऊन समाज विकासाला सुरुवात होते. सामाजिक विकास हा इतर भावनिक, शारीरिक बौद्धिक विकासाबरोबर होत असतो. विकासाची सर्व अंगे एकमेकांशी पूरक असतात. एकांगी विकास प्रक्रिया होत नाही. तसेच सामाजिक विकास वेगळा दाखविणे कठीण जाते. समाजातील वातावरण, शालेय व घरचे मार्गदर्शन यामुळे सामाजिक विकास चांगला होतो. घरातील व समाजातील वातावरणाचा परिणाम व्यक्तीच्या जीवनावर होतो. ज्या समाजात नीतिमूल्ये पाळली जातात. कुटुंब स्थिर असतात ती मुले चांगले वर्तन दर्शवितात. या उलट, ज्या परिस्थितीतून मुलं शाळेत येतात त्या वातावरणाचा परिणाम त्यांच्या विकासावर निश्चितच होत असतो. समाजातील स्पर्धा, भांडणे-तंटे, मैत्री, सहकारी सेवासंस्था, मंडळे, मित्रमंडळे इ. गोष्टींचा समाज विकासात सहभाग असतो.

भावनिक विकास (Emotional Development) : व्यक्तीच्या मनात अनेक भावना गंठित झालेल्या असतात. त्यामुळे प्रसंगी सदर भावना स्पष्ट होतात. काम, क्रोध, मद, मोह, मत्सर आणि अहंकार हे माणसाच्या भावना चेतवणारे विकार आहेत. क्रोधाचे भरात व्यक्ती अनेक दुष्ट कामे करते. मोह किंवा मायेपाटी चुका घडतात. भावनेच्यापोटी स्वत:चे नुकसान करून घेतले जाते. भावना अनावर झाल्यावर माणसं रडतात, चिडतात, घाबरतात, प्रसंगी आत्महत्या करतात; म्हणून मुलांचा भावनिक विकास योग्य मार्गाने करणे हे शिक्षणाचे काम आहे. भावनिक विकासाचा शारीरिक व बौद्धिक विकासाचा जवळचा संबंध असतो. शिक्षणाच्या माध्यमातून या सर्व विकासांचा संगम घडविणे शक्य आहे. वर्गातील अध्यापनाबरोबर बाह्य-शालेय उपक्रमांतून विद्यार्थ्यांच्या भावनांना योग्य वळण देण्याचा प्रयत्न शिक्षकांनी केला पाहिजे. ज्ञानाबरोरच भावनिक विकास महत्त्वाचा असतो. लोकशाही जीवन पद्धतीने व्यक्तीची वाढ होण्यासाठी प्रामाणिकपणा, करुणा, आदर, प्रेम इ. भावनांची वाढ झाली पाहिजे. तसेच मत्सर, क्रोध, मोह इ. भावना कमी झाल्या पाहिजेत. चांगल्या भावनांचे संवर्धन करणे हे अध्यापन -अध्ययनाचे लक्ष असले पाहिजे.

मुलं शाळेत येण्यापूर्वी काही भावनांचे रोपण झालेले असते. परंतु, त्यांचा विकास झालेला नसतो. भीती, चिंता अशा भावना मुलांच्या मनातून दूर केल्या पाहिजेत. तसेच धैर्य, धाडस, सहानुभूती, सहकार्य, बंधूप्रेम अशा भावनांना प्राधान्य देऊन अध्यापन केले पाहिजे; भावनांची घडण करणे हे शिक्षणाचे ध्यये असते.

शाळा, संस्था व शिक्षकांबद्दल मुलांच्या मनात द्वेशाची व आदराची भावना घडत असते. शिक्षकांचे अध्यापन योग्य नसेल, शिक्षक स्वार्थी असेल, पक्षपाती असेल तर मुलांची मने-दुखावली जातात व त्यातून नाराजी तयार होते. या उलट जर शिक्षक विद्यार्थ्यांच्या अडचणी लक्षात घेऊन, सहानुभूतीने व कुवतीनुसार आनंदाने कर्तव्य बजावत असेल, तर सर्वांच्या कडून आदर प्राप्त होतो. अनुभव, संस्कार, बौद्धिक वाढ इ. मुळे भावनिक वर्तन सौम्य होत जाते.

बौद्धिक विकास (Intellectual Development) :बिने या फ्रेंच शास्त्रज्ञाच्या मते, उपक्रमशिलता, निर्णयशक्ती आणि समायोजनक्षमता म्हणजे 'बुद्धी' होय. जेम्सच्या मते, बुद्धी म्हणजे अभिनव व परिस्थितीशी समायोजन साधण्याची क्षमता तर अमूर्त स्वरूपाचे विचार करण्याची क्षमता म्हणजे 'बुद्धी' असे मत टर्नमनचे आहे. बुद्धी म्हणजे काय, हे निरनिराळ्या मानसशास्त्रज्ञांनी सांगितले आहे.

बुद्धी ही उपजत क्षमता आहे. या क्षमतेने मापन करणे शक्य नाही. ज्यात बुद्धीचा वापर होतो; अशाच एखाद्या कृतीतून

अप्रत्यक्षपणे बुद्धीचे मापन करावे लागते. एखाद्या व्यक्तीला किंवा व्यक्ती समूहाला वारंवार बुद्धिमापन कसोट्या देऊन त्याने संपादन केलेल्या गुणांवरूनच बुद्धीचा विकास कसा होतो, हे सांगता येते. बुद्धी विकासात खूपच व्यक्तिभिन्नता आढळून येते. एखाद्या मुलाची विकासाची गती मंद अथवा तीव्र असल्यास तो मंद किंवा कुशाग्र बुद्धीचा आहे असे म्हणता येणार नाही - कारण बुद्धिमापन हे

१) मुलांच्या विकासाचा घाट

२) वातावरण

३) सामाजिक घटक

४) मानसशास्त्रीय घटक

५) बुद्धिमापनासाठी वापरलेल्या कसोट्यांचे स्वरूप.

या पाच बाबींवर अवलंबून असतो. शारीरिक विकासाप्रमाणे बौद्धिक विकासाला देखील मर्यादा आहेत. बौद्धिक विकास कमाल मर्यादा केव्हा गाठतो याचा अभ्यास काही शास्त्रज्ञांनी केला आहे. कोणत्या वयात बौद्धिक क्षमता कमाल पातळी गाठते हे सांगता येत नाही, तसेच व्यक्तिपरत्वे विकासाची कमाल मर्यादा वेगवेगळी असते. कुशाग्र बुद्धीची व्यक्ती विकासाची कमाल मर्यादा लवकर गाठतात. सामान्य व अल्प बुद्धीच्या व्यक्ती उशिरा गाठतात. फ्रीमॅन व फ्लॉरी (Freeman and Flory) यांनी शिकागो येथे केलेल्या अभ्यासावरून असे दिसून आले आहे की, काही व्यक्तींचा बौद्धिक विकास त्यांच्या वयाच्या १६ व्या १७ व्या वर्षी पूर्ण होतो तर काहींचा वयाच्या २१ व्या वर्षांपर्यंत चालू राहतो.

५. भाषेचा विकास (Language Development) : व्यक्तीच्या बौद्धिक विकासाबरोर भाषेची क्षमता वाढत जाते. बालकावस्थेत व शैशवावस्थेत प्राप्त झालेले भाषाज्ञान मुलांच्या बौद्धिक ज्ञानाला पूरक ठरते. इतरांना समजू शकेल असे शब्द मुलं वयाच्या दुसऱ्या वर्षी बोलू शकते. काही मुलं याला अपवाद असतात. पाच वर्षापर्यंत वाक्यात बोलू शकते. तसेच छोट्या छोट्या गोष्टी ऐकून समजू शकते. संबोध पूर्ण नसेल, तरी गोष्टीला प्रतिसाद देऊ शकते. अर्थातच सर्वच मुलं भाषेच्या बाबतीत समान विकास करू शकत नाहीत. शाळापूर्व वयात मुलांचा भाषा विकास त्यांच्या घरच्या वातावरणाशी संबंधित असतो. सुसंस्कृत व सुशिक्षित पालकांची मुलं भाषेच्या विकासात प्रगतीशील असतात. बालवयात मुलं प्रौढांच्या सान्निध्यात अधिक काळ राहिल्यास भाषाज्ञान अधिक असते. टर्मन थॉर्नडाईक (Terman Thorndike) यांनी केलेल्या काही प्रयोगावरून असे दिसते की, किशोर अवस्थेच्या सुरुवातीस मोठी शब्दसंख्या बालकाजवळ असते. सीशोअर (Seashore) आपल्या अभ्यासातून विविध गटाच्या मुलांची शब्दसंख्या पुढीलप्रमाणे आयोजित केली आहे.

वय	शब्दसंख्या	वय	शब्दसंख्या
४ वर्षे	५६०० मूळ शब्द	७ वर्षे	२१००० मूळ शब्द
५ वर्षे	९६०० मूळ शब्द	८ वर्षे	२६३०० मूळ शब्द
६ वर्षे	१४७०० मूळ शब्द	१० वर्षे	३४३०० मूळ शब्द

पाच वर्षांनंतर चेंडू म्हणजे खेळण्याची वस्तू आहे असे संबोधन मुलं करू शकतात. अनुभवाचे अमूर्त शब्द सांगू शकतात. नावाने हाका मारू शकतात. घरातील सांगितलेली वस्तू दाखवू शकतात किंवा आणतात. परंतु, जादा स्पष्टीकरण करू शकत नाहीत. १० वर्षांपासून स्पष्टीकरण करणे, उलट शब्द, समान शब्द सांगू शकतात. वयाच्या १२ व्या वर्षी क्षमता चांगलीच दिसते. याबाबत घर व शाळा आणि सवंगडी यांचा परिणाम फार जाणवतो, अर्थात व्यक्तिभेद राहतोच. १३ व्या वर्षापासून स्वत: वाचलेले व ऐकलेले शब्दसंग्रह सांगू शकतात. भाषण करू शकतात. छोट्या गोष्टी लिहू शकतात. व्याकरणाची जाण आलेली असते. पाचव्या वर्षी एका वाक्याची भाषा वाढत जाऊन १२ व्या वर्षी स्वयंपूर्ण भाषा वापरू शकतात.

वरील विवेचन मुलं ज्या भाषेच्या वातावरणात वयाच्या एका वर्षांपासून असतात त्या भाषेच्या संदर्भात आहे.

क) कल्पना निर्मिती (Concept Formation) : कल्पना तयार करणे किंवा कल्पना करणे, ही बाब शिक्षण क्षेत्रात महत्त्वाची मानली जाते; म्हणून कल्पना म्हणजे काय? ती कशी तयार केली जाते किंवा तयार होते. याची माहिती शिक्षकांस हवी. बौद्धिकक्षमता मोजताना व्यक्तीची कल्पनाशक्ती मोजण्याची गरज असते. स्मरण, आठवण, प्रतिमा, संबोध इ. शब्द समान अर्थाने काही वेळा उपयोगात आणतात. परंतु, कल्पना ही संकल्पना वेगळी आहे.

आपण निरनिराळे अनुभव घेतो. पूर्वअनुभवाच्या प्रतिमा त्याच पद्धतीने मनात तयार केल्या तर त्याचे स्मरण होते. परंतु, पूर्वअनुभवाचे काही घटक घेऊन त्यांची जुळवाजुळव नवीन पद्धतीने केली तर ती 'कल्पना' होते. पृथ्वीवरील हिरवे गवत पाहून आणि एखादी स्त्री हिरवी साडी परिधान केलेली आठवण होऊन, एखाद्याने 'पृथ्वीने हिरवा शालू परिधान केला आहे.' असे म्हटले तर त्यांची ही 'कल्पना' होईल. पूर्वानुभवातील घटक फेरफार करून नवीन निर्माण केलेले चित्र म्हणजे कल्पना होय. चित्रकार, शिल्पकार, नाटककार, कथाकार काल्पनिक चित्रे निर्माण करतात. न पाहिलेल्या देवांच्या मूर्ती व चित्रे ही कल्पनासृष्टीच होय. वास्तवतेच्या प्रतिमेस कल्पना म्हणता येणार नाही. छायाचित्राची सत्य नकल कल्पना होत नाही. परंतु, अनुभवावरून वेगळे-आगळे विचार मांडले किंवा चित्र तयार केले तर ती 'कल्पनाशक्ती' म्हणता येईल.

१) रचनात्मक कल्पना   २) अनुकरणात्मक कल्पना

३) व्यावहारिक कल्पना   ४) सौंदर्यात्मक कल्पना

५) स्वैर-कल्पना असे कल्पनेचे प्रकार पाडता येतात.

१. कल्पनाशक्तीच्या पायऱ्या -

१. अवबोध (Perception) निरीक्षण करणे ही कल्पना तयार करण्याची पहिली पायरी होय. अनुभवाचे संकलन करणे महत्त्वाचे आहे.

२. प्राप्त अनुभवाचे विश्लेषण करणे ही दुसरी (Analysis) पायरी होय.

३. तुलना करणे (Comparision) ही तिसरी पायरी होय.

४. त्यानंतर जुळवाजुळव करणे किंवा संकलन करणे महत्त्वाचे ठरते.

५. शेवटी नामकरण करणे, कल्पनेला नाव देणे महत्त्वाचे ठरते.

वरील पायऱ्यांनी कल्पना तयार होते. मुलेवरील प्रमाणे कल्पना तयार करतील, असे नाही. विचार करून पूर्व अनुभव जमा करतील परंतु चुकीची कल्पना सुद्धा करतील; अशा वेळी शिक्षकांनी प्रथम त्यांना संधी देऊन नंतर त्यांच्याच अनुभवातून नवीन कल्पना करावयास लावणे.

२. कल्पनेवर परिणाम करणारे घटक

१. अकार्यक्षम - कमकुवत ज्ञानेंद्रिय - मुलांचे किंवा व्यक्तीची ज्ञानेंद्रिय कार्यक्षम नसतील, तर कल्पना करणे अवघड असते. उदा. बहिऱ्या व्यक्तीला आवाजाची कल्पना करणे शक्य नाही. आंधळ्या व्यक्तीला इंद्रधनुष्याची कल्पना करणे कसे शक्य होईल?

२. बौद्धिकक्षमता - बौद्धिकक्षमतेनुसार कल्पना करणे शक्य होते. प्रज्ञावंत मुले अनुभवाची मांडणी योग्य प्रकारे करून नवी कल्पना किंवा विचार अधिक चांगला मांडू शकतात.

३. अनुभव - अनुभवाने नवीन विचार येतात. प्रौढांना जादा अनुभव असल्याने त्यांना बालकापेक्षा अधिक प्रभावी व योग्य कल्पना किंवा विचार अधिक चांगला मांडू शकतात.

४. शिक्षणाची संधी - शिक्षणाची संधी अधिक मिळाल्यास नवे विचार सुचतात. त्यामुळे कल्पनाशक्ती वाढते. ज्यांना शिक्षण कमी मिळते त्यांच्या विचारांना मर्यादा येतात.

५. आर्थिक व सामाजिक वर्ग - ज्या व्यक्तींना आर्थिक व समाजात वरचे स्थान असते त्यांना नवीन कल्पना सुचतात. परंतु गरीब व मागास घटक वर्गांना ते शक्य होत नाही.

३. कल्पनेचे महत्त्व व मर्यादा

कल्पनाशक्ती मानवाला मिळालेली ही मोठी देणगी आहे. या शक्तीच्या अभावी मानव इतर प्राण्यांप्रमाणे होईल. कल्पनाशक्तीचा उपयोग करून अनेक शास्त्रज्ञ, विचारवंत, लेखक, कवी, कलाकार झाले आहेत. कल्पनेमुळेच मानवी संस्कृतीचा विकास झाला. विमाने, यंत्रे, चित्रपट, धरणे, पूल ही कल्पनेची उदाहरणे आहेत. सर्व माणसं कल्पनेवर जगतात. दु:खी जीवन कल्पनेवर सुखी होते. उद्याचे जीवन चांगले होईल या कल्पनेवर माणूस आजचे वाईट दिवस घालवत असतो व उद्याची वाट पाहात राहतो व दु:ख विसरतो.

विद्यार्थ्यांना कार्यानुभवातून कल्पना सुचतात. चित्रे रंगवणे, गोष्टी लिहिणे, भाषण करणे, कोडी सोडविणे, स्पर्धेत भाग घेणे इ. मार्गाने कल्पना सुचतात व मुलांचा बौद्धिक विकास होतो.

कल्पना करताना अनुभव असावा लागतो. खेडेगावापेक्षा शहरातील लोकांना कल्पनेची संधी अधिक असते. कल्पना विरुद्ध बाजूने करता येत नाही. उदा. मीठ गोड असते, दिवसा अंधार असतो. दुधाचा रंग तांबडा असू शकतो, अमावस्येचे शुभ्र चांदणे म्हणता येत नाही, उष्ण बर्फ, शीतल सूर्यप्रकाश पडतो असे होत नाही.

२. तर्क करणे - समस्यापूर्ती व सर्जनशील विचार
(Reasoning-Problem Solving and Creative Thinking)

प्रत्येक काम विचारपूर्वक करावे, असे आपण म्हणतो. मानव प्राणी विचार करतो, कल्पना करतो व समस्या सोडवितो, त्यामुळे तो श्रेष्ठ समजला जातो. 'पूर्वानुभवाच्या विविध अंगांची मनातल्या मनात जुळवाजुळव करणे म्हणजे विचार करणे होय.' असे नॉर्मन (Norman) याने म्हटले आहे. तर, 'अनुभवाची ज्ञानात्मक बाजू म्हणजे विचार' अशी जेम्स रॉसने (J.S. Ross) विचार प्रक्रियेची व्याख्या केली आहे. एखादी समस्या निर्माण होताच विचाराला चालना मिळते. विचारातून समस्येचे आकलन होते, विश्लेषण होते आणि ती सोडविण्याचा मार्ग मिळतो. विचार प्रक्रियेचे पृथक्करण केल्यास समस्या - धडपड- पूर्वअनुभवांचा उपयोग - कृती असे घटक दिसतात. शब्द, संबोध, चिन्हे, प्रतिमा, कल्पना ही सर्व विचारांची (thinking) साधने होत.

परावर्तन चिंतन (Reflective Thinking) : ही उच्च पातळीवरील विचार प्रक्रिया आहे. तर्क करणे (reasoning), समस्यापूर्ती करणे (problem Solving), चिकित्सक विचार करणे (critical thinking) आणि सर्जनशील विचार करणे (creative thinking) ही सर्व परावर्तीत विचारांची (reflective thinking) अंगे आहेत. तर्क किंवा अनुमान करताना दिलेल्या गोष्टीतील संबंध लक्षात घेऊन निष्कर्ष काढले जातात. समस्यापूर्तीमध्ये दिलेल्या संबंधावरून नवासंबंध प्रस्थापित केला जातो. चिकित्सक विचार करताना परिस्थितीचे मूल्यमापन केले जाते; आणि सर्जनशील विचारांत पूर्वानुभवाची वेगळ्या पद्धतीची जुळणी करून नवनिर्मिती केली जाते. या चारही प्रकारामध्ये संबोधाचा विचार केला जातो.

१) तर्क करणे (Reasoning) : या विचार प्रक्रियेत दिलेल्या गोष्टीतील संबंध लक्षात घेऊन अनुमान काढले जाते. तर्क करण्याच्या दोन पद्धती आहेत– अ) अवगामी (deductive) ब) उद्गामी (inductive) अवगामी म्हणजे सर्वसामान्यांकडून विशेषाकडे जाणे आणि उद्गामी म्हणजे विशेषाकडून सामान्याकडे जाणे होय. उदा. (अ) अवगामी : सर्व माणसे मर्त्य आहेत. गोपाळराव माणूस आहे. म्हणून - गोपाळराव मर्त्य आहे. या उदाहरणात पहिले विधान सामान्य आहे. त्याला दुसरे विधान लागू पडते. त्यामुळे तिसरे विधान निष्कर्ष सांगू शकते. उदा. - त्रिकोणाच्या तीन कोनांची बाजू १८०° असते; 'अबक' हा त्रिकोण आहे. या दोन विधानांवरून असा निष्कर्ष निघतो की, 'अबक' या त्रिकोणाच्या तीन कोनांची बेरीज १८०° आहे. या ठिकाणी पहिल्या विधानास प्रमुख पूर्वामिती (Major Promise), दुसऱ्या विधानास

उपपूर्वामिती (Minor Promise) आणि शेवटच्या विधानास अनुमिती (Inference) म्हणतात.

ब) उद्गामी : विशेषाकडून सर्वसामान्यांकडे जाणे होय. सूर्य रोज पूर्वेला उगवतो. आज सूर्य पूर्वेला उगवलेला दिसला.

निष्कर्ष : म्हणून रोज सूर्य पूर्वेला उगवत असतो. अवगामी व उद्गामी या दोन्ही पद्धती एकमेकांना पूरक आहेत. या दोन्ही तर्क पद्धतींचा अध्यापनात उपयोग करून घेतला पाहिजे. जीवनात आपण तर्काचा उपयोग करत असतो. गार वारा सुटला की, पाऊस अन्य ठिकाणी पडत असावा असा तर्क निघतो. रस्त्यावर लोक गर्दीने जमा झाले की, अपघातासारखे काहीतरी घडले असावे असे अनुमान निघते. विद्यार्थ्यांच्या तर्क-शक्तीचा विकास करणे हे शिक्षणाचे महत्त्वाचे ध्येय असून, शिकावे कसे हे शिकण्याची गरज आज आहे. विद्यार्थ्यांना स्वतंत्रपणे विचार करण्यास लावावे. सूत्रे व नियम तयार करण्यासाठी उद्गामी पद्धतीचा उपयोग करावा.

२) समस्या निराकरण (Problem Solving) : समस्या निर्माण होताच विचार प्रक्रिया सुरू होते; म्हणून विषय शिकविताना समस्या विद्यार्थ्यांसमोर मांडल्या पाहिजेत. विचार केल्यानंतर समस्यांचे आकलन झाले पाहिजे. पृथक्करण करून निष्कर्ष काढावेत. सर्व विषयांत या पद्धतींचा वापर करणे चांगले.

३) चिकित्सक अभ्यास (Critical Study) : विज्ञानातील निरीक्षणे, गणितातील प्रमेय, इतिहासातील घटना, भूगोलाची परिस्थिती पाहून त्यांची चिकित्सक विचाराने उत्तरे शोधण्याची सवय विद्यार्थ्यांना लावण्याची गरज आहे.

४) सर्जनशीलता : विद्यार्थ्यांना कृतिशील बनविणे हे आजच्या शिक्षणात महत्त्वाचे ध्येय आहे. ज्ञानाच्या कक्षा वाढत असून, सत्य ज्ञानप्राप्तीसाठी विद्यार्थ्यांसाठी स्वत: प्रयोग करून पाहण्याची गरज आहे. उपलब्ध माहितीनुसार घटकांची जुळवणी करून, शोध घेऊन, पुन्हा फेरमांडणी करून नवनिर्मिती करणे यालाच सर्जनशीलता किंवा 'कृतिशीलता' म्हणतात. त्यासाठी रोज माहिती गोळा करणे, पृथक्करण करणे, संकलन करण्याची गरज आहे.

३. व्यक्तिभेद

(Individual Differences)

'व्यक्ती तितक्या प्रवृत्ती' असे म्हटले जाते. तसेच 'पिण्डे पिण्डे मतिर्भिन्ना' याचा अर्थ एका व्यक्तीची मती म्हणजे बुद्धी दुसऱ्या व्यक्तीसारखी नसते. बुद्धीप्रमाणे शरीर व इतर बाबतीतही दोन व्यक्ती सारख्या असत नाहीत, इतकेच नाही तर निसर्गात एकाच झाडाची पाने, वाळूचे कण सारखे असू शकत नाहीत. जुळ्या भावातही व्यक्तिगत फरक दिसून येतो. व्यक्ती व्यक्तीमधील फरकाला 'व्यक्तिभेद' म्हणतात. विद्यार्थ्यांमध्ये रंग, उंची, रूप, सवयी, भावना, विचार इ. बाबतीत फरक दिसतो. व्यक्तिभिन्नता हा जणू निसर्गाचा नियम आहे. त्यामुळे शाळेत अध्यापन करणे फार अवघड काम असते. कोणताही व्यक्तिभेद घेऊन त्याचा आलेख काढला तर तो बहुधा प्रसामान्यवक्राप्रमाणे येतो (Normal Probability Curve). फरकांचे प्रमाण दोन्ही टोकांकडे कमी आणि मध्यमानांजवळ जादा असते. भेदाचे प्रकार -

१. शारीरिक व्यक्ती भेद : शरीराच्या बाबतीत उंची, जाडी, स्वरूप, रंग इ. बाह्य रचनेमध्ये फरक असतो. त्यामुळे व्यक्तीच्या व्यक्तिमत्त्वात फरक जाणवतो.

२. बौद्धिक भेद : सामान्यबुद्धी, शीघ्रबुद्धी, मंदबुद्धीचे लोक किंवा विद्यार्थी वर्गात असतात. त्यांचा विचार करूनच शिक्षकांनी आपली अध्यापन पद्धत ठरवावी. सर्वांना उपयोग होईल असे अध्यापन करावे. प्रत्येक वर्गात हा फरक जाणवतो; प्रत्येक व्यक्तीचा नैसर्गिक कल पाहून मार्गदर्शन करावे.

३. वृत्ती भेद : सर्व विद्यार्थी समान वृत्तीचे नसतात. घर, समाज, वातावरण इ. मुळे आवड-निवड वेगवेगळी तयार होतेः त्यामुळे तशी वृत्ती तयार होते. समान वृत्तीची मुलं फार कमी तर एकदम फरक असणारी मुलं कमी असतात. त्यामुळे प्रसामान्यवक्र - आलेख तयार होतो. या वृत्तीचा अभ्यासकरून मार्गदर्शन केल्यास सर्वांना फायदा होतो.

४. आवड-निवड : खेळ, सवयींबरोबर वर्तनातही फरक जाणवतो. त्या आवडीचे ज्ञान शिक्षकांनी लक्षात घेऊन विद्यार्थ्यांशी सुसंवाद साधावा व वाईट सवयींना कसे कमी करता येईल हे पहावे.

५. व्यक्तिमत्त्व : प्रत्येक व्यक्तीचे व्यक्तिमत्त्व भिन्न असते. एक विद्यार्थी दुसऱ्या सारखा नसतो. तथापि, सर्वसाधारण समान घटक धरून भिन्न व्यक्तिमत्त्वाच्या मुलांना एकत्रपणे अध्यापन करणे हे शिक्षणाचे कार्य आहे. वरील पाच ठळक व्यक्तिभेद समाजात व शाळेत दिसून येतात.

व्यक्तिभेदाची कारणे (Causes of Differences) : व्यक्तीभेदाची विविध कारणे असू शकतात; त्यापैकी काही प्रमुख कारणे :–

१) अनुवंश - अनुवंशिक (Heredity) : गुण व्यक्तीच्या अंगी उतरतात हे सर्वसामान्य आहे. 'बाप तसा बेटा' किंवा 'खाण तशी माती' अशी भाषा केली जाते ती अनुवंशिकतेचा आधार घेऊन होय. अनुवंशिक गुण केवळ आई-वडिलांकडूनच येतो असे नसून, आजोबा-पंजोबा अशा वंशावळीवरून येतो असे मानसशास्त्रज्ञ सांगतात.

२) परिस्थिती (Environment) : व्यक्तीच्या जीवनात परिस्थिती बदल करू शकते. भिन्न परिस्थितीत वाढलेली मुले काही बाबतीत समान असूनही भेद दर्शवितात याचे कारण परिस्थिती असू शकते. भिन्न परिस्थितीमुळे व्यक्तीच्या सवयी, वर्तनात बदल होतो. सदर परिस्थिती निसर्ग व इतर कारणाने निर्माण झालेली असते. त्याचा परिणाम व्यक्तीच्या गुणधर्मावर व एकूण व्यक्तिमत्त्वावर होऊ शकतो.

३) लिंग व वय (Sex and Age Factor) : भिन्न लिंग म्हणजे स्त्री-पुरुष हा भेद काही बाबतीत दिसून येतो. हा नैसर्गिक भेद असतो. तसेच वयामुळे देखील दोन व्यक्तींच्या वर्तनात फरक जाणवतो. शाळेत मुलींना काही बाबातीत वेगळे मार्गदर्शन करावे लागते; तर मोठ्या मुलांना व छोट्या मुलांना त्यांच्या आवडीने व वयातील फरक लक्षात घेऊन ठेवून अभ्यासक्रम ठरवावा लागतो; वय व लिंगभेदामुळे वर्तनात फरक पडतो.

४) शारीरिक दुर्बलता : काही व्यक्ती शरीराने जन्मजात अपंग असतात. हात-पाय या बरोबर शरीराचा आतील अवयव दुर्बल असू शकतो. उदा. हृदय. अशामुळे व्यक्तिभिन्नता निर्माण होते.

५) शरीरातील अंत:स्राव : शरीरात वर्तनावर परिणाम करणाऱ्या ग्रंथी आहेत. उदा. स्वादुपिंड, मस्तकपिंड, कंठ ग्रंथी, लैंगिक ग्रंथी, या ग्रंथींचा स्राव कमी-जास्त प्रमाणात बाहेर पडतो व व्यक्तीच्या हालचालींवर परिणाम होतो. त्यामुळे व्यक्तिभेद दिसून येतो; मानसशास्त्रांनी या ग्रंथींना पण महत्त्व दिले आहे.

व्यक्तिभेद व शैक्षणिक उपक्रम -

व्यक्तिभिन्नता हा निसर्गाचा नियम आहे हे आपण पाहिले. शिक्षणाने काही प्रमाणात व्यक्तिभेद कमी जरूर होईल. परंतु, नैसर्गिक व अनुवंशिक कारणाने दिसून येणारा भेद कमी होत नाही. त्यामुळे शिक्षणात या गोष्टींचा विचार केला पाहिजे. 'सर्वांना समान संधी' हे लोकशाहीतील तत्त्व असले तर त्याचा अर्थ या ठिकाणी समजून घेतला पाहिजे. सर्वांना सारखे शिक्षण देता येणार नाही. व्यक्तिभेद लक्षात घेऊन, वैयक्तिक क्षमता पाहून सर्वांना त्यांच्या कुवतीनुसार शिक्षणाच्या सोयी उपलब्ध करून देणे आवश्यक आहे. बौद्धिकक्षमतेचा विचार करून सर्वांना 'समान संधी' द्यावी.

व्यक्तिभेद लक्षात घेऊन शैक्षणिक कार्यपद्धती

१. **अभ्यासक्रमाची मांडणी :** अभ्यासक्रम व्यक्तिगत पातळीवर असत नाही. सर्वांसाठी असतो. त्यामुळे शिक्षक फार काही करू शकत नाही. परंतु, वर्गातील मुलांची क्षमता लक्षात घेऊन मार्गदर्शन वेगवेगळे करता येणे शक्य आहे. हुशार विद्यार्थ्यांसाठी जादा, वेगळा व ऐच्छिक अभ्यास ठेवावा. तसेच मतिमंद व साधारण विद्यार्थ्यांसाठी वेगळा अभ्यासक्रम तयार केला जावा.

२. **अध्यापन पद्धती :** सर्वांसाठी एकच अध्यापन पद्धती न ठेवता विद्यार्थ्यांची क्षमता पाहून शिक्षकांनी अध्यापन करावे. त्यासाठी स्वाध्याय पद्धती, प्रकल्प पद्धती, क्रमन्वित अध्ययन यासारख्या विद्यार्थी केंद्रित पद्धतीचा वापर करावा. विद्यार्थी व्यक्तिभेद लक्षात घेऊन अध्यापन पद्धतीचा व शैक्षणिक साधनांचा वापर करावा.

३. **विद्यार्थ्यांचे गटात वर्गीकरण :** निरीक्षणातून व प्रत्यक्ष अनुभवातून विद्यार्थ्यांची क्षमता लक्षात घेऊन, वर्गातील विद्यार्थ्यांचे गट तयार करावेत व त्यानुसार अध्यापन योजना तयार करावी; त्यामुळे सर्वांना समान न्याय देता येईल.

४. **शाळेतील इतर उपक्रम :** शालेय उपक्रमांत शिक्षकांना संधी असते. त्यांनी वाचनालय, निबंध व भाषण स्पर्धा, खेळ, सहली, कार्यानुभव इ. ठिकाणी विद्यार्थ्यांना त्यांच्या क्षमतेचा विचार करून संधी दिल्यास त्यांच्या अध्ययन प्रक्रियेस चालना मिळू शकेल. शिक्षणाचे उद्दिष्टपूर्तीसाठी अभ्यासक्रम, सहशालेय उपक्रम, अध्यापन-अध्ययन कार्यपद्धती, व्यक्तिभेद लक्षात घेऊन शिक्षकांनी त्याप्रमाणे विद्यार्थ्यांशी वागल्यास समान शिक्षणाचे ध्येय साध्य होईल.

***

पेपर नं. ३
घटक नं. ४

१) बुद्धी व बुद्धीच्या उपपत्ती आणि बुद्धिमापन.
(Intelligence : Its Theories and Measurement)

२) अध्ययन व अध्ययनाची प्रेरणाशक्ती
(Learning and Motivation)

३) अध्ययन - संक्रमण आणि त्याच्या उपपत्ती.
(Transfer of Learning and its Theories)

१) बुद्धी, बुद्धीच्या उपपत्ती आणि बुद्धिमापन

अ) माणसाला मिळालेल्या बुद्धीमुळे त्याने इतर प्राणी व निसर्ग आपल्या ताब्यात घेऊन प्रगती केली आहे. परंतु, सर्वांना सारख्या बुद्धीचे वरदान प्राप्त झालेले नाही. त्यामुळे वर्गात काही मुले हुशार तर काही सामान्य तर काही मंद बुद्धीची असतात. व्यक्तीच्या बुद्धीबद्दल फार जुन्या कल्पना आजही पहावयास मिळतात. प्राचीन ऋषी व समाजशास्त्रज्ञ व मानसशास्त्रज्ञांनी विचार मांडलेले आहेत. तसेच परदेशात सॉक्रेटिस, प्लेटो यांनी पण बुद्धीचे वर्णन केले आहे. तथापि, बुद्धी म्हणजे नेमके काय, हे सर्वसामान्यांना अजूनही कळलेले दिसत नाही. काही मानसशास्त्रांनी केलेल्या व्याख्या खालीलप्रमाणे –

१. बीने- अभिक्रमशिलता, निर्णयशक्ती व समायोजन साधण्याची क्षमता म्हणजे 'बुद्धी' होय.
२. विल्यम जेम्स - अभिनव परिस्थितीत समायोजन साधण्याची क्षमता म्हणजे 'बुद्धी' होय.
३. मॅग्ड्यूगल - पूर्वानुभवाच्या आधारे नैसर्गिक कल पाहण्याची क्षमता.
४. गॉल्टन - सूक्ष्म भेद व निवड करण्याची क्षमता.
५. ॲड्म्स - उपयोजित विचार म्हणजे 'बुद्धी'.
६. बर्ट - चौफेर कार्य करणारी मानसिक क्षमता.
७. टर्मन - अमूर्त स्वरूपातील विचार प्रक्रिया चालू ठेवण्याची क्षमता.
८. वडी - नवीन ज्ञान संपादन करण्याची क्षमता.
९. स्टर्न - नवीन परिस्थितीत समयोजन करण्याची क्षमता.
१०. एबींग हॉस - तुटक भाग एकत्र करण्याची क्षमता.

प्रत्येक मानसशास्त्रज्ञाने वेगवेगळ्या दृष्टिकोनातून विचार केला आहे. या सर्व व्याख्यांचे संकलन करून असे म्हणता येईल की, 'ज्ञान व कौशल्य संपादन करण्यात, पूर्वानुभवांचा उपयोग करून घेण्यात, नव्या परिस्थितीत समायोजन साधण्यात, तर्क व अनुमान काढण्यात कार्यरत असलेली मानसिक क्षमता म्हणजे 'बुद्धी' होय.'

बुद्धीच्या काही उपपत्ती (Theories of Intelligence)

अ) मोर्नाचीक उपपत्ती - बुद्धी म्हणजे एक शक्ती असून, इतर घटकांवर प्रभुत्व ठेवले जाते.

ब) स्पिअरमनचा द्विघटक सिद्धान्त (Spearman's Two Factor Theory) : स्पिअरमनच्या मते बुद्धीचे दोन घटक आहेत. एक सर्वसामान्य (General Factor) व दुसरा (Specific Factor) विशिष्ट घटक. हे घटक अनुक्रमे 'g' व 's' या अक्षराने ओळखले जातात. व्यक्तीच्या प्रत्येक बौद्धिक कामात हे घटक कार्यरत असतात. सर्वसाधारण घटक हा सतत असतो आणि विशिष्ट घटक मात्र परिस्थितीनुसार त्यामध्ये सामील किंवा जमा केला जातो.

विज्ञान, कला, गणित इ. हे विशिष्ट घटक होत. या घटकानुसार व्यक्ती विशिष्ट प्रावीण्य दाखविते. स्पिअरमनचा सिद्धान्त खालील समीकरणाने दाखविता येतो.

$1 = g + s_1 + s_2 + s_3 + s_4$ - I बुद्धी = (Intelligence), g = सर्वसामान्य घटक आणि S = विशिष्ट घटक.

उदा. (१) वादक = वाद्य, २) वाचक = पुस्तक, ३) चित्रकार = ? (शाई = कागद, रंग, चित्र)

उदा. - खाालील संख्यातील संबंध लक्षात घेऊन क्रमाने येणारी पुढील संख्या कोणती?

२,७,२२------------------ (५४,६७,७८,११०)

(बुद्धिमापनाच्या कसोट्या तयार करताना 'g' या घटकास प्राधान्य देऊन प्रश्न तयार केले जातात.)

क) थॉमसनचा समूह घटक सिद्धान्त (Thomson's Group Factor Theory) : स्पिअरमनने सांगितलेले वरील दोन घटक थॉमसनला मान्य आहेत. परंतु सर्वसामान्य घटक हा एकच असतो. हे त्याला मान्य नाही. थॉमसनचे मते एक सर्वसामान्य घटक कायम नसतो. एक विशिष्ट घटक असतो तसेच एक सामान्य घटक पण असतो; दोन्ही घटक सतत नवीनच असतात.

थॉमसनचा सिद्धान्त = $I = (g + S_1) + (g + S_2) + (g + S_3)$ स्पीअरमनचा 'g' आणि थॉमसनचा 'g' यात फरक आहे. प्रत्येक वेळा घटक समूहाने येतात. इतिहासातील 'S' आणि सामान्य 'g' तसेच खेळातील 's' आणि सामान्य 'g' हे वेगवेगळे असतात; ते समूहाने येतात.

ड) थर्स्टनचा अनेक घटक सिद्धान्त (Thurstones Multi-Factor Theory) : बुद्धीच्या दोन घटकांची कल्पना थर्स्टनला मान्य नाही. कोणत्याही बौद्धिक कार्यात g व s असे घटक नसतात तर एकच मूलभूत घटक असतो. या घटकाला त्यानं 'प्राथमिक मूलभूत घटक' असे म्हटले (Primary Mental Ability) PMA पी.एम.ए.. असे म्हटले आहे. भाषेच्या क्षमतेत अनेक घटक एकत्र येतात. या समूहाला त्यांनी भाषिक क्षमता (Verble Ability) असे म्हटले. त्यामध्ये अनेक उपघटक असतात. उदा. वाक्य पूर्ण करणे + उलट शब्द सांगणे +समान शब्द सांगणे इ. तसेच संख्यात्मक क्षमतेबद्दल सांगता येईल. (PMA) अशा क्षमतांची यादी प्रयोगाने व चाचण्या घेऊन तयार केली.

उदा.

१. भाषिक क्षमता - Verbal Ability (PMA)

२. संख्यात्मक क्षमता - Numerical Ability

३. स्मृती - Memory

४. तर्क शक्ती - Reasoning

$I = (PMA_1) + (PMA_2) + (PMA_3)$

इ) थॉर्नडाईकचा सिद्धान्त (Thorndike's Theory) : थॉर्नडाईकच्या मतांप्रमाणे वरील दोन घटक, अनेक घटक, विविध घटक हे बरोबर नाही; कारण बुद्धीचे कार्य हे एकूण मज्जातंतूच्या सहकार्याने चालते. मेंदू व मज्जातंतूचे कार्य हे गुंतागुंतीचे असते. त्यांच्यात होणाऱ्या प्रतिक्रियांवर त्या त्या वेळा बुद्धीची चमक दिसून येते; मज्जातंतूचे संघटन म्हणजे बुद्धी असे थॉर्नडाईक म्हणतो.

ब) बुद्धिमापन (Measurement of Intelligence)

बौद्धिक कामाचा दर्जा पाहून बुद्धीचे अंदाज आपण बांधतो आणि त्यावरून त्या व्यक्तीची हुशार, तल्लख, तज्ज्ञ कार्यक्षमता ठरवितो; यामध्ये नक्की काही सांगता येत नाही. एखाद्याची बुद्धी किती आहे; किंवा इतरांपेक्षा किती कमी-जास्त आहे? हे सांगणे कठीण आहे त्यासाठी बुद्धीचे मापन कसे करावे?

१. बुद्धिमापनाचा इतिहास जुना आहे. तोंडी परीक्षा, भाषिक चलाखी, हजरज़बाबीपणा आणि बुद्धीची कसोटी लागेल अशी कोडी सोडवून बुद्धी तपासली जात होती. आजही त्याचा वापर दिसून येतो; प्लेटो, ॲरिस्टॉटल, भारतीय ऋषी, शास्त्रज्ञ, बादशाह यांच्या या बाबतच्या गोष्टी प्रसिद्ध आहेत.

अनेक शास्त्रज्ञांनी व विचारवंतांनी शारीरिक मुद्रांचा व हालचालींचा, इंद्रियांचा, भाषा कौशल्यांचा उपयोग करून घेऊन बुद्धिमापनाचे प्रयत्न केले. परंतु, सर्वसामान्य झाले नाहीत.

१. १८९० मध्ये अमेरिकेत कॅाटलने (Cattell) कसोट्या केल्या. १९०१ मध्ये विसलने (Wissles) प्रयत्न केले.

२. फ्रान्सच्या शिक्षण मंत्र्याने एक कमिटी नेमली त्यामध्ये डॉ. सायमन (Simon) व बिने (Binet) हे दोघे होते. त्यांनी बुद्धिमापनाच्या प्रश्नांची कसोटी तयार केली. सदर मालिका बिने -सायमन बुद्धीचाचणी म्हणून प्रसिद्धीस आली. (Binet-simon scale of Intelligence). त्यामध्ये एकूण ३० प्रश्न होते. नंतर वाढत गेले व ३३ नंतर ५४ झाले. त्यामध्ये तर्क (Reasoning), कल्पना (Imagination), निर्णयशक्ती (Judgement) अशा उच्च मानसिक विचार प्रक्रियेचा समावेश होता. काठिण्यमूल्यानुसार दर प्रश्नांची मांडणी केल्याचा दावा बिनने केला होता; तसेच वयानुसार मांडणी केली होती. १९०८ साली मानसिक वयाची संकल्पना बीनने मांडली. बिनेची ही जगाला मिळालेली बुद्धिमापनातील देणगी समजली जाते. बिनेच्या परिमाणश्रेणीची वैशिष्ट्ये –

अ) बिनेची परिमान श्रेणी म्हणजे बुद्धिमापनातील सर्वप्रथम अस्तित्वात आलेली मोजपट्टी होय.

ब) स्मृती, प्रतिमा याद्वारे होणारे मापन बंद झाले.

क) सर्वसाधारण बुद्धीचे मापन करणे शक्य झाले.

ड) या परिमानश्रेणीची मांडणी, श्रेणी, व्यावहारिक आहे.

इ) बिनेच्या परिमानश्रेणीमुळे बुद्धिमापनासाठी वापरावयाच्या कसोट्यांच्या स्वरूपात निश्चितता आली किंवा स्थिरता आली.

फ) वयोगटानुसार कसोट्यांची चढतीश्रेणी तयार करण्याचा पहिला मान बिनेचा आहे. त्यास आधुनिक बुद्धिमापनाचा जनक म्हणता येईल. त्यानंतर काही प्रयत्न पुढील काळात झाले आहेत. डॉ. प्रा. टर्मन (Prof. Terman) यांनी १९१६ साली स्टॅनफोर्ड विद्यापीठातर्फे बिनेच्या श्रेणीत सुधारणा केली. सन १९३७ साली बिनने व डॉ. मेरिल यांनी पुन्हा सुधारणा केल्या. १९६० साली मानसिक वय काढण्याच्या पद्धतीत बदल झाले. भारतात डॉ. कामत यांनी हिंदी मुलांसाठी किरकोळ बदल करून बिनेच्या कसोट्या मराठी व कानडीत रूपांतरित केल्या आहेत.

२) मानसिक वय (Mental Age) : वयोमानानुसार कसोट्या व प्रश्नप्रकार असल्याने मानसिक वय काढता येते. मानसिक वय कळल्यावरून त्याच्या बुद्धीची तुलना इतर व्यक्तीशी होत नाही. त्यासाठी बुद्धी, जन्म, वयदेखील आवश्यक आहे. विल्यम स्टर्न (William Stern) या जर्मन मानसशास्त्रज्ञाने सदर प्रश्न प्रथम सोडविला. व्यक्तीची बुद्धी तिचे मानसिक वय व जन्मवय यातील गुणोत्तरावरून काढता येते. स्टर्नने या गुणोत्तरास 'मानसिक गुणोत्तर' असे नाव दिले. नंतर टर्मनने या गुणोत्तरासाठी 'बुद्धिगुणांक' किंवा 'बुद्ध्यंक' हा शब्दप्रयोग केला. (Intelligence-Quotient) बुद्ध्यंक काढताना मानसिक वय व जन्मवय यांच्या गुणोत्तरास १०० ने गुणले जाते. एखाद्या संख्येला दुसऱ्या संख्येने भागले असता येणाऱ्या भागाकारास इंग्रजीत (Quotient)) म्हणतात; म्हणून थोडक्यात आय. क्यू. म्हणजे 'बुद्ध्यंक होय.

$$\text{बुद्ध्यंक} = \frac{M.A.}{C.A.} \times 100 = ?$$

१. वैयक्तिक कसोटी : जी कसोटी एकावेळी एकाच व्यक्तीला देता येते ती 'वैयक्तिक कसोटी' होय. वैयक्तिक कसोटीचे शाब्दिक, अशाब्दिक आणि कृतीयुक्त असे प्रकार पडतात; सदर कसोट्यांची थोडक्यात माहिती.

२. **वैयक्तिक शाब्दिक कसोटी (Verbal Tests) :** ज्या कसोटीतील प्रश्नांचे स्वरूप शाब्दिक असते आणि वैयक्तिक विचारले; त्या सर्व कसोट्या या प्रकारात येतात. प्रश्नांची सुरुवात शाब्दिक व प्रश्नांतून ज्या गटाच्या विद्यार्थ्यांसाठी आहे त्याला दिली जाते. उदा. जर ८ व्या वर्षाच्या मुलाला काही प्रश्न आले नाहीत; तर ती कसोटी ७ व्या वर्षांत पहावी; उत्तरापुढे खूण करून पुढे जावे.

३. **अशाब्दिक कसोटी (Non Verbal Tests) :** भाषेची अडचण असणाऱ्यांना वापरली जाते. त्यासाठी चित्रे व इतर आकृत्या वापरतात.

४. **कृतीयुक्त कसोट्या (Performance Test) :** विद्यार्थ्याला प्रत्यक्ष कृती करण्यास सांगितले जाते. उदा. वस्तुचे भाग जुळवणे, चित्र तयार करणे, ठोकळे किंवा खिळे बसविणे इ. अशाब्दिक व कृतीयुक्त कसोट्यातील प्रत्येक प्रश्नाला किती गुण द्यावेत हे ठरविले जाते; कृतीला वेळेचे बंधन असते. प्रा. टर्मन याने बुद्ध्यंकावरून खालील वर्ग तयार केले आहेत. त्यावरून जगात अलौकिक बुद्धीचे व निर्बुद्धीचे लोक कमी आहेत. दोन्ही टोकाकडील लोक कमी असतात व त्यामुळे आलेख काढला तर प्रसामान्यवक्र (Normal Curve) मिळतो.

अ.नं.	बुद्ध्यंक	वर्ग	जगात शे. प्रमाण
१	१४० पेक्षा जास्त	अलौकिक बुद्धी	१.५
२.	१३०-१३९	असामान्य बुद्धी	२.५
३.	१२०-१२९	कुशाग्रबुद्धी	०९
४.	११०-११९	शीघ्रबुद्धी	१५
५.	९०-१०९	सामान्य	४२
६.	८०-८९	मध्यम	१५
७.	७०-७९	अतिसामान्य	०९
८.	६०-६९	अल्पबुद्धी	३.५
९.	४०-४९	मंदबुद्धी	१.५
१०.	२०-३९	जड बुद्धी	१.५
	२० चे खाली	निर्बुद्धबुद्धी	१.५

२) सामूहिक कसोट्या (Guoup Test) : अमेरिकेत पहिल्या महायुद्धाच्या वेळी (१९१४-१९१८) सैन्य भरती मोठ्या प्रमाणात करण्यात आली. त्यावेळी बुद्धिमापनाच्या कसोट्या तयार करून निवड करण्यात आली. साक्षरांसाठी आर्मी अल्फा (Army Alpha) आणि निरक्षरांसाठी (Army Beta) तयार करण्यात आली. या कसोट्या देऊन सैनिक भरती सामुदायिक करण्यात आली. दुसऱ्या महायुद्धाच्या वेळी सैनिक सामान्य वर्गीकरण कसोटी तयार करण्यात आली होती. Army General Classification Test (AGCT) आणि सुमारे एक कोटी लोकांना दिली.

आकलन, क्रम ओळखणे, समानअर्थी, विरुद्धअर्थी शब्द-संबंध शोधणे, तर्क करणे इ. साठी सामुदायिक बौद्धिक कसोट्या (Common Intelligences Test of Group Test) उपयोगात आणतात.

बुद्धिमापन कसोट्या वापरण्याचे तंत्र शिक्षकास माहीत असले पाहिजे. त्यामध्ये परीक्षेची जागा व व्यवस्था, परीक्षक व त्याचे व्यक्तिमत्त्व, गुणदान पद्धती, निष्कर्ष काढण्याची पद्धती इ.चा समावेश होतो.

बुद्धीवर वय, लिंग, अनुवंश, वातावरण इ. चा परिणाम पडू शकतो. शालेय कामात, प्रशासक, प्राचार्य, मुख्याध्यापक यांना बुद्धिमापन कसोट्यांचा नेहमी उपयोग होतो. बुद्धिमापन कसोट्या तयार करण्याचे ज्ञान व त्या वापरण्याचे

तंत्र शिक्षकाला माहीत पाहिजे; कारण लहान-मोठ्या स्पर्धा परीक्षेसाठी सामूहिक कसोट्यांचा वापर केला जातो आहे.

उदा. १. तर्क करणे - पक्षाकडे नेहमी काय असते ? १) घरटे २) अंडे ३) पिले ४) पंख

२. अनुमान काढणे - रामा हा गोविंदापेक्षा जलद गतीने धावतो. रघुनाथ हा रामापेक्षा कमी धावतो तर सर्वात वेगवान कोण?

३. वर्गीकरण - वाघ, गाय, शेळी, कुत्रा, मांजर या पाच प्राण्यांपैकी कोणता प्राणी गटांत बसणार नाही?

४. समान अर्थी शब्द - कृपा शब्दाला समान अर्थी शब्द सांगा. १) दान २) धर्म ३) दया ४) माया

२. अध्ययन प्रक्रिया (Learning Process) : विद्यार्थ्यास शिकण्यास मदत करणे हे शिक्षकांचे काम आहे. शिकण्याच्या किंवा अध्ययन प्रक्रियेचे ज्ञान शिक्षकास असले पाहिजे? विद्यार्थी शिकतो म्हणजे नेमके काय करतो? त्याच्यावर परिणाम होतो. शिकण्याच्या पद्धती कोणत्या, शिकण्याच्या पद्धतीवर कोणते घटक परिणाम करू शकतात; याबाबत शिक्षकांच्या मनात स्पष्ट कल्पना हवी.'शिकणे म्हणजे व्यक्तीने परिस्थितीचा उपयोग करून आपल्या वर्तनात प्रयत्नपूर्वक टिकावू स्वरूपाचा केलेला बदल होय.' काही मानसशास्त्रज्ञांच्या व्याख्या -

१. गिलफोर्ड (Guilford) : अनुभूतीद्वारा व्यक्तीच्या वर्तनात हळूहळू घडून आलेले बदल म्हणजे 'शिकणे' होय.

२. वुडवर्थ (Woodworth) : शिक्षण म्हणजे प्राण्यांच्यामध्ये विकास घडविणारी व स्वरूप बदलणारी प्रक्रिया होय.

३. मर्फी (Murphy) : वर्तन व अवबोध यातील सुधारणा.

अ) अध्ययनाचे स्वरूप

१. साध्य (Goal) अध्ययन विनाकारण होत नाही. एखादे साध्य आपल्यासमोर असते, ते प्राप्त करण्यासाठी आपण शिकत असतो.

२. प्रेरणा (Motivation) अध्ययनासाठी केवळ ध्येय असून, चालत नाही, त्यासाठी प्रेरणा लागते. प्रेरणेमुळे व्यक्ती प्रयत्नशील राहाते व पुढे जाते.

३. शोध (Exploration) परिस्थितीनुसार श्रेयस्कार मार्गाचा शोध घेऊन प्रयत्न केला जातो.

४. समायोजन (Adjustment) परिस्थितीनुसार काही समायोजन व्हावे लागते. बदल स्वीकारावा लागतो.

५. वर्तनपुनर्रचना - शेवटी बदल योग्य होण्यास प्रयत्नपूर्वक पूनर्रचना होते. अध्ययन ही आजन्म, सतत चालणारी प्रक्रिया असून, त्यामध्ये ज्ञाता-ज्ञेम-ज्ञान या तीन गोष्टी असतात. या तीन बाबी नसल्या तर अध्ययन होत नाही. मानसशास्त्रज्ञांनी प्राण्यावर प्रयोग करून अध्ययन प्रक्रियेचा अभ्यास केला आणि काही उपपत्ती व अध्ययन पद्धती मांडल्या आहेत. त्यापैकी काही उपपत्ती खालीलप्रमाणे -

(चेतक प्रतिसाद उपपत्ती) अ) प्रयत्न - प्रमाद - उपपत्ती (Trial-Error Method) : सदर पद्धती चेतक-प्रतिसाद या उपपत्तीवर आधारित आहे. कोणतीही गोष्ट एकदम शिकता येत नाही. प्रथम चुका होतात. नंतर हळूहळू चुका कमी होत जातात. चुका टाळून सुधारणा होत जातात व शिकता येते. चुका व शिका या पद्धतीने शिकता येते. म्हणून या पद्धतीला प्रयत्न प्रमाद पद्धती असे म्हणतात. प्राणी या पद्धतीने शिकतात हे प्रथम थॉर्नडाईकने सांगितले. चुका टाळण्याचा व सुधारणा करत जाणेचा प्रयत्न हे या पद्धतीचे वैशिष्ट्य आहे. उदा. थॉर्नडाईकने मांजरावर प्रयोग केला तो असा.

पिंजऱ्यात एक मांजर ठेवले. पिंजऱ्याबाहेर एक मासा ठेवला. पिंजऱ्याच्या दारावर दाबताच दार उघडते अशी रचना होती. मांजराने प्रथम मासा ओढून घेण्याचा प्रयत्न केला. परंतु, त्यांची धडपड फुकट गेली. आरडा-ओरडा करून पाहिले. शेवटी काही वेळाने दारावर पाय पडून दार उघडले व मासा मांजराला मिळाला. दुसऱ्या वेळेस असेच कोंडल्यावर पहिल्यापेक्षा कमी वेळात दार उघडण्यास यश आले. शेवटी सवयीने व प्रयत्नाने दार उघडल्याने मासा मिळतो हे त्या मांजरास समजले; अशा पद्धतीने शिकणे म्हणजे विशिष्ट परिस्थितीत विशिष्ट प्रक्रिया करण्याची सवय जडवून घेणे. थॉर्नडाईकने आपल प्रयोगातून शिकण्याचे खालील तीन नियम तयार केले. ते असे -

१. सज्जतेचा किंवा तयारीचा नियम - एखादी कृती करणेस मन तयार केले तर शक्य होते आणि सुखदायी होते.

मनाचा कल नसेल तर ती कृती दु:खदायी होते. मुलांची मनाची तयारी असेल, तर त्यांना शिकवावे.

२. पुनरावृत्तीचा नियम - एका परिस्थितीत व्यक्त झालेली प्रतिक्रिया पुन्हा त्याच परिस्थितीत पुन्हा पुन्हा झाली तर त्या परिस्थितीत व प्रतिक्रियेत संबंध दृढ होतात; दृढीकरण होते.

३. परिणामांचा अभ्यास - परिस्थिती व प्रतिक्रिया यातील संबंध दृढ झाले तरी त्याचा परिणाम दु:खद असेल तर प्रतिक्रिया थांबते किंवा कमी होते.

ब) अभिसंधित प्रतिक्रिया (वर्तनवादी उपपत्ती) (Conditioning) : दोन किंवा अधिक चेतके एकाच वेळी किंवा एकापाठोपाठ आले तर एका चेतकासंबंधित असलेली स्वाभाविक प्रतिक्रिया दुसऱ्या चेतकाशी जोडली जाते आणि त्यांच्यात सहचर्य निर्माण होते. अशा रीतीने प्रस्थापित झालेल्या नव्या सहचर्यावर भर देऊन त्याची पुनरावृत्ती केली तर अभिसंधान घडते. पॅव्हलॉव्ह (Pavlov) नावाच्या रशियन मानसशास्त्रज्ञाने कुत्र्यावर प्रयोग केला. कुत्र्याला बांधून ठेवले. भूक लागल्यावर त्याच्या समोर खाद्यपदार्थ आणले आणि घंटानाद केला. त्यानंतर घंटानाद झाल्यावर खाद्यपदार्थ आणण्याची सोय केली. काही दिवसांनी खाद्यपदार्थ न आणता फक्त घंटानाद केला. तथापि, घंटानाद झाल्याने कुत्र्याच्या तोंडाला पाणी सुटले. या ठिकाणी खाद्यपदार्थाशी स्वाभाविक संबंध असणारी 'लाळ' गाळण्याची प्रतिक्रिया घंटानादाशी जोडली गेली; हे अभिसंधान होय. शिकण्याच्या या पद्धतीस 'अभिसंधित प्रतिक्रिया पद्धती' असे म्हणतात. (Pavlov's clasical conditioning) चेतक व प्रक्रिया यातील सान्निध्य हे त्या दोघांमध्ये साहचर्य प्रस्थापित करण्यास कारणीभूत होते आणि प्राणी साहचर्य संबंधातून शिकतात. आपण अनेक गोष्टी या पद्धतीतून शिकतो. राष्ट्रगीत सुरू झाले तर थांबतो, लाल दिवा लागला तर रस्त्यावर गाडी थांबवितो.

क) मर्मदृष्टीमूलक पद्धती (समष्टिवाद उपपत्ती) (Learning Through Insight) : समष्टीवादी मानसशास्त्रज्ञांनी मर्मदृष्टीमूलक पद्धतीचा पुरस्कार केला. यातील मुख्य-प्रणेता जर्मन मानसशास्त्रज्ञ कोहलर (Kohler) समाष्टिवाद्याच्या मते एखाद्या वस्तूचा व परिस्थितीचा खरा अवबोध आपणास तिच्या संपूर्ण आकृतिबंधातून होतो; म्हणून संपूर्ण आकृतिबंध लक्षात घेऊन ज्ञानग्रहण करावे अशी त्यांची भूमिका आहे. कोहलरच्या मते, 'संगठन पद्धतीने निरीक्षण करून तिचे मर्म जाणून घेऊन समस्येचे उकलन करणे म्हणजेच 'शिकणे' होय. मर्म जाणणे, मर्मदृष्टी अंगी आणणे म्हणजे शिकणे. केवळ सवयी लावून बुद्धीहीन प्रयत्न करणे म्हणजे शिकणे नव्हे.'

या पद्धतीचा अभ्यास करण्यासाठी कोहलरने एका सुलतान नावाच्या चिपांझी जातीच्या माकडावर प्रयोग केला. त्याला भुकेलेल्या अवस्थेत कोंडून ठेवले. खोलीच्या छताला केळी बांधून ठेवली. केळी उंचावर होती. खोलीत २-३ खोके व काठीचे २-३ तुकडे ठेवले होते. माकडाने एकूण परिस्थिती पाहून खोके व काठीचा उपयोग केला आणि केळी खाली पाडली व खाल्ली. काही प्रयत्न फुकट गेले नाही असे नाही पण एकूण प्रक्रियेत बुद्धीचा भाग मोठा होता. या पद्धतीत तीन गोष्टी दिसतात –

१. प्रथम परिस्थितीतील समस्येची जाणीव करून घेणे.

२. संबंधित घटकांचे संबंध - मर्म समजून घेणे. त्यानंतर

३. मर्मावर योग्य उपाय शोधून आपले वर्तन बदलणे म्हणजेच शिकणे. वर्तनाची पुनर्रचना करणे.

ड) स्किनरची उपपत्ती - साधक अभिसंधान (Instrumental Conditioning) : स्किनर या वर्तनवादी मानसशास्त्रज्ञास पॅव्हलोव्हची अभिजात अभिसंधानाची उपपत्ती समाधानकारक वाटली नाही. स्किनरने उंदरावर प्रयोग केले. पेटीत थाळी ठेवली, पेटीतील एक दांडा दाबल्यावर थाळीत अन्न येऊन पडते. प्रयोगाच्या योजनेप्रमाणे एक बारीक आवाज करण्यात येई. उंदराचे हालचालीने पेटीतील दांडा दाबला जाई त्यामुळे थाळीत अन्न येऊन पडे. आवाज ही दांडा दाबण्याची पूर्वसूचना होती. परंतु, आवाज झाला नसताना दांडा दाबला तरी अन्न मिळे. केवळ आवाजाने अन्न मिळत असले तर ते अभिजात अभिसंधान होय; पण या ठिकाणी आवाज ऐकल्यावर दांडा दाबावा; हे त्या उंदराला शिकावे लागे - आवाज

ऐकणे - दांडा दाबणे - अन्न प्राप्ती म्हणून या प्रकाराला साधक अभिसंधान म्हणतात. मोटार ड्रायहर अथवा वाहन चालक हाताने व पायाने इष्ट त्या क्रमाने गिअर बदलतो.... दाबतो; तेव्हा ते साधक अभिसंधान होते; म्हणून अध्ययन म्हणजे 'साधक वर्तन' होय. सर्कशीत प्राणी याच पद्धतीने शिकतात. चौकात तांबडा दिवा लागताच आपण थांबतो. शिक्षकाने टेबलावर काठी आपली किंवा डस्टरचा आवाज काढला की, वर्गात शांतता पसरते.

इ) टॉलमनची उपपत्ती : टॉलमन हा वर्तनवादी होता. वर्तनवादात त्यांनं बोधात्मक वाढ केली. वर्तन हे उद्दीपकानुसार घडते. आंतरिक घटनांना तो मध्यस्थी परिवर्तक असे नाव देतो. मध्यस्थी परिवर्तक म्हणजे 'विचार' होय. विचार हा मज्जासंस्थेशी निगडित आहे; विचार ही मानसशास्त्रीय बाब आहे. वर्तन हे जाणिवेशी संबंधित आहे. प्राणी प्रतिक्रिया केल्यास प्रवृत्त होतात व त्या अपेक्षेमुळे प्रतिक्रियेला मार्गदर्शन मिळते. परिस्थिती ही मध्यम असते. उदा. तांबडा दिवा हा धोक्याची जाणीव असून, जाणिवेमुळे ध्येय साध्य करणे सोयीचे होते.

टॉलमनने अनेक विचारातून निरनिराळी तत्त्वे घेऊन आपले विचार मांडले आहेत; त्याने साहचार्यवादी व वर्तनवादी विचारसरणीचा समन्वय साधण्याचा प्रयत्न केला आहे.

प) हल्लची उपपत्ती (Hypothetic Deducive Theory) : हल्लची उपपत्ती सूत्रबद्ध परंतु क्लिष्ट आहे. मूलभूत गृहीत कृत्यापासून निगामी तर्काने प्रमेय सोडविणे या तत्त्वावर तो जोर देतो.

फ) लेविनची उपपत्ती (Lewins Field Theory) : लेविनचा विचार समष्टीवादाशी मिळता आहे. त्याने 'गणित' व 'शास्त्र' यातील कल्पनांचा आधार घेतला आहे. वर्तनाच्या अभ्यासासाठी ज्या वेगळ्या भागाचा उपयोग केला त्याला 'Topological psychology' असे म्हणतात. व्यक्ती वर्तनाच्या अभ्यासासाठी व्यक्तीची समग्रता लक्षात घ्यावी लागते. व्यक्तीच्या वर्तनामध्ये प्रेरणा महत्त्वाची असते. प्रेरणा अयोग्य असेल तर बदल करावा. बदलामुळे भाग घेण्याची क्षमता वाढते आणि समूह अध्ययन सुखकर होते. प्रबलीकरणाला अध्ययनात महत्त्वाचे स्थान असते असे लेविन मानतो.

उपपत्तींचा सारांश -

१. प्रयत्न - प्रमाद प्रतिक्रियेत काही प्रतिक्रियांची निवड आणि अभ्यासाने चेतक व प्रतिक्रिया यांच्यातील साहचर्यसंबंधांच्या दृढीकरणावर भर दिला जातो.

२. शिकण्याच्या अभिसंधित प्रतिक्रिया पद्धतीत चेतक आणि प्रतिक्रिया यांच्या सान्निध्यावर भर आहे.

३. मर्मदृष्टीमूलक पद्धतीत प्रतिक्रिया घडण्यापूर्वी मनात चालणाऱ्या प्रक्रिया, मर्माचा शोध, विविध घटकांचा संबंध व त्यानुसार प्रतिक्रियेचा योग्य मार्ग ठरविणे यावर भर दिला जातो. या तीन शिकण्याच्या उपपत्तीत साम्य नाही कारण त्यांचे अधिष्ठानच भिन्न आहे; कोणतीही एक पद्धती पूर्ण दिसत नाही. जरूरीप्रमाणे शिक्षकांनी त्यांचा वापर करावा.

मानव व इतर प्राणी यांच्या शिकण्यात मोठा फरक आहे. मोठ्या प्राण्याप्रमाणे छोटा प्राणी आपल्या वर्तनात बदल करतो. परंतु, मानवाचे तसे नाही. मानव मर्मदृष्टीच उपयोग जादा करतो. तसेच भाषेचा व पूर्वानुभवाचा जाणीवपूर्वक उपयोग करतो. मानवाच्या अध्ययनात खूप विविधता असते.

अध्ययनावर परिणाम करणारे घटक

अध्ययनावर विविध घटकांचा अनुकूल किंवा प्रतिकूल परिणाम होतो; अशा घटकांपैकी शारीरिक-मानसिक पक्वता, अवधान, प्रेरणा, अभिरुची व थकवा यांचा परिणाम होतो.

१. शारीरिक वाढ झाल्याशिवाय काही गोष्टी शिकता येत नाहीत. ५-६ वर्षे वयाच्या मुलाला अक्षरे शिकविणे व १४-१५ वर्षाच्या मुलाला शिकविणे यामध्ये वेगळेपणा असतो.

२. प्रेरणा - शिकण्यासाठी प्रेरणा आवश्यक आहे. गरजेतून प्रेरणा मिळते. प्रेरणेतून अभिरुची तयार होते. सध्याच्या दिशेने प्रयत्न करत असताना साध्य प्राप्त होईपर्यंत अभिरुची टिकवून ठेवणे याला 'प्रेरणा' म्हणतात. शिकण्याची गरज वाटून त्याबद्दल तीव्र इच्छा निर्माण होण्याची गरज असते. प्रक्रियेबद्दल अभिरुची निर्माण होऊन साध्य प्राप्तीपर्यंत टिकून राहाते.

३. शिकताना शिकणाऱ्याची मानसिक सक्रियता जितकी जास्त तितके जास्त शिकले जाते. मानसिक सक्रियता निर्माण होण्यासाठी प्रेरणा महत्त्वाची आहे. शिकण्याचा मार्ग सुखकर प्रेरणेमुळे होतो. बक्षिसे, स्तुती, यश, स्पर्धा, स्पष्ट उद्दिष्टे, तीव्र इच्छा, शिक्षकांचा व इतर आदर्श, सहकार इ. मार्गाने प्रेरणा प्राप्त होते. त्यानंतर अभिरुची निर्माण होते; थकवा येत नाही, थकवा आल्यास थांबून पुन्हा शिकता येते.

३. अध्ययन संक्रमण (Transfer of Learning) : एका परिस्थितीतील अध्ययनाचा दुसऱ्या विषयाच्या अध्ययनावर अनुकूल अथवा प्रतिकूल परिणाम होतो किंवा कोणताच परिणाम होत नाही; यालाच अध्ययनसंक्रमण (Transfer of Learning) असे म्हणतात. शाळेच्या परिस्थितीत शिकलेल्या गोष्टी जीवनात इतर ठिकाणी उपयोगी पडतात. यालाच 'अध्ययन संक्रमण' असे म्हणता येईल. संक्रमणाची प्रचिती सतत येत असते. संक्रमणाची क्रिया झाली नसती तर शाळेत कोणी गेले नसते.

संक्रमणाचे प्रकार

१) धन संक्रमण (Positive Transfer) : एका परिस्थितीत केलेल्या अध्ययनाचा दुसऱ्या परिस्थितीत करावयाच्या अध्ययनावर अनुकूल परिणाम होत असेल किंवा मदत होत असेल तर अशा संक्रमणास 'धन संक्रमण' (Positive Transfer) असे म्हणतात.

उदा. एका भाषेच्या व्याकरणाचा अभ्यास केल्याने दुसऱ्या भाषेच्या व्याकरणाचा अभ्यास करणेस मदत होते. गणिताच्या अध्ययनाचा पदार्थविज्ञानाच्या अध्ययनात उपयोग होतो. पियानो वाजविणाऱ्याला हार्मोनियम सहज वाजविता येते. सैन्यातील शिस्त निवृत्तीनंतर उपयोगी पडते. धनसंक्रमणाचा उपयोग शिक्षकांनी शाळेत करून घ्यावा आणि विद्यार्थ्यांच्या सर्वांगीण विकासाला मदत करावी.

२) ऋण संक्रमण (Negative Transfer) : एखाद्याला मराठी भाषेमुळे कन्नड भाषा शिकताना जर अडथळा जाणवत असेल किंवा शक्य होत नसेल, तर संक्रमण हे उलट्या दिशेने जाते असे होईल. जलद सायकल चालविणाऱ्यास मंद गतीने सायकल चालविणे शक्य होत नाही. कुस्तीतील मल्ल धावण्याच्या शर्यतीत मागे पडतात. अशा वेळी एका परिस्थितीतील अध्ययन दुसऱ्या ठिकाणी त्रासदायक होते म्हणून अशा प्रकारच्या अध्ययन संक्रमणास 'ऋण संक्रमण' असे म्हणतात.

३) एका विषयाचे अध्ययन दुसऱ्या विषयाच्या अध्ययनावर प्रतिकूल अथवा अनुकूल परिणाम करत नसेल, तर त्या अध्ययन संक्रमणास शून्य संक्रमण (Zero Transfer) म्हणतात. या ठिकाणी दोन्ही अध्ययन वेगवेगळ्या प्रकारचे असून, त्यांचा एकमेकांशी संबंध नसतो. उदा. पोहण्याचा संबंध टायपिंग करण्याच्या कामाशी येत नाही. एका विषयाचे अध्ययन दुसऱ्या विषयाच्या अध्ययनास अडथळा करत नाही; तसेच उपयोग देखील होत नाही. अशा संक्रमणास 'शून्य संक्रमण' असे म्हणतात.

२. अध्ययन संक्रमणाच्या उपपत्ती
(Learning Transfer Theories)

१) शक्तीवादी जुनी उपपत्ती (Theory of Formal Discipline) : पूर्वी अशी समजूत होती की, मनाची, तर्क, स्मरण, अवधान, अनुकरण इ. शक्तीकेंद्रे आहेत. अभ्यासाने या केंद्रांना बळकट करता येते. मनाच्या प्रत्येक शक्तीला योग्य ते वळण लावले किंवा आकार दिला की, त्याचा उपयोग करता येतो. मनाला व्यायाम दिला की, स्मरणशक्ती वाढते. तर्कशक्तीची वाढ झाली की, व्यक्तीला गणित, व्याकरण, भूमिती, युद्धशास्त्र इ. विषयांत उपयोग करून घेता येतो. या जुन्या उपपत्तीचा आजही विचार केला जातो. मानसिक शक्ती स्वतंत्र असून, त्याचा विकास स्वतंत्रपणे करता येतो. त्यासाठी परिश्रम घ्यावे लागतात. एकदा का विकास झाला की, त्या विकास शक्तीचा उपयोग कोणत्याही क्षेत्रात करून घेता येतो. त्यामुळे 'अध्ययन संक्रमण' आपोआप घडते. या उपपत्तीचा प्रभाव २० व्या शतकाच्या मध्यापर्यंत होता. भाषा व गणित या विषयांना प्राधान्य होते; पाठांतरावर जोर दिला जात असे.

या उपपत्ती विरुद्ध जेम्सने १८९० साली पुरावा मांडला. त्याच मते पाठांतरावर परिणाम होत नाहीच उलट जास्त वेळ लागतो. जेम्सच्या प्रयोगाचे महत्त्व असे की, शक्तीवादी सिद्धान्तास आव्हान मिळाले.

२) थॉर्नडाईकची समान घटक उपपत्ती (Theory of Indentical Element) : थॉर्नडाईक व वुडवर्थ यांनी १९२४ साली प्रयोगाची मोठी मालिकाच सुरू केली. रेषेची लांबी ओळखणे, शब्द पाठ करणे, वस्तूचे वजन अंदाजाने जाणणे, अक्षरांवर रेषा मारणे इ. मध्ये प्रयोगातून मनाच्या शक्तींना स्वतंत्र अस्तित्व नाही हे दाखवून दिले. थॉर्नडाईक व वुडवर्थ यांनी आपापल्या वरील प्रकारच्या प्रयोगातून शक्तीवादी उपपत्तीला धक्का दिला.

थॉर्नडाईकच्या प्रयोगातून संक्रमणाची समान घटक उपपत्ती मांडण्यात आली. या उपपत्तीनुसार मूळ अध्ययनाची परिस्थिती व नंतरची परिस्थिती यामध्ये अध्ययनाचे काही घटक समान असावे लागतात तरच संक्रमण होऊ शकते. थॉर्नडाईकच्या मतानुसार, दोन विषयांत साधर्म्य व तंत्रात समानता असणे आवश्यक आहे. उदा. संस्कृतीच्या अध्ययनाचा मराठी भाषेसाठी उपयोग होतो कारण मराठीमध्ये बरेच शब्द संस्कृतमधून आले आहेत. तसेच बीजगणिताचा भूमितीमध्ये उपयोग होतो. पत्त्याच्या खेळात एका प्रकारावरून दुसरा प्रकार समजतो कारण पत्त्यांची ओळख झालेली असते. या ठिकाणी विषयातील साधर्म्य (Similarity in Content) झालेले असते; तसेच जर दोन परिस्थितीत तंत्राचे साम्य असेल तर त्या बाबतीत तंत्राचेच संक्रमण होऊ शकते. (Similarity in Techniques) उदा. कार ड्रायव्हिंग व ट्रक ड्रायव्हिंग, बॅडमिंटन व टेनिस, व्हायोलिन व तंतुवाद्य इ. या ठिकाणी दोन गोष्ट स्पष्ट होतात की, दोन परिस्थितीत जितके साम्य जास्त तितके संक्रमण अधिक होय आणि सदर साम्य शिकणाऱ्याच्या लक्षात हवे.

शैक्षणिक महत्त्व :

१. या ठिकाणी दोन बाबतीतील साम्य विद्यार्थ्यांच्या लक्षात आणून दिले पाहिजे.

२. विद्यार्थ्यांच्या ग्रहण शक्तीवर संक्रमण अवलंबून असते. मंद विद्यार्थी दोन घटनांतील साम्य लवकर शोधून काढू शकत नाहीत; म्हणून विद्यार्थ्यांना शिक्षकांनी ओळखून त्वरित मार्गदर्शन केले पाहिजे.

३. तत्वे, नियम, सूत्रे समजून द्यावीत. मुलांना आकलन झाले किंवा कसे हे पाहावे.

४. एक पद्धत चांगली ग्रहण केल्याशिवाय दुसरी सांगू नये.

***

पेपर नं. ३
घटक नं. ५

(१) व्यक्तिमत्त्व प्रकार व व्यक्तिमत्त्वावर परिणाम करणारे घटक
(Personality-Types and Effecting Factors)

(२) व्यक्तिमत्त्वाची उपपत्ती आणि मापन
(Theories of Personality and Measurement)

(३) मानसिक आरोग्य व आरोग्यशास्त्र
(Mental Health and Mental Hygiene)

(४) समायोजन, संघर्ष, संरक्षण यंत्रणा
(Adjustement, Conflicts, Defence Mechanism)

१) व्यक्तिमत्त्व - प्रकार व मापन

१) व्यक्तिमत्त्व : संबोध (Concept) प्रास्ताविक : मनुष्य ही एक जाती असली आणि प्रत्येकजण मनुष्य असला तर प्रत्येकात भेद आहे, यासच आपण व्यक्तिभेद संबोधतो. गणपतीच्या एकाच छाप्याच्या मूर्ती असाव्यात; तसा प्रकार व्यक्तीच्या बाबतीत नसतो. प्रत्येक व्यक्तीचे वैशिष्ट्य वेगळे असते. व्यक्ती ही इतर व्यक्तीपासून तिच्या वैशिष्ट्यांनी वेगळी ओळखता येते. व्यक्तीच्या या वैशिष्ट्यांवरून व्यक्तीचे व्यक्तिमत्त्व तयार झालेले असते; व्यवहारात आपण व्यक्तिमत्त्व हा शब्द नेहमी वापरतो.

व्यक्तिमत्त्वाचा अर्थ व व्याख्या : Personality हा शब्द Persona या लॅटिन शब्दापासून बनलेला आहे. म्हणजे मुखवटा. प्रत्येकाचा मुखवटा भिन्न असतो. Personality म्हणजे विविध भूमिका.

व्यक्तिमत्त्व म्हणजे व्यक्तीचे व्यक्ती म्हणून एकंदर स्वरूप होय. व्यक्तीचे व्यक्तिमत्त्व, तिची शारीरिक प्रकृती, शारीरिक-मानसिक क्षमता व तिचा परिसर, तिच्यावर घडणारे बरे-वाईट प्रसंग, या सर्वांचा परिपाक असतो.

मनने व्यक्तीच्या व्यक्तिमत्त्वाची व्याख्या करताना, व्यक्तिमत्त्व म्हणजे व्यक्तीची शरीरयंत्रणा, वर्तनाच्या रीती, विविध अभिरुची, कुवती, कृतीक्षमता, विशेष कल व विविध अभिवृत्ती या सर्वांची एकात्म व अत्यंत वैशिष्ट्यपूर्ण गुंफण किंवा समष्टि होय. अशी केली आहे.

काही मानसशास्त्रज्ञांनी व्यक्तीच्या सामाजिक संदर्भावर विशेष भर दिला आहे. एच. एम. आलपोर्ट यांच्या मते 'व्यक्तिमत्त्व म्हणजे व्यक्तीची इतरांवर पडणारी छाप होय. व्यक्तीचे सामाजिक उद्दिपन मूल्य हे तिचे व्यक्तिमत्त्व होय.' जी. डब्ल्यू. आलपोर्ट यांनी, 'व्यक्तिमत्त्व म्हणजे स्वत:च्या परिसराशी व्यक्तीचे जे वैशिष्ट्यपूर्ण समायोजन होत असते त्याला कारणीभूत असणारी म्हणजेच वर्तन-प्रवर्तन अशी तिच्या मानसिक शारीरिक यंत्रणाची संघटना होय.'

'Personality is dynamic organisation within the individul of psycho-physical systems that determines his unique adjustment to his environment.'

रेक्सरोडच्या मताप्रमाणे, 'सामाजिकदृष्ट्या स्वीकारणीय व अस्वीकारणीय लक्षणांचा समतोल म्हणजे व्यक्तिमत्त्व.'

'Personality is balance between socially approved and disapproved traits.'

वॅटसन यांनी, 'व्यक्तिमत्त्व म्हणजे आपण ज्या काही कृती करतो त्या सर्वांचा परिणाम होय.' अशी व्याख्या केली. गिलफोर्ड यांच्या मते, 'व्यक्तिमत्त्वात व्यक्तिगत विशेष गुणांचा संकलनात्मक आविष्कार झालेला दिसतो.' किंम्बालने व्यक्तिमत्त्वाची व्याख्या करताना, 'व्यक्तीचे इतराहून वेगळेपण दाखविणारे व त्याचवेळी इतर लोक तिच्याशी कसे वागतात

हे निश्चित करणारे साधारणपणे स्थायी स्वरूपाच्या वैशिष्ट्याचे अनन्यसाधारण संघटन म्हणजे व्यक्तिमत्त्व होय.' असे विचार मांडले. समाज आहे म्हणून व्यक्तिमत्त्वाचा विचार करावा लागतो.

मानसशास्त्रज्ञांनी केलेल्या व्यक्तिमत्त्वाच्या अनेक व्याख्यांवरून व्यक्तिमत्त्व या संकल्पनेची पुढील वैशिष्ट्ये स्पष्ट होतात.

१. व्यक्तिमत्त्वामध्ये व्यक्तीचे शारीरिक गुण-विशेष समाविष्ट होतात. उदा. व्यक्तीचा बांधा, उंची, वर्ण, शरीरयष्टी, अवयवांची सुदृढता किंवा व्यंग. २. व्यक्तीची बुद्धिमत्ता.
३. व्यक्तीच्या भावनांचे संतुलन. ४. व्यक्तीच्या वर्तन प्रणालीतील सातत्य.
५. व्यक्तीची समाजप्रियता. ६. व्यक्तीची समाजयोजना पात्रता.

वरील सर्व व्याख्यांमध्ये जी. डब्ल्यू. आलपोर्ट यांची व्याख्या अधिक समाधानकारक आहे. यात १) संघटन - व्यक्तिमत्त्व म्हणजे अनेक घटकांचे संघटन - एकात्म स्वरूप. २) गतिमानता - व्यक्तिमत्त्व गतीमान असते. ३) मानसशरीर व्यक्तिमत्त्वात मानसिक तसेच शारीरिक घटकांचा समावेश होतो. ४) क्षमता व सहज प्रवृत्ती - व्यक्तिमत्त्वात क्षमता व सहजप्रवृत्तींचा समावेश होतो. ५) विविध वर्तनाचा आविष्कार. ६) एकसंघता - व्यक्तिमत्त्वात एकसंघता आहे. ७) समायोजन - व्यक्तीचे परिस्थितीशी समायोजन व्यक्तीमत्त्वात येते.

१. व्यक्तिमत्त्वाची लक्षणे : उंची, शरीररचना, वजन, आवाज, चेहरा ही व्यक्तिमत्त्व सांगणारी लक्षणे आहेत; खरे तर उत्तम व्यक्तिमत्त्वासाठी आरोग्यपूर्ण शरीर हवे.

केश्मर आणि शेल्डर यांनी शरीररचनेवरून व्यक्तिमत्त्व स्पष्ट केले. केश्मरने शरीराचे मेद, अस्थि व स्नायूचे लक्षणांवर व्यक्तिमत्त्व सांगण्याचा प्रयत्न केला. उदा. आरामप्रिय, खाण्या-पिण्याच्या शौकीन, बहिर्मुख, आनंदी व समाजप्रिय असतात.

शेल्डनने व्यक्तीच्या उदराचे घेर, स्नायूंचे प्रमाण, त्वचा व नससंस्था यांचा उठावदारपणा ही शारीरिक लक्षणे सांगून त्यानुसार व्यक्तिभिन्नत्व स्पष्ट केले. उदा. ज्यांच्या उदराचा घेर मोठा; त्या व्यक्ती मेदप्रधान व्यक्ती लक्षणे दाखवितात.

कॅनन, बर्मन वगैरेंनी शरीरातील ग्रंथींच्या कमी अधिक स्त्रावावर व्यक्तिमत्त्वाचा फरक दाखविला आहे. उदा. कंठस्थ ग्रंथी स्त्रावाचे प्रमाण अधिक असलेल्या व्यक्ती अतिमहत्त्वाकांक्षी व वर्चस्वप्रिय असतात.

२. मानसिक लक्षणे : बुद्धिमत्ता, स्मरण, कल्पना, अवबोध, तर्क, विश्वास, भाव, श्रद्धा इ. व्यक्तिमत्त्वाची मानसिक लक्षणे आहेत; जर व्यक्तीस कुशाग्र बुद्धिमत्ता असेल तर अशी व्यक्ती योग्य वातावरण शोधून स्वत:च्या प्रगतीवर मार्ग आखू शकते. प्रत्येक माणसाची बुद्धिमत्ता वेगवेगळी असल्यामुळे प्रत्येकाची मानसिक लक्षणे भिन्न असतात.

३. भावनिक लक्षणे : व्यक्तिमत्त्वामध्ये भावनिक लक्षणे महत्त्वाची भूमिका बजावतात. एकात्म व्यक्तिमत्त्वासाठी भावनिक लक्षणे विचारात घ्यावी लागतात ती खालीलप्रमाणे –

१. इच्छा व चारित्र्य : ही लक्षणे विचार करण्याची क्षमता ठरवितात. काही माणसे कृतिशील तर काही कृतीशून्य असतात. काही आपल्या वर्तनात आग्रही व खंबीर असतात तर काही अनिश्चित. चारित्र्यात नैतिक लक्षणांचा समावेश होतो; व्यक्ती समाजात कशी वागते यावर तिची नैतिक लक्षणे निश्चित असतात.

२. समाजभिमुखता : मानव समाजशील प्राणी आहे. त्याची समाजभिमुखता व समाजप्रियता दर्शविणारी लक्षणे.

३. चिकाटी : चिकाटी हे व्यक्तिमत्त्वाचे महत्त्वाचे लक्षण आहे. ज्याला चिकाटी आहे तोच यश मिळवितो.

४. प्रभाव : व्यक्तीचा इतरांवर व इतरांचा व्यक्तीवर प्रभाव व्यक्तिमत्त्व घडवितो.

५. लिंगभेद : शारीरिक लिंगभेदाचा व्यक्तिमत्त्वावर परिणाम होतो.

६. ग्रंथी : शरीरात असणाऱ्या विविध ग्रंथी विविध रक्तस्राव करतात व हा रक्तात मिसळला जातो. या

हार्मोन्सचा व्यक्तिमत्त्वावर परिणाम होतो. कमी अथवा अधिक स्रावांचा परिणाम होतो. व्यक्तिमत्त्वाचे पुष्कळसे प्रश्न हार्मोन्सच्या कमी-अधिक प्रमाणामुळे निर्माण होतात. कॅनन बर्नन यांनी ग्रंथी स्रावाचे कमी-अधिक स्रावावरून व्यक्तीचे विशेष दिले आहेत.

उदा. **कार्टिनचा स्राव :** अकाली वाढ, स्त्रियांमध्ये अतिस्थूलता, उपकंठस्थ ग्रंथींचा स्राव - भडकणारा स्वभाव, आक्रमक वर्तन.

व्यक्तिमत्त्वाचा प्रकार

प्रास्ताविक : (Types of Personality) व्यक्तिमत्त्वाचे प्रकार अथवा वर्गीकरण करताना दोन वेगवेगळे दृष्टिकोन स्वीकारलेले आढळतात. काही मानसशास्त्रांनी वर्गसिद्धान्तवादी दृष्टिकोनातून विवेचन केले आहे, तर काही मानसशास्त्रज्ञांनी गुणतत्त्ववादी दृष्टिकोनाचा आधार घेतला आहे.

वर्गसिद्धान्तवादी (Type Theory) मानसशास्त्रात हिप्पोक्रॅट्स, गॅलन, क्रेश्मर, शेल्डन, कॅनन, बर्मन, युंग यांनी वेगवेगळी वर्गीकरणे केली.

शेल्डरने व्यक्तीचे शारीरिक घटकानुसार प्रकार केले. त्याच्या मते – (१) बोजड - बुटक (Endomorph), (२) पिळदार - बांधेसूद (Mesomorph), (३) किडकिडीत - उंच (Echomorph) असे प्रकार करून त्यांचे मानसिक गुणधर्म दिले.

युंगने अंतर्मुख व बहिर्मुख असे दोन गटांत व्यक्तिमत्त्वाचे वर्गीकरण केले आहे. काही माणसे स्वत:च्याच कल्पनाविश्वात रमलेली असतात. त्यांचा स्वभाव एकांडा असतो. परिस्थितीशी मिळते जुळते घेण्याची वृत्ती नसते. विषण्णता असते; अशा स्वभावाच्या माणसांना युंग अंतर्लक्षी म्हणतो. उलट, काही माणसे खूप बोलकी, समाजाभिमुख, लोकप्रिय, मोकळ्या मनाची, कृतीप्रवण असतात, बेडर असतात. त्यांना युंग बहिर्मुखी म्हणतो.

केश्मर, कॅनन, बर्मन यांचे व्यक्तिमत्त्व वर्गीकरण वर्ग सिद्धान्तवादी आहे.

गुणतत्त्व सिद्धान्तवादी (Trait Theory) : गुणवत्त म्हणजे व्यक्तीच्या वर्तनाचे अथवा वर्तन शैलीचे तत्त्व ज्यामध्ये सामावलेले आहे, असा व्यक्तीचा गुण होय. उदा. चर्चिलचा 'झुंजार वृत्ती' लोकमान्यांचा 'करारीपणा', म. फुले यांची 'तळमळ'.

व्यक्तीचा प्रकर्षाने जाणवणारा व त्यानुसार वर्तन करावयास भाग पाडणारा, तिची अभिरुची व रसविषय ठरविणारा गुणविशेष म्हणजे व्यक्तीचे गुणतत्त्व होय. उदा. एखादी व्यक्ती भांडखोर आहे, एखादी व्यक्ती गर्विष्ठ आहे वगैरे.

कॅटलने गुणतत्त्वांची यादी तयार केली, त्यात त्याने १२ गुणतत्त्व गट दिले असून, व्यक्तिमत्त्व गुणतत्त्व व विरुद्ध गुणतत्त्व दिले आहेत. आलपोर्टने १४ गुणतत्त्वांची यादी दिली. उदा. – १) वरचढपणा - नमतेपणा, २) चिकाटी - धरसोड, ३) बहिर्मुखता - अंतर्मुखता इ.

व्यक्तीच्या एखाद्या गुणतत्त्वाचे प्रमाण किती आहे यावर व्यक्तीच्या व्यक्तिमत्त्वाचे वर्णन केले जाते. उदा. तो फारच हळवा आहे. वर्गतत्त्व आणि गुणतत्त्व याखेरीज मनोविश्लेषणवादी तंत्रानेही वर्गीकरण करता येते.

२. व्यक्तिमत्त्वाच्या उपपत्ती

(१) फ्राईडची उपपत्ती (२) शेल्डनची उपपत्ती (३) कॅटेलची उपपत्ती (४) युंगची उपपत्ती (५) आलपोर्टची उपपत्ती (६) मरेची उपपत्ती (७) रॉजर्सची उपपत्ती.

१. फ्राईडची उपपत्ती : सिग्मंड फ्राईड यांची उपपत्ती मनोविश्लेषणावर आधारलेली आहे. त्याने व्यक्तिमत्त्व विकासाच्या Oral stage, Anal stage, a Genital stage अशा अवस्था मानल्या असून, मनाचे दोन स्तर मानले आहेत.

त्याच्या मते व्यक्तिमत्त्व, सुप्तात्मा, बोधात्मा व विवेकात्मा यांनी बनलेले आहे. (सविस्तर विवेचन मनोविश्लेषण या भागात वाचावे.

२. शेल्डनची उपपत्ती : शेल्डनची व्यक्तिमत्त्व विषयक उपपत्ती शरीरयष्टीपरत्वे आहे. व्यक्तीच्या उदराचा घेर, स्नायूंचे प्रमाण, त्वचा व नसा यांचा उठावदारपणा या तीन बाबतीत व्यक्तीचे पद्धतशीर मोजमाप हा शेल्डनच्या अभ्यासाचा विषय होता. प्रत्येक बाबतीत सात बिंदूंची मापनश्रेणी शेल्डनने वापरली. शेकडो व्यक्तींच्या अनावृत्त शरीराची तपासणी केली. या पद्धतीप्रमाणे व्यक्तीचे शरीरदृष्ट्या वर्णन १.३.७ म्हणजे उदराचा घेर सर्वांत कमी, स्नायूंचे प्रमाण मध्यम, त्वचा व नससंस्था विपुल असे करता येते.

व्यक्तीच्या गुणांच्या बाबतीत शेल्डर याने एकंदर ५० गुण विचारांत घेतले. गुणांचे तीन वर्ग केले ते म्हणजे १) उदरस्थ इंद्रिय स्वाध्यायाचे प्रेम २) उत्साह व कृतीप्रियता ३) विचारशीलता व संयम या बाबतीतही सात बिंदू मापनश्रेणीवर व्यक्तीचे स्थान निश्चित करून घ्यावयाची पद्धती याने वापरली. शेल्डनच्या मते शरीररचना व स्वभावधर्म यामध्ये सहसंबंध आढळतो.

३. कॅटेलची उपपत्ती : आर. जी कॅटेल या मानसशास्त्राने सहसंबंध पद्धती व Factorial Analysisया पद्धतीचा उपयोग करून व्यक्तिमत्त्वाचे गुणतत्त्व गट (Traits) दिले आहेत. त्याने व्यक्तिमत्त्व लक्षणाची पृष्ठीय लक्षणे मूलभूत लक्षणे असे दोन प्रमुख प्रकार मानले आहेत. पृष्ठीय लक्षणे (Surface Traits) मूलभूत लक्षणांवर (Source traits) अवलंबून असतात. मूलभूत लक्षणे व्यक्तिमत्त्वाची महत्त्वाची अंगे आहेत. कॅटलने १२ गुणतत्त्व गट दिले आहेत.

४. युंगची उपपत्ती : प्रत्येक व्यक्ती काहीशी अंतर्मुख व काहीशी बहिर्मुख असते. म्हणजेच उभयमुखी असते तरी पण युंगने यातील तरतमभाव लक्षात घेऊन व्यक्तिमत्त्वाचे अंतर्मुख व्यक्ती व बहीर्मुख व्यक्ती असे दोन भाग केले.

अंतर्मुख व्यक्तीला बाह्य परिसरातील सामाजिक, राजकीय, आर्थिक इ. घडामोडीत रस नसतो. स्वत:च्याच कल्पनाविश्वात ती रमलेली असते. तिच्या कृतीत, बोलण्यात भावनात्मकतेचा अंश अधिक असतो. तिचा स्वभाव हळवा, जरासा विषण्ण व प्रत्येक गोष्टी स्वत:ला लावून घेण्याचा असतो. मितभाषी, वक्तृत्वापेक्षा लेखन जमते, एकांडी वृत्ती, स्वत:कडे अधिक लक्ष, परिस्थितीशी तिला मिळतेजुळते घेता येत नाही.

या उलट, बहिर्मुख व्यक्ती असते. ती बाहेरच्या जगात व व्यावहारिक गोष्टीत रस घेते. संपर्कप्रिय, समाजधीट व कृतीप्रवण असते. स्वत:च्या भावना मोकळेपणाने व अकृत्रिमरीत्या प्रगट करते. अपयश मनाला लावून घेत नाही. संघर्ष मनातल्यामनात सोडवित बसण्यापेक्षा कृतीद्वारा त्याची विल्हेवाट लावते. बेडर, व्यवहारी, खेळाची आवड असणारी, चारचौघांना धरून वागणारी असते. बोलघेवडी, वास्तववादी असते.

५. आल्पर्टची उपपत्ती : व्यक्तिमत्त्वाचे वर्णन करण्यासाठी आल्पर्टने लक्षण पद्धतींचा वापर केला. त्याच्या मते, व्यक्तिमत्त्वाचे प्रधान, मध्यवर्ती व दुय्यम असे तीन प्रकार केले आहेत. व्यक्तिमत्त्वातील सर्वांत प्रभावी लक्षणास प्रधान लक्षण म्हणतात. उदा. सत्ता गाजविण्याची वृत्ती, स्वार्थी वृत्ती, मध्यवर्ती लक्षणे अशी अनेक असतात. एखाद्यास शिफारस पत्र देताना आपण त्याच्या गुणांची नोंद करतो ती नोंद म्हणजे मध्यवर्ती लक्षणे होत.

गार्डन आलपोर्ट यांनी मानस आलेखांची कल्पना प्रस्तुत केली असून, या आलेखास व्यक्तीचा जैविक, मानसिक पाया म्हणता येईल, अशी सात लक्षणे दिली आहेत.

१) रूप २) आरोग्य ३) जोम ४) प्रतिकात्मक बौद्धिक क्षमता ५) क्रियाकौशल्यात्मक बुद्धी ६) भावनेची कक्षा ७) भावनांची उत्कटता

त्यानंतर १४ गुणवत्तांचा आलेखात समावेश होतो तो असा – १) वरचढपणा, नमतेपणा २) मोकळेपणा, संकोच ३) चिकाटी, धरसोड ४) बहिर्मुखता, अंतर्मुखता ५) स्वत:बाबत वास्तवदृष्टी, आत्मप्रतारणा ६) आत्मविश्वास, आत्मसाशंकता ७) सहवासप्रियता, एकांताप्रियता ८) इतरांची कदर, स्वार्थ ९) सामाजिक प्रसंग चातुर्याचा अभाव १०) सिद्धान्तप्रियतेचा अभाव ११) आर्थिकदृष्टीचा अभाव, १२) सौंदर्यप्रियतेचा अभाव, १३) राजकारणात रसिकतेचा

अभाव, १४) धार्मिकता, धर्मनिरपेक्षतेचा अभाव.

शरीररचना व स्वभावधर्म यात उच्च सहसंबंध आहे. आल्पर्टची उपपत्ती लक्षणे व प्रेरकांची अधिक स्वायत्तता यावर आधारलेली आहे. एका प्रकारचे वर्तन प्रेरक आपले कार्य सदोदित चालू ठेवते. उदा. लोभ-लोभी माणूस, त्याच्या मते –

'Personality is the dynamic organisation within the individual of those psycho - physical system that determines his characteristic behaviour and thought.'

अनुभव, स्वभावधर्म व सामाजिक घटक यांच्यामुळे व्यक्तिमत्त्व संकीर्ण स्वरूपाचे बनते. व्यक्तिमत्त्वात सवयी, वृत्ती आणि विविध लक्षणांचा समावेश असतो.

व्यक्तिमत्त्वाचे विकसन होते त्याच वेळी त्याच संघटन अबाधित राहते. आल्पर्टच्या मते, 'स्थान, अन्ययता व आंतरिक एकात्मता ही व्यक्तिमत्त्वाची महत्त्वाची वैशिष्ट्ये आहेत. व्यक्तीचे वर्तन व विचार परिस्थितीशी समायोजन करण्याचा प्रयत्न करतात.'

६. मरेची उपपत्ती : 'मनुष्य हा प्रेरित प्राणी आहे.' या कल्पनेवर मरेची उपपत्ती केंद्रित झालेली आहे. शारीरिक गरजा, प्रक्रिया आणि परिस्थिती यांनाही उपपत्तीत स्थान आहे.

मरेच्या मते, व्यक्तिमत्त्वामध्ये अखंडत्व पहावयास मिळते. व्यक्तिमत्त्व ही आयुष्यभर, अखंडपणे चालणारी सुसंघटित अशी प्रक्रिया आहे. या प्रक्रियेत मेंदूचे कार्य महत्त्वाचे आहे. मेंदूमुळे मानवी वर्तनात एकरूपता साधण्याचे कार्य केले जाते. वर्तनप्रक्रिया शारीरिक व मानसिक स्वरूपाची असली तरी त्यावर मेंदूचे नियंत्रण असते. No brain, No Personality.

मरेच्या मते, मानवी गरजा या प्रेरणांचे महत्त्वाचे कार्य करतात. मरेने गरजांचे वर्गीकरण – १) प्राथमिक गरजा, २) दुय्यम गरजा, ३) प्रकट व अप्रकट गरजा, ४) केंद्रस्थ व विस्तृत गरजा, ५) फल व प्रकरणात्मक गरजा असे केले आहे. मरेची व्यक्तिमत्त्व विकाससंबंधीची मते मनोविश्लेषणवादी मतांशी मिळतीजुळती आहेत. व्यक्तिमत्त्वाचा अभ्यास व्यक्तीच्या जन्मापासून करावा असे त्याने सुचविले.

७. रॉजर्सची उपपत्ती : कार्ल रॉजर्स याच्या व्यक्तिमत्त्वाच्या उपपत्तीचा उगम उपचार पद्धतीतून झाला. रॉजर्सची उपपत्ती ही आत्मकल्पनेवर आधारित आहे. त्याच्या मते, व्यक्तीचे वर्तन तिच्या आत्मकल्पनेशी सुसंगत असते. आत्मकल्पनेचा उगम व्यक्ती आणि परिस्थिती यांच्या आंतरक्रियेतून होतो. आत्मकल्पनेमध्ये चार घटक आहेत.

१. आत्मानुभूती - स्वत:ची व स्वत:च्या कार्याची जाणीव म्हणजे आत्मानुभूती 'स्व' बद्दल त्याने २२ सूत्रे दिली आहेत.
२. आत्मप्रचिती (Self actualization) - जन्मापासून प्रौढावस्थेपर्यंतच्या विकास कालामध्ये व्यक्ती स्वत:चे खरे स्वरूप, स्वत:चे वेगळेपण ओळखावयास शिकते. आत्मप्रचिती सर्जनशीलतेची द्योतक आहे. आत्मप्रचितीसाठी जीवनातील अर्थपूर्ण अनुभव महत्त्वाची कामगिरी बजावतात.
३. आत्मनिर्वाह (Self maintenance) - जीवन हे गतिमान आहे. भूतकालातील अनुभवांपेक्षा वर्तमान गरजांतून उत्पन्न झालेले अनुभव महत्त्वाचे.
४. आत्माकर्षण (Self enhancement) - संघर्षाला तोंड देवून आपला उत्कर्ष साधावा लागतो. रॉजर्स उपपत्ती ही आत्मकेंद्रित उपपत्ती आहे.

३. व्यक्तिमत्त्व विकासावर परिणाम करणारे घटक

व्यक्तिमत्त्वाच्या विकासावर परिणाम करणारे घटक दोन प्रकारचे असतात –

१) जैविक घटक २) सामाजिक घटक

जैविक घटकांमध्ये शरीररचना, जैवरसायने व त्यावर अवलंबून असणाऱ्या विविध क्षमता यांचा विचार होतो. तर सामाजिक घटकांमध्ये कौटुंबिक परिस्थिती, शाळा व समाज यांचा समावेश होतो.

जैविक घटक

१. शरीरयष्टी : व्यक्तीची उंची, जाडी, बांधा, वर्ण, एकूण शारीरिक बाजू यांचा व्यक्तिमत्त्वावर परिणाम होतो; म्हणून स्थूल माणसे, अधिक आनंदी असतात; तर किडकिडीत माणसे पुष्कळ वेळा चिडखोर, बुटकेपणामुळे किंवा काळ्या वर्णामुळे, व्यक्तिमत्त्वावर परिणाम होतो. सुंदर बांध्याच्या व गौरवर्णाच्या व्यक्ती चटकन् छाप पाडतात. शारीरिक व्यंगाचा वा बहिरेपणाचा दृष्टिदोष यांचा व्यक्तिमत्त्वावर परिणाम होतो.

२. जैविक रसायने : व्यक्तिमत्त्वाचे महत्त्वाचे अंग म्हणजे स्वभाव. तो पुष्कळ अंशी शरीरातील अंतस्रावी ग्रंथींच्या स्रावावर अवलंबून असतो. वृक्कस्थ, मस्तक, कंठस्थ, प्रजनग्रंथी यात महत्त्वाच्या, व्यक्तीची शारीरिक व आंतरिक वाढ व व्यक्तीचे कामवर्तन या ग्रंथींच्या कार्यावर अवलंबून असते म्हणून यांना महत्त्व आहे.

३. विविध क्षमता : शरीरातील विविध संस्थापैकी वर्तनावर परिणाम करणारी संस्था म्हणजे नससंस्था, व्यक्तीमध्ये असलेल्या अनेकविध क्षमता नससंस्था व स्नायू संस्थेसारख्या इतर संस्था यांच्या कार्यक्षमतेवर अवलंबून असतात. त्यामुळे बुद्धिमत्ता, कल, कृतिक्षमता व अन्य अनेक मानसिक व कार्यिक क्षमतांचा व्यक्तिमत्त्वांच्या संदर्भात विचार करावा लागतो. बुद्धी, क्रीडा, नैपुण्य, गायन, प्रभुत्व इतर कलावरील प्रभुत्व इत्यादी गुणांमुळे व्यक्तिमत्त्वावर निश्चित परिणाम होतो.

४. कौटुंबिक परिस्थितीचा प्रभाव : बालकाच्या व्यक्तिमत्त्व विकासावर घरच्या परिस्थितीचा खूपच परिणाम होतो. कुटुंबात व्यक्ती मोजक्या आहेत की पुष्कळ, त्यांचे परस्परसंबंध, कुटुंबाचे वातावरण कसे, बालकास माता-पित्यांचा सहवास आहे की नाही, बालकाच्या बाबींचे कौतुक कसे होते, चुकांकडे कसे पाहिले जाते, शिस्त कशी लावली जाते, त्यांच्या बालकाचा जन्म क्रम, बालकाच्या आई-वडिलांचा पेशा, कुटुंबाचा सामाजिक दर्जा, बालकाचे आदर्श या सर्वांचा परिणाम होत असतो.

व्यक्तीचे व्यक्तिमत्त्व बनविण्यात कुटुंब हे प्रभावी स्थान आहे. फ्राईडने बालवयात होणाऱ्या संस्कारांना व्यक्तिमत्त्वांच्या दृष्टीने महत्त्व दिले आहे. भारतात सुदैवाने कुटुंबव्यवस्था स्थिर असल्याने कुटुंबाचे परिणाम घडविते. दारिद्र्याने व्यक्तिमत्त्वास वाईट वळण लागते. जीवनाच्या अन्न, वस्त्र, निवारा या किमान गरजा अपुऱ्या पडू लागल्या की व्यक्तीची नैतिक मूल्येही ढासळू लागतात.

५. व्यक्तिमत्त्वावर शाळेचा परिणाम : शिक्षक व शाळा यांचा बालकांच्या गुण-दोषांचा, विचारांचा, आचारांचा प्रभाव होतो.

शालेय जीवनाबरोबरच बालकाच्या मित्राचा प्रभाव, मित्र असणे-नसणे, त्याचे स्थान, संगत, यांचा परिणाम होतो. पुष्कळदा वाईट संगतीने व्यक्तिमत्त्व बिघडते. शालेय वय संस्कारक्षम म्हणून प्रभाव महत्त्वाचा.

६. सामाजिक वातावरणाचा प्रभाव : समाज हा व्यक्तीच्या व्यक्तिमत्त्वावर प्रभाव पाडतो. समाजाची रचना वर्गप्रधान असते. आर्थिक दृष्ट्या हे वर्ग होतात; जाती संस्था आहे. यामुळे रोटीबेटी व्यवहारावर बंधने, गटागटांत दुरावा असतो; त्याचा परिणाम होतो. भारतात काही वर्ग व जाती सतत हजारो वर्षे दडपल्या गेल्याने त्यांच्या व्यक्तिमत्त्वावर परिणाम झाला. काही गटाकडे पुढारीपण असल्याने त्यांचाही व्यक्तिमत्त्वावर परिणाम झाला आहे.

भौगोलिक परिस्थितीमुळेही व्यक्तिमत्त्व घडते. प्रत्येक भौगोलिक रचनेत असलेल्या व्यक्तीचे गुणविशेष वेगळे, पहाडी प्रदेशातील; लोक काटक, डोंगराळ भागात चोरटे-दरोडेखोर जास्त, सुपीक भागातील लोक शांत.

७. सांस्कृतिक वातावरणाचा परिणाम : जे सतत दडपले गेले आहेत त्यांच्यामध्ये सौंदर्याविष्कार होऊ शकत नाही. काही सामाजिक गटात मुलगी जन्मास येणे आपत्ती मानली जाते; अशा समाजात मुलींच्या व्यक्तिमत्त्व विकासावर खचितच परिणाम होतो. उलट बलुची लोकांत पुरुषांचे काम केवळ जनकाचे असते. त्याच्यामध्ये स्त्रीचे व्यक्तिमत्त्व पुरुषाहून जोरदार असते.

राजकीय तत्त्वज्ञानाचाही परिणाम होतो. हिटलरच्या काळात वांशिक श्रेष्ठत्वाच्या व लष्करी सामर्थ्याच्या कल्पनांमुळे जर्मन तरुण भारून गेले होते की, जगाला त्यांची चूक दाखवावी लागली. साम्यवादी देशातही राजकीय विचारसरणीचा व्यक्तिमत्त्वावर परिणाम होतो; लोकशाही देशात बालकाचा निर्भयपणा वाढतो.

शेजार, जातीजमाती, मित्रपरिवार, पुस्तके, क्लब व सिनेमा, देवळे, चर्च, जत्रा, जाहिराती या सर्वांचा व्यक्तिमत्त्वावर परिणाम होतो.

४. व्यक्तिमत्त्व मापन

व्यक्तीचे व्यक्तिमत्त्व मापन करण्याचे अनेक प्रयत्न झाले; यात प्रश्नावल्या, निरीक्षण, मनोविश्लेषण, मतश्रेणी तसेच प्रक्षेपण तंत्रांचा वापर झाला. व्यक्तिमत्त्व मापनाच्या पद्धतीचे तीन प्रकारात वर्गीकरण करता येईल. १) संश्लिष्ट पद्धती (Holistic Approach), २) प्रक्षेपण पद्धती (Projective Technique), ३) लक्षण पद्धती (Trait Approach).

१. संश्लिष्ट पद्धती : या पद्धतीमध्ये विशेष अशी पद्धती नाही. हिच्यामध्ये आत्मवृत्त, प्रश्नावल्या, मुलाखती, स्ट्रेस मुलाखती, पदनिश्चयन श्रेणी, ब्रुकटेस्ट, प्रासंगिक कसोट्या वगैरे तंत्रे वापरून सर्वसामान्य व्यक्तिमत्त्वाचा शोध घेतला जातो.

दुसऱ्या महायुद्धाच्या काळात योग्य व्यक्तीची सैन्यात भरती करण्यासाठी ही पद्धती वापरली गेली. परिक्षकांत मानसशास्त्रज्ञ, मानसोपचारतज्ज्ञ व सैन्य दलातील प्रशासकीय अधिकारी असत. भरतीसाठी येणारे लोक वाहनातून उतरण्यापासून त्यांच्या परीक्षणास सुरुवात होई. परीक्षक व परीक्ष्य तीन दिवस एकत्र राहात. परीक्षांच्या विविध वर्तनपैलूंचे निरीक्षण व मूल्यमापन केले जाई. उदा. कसे वागतात, संभाषणात कितपत भाग घेतात. नेतृत्व मिळवितात का अनुयायित्व स्वीकारतात, वगैरे. प्राथमिक परीक्षणानंतर त्यांना लेखी चाचण्या दिल्या जातात; त्यातून त्यांच्या व्यक्तिमत्त्वाच्या विविध घटकांची माहिती मिळविली जाते. नंतर स्ट्रेस मुलाखती घेऊन व्यक्तीची भावनिक ताण सहन करण्याची क्षमता पाहिली जाते. यात व्यक्तीवर तीव्र प्रकाशझोत टाकून त्याच्या चरित्रविषयक एक कल्पितकथा करण्यास सांगतात. ती गोष्ट कशी बनावट आहे, यावर त्याला अनेक प्रश्न विचारण्यात येतात. आरोप केले जातात. विसंगत आज्ञा दिल्या जातात. त्या मुलाखतीतून व्यक्ती भावनिक नियंत्रण कितपत करू शकते हे विविध प्रतिक्रियांतून पाहिले जाते; नंतर लगेच सुखद संवाद (Interview) सुरू होतो. यात व्यक्तीकडून गुप्त माहिती मिळविणे कितपत शक्य आहे हे पाहिले जाते. सुरक्षता, दक्षता, प्रसंगावधान, भावनिक स्थिरता पाहिली जाते. (Brook Test) नावाच्या चाचणीने समूहातील समस्या सोडविण्याची क्षमता, सहकार्यप्रवृत्ती व नेतृत्व करण्याची कुवत आजमाविली जाते. शेवटी समाजस्वीकृती मापन प्रश्नावली दिली जाते व त्यावरून व्यक्तीची प्रिय-अप्रियता पाहिली जाते. संबंधित व्यक्ती इतरांविषयी कोणती प्रतिक्रिया व्यक्त करते, हे पाहिले जाते. या सर्वांवरून व्यक्तिमत्त्वाचे मूल्यमापन करतात.

२. प्रक्षेपण पद्धती : व्यक्तीच्या मनामध्ये काय चालले आहे, हे व्यक्ती सांगेलच असे नाही. सामोर दिसणाऱ्या सुंदर स्त्रीबद्दल अभिलाषा वाटली तरी व्यक्त करणार नाही. एखादी चांगली वस्तु दिसली व ती स्वत:साठी हवी असली तर चार चौघांत तसे आपण म्हणत नाही. नीतिनियमांचे, रूढींचे व परिसराचे बंधन पडत असल्याने व्यक्तीच्या मनात खरोखर काय आहे, हे समजणे सोपे नसते. व्यक्तीच्या मनात जे काय आहे ते शोधण्यासाठी मानसशास्त्रज्ञांनी एका वेगळ्याच तंत्राचा वापर केला. व्यक्तीच्या मनात जे काय आहे ते व्यक्ती इतरावर लादण्याचा प्रयत्न करते यास 'प्रक्षेपण'

असे म्हणतात. भोवतालची हवा खरोखरच चांगली असून, ती कशीशीच वाटू लागणे हे व्यक्तीचे काहीतरी बिनसल्यासारखे वाटते. पावसाळ्याच्या दिवसांत आपल्याला पाहिजे तो आकार ढगांमध्ये दिसतो, हे प्रक्षेपांचेच प्रकार आहेत. निरर्थक परिस्थितीचा किंवा संदिग्ध परिस्थितीचा आपण आपल्या प्रेरकांच्या साहाय्याने अर्थ लावण्याचा प्रयत्न करतो. अनेक प्रसंगी प्रक्षेपणाचे स्वरूप इच्छापूर्तीसाठी असते. उदा. एखाद्या तरुणीचा मुले पाठलाग करतात. ही तिची तक्रार मुलांनी पाठलाग करावा अशा इच्छेमुळे येते.

प्रक्षेपण तंत्रामध्ये संदिग्ध परिस्थितीत व्यक्तीच्या कोणत्या प्रतिक्रिया घडतात हे पाहून व्यक्तिमत्त्व अजमाविले जाते. या तंत्रात वाक्य पुरे करणे, शाईच्या डागांचा अन्वयार्थ लावणे इ. विविध प्रकारच्या चाचण्यांचा समावेश होतो; प्रक्षेपण तंत्राचा अनेक कसोट्या उपलब्ध आहेत.

अ) रॉर्शाकची चाचणी : रॉर्शाक (Rosharch) या स्वीस मानसोपचारतज्ज्ञाने १९२१ मध्ये ही चाचणी प्रसिद्ध केली. ही चाचणी प्रसिद्ध करण्यापूर्वी त्याने अनेक मनोरुग्णांवर तिचा वापर केला होता. रॉर्शाकच्या चाचणीमध्ये शाईचे डाग असलेली दहा कार्डे असतात. डाग सममित असतात. त्यांचा आकार व रंग छटा यात विविधता असते. ज्या व्यक्तीच्या व्यक्तिमत्त्वाचे मापन करावयाचे असते त्या व्यक्तीला एकावेळी एक याप्रमाणे ही कार्डे दाखविली जातात. कार्ड पाहिल्यावर ते कसे दिसते, त्यात काय दिसते, त्याला काय वाटते. इ. माहिती त्याने सांगायची असते. उदा. एका कार्डाचा अर्थ वेगवेगळ्या व्यक्तींनी वेगळा लावला. एकास ते दोन मांजरे भांडण, दुसऱ्यास नारळाच्या झाडास लावलेले नारळ, तिसऱ्यास झाडावर चढून बसलेल्या म्हाताऱ्याची व चौथ्यास मानवी मूत्राशयाची आकृती वाटली.

कार्ड कसेही पहावयाचे असते. कितीही प्रतिक्रिया व्यक्त करण्यास मुभा असते. ठराविक त्या वेळातच प्रतिक्रिया व्यक्त करावयाची असते. परीक्षक हा त्या व्यक्तीच्या शाब्दिक प्रतिक्रियांची नोंद करतो. प्रतिक्रिया व वेळ नोंदतो. एकूण वेळ नोंदतो. कार्डाची फिरवाफिरवी नोंदतो. या सर्व नोंदी खास तयार केलेल्या नमुन्यात केल्या जातात. सर्व कार्डांना प्रतिक्रिया दिल्यानंतर कार्ड पुन्हा उलट क्रमाने दाखवून त्या प्रतिक्रिया डागांच्या कोणत्या भागाला अनुसरून होत्या हे विचारले जाते; उत्स्फूर्तपणे एखादी नवीन प्रतिक्रिया आल्यास तिची नोंद घेतली जाते.

प्रतिक्रियांचे विश्लेषण, गुणदान व विवेचन करणे हे तज्ज्ञांचे काम आहे. यासाठी त्यांचे खास प्रशिक्षण घ्यावे लागते. तज्ज्ञास प्रत्येक प्रतिक्रियांचा भाग (location), निर्णायक बाब (Determinant) आणि आशय (Content) या तिन्ही बाबींना अनुसरून विचार करावयाचा असतो. रंगासंबंधीच्या प्रतिक्रियांचा भावनात्मक जीवनाशी संबंध असतो. प्राणी आकृतीच्या प्रतिक्रिया, कल्पकता व सर्जनशीलतेचा अभाव दाखवितात. डागांची गतिमानता मनाचे आंतरिक भावनिक प्रक्षोभ सूचित करतात. छटांसंबंधी अधिक प्रतिक्रिया असतील तर त्याने चिंता सूचित होते या चाचणीचा (Clinical Psychology) मध्ये अधिक उपयोग करण्यात आला आहे.

ब) Thematic Appreciation Test (TAT) : मरे आणि मार्गन यांनी १९३५ साली ही चाचणी तयार केली. यात ३० छायाचित्रे असतात. त्यापैकी १० पुरुषांसाठी, १० स्त्रियांसाठी व १० दोघांसाठी असतात. सर्वसाधारणपणे २० चित्रे वापरावी लागतात. चित्रात विविधता असून, ती ठराविक क्रमाने दाखविली जातात. चित्रातील व्यक्ती समलिंगी, समवयस्क राहील हे पाहिले जाते. स्वैर कल्पनेला वाव मिळेल असे प्रत्येक छायाचित्र असते. ते पाहून ज्याचे मापन करावयाचे अशा व्यक्तीने एक गोष्ट तयार करावयाची असते. स्वैर कल्पनेला वाव असला तरी चित्राची पार्श्वभूमी, चित्रातील व्यक्तीचे विचार व भावना कोणत्या असाव्यात, यातून पुढे काय घडेल वगैरे मुद्दे विचारात घेऊन गोष्ट सांगावयाची असते; पूर्ण चाचणीसाठी एक तास पुरतो.

छायाचित्रातील आशय एकच असला तरी प्रत्येकास त्याचा निराळा अर्थबोध होतो. यावरून व्यक्तीचे पूर्वानुभव व वर्तमान गरजा यावर प्रकाश पडतो. परीक्षक गोष्टीची अचूक नोंद करतो. वेळ, भावनिक आविष्कार, अनपेक्षित प्रतिक्रिया, आवाज बदल, लकब इ. बाबींची नोंद करतो. प्रतिक्रियांचे विवेचन करण्यापूर्वी परिक्षकास व्यक्तीचा पूर्वेतिहास, व्यवसाय, वैवाहिक जीवन इ. माहिती मिळवावी लागते. रोशा चाचणी टी.ए.टी. व एकमेकास पूरक आहेत.

क) Childern's Appreciation Test (CAT) : ही चाचणी १९४८ मध्ये नेलॉकने तयार केली. ३ ते १० वर्षे मुलांचा व्यक्तिमत्त्व मापनासाठी उपयोग होतो, यात भावंडांमधील श्रद्धा, पोषक समस्या, बाल्यावस्थेतील संघर्ष या विषयी माहिती मिळवू शकणाऱ्या प्राणीचित्रांचा समावेश आहे. प्रत्येक कार्डावरील चित्रं पाहून मुलाने गोष्ट सांगावयाची, तज्ज्ञाने प्रतिक्रियेचे विवेचन करून निष्कर्ष काढावयाचे असतात.

ड) Free Word Association Test : (मुक्त साहचर्य कसोटी) - या चाचणीचा वापर गाल्टनने गुन्हे अन्वेषणासाठी केला. या चाचणीत ५० ते १०० प्रमाणित शब्द असतात. प्रत्येक उद्दिपक शब्दाला व्यक्तीकडून मिळणाऱ्या शाब्दिक व इतर वार्तनिक आविष्काराची नोंद करतात. विशिष्ट शब्दांत प्रतिक्रिया देण्यास उशीर झाला वा अनपेक्षित प्रतिक्रिया मिळाली तर ती नोंदतात. प्रक्षेपण तंत्राबद्दल Vernon या मानसशास्त्रज्ञाने पुढील उद्‌गार काढले.

Projective technique are the phychologists x-rays apparatus for penetrating beneath the facades and barriers to the deeper needs and dynamic forces in personality.

३. लक्षणमापन पद्धती (Trait Approach) : व्यक्तिमत्त्वाच्या विविध लक्षणांचे मापन करण्यासाठी लक्षणमापन चाचण्या वापरल्या जातात. या चाचणीचा एक वा काही लक्षणांचा समुच्चय यांच्या मापनासाठी उपयुक्त आहेत. बहुतेक चाचण्या या पेन्सिल स्वरूपाच्या आहेत. विविध प्रश्नांना दिलेल्या उत्तरांवरून गुणदान केले जाते. सांख्यिकी मूल्यमापन करून व्यक्तीच्या विशिष्ट व्यक्तिमत्त्वाच्या लक्षणाचे स्वरूप ठरविले जाते.

अ) Mineota Multiphasic Personality Inventory (MMPI) : ही चाचणी १९४० मध्ये हॅथोबेने प्रमाणित केली. ही १६ वर्षांवरील सुशिक्षित व्यक्तीसाठी वापरली जाते. यात ५५० विधाने असून, प्रत्येक कार्डावर एक या प्रमाणे ती छापलेली असतात. प्रयोज्याने या कार्डाचे खरे, खोटे; सांगता येत नाही अशा तीन गटांत वर्गीकरण करावयाचे असते; यात शारीरिक व्याधी, भीती, भावना यांना अनुसरून विशिष्ट परिस्थितीत मनुष्य काय करतो, या संबंधी विधाने असतात. काही विधानांवरून व्यक्तीचा खोटेपणा सिद्ध होतो. प्रतिसाद नसेल, तर निष्काळजीपणा व अकार्यक्षमता स्पष्ट होते.

चाचणीचा मानसोपचारतज्ज्ञांनी उन्माद (Hysteria), आसक्तीगंड (Mania), मनोविभ्रम (Schizophrenia) इ. विकृतीतील कल पाहण्यासाठी यशस्वीरीत्या उपयोग केला आहे.

ब) अल्बर्ट - हरनॉन लिंडले चाचणी : १९३१ मध्ये तयारी झाली. १९६० मध्ये मॅन्युअल प्रसिद्ध झाले. ही चाचणी प्रामुख्याने पौगंडावस्थेतील व्यक्ती व महाविद्यालयीन विद्यार्थ्यांसाठी वापरतात. व्यवसाय मार्गदर्शनात उपयुक्त आहे.

व्यक्तीच्या जीवनातील सैद्धांतिक, आर्थिक, राजकीय, सौंदर्यवादी, सामाजिक व धार्मिक मूल्ये शोधण्यासाठी ही चाचणी उपयुक्त. या चाचणीत दोन भाग असतात. पहिल्या भागात असणाऱ्या विधानांना प्रयोज्याने होय/नाही प्रतिसाद द्यावयाचा असतो. दुसऱ्या भागात विधाने व त्यांना पर्याय असतात. या पर्याय विधानांना व्यक्तीने पसंती क्रमांक द्यावयाचे असतात. या पसंती क्रमांकावरून व्यक्तीची आवड-निवड समजते. उदा. दुरुस्तीस दिलेली सायकल आणण्यास गेलात व ती अद्याप दुरुस्त केली नाही असे दिसले तर तुम्ही.

अ) दुकानदारावर संताप की, ब) सौम्य नापसंती दर्शवाल की, क) आपली भावना दर्शविणार नाही. भारतात रे. चौधरी यांनी या चाचणीचे भारतीय परिस्थिती अनुसार रूपांतर १९५१ मध्ये केले.

क) Bell Adjustment Inventory : एच. एम. बेल यांनी १९३४ मध्ये ही चाचणी प्रमाणित केली. ही चाचणी कौटुंबिक, सामाजिक, भावनिक, आरोग्य विषयक समाजयोजनाच मूल्यमापन करणारी आहे. यात दोन भाग असून, पहिला भाग माध्यमिक शाळेतील विद्यार्थ्यांसाठी व महाविद्यालयीन विद्यार्थ्यांसाठी सल्ला देण्यास उपयुक्त. दुसरा भाग प्रौढांच्या समायोजनेचे मूल्यमापन करण्यासाठी आहे. चाचणीतील विधानाला होय/ नाही प्रतिक्रिया नोंदवायची असते.

ड) The 16 P.F. Test : कॅटेलने तयार केली. या चाचणीत १६ लक्षणांचे मापन करण्याचा प्रयत्न केला आहे. १६ वर्षांवरील वयासाठी प्रारंभी ही चाचणी होती; नंतर त्यात सुधारणा करून पूर्व प्राथमिक स्तरापासून उपयुक्त केली.

इ) California Test of Personality : ही चाचणी बालमंदिर ते महाविद्यालयीन यांना उपयुक्त. यात पाच श्रेणी असतात. विधानांना होय/ नाही प्रतिसाद द्यावयाचा असतो. आत्मविश्वास, विकासाची जाणीव, अपाकर्षण वृत्ती आदी बाबींचा शोध लावता येतो. समायोजनांचे मापन केले जाते.

४. मतश्रेणी पद्धती : या पद्धतीत ज्या व्यक्तिमत्त्व गुणांचे मापन करावयाचे ते गुण ठरवून दिले जातात. त्या गुणांच्या बाबतीत ३,५ अथवा ७ बिंदूंची मापनश्रेणी तयार केली जाते; व खुद्द व्यक्तीलाच मापन श्रेणीवर तिचे स्थान निश्चित करावयास सांगितले जाते. ही स्वयंमूल्यमापन पद्धती आहे.

एकात्म व्यक्तिमत्त्व : एकात्म व्यक्तिमत्त्व म्हणजे समतोल व्यक्तिमत्त्व होय. यामध्ये व्यक्तीच्या सर्व क्षमता, इच्छा, ध्येये, शक्ती यांचे योग्य संघटन असते.

ब) मानसिक आरोग्य

मानसिक आरोग्य - अर्थ, व्याख्या, वैशिष्ट्ये

आपण आपल्या शरीराचे आरोग्य चांगले राखण्याचा प्रयत्न करतो. ते बिघडले की, उपाययोजना करतो. ते बिघडू नये म्हणून दक्षता घेतो. प्रतिबंधक उपाय योजतो. त्याचप्रमाणे मनाचे आरोग्य राखण्याची गरज आहे. मनाचे आरोग्य म्हणजे मानसिक आरोग्य, आपले काम कार्यक्षमतेने करण्यासाठी जशी शारीरिक आरोग्याची गरज आहे तशी मानसिक आरोग्याचीही आहे. एखाद्या माणसास उत्तम शारीरिक आरोग्य असते; पण त्याचे मानसिक आरोग्य कधी कधी बिघडलेले असते असे दिसून येते. हे बिघडलेले मानसिक आरोग्य त्याचा कार्यक्षमतेवर परिणाम करते; म्हणून मानसिक आरोग्याचा अभ्यास हवा.

मानसिक आरोग्याचा अभ्यास कशासाठी? : मानसिक आरोग्याचा अभ्यास केल्याने - १) विविध मानसिक विकृती समजून त्यावर ती होऊ नये म्हणून प्रतिबंधक उपाय करता येतात व ती झाल्यास उपाययोजना करता येतात. २) मानसिक आरोग्याच्या अभ्यासाने व्यक्तिमत्त्वाच्या योग्य विकासाचे मार्ग शोधता येतात. ३) मानसिक आरोग्याच्या अभ्यासाने विविध मानसिक संघर्षाची कारणे समजतात. ४) योग्य परिस्थिती निर्माण करण्यासाठी प्रयत्न करता येतात.

मानसिक आरोग्याचे स्वरूप व व्याख्या : मानसिक आरोग्याची कल्पना प्राचीन काळापासून आहे. षड्रिपूंवर नियंत्रण प्राप्त केले की, सुखी जीवन जगता येते अशी समजूत होती. मानसिक आरोग्य असणे म्हणजे व्यक्तिमत्त्वाचा समतोल व एकात्म विकास होय.

मरेच्या मतानुसार, 'मानसिक आरोग्य म्हणजे व्यक्तीच्या व्यक्तिमत्त्वाचा, तिच्या गुणांचा व अवगुणांचा अभ्यास होय.'

लेविनने मानसिक आरोग्याची व्याख्या करताना, मानसिक आरोग्य म्हणजे मन निरोगी व विकसनशील ठेवण्याच्या मार्गांचा अभ्यास होय असे मांडले.'

'व्यक्ती आपल्याजवळ असलेली समायोजनक्षमता आपले जीवन जास्तीतजास्त कार्यक्षम व यशस्वी होण्यासाठी जेव्हा वापरते तेव्हा त्या प्रक्रियेस 'मानसिक आरोग्य' असे म्हणतात.' अशी व्याख्या वॉटसनने केली आहे.

भाटिया यांच्या मतानुसार, 'Mental hygiene is a science and art of avoiding mental illness and preserving mental health.'

थोडक्यात, असे म्हणता येईल की, मानसिक आरोग्य हे व्यक्तीच्या समायोजन क्षमतेवर, स्वत:च्या मन:स्थितीवर ताबा ठेवण्याच्या तिच्या क्षमतेवर, तडजोड करण्याच्या तिच्या कुवतीवर, वास्तवास तोंड देण्याच्या तिच्या कौशल्यावर अवलंबून आहे.

उत्तम मानसिक आरोग्य प्राप्त व्यक्तीची वैशिष्ट्ये

१) शारीरिक, मानसिक वाढ समतोल असते.
२) आरोग्यदायी सवयी असतात.
३) समाजमान्य वर्तन असते.
४) उत्साही व उल्हसितवृत्ती दिसून येते.
५) आत्मविष्काराबद्दल जागृती असते.
६) दुसऱ्या विषयी सहानुभूती असते.
७) नवीन कामाबद्दल आवड व अवधान दिसून येते.
८) स्वास्थ्य व सहजासहजी विश्रांती घेण्याची क्षमता असते.

या गुणविशेषांनीयुक्त व्यक्ती गरजेप्रमाणे स्वत:बद्दल निर्णय करू शकते, परिस्थितीनुसार वागते, ती समाजातील यशस्वी व्यक्ती होते.

मानसिक आरोग्याचे मूलाधार

मानसिक आरोग्याचे मूलाधार म्हणजे ज्यावर मानसिक आरोग्य अवलंबून आहे असे घटक होत. हे घटक खालीलप्रमाणे. १) अनुवंशिक घटक २) शारीरिक घटक ३) सामाजिक घटक ४) गरजा

अनुवंशिक घटक : अनुवंशिकता मानसिक आरोग्यावर परिणाम करते. माणसाचे शारीरिक गुण विशेष अनुवांशिकतेमुळे प्राप्त होतात. पुष्कळसे मनोविकार अनुवांशिक असल्यामुळे आढळून आले आहे.

शारीरिक घटक : उत्तम आरोग्य असणाऱ्या व्यक्ती परिस्थितीशी चटकन समायोजन करू शकतात; तर दुर्बलांना ते जड जाते. जीवनसत्त्वांचा अभावही समायोजनात अडथळे आणतो. शारीरिक व्यंगे समायोजनात अडथळे आणतात. त्यामुळे न्यूनगंड निर्माण होतो. थोडक्यात. A sound body attains a sound mind.

सामजिक घटक : शाळा, घर आणि समाज हे घटक माणसांच्या आरोग्याशी निगडित आहेत. (सविस्तर चर्चा समायोजनात)

गरजा : आपल्या मूलभूत गरजा शारीरिक, भावनिक व मानसशास्त्रीय असतात. भूक, तहान, थकवा, झोप, शारीरिक ताण इत्यादींचा मनावर ताण पडतो. या गरजा भागल्या पाहिजेत. भावनिक गरजात ममत्वाच्या गरजा असतात. बोधात्म्याचे समाधान हवे. शारीरिक सुरक्षिततेच्या गरजा, भावनिक सुरक्षिततेची गरज, व्यक्तीला दुसऱ्याकडून आपला स्वीकार होतो ही भावना हितकर वाटते. वर्चस्वाची गरज, प्रतिष्ठेची किंवा समाजमान्यतेची गरज, या गरजांच्या पूर्ततेअभावी मानसिक आरोग्य बिघडते. व्यक्तीच्या जीवनात अनेक प्रकारचे संघर्ष निर्माण होतात व त्यामुळे विकृती निर्माण होतात.

समायोजन : जीवनात जेव्हा संघर्ष निर्माण होतात तेव्हा तेव्हा व्यक्ती परिस्थितीशी तडजोड करण्याचा प्रयत्न करते. संघर्ष सोडविण्यासाठी कराव्या लागणाऱ्या तडजोडीलाच 'समायोजन' असे म्हणतात.

समायोजन म्हणजे जुळवून घेणे : 'स्व' आणि परिस्थिती यामध्ये सुसंवादित्व निर्माण करणे. उदा. जेव्हा एखाद्यास परजातीय मुलीशी विवाह करावयाचा आहे; पण कुटुंबीयांचा तीव्र विरोध आहे. घरातून बाहेर पडण्याचे धाडस नाही, अशा वेळी तो त्या मुलीची समजूत घालतो. संघर्ष टाळतो; हे झाले समायोजन. येथे उद्दिष्ट सोडून देणे व परिस्थितीशी तडजोड करणे हा मार्ग वापरला गेला व संघर्ष कमी केला गेला. समायोजनाचे बाह्य समायोजन, वैयक्तिक समायोजन व सामाजिक समायोजन हे तीन प्रकार आहेत.

बाहेर खेळावयास जायचे आहे, पण धो धो पाऊस पडत आहे. अशा वेळी घरात सोईस्कर असे क्रीडा प्रकार खेळणे हे झाले बाह्य समायोजन. गणितज्ञ वा इंजिनिअर होण्याची खूप इच्छा आहे; पण कुशाग्र बुद्धी नाही. अशावेळी कुवत ओळखून दुसरी शक्य ती आकांक्षा बाळगणे हे झाले वैयक्तिक समायोजन. वर्गप्रतिनिधींची निवड करायची आहे. आपण निवडणुकीसाठी उभे आहोत; पण आपणाहून अधिक प्रिय व्यक्तीची वर्गाचा प्रतिनिधी म्हणून निवड केली आहे; अशा वेळी ते प्रतिनिधित्व मान्य करणे हे झाले सामाजिक समायोजन.

समायोजनाचे मार्ग : १) पुन्हा पुन्हा प्रयत्न करून योग्य मार्गाने यश मिळविणे. उदा. म. फुले यांनी अनेक अडचणी

सहन करून समाजक्रांतीची वाटचाल केली. २) परिस्थितीवर सर्व शक्तीनिशी चढाई करणे, यशाची शक्यता नाही, पण प्रयत्न केल्याने समाधान मिळते. ३) पिछेहाट : एखाद्या ध्येयाचा विचार अजिबात सोडून देणे. ४) ध्येयांवर पर्याय शोधणे - अप्राप्य गोष्ट सोडून तत्सम पण प्राप्य गोष्ट समोर ठेवणे. ५) नकारात्मक पर्याय - अपयश व पराभव मान्य न करता वेड्यावाकड्या मार्गांनी स्वप्रतिष्ठा सांभाळण्याचा प्रयत्न करणे. उदा. परीक्षेत नापास दुसऱ्याला दूषणे, अपयशाच्या समर्थनासाठी तत्त्वनिष्ठेची ढाल करणे, विरोधकांना दोषी ठरविणे. थोडक्यात झालेला मुखभंग सोसवेल असे आत्मसंवर्धन करणे.

विषमायोजन : आपल्या उणीवा अन् मर्यादा मान्य करून परिस्थितीला अनुसरून व्यक्तीने परिस्थितीशी मिळतेजुळते घेतले नाही तर त्यास 'विषमायोजन' असे म्हणतात. विषमायोजनाने व्यक्तीचा मानसिक ताण कायम राहते. संघर्ष वाढतो. संघर्षातून वैफल्य येते व त्या मनोविकृती निर्माण होते.

विषयमायोजनाची लक्षणे : मानसशास्त्रज्ञांनी विषम समायोजनाची जी लक्षणे सांगितले आहेत; त्यामध्ये व्यक्तीमध्ये कमीपणाची भावना असते. तोतरे बोलणे, घाबरटपणे वागणे, खोटे बोलणे, स्वत:शीच मोठ्याने बोलणे, खांदा उडविणे, जीभ बाहेर काढणे, हातवारे करणे इ. चमत्कारिक सवयींचा समावेश केला आहे.

विषमायोजनाची कारणे : अनुवांशिक दोष, अनुत्साही वातावरण, प्रतिकुल परिस्थिती, पालकांची बेफिकीर वृत्ती व क्रूर वागणूक, अयोग्य पोषणव्यवस्था ही विषयमसमायोजनाची कारणे आहेत. विषय समायोजनात मन:स्वास्थ्य बिघडून मुले विकृतीकडे वळतात. त्यातूनच बालगुन्हेगारी जन्म घेते. (कारणांची सविस्तर चर्चा बालगुन्हेगारी भागात)

विषम समायोजनावर प्रतिबंधक उपाय व उपाययोजना : (सविस्तर चर्चा मन:स्वास्थ्य सुरक्षितता व उपाय या भागात शेवटी)

संरक्षण यंत्रणा (Defence Mechanism) : व्यक्तीला संघर्ष टाळता आला नाही आणि व्यक्तीवर वैफल्यग्रस्त होण्याचा प्रसंग आला तर व्यक्ती आपल्या 'स्व' ची अब्रू राखण्यासाठी जणू एखादी तटबंदी उभी करते व या तटबंदीची मदत घेऊन मानसिक आरोग्य बिघडू न देण्याची व्यक्तीकडून खबरदारी घेतली जाते. या मानसिक संरक्षणाच्या सोयीलाच 'संरक्षण यंत्रणा' असे म्हणतात. या यंत्रणेमध्ये अप्रत्यक्ष मार्गांनी व्यक्ती तात्कालिक स्वरूपाचे समायोजन करते. हे प्रकार पुढीलप्रमाणे -

१) कृती व समर्थन : स्वत:च्या कृतीमागील खरी कारणे न सांगता खऱ्या वाटतील अशा सबबी सांगून स्वत:चे समर्थन करणे. उदा. विद्यार्थ्याने गृहपाठ केला नाही तर आई आजारी आहे असे तो कारण देतो. **२) प्रतिपूरण :** एका क्षेत्रात आलेले अपयश दुसऱ्या क्षेत्रात यश मिळवून सुसह्य करणे. उदा. वर्गात मागास मुलगा क्रीडांगणावर नायक म्हणून प्रतिष्ठा वाढवितो. **३) प्रक्षेपण :** दोष आपला असतो; पण दुसऱ्याच्या माथी मारला जातो. **४) विस्थापन :** वड्याचे तेल वांग्यावर काढण्याचा प्रयत्न करणे. **५) तादात्म्य :** दुसऱ्याचे गुण आपले मानावयाचे. उदा. हुशार मुलाशी मैत्री करून आपणही हुशार आहोत हे दाखवायचे. **६) अवधान आकर्षण :** वर्गात चमत्कारिक वागणूक करून आपल्याकडे अवधान वेधून घेणे. **७) आत्मताडन :** आपली थोडी चूक असता प्रमाणाबाहेर शिक्षा झाली हे सिद्ध करण्यासाठी दिलेल्या शिक्षेहून अधिक शिक्षा करून घ्यावयाची व इतरांची सहानुभूती मिळवावयाची. **८) दांभिक आजार :** न पेलणाऱ्या जबाबदारीतून मुक्त होण्यासाठी सोंग करावयाची व पळवाट काढावयाची. **९) नकारात्मक पर्याय :** स्वत:चे स्तोम वाढविण्यासाठी असहकार वृत्तीने वागावयाचे. **१०) अन्याश्रय :** जे हवे ते मिळत नाही म्हणून त्यासारखे दुसरे काही मिळविणे, उदा. प्राध्यापक होणे जमले नाही म्हणून शिक्षक होणे. **११) उदात्तीकरण :** समाजाला अमान्य होणारी गोष्ट मार्ग बदलून समाजप्रिय मार्गाने करणे. डान्टे या कवीने निअॅट्रिस ही प्रेयसी मिळाली नाही म्हणून त्याने अलौकिक काव्यरचना करून भाव प्रगटन केले. **१२) दिखाऊपणा :** जे नाही ते आहे असे दाखविणे.

१३) स्वप्नरंजन : हवेत मनोरे बांधून कल्पनेच्या राज्याने मनोरथ पुरविणे. **१४) प्रतिगमन :** सद्य परिस्थितीला तोंड देता येत नाही म्हणून भूतकालीन वर्तन प्रकार पुन्हा करणे. **१५) दमन :** सामाजिक बंधनाने एखादे वर्तने दाबून, दडपून टाकणे.

आपण पुष्कळदा संरक्षणयंत्रणेचा वापर न कळत करतो, परंतु वारंवार अशा यंत्रणेचा उपयोग करावा लागल्यास तो धोक्याचा इशारा समजून आपल्या मानसिक आरोग्याची तपासणी करून घ्यावी.

मानसिक अस्वास्थ्य

जेव्हा मानसिक आरोग्य बिघडते तेव्हा मानसिक अस्वास्थ्य निर्माण होते. यात खालील बाबींचा समावेश होतो.

(१) संघर्ष (२) वैफल्य (३) मनोविकृती (४) मज्जाविकृती

संघर्ष (Conflict) : मानवी जीवनात जे हवे ते मिळतेच असे नाही. व्यक्तीच्या गरजा पूर्ण झाल्या नाहीत तर व्यक्तीला एक प्रकारे असमाधान वाटू लागते. गरज तीव्र असेल, तर ती मनावर मोठा ताण किंवा तणाव निर्माण करते. कुर्ट लेविनच्या मते मानसिक संघर्षाचे तीन प्रकार आहेत - (१) हवे हवे संघर्ष, (२) नको नको संघर्ष, (३) हवे - नको संघर्ष

१) हवे-हवे संघर्ष : व्यक्तीला एकाच वेळी दोन प्रलोभने आकर्षितात. दोघांचाही जोर समान असतो. व्यक्तीला काय करावे समजत नाही. दोन्ही गोष्टी हव्याशाच वाटतात. उदा. एकाच लेखकाच्या दोन आवडत्या कादंबऱ्या विकत घ्याव्याशा वाटतात, पण पैसे नसतात.

२) नको-नको संघर्ष : या संघर्षात दोन्ही विकल्प नकोसे असतात. इकडे आड, तिकडे विहीर असा प्रकार. उदा. एखाद्या विद्यार्थ्याला अवघड व क्लिष्ट गृहपाठ करणे नको असते व शिक्षकांचा मारही नको असतो. शेवटी अनुपस्थितीत राहणे हा मार्ग तो स्वीकारतो.

३. हवे-नको संघर्ष : हा संघर्ष त्रासदायक, एकच गोष्ट अथवा परिस्थिती व्यक्तीला दोन बाजूंनी खेचते. एक बाजू धरावी तर दुसरी सुटते व दुसरी धरावी तर पहिली सुटते. उदा. एखाद्या लठ्ठ पगाराची नोकरी हवी म्हणून प्रयत्न त्याचवेळी वरिष्ठ नोकरीची जबाबदारी पेलणार नाही या विचाराने व्यथा; म्हणजे लठ्ठ पगाराची नोकरी या एकाच गोष्टीबद्दल अस्तिपक्षी ओढ व नास्तीपक्षी ओढ.

संघर्षाची कारणे : १) कुटुंबात हवे ते प्रेम नाही. भावंडांच्या चढाओढीत दुर्लक्ष निर्माण होते; २)अतिकाळजीने मुलांचे स्वातंत्र्य हिरावले जाते. अस्मिता सतत दडपली जाते. ३) शाळेतील जाचक नियम निर्माण होते ४) निर्बंध ५) गळचेपी ६) अकाली लादलेले गांभीर्य ७) कामवासना ८) संस्कृती.

संघर्षाचे परिणाम : १) व्यक्तीचे विषमायोजन होणे. २) ताणाने शक्तीक्षय होते. ३) जीवनात नैराश्य येणे. ४) वैफल्य निर्माण होते. ५) त्यातून मनोविकृती निर्माण होतात. ६) त्यावर मात करण्यासाठी व्यक्ती समायोजनाचे कृत्रिम प्रकार शोधते.

संघर्षातून बाहेर पडण्याचे मार्ग : १) संघर्षाबद्दल निश्चित ज्ञान करून घेणे. २) संघर्ष होण्याइतकेच दोन्ही विकल्प महत्त्वाचे आहेत का, याबद्दल विचार करणे. ३) अनुभवी व्यक्तीचा सल्ला. ४) निर्णयासाठी निश्चित कालरेषा ठरविणे. ५) निर्णय घेतल्यावर वगळलेल्या विकल्पाबद्दल स्वप्नरंजन न करणे.

वैफल्य (Frustration) : ध्येय किंवा ईप्सित गोष्ट नेहमीच मिळते असे नाही. ती न मिळाल्यास मनाची जी अवस्था होते, तिला 'वैफल्य' असे म्हणतात. ध्येय गाठता आले नाही व सत्य परिस्थिती मान्य केली नाही की वैफल्यास सुरुवात होते.

वैफल्याची कारणे

१. **मनोनिग्रह :** संघर्षातील एखाद्या विकल्पाची शक्ती वाढेपर्यंत वैफल्य निर्माण होत असते.

२. **बाह्य कारणे :** मुलांना खेळावयाचे असते; पण खेळणी व जागा नसते. गरीब मुलांना हवी ती पुस्तके अभ्यासासाठी विकत घेता येत नाहीत.

३. **सामाजिक कारणे :** बागेतील फूल तोडावेसे वाटते पण बाग दुसऱ्याची.

४. **व्यक्तिगत कारणे :** गणिताचे पुस्तक जवळ असते; पण उदा. सुटत नाही. हे झाले व्यक्तिगत कारण.

वैफल्याचे परिणाम : १) वैफल्यामुळे भीती वाटू लागते. व्यक्ती सदैव चिंतेत असते. २) आत्महत्येचे विचार, ३) नवनिर्माण प्रवृत्ती कमकुवत बनते. ४) आत्मविश्वास ढासळतो. ५) बौद्धिकक्षमता कमी होते. ६) भावनिक अस्वस्थ्य ७) शारीरिक व मानसिक दुखणी ८) असमायोजनाचे दुष्ट चक्र चालू राहाते. ९) भविष्याची काळजी व भीती १०) अपयशाची भीती ११) जीवन असह्य वाटू लागते.

वैफल्यातून बाहेर पडण्याचे मार्ग : १) दु:ख मोकळे करणे. २) सल्ला. ३) सहानुभूती मिळवावी. ४) वस्तुनिष्ठ पातळीवर विचार करावा. ५) स्वप्नरंजन टाळावे.

मनोविकृती (Psychosis) व मज्जाविकृती (Neurosis) : पाच बाबी अशा आहेत की, ज्या माणसाच्या मनावर परिणाम करतात. एक - मानसिक अडथळा, काही जणांना जगाशी जमवून घेण्याची मानसिक क्षमता नसते. हे अनुवंशातील काही दुर्दैवी अपघातांमुळे आणि जन्मत:च प्राप्त झालेल्या काही उणिवांमुळे होते. आईच्या आजारपणाचाही बालकावर गर्भात असताना झालेला तो परिणाम असू शकतो.

दुसरी बाब म्हणजे वेड, हे मेंदूतील शारीरिक घटकांमध्ये बदल झाल्याने निर्माण होते. यात मानसिक व भावनिक क्षमतांचा ऱ्हास झालेला असतो. मेंदूला जखम झाल्याने, अपघाताने मेंदूतील काही भाग नष्ट झाल्याने, कॅन्सरमुळे वा मेंदूविकाराने वेड लागू शकते.

तिसऱ्या प्रकारचा मानसिक रोग म्हणजे 'मनोविकृती' होय. याला आपण माथेफिरू असेही म्हणतो. मनाची खूपच खिन्नता झाली की, मनावर खूप दडपण (Depression) येते व व्यक्ती स्वत:ला टाकाऊ समजू लागते. आत्महत्येची कारणे पुष्कळशी दडपणाशी संबंधित असतात. ही मनोविकृती मनाचे विरोधी गुणधर्म कधीकधी दाखविते. त्यात असामान्य उत्साह की, जे वास्तवासी जुळत नाहीत. यामध्ये आपले काम करता येण्याची क्षमताही नसते. हा मानसिक रोगाचा मुख्य प्रकार आहे. यात ज्या कल्पना वास्तवासी जुळत नाहीत. त्यामध्ये आपले काम करता येण्याची क्षमताही नसते. हा मानसिक रोगाचा मुख्य प्रकार आहे. यात ज्या कल्पना वास्तव्यास धरून नाहीत त्यांना चिकटून राहणे. जे आवाज नाहीत ते ऐकल्यासारखे वाटते, ज्या वस्तु नाहीत त्या पाहिल्यासारखे वाटते असे भ्रम होतात. आपल्यावर कुणाचीतरी नजरी आहे; असे वाटते. वगैरे लक्षणे आहेत; ही माणसे वास्तवला सोडून वागतात. स्वत:च्या जगात वागतात. बहुतेक माणसांना दिसणाऱ्या गोष्टी त्यांना दिसत नाहीत; अशा प्रकारच्या रोगाला मनोविभ्रम (Schizophrenia) असेही नाव आहे. थोडक्यात; मनोविभ्रम झालेली व्यक्ती एकलकोंडी जीवन जगते. तिच्या विचारांचा ऱ्हास झालेला असतो; निद्रानाश होतो. त्यामुळे अपचन होते. त्यामुळे शारीरिक आजार बळावतात. चालताना, जेवताना दुसऱ्याचा आधार घ्यावा लागतो.

चिंता (काळजी) (Anxiety) : मनोविकृतीचा हा चौथा प्रकार आहे. प्रत्येकजण केव्हा ना केव्हातरी या अवस्थेतून जात असतोच. आपल्यापैकी बहुतेकांना तो (Nervousness) वाटतो; अशा वेळी थोडीशी भीती वाटते आणि जीवनात आपल्या समस्यांचे दडपण वाटते. याचे प्रमाण वाढले तर मात्र ती 'मनोविकृती' बनते. यामुळे आपली कामे करण्याची क्षमता दुर्बल होते. चिंता पुष्कळशी काळजी व टेन्शनमुळे निर्माण होते. यात थरथरणे, निद्रानाश, डोकेदुखी, अपचन ही त्यांची लक्षणे होत. आपल्यापैकी प्रत्येकाला ती लक्षणे ओळखीची आहेत. मात्र ते आपल्या दैनंदिन जीवनात सतत होत असतील, तर चिंता ही मनोविकृती झाली असे म्हणावयास हरकत नाही.

उन्माद : हिस्टेरिया (Hysteria) : जेव्हा चिंता दुसह्य होतात, जेव्हा असे मनोविकृत शारीरिक झटके येतात. त्यालाच आपण 'हिस्टेरिया' म्हणतो. यामध्ये शारीरिक कार्य नष्ट झालेले असते किंवा शारीरिक कार्यात बदल दिसतात. हिस्टेरियामध्ये पॅरॅलिसिस सारखे हात व पायातील बळ गेलेले असते. भोवतालच्या परिस्थितीचे भान नसते. एखादे वेदनेंद्रियाचे कार्य नष्ट होते. उदा. डोळे, कान, चव, वास, येत नाही. हिस्टेरिया, जेव्हा सहन होत नाही तेव्हा अशा प्रकारे रूपांतर शारीरिक कार्यक्षमतेत होते.

दडपण (Depression) : दुसरी एक मनोविकृती म्हणजे 'दडपण' होय. प्रत्येकास सर्वसामान्यपणे दडपणाचा अनुभव येत असतो; पण जेव्हा त्याचे प्रमाण खूप होते व जीवनात जगण्यास नको असे वाटते तेव्हा त्या मनोविकृतीस Depressive Reaction या नावाने संबोधिले जाते. दुसरा एक प्रकार नेहमी उद्भवणारा थकवा होय. यामध्ये दैनंदिन जीवनासाठी योग्य अशी मनाची अवस्था नसते. याला जुने नाव (Neurosthenia) आहे. आता त्याला Asthetic reaction म्हणतात.

भीतीमुळे मनाचे आजारही होतात; अशा आजारांना 'Phobia' म्हणतात. उदा. बंदिस्त जागांचे भय, उंच जागांचे भय, रस्ता ओलांडण्याचे भय, प्राण्यांचे भय, गर्दीचे भय, ब्रह्मराक्षसाचे भय अशा आजारांना 'भयगंड' म्हटले जाते. यामुळे काही सवयीही निर्माण होतात. उदा. मूल पायऱ्या चढायला टाळते. स्टोव्ह बंद केला आहे की नाही हे पाहण्यासाठी अनेकदा पुन:पुन्हा जाणे. स्त्री तिच्या गृहस्थितीत नीटनेटकी व्यवस्थित राहते. या प्रकारच्या आजारास Obsessive compulsive sickeness असेही म्हणतात.

चिंता, उन्माद, दडपण, भयगंड हे सर्व मज्जाविकृतीशी संबंधित आहेत. चिंतेचे कारण शोधणे हे मज्जाविकृतीच्या उपचारावरील प्रमुख उपाय आहे. मनोविकृतीचे मूळ अवबोधावस्थेत लपलेले असते.

उपचार व प्रतिबंधक उपाय : मनोविकृतीने पछाडलेल्या व्यक्तींना सहानुभूती हवी असते; अशा व्यक्तींना सहानुभूतीने वागवावे. मानसोपचारतज्ज्ञांना वास्तुनिष्ठ माहिती पुरवून त्यांचा सल्ला घ्यावा. त्यांच्या सल्ल्यानुसार औषधोपचार करावा. मनोविकृती असलेल्यांना व्याधी रुग्णालयामध्ये ठेवावे. मनोविकृतीच्या स्वरूपावरून निरनिराळ्या उपचार पद्धतींचा वापर केला जातो. मानसोपचार, निद्रोपचार, व्यवसायोपचार इ. पद्धती आहेत. शस्त्रक्रियेचाही उपयोग करून मेंदू विषयीचे मानसिक रोग बरे करता येतात.

ही सर्वात अधिक लोकप्रिय पद्धती आहे. या पद्धतीचा वापर करण्यासाठी अद्ययावत सुविधा व प्रशिक्षिततज्ज्ञ असावे लागतात. Insullin, Metrazol सारखी औषधे रुग्णालयात बेशुद्ध करण्यासाठी वापरतात. अलीकडे Electro shock किंवा Electro-consulsive treatment वर भर दिला जातो. ही उपचारपद्धती अनेक मनोविकृतींवर परिणामकारक ठरली आहे. विद्युत उपचारांमध्ये विद्युत अंगे रुग्णाच्या डोक्यावर ठेवून ठराविक दाबाचा विद्युत प्रवाह सोडला जातो. त्यामुळे रुग्ण बेशुद्ध होतो. काही मिनिटांनी शुद्धीवर येतो, यात मज्जापेशी व मेंदूतील पेशींवर उपचार होतो. मनोविकृती होऊ नये, म्हणून प्रतिबंधक उपाय म्हणजे मानसिक आरोग्य चांगले ठेवण्याचा प्रयत्न करणे हाय होय.

मज्जाविकृतीवर उपाय : मज्जाविकृतीवर उपचार करण्यापूर्वी व्यक्तीचा इतिहास समजून घ्यावा. मानसिक चिकित्सा हा प्रभावी उपचार होय. संमोहन, उपदेश इ. उपचार पद्धतींचा सुलभतेने वापर करून विकृत व्यक्तीला स्वास्थ्य मिळवून देता येते. मानसिक शोधन, मनोविश्लेषण, अदिग्दर्शित उपचार अशा नवीन उपचार पद्धतींचा वापर केला जातो.

***

पेपर नं. ३
घटक नं. ६
शैक्षणिक मार्गदर्शन व सल्लामसलत
(Guidance and Counselling)

१) संकल्पना व तात्त्विक मार्गदर्शन व सल्ला देण्याचे स्वरूप - अर्थ व तत्त्वे
(Concept & Principles of Guidance Counselling)

२) मार्गदर्शनाचे व सल्ल्यांचे प्रकार व फरक
(Types of Guidance and Counselling)

३) साधने व तंत्रे
(Tools and Techniques)

४) शिक्षणाच्या विविध स्तरावर मार्गदर्शन सेवा
(Guidance Services at Different Levels of Education)

५) व्यावसायिक, वैयक्तिक सेवा मार्गदर्शन
(Occupational Information, Service Information, Counselling-follow up)

१) मार्गदर्शन व सल्ला देण्याचे स्वरूप - अर्थ व तत्त्वे
(Nature - Concept and Principles - Meaning)

अ) १) मार्गदर्शन व सल्ला देणे या दोन बाबी भिन्न असून, प्रथम या दोन शब्दावलीसंबंधी अर्थ घेणे व स्वरूप लक्षात घेणे आवश्यक आहे. व्यक्तीला जीवनात अनेक अडचणी येतात. त्यासाठी मार्गदर्शन व सल्ला आवश्यक असतो. वेळेवर योग्य मार्गदर्शन व सल्ला मिळाला नाही तर आपल्या जीवनाची दिशा बदलते. सध्याच्या राजकीय, सामाजिक, आर्थिक, कौटुंबिक, व्यावसायिक, शैक्षणिक इ. कामी केव्हा ना केव्हा गोंधळाची किंवा मनाची द्विधास्थिती निर्माण होते. त्यावेळी अनुभवी व योग्य व्यक्तींचा सल्ला किंवा मार्गदर्शन मिळाल्यास सरळ मार्गाने यश प्राप्त होते; या ठिकाणी शैक्षणिक बाबतीत मार्गदर्शन व सल्ल्याचे बाबतीत अधिक माहिती देण्याचा प्रयत्न केला आहे.

मार्गदर्शन म्हणजे काय? (What is Guidance) : व्यक्तीला जीवनात येणाऱ्या अडचणी दूर करण्यासाठी समर्थ बनविणे हे शिक्षणाचे महत्त्वाचे अंग आहे. त्यासाठी मार्गदर्शनाची गरज लागते. मार्गदर्शन म्हणजे केवळ सल्ला देणे नव्हे, तर व्यक्तीला स्वत:च्या पायावर स्वत: उभे राहण्याची कुवत निर्माण करणे होय. व्यक्तीच्या सुप्त गुणांना जागे करून योग्यवेळी योग्य निर्णय घेण्याची क्षमता निर्माण व्हावी म्हणून केलेली मदत म्हणजे 'मार्गदर्शन' होय. संयुक्त संस्थानाच्या शिक्षणखात्याने मार्गदर्शनाची व्याख्या केली आहे. ती अशी - 'व्यक्तीच्या ठिकाणी असलेल्या सुप्त गुणसंपत्तीचा शोध घेऊन त्यानुसार पुढील शिक्षण व प्रशिक्षण घेऊन स्वत:ची प्रगती व समाजहित साधण्याची प्रक्रिया म्हणजे मार्गदर्शन'

स्ट्रंगच्या मते - 'स्वत:ची व समाजाची उन्नती साधण्यासाठी सुप्त गुणसंशोधन करून विकास करण्यासाठी साहाय्यक होणारी प्रक्रिया म्हणजे मार्गदर्शन होय.'

व्हॉल्किटच्या मते - मार्गदर्शन ही सतत चालणारी प्रक्रिया असून, त्यामुळे व्यक्तीस आपल्या कुवतींचा अंदाज घेऊन स्वहितासाठी आणि समाजहितासाठी योग्य तो बदल करणे होय.

२) मार्गदर्शनाची गरज (Need of guidance) : प्रत्येक व्यक्तीला मार्गदर्शनाची गरज असतेच; त्याची कारणे

पुढीलप्रमाणे-

i) व्यक्तीभेद : प्रत्येक व्यक्ती इतरांपेक्षा अनेक गुणांनी भिन्न असते. सारखेपणाा शक्यच नसतो. वर्गात एक विद्यार्थी दुसऱ्या सारखा नसतो. समाजात व्यक्ती सारख्या नसतात. भाऊ-भाऊ पण सारखे असू शकत नाहीत; म्हणून प्रत्येकाला काहींना काही तरी मार्गदर्शन हवे असतेच.

ii) व्यावसायिक भिन्नता : जुने पारंपरिक व्यवसाय बंद होत आहेत. नवे व्यवसाय तयार आहेत. त्यासाठी मार्गदर्शन, सल्ला योग्य वेळी मिळाल्यास पुढे अडचणी येत नाहीत. व्यावसायिक शिक्षणात या गोष्टींना फारच महत्त्व असते. पुढील व्यवसाय सुरू करणे किंवा घरगुती व्यवसायात बदल करण्यास सतत मार्गदर्शन घ्यावे.

iii) वैज्ञानिक प्रगती : तंत्रज्ञान सतत वाढत आहे. त्यानुसार शिक्षणाचे मार्ग बदलतात. नवे तंत्रज्ञान व शाखा नव्याने उदयास येत आहेत. त्याची माहिती हवी.

iv) राष्ट्रीय जीवनात बदल : राष्ट्रीय व सामाजिक जीवन बदलत आहे. लोकशाहीची तत्त्वे व जीवन पद्धती स्थिर राहण्यासाठी सतत मार्गदर्शनाची गरज आहे.

v) कुटुंब जीवन : पूर्वी सारखे कुटुंब जीवन राहिलेले नाही. घरातील वडीलमंडळी मार्गदर्शन करू शकत नाहीत. साहजिकच शाळा-महाविद्यालयातून व्यावसायिक व शैक्षणिक माहिती करून घ्यावी लागते. मार्गदर्शन घ्यावे लागते.

vi) फावला वेळ : फावला वेळ व श्रम यांची योग्य सांगड घालण्यास मार्गदर्शन हवे असते.

vii) शिक्षणातील बदल : शिक्षणात बदल होत आहेत. या सर्व बदलांचा परिणाम व्यक्ती व समाज जीवनावर होत असतो. त्यातून योग्य मार्गदर्शन झाले पाहिजे.

viii) जीवन मूल्ये बदलत आहेत. लोकसंख्या वाढत आहे. या सर्व समस्यांवर योग्य मार्गदर्शन हवे असते. तसे नाही तर व्यक्ती व समाजजीवन धोक्यात येईल.

समाजात चालू असलेला गोंधळ व परिस्थितीचा अभ्यास करून - एडमॅन्सनने खालील बाबींचा उल्लेख केलेला आहे.

१. आजच्या तरुणावर अधिक ताण वाढतो आहे.
२. कुटुंबात पालकवर्ग शिक्षणात व व्यवसायात मार्गदर्शन करण्यास असमर्थ होत आहे.
३. अनेक सुशिक्षित मंडळी बेकार असल्याने मनुष्यबळ वाया जात आहे.
४. व्यवसायातील अनेक मंडळी पूर्ण कुशल नसतात; त्यांना मार्गदर्शनाची गरज असते.
५. अयोग्य माणसं योग्य व महत्त्वाच्या ठिकाणी कार्य करतात. त्यामुळे अकार्यक्षमता जाणवते.

३) शैक्षणिक मार्गदर्शन (Educational Guidance) : माध्यमिक व प्राथमिक स्तरावर ठराविक अभ्यासक्रम असला तरी चालेल. परंतु १० नंतर एक सारखा अभ्यास नको, कारण प्रत्येक मुला-मुलीची आवड-निवड सारखी नसते. भावनांचा व कौशल्याचा समतोल सारखा नसतो. बौद्धिक क्षमता, अभियोग्यता, अभिरुची इ. बाबत व्यक्तिभिन्नता असते. त्यामुळे सर्वांना ठोकळेबाज मार्गदर्शन चालत नाही. शिक्षकांनी हे लक्षात घेऊन विषयांची निवड, अभ्यासक्रम, अभ्यासाची पद्धती, सामाजिक वर्तन, व्यक्तिगत छंद इ. बाबतचे मार्गदर्शन म्हणजे शैक्षणिक मार्गदर्शन म्हणता येईल. वडील किंवा पालकांचा आग्रह, शाळेतील सक्ती, स्वत:चा अट्टाहास, मित्राचा सल्ला. इ. गोष्टींना बळी पडू नये, म्हणून सुरुवातीस योग्य मार्गदर्शनाची गरज असते. पुष्कळ वेळा पात्रता नसून, करिअर करण्याचा प्रयत्न केला जातो. त्यामुळे सामाजिक, कौटुंबिक, वैयक्तिक आणि शेवटी राष्ट्रीय हानी होते; व्यक्तीजीवनाबरोबर समाजजीवन बिघडते.

जोन्स या मार्गदर्शक तज्ज्ञाने शैक्षणिक मार्गदर्शन करताना नेमकं काय करावयास पाहिजे, याचे विवेचन केले आहे.

ते असे -

१. विद्यार्थ्यांची बौद्धिक क्षमता, अभियोग्यता, अभिरुची यांची माहिती तज्ज्ञांकडून करून घेणे आवश्यक आहे.
२. विद्यार्थ्यांच्या आवडी - निवडीपासून सध्याच्या शिक्षणसंस्था नंतर पुढील संस्थांची माहिती करून घेणे.
३. विद्यार्थ्यांना पुढील संस्था बाबतचे मार्गदर्शन करून देणे व प्रबोधन करणे.
४. ज्या विषयांची व क्षेत्राची निवड करणे शक्य आहे त्याबद्दल आवड निर्माण करणे. अडचणी समाजावून सांगणे इ.
५. संबंधित क्षेत्रातील अभ्यासक्रम पूर्ण केल्यानंतर वैयक्तिक व सामाजिक फायदे समजावून देणे इ.

४) व्यावसायिक मार्गदर्शन (Vocational Guidance) : योग्य वयात, व्यक्तीच्या अंगी असणारे गुण लक्षात घेऊन त्याला व्यवसायासंबंधी प्रबोधनात्मक माहिती देणे म्हणजे व्यवसायिक मार्गदर्शन होय. शैक्षणिक अभ्यासक्रम पूर्ण करून व्यवसाय मात्र वेगळा निवडला जातो आणि त्यामध्ये यशप्राप्ती केली जाते अशी उदाहरणे नेहमी पहावयास मिळतात. उदा. डॉ. श्रीराम लागू, पू. साने गुरुजी, बॅरिस्टर महात्मा गांधी, डॉ. आंबेडकर इ.

शिक्षणाच्या अनुभवापेक्षा व्यक्तीच्या अभियोग्यतेला प्राधान्य देऊन व्यक्ती राजकारणात, व्यापारी क्षेत्रात पुढे येतात. त्याचे महत्त्वाचे कारण म्हणजे त्यांच्यातील सुप्तगुणांची कल्पना आलेली नसते. त्यामुळे सामाजिक बंधने झुगारून, घराचा त्याग करून जीवनाचा मार्ग खडतर असला तरी यश मिळवताना दिसतात. या उलट, अनेक वेळा वाईट माणसं महत्त्वाच्या खुर्चीवर जाऊन बसतात किंवा बसविली जातात आणि त्यांच्याकडून त्या व्यवसायात गोंधळ निर्माण होतो आणि सामाजिक व राष्ट्रीय नुकसान होते. व्यवसायाचे संदर्भात मार्गदर्शन करताना व्यक्तींच्या विविध अंगांचा अभ्यास करण्यास इंग्लंडच्या राष्ट्रीय औद्योगिक मानसशास्त्रीय संस्थेने (National-Institution of Industrial Psychology) अनेक वर्षांच्या संशोधनानंतर एक सात मुद्यांचा समावेश असलेली योजना तयार केली. (Seven point plan) त्याला 'सुप्त सूची योजना' म्हणतात. त्यामध्ये व्यावसायिक मार्गदर्शनासाठी पुढील मुद्द्यांचा समावेश केलेला आहे.

१) शरीर प्रकृती	२) बुद्धिमत्ता	३) अभियोग्यता	४) अभिरुची
५) स्वभाव विशेष	६) परिस्थिती	७) शिक्षण व प्रशिक्षण.	

ब) (Counselling - Concept) संकल्पना : मार्गदर्शन आणि सल्ला देणे किंवा (Guidance) आणि (Counselling) यामध्ये फरक असतो. सल्ला देताना फक्त विद्यार्थी (Counselee) आणि सल्लागार (Counsellor) यांचे मधील वैयक्तिक संपर्क असतो.

1) Counselling is a personal and dynamic relationship between two individuals are more experienced and wiser (Counsellor) and youngerless experienced and wise (Counsellee). The latter has a problem for which he seeks the help of the former. - Waren

2) The term counselling covers all types of two person situation in which one person the client helped to adjust more effectively to himself and his enviornment. - Robinson

This, Counselling is a process in which the pupil is approached on an individual level. He is helped in educational, vocational or psychological field only at problem points. It is a sort of specified, personalised and individualised services. This type of information leads to self-insight, selt-analysis and self direction. This self-direction helps the individual in making maximum, educational, vocational and psychological adjustment.

वरील चर्चेवरून कौन्सिलिंगची खालील वैशिष्ट्ये मिळतील –

१. सल्ला देणे-घेणे ही बाब वैयक्तिक आहे. त्यामध्ये
२. एक अनुभवी व हुशार असतो; तर दुसरा गरजू असतो.
३. गरजूची अडचण समजून घेऊन वैयक्तिक मार्गदर्शन.
४. मार्गदर्शन करताना चर्चा महत्त्वाची असते.
५. सल्ला देताना तो लादला जात नाही.
६. सल्ला देणे (Counselling), हा मार्गदर्शनाचा भाग असतो. परंतु, मार्गदर्शन (Guidance) हा सल्ल्याचा भाग नसतो.
७. सल्ला देणे हा मार्गदर्शनाचा भाग असू शकतो. परंतु, मुलाखत (Interview) हे तंत्र असू शकते. सल्ला देणे हा शब्दप्रयोग देखील बरोबर नाही; कारण सल्ला नक्की काही सांगत नाही. परंतु कौन्सिलिंगमध्ये नक्की काही तरी निर्णयात्मक सांगितले जाते; हा शब्दातील फरक आहे.
८. अध्यापन म्हणजे सल्ला देणे होऊ शकत नाही; कारण Counselling हे भावनिक व सामाजिक सल्ल्याशी संबंधित असते.
९. कौन्सिलिंगमध्ये मुलाखत महत्त्वाची असते. परंतु, अध्यापनात मुलाखत असू शकत नाही.
१०. अध्यापन (Teaching) गटाने होते, परंतु सल्ला-मसलत हे वैयक्तिक पातळीवर असते.
११. शैक्षणिक मूल्यमापानाची साधने (Tools) कौन्सिलिंगमध्ये पण वापरली जातात. परंतु, हेतू, उद्देश वेगवेगळा असतो.
१२. सल्ला देणे ही संकल्पना सखोल व वेगळीच असते.

५) मार्गदर्शन व सल्ला देणे त्यामागील तत्त्वे (Principle of Guidence and Counselling) :

१. मानवता (Humanity) : मार्गदर्शन किंवा सल्ला देणे - या मागील भूमिका मानवतावादी असली पाहिजे. फसवाफसवी व निरुपयोगी नसावी.

२. वैयक्तिक आदर (Individual Respect) : वैयक्तिक आदर भाव असणे गरजेचे आहे. त्यानुसार मार्गदर्शनाचे कार्य उपयोगी पडते. एकमेकांबद्दल आदराची भावना हवी.

३. अध्ययन वृत्ती (Learning Attituade) : विद्यार्थ्यांमध्ये (Counselling-Guidance) बदल जाणून घेण्याची वृत्ती असली पाहिजे. अध्ययन हे महत्त्वाचे ध्येय असले पाहिजे.

४. सल्ला मागणाऱ्यांबद्दल सल्ला देणाऱ्यांकडे सहानुभूती हवी, आपुलकी हवी, तरच मार्गदर्शन योग्य प्रकारे होते.

५. योग्य तंत्राचा वापर : माहिती गोळा करताना तज्ज्ञांनी (Client) पक्षकारांची माहिती योग्य प्रकारे जमा केली पाहिजे; तरच मार्गदर्शन परिणामकारक होऊ शकते.

६. मार्गदर्शनाचे प्रकार (Type of Guidance) : स्वरूपावरून जॉन यांनी मार्गदर्शनाचे पुढील प्रकार दिले आहेत.

१) आरोग्य व मानसिकता
२) घर व कुटुंबाचे संबंधी
३) वेळ- करमणुकीसंबंधी
४) व्यक्तिमत्त्वाबद्दल
५) धार्मिकतेबद्दल
६) शैक्षणिक समस्या
७) सामाजिक समस्या
८) व्यावसायिक समस्या

जीवनपद्धतीनुसार मेयर (Meyer) यांनी पुढील आठ प्रकार सांगितले

१) व्यावसायिक मार्गदर्शन
२) शैक्षणिक मार्गदर्शन
३) सांस्कृतिक मार्गदर्शन
४) नागरिकत्वाचे मार्गदर्शन

५) समाजसेवा मार्गदर्शन ६) नैतिकतेबद्दल मार्गदर्शन
७) आरोग्याचे मार्गदर्शन ८) नेतृत्वाबद्दल मार्गदर्शन

७) मार्गदर्शनाच्या प्रमुख पद्धती (Main methods of guidance and counselling) : जोन्स (Jones) यांनी मार्गदर्शनाच्या तीन पद्धती दिल्या आहेत.

१) विचार-विनिमयात्मक सल्ला (Counselling)
२) सामूहिक मार्गदर्शन (Group Guidance)
३) उपचारात्मक पद्धती (Clinical Method)

१) विचार-विनियमात्मक सल्ला : या पद्धतीने दोन व्यक्तींचा संबंध अभिप्रेत असतो. एक व्यक्ती सल्ला देणारी (Counseller) व दुसरी सल्ला घेणारी (Counselled or Counselince) असते. सदर पद्धती ही सामूहिक नसून वैयक्तिक असते. या पद्धतीत एकत्र विचार विनिमय करून मतांची किंवा विचारांची देवाण-घेवाण केली जाते. सल्ला देणाऱ्या व्यक्तीने व्याख्यान देणे किंवा उपदेश करणे एवढा मर्यादित दृष्टिकोन या ठिकाणी नाही. उपदेश करण्याबरोबर एकत्र विचार करून एकमेकांची मते समजून घेण्यावर भर असला पाहिजे. एक व्यक्ती घटना किंवा विषयाबद्दलची भरपूर माहिती व अनुभवी असलेली तर दुसरी त्या मानाने कमी अनुभवी असलेली असते. सल्ला देणारी व्यक्ती कुशलतेपूर्वक प्रश्न विचारून समस्येचे स्वरूप व लक्षणे समजून घेते. सल्ला घेणाऱ्याने आवश्यक ती माहिती पुरवून काही गैरसमज असल्यास ते दूर करण्याचा प्रयत्न केला जातो. त्यामुळे परिस्थितीचे आकलन होऊन सल्ला घेणाऱ्याला काय नेमके करू नये, काय करावे हे लक्षात येते. काही शाळांमधून शैक्षणिक मार्गदर्शनासाठी अशा व्यक्तींची नेमणूक केली जाते.

या पद्धतीत मुलाखतीला महत्त्व असून, सल्ला देताना सल्ल्याची अपेक्षा करणाऱ्याला त्याच्या स्वत:च्या समस्या सोडविण्यासाठी स्वत:च तयार होण्यास सांगणे होय. स्वत:च्या पायावर उभे राहण्यास तयार करणे.

२) सामूहिक मार्गदर्शन : निरनिराळे अभ्यासक्रम व व्यवसायांची सामान्य माहिती देण्यासाठी या पद्धतीचा उपयोग मोठ्या प्रमाणावर होतो. सामूहिक मार्गदर्शनाची व्याप्ती फार मोठी आहे. शैक्षणिक, सामाजिक, आर्थिक, व्यावसायिक, वैयक्तिक इ. सर्व प्रकारच्या समस्यांचा यामध्ये समावेश होतो. १) सामान्य बैठक व चर्चा २) नियमित वर्ग भरविणे ३) खास विषयांसाठी अभ्यासगट ४) व्यावसायिक मेळावे (Conference) ५) विविध मंडळे व संघटना इ. मधून सदर पद्धतीचा वापर केला जातो. शिक्षणक्रम व व्यवसायाची वैशिष्ट्ये प्रकाशित करूनही माहिती दिली जाते.

जरूर ती माहिती नसल्याने विद्यार्थी गोंधळतात व प्रवेश पूर्ण करतात आणि नंतर पश्चात्ताप करताना दिसतात. स्वत:ची कुवत, परिस्थिती ओळखून डोळसपणे अभ्यासक्रम व व्यवसाय निवडण्याची क्षमता विद्यार्थ्यांमध्ये यायला हवी. त्यासाठी प्रबोधन हवे.

३) उपचारात्मक पद्धती : व्यक्तीच्या समस्यांचे योग्य निदान करून त्याबाबत उपचार करण्याची ही शास्त्रीय पद्धती आहे. मानसशास्त्र, डॉक्टर, मार्गदर्शक तज्ज्ञ, पालक व शिक्षक देखील या पद्धतीचा वापर करू शकतात. प्रथम व्यक्तीला विश्वासात घेऊन तिच्या समस्या समजावून घेतल्या जातात. त्यामागील कारणांचा अभ्यास केला जातो. त्यानुसार अनुभवी सल्ला दिला जातो. समस्येची कारणे लक्षात घेऊन त्या दूर करण्याची योजना तयार केली जाते. त्यामुळे सल्ला देणाऱ्या व्यक्तीसमोर स्पष्ट चित्र उभे राहते. सुचविलेल्या उपायानुसार योग्य तो बदल झाला किंवा नाही हे समजून येते; जरूर तर उपाययोजनेत किंवा ती राबविण्याच्या यंत्रणेत बदल करता येतात.

क) मार्गदर्शनासाठी वापरली जाणारी साधने (Tools and Techniques for Data Collection)तंत्रे : मार्गदर्शन करताना किंवा सल्ला देताना निरनिराळ्या साधनांचा व तंत्रांचा वापर करावा लागतो हे वरील विवेचनावरून स्पष्ट होईल. ज्याची माहिती मिळवावयाची असते त्याला विश्वासात घेऊन काही तंत्राचा वापर करणे भाग पडते. त्यासाठी प्रश्नावली, पडताळासूची, मुलाखत, निरीक्षण, बुद्धिमापन कसोट्या, प्रावीण्य कसोट्या, नैदानिक कसोट्या अभियोग्यता, अभिरुची, शाळेतील संकलित नोंदी, इतर संपर्क गट इ. माहिती शास्त्रीय पद्धतीने जमा करणे आवश्यक ठरते. त्यासाठी

साधने (Tools) आणि काही तंत्रे (Techniques) वापरणे भाग आहे.

वापरावयाची साधने विश्‍वसनीय व योग्य अशी असली पाहिजेत. तरच प्राप्त माहिती विचारात घेता येईल; संपूर्ण संकलित माहितीचा अभ्यास करून व्यक्तीला मार्गदर्शन करणे आवश्यक आहे.

(वरील सर्व साधने व तंत्रे मूल्यमापनाचे संदर्भात अन्य ठिकाणी दिलेली आहेत; तसेच त्यांचा अभ्यास वेगळा केला जातो; म्हणून या ठिकाणी त्याबाबत वेगळी माहिती दिलेली नाही.)

मार्गदर्शन करताना किंवा सल्ला देताना वर उल्लेख केलेल्या 'सप्तसूत्र' योजनेत सांगितलेल्या सर्व बाबींबद्दल माहिती घेऊन मार्गदर्शन केले पाहिजे. जमा केलेली माहिती सत्य असलेची खात्री करून मगच मार्गदर्शन केले पाहिजे. मार्गदर्शन करताना अमूक एक व्यवसाय निवडला की, यश नक्की मिळते किंवा अमूक गोष्टींमुळे शंभर टक्के बदल घडतो, असा सल्ला देता येत नाही. मार्गदर्शनाने व्यक्तीला स्वत:च्या समस्या आत्मविश्‍वासाने सोडविता याव्यात हा प्रमुख उद्देश असतो. मार्गदर्शन ही साचेबंद पद्धती नाही तर ती प्रक्रिया आहे. मार्गदर्शकाने आपल्या मार्गदर्शनाने काय फायदा झाला याचा पण विचार केला पाहिजे व जरूर तर बदल केला पाहिजे.

ड) मार्गदर्शन सेवा केंद्रोच व्यवस्थापन (Organising Guidance Services) : सर्व शैक्षणिक स्तरावर मार्गदर्शन किंवा सल्ला केंद्रांची स्थापना होणे आवश्यक आहे. प्रत्येक माध्यमिक शाळांतून आणि इतर सर्व प्रकारच्या शिक्षण संस्थांतून नियोजनपूर्वक व्यवस्थापन झाले पाहिजे. देशाच्या शिक्षण पद्धतीतील तो एक अविभाज्यक भाग झाला पाहिजे. शाळा-महाविद्यालयातील इतर विषयांच्यामध्ये मार्गदर्शन केंद्राला सन्मानपूर्वक स्थान व महत्त्व देऊन सर्व त्या सोयी उपलब्ध झाल्या पाहिजेत. शिक्षणाच्या आणि व्यक्तीच्या सर्व स्तरावर अनिवार्य असा हा विषय आहे.

मार्गदर्शन सेवा केंद्राच्या मागे तात्त्विक भूमिका खालीलप्रमाणे –

१. **विद्यार्थी केंद्रित -** मार्गदर्शन सेवा केंद्राचा केंद्रबिंदू नेहमी विद्यार्थी असला पाहिजे. त्याच्या आवडीनिवडी, गरजा, उद्देश लक्षात घेऊन केंद्राचे व्यवस्थापन हवे.

२. **सातत्यपणा -** सेवा केंद्राचे कार्य नेहमी चालू असले पाहिजे; त्यामध्ये खंड पडता कामा नये.

३. **सल्ला सर्वांसाठी हवा -** सल्ला किंवा मार्गदर्शन सर्व बाजूंनी व सर्वांना उपलब्ध हवा. तसेच भेदाभेद किंवा पक्षपातीपण नसावा.

४. **वैयक्तिक समस्यांना महत्त्व -** मार्गदर्शन वैयक्तिक स्वरूपाचे असावे कारण प्रत्येकाची परिस्थिती भिन्न असते.

५. **सहकार्य व ऐक्य -** केंद्रात नेहमी सहकार्य व ऐक्य दिसले पाहिजे. परस्पर निर्णय, परस्पर व्यवस्थापन असू नये; सुसंगती हवी.

६. **योग्य नोंदी -** नोंदी योग्य प्रकारे ठेवल्या पाहिजेत. नोंदीवरून मार्गदर्शन किंवा सल्ला चालू ठेवता येतो. बदल करता येतो आणि योग्य ते अनुमान काढता येतात.

७. **आधुनिकता -** मार्गदर्शनामध्ये आधुनिक माहिती व तंत्राचा वापर झाला पाहिजे. अभ्यासपूर्वक मार्गदर्शन हवे.

८. **आर्थिक तरतूद -** स्वतंत्र मनुष्यबळ, विशेष तज्ज्ञाचे सहकार्य हवे असल्यास आर्थिक तरतूद हवी इ.

२) मार्गदर्शन सेवा केंद्रातील सेवकांची भूमिका : मार्गदर्शन केंद्रांत व्यवस्थापन कमिटी बरोबर मुख्याध्यापक किंवा प्राचार्य, शिक्षक, सर्व्हेअर, काउन्सिलर, आरोग्याधिकारी, मानसशास्त्रीय तज्ज्ञ व्यक्ती, रेकॉर्डर इ. या सर्वांची भूमिका सहकार्याची व सेवाभावी असावी. जादा वेळ देऊन, अभ्यास करून कार्य केले तरच गरजूंना फायदा होतो. आपल्या कर्तव्याचा भाग समजून सांघिकपणे काम करावे.

१. शाळेचे मुख्याध्यापक व प्राचार्य यांनी सर्व व्यवस्थापन व देखरेख केली पाहिजे. केंद्रातील सर्व सोयी उत्तम होण्यासाठी समिती तयार करून कामाची विभागणी करावी; केंद्र संस्था चालकांवर चालते.

२. इतर शिक्षकांनी प्रत्येक विद्यार्थ्यांच्या गुणांच्या नोंदी ठेवून निरीक्षण केले पाहिजे आणि मानसशास्त्राचे, खेळांचे,

मार्गदर्शक व वैद्यकीय सेवा देणाऱ्या व्यक्तीशी चर्चा केली पाहिजे.

३. प्रत्येक तज्ज्ञ व्यक्तीने इतरांचे मदतीने केंद्रातील सेवा उत्तम कशी होईल, हे पाहून मार्गदर्शन करावे.

४. सर्व्हेअर व करिअर मार्गदर्शकांनी नवीन नोंदी ठेवताना आधुनिक तंत्राचा वापर करून इतरांचे बरोबर चर्चा करावी. त्यामुळे योग्य मार्गदर्शन मिळून शाळेला, पालकांना व शेवटी समाजाला फायदा होईल.

कोणत्याही शिक्षण संस्थेत मार्गदर्शनाचे पुढील उपक्रम असावेत.

१. माहिती गोळा करण्याची यंत्रणा व नोंदी.

२. प्रशिक्षक-शिक्षक - मार्गदर्शक व साहित्याच्या सोयी.

३. व्यावसायिक माहिती केंद्र - जागा , वर्ग, ग्रंथालय.

४. वेळापत्रकात तरतूद - उपक्रमांची यादी इ.

५. संशोधन अभ्यासकेंद्रे - अहवाल.

६. तज्ज्ञ व्यक्तींच्या नेमणुका - सहकार्य.

७. मेळावे, चर्चा, शिबिर, - बैठका.

८. शासकीय यंत्रणेचा उपयोग व मार्गदर्शन.

९. शाळेच्या मार्फत पालक - विद्यार्थी - तज्ज्ञांचा सुसंवाद.

१०.कार्याचा पाठपुरावा - पुढील नियोजन इ.

४) मार्गदर्शन सेवा केंद्राचे फायदे व मर्यादा : मार्गदर्शन केंद्राचे फायदे विद्यार्थी, शिक्षक, पालक, प्रशासकांना आणि शेवटी समाजाला व राष्ट्राला होतो. मार्गदर्शन व सल्ला केंद्रामुळे सर्वांना नोकऱ्या व व्यवसाय मिळून सर्व आर्थिक, सामाजिक प्रश्न सुटत नाहीत. परंतु, व्यक्तीला स्वत:च्या पायावर उभे कसे राहता येईल यांचे ज्ञान होत जाते. या ज्ञानाचा गैरफायदा घेणाऱ्यास तोटाच होईल. आळशी व कर्तव्यात मागे राहणाऱ्यांना मागेच रहावे लागेल. मार्गदर्शनाने सर्व प्रश्न सुटतात असे नाही. बेकारीचा प्रश्न लोकसंख्या वाढीवर व इतर घटकांवर अवलंबून राहतो. मार्गदर्शन सेवा ही सतत चालणारी प्रक्रिया आहे. ज्ञानाच्या कक्षा वाढत जातात. व्यवसायात बदल होत जातात. प्रशासनात योग्य अशा व्यक्तीची निवड होते. अभ्यासक्रमात बदल आणि अध्ययनात बदल करण्याची संधी विद्यार्थ्यांना-शिक्षकांना मिळते. पालकांना सामाजिक बदलांची जाणीव होते. योग्य मार्ग सापडतो.

आज मार्गदर्शन व व्यावसायिक मार्गदर्शन केंद्राची स्थिती

मार्गदर्शन किंवा सल्ला देण्याची प्रथा जुनी आहे. महाभारत किंवा रामायणात दिसून येते. श्रीकृष्णाने अर्जुनाला केलेला उपदेश हा सल्ला (Counselling) चा प्रकार दिसून येतो. प्राचीन काळी ऋषीमुनी राजाला सल्ला देत असत. साधुसंतांचा आशीर्वाद व मार्गदर्शन घेऊन राज्याचा कारभार चालत असे. शिवाजीराजे वरिष्ठ मंत्री व मातोश्री जिजाबाईंच्या बरोबर सल्लामसलत (Counselling) करून निर्णय घेत होते. समाजात, गावांत, स्वत:च्या घरी पती-पत्नी - चर्चा करून निर्णय घेण्याची प्रथा जुनीच आहे. परंतु, लोकसंख्या वाढत गेली. सामाजिक समस्या वाढल्या. विषयज्ञानात व तंत्रज्ञानात वाढ झाली. शिकणं-शिकवणं अवघड झाले. व्यवसायांची परंपरा गेली. वडिलांचा व्यवसाय मुलांनी करवा असे नाही. कुटुंबाचे स्थलांतर झाले. नोकरी व व्यवसायात गुंतागुंत निर्माण झाली. प्रत्येकाला समस्या जाणवू लागल्या. घरात व शाळेत मिळणारे ज्ञान अपूर्ण वाटू लागले. स्वतंत्रपणे मार्गदर्शनाची गरज भासू लागली. कायद्यासाठी वकील, आरोग्यासाठी डॉक्टर, मानसिक उपचार केंद्रे, सामाजिक सल्ला केंद्रे, स्थापन होऊ लागली. त्यातूनच शिक्षणासाठी व व्यावसायिक स्थिरता येण्यासाठी

मार्गदर्शक केंद्राची निर्मिती होऊ लागली आहे. प्रामुख्याने तीन प्रकारचे मार्गदर्शन अपेक्षित आहे.

१) वैयक्तिक मार्गदर्शन (Individual Guidance)

२) शैक्षणिक मार्गदर्शन (Educational Guidance)

३) व्यावसायिक मार्गदर्शन (Vocational Guidance)

मार्गदर्शनाची व सल्ला देण्याची अभ्यासकेंद्राची कल्पना अलीकडेच प्रथम अमेरिकेत शंभर वर्षांपासून सुरू झालेली आहे. सेवेतील त्रुटी सुधाराव्यात, कार्यक्षमता वाढावी म्हणून मार्गदर्शन केंद्रे स्थापन झाली. आपल्या देशात कोलकाता विद्यापीठात १९३८ साली गाईडन्स विभाग स्वतंत्रपणे स्थापन झाला. नंतर या विभागातून मार्गदर्शनाबरोबर संशोधनकार्य सुरू झाले. समस्या संशोधनाबरोबर काही नवीन पद्धती, नियम, सूत्रे, निकष तयार करण्यात येऊ लागले. साधने व तंत्रे वापरात येऊ लागली.

१९४१ साली मुंबई विद्यापीठातही हे कार्य चालू झाले. कोलकात्यातील श्री. बालतबाई व मानसशास्त्रज्ञ मुखर्जी यांनी मुंबईमध्ये व्होकेशनल गाईडन्स ब्युरो सुरू केला. त्याच दरम्यान 'पारशी' पंचायत समितीने मार्गदर्शन केंद्र समाजकार्य म्हणून सुरू केले. विधायक कार्य म्हणून चांगले चालले या संस्थेमार्फत शैक्षणिक व व्यावसायिक मासिक पण सुरू झाले होते. याच दरम्यान १९४७ ला उत्तरप्रदेश सरकारने मानसशास्त्रीय सल्ला देण्यासाठी अलाहाबाद येथे केंद्र उभारले.

स्वातंत्र्यानंतर पंजाब, दिल्ली, पाटण, बडोदा इ. विद्यापीठांत विद्यार्थ्यांसाठी 'करिअर' माहिती देणारे कार्यालय सुरू झाले. आज सुमारे ९२ विद्यापीठांच्या स्तरावर देशात स्वतंत्र विभाग व्यवसाय व करिअर मार्गदर्शनाचे कार्य करताना दिसतात. भारत शासनाने शिक्षण मंत्रालयात स्वतंत्र केंद्रे स्थापून गरजू व होतकरू विद्यार्थ्यांना परदेशात जाण्यासाठी व उच्च पदवीसाठी मार्गदर्शन करण्याची सोय केली. त्यामुळे या कक्षातून परदेशी व्यावसायिक शिक्षणाची माहिती मिळाल्याने मर्यादित विद्यार्थ्यांना फायदा होऊ लागला.

भारत सरकारच्या लेबर व एम्प्लॉयमेंट ब्यूरोसाठी एक स्वतंत्र संचालनालय (Directorate) सुरू करण्यात आले. तसेच राज्य शासनाने आपल्या राज्यात व्यवसाय मार्गदर्शन विभाग उघडून माहिती देण्याची सोय केली. तसेच व्यवसाय मार्गदर्शन केंद्रे विभागीय पातळीवर सुरू करून त्यामार्फत माध्यमिक शिक्षकांना प्रशिक्षण देऊन प्रत्येक शाळेत कक्ष सुरू केला आहे. प्रत्येक शाळेत करिअर मास्टरची नेमणूक करून विद्यार्थ्यांना व विद्यार्थीनींना स्वतंत्र महिला व पुरुष शिक्षकांनी मार्गदर्शन करावे अशी यंत्रणा उभी केली आहे. परंतु, त्यामध्ये अनेक उणिवा दिसून येतात. केंद्रशासन, विद्यापीठ, राज्यस्तर, विभागीय व जिल्हास्तरावर अशी केंद्रे अथवा कार्यालये नाममात्र दिसतात. काही अपवाद सोडल्यास गांभीर्याने व्यवसाय मार्गदर्शन केंद्राची कार्ये चाललेली दिसत नाहीत. तांत्रिक व्यक्तीची कमतरता, जागा, शैक्षणिक साधने,ग्रंथालये, आर्थिक फंडाची गरज इ. बाबीने सदर महत्त्वाचे कार्य संथपणे चालू आहे. त्यामुळे देश, समाज , कुटुंब व व्यक्ती विकासातील महत्त्वाच्या शैक्षणिक बाबींकडे दुर्लक्ष होत आहे. या बाबत १९५२ साली, १९६६ साली, १९७६ साली आणि १९८६ साली महत्त्वाच्या शैक्षणिक आयोगानी खंत व्यक्त करून उपाय व शिफारशी सुचविल्या आहेत. परंतु, आज तरी शासनाने खास लक्ष दिलेले दिसत नाही. व्यक्तिगत व खासगी स्वरूपात शैक्षणिक, व्यावसायिक व सामाजिक गरज म्हणून काही वर्ग चालविले जातात. तसेच युजीसी व महाविद्यालयामार्फत काही ठिकाणी कार्य चालते.

***

पेपर नं. ३
घटक नं. ७

(१) परिकल्पना - संकल्पना व प्रकार
(Hypothesis - Concept and Types)
(२) न्यादर्श व जनसंख्येची निवड नमुना
(Concept - Sample - Population and Selection)
(३) न्यादर्शन व न्यादर्शचे प्रकार
(Sampling and its Types)
(४) संशोधनाची माहिती गोळा करण्याची साधने प्रश्नावली - निरीक्षणे - मुलाखती चाचण्या आणि प्रमाणके-
(Tools of Research - Collection of Data Questionnaire, Observations - Interviews)

(१) परिकल्पना - गृहीतकृत्य

(Hypothesis)

समस्येची कारणमीमांसा करण्यासाठी तर्कसंगतीचा उपयोग करण्याची पद्धत जुनीच आहे. समस्येचे निराकरण करण्याकरिता पूर्वानुभव, अभ्यास, तर्क यांवर आधारित हंगामी उपाययोजना सांगितली जाते. त्यास 'परिकल्पना' किंवा 'गृहीतकृत्य' असे म्हणतात. गृहीतकृत्य म्हणजे संभाव्य उपाय किंवा कारणे उत्तरादाखल देणे असे म्हणता येईल. गृहीतकृत्य म्हणजे उपाययोजनेचे तात्पुरते विधान असते. या विधानानुसार निरीक्षण किंवा प्रयोग करून पडताळा पाहिला जातो. निरीक्षणातील पुराव्यानुसार सदर विधान अस्वीकृत किंवा स्वीकृत ठरविले जाते.

समस्येचे विश्लेषण करून उपायांचा शोध घेताना त्यासंबंधी संशोधकांच्या काही कल्पना असतात. या कल्पना म्हणजेच गृहीतकृत्य होय. प्रस्तुत समस्येतील तथ्यांशी या कल्पना कितपत जुळतात हे पुराव्यानिशी पडताळून पाहिल्यानंतर त्यांची उपयुक्तता सिद्ध होते. यावरून संशोधनकार्यात गृहीतकृत्याचे महत्त्व स्पष्ट होते. गृहीतकृत्य नसेल तर संशोधन कार्य अनियंत्रित स्वरूपाचे होऊन असंबद्ध गोष्टींचा समावेश होण्याची शक्यता राहते. गृहीतकृत्य हे संशोधनकार्यात दीपस्तंभासारखे उपयोगी पडते. संशोधकाला पुढील कामाची निश्चित दिशा समजून येते. खालील उतारे गृहीतकृत्याचे स्वरूप स्पष्ट करतील.

'A hypothesis is a shrewd guess or inference that is formulated and provisionally adopted to explain observed facts of conditions and to guide in further investigation. The wording of the hypothesis will determine the particular line along which the experiment is to develop.'

- Good & Scates

'A hypothesis is conjectuaral statement, a tentative proposition, about the relation between two or more observed phenomena or variables. Our scientist will say, If such and such occures then - so and so - results.'

- Kecilinger

' The derivation of a suitable hypothesis goes hand in hand with the selection of a research problem. A hypothesis can be considered a tentative generalization about the problem under investigation. It is an as- sumption or proposition whose tenability is to be tested on the basis of empirical evidence.'

- Mouly

निरनिराळ्या चलांचे कार्यकरण संबंध प्रस्थापित करण्याच्या प्रयोगात्मक संशोधनात गृहीतकृत्य आवश्यक ठरते, परंतु सर्वेक्षण व इतर वर्णनात्मक संशोधनात बहुतेक वेळा गृहीतकृत्याची आवश्यकता नसते. गृहीतकृत्य वस्तुनिष्ठ दृष्टिकोन ठेवून तपासले जावे. गृहीतकृत्य नाकारले गेले किंवा प्राप्त तथ्याशी जुळत नसेल तरीही त्याला संशोधनात योग्य स्थान द्यावे. त्याचा समावेश टाळू नये. संशोधनाची माहिती गोळा करण्यापूर्वीच त्यासंबंधी गृहितकृत्य निश्चित झाले पाहिजे. गृहीतकृत्याची कौशल्यपूर्ण मांडणी करण्यासाठी अभ्यास व अनुभव हवा. काही वेळा एखाद्या समस्येवर विशेष संशोधन झालेले नसेल तर त्यासाठी निश्चित पद्धती, तंत्र व चाचणी योग्य अशी उपलब्ध नसते; अशा वेळी मोठ्या प्रमाणावर कार्य हाती घेण्यापूर्वी पथदर्शी अभ्यास करून उपयुक्त चलांच्या बाबतीत ठराविक कल्पना परीक्षणासाठी तयार कराव्या लागतात.

चांगल्या गृहीतकृत्याची वैशिष्ट्ये :

१) गृहीतकृत्य परिक्षण करण्यास योग्य असावे : गृहीतकृत्याचे विधान कार्यात्मक स्वरूपाचे असावे, त्यामुळे नक्की निरीक्षणाची दिशा मिळते. अमूर्त किंवा संदिग्ध स्वरूपाच्या विधानाने त्याचे परीक्षण करणे कठीण जाते. उदा. 'आजच्या शिक्षणातून शीलसंवर्धन होत नाही.' या विधानाची पडताळणी करणे कठीण आहे. यामध्ये कोणत्या चलांचा समावेश आहे, याचे ज्ञान होत नाही. तसेच आजचे शिक्षण म्हणजे कोणत्या प्रकारचे शिक्षण हे समजून घेता येत नाही; अशा प्रकारची गृहीतकृत्ये निरुपयोगी ठरतात.

गृहीतकृत्याचे परीक्षण ठराविक वेळेत व्हावे : कोणत्यातरी संशोधन संस्थेमार्फत किंवा व्यक्तीमार्फत संशोधन होत असते. त्याचा कालावधी लक्षात घेऊन गृहीतकृत्याची निवड व मांडणी करावी. त्यासाठी व्याप्ती व मर्यादा लक्षात घेऊन विधान करावे.

गृहीतकृत्याचे विधान स्पष्ट, नेमके व संक्षिप्त असावे : विस्तारित अलंकारिक भाषेत केलेल्या विधानाने चलांचा बोध होत नाही, त्यामुळे त्यांचा परस्पर संबंध जोडता येत नाही, अशा वेळी सदरचे गृहीतकृत्य निष्फळ ठरते.

गृहीतकृत्यांतून चलांचा संबंध स्पष्ट व्हावा : कोणत्याही संशोधन कार्यात विविध बाबींचा किंवा घटकांचा संबंध स्पष्ट करून त्यांच्या परिणामाबद्दल ज्ञान मिळविणे हे ध्येय असते. म्हणून विधान किंवा कल्पना मांडताना चलांचा संबंध स्पष्ट झाला पाहिजे.

गृहीतकृत्ये संशोधन तंत्राला उपयोगी असावे : संशोधन कार्यात काही वेळा निश्चित असे एकही तंत्र किंवा साधन उपलब्ध नसते; अशा वेळी माहिती गोळा करण्यासाठी, साधनांची निर्मिती करण्यासाठी योग्य मार्गदर्शन गृहीत विधानातून व्हावे. गृहीतकृत्य हे तात्पुरते उपायांचे विधान असते, म्हणून त्याची कसोटी उपायांची प्रत्यक्ष पाहणी करून घ्यावी लागते. सदर कल्पना पी.व्ही. यंग यांनी पुढीलप्रमाणे मांडली आहे. -

'Science dose not admit anything as valid knowledge until a satisfactory test of its validity has been completed. It is a mistake to consider hypothesis as facts. Indeed very exacting proof and measurements are demanded often by two or more person or by retest.

- P. V. Young

गृहीतकृत्याचे परीक्षण करणे म्हणजे त्याची यथार्थता व स्वीकृती ती प्रत्यक्ष पुराव्याने पडताळून पाहणे. त्यासाठी प्रयोग व निरीक्षण करून माहिती मिळवावी लागते. उदा. 'गरिबीमुळे मुले शाळा सोडतात' या विधानाची सत्यता सर्वेक्षण करून करता येईल. प्रायोगिक संशोधनात नियंत्रित गट व प्रायोगिक गट असे दोन गट घेऊन गृहीतकृत्ये तपासली जातात. गृहीतकृत्यांचे परीक्षण (Testing the Hypothesis) स्वतंत्रपणे संख्याशास्त्राच्या प्रकरणात दिले आहे.

२. गृहीतकृत्याचे प्रकार

शैक्षणिक संशोधनात प्रथम समस्यानिवड होते. समस्येमधील चलांचा परस्पर संबंध तात्पुरता दाखविला जातो, त्याला गृहीतकृत्य म्हणतात, हे आपण पाहिले. गृहीतकृत्ये दोन प्रकारची असू शकतात.

(१) संशोधनाचे मुख्य गृहीतकृत्य (२) सांख्यिकी गृहीतकृत्य - शून्य परिकल्पना.

संशोधनाचे गृहीतकृत्य हे सिद्ध होत नसून संभाव्यतेच्या पातळीवर त्याची स्वीकृती किंवा अस्वीकृती निश्चित केली जाते. उदा. श्रीमंत पालकांची मुले अभ्यासात मागे असतात. या परिकल्पनेची सत्यता छोट्या गटात स्वीकृत असली तरी, मोठ्या गटात खरी असेलच असे नाही. इतिहास अभ्यासण्यासाठी व्याख्यान पद्धतीपेक्षा कथनपद्धत परिणामकारक ठरते. अभ्यासाच्या बाबतीत मुले व मुली यांत फरक असतो. या परिकल्पनांचे परीक्षण करणे कठीण असते, कारण सांख्यिकीय मांडणी त्यामध्ये नसते. ज्या परिकल्पनेत जनसंख्येचे भाकीत सांख्यिकीय भाषेत केलेले असते, तिला सांख्यिकीय परिकल्पना (Statistical Hypothesis) असे म्हणतात.

एका संशोधन परिकल्पनेच्या आधारे दोन प्रकारच्या सांख्यिकीय परिकल्पना तयार होऊ शकतात. पहिली कल्पना दोन गटांच्या मध्यात शून्याचा फरक पडेल असे स्पष्टपणे सांगते. शून्याचा फरक याला 'Null' असा शब्द वापरला जातो. दोन गटांच्या माध्यमातील-जनसंख्येतील फरक शून्य आहे असे स्पष्टपणे सांगणाऱ्या परिकल्पनेला Null Hypothesis असे म्हणतात. या ठिकाणी चलांचे संबंध शून्य आहेत असे गृहीत धरले जाते. उपलब्ध स्थितीचे परीक्षण केल्यानंतर सांख्यिकीय गृहीतकृत्ये स्वीकृत ठरते किंवा नाकारले जाते.

(अ) न्यादर्शन (Sampling) : 'नमुना' किंवा 'सॅम्पल' पाहून संपूर्ण वस्तूबाबत अनुमान काढण्याची पद्धत सर्वांना ज्ञात आहे. मालाची प्रत त्यातील काही भागांची पाहणी करून काढली जाते. 'शितावरून भाताची परीक्षा' अशी मराठीत म्हण आहे, ती याच अर्थाने होय. पदार्थाच्या नमुन्याची चव घेऊन संपूर्ण पदार्थांबद्दल मत व्यक्त करण्याची पद्धत आहे.

संशोधन कार्यात नमुन्यावरून संपूर्ण भागाचा अभ्यास करण्याची पद्धत आहे. संशोधन कार्याच्या संदर्भात नमुन्याबाबत 'न्यादर्श' (Sample) असा शब्दप्रयोग केला जातो. तसेच न्यादर्श नमुना निवडीच्या प्रक्रियेला 'न्यादर्शन' (Sampling) असे म्हणतात.

(१) जनसंख्या (Population) : संशोधन विषयाशी संबंधित घटकांच्या समूहाला 'जनसंख्या' असे म्हणतात. जनसंख्येत सर्व घटकांचा समावेश असतो. शैक्षणिक संशोधनात न्यादर्शन मूलभूत असते. न्यादर्शन अभ्यासात ज्यांच्याविषयी निष्कर्ष काढावयाचे असतात, त्या सर्व व्यक्तींच्या किंवा वस्तूंच्या समूहाला 'जनसंख्या' असे म्हणतात. महाविद्यालयातील विद्यार्थ्यांच्या समस्यांचा अभ्यास करताना सर्व महाविद्यालयीन विद्यार्थ्यांचा समावेश करावा लागतो. महाराष्ट्रातील माध्यमिक शाळांचा सर्व्हे घेताना महाराष्ट्रातील सर्व माध्यमिक शाळा ही जनसंख्या होईल तर प्राथमिक शिक्षकांची माहिती घेताना सर्व प्राथमिक शिक्षक ही त्या संशोधन कार्याची जनसंख्या होईल. संशोधन कार्याशी संबंधित अशी जनसंख्या निवड करताना खालील गोष्टींचा विचार करावा लागतो.

१) **भौगोलिक क्षेत्र :** संशोधनाच्या क्षेत्राला भौगोलिक सीमा ठरविणे आवश्यक असते. त्यानुसारच जनसंख्या ठरवावी लागते.

२) **वयोगट व लिंग गट :** कोणत्या वयोगटाचे विद्यार्थी तसेच मुले किंवा मुली किंवा दोघेही यांची निश्चिती असावी लागते.

३) **शारीरिक घटक :** संशोधन शारीरिक घटकांशी संबंधित असेल तर सदर घटक उदा. उंची, रंग, वजन इ. तपशील निश्चित करून घेतल्याशिवाय जनसंख्या निश्चित होणार नाही.

४) **स्तर :** संशोधन कोणत्या आर्थिक व सामाजिक किंवा शैक्षणिक स्तराशी निगडित आहे हे नक्की करणे आवश्यक असते.

५) **विशिष्ट घटक :** संशोधन कार्यासाठी काही विशिष्ट घटक जनसंख्येत यायला हवेत का? याची दखल घ्यावी लागते. उदा. बालगुन्हेगारात, बेशिस्त मुले, आदर्श शिक्षक, प्रथम क्रमांकाची मुले. जनसंख्यानिश्चित झाली की,

त्यातून न्यादर्श निवडणे सोपे जाते. जनसंख्येतील सर्व घटकांकडून माहिती संकलित करणे शक्य नसते आणि तशी गरजही नसते. तसे करण्यात वेळ, पैसा, श्रम इ. वाया जातात. न्यादर्शावर संशोधन केल्याने वेळ कमी लागतो आणि संशोधनकार्य त्वरित करणे शक्य होते. कष्ट, पैसा, वेळ याबरोबर अचूकपणा आणता येतो.

२) न्यादर्श (Sample)

जनसंख्येतील (Population) प्रातिनिधिक स्वरूपात निवड केलेल्या लहान संचाला किंवा गटाला त्या जनसंख्येचा 'न्यादर्श' (Sample) 'सॅम्पल', 'नमुना' असे म्हणतात. न्यादर्श संपूर्ण जनसंख्येचा एक भाग असतो. जनसंख्येतील सर्व गुणधर्म न्यादर्शात असतात. न्यादर्शातील प्रत्येक घटक जनसंख्येत असतो. जनसंख्येत नसलेला घटक न्यादर्शात येऊ शकत नाही. न्यादर्श हा जनसंख्येचा उपसंच असतो. जनसंख्येच्या प्रवृत्तीविषयी पूर्वानुमान करताना तो आधारभूत असतो. एखाद्या जिल्ह्यातील ५००० प्राथमिक शिक्षकांच्या जनसंख्येचा अभ्यास करण्यासाठी ५ टक्के शिक्षकांची निवड केल्यास २५० शिक्षकांचा गट हा न्यादर्श होईल. न्यादर्शाची निवड करण्याकरिता जनसंख्येचे भाग करावे लागतात. या भागांना न्यादर्शन घटक (Sampling Unit) असे म्हणतात. अशा न्यादर्शक घटकांत एक किंवा अनेक जनसंख्या घटक असतात. जनसंख्येतील प्रत्येक व्यक्ती, वस्तू किंवा घटना जनसंख्येचा घटक राहते. पुष्कळदा जनसंख्या घटक हाच न्यादर्शन घटक असतो. उदा. शाळा, वर्ग, गाव ही न्यादर्शन घटकांची उदाहरणे होत.

संशोधनातील न्यादर्श (Sample) जनसंख्येचे प्रतिनिधित्व करू शकेल असा हवा. जनसंख्येतील सर्व गुणधर्म व वैशिष्ट्ये न्यादर्शातही असणे क्रमप्राप्त ठरते. तसेच तो पुरेसा मोठा हवा. फार लहान असू नये. विषयांच्या स्वरूपावर न्यादर्शातील घटकांची संख्या अवलंबून असते. चांगला न्यादर्श योग्य न्यादर्शन पद्धतीने (Sampling Method) निवडावा लागतो. त्यासाठी संशोधकाला न्यादर्शन पद्धतींची माहिती असणे गरजेचे आहे, म्हणून या पुढील लेखनात न्यादर्शाच्या विविध पद्धतींची थोडक्यात माहिती दिली आहे.

३) न्यादर्शाच्या पद्धती (Method of Sampling)

न्यादर्शनाच्या पद्धतींचे दोन प्रमुख गट पाडता येतात : १) संभाव्य पद्धती (Probability Method), २) असंभाव्य पद्धती (Non Probability Method) जनसंख्येतून न्यादर्शाचे घटक निवडताना ते निवडले जाण्याची निश्चित संभाव्यता ज्या पद्धतीत सांगता येते त्या पद्धतींना संभाव्य पद्धती असे म्हणतात आणि ज्या पद्धतीत अभ्यासक आपल्या व्यक्तिगत निर्णयातून जनसंख्येचे प्रतिनिधित्व करू शकणाऱ्या न्यादर्श घटकांची निवड करतो, त्यांना असंभाव्य पद्धती असे म्हणतात. पहिल्या पद्धतीत संभाव्यतेच्या नियमांना महत्त्व आहे, तर दुसऱ्या पद्धतीत अभ्यासकाच्या व्यक्तिगत निर्णयाला महत्त्व आहे. संभाव्यता पद्धतीने न्यादर्शाची निवड निःपक्षपातीप्रमाणे करता येते, तर असंभाव्यता प्रकारामध्ये शोध व बचत पाहिली जाते. या दोन गटात अंतर्भूत असणाऱ्या पद्धती खालीलप्रमाणे :

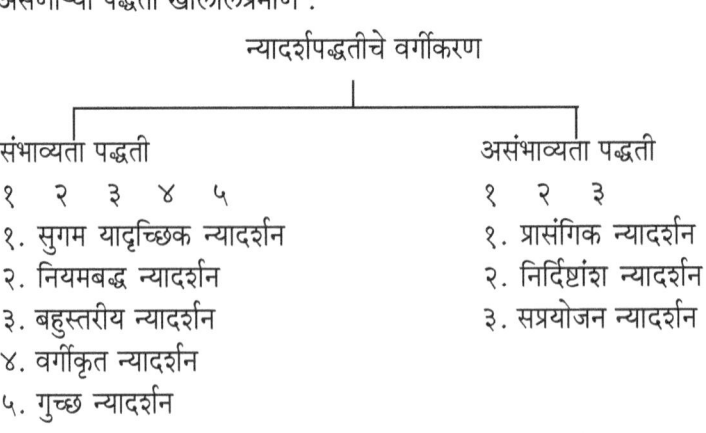

न्यादर्शपद्धतीचे वर्गीकरण

संभाव्यता पद्धती	असंभाव्यता पद्धती
१ २ ३ ४ ५	१ २ ३
१. सुगम यादृच्छिक न्यादर्शन	१. प्रासंगिक न्यादर्शन
२. नियमबद्ध न्यादर्शन	२. निर्दिष्टांश न्यादर्शन
३. बहुस्तरीय न्यादर्शन	३. सप्रयोजन न्यादर्शन
४. वर्गीकृत न्यादर्शन	
५. गुच्छ न्यादर्शन	

१. सुगम यादृच्छिक न्यादर्शन (Simple Random Sampling) : कोणत्याही प्रकारचा पक्षपात न करता जनसंख्या घटकाला न्यादर्शन अंतर्भूत होण्याची समान संधी मिळणे याला 'यादृच्छिक' म्हणतात. प्रतिनिधिक (Representative) आणि यादृच्छिक (Random) न्यादर्शनात फरक असतो. न्यादर्शकाचे घटक आणि जनसंख्येचे घटक समांतर असल्यास न्यादर्श प्रतिनिधिक होऊ शकतो, परंतु तो यादृच्छिक असू शकेलच असे नाही. संपूर्ण जनसंख्येतून निवडलेल्या यादृच्छिक न्यादर्शात पक्षपात नसतो. न्यादर्शातील यादृच्छिकेकरिता दोन प्रमुख निकष लावता येतात. १) जनसंख्येतील प्रत्येक घटकाला न्यादर्शात निवडले जाण्याची समान संधी आणि २) एका घटकाची निवड झाल्यावर त्या घटकाचा परिणाम दुसऱ्या घटकाच्या निवडीवर होत नाही.

यादृच्छिक न्यादर्शातील (Random Sampling) घटकांची निवड करण्याचा अनेक पद्धती आहेत. त्यापैकी लॉटरी पद्धत आणि यादृच्छिक संख्यापात्रक (Random Table) यांचा विशेष उपयोग केला जातो. लॉटरी पद्धतीत चिठ्या करणे, फासे टाकणे, पत्ते पिसणे, नाण्याची चितपट करणे इ. मार्गांचा उपयोग केला जातो. तसेच संख्यापत्रकासाठी तज्ज्ञांनी प्रयत्नपूर्वक परीक्षण करून यादृच्छिक संख्यांचे संच तयार केले आहेत. फिशर (Fisher) आणि येट्स (Yates) यांनी दोन अंकी संख्यांचे ३०० संच केले आहेत. प्रत्येक संचात २५ दोन अंकी संख्या असतात, त्यांना 'रँड्स नंबर टेबल' असे म्हणतात.

जनसंख्येचा आकार लहान असेल तर लॉटरी पद्धत उपयुक्त होईल, परंतु आकार मोठा असल्यास व्यवहार्य ठरणार नाही. फिशर किंवा येट्स यांच्या संख्या पत्रकातील कोणत्याही संचातील कोणत्याही अंकापासून प्रारंभ करून वर-खाली, डावी-उजवीकडे कोणत्याही दिशेने पत्रक वाचता येते. त्यासाठी प्रथम जनसंख्येतील सर्व घटकांची अनुक्रमाने मांडणी करावी. त्यानंतर जरूर तेवढे घटक न्यादर्शासाठी निवडावेत. समजा अभ्यासकाला ८० विद्यार्थ्यांमधून १२ विद्यार्थिसंख्या न्यादर्शनासाठी घ्यावयाची असेल तर प्रथम तो क्रमाने १, २, ३, ४, ५ ---- ८० असे क्रमांक देईल. नंतर अंक पत्रकात संख्या पाहण्यासाठी प्रारंभ कुठून करून कसे जावयाचे ते ठरविल. १२ अंक मिळेपर्यंत अंकांची निवड केली जाईल. एखादी संख्या पुन्हा आल्यास किंवा ८०च्या वर आल्यास सोडून देऊन त्यापुढील संख्या घेतली जाईल; अशा प्रकारे १२ विद्यार्थी संच न्यादर्श म्हणून निवडला जाईल. सुगम यादृच्छिक न्यादर्शन ही पद्धती शैक्षणिक संशोधनासाठी उपयुक्त आहे.

२) नियमबद्ध न्यादर्शन (Systematic Sampling) : या पद्धतीमध्ये प्रथम जनसंख्येतील घटकांची आद्याक्षरावरून मांडणी करतात व त्यांना क्रमाने १, २, ३,....... असे क्रमांक देतात. जनसंख्येच्या आकाराला 'N' व न्यादर्शाच्या आकाराला लहान 'n' संबोधतात. नंतर N ला n ने भागून न्यादर्शन अंतर (Sampling Interval) काढतात. हे अंतर अपूर्णांकात येत असेल तर जवळचा पूर्णांक धरावा. न्यादर्शन अंतराला म्हणजे भागाकाराला 'm' असे नाव दिले जाते. नंतर १ ते m पर्यंतची एकसंख्या यादृच्छिक पद्धतीने निवडतात. सदर संख्या 'अ' मानल्यास, त्यापुढील संख्या अ + m, अ + २m, अ + ३m, अ + ४m, अ + ५m, या पटांनी मोजून घेतात. उदा. समजा, अभ्यासकाला १०० विज्ञान शिक्षकांच्या जनसंख्येतून १५ विज्ञान शिक्षकांचा न्यादर्श निवडावयाचा आहे. या ठिकाणी N = १०० आणि n = १५

असल्याने न्यादर्शन अंतर $= \frac{१००}{१५} =$ ६.७ म्हणजे ७ येईल.

म्हणजे m = ७ येईल. त्यानंतर १ ते ७ पर्यंतची संख्या यादृच्छिक पद्धतीने निवडली ती ४ आली तर पुढील क्रमांक खालीलप्रमाणे राहतील. ४, ४ + ७, ४ + १४, ४ + २१, ४ + २८, ४ + ३५, ------- याप्रमाणे घेतले जातील, म्हणजे न्यादर्श १५ हा ४, ११, १८, २५, ३२, ३९, ४६, ५३, ६०, ६७, ७४, ८१, ८८, ९५ आणि शेवटचा १००वा घ्यावा लागेल.

३) बहुस्तरीय न्यादर्शन (Multi-Stage Sampling) : निवडलेल्या न्यादर्शात जुना न्यादर्शन असेल तर त्याला 'बहुस्तरीय न्यादर्शन' असे म्हणतात. शाळांची निवड करून नंतर त्या शाळांतील विद्यार्थ्यांची निवड करावयाची झाल्यास

या पद्धतीचा उपयोग करावा लागेल. समजा एखाद्या जिल्ह्यात २०० माध्यमिक शाळा असतील आणि त्यातील न्यादर्शासाठी यादृच्छिक पद्धतीने १० शाळा निवडल्या तर हा न्यादर्शनाचा पहिला स्तर होय. दुसऱ्या अवस्थेत अभ्यासक या १० शाळांतून विद्यार्थ्यांची यादृच्छिक पद्धतीने निवड करील.

एखाद्या शहराची माहिती घेण्यासाठी समजा ४० वॉर्ड आहेत तर प्रथम ५ वॉर्डची निवड यादृच्छिक पद्धतीने होईल. त्यानंतर या ५ वॉर्डातून पुन्हा कुटुंबाची निवड करून अंतिम संपूर्ण न्यादर्श तयार होईल.

४) वर्गीकृत यादृच्छिक न्यादर्शन (Stratified Random Sampling) : जनसंख्येतील विविध स्तर असतील तर सर्वांना समान न्याय किंवा संधी देण्यासाठी प्रत्येक वर्गाला (Strata) न्यादर्शात समाविष्ट करण्याच्या हेतूने ही पद्धती वापरतात. प्रथम जनसंख्येचे वर्ग निश्चित केले जातात. निकष म्हणून लिंग, धर्म, जात, वय, शिक्षण, गुणवत्ता, सामाजिक व आर्थिक स्तर इ.चा उपयोग करतात. जनसंख्येची वर्गवारी करण्यासाठी वरील एक, दोन किंवा जरुरीप्रमाणे अधिकही निकषांचा उपयोग करतात. आर्थिक स्तर एकच धरल्यास श्रीमंत, मध्यम, गरीब, अतिगरीब असे चार ते पाच स्तर करता येतील. या पाच स्तरांतून यादृच्छिक पद्धतीने ५ उपन्यादर्श राहतील. लिंग स्तर अधिक धरल्यास पुरुष व स्त्रिया या निकषाने ५ × २ = १० वर्ग होतील. ग्रामीण व नागरी क्षेत्र धरल्यास ५ × २ × २ = २० वर्ग होतील. जनसंख्येचे वर्ग निश्चित निकषांच्या आधारावर निर्धारित केल्यानंतर प्रत्येक वर्गाची घटकसंख्या नक्की करावी. त्यासाठी प्रत्येक वर्गाचा आकार लक्षात घ्यावा.

५) गुच्छ न्यादर्शन (Cluster Sampling) : अनेक वस्तू, व्यक्ती, घटक यांच्या समूहाला गुच्छ म्हणतात. वर्ग, शाळा, कुटूंब, गाव ही गुच्छाची उदा. आहेत. वर्ग पद्धतीमध्ये न्यादर्शनात सर्व वर्ग घेतले जातात व त्यानंतर प्रत्येक वर्गातील घटकांची यादृच्छिक निवड केली जाते, परंतु गुच्छ न्यादर्शनात गुच्छाची निवड यादृच्छिक होते व निवडलेल्या गुच्छातील सर्व घटक न्यादर्शात घेतले जातात. या पद्धतीने दोन पायऱ्यांनी जावे लागते. प्रथम यादृच्छिक (Random) पद्धतीने गुच्छांची निवड होते. त्यानंतर निवडलेल्या प्रत्येक गुच्छातील सर्व जनसंख्येचा न्यादर्शात समावेश केला जातो. उदा. २५० शाळांपैकी १० टक्के शाळा यादृच्छिकतेने निवडता येतील आणि निवडलेल्या २५ शाळांतील सर्व शिक्षक घेऊन त्यांच्या अडचणींचा अभ्यास करता येईल.

अ) प्रासंगिक न्यादर्शन (Incidental Sampling) : या ठिकाणी उपलब्ध व्यक्तीचा किंवा वस्तूंचा न्यादर्शनात समावेश केला जातो. शाळेतील विद्यार्थी किंवा कार्यालयीन कर्मचारी घेतले जातात. त्यानुसार न्यादर्शनाचा आकार पूर्ण केला जातो. एखाद्या शिक्षकाला विद्यार्थ्यांच्या समस्येवर अभ्यास करावयाचा असेल तर तो वर्गातील किंवा शाळेतील विद्यार्थी घेऊ शकतो. यामध्ये शिक्षकाचा स्वत:चा निर्णय व मत असते. या पद्धतीस प्रासंगिक - आकस्मित (accidental) न्यादर्शन असेही म्हणतात.

ब) निर्दिष्टांत न्यादर्शन (Quota Sampling) : या ठिकाणी जनसंख्येच्या सर्वच गटांचे प्रतिनिधित्व राहावे असा प्रयत्न असतो. त्यासाठी प्रत्येक वर्गाचा 'कोटा' ठरविला जातो. प्रत्येक वर्गातून अभ्यासक स्वत:च्या निर्णयानुसार घटक व त्यांची संख्या ठरवितो. यादृच्छिक प्रद्धत या ठिकाणी वापरली जात नाही; म्हणजेच संभाव्यता पद्धतीचा वापर होत नाही.

क) सप्रयोजन न्यादर्शन (Purposive Sampling) : आपल्या उद्दिष्टांची पूर्ती होऊ शकेल अशी खात्री करून योग्य न्यादर्श निवडण्याचा प्रयत्न असतो. याठिकाणी जनसंख्येची संपूर्ण माहिती संशोधकाला आहे, असे गृहीत धरले जाते. त्यानुसार कोणते घटक किती प्रमाणात पूरक आहेत, याची कल्पना असते. त्यानुसार वेचक अशा घटकांचा जाणीवपूर्वक न्यादर्शात समावेश केला जातो. वरील तिन्ही पद्धती असंभाव्य गटात मोडतात. संशोधकाच्या निर्णयानुसार न्यादर्शातील घटकांची निवड होत असते, त्यामुळे पक्षपात, अभिनीती यांना भरपूर संधी राहते. अशा प्रकारे काढलेले निष्कर्ष काहीवेळा पक्षपाती फसवे होऊ शकतात, म्हणून केव्हा, कोणत्या पद्धतीचा वापर करावा, हे विषय व संशोधन पद्धतीवर अवलंबून राहते.

कृतिसंशोधनात शिक्षक मर्यादित स्वरूपात व स्वत:च्या समस्येवर उपाय शोधत असतो, त्याचे सामान्यीकरण व्हावे अशी अपेक्षा नसते, म्हणून कृतिसंशोधनात असंभाव्य पद्धतींचा वापर करून न्यादर्श निवडणे गैर नाही, परंतु इतर प्रकारच्या संशोधनामध्ये संभाव्य पद्धत वापरून न्यादर्शन करणे गरजेचे असते. त्यासाठी कोणत्या प्रकारे न्यादर्शन करावे, हे विचारपूर्वक ठरवावे.

३. शालेय संशोधनाची साधने

कोणत्याही शालेय संशोधनात गृहीतकृत्य तपासणे व उद्दिष्टे साध्य झालीत की नाही याचे मूल्यमापन योग्य व नि:पक्षपातीपणे करणे महत्त्वाचे असते. संशोधकाने हाती घेतलेल्या प्रकल्पासाठी प्राथमिक तयारी झाल्यानंतर त्याची व्याप्ती व मर्यादा लक्षात घेऊन माहिती जमा करावी लागते. माहिती मिळविणे हे महत्त्वाचे असले तरी ती माहिती त्याने कोणत्या मार्गाने व कशीही मिळवून चालणार नाही, कारण अशा माहितीचे पृथक्करण करणे, अनुमान बांधणे, सारणी तयार करणे इ. बाबतीत महत्त्व असते. संशोधनाचे साधन जितके शास्त्रशुद्ध तितकी त्याद्वारे मिळणारी माहिती विश्वसनीय व सप्रमाणित असू शकते. संशोधन कार्यात माहिती मिळण्याची विविध साधने आहेत. संशोधनाचा हेतू व अभ्यास पद्धत आणि व्याप्ती लक्षात घेऊन विचारपूर्वक माहिती जमा करण्याच्या एका वा अनेक साधनांची निवड करावी लागते. कृती व इतर शालेय संशोधन कार्यात उपयोगात येणाऱ्या काही प्रमुख साधनांची माहिती या ठिकाणी दिली आहे. अशा साधनांचा वापर करण्यापूर्वी त्यांचा सखोल अभ्यास करून वापर करावा.

१) प्रश्नावली (Questionnaire) : प्रश्नावली म्हणजे उद्दिष्टे लक्षात घेऊन हवी असलेली माहिती जमा करण्यासाठी तयार केलेला नियोजनबद्ध प्रश्नांचा संच होय. व्यवस्थितपणे तयार केलेली प्रश्नांची मालिका म्हणजे प्रश्नावली. नावाप्रमाणे क्रमाने मांडलेल्या प्रश्नांची यादी म्हणजे प्रश्नावली असा अर्थ केला जातो. 'बार' यांच्या मते, 'ज्या व्यक्तीकडून माहिती हवी आहे, त्यांना विचारलेल्या प्रश्नांचा पद्धतशीर मांडलेला संच म्हणजे प्रश्नावली होय.'

आज रोजी सामाजिक व शैक्षणिक संशोधन कार्यात प्रश्नावलीचा वापर मोठ्या प्रमाणात होऊ लागला आहे, कारण प्रश्नावली इतर साधनांच्या तुलनेत सोपी आणि सोईची असते. ती एकाच वेळी अनेकांना देता येते. दूरच्या ठिकाणी पोस्टाने पाठवून भरून मागविता येते, यामुळे मोठ्या न्यादर्शाकडून कमी कालावधीत माहिती जमा होते. पैसा, वेळ, कष्ट यांच्या कमी मोबदल्यात मोठ्या प्रमाणात माहिती देणारे संशोधनातील हे एक साधन आहे.

अ) प्रश्नावलीची रचना : संशोधनाचा हेतू साधण्यासाठी प्रश्नावलीची योजना असते, म्हणून संशोधनाच्या उद्दिष्टांची जाणीव ठेवून प्रश्नांची रचना करावी लागते. त्यासाठी संशोधकाने विषयांसंबंधी वाचन व चिंतन करणे आवश्यक आहे. तसेच काही संबंधितांना भेटून चर्चा करावी. त्यामुळे कोणत्या भागावर प्रश्न केंद्रित राहावेत हे समजून येईल. समजा, इयत्ता ८ वीच्या पुस्तक परीक्षणासाठी मराठी विषय घेतल्यास मराठी विषय शिक्षकास व विद्यार्थ्यांना आणि जरूर तर लेखकांना भेटून चर्चा करावी. त्यानंतरच रचना करावी. प्रश्नावलीतील प्रश्नसंख्या निश्चित करावी. शक्यतो फाईल्स, अहवाल इ. ठिकाणाहून मिळणाऱ्या माहितीसाठी प्रश्न विचारू नयेत. कमीत कमी प्रश्न देऊन अधिकाधिक माहिती जमा करण्याचा प्रयत्न करावा.

प्रश्नांची रचना विभागांवर ठेवावी. प्रत्येक विभागावर प्रश्न विचारावेत. एका विभागाचे प्रश्न दुसऱ्या ठिकाणी येणार नाहीत, याची काळजी घ्यावी. प्रत्येक विभागात प्रथम सोपा व सर्वसाधारण प्रश्न ठेवावा. त्यानंतर प्रमुख प्रश्न व सविस्तर उत्तर देणाऱ्या प्रश्नांचा क्रम लावावा. एका प्रश्नाच्या उत्तरातून दुसरा प्रश्न तयार होईल अशी मांडणी करावी. प्रत्येक प्रश्न हा सहेतुक असावा. एका प्रश्नातून एकच अपेक्षित उत्तर ठेवावे.

प्रथम प्रश्नावलीला शीर्षक द्यावे. नंतर स्पष्ट शब्दात सूचना द्याव्यात. प्रश्नावलीची भाषा ही विद्यार्थी स्तर किंवा प्रतिसादकांचा दर्जा लक्षात घेऊन ठेवावी. प्रश्नाचे आकलन होणे महत्त्वाचे असते; म्हणून भाषा व शब्द प्रयोग सरळ असण्याची गरज आहे. प्रश्नांचा प्रकार कोणता ठेवावा, हे विचारपूर्वक ठरवावे. प्रश्न संदिग्ध नसावेत.

प्रश्नावली पुन: पुन्हा तपासणे व दुरुस्त करणे आवश्यक असते. प्रश्नावली अंतिम तयार करण्यापूर्वी संबंधित गटातील निवडक व्यक्तींना द्यावी. तसेच सहकारी व तज्ज्ञांना दाखवून चर्चा करून घ्यावी. दिलेल्या अभिप्रायांचा विचार करून सुधारणा कराव्यात. शक्यतो दोष कमी कसे होतील, हे पाहावे. अशा प्रकारे तयार झालेली प्रश्नावली पुढील निकषांवर तपासून पहावी.

- स्वच्छ टापटीपपणा.	- विषयांशी संबंधित प्रश्न.
- वर्गीकरणाला सोईचा	- प्रश्नातील योग्य क्रम
- आकलन होणारे प्रश्न	- वस्तुनिष्ठता दर्शविणारे प्रश्न
- प्रश्नातून नेमके उत्तर	- नि:संदिग्ध प्रश्न
- शुद्ध व सरळ भाषा	- पुरेशी सूचना असणारी.

ब) प्रश्नावलीतील प्रश्न : प्रश्नावलीत प्रामुख्याने दोन प्रकारचे प्रश्न असतात. मर्यादित उत्तराचे प्रश्न आणि व्यापक किंवा दीर्घोत्तरी प्रश्न. मर्यादित किंवा लघुउत्तरी प्रश्न होय/नाही या स्वरूपात किंवा चूक/बरोबर या स्वरूपात असतात. मुक्त किंवा दीर्घ उत्तराच्या प्रश्नात प्रतिसादक आपले मत सविस्तरपणे देऊ शकतो. उत्तरे कशी द्यावीत, याची काहीही सूचना नसते. प्रश्नावलीत कोणत्या स्वरूपाचे प्रश्न ठेवावयाचे हे संबंधित संशोधकाने ठरवावे. तथापि, वस्तुनिष्ठ प्रश्न जादा असावेत. दीर्घोत्तरी प्रश्न समजून घेणे व कोष्टकीकरण करणे अवघड जाते. दोन्ही प्रकारच्या प्रश्नांमध्ये फायदे-तोटे हे असतातच. चुकीचे व संदिग्ध प्रश्न असू नयेत. एकाच प्रश्नात दोन प्रश्न ठेवू नयेत. प्रश्नांची मांडणी करताना उपमुद्यांचा विचार करावा. त्या संबंधीचे सर्व प्रश्न एका पाठोपाठ असावेत. नंतर दुसरा मुद्दा घ्यावा. प्रश्नातील आशय सुस्पष्ट व निश्चित असावा. प्रश्नात एखाद्या शब्दाला महत्त्व घ्यावयाचे असल्यास तो शब्द अधोरेखित करावा.

प्रश्नावली पाठविण्यापूर्वी मूल्यमापन स्वत:च करून पाहावे. त्यानंतर प्रतिसादकांची योग्य निवड करावी. प्रश्नावलीच्या उत्तरावर संशोधनाचे निष्कर्ष अवलंबून असल्याने विचारपूर्वक उत्तरे देऊ शकणारे प्रतिसाद निवडावेत. प्रश्नांची उत्तरे देण्यास जागा सोडावी. प्रश्नावली भरून परत योग्य वेळी योग्य मुदतीत यावी म्हणून योग्य कालावधी निवडावा.

क) प्रश्नावलीचे फायदे - तोटे (वैशिष्ट्ये)

फायदे :
१) इतर साधनांकडून प्राप्त न होणारी माहिती या साधनाद्वारे लिखित स्वरूपात मिळू शकते.
२) एकाच वेळी मोठ्या न्यादर्शकाकडून माहिती मिळविता येते.
३) प्रतिसादाला स्वत:च्या सवडीनुसार भरता येते.
४) पोस्टाने दूरदूरच्या अंतरावरून माहिती मिळते.
५) उत्तरांच्या लेखी नोंदीमुळे पुरावा राहतो व स्मरणात ठेवण्याची गरज नसते.
६) निर्मित व इतर खर्च कमी येतो.

तोटे :
१) अशिक्षित लोकांना देता येत नाही.
२) भरून परत पाठविल्या जात नाहीत, त्यामुळे वारंवार पत्रे पाठवावी लागतात. तथापि प्रतिसाद काही वेळा कमीच मिळतो.
३) प्रश्नांची उत्तरे काळजीपूर्वक देतीलच याची खात्री नसते.
४) प्रश्नांचा अर्थ न समजल्याने काही वेळा चुकीची माहिती मिळते.
५) लेखी उत्तरे देणे काही वेळा लोकांना नापसंत असते.

ड) प्रश्नावली सोबत पाठवावयाचे पत्र : प्रश्नावलीसोबत पत्र पाठविणे अत्यंत महत्त्वाचे आहे. सदर पत्रात संशोधनाचा हेतू, व्याप्ती, महत्त्व स्पष्ट करावे. सदर प्रश्नावली भरून देणे महत्त्वाचे असून त्यामध्ये प्रतिसादांचा वाटा मोठा आहे. याची जाणीव होईल अशी भाषा वापरावी. तसेच सदर पत्र विनंती करणारे आणि सौजन्यशील भाषेत लिहावे. उत्तर पाठविण्यास सोबत पोस्टेज व लिफाफा पाठविणे चांगले. शक्यतो, संस्था कार्यालयाच्या वरिष्ठांमार्फत पाठविणे अधिक चांगले.

प्रश्नावली भरून न आल्यास स्मरणपत्र पाठवावे. स्मरणपत्रातील भाषादेखील सौजन्यशील, विनम्र ठेवावी. प्रतिसादकांच्या उत्तरांना आपण फार महत्त्व देतो, याची जाणीव व्हावी.

४. मुलाखती

(Interviews)

प्रश्नावलीमधून लेखी स्वरूपात उत्तरे मिळविता येतात. काही वेळा प्रश्नावलीतील उत्तरे अपूर्ण असू शकतात. त्यामुळे अर्थ लावणे कठीण जाते. म्हणून मुलाखत या साधनाचा उपयोग संशोधनकार्यात करून घेतला जातो. प्रतिसादकाच्या भावना, विचार, मते, प्रतिक्रिया व समस्यांची नोंद प्रत्यक्ष चर्चेतून घेण्यासाठी मुलाखत हे साधन उपयोगात आणतात. समोरासमोर प्रश्नोत्तरे घडत असल्याने प्रश्नांचा अर्थ व स्पष्टीकरण होत राहते. काही व्यक्तींना प्रश्नावली भरून देणे शक्य होत नाही. त्यांची खास मुलाखत घेऊनच माहिती गोळा करावी लागते.

पूर्वनियोजित प्रश्नावर समोरासमोर बसून चर्चा किंवा संभाषण म्हणजे मुलाखत होय. मुलाखतीस साधन म्हणण्यापेक्षा तंत्र म्हणणे योग्य ठरेल. संशोधक प्रतिसादकाला तोंडी प्रश्न विचारून माहिती मिळवितो. मुलाखत म्हणजे दोन व्यक्तींमधील एखाद्या विषयावर पूर्वनियोजित केलेली उपयुक्त चर्चा होय.

अ) मुलाखतीचे टप्पे -

१. मुलाखत चांगली होण्यासाठी ती खालील टप्प्यातून घेता येईल. पहिल्या टप्प्यात मुलाखतीची उद्दिष्टे निश्चित करून त्यानुसार प्रश्नांची सूची तयार केली जाते. मुलाखतीचा प्रकार निश्चित केला जातो. तसेच मुलाखतीची वेळ, जागा इ.बाबतचे नियोजन केले जाते.

२. दुसऱ्या टप्प्यात पुढील कृती केली जाते. प्रत्यक्ष भेट होते आणि सुसंवाद प्रस्थापित होऊ लागतो. एकूण वातावरण खेळीमेळीचे, मनमोकळे व विश्वसनीय होऊन जाते. औपचारिक भाग संपून जातो आणि प्रत्यक्ष मुलाखतीला सुरुवात होते. मुलाखतीचा हा टप्पा सर्वात महत्त्वाचा असतो.

३. मुलाखतीचा तिसरा टप्पा म्हणजे नोंदी करणे. मुलाखतीच्या नोंदी काटेकोरपणे व प्रसंगानुसार सावधपणे करणे महत्त्वाचे असते. जरूर तर टेपरेकॉर्डर ठेवून किंवा टिपणी करून घ्यावी. काही वेळा लागलीच नोंदी न करता थोड्या वेळाने शांतपणे आठवून नोंदी करणे फायद्याचे होते. संकलन करताना स्वत:च्या गरजेनुसार व उद्दिष्टांना धरून नोंदी कराव्यात. गरज वाटल्यास नोंद केलेली माहिती संबंधितांना दाखवून त्या बाबतची अचूकता पडताळून पाहावी आणि शेवटी आभार मानून आनंदी वातावरणात मुलाखत संपवावी.

ब) मुलाखत घेताना घ्यावयाची काळजी -

मुलाखत योग्य व चांगल्याप्रकारे होण्यासाठी काही सूचना व पथ्ये पाळणे आवश्यक आहेत, ती पुढीलप्रमाणे -

१. मुलाखतीची उद्दिष्टे व नियोजन निश्चित करूनच मुलाखत घ्यावी.
२. मुलाखतीच्या वेळी वातावरण आनंदी व मोकळे हवे.
३. मुलाखतीची सुरुवात नेहमी सर्वसामान्य अशा प्रश्नांनी करावी.
४. एका वेळी एकच प्रश्न विचारावा. गरज पडल्यास पुन्हा विचारावा. प्रश्न पूर्ण आणि स्पष्ट विचारावा.
५. उत्तरे देताना मुलाखत देणाऱ्याचे शब्द काळजीपूर्वक ऐकावेत. त्यातून कोणता नेमका अर्थ अभिप्रेत आहे, हे समजून घ्यावे. तसेच चेहऱ्यावरील हावभाव यांचे निरीक्षण करून नोंद घ्यावी.
६. प्रश्न विचारताना उत्तरे सूचित करू नयेत.
७. जरूर तर खुलासा करावा किंवा उपप्रश्न विचारावा.

८. प्रतिसादकास हळुवारपणे मूळ मुद्यावर घेऊन पुढील प्रश्न ठेवावा. घाई करू नये.

९. मोघम उत्तरे आल्यास सखोल प्रश्न विचारून तो खुलासा करून घ्यावा.

१०. मुलाखत देणारा एखादे उत्तर टाळत असेल तर ते देण्याचा आग्रह धरू नका.

११. भावनात्मक विषय असेल तर तो हळुवारपणे हाताळावा.

१२. प्रतिसादकाने उलट काही प्रश्न विचारल्यास त्याला सौजन्यपूर्ण उत्तर द्यावे व त्याच्या मताला अधिक महत्त्व द्यावे. नाराज करू नये, वाद घालू नये.

१३. चर्चेतून अधिक माहिती मिळत असेल तर तिचा स्वीकार करावा.

१४. प्रतिसादकाला कोणत्या घटकाबद्दल अधिक जिव्हाळा आहे, यावर सतत लक्ष ठेवावे.

१५. माहितीच्या नोंदी वस्तुनिष्ठपणे कराव्यात. तसेच टिपणी कोणत्या स्वरूपात घ्याव्यात, याचा त्या त्या परिस्थितीनुसार निर्णय घ्यावा.

क) मुलाखतीचा प्रकार : मुलाखतीचे वर्गीकरण निरनिराळ्या पद्धतींनी करता येते. प्रतिसादकांच्या संख्येनुसार वैयक्तिक व समुदायिक मुलाखत असे वर्ग होऊ शकतात. कालावधीनुसार दीर्घकाल व लघुकालावधीच्या मुलाखती असे वर्ग पडतात. तांत्रिक बाजूने विचार केल्यास मुलाखतीचे दोन प्रकार पडतात. संपूर्ण प्रश्नांचे नियोजन करून रचनाबद्ध अशी मुलाखत घेतात, त्यास रचनाबद्ध किंवा औपचारिक मुलाखत असे म्हणतात. तसेच पूर्वनियोजन न करता संशोधक भेटीच्या वेळी उपस्थित होणाऱ्या मुद्द्यांच्या आधारे स्वतंत्रपणे मुलाखत घेऊ शकतो, त्या प्रकारास स्वैर मुलाखत किंवा अनौपचारिक मुलाखत असे म्हणतात; म्हणून स्वैर व बंदिस्त आणि औपचारिक व अनौपचारिक असे वर्गीकरण होऊ शकते. उद्दिष्टांनुसार पुढीलप्रमाणे वर्गीकरण केले जाते.

१) परिचयात्मक मुलाखत : परस्परांचा परिचय व्हावा म्हणून मुलाखत ठेवतात. भावबंध प्रस्थापित होतो.

२) संशोधनात्मक मुलाखत : संशोधन समस्येची माहिती व मते जाणून घेण्यासाठी संशोधक मुलाखती घेत असतो.

३) निदानात्मक मुलाखत : प्रतिसादकांच्या समस्या, भावना, वृत्ती जाणून घेण्यासाठी मुलाखती घेतल्या जातात.

४) उपचारात्मक मुलाखत : उपचार पद्धतीसाठी, एखाद्या व्यक्तीच्या समस्या सोडविण्यासाठी, अंतर्दृष्ट्या मन मोकळे करण्यासाठी, विचार व्यक्त करण्यासाठी मुलाखती आयोजित केल्या जातात.

५) परीक्षात्मक मुलाखत : विद्यार्थ्यांच्या मूल्यमापनाचे साधन म्हणून मुलाखत घेऊन गुणदान करतात; तसेच नोकरीसाठी निवड करताना मुलाखती होतात.

ड) मुलाखतीचे संचालन

मुलाखतीच्या सुरुवातीस भावबंध प्रस्थापित करावेत. कारण मुलाखत ही दोन व्यक्तींमधील सामाजिक आंतरक्रिया असते. मुलाखतीचे नेतृत्व स्वतःकडे असल्याने संयोजकाने मोकळे व विश्वासाचे वातावरण तयार करणे आवश्यक असते. प्रत्येकाला स्वतःबद्दल व स्वतःच्या कामाबद्दल व विचाराबद्दल सांगण्याची नैसर्गिक अभिलाषा असते; म्हणून मुलाखत हा आनंदी प्रसंग तयार व्हावा.

मुलाखतीच्या सुरुवातीस औपचारिक बाबी पूर्ण कराव्यात. उदा. ओळख, बैठक व्यवस्था व वेळ निश्चित करणे इ. आपला वेष, स्वर, प्रश्नपद्धती, हालचाली इ. बाबींचा परिणाम प्रतिसादकावर होत असतो; हे लक्षात घेऊन प्रश्न विचारावेत. मुलाखत नियंत्रित आहे की अनियंत्रित आहे याची संयोजकाला प्रश्न विचारताना जाणीव हवी; प्रश्न कोणताही असो, तो कुशलतेने विचारला जावा.

संभाषण सरळ भाषेत, निश्चित स्वरूपात असावे. दोन प्रश्नांमध्ये योग्य ते अंतर ठेवावे. प्रश्नांची घाई करू नये. प्रतिसादकाला बोलण्याची पूर्ण संधी द्यावी. तथापि, जर का विषयांतर होत असेल तर कुशलतेने चर्चा मूळपदावर आणावी. उत्तरे देताना प्रतिसादकाचे हावभाव व शाब्दिक जोर लक्षात ठेवावेत व त्यानुसार नोंदी ठेवाव्यात. रेकॉर्डिंग करावयाचे

असल्यास तशी कल्पना प्रतिसादकाला दिली जावी. प्रतिसादकाचे सहकार्य महत्त्वाचे आहे.

संभाषणामध्ये वादविवाद होऊ नये. स्वत:ची मते स्पष्ट करू नयेत. उद्दिष्टांवर संभाषण केंद्रित करावे. प्रतिसादकांची मते खोडू नयेत. त्यामुळे मुलाखत खंडित होईल. प्रतिसादकाला उत्साही व आनंदी ठेवूनच मुलाखत संपवावी; वेळेचे बंधन अथवा घाई स्वत: करू नये.

मुलाखतीच्या नोंदी ठेवणे हे महत्त्वाचे काम आहे. नोंदी ठेवताना अवांतर गप्पा व निरुपयोगी बोलणे सोडून देणे आणि जरूर त्या बाबी नोंद करणे हे कौशल्यपूर्ण व अनुभवी काम आहे. संभाषणातील व प्रश्नोत्तरातील प्रतिसादकांच्या भावना, उत्साह, नाराजी या गोष्ट त्या त्या वेळीच किंवा मुलाखत झाल्यानंतर लागलीच नोंद कराव्यात. नोंद करताना जमा केलेली माहिती पुढे कोष्टकीकरण, वर्गीकरण इ. कामांसाठी उपयोगी होईल असे पाहावे; काही वेळा सोबतच्या तिसऱ्या व्यक्तीसह त्याच्या नोंदी करावयास सांगितल्या जातात. काही वेळा मुलाखतीचा सारांश प्रतिसादकाकडे पाठवून संमती घेतली जाते.

इ) मुलाखतीचे फायदे - तोटे

फायदे :-
१. मुलाखतीद्वारा सलोखा तयार होतो आणि गुप्त व नाजूक बाबीची माहिती मिळते. इतर साधनांमधून हे शक्य नाही.
२. आवश्यकतेनुसार प्रश्नांचा खुलासा होतो व शंका राहत नाहीत. स्पष्टीकरण देता येते.
३. सखोल प्रतिसाद मिळविता येतो.
४. संशोधक स्वत:च नोंदी करत असल्याने हवी ती माहिती विस्तारीत करू शकतो.
५. निरक्षर, लहान मुले, मोठ्या व्यक्ती या प्रश्नावली भरून देऊ शकत नाहीत. त्यांची मुलाखत घेऊन माहिती घेणे चांगले.

तोटे :-
१. मुलाखतीसाठी तंत्र अवगत हवे. जरूर तर प्रशिक्षण घेऊनच अशी माहिती मिळवावी लागते.
२. प्रतिसादकाच्या मनावर दडपण येऊ शकते.
३. लाजाळू, अबोल, लहान मुले, यांच्या बाबतीत चांगला प्रतिसाद मिळत नाही.
४. काही व्यक्तींना उघड व समोरासमोर माहिती देणे आवडत नाही, त्यामुळे खरी माहिती दिली जात नाही.
५. या पद्धतीला वेळ, पैसा, व कष्ट जादा द्यावे लागतात.

मुलाखतीचा उपयोग तंत्रावर अवलंबून असतो. प्रतिसादकास नक्की काय म्हणायचे हे समजते. संशोधकास हवे ते स्पष्टीकरण करून घेता येते, त्यामुळे विश्वसनीयता वाढते. मुलाखतीमध्ये वस्तुनिष्ठता असते. काही वेळा नव्याने अनपेक्षित जादा माहिती मिळू शकते. तुलनात्मकदृष्ट्या प्रश्नावलीपेक्षा मुलाखत अधिक उपयोगी साधन आहे त्यासाठी मुलाखत घेणाऱ्याने, मुलाखतीचे तंत्र अवगत करून काळजीपूर्वक नोंदी कराव्यात.

५. निरीक्षण

(Observation)

ज्ञानप्राप्तीचे फार जुने तंत्र म्हणजे निरीक्षण होय. प्रश्नावली व मुलाखती प्रमाणे शालेय कृतिसंशोधनात वापरता येणारे निरीक्षण हे महत्त्वाचे साधन आहे. खरे तर निरीक्षण हे माहिती जमा करण्याचे तंत्रच आहे. प्रत्यक्ष घटना, परिस्थिती आणि व्यक्ती पाहून, त्यांच्या वर्तनाची नोंदी घेऊन विश्लेषण करणे म्हणजे निरीक्षण पद्धत होय. अनेक शोध हे शास्त्रज्ञांच्या निरीक्षणातून मिळालेले यश आहे. वैज्ञानिक पद्धतीने ज्ञान मिळविण्याच्या युगात निरीक्षण हे महत्त्वाचे साधन आहे. व्यक्तीचे वर्तन जाणून घेऊन त्यावरून शास्त्रीय अनुमान काढणे हे तंत्र आहे. या तंत्रात नैसर्गिक भाग रास्त राहतो, त्यामुळे त्याची सत्यता राहाते.

प्रश्नावली व मुलाखती प्रमाणे निरीक्षण प्रतिसादकांवर अवलंबून नसते. सामान्य माणसाचे निरीक्षण अनेक कारणांसाठी

सामान्य पातळीवर असते. परंतु, संशोधनकर्त्याला सुनियोजित विशिष्ट बाबींचे निरीक्षण करावे लागते. प्रतिसादकाची निवड, निरीक्षणाच्या वेळा, जागा साधने, नोंदी करण्याचा प्रकार इ. गोष्टी विचारात घेऊन निरीक्षणाची क्रिया केली जाते. संधीचा फायदा घेऊन, असंबंधित केलेले निरीक्षण उपयोगी होत नाही. संशोधनासाठी वापर करावयाचे निरीक्षण हे शास्त्रीय पायावरच उभे असले पाहिजे. निरीक्षणाच्या नोंदी ठेवण्याचे तंत्र आता विद्युत उपकरणांतून मिळणाऱ्या माहितीमुळे वाढले आहे. त्यामुळे निरीक्षणाचा वापर वाढला असून अचूकताही प्राप्त होत आहे.

वर्गातील अध्यापनाचे वेळी विद्यार्थ्यांचे वर्तन प्रेरणा दिल्याने बिघडते. ग्राऊंडवर खेळताना मुलांचे निरीक्षण दूर राहून करता येते. यांसारख्या कृतिसंशोधनाच्या विषयांसाठी हे तंत्र उपयोगी पडते. निरीक्षण अचूक होण्यासाठी मुलाखती, पडताळा सूची, पदनिश्चयन श्रेणी, प्रासंगिक नोंदी, मानसशास्त्रीय मापिका, स्थिर व चलचित्रण यांचा उपयोग करून घेता येतो.

निरीक्षण साधनाचे यश हे निरीक्षकाच्या कुशलतेवर अवलंबून असते. निरीक्षकांची कुशलता ही त्याचा अनुभव, व्यासंग, भावनिक स्थिती, प्रशिक्षण, नोंदी करण्याचा प्रकार व एकूण परिस्थिती इ.गोष्टींवर अवलंबून असते. निरीक्षणात शारीरिक कृतीपेक्षा मानसशास्त्रीय बाजू अधिक महत्त्वाची असते. त्यासाठी सराव आणि प्रशिक्षण हवे असते. दहा हजार प्रतिक्रिया आत्मनिरीक्षणाने ज्याने केल्या आहेत, अशाच व्यक्तीला प्रा. वुंटच्या (Wundt) प्रयोगशाळेतील संशोधन कार्यात घेतले जात होते.

अ) निरीक्षकांचे गुणधर्म -

निरीक्षण हे नैसर्गिक असले तरी संशोधकाला सदर कौशल्य आत्मसात करून घेणे आवश्यक आहे. शालेय संशोधनात निरीक्षणाने शिक्षक अनेक प्रकारची अनुमान काढत असतो. त्यानुसार उपाययोजना करीत असतो, म्हणून शिक्षकाला निरीक्षण तंत्र अवगत असले पाहिजे. त्यासाठी शिक्षकांनी पुढील गुण अंगीकारावेत :

- मानसिक व शारीरिक स्वास्थ्य.
- सातत्य टिकवून ठेवणे.
- आत्मनिरीक्षणाची सवय.
- भावनावश न होण्याची गरज.
- विद्युत तांत्रिक साधनांची माहिती.
- पूर्वग्रहापासून अलिप्त
- सूक्ष्म निरीक्षण शक्ती.
- अभ्यासू वृत्ती आणि चिकाटी हवी.
- अचूकता समजून घेण्याची गरज.
- प्रेरक व चौकस बुद्धी.

निरीक्षणासाठी निवडलेला न्यादर्श पुरेसा व योग्य असला पाहिजे. कोणत्या बाबींचे निरीक्षण करावयाचे व कसे करावयाचे, हे निरीक्षक शिक्षकाने निश्चित करून ठेवावे. एका वेळी एकाच घटकांचे निरीक्षण करावे. अनेक चलांचे एकावेळी निरीक्षण करू नये. खूप वेळा एकच निरीक्षण करणे बरोबर नसते. निरीक्षणाच्या नोंदी कशा करावयाच्या याची रूपरेषा अगोदर तयार ठेवावी. निरीक्षणानंतर लगलीच अर्थनिर्वचन करणे चांगले.

ब) निरीक्षणाचे प्रकार :
निरीक्षणाचे वेगवेगळ्या प्रकारे वर्गीकरण केले जाते. निरीक्षण करण्याच्या विविध पद्धती उपलब्ध आहेत त्यानुसार त्यांचे वर्गीकरण खालील प्रकारे केले जाते.

१) आत्मनिरीक्षण व बाह्यनिरीक्षण : आत्मनिरीक्षणात व्यक्ती स्वतःबद्दलच्या धारणा स्वतःच स्पष्ट करीत असते, परंतु आत्मनिष्ठेमुळे वस्तुनिष्ठता असत नाही. व्यक्ती स्वतःच्या मताने चांगले मत कसे निर्माण होईल एवढ्याच बाबींचा विचार करत असते. आत्मनिरीक्षण सत्य पण एकांगी राहाते. आत्मनिरीक्षणास परिणात्मक स्वरूप देण्याचा प्रयत्न केला जातो. उदा. स्वयंपदनिश्चयन तंत्राचा वापर करून आणि स्टिफन्सची 'क्यू' पद्धती वापरून. तसेच आत्मनिरीक्षणातील दोष टाळण्यासाठी काही वेळा बाह्यनिरीक्षणाचा अवलंब केला जातो. बाह्यनिरीक्षणालादेखील अनेक मर्यादा पडतात आणि सत्य बाहेर येत नाही. सदर दोन्ही पद्धती वेगवेगळ्या दृष्टिकोनातून माहिती पुरवितात.

२) सहभागी निरीक्षण व अलिप्त निरीक्षण : निरीक्षण करताना निरीक्षक सहभागी होतो किंवा तो दूर राहून अलिप्तपणे निरीक्षण करू शकतो. स्वत:च कृतीत सहभागी होऊन, गटात एक सदस्य समजून निरीक्षक निरीक्षण करू शकेल. त्याच्या उपस्थितीचा व हेतूचा फारसा परिणाम गटाच्या कृतीवर होऊ देणार नाही, त्यामुळे निरीक्षण यथार्थ होते. काही वेळ सहभागी झाल्याशिवाय सत्य माहिती उपलब्ध होत नाही म्हणून याप्रकारे निरीक्षण करणे योग्य ठरते, परंतु निरीक्षकाच्या उपस्थितीमुळे काही वेळा विपरीत परिणाम होतो. तो भावनिकतेने गुंतला जाण्याची शक्यता असते. त्यामुळे निरीक्षकाच्या भूमिकेला मर्यादा पडतात.

निरीक्षक कृतीपासून दूर राहून अलिप्तपणे सर्व गोष्टींचे निरीक्षण करू शकतो. प्रतिसादकाला निरीक्षणाची काहीच माहिती नसते, त्यामुळे नैसर्गिक बाबी दिसून येतात. परंतु, कृती किंवा हालचालींमागील हेतू स्पष्ट होऊ न शकल्याने निरीक्षण वस्तुस्थितीला धरून होईल याची खात्री देता येत नाही, म्हणून निरीक्षकाने जरूर त्या वेळी सहभागी होऊन आणि इतर वेळी अलिप्त राहून म्हणजेच अंशत: सहभागी होऊन निरीक्षण केल्यास हेतू साध्य होतो.

३) नियंत्रित व अनियंत्रित निरीक्षण : ज्यावेळी परिस्थिती नियंत्रित करून तिला प्रमाणित निरीक्षणाचे स्वरूप दिले जाते, त्या प्रकारास नियंत्रित निरीक्षण असे म्हणतात. सदर निरीक्षण पूर्वनियोजित असून पडताळा सूची, प्रश्नावली व पदनिश्चयन श्रेणी इ. चा उपयोग केला जातो. तसेच विविध साधने व तंत्रे उपयोगात आणतात. निश्चित स्वरूपात निरीक्षण होत असल्याने अधिक विश्वसनीय निष्कर्ष येतात.

याउलट अनियंत्रित निरीक्षण हे लवचिक असते आणि पूर्वतयारीशिवाय ऐनवेळी ते केले जाते. सर्वसाधारण जमेल त्या प्रकार नोंदी केल्या जातात, त्यामुळे अचूकता नसते. शालेय कृतिसंशोधनात जरुरीप्रमाणे निरीक्षण करावे, त्यासाठी नोंदी व न्यादर्श प्रथम निश्चित करावेत.

निरीक्षणाचे फायदे-तोटे

फायदे :

१. शाळांतून होणारे कार्यक्रम व त्यातून दिसून येणारे विद्यार्थिवर्तन यांचा अभ्यास निरीक्षण, तंत्रामार्फत करणे फायदयाचे व सोईचे असते.

२. लहान मुले व पशु-पक्षी यांचे निरीक्षण करणे व निष्कर्ष काढण्यासाठी हे तंत्र उपयोगी पडते.

३. शिक्षकांचे अध्यापन कौशल्य, विद्यार्थ्यांचे प्रयोगकौशल्य इ. बाबी लेखी प्रश्नावलीवरून स्पष्ट होत नाहीत; त्यासाठी निरीक्षणच करणे योग्य असते.

४. प्रतिसादकाने स्वत:बद्दल सांगणे आणि त्याचे अप्रत्यक्षपणे निरीक्षण करून माहिती घेणे यामध्ये फरक पडतो. निरीक्षणातून हवी ती सत्यता पडताळून पाहता येते.

५. काही घटना दुर्मीळ असतात, तसेच मानसशास्त्रीय बैठक असल्याने निरीक्षण करणे शक्य होत नाही. त्यासाठी खास प्रयत्न असावे लागतात आणि प्रशिक्षण घ्यावे लागते.

६. अभिवृत्ती - मापिका

(Opinionnaire)

पुष्कळ वेळा व्यक्तीच्या समजुता, त्यांच्या मनाचा कल (Attitude) मापन करावा लागतो. त्या भावना व समजुती व्यक्त करणे म्हणजे 'मत' सांगणे होय. परंतु, मत अस्थिर व बदलती असतात, त्यामुळे खरी वृत्ती समजत नाही. काही वेळा सामाजिक बदलामुळे व चाली-रूढी-परंपरेच्या दडपणामुळे बाह्य वर्तन मनातील मूळ भावनेपेक्षा वेगळेच असते. तथापि, व्यक्तीचा कल समजण्यासाठी 'मनोवृत्ती मापन' किंवा 'अभिवृत्ती मापिका' (Attitude Scale) संशोधनाचे साधन म्हणून शालेय व्यवहारात वापरले जाते.

अभिवृत्तीचे मापन करताना भावनात्मक बाजूवरच भर दिला जातो, त्यामुळे अभिवृत्तीतून मानसिक कलाचे दर्शन घडते.

एखादी घटना, कल्पना, वस्तू, व्यक्ती किंवा गट यासंबंधी व्यक्तीला जे वाटते, ती त्या व्यक्तीच्या त्या त्या घटकासंबंधीची 'मनोवृत्ती' असे म्हणता येईल. मन व मनाची वृत्ती यामध्ये फरक पडतो. तथापि, मनाचे विचार वृत्तीतून प्रकट होताना दिसतात. अभिवृत्ती-मापिकेत व्यक्ती स्वत:च आपली श्रेणी निर्धारीत करीत नाही तर तिच्यापुढे प्रस्तुत करण्यात आलेल्या संशोधन समस्येची सुसंगत अशा विधानाशी ती व्यक्ती सहमत आहे की नाही किंवा किती प्रमाणात सहमत आहे हे शोधून काढता येते. विधानांच्या संदर्भात व्यक्तीच्या होणाऱ्या प्रतिक्रिया लक्षात घेऊन व्यक्तीस गुण दिले जातात. त्यावरून व्यक्तीची मापिकेवरील स्थिती कोणती हे दर्शविले जाते. त्यालाच अभिवृत्ती - मापिका असे म्हणतात. संशोधनाच्या उद्दिष्टांशी संबंधित अशीच अनेक विधाने मापिकेत समाविष्ट केली जातात. व्यक्ती त्या विधानांशी कितपत सहमत आहे किंवा नाही, याची चाचणी घेऊन त्याद्वारे व्यक्तीला गुण दिले जातात.

अभिवृत्ती मापिकेत निरनिराळ्या प्रकारांनी प्रतिसादकांची मते विचारली जातात, या ठिकाणी उत्तर चूक की बरोबर हा मुद्दा नसतो. उत्तराचे स्वरूप किंवा सहमतीचे स्वरूप लक्षात घेतले जाते. अनेक विवाद्य समस्यांवरील मताचे मापन करण्यासाठी या तंत्राचा उपयोग केला जातो. उदा. धार्मिक शिक्षण, सैनिक शिक्षण, अभ्यासक्रमाची पातळी, परीक्षा पद्धती, सुट्टीचा कालावधी इ. मनोवृत्तीची कदर केली जाते.

मापिका तयार करण्याच्या पद्धती : अभिवृत्ती मापिका तयार करण्याच्या दोन विशेष व महत्त्वाच्या पद्धती आहेत, त्या खालीलप्रमाणे –

अ) थर्स्टन पद्धत : (Thurstone) या पद्धतीमध्ये एखादी घटना, कार्य पद्धत, गट, कल्पना, इ. अभ्यासाविषयांसंबंधीची २० पेक्षा जादा विधाने सुरुवातीस तयार करावयाची. त्या मुद्यांमध्ये विषयांच्या चांगल्यापासून वाईटापर्यंत समावेश असावा. त्यासाठी थर्स्टनने आपल्या 'दि मेजरमेंट ऑफ ॲटिट्यूड' या ग्रंथात सहा कसोट्या सुचविल्या आहेत.

१. विधानाची भाषा वर्तमानकालीन असावी.

२. प्रत्येक विधानत एकच मत, विचार, कल्पना असावी.

३. प्रातिनिधिक स्वरूपातील विधाने असावीत. त्यामधून प्रतिसादकाला मत व्यक्त करता येईल असे पहावे.

४. परस्पर विरोधी विधाने टाळावीत.

५. विधाने सरळ व स्पष्ट असावीत.

वरील निकषांच्या आधारे तयार केलेली विधाने ५० तज्ञ व्यक्तींना द्यावीत. १ ते ११ परिणामांची श्रेणी तयार करून (पूर्ण सहमतीपासून ते पूर्ण असहमतीपर्यंत) मूल्यांकासाठी दयावी. प्रत्येक तज्ज्ञ त्यानुसार प्रत्येक विधानाला गुणभार देतो. ज्या विधानांची जागा ठरविण्यामध्ये तीव्र मतभेद दिसतील ती विधाने गाळावीत. त्यानंतर मान्य केलेल्या प्रत्येक विधानास १ ते ११ च्या दरम्यानचे मध्यगा प्रमाणातील मूल्यांक दयावेत. यानुसार प्रत्येक विधानाचे श्रेणीमूल्य निश्चित केले जाते. हे श्रेणी मूल्य म्हणजे निरनिराळ्या तज्ज्ञानी त्या त्या विधानाला श्रेणीतील ११ गुणांपैकी दिलेल्या गुणांचे मध्यांक असतात. आता प्रत्येकाचा मूल्य तयार झाले व यादी अंतिम तयार झाली. सदर यादी प्रतिसादकांना त्यांच्या मतासाठी द्यावी. मान्य असणाऱ्या विधानापुढे बरोबर अशी खूण करून ते स्वीकारतील. त्यानुसार प्राप्तांक काढून प्रतिसादकाच्या मनोवृत्तीचे मापन करता येईल.

ब) लिकर्ट पद्धत : थर्स्टन तंत्रातील गुंतागुंत टाळून सरळ, सोपी पद्धत लिकर्ट आदी मंडळींनी तयार केली आहे. थर्स्टन पद्धतीमध्ये तज्ज्ञांच्या निर्णयाला महत्त्व दिले जाते आणि त्यांच्या निर्णयानुसार मापिका तयार केली जाते, परंतु लिकर्टच्या पद्धतीमध्ये अभिव्यक्त मतावरून मापिका तयार केली जाते. या रचनेमुळे थर्स्टन तंत्रात तज्ज्ञांच्या मतांच्या कसोटीवर प्रतिसादाचे मत तपासले जाते, तर लिकर्ट तंत्रामध्ये अस्तित्वात असणाऱ्या किंवा दिसून येणाऱ्या मतानुसार मापन केले जाते.

लिकर्ट तंत्रानुसार प्रथम ज्या विषयाच्या संदर्भात मापन करावयाचे असेल, त्यासंबंधीची सर्व मते प्रथम गोळा केली जातात. त्यासाठी वृत्तपत्रे, मासिके, भाषणे, पूर्वीचे संशोधन निष्कर्ष इ. माध्यमांचा उपयोग केला जातो. ती कोणातरी व्यक्तीची

मत असली पाहिजेत. सदर मते अनुकूल व प्रतिकूल अशा दोन गटात विभागली जातात. दोन्ही गटातील मत समान असावीत. अनिश्चित व अयोग्य स्वरूपाची मते तज्ज्ञांच्या मार्गदर्शनाने गाळली जातात. थर्स्टन तंत्रात अनुकूल विधानावरच खुण करावयाच्या असतात, तर लिकर्ट पद्धतीत दोन्ही प्रकारच्या मतांवर खुणा करावयाच्या असतात. सहमत, पूर्ण सहमत, अनिश्चित आणि असहमत, पूर्ण असहमत अशी पाच बिंदुश्रेणी तयार होते, त्यामुळे प्रत्येक विधानच श्रेणी बनून राहते, हा एक लिकर्ट पद्धतीचा मोठा फायदा म्हणावा लागेल. उदा. दोन्ही प्रकारची विधाने २० आहेत असे समजू, तर प्रत्येक विधानास अ) पूर्ण सहमत ब) सहमत क) अनिश्चित ड) असहमत इ) पूर्णपणे असहमत अशा ५ श्रेणी तयार होतील. त्यानुसार प्रतिसादकांचा अभिप्राय घेऊन खालीलप्रमाणे गुणांक दिले जातील. लिकर्टने पुढीलप्रमाणे गुणभार सुचविला आहे.

अनुकूल विधाने		प्रतिकूल विधाने	
अभिप्राय	श्रेणी अंक	अभिप्राय	श्रेणी अंक
अ) संपूर्ण मान्य	५	अ) संपूर्ण मान्य	१
ब) मान्य	४	ब) मान्य	२
क) सांगता येत नाही	३	क) सांगता येत नाही	३
ड) अमान्य	२	ड) अमान्य	४
इ) संपूर्ण अमान्य	१	इ) संपूर्ण अमान्य	५

एकूण विधाने २० असल्यास प्रतिसादकांचा जास्तीत जास्त प्रतिसाद २० × ५ = १०० श्रेणी अंकाचा राहील आणि कमीत कमी २० × १ = २० चा असेल. तसेच तटस्थ असणाऱ्यांचा २० × ३ = ६० गुणभार राहील.

अशा प्रकारे प्रतिसादकांच्या मताला गुणांक देऊन त्यांच्या एकूण मत गुणांकाची बेरीज घेतली जाते. पन्नास व जास्त गुण मिळणारा प्रतिसादक समस्येशी सहमत असणाऱ्या मनोवृत्तीचा व पन्नासपेक्षा कमी गुण मिळविणारा समस्येशी असहमत असणाऱ्या मनोवृत्तीचा ठरविला जातो. मापिकेमार्फत मिळणारी माहिती अचूक असेल असे म्हणता येणार नाही. मापिकेचे यश प्रतिसादकांच्या एकूण प्रामाणिकपणावर अवलंबून राहते. तसेच अनुकूल आणि प्रतिकूल विधाने सारख्याच प्रमाणात दृष्टिकोनाची बाजू धरून मांडली जातात असे म्हणता येणार नाही. त्यामुळे प्रत्यक्ष निरीक्षण न करता केवळ शाब्दिक मनोवृत्तीच्या आधारे मापन केले जाते; त्यामुळे मर्यादा येतात. तथापि, काळजीपूर्वक समस्या हाताळून, अभ्यासपूर्वक विधाने तयार केली आणि तज्ज्ञ व्यक्तींची मते घेतली तर मनोवृत्तीचे दर्शन प्रतिसादकाकडून मिळू शकेल.

७. शोधिका

(Inventory)

व्यक्तिमत्वाच्या घटकांसंबंधी भावनात्मक माहिती घेण्यासाठी वापरावयाचे दुसरे साधन म्हणजे शोधिका होय. व्यक्तीला कोणत्या क्षेत्रात आवड आहे किंवा नावड आहे, याचे संशोधन याद्वारे होऊ शकते. अशी शोधिका म्हणजे एक प्रकारची प्रश्नावलीच असते. शोधिकेमधून विधाने वा प्रश्न आणि अपेक्षित उत्तरे दिली जातात. प्रतिसादकाने आपली निवड करावयाची असते. यावरून निश्चित निष्कर्ष काढता येत नसेल तरी विशिष्ट परिस्थितीत व्यक्तीचे वर्तन कसे राहिल याचा अंदाज बांधता येईल. तथापि, आत्मनिरीक्षणाच्या सर्व मर्यादा या ठिकाणीही येतात. मानसशास्त्राच्या दृष्टीने एक व्यक्ती ही दुसऱ्या व्यक्तीपेक्षा भिन्न असते. प्रत्येकाच्या आवडी-निवडी वेगळ्या असतात. अभिरुची शोधिका व्यक्तीच्या विकासासाठी फार उपयोगी पडते. त्यासाठी शिक्षण क्षेत्रात या साधनांचा वापर वाढला आहे. अभिरुची शोधिका शिक्षक स्वतः तयार करू शकतात. त्यानुसार मार्गदर्शन करू शकतात. वाचन-लेखन आवड, कलाविषयक, क्रीडा, व्यायाम, यांत्रिक, तांत्रिक, शास्त्रीय आवड-निवडीचा शोध घेता येतो. संशोधन कार्यासाठी व त्यानुसार विद्यार्थ्यांना मार्गदर्शन होण्यासाठी या साधनांचा उपयोग प्रत्येक शिक्षकाने करावा. या साधनांद्वारे विद्यार्थ्यांना कोणत्या क्षेत्रात, कोणत्या कार्यक्रमात, कोणत्या विषयात रूची आहे किंवा नाही, हे शोधून

काढता येते. अभिरुची हे व्यक्तिमत्वाचे अंग असून त्यावर अनुवंश आणि परिस्थितीचा परिणाम होऊ शकतो. वयानुसार अभिरुचीत कमी-जास्त बदल होऊ शकतो.

अ) स्टाँगची अभिरुची शोधिका (Interest Inventory) : स्टाँगने ही स्वत:ची अशी व्यावसायिक अभिरुची प्रथम १९२७ साली प्रसिद्ध केली. त्यानंतर १९६६ साली तिची सुधारित आवृत्ती प्रसिद्ध केली. त्यामध्ये ४०० प्रश्नांचा समावेश आहे. यात स्वयं मूल्यांकन करण्यासाठी व्यवसाय, शालेय विषय, करमणूक, कृती, व्यवसायावर प्रभाव टाकणारे घटक, अभिरुचीची तुलना, व्यक्तिमत्त्वाचे विशेष इत्यादीसंबंधी प्रश्न आहेत.

उदा. - खालील शालेय विषयांपैकी तुम्हाला जो आवडत असेल, त्याच्याभोवती 'आ' - अक्षरावर वर्तुळ काढा. आवड नसेल तर 'ना' भोवती वर्तुळ काढा आणि सांगता येत नसेल किंवा तटस्थ असाल तर 'त' भोवती वर्तुळ काढा.

आ = आवड, त = तटस्थ, ना = नावड

विषय	प्रतिक्रिया
१. बीजगणित	आ त ना
२. अंकगणित	आ त ना
३. इंग्रजी	आ त ना
४. मराठी	आ त ना
५. व्यापारशास्त्र	आ त ना

ब) कुडरची निवड नोंद चाचणी : यामध्ये तीन कृतींचा निर्देश केला जातो. सर्वात अधिक प्रिय कृती कोणती आणि सर्वात नावडती कृती कोणती, हे सांगायचे असते. त्यापुढे 'आ' किंवा 'ना' लिहावे.

उदा. - तुमची रुची दर्शवा.

१. घड्याळ दुरूस्त करणे २. लाकडी सामान बनविणे ३. यंत्रे चालविणे.

विद्यार्थ्यांना कोणते छंद आहेत हे पाहणे. पुढील कोणती कृती करावी असे तुम्हास वाटते. होय/नाही असे लिहावे.

१) क्रिकेटची मॅच पाहणे - होय / नाही
२) हॉलीबॉल खेळणे -होय / नाही
३) मासे गोळा करणे - होय / नाही
४) रंगीत खडूने चित्र काढणे - होय / नाही
५) कादंबरी वाचित बसणे - होय / नाही

८. पडताळा सूची

(Check List)

निरीक्षणावर आधारित असे हे साधन आहे. एखाद्या व्यक्तीबाबत, संस्थेबाबत, घटनेबाबत माहिती घेण्यासाठी अभ्यासपूर्वक तयार केलेली विधानांची यादी म्हणजे पडताळा सूची होय. विशिष्ट गुणांचा, कौशल्यांचा कितपत परिणाम झाला आहे हे पडताळून पाहाता येते. प्रतिसादकाला भरण्यासाठी देता येते. अपेक्षित उत्तरांची नोंद अगोदर केलेली असते, त्यामुळे माहिती मिळविण्याचे सोईचे साधन मानले जाते.

पडताळा सूचीमुळे विशिष्ट बाबींचे अस्तित्व फक्त कळून येते; मापन होत नाही. कोणत्या क्रमांकावर व्यक्ती आहे, हे समजून येत नाही किंवा दर्जा दाखविला जात नाही. विधानाची सूची एका शब्दांत, एका वाक्यात किंवा परिच्छेदातदेखील करतात. सूची परिपूर्ण व निर्दोष असणे आवश्यक आहे. त्यासाठी प्रथम ज्या बाबींचा पडताळा पहावयाचा, त्याने पृथक्करण करून, वैशिष्ट्ये निश्चित करून त्यांचे योग्य त्या गटात विभाजन करावे. विद्यार्थी चांगला अभ्यास करतात का? याची

पडताळा सूची पुढीलप्रमाणे होईल - धडा वाचल्यानंतर मनन करणे, धड्यातील मुद्दे काढणे, एकाग्रतेने कार्य करणे, गृहपाठ वेळेवर पूर्ण करणे, शंकानिरसन करून घेणे इ. बाबींची विधाने होतील वक्तृत्व गुणांचा पडताळा पाहण्यासाठी खालील विधाने तयार होतील.

- विचार सुसंगतपणे मांडतो.
- आवाजात योग्य तो चढ-उतार करतो.
- योग्य असे हावभाव करतो.
- शुद्ध भाषेचा वापर करतो.
- आत्मविश्वासाने बोलतो. इ.

निरीक्षकाने योग्य त्या विधानापुढे होय/नाही असे नमूद करणे किंवा खुणांनी नोंद करावयाची असते.

गुण : १) निर्मिती सोपी असते.
२) व्यापक प्रमाणात माहिती घेता येते.
३) झटपट नोंदी ठेवता येतात.
४) प्रतिसादकही भरू शकतो.
५) कमी खर्चीक आहे.

मर्यादा : तुलनात्मक अभ्यास होत नाही, त्यामुळे क्रमांक देता येत नाही. निरीक्षण करणारा अभ्यासू असला पाहिजे. विचारपूर्वक नोंदी केल्या तर योग्य निष्कर्ष मिळू शकतात. अन्यथा चुकीची माहिती मिळून निर्णय चुकीचे घेतले जातात. विधाने तयार करण्यासाठी सखोल ज्ञान असायला हवे. तसेच मिळालेल्या माहितीचा अर्थ लावता आला पाहिजे. विधानांतून केवळ वरवरची माहिती मिळत असल्याने सखोल अभ्यासासाठी उपयोग कमी होतो. त्यासाठी पदनिश्चयन श्रेणीचा उपयोग करणे चांगले.

९. पदनिश्चयन श्रेण

(Rating Scale)

पदनिश्चयन म्हणजे एखादी घटना, परिस्थिती, कौशल्य, गुण यांची श्रेणी निश्चित करणे, स्तर ठरविणे, दर्जा देणे. संशोधक स्वत:च्या मतानुसार क्रमांकन करीत असतो. प्रतिसादकास विचारल्यास तो आपल्या पसंतीनुसार क्रम लावीत असतो. 'पदनिश्चयन' म्हणजे पद - स्थान निश्चित करणे. एखादे शिक्षक चांगले शिकवितात, उत्तम शिकवितात, किंवा बरे-वाईट शिकवितात असे आपण बोलतो, त्यावेळी आपण त्यांच्या शिकविण्याचा दर्जा सांगता असतो, म्हणजे आपण पदनिश्चयन श्रेणी देत असतो.

विद्यार्थ्यांना आपण श्रेणीमध्ये देऊन, त्यांचे गट पाडून दर्जा देऊ शकतो आणि मूल्यमापन करू शकतो. उदा. विद्यार्थ्यांचे अक्षर वाईट, बरे, चांगले, उत्तम, उत्कृष्ट अशा शब्दांत सांगू शकतो. श्रेणीला गुणदान करून, प्राप्तांक देऊन तुलना करू शकतो. पदनिश्चयन श्रेणीची रचना पडताळा सूचीपेक्षा थोडी अवघड असली तरी संशोधनात त्याचा चांगला उपयोग होतो. एखाद्या घटनेचे चांगले-वाईट मूल्यमापन करून दर्जा देता येतो. रचना करताना प्रथम कोणत्या मुद्द्यांवर पदनिश्चयन हवे आहे, ते स्पष्ट करून घ्यावे. कामाचा दर्जा, कौशल्य, प्रामाणिकपणा, सहभाग, कल्पना इ. गुणांवर पदनिश्चयन हवे असेल तर त्या संबंधिचे अभिप्रेत अर्थ स्पष्ट करणे आवश्यक आहे; तसेच किती बिंदूवर पदनिश्चयन घ्यावयाचे ते ठरवावे लागते. ५ पासून १५ बिंदूपर्यंत दर्जा देता येतो. परंतु, त्यातील भेद स्पष्ट करता आला पाहिजे. निरीक्षण करता येईल असा दर्जा असावा. उदा. चांगला, उत्तम, उत्कृष्ट यांचा अर्थ व भेद स्पष्ट झाला पाहिजे; म्हणून ५ ते ७ पर्यंत बिंदू सर्वसाधारण घेतले जातात.

उदा. हा विद्यार्थी चर्चेत भाग घेतो का? किती घेतो?

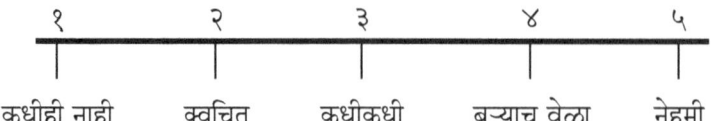

१	२	३	४	५
कधीही नाही	क्वचित	कधीकधी	बऱ्याच वेळा	नेहमी

प्रतिसादक किंवा निरीक्षक '✓' अशी खूण देऊन त्या विद्यार्थ्यांचा चर्चेत भाग घेण्याचा दर्जा स्पष्ट करतो. एखाद्या घटनेचे मूल्यमापन करताना खालील प्रमाणे श्रेणी देता येईल. उदा. - सभेला उपस्थिती कशी होती?

फार कमी	साधारण बरी	चांगली/उत्तम	अत्युत्तम	

अभ्यासक्रमाबद्दल, पुस्तक परीक्षणाबद्दल, एखाद्या शालेय उपक्रमाबद्दल विद्यार्थी व पालकांकडून पदनिश्चयन श्रेणीद्वारे मूल्यमापन करता येईल. शालेय संशोधनात अनेक ठिकाणी या साधनांचा उपयोग करणे सोईचे होते. माहितीची नोंदी त्वरित होते. तथापि, पदनिश्चयनाचा निर्णय घेणे अवघड असते. त्यासाठी सराव व अभ्यास लागतो.

१०. गुणांकपत्रिका - अंकपत्र

(Score Card)

पडताळा सूची व पदनिश्चयन श्रेणीसारखेच संख्यात्मक मूल्यमापन करण्याचे साधन म्हणजे 'अंकपत्र' होय. पदनिश्चयनामध्ये ठराविक वैशिष्ट्यांचा विचार केला जातो, तर अंकपत्रात त्या वस्तूच्या किंवा व्यक्तीच्या अनेक गुणांचा विचार होऊन गुणभार मोजला जातो. केवळ अस्तित्व किंवा दर्जा न देता मूल्यांकन करणे संशोधनकर्त्याला उपयोगी पडते. समाज, कुटुंब, इमारत, शाळा, पाठ्यपुस्तकांची निवड इ. मूल्यमापन अंकपत्राद्वारे होऊ शकते. तथापि, सर्वच घटक शोधून त्यांचे मूल्यांकन करून प्रमाणीकरण करणे अवघड असते.

११. प्रमाणित कसोटी

(Standardized Test)

शालेय संशोधनात निरनिराळ्या कारणांसाठी चाचण्या किंवा कसोट्या घ्याव्या लागतात. बुद्धिमापन कसोटी, अभियोग्यता कसोटी इ. प्रकार पाडले जातात. बुद्धिमत्तेच्या आधारावर जर निवड करावयाची असेल तर बुद्धिमापन कसोटी उपयोगी होते. त्यानुसार विद्यार्थ्यांचे समान गट पाडता येतात. व्यक्तीची विशिष्ट क्षमता गुण, कल समजण्यासाठी आणि त्यानुसार कृतिसंशोधन हाती घेण्यासाठी अभियोग्यता चाचणींचा उपयोग केला जातो. संशोधन कार्यासाठी वापरावयाच्या कोणत्याही कसोट्या किंवा चाचण्या प्रमाणित असण्याची गरज आहे. त्यासाठी सप्रमाणता, विश्वसनीयता, भेदनक्षमता, वस्तुनिष्ठता आणि प्रमाणके निश्चित करून घेणे आवश्यक असते.

कोणत्याही प्रकारची चाचणी प्रमाणित केल्या खेरीज संशोधनासाठी वापरू नये. शाळेती सहामाही, वार्षिक परीक्षा किंवा अन्य कारणांसाठी घेतल्या जाणाऱ्या घटक चाचण्या हे संशोधनासाठी साधन म्हणून वापरता येणार नाही, म्हणून चाचणी प्रमाणित करून वापरावी, म्हणून प्रमाणित चाचणी किंवा कसोटी कशी तयार करतात, याची थोडक्यात माहिती देत आहोत. प्रमाणीकरण प्रक्रियेतील पायऱ्या खालीलप्रमाणे –

अ) कसोटी उद्दिष्ट निश्चित करणे : कसोटी कोणत्या कामासाठी तयार करावयाची आहे, हे प्रथम नक्की करावे. उदा.- एखाद्या विषयातील प्रावीण्य मोजावयाचे की, बुद्धिमत्ता पहावयाची किंवा अभियोग्यता ठरवायची हे महत्त्वाचे आहे.

नोकरीसाठी किंवा प्रवेशासाठी निवड करताना उद्दिष्टे वेगवेगळी असू शकतील. त्यानुसार आशय बदलेल. उद्दिष्टे स्पष्ट असली पाहिजेत. उदा. नोकरीसाठी भाषिक प्रावीण्य हवे की, गणितीय अंकज्ञान हवे? कोणती अपेक्षा आहे, याची गुणात्मक यादी करावी. त्यानुसार प्रश्न तयार करावे लागतील. तसेच उद्दिष्टांना महत्त्व देऊन गुणभार (weightage) दयावे लागेल; प्रत्यक्ष क्षमतेचे महत्त्व ठरवून भारांश निश्चित करावा. कसोटीतील प्रश्न ठरविताना भारांश लक्षात घ्यावा.

ब) कसोटीचा प्राथमिक नमुना तयार करणे : कसोटीचा स्थूल आराखडा वरील प्रमाणे तयार झाल्यावर प्रारंभी एक कच्चा नमुना तयार करावा. अंतिम कसोटी तयार करण्यासाठी या नमुन्यावर काही संस्कार करणे आवश्यक असते. उद्दिष्टे बारकाईने पाहून विचारपूर्वक प्रश्न तयार करावेत. त्यासाठी चांगल्या प्रश्नांचे निकष पहावेत. कोणत्याही कसोटीत विविध प्रश्न असू शकतात, म्हणून प्रश्नांचे योग्य असे गट पाडून मांडणी करावी. प्रश्नांची मांडणी काठिण्य पातळी लक्षात घेऊन करावी. प्रत्येक प्रश्न प्रकारासाठी स्वतंत्र सूचना घ्याव्यात. सुरुवातीचे प्रश्न सोपे आणि सर्वांना सोडविता येतील असे ठेवावेत. शेवटचे प्रश्न फारच कठीण ठेवावेत की फार थोडे विद्यार्थी सोडवू शकतील. प्रश्नांच्या अशा उतरंडीमुळे भेदभावक्षमता स्पष्ट होऊ शकते. कसोटीचा प्राथमिक नमुना तयार झाल्यावर काठिण्यमूल्य ठरवावे. त्यासाठी नमुना प्रश्नसंच वापरून पाहावा; तयार केलेले प्रश्न कोणत्या दर्जाचे आहेत. हे कसोटीला अंतिम स्वरूप देण्यापर्वी समजून घेतले पाहिजे. नमुना चाचणी घेताना वेळेचे बंधन ठेऊ नये. सर्वांना सर्व प्रश्न सोडविण्याची संधी दयावी. निरनिराळ्या विद्यार्थ्यांना प्रारंभी किती वेळ लागतो याची नोंद घ्यावी. त्यानुसार अंतिम चाचणीसाठी वेळेची मर्यादा ठेवावी. तसेच सर्व प्रश्नांचे पृथक्करण करून निकृष्ट दर्जाचे प्रश्न गाळावेत. त्यासाठी जादा प्रश्न सुरुवातीस ठेवावेत.

क) प्रश्नांचे पृथक्करण करणे : विद्यार्थ्यांनी प्रत्येक प्रश्नांची दिलेली उत्तरे पाहूनच कसोटीबद्दलचे मत बनविता येते. उत्तरांवरून कोणते अडथळे येतात, याचे ज्ञानही होते. विद्यार्थ्यांच्या कमकुवतपणाचा अंदाज करता येतो. यावरून अध्ययन-अध्यापन सुधारता येते; म्हणून प्रश्नपृथक्करण आवश्यक आहे. प्रश्नांचे काठिण्यमूल्य किती आहे? भेदभाव क्षमता किती आहे? याचा पुरावा मिळतो. पृथक्करणाच्या विविध पद्धती आहेत. शाळा शिक्षकांना सहज करता येईल अशी पद्धत येथे देत आहोत. प्रथम चाचणीतील मिळालेल्या गुणांवर क्रमांक लावायचे. क्रम लावल्यानंतर सर्वात वरचे २५ टक्के आणि सर्वात खालचे २५ टक्के विद्यार्थी घ्यावयाचे म्हणजे खालून २५ टक्के आणि वरून २५ टक्के विद्यार्थ्यांच्या गटातील प्रश्नोत्तर घेऊन तुलना करावयाची. उदा. ८० विद्यार्थ्यांच्या वर्गातील गणित विषयाच्या चाचणीतील प्रश्नांचे पृथक्करण पुढीलप्रमाणे होईल. –

१) गुणानुक्रमे सर्व उत्तरपत्रिका लावून घ्या.

२) वरच्या २५ टक्के आणि खालच्या २५ टक्के उत्तरपत्रिका, प्रत्येकी २० प्रमाणे ४० बाहेर काढा.

३) निवडलेल्या विकर्षकांची (Distractor) विद्यार्थीसंख्या नोंद करा.

४) दोन्ही गटातील विद्यार्थ्यांची उत्तरे पाहून प्रश्नांची भेदभाव क्षमता ठरवा.

५) प्रत्येक प्रश्नाचे काठिण्यमूल्य निश्चित करा.

प्रश्न 'अ' चे काठिण्यमूल्य काढणे.

प्रश्न - अ = ५, ब = ४ तर $(\text{अ} + \text{ब})^{२}$ = ... ची किंमत काढा.

$(\text{अ} + \text{ब})^{२}$ .... = $\text{अ}^{२}$+ २अब + $\text{ब}^{२}$ (२५ + २×५×४ + १६) = ८१

प्रश्नपृथक्करण

	बरोबर	चूक	एकूण
वरील गट २५ टक्के	१५	५	२०
खालील गट २५ टक्के	९	११	२०

अभिप्राय : वरील गटातील १५ बरोबर आणि खालील गटातील ८ विद्यार्थी बरोबर आहेत तर ४० पैकी २४ बरोबर आहे, म्हणजे हा प्रश्न फार कठीण नाही. वरील गटात तो १५ विद्यार्थ्यांनी सोडविला आहे; म्हणजे प्रश्नांची भेदभाव क्षमता योग्य आहे असे दिसते.

$$\text{काठिण्यमूल्य} = \frac{R}{N} \times १०० = \frac{२४}{४०} \times १०० = ६०$$

समजा वरील गटातील काठिण्यमूल्य ८० टक्के आले तर तो प्रश्न सोपा असला पाहिजे. एखाद्या प्रश्नाचे काठिण्यमूल्य २० टक्के आले तर तो प्रश्न कठीण असला पाहिजे. काठिण्यमूल्य ७० टक्क्यांपेक्षा जास्त असेल तर प्रश्न सोपा समजावा. ३० टक्क्यांपेक्षा कमी असेल तर कठीण समजावा आणि ३० ते ७० च्या दरम्यान मध्यम समजावा.

ड) भेदभाव क्षमता निश्चित करणे : दोन्ही गटांतील सर्वच विद्यार्थ्यांनी एखाद्या प्रश्नाचे उत्तर बरोबर किंवा चूक दिले तर त्या प्रश्नाची भेदभाव क्षमता शून्य आहे असे समजावे; कारण हुशार व सामान्य विद्यार्थी यांमधील भेद दाखविण्याचे सामर्थ्य त्या प्रश्नात नाही. एखाद्या गटातील हुशार व सामान्य विद्यार्थी निवडून काढण्याची क्षमता प्रश्नांमध्ये असते, तिला त्या प्रश्नाची भेदभाव क्षमता (Discriminating Power) असे म्हणतात.

$$\text{भेदभाव क्षमता} = \frac{U - L}{\frac{1}{2}N}$$

U = वरील गटातील बरोबर असणारी संख्या.

L = खालील गटातील बरोबर असणारी संख्या.

N = एकूण दोन्ही गटांची संख्या.

$$\therefore \text{भेदभाव क्षमता} = \frac{१५ - ९}{\frac{१}{२}४०} = \frac{६}{२०} = ०.३०$$

भेदभाव क्षमता शून्य असेल किंवा ऋण असेल तर तो प्रश्न सुधारावा किंवा गाळावा; अशा प्रकारे प्रश्न तयार केल्यावर सदर चाचणीची सप्रमाणता व विश्वसनीयता पडताळून पाहावी. तसेच प्रमाणके (Norms) तयार करावीत. सध्या गुणांचे रूपांतर करून त्यांना अर्थ प्राप्त होण्यासाठी कोष्टक तयार केले जाते त्याला प्रमाणक (Norm) असे म्हणतात. सदर रूपांतर निरनिराळ्या प्रकारे करतात. जसे - वय प्रमाणक, इयत्ता प्रमाणक (Std/Norm), बुद्धिप्रमाणक (IQ), शततमक, प्रमाणक (Percentile Norms), इ. प्रत्येक प्रमाणित कसोटीबरोबर मार्गदर्शक पुस्तिका देतात. त्यामध्ये उद्दिष्टे, ती तयार करण्याची पद्धत, वापर करण्याच्या सूचना, गुणदान योजना, गुणांचा अर्थ लावणे इ. बाबतचे मार्गदर्शन असते. तसेच कोणत्या गटाला दिली, नमुना कसा निवडला, प्रमाणके कशी तयार केली याची माहिती असते. संशोधन कार्यासाठी अशा प्रमाणित कसोट्या महत्त्वाच्या असतात.

१२. नैदानिक कसोट्या

(Diagnostic Tests)

आरोग्य क्षेत्रात नैदानिक निदानाला फार महत्त्व असते. निदान योग्य झाले तरच उपचार योग्य प्रकारे करता येतात. त्याप्रमाणे अध्यापन-अध्ययन प्रक्रियेमध्ये विद्यार्थ्यांच्या अडचणी समजून घेऊन कच्चे दुवे किंवा त्रुटी शोधून काढणे महत्त्वाचे आहे. त्यासाठी जे साधन वापरले जाते, त्याला नैदानिक कसोट्या-चाचण्या असे म्हणतात.

निदान करून, त्यातील कमतरतेचे पृथक्करण करून घटकांचा शोध घेतला पाहिजे आणि त्यानुसार नेमका उपाय करून कच्चा भाग दुरुस्त केला पाहिजे, तरच विद्यार्थ्यांमध्ये जरूर त्या सुधारणा होऊ शकतील. उदा. गणितामध्ये नापास होणारे विद्यार्थी किंवा शास्त्रामध्ये कमी गुण मिळणारे विद्यार्थी समान कारणाने मागे पडतात असे होत नाही; प्रत्येकाचे कारण वेगवेगळे असू शकते. कुणाला बेरीज जमत नाही, तर कुणाला संबोध समजलेले नसतात. त्यासाठी निदान करून योग्य कारण शोधून काढून उपाय केल्यास फायदा होतो. भाषेमध्ये लेखन, उच्चार, अक्षरवळण, वाक्यरचना, यांचा प्रगतीवर मोठा परिणाम होत असतो. भाषेचा परिणाम इतिहास, भूगोल इ. इतर विषयांवरदेखील होतो; म्हणून निदान करणाऱ्या चाचण्या घेऊन कारणे शोधून त्यानुसार योग्य उपाय करणे शिक्षकाला शक्य आहे. शालेय संशोधनात नैदानिक कसोट्यांचा वापर करणे आवश्यक आहे.

***

पेपर नं. ३
घटक नं. ८

संशोधनासाठी अभ्यासपद्धती

शालेय शिक्षणात भरपूर समस्या असून ते एक मोठे आव्हान शिक्षकांसमोर आहे. त्यासाठी कृतिसंशोधन हा एकमेव मार्ग दिसून येतो; म्हणून समस्या निवड व त्याची नियोजनपूर्वक मांडणी कशी करावी, याबाबत सविस्तर विवेचन मागील प्रकरणातून केले आहे. संशोधनाचा आराखडा तयार करतानाच विषय आणि उद्दिष्टे लक्षात घेऊन संशोधक आपल्या संशोधनाची अभ्यासपद्धत ठरवीत असतो. कृतिसंशोधनासाठी स्वतंत्र अशी अभ्यासपद्धती नाही, म्हणून सामाजिक शास्त्रातील संशोधन पद्धतीचा उपयोग केला जातो. संशोधनाची उद्दिष्टे, साहित्य जमा करण्याचे तंत्र, साधने इ. बाबींवरून शैक्षणिक संशोधनाचे वर्गीकरण प्रमुख तीन गटात केले जाते.

१) ऐतिहासिक संशोधन पद्धत २) वर्णनात्मक संशोधन पद्धत आणि ३) प्रायोगिक संशोधन पद्धत. पहिल्या पद्धतीत भूतकाळाचा मागोवा घेऊन तो पुढील कार्याशी जोडला जातो, दुसऱ्या पद्धतीत चालू परिस्थितीत म्हणजेच वर्तमानकाळाचा बोध घेतला जातो आणि तिसऱ्या पद्धतीत भविष्याचा शोध असतो. कृतिसंशोधनात प्रामुख्याने वर्तमानकाळातील समस्यांचा विचार केला जातो. परंतु, या समस्येवर उत्तर शोधताना मागील अनुभवांचा व घटनांचा उपयोग होतो; तसेच चालू समस्येवर नवीन तोडगा सुचविण्यासाठी प्रयोग करून उपाय सांगता येतात; म्हणून या तिन्ही अभ्यासपद्धतीचे थोडक्यात ज्ञान शिक्षकाला हवे. वर्णनात्मक पद्धतींचा अभ्यास करताना परिस्थितीनुसार व उद्दिष्टे, साधन, तंत्रे यांच्या वापरानुसार आणखी पाच संशोधन पद्धतींचा वापर केला जातो. कृतिसंशोधनामध्ये या पाच पद्धती महत्त्वाच्या असल्याने थोडक्यात त्यांची माहिती दिली आहे- १) सर्वेक्षण पद्धती २) तुलनात्मक कार्यकरण पद्धती ३) सहसंबंध पद्धती ४) व्यक्ती अभ्यास पद्धती ५) वांशिक पद्धती.

ऐतिहासिक संशोधन पद्धत

गतकालाचे यथार्थ ज्ञान म्हणजे इतिहास होय. वर्तमानकालीन घटनांचे स्वरूप समजून घेण्यासाठी व भविष्याचे पूर्वज्ञान होण्यासाठी भूतकालीन घटनांचा अभ्यास उपयोगात येतो. गतकालीन घटनांचे सुसंगत, यथार्थ आणि वस्तुनिष्ठ वर्णन करून पृथक्करण करण्यासाठी उपयुक्त अशा शास्त्रीय पद्धतीला 'ऐतिहासिक संशोधन पद्धत' म्हणतात.

डॉ. नाईट (Knight) यांनी शैक्षणिक इतिहास संशोधनाचे वर्णन पुढीलप्रमाणे केले आहे.

१) शाळेचे बरेच कार्य पारंपरिक असते. त्याचा अर्थ समजून घेऊन गैरसमज दूर करण्याचे कार्य शैक्षणिक इतिहास संशोधक करीत असते.

२) शाळा व शैक्षणिक संस्था यांचा इतिहास, शिक्षक व प्रशासक यांना उपयुक्त असतो. तो एक व्यावसायिक अभ्यासाचा भाग असतो.

३) शिक्षणाच्या इतिहास अभ्यासामुळे जुन्या व चमत्कारिक पद्धतीचे ज्ञान होते, त्यामुळे सुधारणा सुचविताना हे ज्ञान उपयोगी पडते.

४) सध्याच्या कृतिसंशोधन समस्यांतील कारणे व त्यांची उत्पत्ती आणि वाढ कशी होत गेली, याची माहिती इतिहास संशोधनातून होते.

५) शिक्षणाच्या जुन्या परंपरा, संस्थांचा विकास, शैक्षणिक अहवाल, शैक्षणिक आदर्श हे शिक्षणाच्या इतिहासावरून कळून येते. त्यांचा उपयोग आजच्या समस्या सोडविण्यासाठी होतो; म्हणून कृतिसंशोधन कर्त्याला ऐतिहासिक संशोधनाचा उपयोग करून घेण्यासाठी ज्ञान असणे गरजेचे आहे.

ऐतिहासिक संशोधनासाठी दोन प्रकारचे पुरावे लागतात १) प्राथमिक स्त्रोत (Primary Sources) २) दुय्यम स्त्रोत (Secondary Sources) त्यानंतर दोन प्रकारे कारण मीमांसा करावी लागते. पहिली बाह्य मीमांसा (External Criticism)

आणि दुसरी आंतरिक मीमांसा (Internal Criticism). शैक्षणिक ऐतिहासिक संशोधनासाठी अनेक समस्या आहेत. शिक्षण क्षेत्रात क्रांती घडविणारे, फ्रोबेल, ड्युई, मॉंटेसरी, टागोर, गांधीजी इ. सारखे विचारवंत, तसेच रुसो, हॉर्बट, थॉर्नडिक, इ. सारख्या संशोधकाचे कार्य आजच्या समस्या सोडविण्यासाठी किती योग्य आहे, हे पाहिले पाहिजे. प्रौढ शिक्षण, बेसिक शिक्षण, गुरुकुल पद्धत, विविध अध्यापन पद्धत, नवे विचार प्रवाह, निरनिराळे शैक्षणिक आयोग व त्यांच्या शिफारशी इ. बाबतचे शैक्षणिक संशोधन कृतिसंशोधनाच्या कार्याला मार्गदर्शक होऊ शकते. आजच्या शालेय शिक्षणावर आर्थिक, सामाजिक, भौगोलिक परिस्थितीचा आणि वैज्ञानिक तंत्रज्ञानाचा व राजकीय घडामोडींचा कसा परिणाम होत गेला, याचे संदर्भ संशोधकाला मार्गदर्शक ठरतात.

सर्वेक्षण पद्धत

ऐतिहासिक संशोधनात भूतकालावर भर असतो तर सर्वेक्षण पद्धतीत वर्तमानकालाचे वर्णन असते. ग्रामीण शाळातून शैक्षणिक सोई कशा आहेत? शिक्षणाबाबत पालकांचा दृष्टिकोन कसा आहे? नवीन अभ्यासक्रमाच्या बाबतीत अध्यापकांची काय मते आहेत? दूरदर्शनचा उपयोग शाळांमधून कसा केला जातो? इ. प्रश्नांची उत्तरे मिळविण्यासाठी शैक्षणिक सर्वेक्षण पद्धतीचा उपयोग केला जातो; यावरून सध्याची परिस्थिती जाणून घेण्यासाठी उपयोगी पडणाऱ्या संशोधन पद्धतीला 'सर्वेक्षण' पद्धती असे म्हणतात.

सर्वेक्षणातून खालील तीन प्रकारची माहिती जमा केली जाते-

१. वर्तमान स्थितीचा आढावा. 'काय अस्तित्वात आहे' याचे ज्ञान होते.

२. अपेक्षित स्थिती, आपल्या उद्दिष्टांना धरून नेमके काय हवे आहे, याचा विचार होतो.

३. उद्दिष्टे कशी साध्य करता येतील, याचा बोध पूर्वानुभव व तज्ज्ञांच्या मताने घेता येतो.

सर्वेक्षणामुळे विशिष्ट स्थितीचे वर्तमान चित्र मिळते. कोणकोणत्या गोष्टी कोणत्या अवस्थेत उपलब्ध आहेत, याची माहिती मिळते. समस्या निराकरणासाठी कोणती स्थिती अपेक्षित आहे, हे कळते. समस्येची उकल करण्याकरिता कोणत्या साधनांची व प्रयत्नांची आवश्यकता आहे हे समजते.

सर्वेक्षण पद्धतीची ठळक वैशिष्ट्ये :

१. थोड्या वेळात आणि कमी श्रमात प्रश्नावली व मुलाखतींच्या मार्फत विशिष्ट माहिती भरपूर प्रमाणात संकलित करता येते.

२. सर्वेक्षणाचा हेतू विशिष्ट व्यक्ती, संस्था किंवा घटना जाणून घेणे हा नसून समूहाची मध्यवृत्ती पाहणे, हा असतो. वैयक्तिक गुणाला महत्त्व नसून गटाच्या मध्याला महत्त्व असते. जनसंख्या लक्षात घेऊन एकंदरीत (Over-all) जनप्रवाहाची वृत्ती समजून घेतली जाते.

३. या पद्धतीत वर्तमानाच्या छोट्या घटकांची माहिती मिळविली जाते. त्याला वर्तमानाचा तिर्यक छेद (Cross Section) असे म्हटले जाते.

४. सर्वेक्षण केवळ माहिती संकलन करून थांबत नाही तर गुणदोषांबरोबर सुधारणाही सुचविते. माहितीचे विश्लेषण करून, निष्कर्ष देऊन अहवाल लेखनाची पूर्तताही होऊ शकतो.

५. सर्वेक्षण गुणात्मक व संख्यात्मकही असते. शाळेत प्रशिक्षित शिक्षक किती, या संख्यात्मक माहितीबरोबर चांगल्या आदर्श शिक्षकाचे गुणधर्म कोणते, यांसारखी गुणात्मक माहितीदेखील घेता येते.

६. स्थानिक समस्यांचे जलद निराकरण करण्यासाठी सर्वेक्षणासारखी उत्तम पद्धत नाही. स्थानिक परिस्थिती मुलाखती, प्रश्नावली इ. साधनांद्वारे लवकर समजू शकते व जलद निर्णय घेता येतो, त्यामुळे कृतिसंशोधनाच्या कामी सर्वेक्षण पद्धत वापरली जाते.

७. समस्येच्या सखोल अभ्यासासाठी सुरुवातीस वर्तमान स्थिती समजून घेण्यास सर्वेक्षणाचा उपयोग होतो. तसेच आधीच सुरू केलेल्या संशोधनाचा पाठपुरावा संशोधनाच्या या सर्वेक्षण पद्धतीने करता येते. कृतिसंशोधनात प्रत्यक्ष उपक्रम करून उत्तर शोधावयाचे असेल तरी सुरुवातीस सखोल ज्ञानासाठी सर्वेक्षण करून माहिती मिळवावी लागते. सर्वेक्षणाचे विविध प्रकार असून सर्व प्रकारच्या संशोधनासाठी प्रारंभी या पद्धतीचा कमी-जास्त प्रमाणात वापर केला जातो.

प्रायोगिक संशोधन

कृतिसंशोधनात प्रायोगिक पद्धतीचा उपयोग करून आपल्या अडचणी सोडविता येतात. फार मोठ्या प्रमाणात प्रयोग हाती न घेता सहजशक्य होईल, असे प्रायोगिक स्वरूपाचे प्रकल्प हाती येतील, म्हणून प्रायोगिक पद्धतीचे सर्वसाधारण ज्ञान असणे गरजेचे आहे. इतर पद्धतीपेक्षा नेमके फलित देणारी अशी ही पद्धत आहे. जॉन मिल हा या पद्धतीचा जनक मानला जातो. 'प्रायोगिक पद्धत' ही एक वैज्ञानिक पद्धत आहे आणि प्रयोग हे तिचे वैशिष्ट्ये आहे. दोन संपूर्ण सारख्या परिस्थिती विचारात घेऊन त्यातील एका परिस्थितीत नव्यानेच अन्य घटकांचा समावेश केला जातो किंवा एखादा घटक कमी केला जातो, त्यामुळे दोन्ही परिस्थितींमध्ये फरक जाणवतो. सदर फरक दोन परिस्थितींची पुन्हा तुलना करून दाखविला जातो. थोडक्यात, कारण व परिणाम यांचा संबंध प्रस्थापित केला जातो. विशिष्ट घटक किंवा कारण अस्तित्वात असणारी किंवा नसणारी परिस्थिती कृत्रिमपणे निर्माण केली जाते.

समजा, अभ्यासकाला ८व्या इयत्तेच्या शास्त्र विषयातील एका घटकाचे अध्यापन 'अ' पद्धतीपेक्षा 'ब' पद्धतीने उपयुक्त वाटते; त्यासाठी तो प्रयोग करणे पसंत करतो. प्रयोगासाठी तो दोन गट निवडतो. एका गटाला 'अ' पद्धतीने आणि दुसऱ्या गटाला 'ब' पद्धतीने सदर घटकांचे अध्यापन करतो त्यापूर्वी त्याला दोन्ही गट समान क्षमतेचे करून घ्यावे लागतील. वय, शास्त्रातील बौद्धिक क्षमता, कौटुंबिक समानता, अध्यापनाची वेळ इ. घटक स्थिर ठेवावे लागतील. त्याकरिता प्राथमिक चाचणी घेऊन अध्यापनावर परिणाम करणाऱ्या सर्व घटकांवर नियंत्रण ठेवावे लागेल. या ठिकाणी त्याने अध्यापन पद्धतीचा घटक सोडून संबंधित सर्व घटक नियंत्रित केले आहेत; सदर शास्त्रातील विषय घटक शिकवून पूर्ण झाल्यावर दुसरी चाचणी दोन्ही गटांसाठी दिली जाईल. त्यानंतर चाचणीतील मिळणारा फरक दाखविला जाईल. परिणामात दिसून येणारा फरक हा 'अ' व 'ब' पद्धतीच्या अध्यापन पद्धतीमुळे आहे; हे स्पष्ट होते, म्हणून 'ब' अध्यापन पद्धत उपयुक्त आहे व 'अ' पद्धतीपेक्षा ती अधिक चांगली आहे, असा निष्कर्ष निघतो.

या ठिकाणी सर्व बाबी नियंत्रित करून ज्याचा परिणाम अभ्यासवयाचा आहे ती बाब अभ्यासकाने स्वाधीन ठेवून तिचा उपयोग केला आहे. या ठिकाणी अध्यापन पद्धती हे स्वाश्रयी चल (Independent Variable) असून ते स्वाधीन ठेवले आहे. इतर सर्व बाह्य चल नियंत्रित केली असून अध्यापन पद्धती या आश्रय चल (Dependent Variable) आहे. प्रयोगामध्ये स्वाश्रयी चलाचा (याठिकाणी अध्यायन पद्धतीचा) आश्रय चलावर म्हणजे अध्ययन गुणावर कोणता परिणाम होतो, हे अभ्यासकाला ठरविता येते आणि त्यानुसार कार्यकारण भाव स्पष्ट करता येतो.

भौतिक विज्ञान व सामाजिक विज्ञान यातील प्रयोग हे सारखेच असतात. दोन्ही ठिकाणी विशिष्ट परिस्थिती स्थिर ठेवण्यचा प्रयत्न केलेला असतो. शिक्षण क्षेत्र हे मानवी घटकांशी निगडित आहे. त्यामुळे परिस्थितीवर संपूर्ण नियंत्रण ठेवणे कठीण जाते. विज्ञान विषयातील संशोधनाशी तुलना करता, शिक्षण क्षेत्रातील संशोधनासाठी प्रायोगिक पद्धतीचा उपयोग करून घेणे अवघड जाते. काही चले नियंत्रित होणे कठीण जाते. तथापि, शालेय संशोधनात प्रायोगिक पद्धतीचा उपयोग महत्त्वाचा आहे, हे निर्विवाद.

प्रायोगिक पद्धतीच्या पायऱ्या : प्रायोगिक पद्धतीची कार्यपद्धत अधिक स्पष्ट होण्यासाठी खालील पायऱ्यांचा क्रमवार विचार करावा लागतो.

१. **समस्या निवड व मर्यादा ठरविणे :** समस्या प्रथम स्पष्ट झाल्यावर सुबोध मांडावी. अभ्यासाचे क्षेत्र निश्चित करून घ्यावे.

२. **संबंधित साहित्याचे सर्वेक्षण :** संबंधित साहित्याचे वाचन करून त्यावर विचार करावा, त्यामुळे संशोधक स्वत:च्या कार्याची रूपरेषा अधिक प्रभावीपणे मांडू शकतो. जुन्या प्रयोगाची वैशिष्ट्ये व निष्कर्ष समजतात. तसेच अडचणी कोणत्या येऊ शकतात याची कल्पना येते व त्यानुसार स्वत:चा मार्ग आखला जातो. प्रभाव पडणारे बाह्यचल यांचीही जाणीव होते.

३. **प्रायोगिक अभिकल्प निश्चित करणे :** प्रयोगासाठी कोणत्या प्रकारचा अभिकल्प योग्य होईल, याचा विचार करून तो निवडावा, कारण प्रयोगाची संपूर्ण मांडणी व यश अभिकल्पाच्या प्रकारावर अवलंबून राहते. गटांची रचना कशी करावी व त्यातील नमुना कसा घ्यावा, याचा विचार अभिकल्प ठरविताना होतो.

४. **प्रयोगाची कृती :** प्रयोगाचे कार्य ठरविलेल्या अभिकल्पानुसार केले गेले पाहिजे. बाह्यचलांचे नियंत्रण योग्य प्रकारे झाले पाहिजे. प्रयोगासाठी वापरावयाचे इतर साहित्य उपलब्ध पाहिजे. प्रयोगासाठी पुरेसा कालावधी दिला गेला पाहिजे. गडबड करून उरकून घेऊ नये.

५. **फलाचे मापन व विश्लेषण :** फलाच्या मापनासाठी निकष योग्य प्रकारे निवडून वापरले गेले पाहिजेत; तसेच मिळालेल्या माहितीचे विश्लेषण करून अनुमानाचे चांगल्या प्रकारे स्पष्टीकरण सांख्यिकीय तत्त्वांच्या आधारे केले पाहिजे. त्यासाठी संशोधकाला सांख्यिकीय ज्ञान आवश्यक आहे. विशिष्ट परिस्थिती लक्षात घेऊन प्रयोग केलेला असतो; म्हणून त्या परिस्थितीशीच निष्कर्ष लागू पडतो. त्यानुसार प्रयोग पद्धतीचा अहवाल थोडक्यात, अचूक व मुद्देसूद मांडावा. अहवाल फार विस्तारीत किंवा फारच संक्षिप्त असू नये. अहवालावरून वाचकाला पूर्ण कल्पना आली पाहिजे. वैज्ञानिक विचार पद्धती ही प्रायोगिक पद्धतीच्या केंद्रस्थानी असते; म्हणून संशोधकाने चलावर नियंत्रणाचे तंत्र आणि शास्त्रीय निकषावर आधारित केलेली न्यादर्शाची निवड हे प्रमुख घटक महत्त्वाचे म्हणून लक्षात घेणे आवश्यक आहे.

प्रायोगिक अधिकल्प (Experimental Designs)

भौतिकशास्त्रात आणि प्रयोगशाळेत प्रयोग करण्याची पद्धत सुरुवातीस होती; परंतु सदर तंत्र सामाजिक शास्त्रात व्यक्तिसमूहावर प्रयोग करण्यासाठी वापरण्यास हळूहळू सुरुवात झाली. सन १८७९ साली वुंट (Wundt) या जर्मन तज्ज्ञाने पहिली मानसशास्त्रीय प्रयोगशाळा लिपझिंग येथे काढली. त्याने अध्ययनावर अनेक प्रयोग केले. त्या अगोदर सर्वेक्षण संशोधनावरच भर दिला जात होता. मॅककॉल (McCall) यांनी प्रयोगशाळेशिवाय एकल गट, समान गट, आवर्तन गट इ. अभिकल्प संशोधनासाठी वारपणे गरजेचे आहे, असे प्रतिपादन केले होते. या सर्व ठिकाणी स्वाश्रयी चलांची संख्या फक्त एकच असते. स्वाश्रयी चलांची संख्या अधिक असल्यास अभिकल्प उपयोगात आणणे कठीण होते; त्यामुळे आता सांख्यिकीच्या प्रगत ज्ञानाच्या सहाय्याने घटकात्मक अभिकल्पाची (Factorial Designs) संख्या वाढत आहे.

सर्वसाधारणपणे प्रायोगिक अभिकल्पाचे दोन गट पाडता येतील : १) कार्यात्मक अभिकल्प (Functional Design) आणि २) घटनात्मक अभिकल्प (Factorial Design). कार्यात्मक अभिकल्पात स्वाश्रयी चल एकच असतो आणि तो संशोधकाच्या स्वाधीन असतो. प्रयोगकर्ता त्याला आपल्या सोयीनुसार हाताळतो. त्यानुसार आश्रयी चलावर होणारा परिणाम पाहून कार्यकारण संबंध स्पष्ट करण्याचा प्रयत्न करतो; परंतु घटनात्मक अभिकल्पात एकापेक्षा जादा स्वाश्रयी चले असतात. ती प्रयोगकर्त्याच्या स्वाधीन नसतात. कृतिसंशोधनासाठी कार्यात्मक अभिकल्पांपैकी खालील अभिकल्प वापरात येऊ शकतात; म्हणून थोडक्यात त्यांची माहिती दिली आहे.

१) एकल गट अभिकल्प (Singal Group Design) : या प्रकाराच्या प्रयोगासाठी एकच वर्ग चालू शकतो. कोणत्याही शाळेत हा प्रयोग करता येतो. दोन वेगवेगळे गट नसल्याने एकच चाचणी भिन्न वेळेत घेता येते. एकाच गटाला

दोन्ही वेळा वेगवेगळ्या चाचण्यांमधून जावे लागते. दोन्ही चाचण्यांच्या फरकांमधील फलित धरून तुलना केली जाते. एका वर्गाला न्यूटनचे सिद्धान्त पुस्तकाच्या साहाय्याने शिकविले; त्याच वर्गाला तशाच प्रकारचा गट देऊन चित्रपटाच्या साहाय्याने शिकविला. उदा. लोहचुंबकाचे नियम होय. या ठिकाणी एकच वर्ग असल्याने सर्वच चलांवर नियंत्रण ठेवणे शक्य झाले. फक्त अस्थिर चल 'अध्यापन' हा वेगवेगळा होता. दोन्ही चाचण्या वेगवेगळ्या घेतल्या आणि त्यांचे सरासरी गुण पाहिले. सदरचा फरक हा त्या दोन भिन्न अध्यापन पद्धतींचा असला पाहिजे असे गृहीत धरून एक पद्धत दुसरीपेक्षा अधिक परिणामकारक मानली जाते.

या प्रकारच्या प्रयोगात आधी आणि नंतर एकाच गटाला एकच किंवा समान चाचणी घ्यावी लागते. एकच शिक्षक समान परिस्थितीत योग्य प्रकारे काम करू शकतो; परंतु दोन्ही वेळेस गटाची स्थिती सारखी असेल किंवा चाचणी अगदी समान दर्जाची राहिल, याची खात्री देता येणार नाही.

२) समान गट (The Parallel or Equivalent Group) : यां अभिकल्पासाठी समान पात्रतेचे दोन विद्यार्थी गट निवडले जातात. एका गटावर प्रयोगिक परिस्थिती ठेवली जाते तर दुसऱ्या गटांवर प्रायोगिक घटकांचा अभाव असतो. दोन्ही ठिकाणी तर घटक समान ठेवले जातात. नंतर दोन्ही गटांना एकच चाचणी दिली जाते. त्यानंतर मिळालेल्या फरकावरून परिणामकारकता ठरविली जाते. 'समान' किंवा 'समतूल्य गट' तयार करण्याचे काम अवघड असते. त्यासाठी एकाच वर्गाची प्राथमिक कसोटी घेऊन वय, लिंग इ. बाबतीत समानता आणण्याचा प्रयत्न करून एक नियंत्रित व दुसरा प्रायोगिक गट म्हणून उपयोगात आणला जातो. शाळेतील कोणत्याही वर्गात असे समान गट मिळविणे कठीण असले तरी शैक्षणिक अपेक्षा प्रयोगपद्धतीने काही प्रमाणात यश मिळवून देतात.

३) चक्रीय किंवा आवर्तन गट पद्धत (Rotation Group Design) : वरील दोन्ही पद्धती एकत्रित केल्यानंतर प्रयोग म्हणजे 'चक्रीय पद्धत' होय. प्रायोगिक गट व नियंत्रित गट विशिष्ट निकषांवर किमान समान असतील तर दोनही गटांवर आळी-पाळीने प्रायोगिक घटकांचा वापर केला जातो. ज्यावेळी एका घटकावर प्रायोगिक प्रयोग केला जातो, त्यावेळी दुसरा गट नियंत्रित असतो. ज्यावेळी दुसऱ्या गटावर प्रयोगाची मात्रा चालू असते, त्यावेळी पहिला गट नियंत्रित राहतो. आळीपाळीने दोन्ही गट प्रयोगाखाली येऊन जातात. या ठिकाणी प्रायोगिक पद्धतीची परिणामकारकता तपासणे हे सूत्र असते.

प्रयोगासाठी कोणता अभिकल्प (Design Group) निवडावा, हे कृती संशोधनाच्या विषयावर ठरवावे लागते. बहुगट अभिकल्प (Multi Group Design) तसेच घटनात्मक अभिकल्प (Factorial Design) हे काही अन्य अभिकल्पही आहेत; परंतु त्यांचा कृतिसंशोधनासाठी फारसा उपयोग केला जाता नाही. कृतिसंशोधनासाठी खास अशी स्वतंत्र पद्धत नाही. सुरुवातीस सर्वेक्षण नंतर प्रयोगिक पद्धत यांचा समन्वय साधावा लागतो. कृतिसंशोधन अधिक चांगले व यशस्वी करण्यासाठी पुढील आणखी काही अभ्यास पद्धतींची संक्षिप्त माहिती दिली आहे. एका वेळी एकापेक्षा अधिक पद्धतींचा वापर करून संशोधन करणे हे संशोधकाचे स्वत:चे असे वैशिष्ट्य असते.

ड) तुलनात्मक कार्यकारण पद्धत (Causal Comparative Method) : या ठिकाणी विशिष्ट परिणाम दिसणाऱ्या परिस्थितीतील घटक आणि तो विशिष्ट परिणाम नसणाऱ्या परिस्थितीतील घटक यांची तुलना होते. समजा, एखाद्या परिस्थितीत अ, ब, क हे घटक आहेत आणि त्यामुळे 'प' हा परिणाम आढळतो. दुसऱ्या समान परिस्थितीत 'अ' व 'ब' हे घटक आढळतात. परंतु 'प' हा परिणाम दिसून येत नाही. याचा अर्थ 'प' या परिणामास 'क' हा घटक कारणीभूत आहे हे स्पष्ट होत; अशा दोन तुलनात्मक परिस्थिती मूळच्या उपलब्ध असणे आवश्यक आहे. त्या कृत्रिमपणे तयार करणे बरोबर नाही.

तुलनात्मक कार्यकारण अभ्यासात विशिष्ट असा परिणाम दिसून येत असताना त्याच्याशी संबंधित परिस्थितीचा शोध घेतला जातो. त्यानंतर सदर विशिष्ट परिणाम नसतानाही परिस्थिती निरीक्षण केली जाते. या दोन्ही परिस्थितीचे आकलन होऊन विशिष्ट अशा परिणामाचे कारण शोधले जाते. कृतिसंशोधनासाठी ही पद्धत उपयोगी आहे. उदा. १) बालगुन्हेगारीची

कारणे. २) विद्यार्थ्यांमधील बेशिस्तीची कारणे शोधणे किंवा ३) विद्यार्थ्यांच्या गैरहजेरीची कारणमीमांसा करणे.

इ) सहसंबंध पद्धत (Correlation Method) : एका चलातील बदलाचे दुसऱ्या चलातील बदलाशी किती प्रमाणात साहचर्य आहे, हे पाहण्यासाठी सहसंबंध गुणक काढला जातो. सहसंबंध गुणक प्रतिशत संख्या दर्शवित नाही. तो एक गणितीय संकेत असतो. या ठिकाणी अभ्यासासाठी निवडलेल्या 'अ' या चलाचा इतर चलांशी किती घनिष्ट संबंध आहे, हे शोधण्याचा प्रमुख हेतू असतो. उदा. बौद्धिकक्षमता व अभ्यासातील प्रगती, खेळातील प्राविण्य व नेतृत्वाचे गुण, सहसंबंध पूर्ण असेल असे नाही. तसेच तो विरोधीही असू शकतो. त्यावरून विद्यार्थ्यांच्या पुढील क्षमतेचे भाकित करता येते. बौद्धिक क्षमता पाहून विद्यार्थ्याची शालेय प्रगती कशी राहील, याचे भाकित करता येते. कृतिसंशोधनाद्वारे पुढील प्रयत्नांचे नियोजन करता येते.

ई) व्यक्तिअभ्यास पद्धती (Case Study Method) : व्यक्तिअभ्यासात एखादी व्यक्ती म्हणजे Case, पुरुष-स्त्री-मुलगी-विद्यार्थी असाच नाही. त्यामध्ये एखादी संस्था, समाज, शाळा, गाव किंवा एखादी घटनाही असू शकते. शाळेत एखादा विद्यार्थी, वर्ग, परिसर अशी समस्या असू शकते. व्यक्तीच्या समायोजनात अडचणी येऊ शकतात. ती व्यक्ती एक समस्या होऊन बसते. शिक्षकाबद्दल नावड, बालगुन्हेगारी इ. ची वैयक्तिक कारणे शोधावी लागतात. वैद्यकीय शास्त्रात, तसेच सामाजिकदृष्ट्या व्यक्तिअभ्यासाचे महत्त्व आहेच. भूतकालीन संघटनांचा चालू वर्तमानकाळावर परिणाम होऊ शकतो. त्याचा शोध घ्यावा लागतो. तसेच सद्यःस्थितीचे सर्वेक्षण करून आकलन करून घ्यावे लागते. त्यानुसार मार्गदर्शन करणे हा प्रमुख हेतू असतो.

एखादा विद्यार्थी सतत नापास होतो, याचा अभ्यास करण्यासाठी संशोधकाला त्या विद्यार्थ्यांच्या जीवनाच्या सर्व अंगांचा अभ्यास करावा लागेल. त्याच्या दैनंदिन वर्तनाची माहिती जमा करावी लागेल व कारणे शोधून त्यावर उपचार करून मार्ग काढावा लागेल.

ऊ) वांशिक पद्धत (Genetic Method) : बालकांच्या विकास-वाढीशी शिक्षण प्रक्रियेचा संबंध असतो. त्याचा अभ्यास मानसशास्त्र, समाजशास्त्र आणि शिक्षणशास्त्रात केला जातो. क्षमता, सवयी, भाषा, भावनिक व बौद्धिक वाढ इ. चा संबंध वांशिक पद्धतीशी असू शकतो, याचे ज्ञान अध्यापकास अध्यापन करताना आवश्यक आहे.

***

पेपर नं. ३
घटक नं. ९

(१) भारतातील प्राथमिक शिक्षणाचे सार्वत्रिकीकरण
(Universalization of Elementary Education in India)
(२) अमेरिकेतील व भारतातील शिक्षणाचे व्यावसायिकीकरण
(Vocationalization of Education in USA and India)
(३) अमेरिका, ब्रिटन आणि भारतातील शिक्षणाचे प्रशासन
(Educational Administration in USA - UK and India)

(१) भारतातील प्राथमिक शिक्षणाचे सार्वत्रिकरण
(Universalization of Elementary Education in India)

प्रास्ताविक : भारताला १९४७ साली स्वातंत्र्य मिळाले तरी घटनेची अंमलबजावणी २६ जानेवारी १९५० पासून सुरू झाली. त्यावेळी अनेक समस्यांबरोबर शैक्षणिक समस्या मोठी होती. इतर समस्या सोडविण्यासाठी शिक्षण महत्त्वाचे होते. म्हणून काही अपवाद प्रदेश सोडून प्रत्येक राज्य शासनाने शिक्षणाच्या समस्या हाताळाव्यात अशी घटनेत तरतूद करून ठेवली. तसेच १० वर्षांत निरक्षरता संपूर्ण नाहीशी करण्याचा निर्णय घेतला; परंतु, त्यानंतर आजपर्यंत ते शक्य झाले नाही. केंद्र व राज्य शासनाने अनेक शिक्षणाचे आयोग व समिती नेमून प्रयत्न केले आहेत; परंतु, यश आलेले दिसत नाही. १९९७ साली नवी दिल्ली येथे संयुक्त दिल्ली जाहीरनामा ९ राष्ट्रांच्या वतीने प्रसिद्ध केला आणि भारताच्याच नव्हे तर जागतिक पातळीवर प्राथमिक शिक्षणाचे सार्वत्रिकीकरणाचे कार्यक्रम जाहीर केले होते; त्यापैकी काही उपक्रमांची या ठिकाणी नोंद घेत आहोत.

(१) 'डेव्हलपमेंट अॅण्ड प्लॅनिंग इन एज्युकेशन स्पेशल रेफरन्स टू इंडिया' या जे. सी. आग्रवाल यांच्या पुस्तकात भारताच्या प्राथमिक शिक्षणाचे सार्वत्रिकीकरणाचे काही प्रश्न मांडले आहेत. ते खालीलप्रमाणे–

१. असमतोल असा शिक्षणाचा प्रसार झाला आहे.
२. मागासवर्गीय सामाजिक घटकांचा शिक्षणात कमी सहभाग दिसून येतो.
३. मुलींची शाळेतील हजेरी व नोंदी कमी आहे.
४. पालकांचे दारिद्र्य व मानसिकता.
५. अयोग्य अभ्यासक्रमाची मांडणी.
६. गळती व स्थगितीचे प्रमाण ग्रामीण भागात जादा.
७. अव्यावहारिक व अशैक्षणिक अध्यापन पद्धती.
८. चांगल्या - कार्यक्षम शिक्षकांची उणीव.
९. शैक्षणिक साधनांची कमतरता.
१०. शिक्षकांच्या बदलीच्या समस्या.
११. प्रशासकीय यंत्रणेची अकार्यक्षमता व कमतरता.
१२. सक्तीच्या उपस्थितीमध्ये आलेले अपयश.
१३. अयोग्य व निरुपयोगी शाळा, इमारती व जागा.

१४. अर्धवेळ शिक्षणाच्या गैरसोयी व दुर्लक्ष.
१५. शासकीय आर्थिक तरतुदी कमी.
१६. शालेय व्यवस्थापनात पालकांचे सहकार्य नाही.
१७. स्थानिक व्यवस्था मंडळींचे दुर्लक्ष आणि
१८. लोकसंख्येत झालेली वाढ.

(२) शैक्षणिक असमतोलपणा (Educational Inequality)

प्राथमिक शिक्षणाच्या सार्वत्रिकीकरणाचा विचार करताना देशाच्या सर्वच भागात समान प्रसार किंवा प्रचार झालेला नाही. गरीब शेतकरी, मजूर, भूमिहीन व भटके लोक, अनुसूचित जाती व जमाती, महिला वर्ग यांच्यात शिक्षणाचा अभाव आहे. शिक्षणावर लोकांचा विश्वास नाही. बेकारी व इतर आर्थिक दारिद्र्यामुळे समतोलपणा आणणे कठीण आहे; त्यामुळे खालीलप्रमाणे असमतोलपणा किंवा असमानता जाणवते.

१. राज्याराज्यात समानता आढळत नाही.
२. राज्याच्या एका जिल्ह्यात व दुसऱ्या जिल्ह्यात असमतोलपणा आहे.
३. एकाच जिल्ह्यातील विविध भागात गैरसोयी दिसून येतात; तसेच एकाच तालुक्यात व मुली व मुलांत असमतोलपणा आहे.

(३) असमतोलपणाची कारणे :

१. राज्या-राज्यांत व जिल्ह्या-जिल्ह्यांत किंवा स्थानिक पातळीवर शैक्षणिक समानता दिसून येत नाही. त्याचे खरं कारण आर्थिक असमतोल हे आहे.
२. दुसरे महत्त्वाचे कारण म्हणजे सामाजिक रूढी व परंपरा व लोकांची मानसिकता हे आहे. खासकरून मागासवर्गीयांमध्ये सदर कारण महत्त्वाचे आहे.
३. साक्षरतेची आबाळ व गैरसोय दिसून येतात.
४. डोंगरी भाग, भटकंती जीवन पद्धती, स्थलांतर याबाबी देखील महत्त्वाच्या आहेत.
५. बेकार सुशिक्षित तरुण-तरुणी, चांगल्या शाळा व शाळाच नसणे आणि शिक्षक नसणे या गोष्टी देखील सार्वजनिक शिक्षणाच्या समस्या आहेत.

(४) शिक्षणाच्या समान संधीसाठी खालील गोष्टी करता येतील :

१. केंद्र शासनाने व राज्य शासनाने मोठ्या प्रमाणात आर्थिक तरतुदी केल्या पाहिजेत.
२. गरीब विद्यार्थ्यांना शाळेत टिकवून ठेवण्यासाठी कपडे, पुस्तके, जेवण, निवासाच्या सोयी कराव्यात.
३. स्थानिक पातळीवर लोक सहभाग वाढवावा, पालक व स्थानिक नेतृत्वाने शालेय व्यवस्थापनात सहभागी होण्यास स्वतंत्र प्रशिक्षणासाठी जिल्हा व्यवस्थापनास भाग पाडावे.
४. निवासी-आश्रम शाळांची संख्या वाढवावी. तसेच या शाळांना चांगले शिक्षक व अनुदान वेळेवर दिले जावे.
५. सध्याच्या विद्यार्थी-शिक्षक प्रमाणात बदल करावा.
६. महिला शिक्षकांना प्राधान्य द्यावे. १ ते ४ वर्गात सर्व महिलाच असाव्यात असे विधेयक राज्य शासनाने करावे.
७. ग्रामीण भाग, स्थानिक लोकांचा शैक्षणिक दृष्टिकोन लक्षात घेऊन अभ्यासक्रमाची नव्याने मांडणी करावी.
८. आतापर्यंत राष्ट्रीय व राज्यस्तरावर विविध आयोग व समित्यांनी केलेल्या शिफारशींचा एकत्रित अभ्यास करून पूर्णपणे अंमलबजावणी करण्यास सर्व स्तरावर जोरदार प्रयत्न व्हावेत.

९. प्राथमिक शिक्षकांच्या समस्यांकडे व शैक्षणिक पात्रतेकडे खास करून शासनाने लक्ष पुरवावे.
१०. सध्याच्या राजकीय हस्तक्षेपातून प्राथमिक शिक्षण मुक्त कसे होईल ते पहावे.
११. पालक-शिक्षक संघामध्ये आता पालकांचा सहभाग मोठ्या प्रमाणावर घेतला जावा.
१२. अनौपचारिक व निरंतर शिक्षण पद्धतीची केंद्रसंख्या वाढवावी. त्यासाठी नव्याने यंत्रणा तयार करावी आणि कार्यक्षमतेने चालवावी.
१३. तसेच संशोधन कार्य नव्याने हाती घ्यावे. काही शाळा प्रायोगिक तत्त्वावर चालविल्या जाव्यात.
१४. जागतिक बँका, संघटना इ. मदत घ्यावी आणि सक्तीच्या प्राथमिक शिक्षण कायद्याची अंमलबजावणी करावी.

(५) जिल्हा प्राथमिक शिक्षण कार्यक्रम (DPEP) (District Primary Education Programme)

प्राथमिक शिक्षणाचे सार्वत्रिकरण करण्यासाठी एक स्वतंत्र ट्रस्ट असून त्याचे उद्दिष्ट जिल्हा पातळीवर सध्याच्या यंत्रणेला पूरक म्हणून सहकार्य करून शिक्षणाचे सार्वत्रिकीकरण घटनेच्या ४५ व्या कलमाची पूर्तता करून करण्याचा मनोदय आहे. त्यासाठी केंद्र सरकार व राज्य सरकार (SCERT), जिल्हा स्तर (DIET) आणि अभ्यासकेंद्राची निर्मिती केली आहे. प्राथमिक शिक्षणाचे सार्वत्रिकीकरण Universalisation of Elementary Education (UEE) करण्यासाठी पुढील प्रमुख उपक्रम निवडक जिल्ह्यात घेतले पाहिजेत.

१) १०० टक्के उपस्थिती - हजेरी.
२) मधल्या वेळात आहाराची सोय.
३) शालेय शैक्षणिक साहित्य मोफत.
४) शिक्षक-विद्यार्थी संख्या प्रमाण बदलणे.
५) नव्या शैक्षणिक धोरणाची - खडू-फळा मोहीम (Operational Black Board Movement)
६) संबंधित शिक्षकांना प्रशिक्षण देणे इ.

ज्या जिल्ह्यांची स्त्री-साक्षरता राष्ट्रीय पातळीपेक्षा कमी आहे आणि ज्या जिल्ह्यात एकूण साक्षरता वाढीची खरोखर गरज आहे व प्रादेशिक मागासलेपणा, आर्थिक, सामाजिक आहे अशा जिल्ह्यांना प्राधान्य देऊन या उपक्रमात घेतले आहे. सुरुवातीस देशात ४२ जिल्ह्यातून DPEP सुरू केला असून आज रोजी १६२ जिल्ह्यांतून १४ राज्यांत चालू आहे. १९९७ ला सर्वेक्षण केले होते. त्यावरून चांगला प्रतिसाद दिसून आला. केंद्र सरकार, जागतिक बँका व युनिसेफ यांच्या मदतीने ८५% आर्थिक जबाबदारी घेत आहे. १५% खर्चाची जबाबदारी राज्य शासनाने घ्यावयाची आहे; अशा प्रकारे (UEE) सदर प्रकल्प कार्यरत आहे.

२. भारत व अमेरिकेतील शिक्षणाचे व्यावसायिकीकरण

(Vocationalization of Education in India and U. S. A.)

(अ) प्रास्ताविक : भारत - भारत व अमेरिका या देशातील संस्कृती व भौगोलिक परिस्थिती आणि लोकांची मानसिकता तसेच आर्थिक व राजकीय प्रणाली लक्षात घेऊन व्यावसायिकीकरण शिक्षण पद्धतीचा अभ्यास करावा लागेल.

भारत देश विकसनशील (Developing) देशात मोडतो तर अमेरिका विकसित (Developed) देशात मोडतो. दोन्ही देशात शेती व्यवसाय व लोकांची जीवन पद्धती असली तरी अमेरिकेत फक्त ४% लोक शेती व्यवसायात प्रत्यक्ष गुंतलेले आहेत आणि भारतात ७०% लोक प्रत्यक्ष शेतीवर अवलंबून आहेत.

स्वातंत्र्यानंतर १९५२-५३ च्या डॉ. मुदलीयार आयोगाने माध्यमिक शिक्षणाच्या पातळीवर बहुउद्देशीय शाळा (Multipurpose Schools) सुरू कराव्यात अशी शिफारस केली होती. सर्वसामान्य विषयाबरोबर स्वतंत्रपणे प्रात्यक्षिकासह शेती, तांत्रिक, व्यापारी, टंकलेखन, कारपेंटरी, स्मिती इ. विषयांना अभ्यासक्रमात स्थान देण्याची शिफारस होती. कोठारी आयोगाने १९६४-६६ साली कार्यानुभवाची संकल्पना व्यवसाय शिक्षणाच्या भूमिकेतून मांडली होती. ईश्वरभाई पटेल कमिटीने SUPW ची रचना त्याच हेतूने केली होती. या सर्व कल्पना महात्मा गांधींच्या जीवन शिक्षण किंवा बेसिक

एज्युकेशनच्या पद्धतीशी मिळती जुळती आहे.

कोठारी आयोगाने सुचविलेली १० + २ + ३ ची अभ्यासक्रमाची रचना करताना +२ म्हणजे उच्च माध्यमिक स्तरावर प्रामुख्याने व्यावसायिक शिक्षण द्यावे अशी होती. त्यामुळे फक्त प्रज्ञावंत मुलांनी पुढील शिक्षणासाठी जावे; परंतु अनेक कारणाने व्यवसाय शिक्षणाची कोठारी आयोगाची कल्पना साकार झाली नाही.

अर्थ : व्यवसाय शिक्षण याचा अर्थ फक्त व्यवसायाचे तंत्रज्ञान देणे नसून त्या अनुषंगाने गणित, भाषा, विज्ञान, संगणक इ. विषयांचा अभ्यास व प्रात्यक्षिके करणे होय. युनेस्कोच्या व्याख्येप्रमाणे, 'व्यावसायिक शिक्षण म्हणजे व्यक्तीला सामाजिक जीवन स्वतःच्या पायावर जगण्यासाठी उत्पादित घटकांवर आधारित कौशल्य प्राप्त करून देणे होय. व्यक्तीच्या आवडी व क्षमता लक्षात घेऊन (Living with earning) जीवनात स्थिर होण्याचे मार्गदर्शन कृतिशील शिक्षण म्हणजे व्यावसायिक शिक्षण होय.'

२. व्यावसायिक शिक्षणाचे महत्त्व :

१. व्यावसायिक शिक्षणामुळे व्यक्तीच्या कार्यक्षमतेला संधी मिळते व वाढ होते.

२. बेकारी वाढत आहे. त्यासाठी व्यावसायिक शिक्षण व्यक्तीच्या कुवतीनुसार व परिस्थितीनुसार घेता येत असल्यामुळे बेकारीचा प्रश्न सुटू शकेल.

३. श्रमाची प्रतिष्ठा वाढावी म्हणून आज गाभा घटक म्हणून नोंद झाली आहे; त्यामुळे व्यवसाय शिक्षणाचे महत्त्व कळून येते.

४. व्यवसाय शिक्षण हे जनरल शिक्षणाला पूरक असल्याने बौद्धिकक्षमता वाढण्यास व्यवसाय शिक्षण हवे.

५. प्रज्ञावंतांना शोध लावण्यासाठी लागणारी प्रेरणा व मानसिकता व कार्यक्षमता व्यवसायशिक्षणातूनच प्राप्त होत असते. कोणत्याही शिक्षणाचा पाया हा व्यवसायाच्या कौशल्याशी निगडित असला पाहिजे तरच सर्वांगीण शिक्षण होऊन व्यक्तीची समतोल वाढ होते.

३. भारतातील व्यावसायिक शिक्षण (Indian Schools) :

शिक्षणाच्या १९८६ च्या धोरणामध्ये व्यावसायिक शिक्षणाला केंद्र व राज्य शासनाने मागील पंचवार्षिक योजनेतील आढावा घेऊन समर्थपणे साथ दिली आहे. राज्य शासनाच्या मार्फत प्रशिक्षण व व्यवसायासाठी नव्या संस्था उभारणीस अनुदान दिले आहे. सुमारे १५० व्यावसायिक अभ्यासक्रम सुचविले आहेत. किमान २५ टक्के विद्यार्थी +२च्या स्तरावर व्यावसायिक शिक्षणात यावेत अशी सोय १९९५च्या शिक्षणाच्या नियोजनात केली होती. शेती, मेडिकल, तंत्रज्ञान, व्यापारशास्त्र, उद्योगधंद्यातील तंत्रज्ञानाच्या पदविका व पदव्यांच्या ९४ शाखांना १९९८ साली कायद्याने मान्यता दिली आहे. १९९० सालीच Joint Council for Vocational Education (JCVE) ची स्थापना केली आहे. १९९३ मध्ये १०० नव्याने व्यावसायिक केंद्र खासगी व सार्वजनिक क्षेत्रात स्थापन केली असून ९व्या पंचवार्षिक योजनेत CBSE व FICC च्या सहकार्याने औद्योगिक क्षेत्रांना उभे करण्याचे कार्य सुरू केले आहे. जागतिकीकरणाला सामोरे जाण्यासाठी जागतिक पातळीवर देवाण-घेवाण सुरू आहे.

उच्च माध्यमिक स्तरावर धोरण म्हणून व्यावसायिक व इतर शिक्षणाला खालीलप्रमाणे वेळेचे स्थान ठरविले आहे.

१. भाषा - १५%

२. SUPW - १५%

३. व्यवसाय शिक्षण - ७०%

शास्त्रीय प्रयोगशाळा, विद्यापीठ व इतर तंत्रज्ञानाच्या संस्थांना शासकीय मदत दिली जाते. उच्च शिक्षणासाठी आर्थिक मदत दिली जाते.

४. व्यावसायिक शिक्षणाच्या महत्त्वाच्या शिफारसी :

राष्ट्रीय पाहणी समितीने १९७८ साली देशातील व्यावसायिक शिक्षणात काही महत्त्वाच्या सूचना केल्या आहेत त्या अशा–

१. सामान्य शिक्षण व व्यावसायिक शिक्षण यामध्ये मोठा फरक ठेवू नये. अदला-बदलीची सोय असावी.
२. व्यावसायिक शिक्षणासाठी पुस्तके लिहिली जावीत.
३. श्रमावर आधारित अभ्यासक्रमाची रचना असावी.
४. ग्रामीण भागातील शेती तंत्रज्ञानासाठी अभ्यासक्रमाला प्राधान्य देऊन आर्थिक साहाय्य द्यावे.
५. सेवांतर्गत प्रशिक्षण असावे, त्याची जबाबदारी ICAR, SCERT / NCERT यासारख्या संस्थांनी घ्यावी.
६. व्यावसायिक सर्वेक्षण तालुका, जिल्हा पातळीवर द्यावे व त्यानुसार शिक्षणात बदल करावेत.
७. व्यावसायिक शिक्षणासाठी साहित्य व तंत्रज्ञान देताना शासनाने आर्थिक साहाय्य द्यावे.
८. जिल्हा औद्योगिक केंद्रामार्फत प्रशिक्षण व भांडवल बिनव्याजी पुरवावे.
९. राष्ट्रीय व्यावसायिक परिषद स्थापन करावी. (NCVE)
१०. व्यवसाय मार्गदर्शन केंद्राची व्याप्ती वाढवावी आणि प्रशिक्षकांची पेपर गुणवत्तेपेक्षा अनुभव व कौशल्याला प्राधान्य देऊन मार्गदर्शक म्हणून नेमणूका कराव्यात. सर्व शाळा महाविद्यालयातून व्यावसायिक मार्गदर्शन केंद्राची स्थापना करून त्यांना योग्य तो दर्जा द्यावा.

(ब) अमेरिका (U.S.A.)

अमेरिकेत व्यावसायिक शिक्षण माध्यमिक स्तरावर दिले जाते. फेडरल शासन राज्यांना भरपूर मार्गदर्शन, साहित्य व आर्थिक मदत देत असते. कोणत्याही व्यावसायिक शिक्षणाला जोडून प्रात्यक्षिकांची सोय असते. व्यवसाय शिक्षण व इतर शिक्षण यात फरक नसतो. जॉन ड्युईच्या कार्यवादावर शिक्षणाची संरचना आहे. व्यवसायातून आर्थिक प्राप्ती शिक्षण काळातच होत असल्याने उच्च शिक्षणापेक्षा व्यवसाय शिक्षणात अधिक संख्येने विद्यार्थी सहभागी होतात. उच्च शिक्षणात चढाओढ कमी असते.

व्यावसायिक अभ्यासक्रम पुढील मार्गाने केला जातो.

१) औद्योगिक शिक्षण
२) व्यापार व व्यवसाय शिक्षण
३) शेती व्यवसाय शिक्षण
४) होम-घर शास्त्र शिक्षण
५) व्यावसायिक मार्गदर्शन केंद्र
६) तांत्रिक केंद्रे.

अमेरिकेत आर्थिक प्राप्तीशी शिक्षण जोडले गेलेले असल्याने बेकारीचा प्रश्न फार कमी आहे. तसेच श्रमप्रतिष्ठेला आपल्यापेक्षा जादा महत्त्व दिले जाते. व्यावसायिक शिक्षणाचा हेतू नवे तंत्रज्ञान मिळविण्याचा असतो हे विशेष होय.

३. यु.एस.ए./यु.के. आणि भारतातील शैक्षणिक प्रशासन

(Educational Administration in U.S.A. / U.K. / India)

कोणत्याही देशाची शैक्षणिक प्रशासन यंत्रणा राजकीय प्रणालीला पूरक असते. प्राचीन काळी आचार्य किंवा शाळाप्रमुख प्रशासक होता. अभ्यासाची केंद्रे होती. धार्मिक बाबींना प्राधान्य होते. राजेलोक हस्तक्षेप करत नव्हते. परंतु, सर्वांना शिक्षणाची संधी नव्हती. प्रशासनाची कल्पना अलीकडील आहे.

(१) अमेरिका (U.S.A.) : अमेरिका देशाची निर्मिती व तेथील संस्कृती लक्षात घेतली पाहिजे. फेडरल शासन असून वसाहतीनुसार इतर राज्य शासन आहेत. त्यामुळे केंद्राची जबाबदारी धोरणात्मक राहते. अमेरिकन काँग्रेसने धोरणात्मक कौन्सिल (पार्लमेंट पातळीवर) दोन्ही सभागृहात निर्माण केलेली आहेत. राज्यघटनेनुसार दैनंदिन कामात भाग न घेता आर्थिक मदत व धोरण जाहीर करून वसाहती राज्य शासनाला निर्देश दिले जातात. स्टेट्स आपापल्या राज्यात स्थानिक कौन्सिल मार्फत सर्व

व्यवस्था पाहातात. अमेरिकेत स्थानिक निवड समिती शैक्षणिक व्यवस्थापन पाहते. आर्थिक व ॲकॅडेमिक जबाबदारी स्थानिक लोकल समिती घेते. काही धार्मिक व स्वयंसेवी संस्था शिक्षणाकडे लक्ष देतात व निर्णय घेतात. त्यामुळे केंद्राला व राज्यांना अनुदान देणे व जरूर तर मार्गदर्शन करणे एवढेच काम राहते. विद्यापीठे व इतर उच्च शिक्षण केंद्रे स्वायत्त आहेत. फेडरल शिक्षण खाते व त्यांचे विभाग मार्गदर्शन देतात. परंतु, बंधनकारक नाही. स्थानिक कौन्सिलची मालकी असते. 'लॅंडग्रॅंट'चे धोरण असल्याने इतर फंड स्थानिक कौन्सिल उभा करते. सध्या पुढील चार स्तरांवर प्रशासन चालते.

१. फेडरल शासन - कॉंग्रेसच्या विविध समित्या - मार्गदर्शन

२. स्थानिक कौन्सिल - देखरेख अंमलबजावणी इ.

३. पालक - ग्राहक - मुलाला कोणते व कसे शिक्षण द्यावे हे ग्राहक म्हणून ठरवितात.

४. खासगी स्वयंसेवी संस्था - पूर्ण स्वातंत्र्य आहे.

(२) ब्रिटन (United Kingdom - UK) : ब्रिटनला लोकशाही प्रशासन मान्य आहे. त्यामुळे अमेरिकेप्रमाणे शिक्षणमंत्री धोरणात्मक निर्णय दोन्ही सभागृहांना देऊन बहुमताने संमत करून घेतात. त्यासाठी इंग्लंड, वल्स-स्कॉटिश या भौगोलिक व राजकीय प्रांतांना समान तत्त्व असत नाही. (England-Weles-Scottland) इंग्लंडचे प्रशासन वेल्स व स्कॉटिश पेक्षा कमी-जास्त व पक्षाच्या धोरणानुसार बदलते. परंतु, गुणवत्ता व लोकमताला प्राधान्य राहाते. काही अडचण आल्यास अमेरिकेप्रमाणे उच्च न्यायालयाचा निर्णय अंतिम असतो.

१९४४ च्या कायद्यानुसार इंग्लंड व वेल्सचे कामकाज मंत्रिमहोदय विभागून देतात. आर्थिक मदत व धोरणात्मक मार्गदर्शन विविध तांत्रिक विभागाकडून केले जाते. अमेरिकेप्रमाणे विद्यापीठे स्वायत्त असून त्यांना संशोधन कार्यास पूर्ण स्वातंत्र्य दिले जाते.

१९९० च्या कायद्याप्रमाणे स्थानिक समित्यांना पूर्ण अधिकार दिलेला आहे. १९९८ च्या धोरणात्मक निर्णयामुळे इंग्लंड व वेल्सच्या बाबतीत पूर्वीच्या प्रशासकीय कामात बदल केला आहे. ब्रिटनमध्ये स्थानिक कमिट्यांना अभ्यासक्रम व शिक्षक नेमणुका, नियम करण्याचा पूर्ण अधिकार आहे. फक्त राष्ट्रीय गुणवत्ता व धोरण प्रत्येक स्थानिक परिषदेने मान्य करावी अशी अपेक्षा ठेवली जाते. देखरेख, कामकाजाची पद्धती इ. गोष्टींचा अधिकार परिषदांना असतो. शिक्षणाचे प्रयोग करण्याचा अधिकार असतो. शाळांना मार्गदर्शन व देखरेख करणारी यंत्रणा वेगळी असते. शाळेच्या दर्जाचा परिणाम प्रवेशावर होतो. त्यामुळे स्थानिक मंडळ प्रयत्नशील असते; त्यामुळे प्रशासन त्याच्याच हातात असते. थोडक्यात, ब्रिटनचे शैक्षणिक प्रशासन पुढीलप्रमाणे-

१. मार्गदर्शन व अनुदान केंद्राकडून

२. स्थानिक मंडळांना - कौन्सिलला सर्व अधिकार

३. प्रशासकीय यंत्रणेचे विकेंद्रीकरण

४. खासगी - स्वयंसेवी संस्थांचे वर्चस्व

५. स्वायत्तेला प्राधान्य

(३) भारतीय शिक्षण प्रशासन (Indian School Administration) : भारत देशातील शिक्षणाचे प्रशासन खऱ्या अर्थाने ब्रिटिश राजवटीत सुरू झाले. त्यापूर्वी खास व स्वतंत्र असे प्रशासन नव्हते. संस्थानिकांचा राज्यकारभार व त्यांचे प्रजाहितदक्ष शिक्षणकार्य काही ठिकाणी पहावयास मिळते. बडोदा नरेश गायकवाड आणि कोल्हापूरचे छत्रपती शाहू महाराज यांचे प्रशासन स्वतंत्र होते.

भारतीय ब्रिटिश प्रशासन - १८१३-१८५३ केंद्रीकरणाचे प्रयत्न.

१८५४-१९२० पूर्ण केंद्रीकरण.

१९२१-१९४७ प्रांतिक सत्ताक.

१९४८ स्वातंत्र्यानंतर - केंद्र शासन - मार्गदर्शन व धोरण.

राज्यशासन - संपूर्ण जबाबदारी

लोकल समित्या (स्थानिक बोर्ड) व्यवस्था नियंत्रण.

१९७६ साली ४२ व्या घटना दुरुस्तीनुसार केंद्र शासनाने अधिक लक्ष दिले आहे. भारतीय घटनेनुसार शिक्षण हे राज्य शासनाच्या अधिपत्याखाली येते. केंद्राने केंद्र शासनाच्या प्रदेशात शिक्षणाची जबाबदारी घ्यावयाची असते. तसेच केंद्रीय सेवेतील व आर्मी सेवेतील मुलांची व सैनिकांच्या शिक्षणाची जबाबदारी केंद्रीय मंत्रालयाच्या विविध केंद्रामार्फत होते. कोठारी शैक्षणिक आयोगाने सर्व स्तरावर शिक्षणाचे प्रशासन कसे असावे याचे योग्य विवेचन केले आहे. शिक्षणाचे स्वरूप, वाढती गुणवत्ता आणि लोकमताचा विचार करून प्रशासनाने विकेंद्रीकरण केले आहे. सध्या पुढीलप्रमाणे प्रशासनाचे पाच स्तर पडतात.

१. केंद्र पातळीवर शिक्षणाचे प्रशासन
२. राज्य पातळीवर शिक्षणाचे प्रशासन
३. स्थानिक संस्था शिक्षणाचे प्रशासन
४. खाजगी स्तरावर शिक्षणाचे प्रशासन
५. शालेय व महाविद्यालय शिक्षणाचे प्रशासन

शिक्षणाची गुणवत्ता वाढावी आणि सर्वांना समान शिक्षणाची संधी प्राप्त व्हावी म्हणून राज्य व केंद्राने वेळोवेळी घटनेच्या आधारे कायदे करून शिक्षणाचे प्रशासनात बदल केले आहेत. उदा. यूजीसी, एन सीई आयटी, एस.सी.आर.टी. इ. केंद्र शासनाने काही स्वतंत्र यंत्रणा उभ्या करून शिक्षणाची उद्दिष्टे साध्य करण्याचा प्रयत्न केला आहे.

(३) दूरस्थ शिक्षणपद्धती (Distance Education)

(१) दूरस्थ शिक्षणपद्धती ही नवीन संकल्पना वापरली जाते. गेल्या १५० वर्षांत या पद्धतीला विविध देशात, विविध नावाने ओळखले जाते. १८८० साली विल्यम ड्रिगे इंग्लिश अध्यापक व मि. हॉस हिरेमाइड या स्विडीश शिक्षकाने पोस्टामार्फत शिक्षण देण्यास सुरुवात केली होती. त्यालाच पत्रव्यवहाराने शिक्षण असे म्हटले जाते. पुढे इंग्लंडमध्ये पत्रव्यवहाराने शिक्षण देणाऱ्या संस्था व विश्वविद्यालये सदर देशांत तयार झाली. १८९० साली अमेरिकेत तर १९२० साली रशियात या पद्धतीचा वापर होऊ लागला. १९३० साली रेडिओच्या माध्यमातून आपल्याकडे दूरस्थ शिक्षण सुरू झाले तसेच काही राज्यात आजही डी. एड., बी. एड. व इतर काही विषयात पत्रव्यवहाराने शिक्षण देऊन पदव्या दिल्या जातात. इंग्लंडमध्ये खास विद्यापीठे ओळखली जातात. अनौपचारिक शिक्षण पद्धतीत याचा वापर केला जातो.

दूरस्थ शिक्षण पद्धतीत शिकणारा व शिकविणारा एकमेकांपासून दूर असतात. अभ्यासक्रमाचे भाग पाडून पत्राने मार्गदर्शन करून परत पत्रानेच तपासणी होते. तसेच रेडिओ, व्हिडिओ कॅसेट, फिल्म, टेपरेकॉर्डर इ. माध्यमातून अध्यापन केले जाते. शिक्षक व विद्यार्थी यांचा सरळ संपर्क येत नाही. वर्गात विद्यार्थी नसतात. शिक्षक योग्य त्या माध्यमातून अध्यापन करतात आणि विद्यार्थी पण त्याचा फायदा घेऊन अध्ययन करतात. त्यामुळे एकमेकांपासून दूर राहून क्रिया घडतात. म्हणून या पद्धतीला दूरस्थ शिक्षण किंवा (Distance Education) म्हणतात.

(२) उद्देश :

१. एकावेळी अनेकांना शिक्षण देता येते.
२. तंत्रज्ञानाचा, माध्यमांचा उपयोग करता येतो.
३. तज्ज्ञ शिक्षकांचा - व्यक्तींचा सर्वांना फायदा होतो.
४. इमारत, व्यवस्थापनाचा खर्च कमी येतो.
५. फावल्या वेळात सोयीनुसार शिक्षण घेता येते.
६. नियमित शाळेत जावे लागत नाही.

तोटे :

१. तज्ज्ञ व्यक्तींचा संपर्क येत नसल्याने शंका व जादा ज्ञानाचा फायदा मिळत नाही.

२. पत्रव्यवहार किंवा इतर माध्यमांचा सर्वांसाठी, सर्वजण फायदा घेऊ शकत नाहीत.

३. माध्यम तयार करण्यास तंत्रज्ञान लागते व वापरण्यास कौशल्य लागते; संपर्क होत नाही. त्यामुळे अध्यापन परिणामकारक होत नाही.

३. भारतातील स्थितीचे स्वरूप : भारतात विद्यापीठ पातळीवर बाहेरून परीक्षेस (External) बसण्याची सोय आजही आहे. परंतु, त्यासाठी पत्रव्यवहार व इतर माध्यमांचा उपयोग करण्यास मुक्त विद्यापीठांमार्फत सुरुवात झाली आहे.

तसेच अनेक व्यावसायिक शिक्षण पत्रव्यवहाराने - नोट्स तयार करून केले जाते. त्यामध्ये संपर्क शिबिर घेऊन शंकासमाधान केले जाते. १९८५ पासून राष्ट्रीय मुक्त विद्यापीठाची स्थापना करून, त्यांच्या शाखा उभारून, देशभर कार्य सुरू आहे. सुमारे ३८ अभ्यासक्रम सुरू करून १८ विभागीय व ४७८ केंद्रातून कार्य सुरू झाले आहे. इच्छुक व गरजूंना हवे ते शिक्षण विविध माध्यमांतून दिले जाते. परीक्षा घेऊन मूल्यमापन केले जाते. गुणवत्ता व स्वयंअध्ययन आणि नवीन तंत्राचा उपयोग करून दूरस्थ या शिक्षणाच्या तंत्राचा वापर वाढत आहे. ज्यांना नियमित वेळ देता येत नाही, त्यांना संधी आहे. आज रोजी इतर विद्यापीठे व खाजगीसंस्था देखील रेडिओ, टी.व्ही., कॅसेटच्या माध्यमातून शैक्षणिक व इतर ज्ञानाचा प्रसार करत आहेत. सुमारे १२ विद्यापीठात मुक्त विद्यापीठाचे कार्य सुरू आहे. टी.व्ही. लेसनवर व्यावसायिक माहिती पुरविली जाते. १९६९ साली आंध्र प्रदेशात प्रथम मुक्त विद्यापीठाची सुरुवात झाली. १९८९ साली नाशिक येथे महाराष्ट्रात यशवंतराव चव्हाण मुक्त विद्यापीठ स्थापन झाले. वयाची अट नाही, शैक्षणिक पात्रतेत बदल, खास नियम नाही, तसेच उपस्थितीची गरज नाही. हे या पद्धतीचे वैशिष्ट्य होय.

यु.के.मधील दूरस्थ शिक्षण - दूरस्थ शिक्षणात ब्रिटन - यु.के.चा प्रथम क्रमांक लागतो. विद्यापीठाच्या पातळीवर शिक्षण देणाऱ्या स्वतंत्र संस्था इंग्लंडमध्ये आहेत. इतर विद्यापीठाप्रमाणे स्वतंत्र विभाग असून कामकाज चालते. नियमित पदवीदान समारंभ होतात. तसेच पाठपुरावा घेऊन पुढील कार्यक्रम ठरविले जातात. सर्वच अभ्यासक्रम तयार केले जातात. ब्रिटनमध्ये दूरस्थ शिक्षण नियमित शिक्षणाप्रमाणे गणले जाते; इतर विद्यापीठाशी संपर्क ठेवून कार्य करण्याची पद्धती असून शासनाकडून अनुदान दिले जाते. पूर्णवेळ सेवक व संशोधन विभाग चालविले जातात हे ब्रिटनच्या दूरस्थ शिक्षण पद्धतीचे वैशिष्ट्य होय. दूरदर्शनवरील नियमित कार्यक्रम हे देखील या देशाचे वैशिष्ट्य होय.

वरीलप्रमाणे ऑस्ट्रेलिया देशातील दूरस्थ शिक्षणपद्धती असून हळूहळू लोकप्रिय होत आहे.

४) निरंतर शिक्षण (Continuing Education) : शिक्षण ही सतत चालणारी प्रक्रिया आहे. जन्मापासून सुरू होऊन मरेपर्यंत व्यक्ती काहीतरी विचार करत असते. त्यासाठी नव्या विचारांची, कृतीची गरज असते. जन्मापासून कधीही औषध न घेणारी व्यक्ती मरताना डॉक्टरांनी सांगितलेले औषध घेण्यास नव्याने शिकत असते. गरज आणि परिस्थिती निर्माण झाली की, माणसाला शिक्षण घ्यावे लागते. जीवनाच्या प्रत्येक क्षणाला काहींना काही नव्याने घडत असते. व्यक्तीला सामोरे जावे लागते.

निरंतर शिक्षणाला आज-काल फारच महत्त्व आले आहे; कारण नव्याने ज्ञान व संकल्पना तयार होत आहेत. जगात फार मोठ्या प्रमाणात बदल होत आहेत. हा बदलाचा महिमा जर आपण पाळला नाही तर जगता येणार नाही. आज पुढील ३ प्रकाराने माणूस शिकतो आहे.

१. सहजी शिक्षण - Informal
२. औपचारिक - Formal
३. अनौपचारिक - Non formal

सहजी शिक्षण हे घरां-दारातून, मित्रमंडळी, व्यवसाय व निसर्गाच्या सान्निध्यातून होत असते. तर औपचारिक शिक्षण शाळा-कॉलेजमधून चालू असते. अनौपचारिक शिक्षण गरज व सवडीनुसार आवडीने घेतले जाते. शाळेबाहेर व्यक्तीच्या गरजेने सतत चालणारे शिक्षण म्हणजे निरंतर शिक्षण होय. खालील कारणाने सतत शिकावे लागते.

कारणे -

१. शाळेतून न मिळालेले शिक्षण आज हवे असते. उदा.सायकल चालवणे, पोहणे, स्वयंपाक करणे, बालसंगोपन इ.
२. व्यावसायिक शिक्षण - कोणतातरी व्यवसाय करणे भाग आहे. त्या व्यवसायाचे ज्ञान शाळेपेक्षा वेगळे असते. व्यवसायात बदल होतात त्यामुळे शिकत राहावे लागते.
३. नवे तंत्रज्ञान घरात, बाहेर वापरावे लागते. त्याची माहिती घ्यावी लागते. शेती, बँका, पोस्ट, इतर व्यवहार.
४. नवे कायदे - शासन व समाजात नव्याने नियम व कायदे होत असतात. त्याचे जीवनावश्यक ज्ञान हवे असते.

५. आपत्ती-संकटे - जीवनात आजार, नात्यातील मृत्यू व इतर घरगुती भांडणे होतात. त्याबद्दल व्यक्तीला नव्याने सामोरे जाऊन तोडगा काढावा लागतो. इ.

२) साक्षरता (Literacy) : स्वातंत्र्यापूर्वी निरक्षरता कमी करून लोकांना डोळस बनविण्यासाठी साक्षरता शिकविली जाई. शासनाला शक्य नव्हते म्हणून काही संघटना कार्यरत होत्या. मुंबई साक्षरता संघ, पुणे साक्षरता मंडळ इ. संघटना देशात साक्षरतेचे वर्ग चालवून प्रौढ स्त्री-पुरुषांना साक्षरतेचे धडे देत होते. जीवनात लेखन व वाचन यावे अशी इच्छा ठेवून मोफत साक्षरता वर्ग भरत होते. १९२० नंतर देशाच्या प्रत्येक असे प्रत्येक वर्ग चालवले जात.

स्वातंत्र्यानंतर शासनाने आपल्या विकासकार्याचा भाग समजून असे वर्ग चालू ठेवले. ग्रामीण भागात प्राथमिक शाळा मास्तर रात्रीचे वर्ग चालवत होते. पहिल्या व दुसऱ्या पंचवार्षिक योजनेत प्रत्येक भागात राज्य शासनाने नियोजनपूर्वक कार्य करून लोकांना पुढील जीवनात उपयोगी होईल असे कार्यात्मक ज्ञान दिले. 'जे जे स्वत:शी ठावे ते ते इतरांशी सांगावे.' असे वर्ग चालवून आक्षरतेबरोबर व्यावहारिक ज्ञान देऊन प्रबोधन केले. चौथ्या पंचवार्षिक योजनेत साक्षरता वर्गाची उद्दिष्टे बदलली. ती अशी –

१. जाणीव जागृतीत वाढ (Awareness)

२. कार्यात्मक साक्षरता (Functional literacy)

३. कार्यक्षमतेत वाढ (Working efficiency)

देशाचा नागरीक सक्षम व्हावा म्हणून सतत शिक्षण देण्याचे कार्य इतर देशाप्रमाणे आपापल्या देशात पण चालू आहे. ज्ञानाच्या कक्षा रुंदावल्यामुळे, लोकांच्या गरजा वाढल्यामुळे, नव्याने अध्यापन पद्धती, पुस्तके, व्यवस्थापन बदलत गेले आहे. केंद्रात स्वतंत्र (Adult and continuing) संचनालय सुरू करून Continuing education ला महत्त्व दिले व त्यातून नवे संशोधन झाले आहे. जिल्हा व तालुका पातळीवर स्वतंत्र खाते व अधिकारी नेमून स्वतंत्र यंत्रणा राज्यशासन चालविते. शाळा, महाविद्यालयातून प्रौढ व निरंतर शिक्षणाचे वर्ग चालविले जातात. थोडक्यात खालील उपक्रमांचा उल्लेख करता येईल.

१. एकूण साक्षरता मोहिम - TLP

२. राष्ट्रीय साक्षरता मिशन - NLM

३. विद्यापीठात स्वंतत्र विभाग - Adult and Continuing Education Dept.

४. स्वतंत्र राष्ट्रीय संचालनालय - Directorate of Education

५. राज्य व जिल्हा स्तरावर स्वतंत्र विभाग - State - District - Centre

६. प्रशिक्षण - सर्वांना प्रशिक्षण - Training

भारताप्रमाणे ब्रिटन - ऑस्ट्रेलिया, अमेरिका या देशांतदेखील निरंतर शिक्षणाची सोय शासनामार्फत आणि स्वयंसेवी संस्थांमार्फत चालू आहे. रचना आणि उद्दिष्टे सारखी नसली तरी ध्येये समान आहेत. इंग्लंडमध्ये पुढील प्रकारचे निरंतर वर्ग चालतात.

१. औद्योगिक कामगारांना प्रशिक्षण.

२. शेती विषयाचे शेतकऱ्यांना शिक्षण.

३. व्यापारी लोकांना व्यावसायिक शिक्षण.

४. तरुण-तरुणींना जीवनावश्यक शिक्षण.

५. शासकीय व आंतरराष्ट्रीय माहिती केंद्रे.

कायदा १९४४ प्रमाणे सदरची जबाबदारी स्थानिक Local Authority घेते आणि आपापल्या भागामध्ये गरजेनुसार व मागणीनुसार स्वतंत्र वर्ग भरविले जातात. शिक्षणसंस्था, व्यक्ती आणि राज्य शासनाची मदत असते. आपल्याप्रमाणे कामगारांना शिक्षण देण्याचे वर्ग पूर्वीपासून इंग्लंड व ऑस्ट्रेलियात आहेत. शासकीय यंत्रणेशिवाय इंग्लंडमध्ये खालील संस्था काम करतात.

१. प्रौढ शिक्षण संस्था.

२. शिक्षण व्यवस्थापन संस्था.

३. महिला उन्नती संस्था.

४. रूरल कम्युनिटी काउन्सिल व यंग फार्म्स् क्लब.

५. राष्ट्रीय प्रौढ शिक्षण मंडळ - स्कूल.

६. विद्यापीठ विस्तार शिक्षण विभाग.

७. लंडन कंट्री काउन्सिल.

८. ब्रिटिश ड्रामा लँग्वेज

९. यंग सर्व्हिस क्लब इ.

१०. विविध क्लब व कॉलेज केंद्रे मार्गदर्शन करतात.

निरंतर शिक्षणासाठी रेडिओ, टि.व्ही., फिल्म यांचा उपयोग मोठ्या प्रमाणात घेतला जातो. आपल्या देशात देखील टी.व्ही व इतर माध्यमांचा उपयोग करून घेतला जातो. विविध प्रकारच्या शिक्षणासाठी विविध संस्था मार्गदर्शन करतात; काही किरकोळ रचना व उद्दिष्टे सोडल्यास बहुतेक सर्व देशांत निरंतर शिक्षणाचे वर्ग चालविले जातात. आजचे निरक्षरतेचे किंवा प्रौढ शिक्षणाचे वर्ग पूर्वीपेक्षा वेगळे आहेत. जागतिकीकरणाने शिक्षण मुक्त व खुले होत असल्याने निरंतर शिक्षणाची दिशा बदलत चालली आहे.

***

पेपर ३
घटक नं. १०
अभ्यासक्रम - विकास - रचना व मूल्यमापन
(Curriculum - Development - Construction and Evaluation)

A. अभ्यासक्रम, विकास, रचना व मूल्यमापन

१) अभ्यासक्रम, अर्थ, स्वरूप व महत्त्व (Curriculum, Meaning, Nature, Importance)

२) अभ्यासक्रमाचा विकास (Development of Curriculum)

३) अभ्यासक्रमाची रचना (Construction of Curriculum)

४) अभ्यासक्रमाची तत्त्वे व मूल्यमापन (Principles of Curriculum & Evaluation)

५) अभ्यासक्रमाचे काही नमुने - प्रतिमाने (Models of Curriculum)

१) अभ्यासक्रम अर्थ व स्वरूप (Meaning and Nature of Curriculum)

अभ्यासक्रमाला इंग्रजीमध्ये - Curriculum असे म्हणतात. त याचा अर्थ शर्यत असा आहे. लॅटिन भाषेत ध्येय प्राप्तीसाठी पळणे किंवा धावणे म्हणजे Curriculum होय. अभ्यासक्रमातून पुढे जाणे आणि इच्छित लक्ष साधणे म्हणजे अभ्यासक्रम पूर्ण करणे होय. प्रत्येक वर्गात काय शिकायचे, कशासाठी शिकायचे याचे नियोजन केलेले असते. या संघटित नियोजनाला किंवा विषयांच्या ज्ञानाला नियोजनपूर्वक दिलेले स्वरूप म्हणजे 'अभ्यासक्रम' होय.

थोडक्यात, अभ्यासक्रम म्हणजे वर्गात आणि वर्गाच्या बाहेर विद्यार्थी व शिक्षकांनी केलेले अध्यापन-अध्ययनाचे सर्व व्यवहार होत. माध्यमिक शिक्षक आयोगाने १९५२ साली अभ्यासक्रमाची व्याख्या पुढीलप्रमाणे केलेली आहे -

1) " Curriculum does not mean only the academic subject, traditionally taught in the school but it includes the totality of experiences that a pupil receives through the manifold activities that go on in the school, in the classroom, library, laboratory, workshops, playground and numerious informal contacts between teachers and students."

2) "The Curriculum included all the learners experiences in or outsides of schools that are included in the programme which have been help to develop mentaly, physically, emotionally, socially, morally and spiritually." - crow and crow.

अनेकांनी अनेक प्रकारे अभ्यासक्रमांची व्याख्या व अर्थ स्पष्ट केलेला आहे. शाळेतील परिसरात घडणाऱ्या सर्व बाबींना अभ्यासक्रमात स्थान आहे. विद्यार्थ्यांचा सर्वांगीण विकास हे ध्येय शिक्षणाचे असेल तर अभ्यासक्रम पुस्तकांच्या व शाळेच्या बाहेर जातो; परंतु, ज्या ठिकाणी शिक्षक व विद्यार्थी यांचा संबंध येतो त्या संपर्कात अभ्यासक्रम असतो. शैक्षणिक सहली, स्पर्धा, राष्ट्रीय व इतर समारंभ इ. अभ्यासक्रमाचा भाग होऊ शकतो. प्रदर्शने, स्नेहसंमेलने या गोष्टीदेखील अभ्यासक्रमात असू शकतात. यावरून जुना अर्थ जाऊन अभ्यासक्रमाचा नवा अर्थ शिक्षण क्षेत्रात रूढ झाला आहे. श्री. कनिंग हॅम - या शिक्षण तज्ज्ञाच्या मते - "The Curriculum is a tool in the hands of artist (teacher) to his material (pupils) according to his ideal (objectives) in his studio (school)." या ठिकाणी अभ्यासक्रमाला शिक्षणाचे साधन मानले असून शिक्षकाला कलाकार समजले आहे आणि विद्यार्थ्यांना साहित्य समजून शिक्षक आपल्या उद्दिष्टांनुसार सदर साहित्याचे रूपांतर आपल्या स्टुडिओमध्ये - (शाळेत) करतो; म्हणजे उद्दिष्टांनुसार विद्यार्थ्यांच्या वर्तनात बदल करणारे साधन म्हणून अभ्यासक्रमाचा उपयोग शिक्षक करतो. उद्दिष्टे ठरलेली असतात, त्यानुसार अभ्यासक्रम तयार केला जातो. त्याचा वापर आपल्या शाळेच्या परिसरानुसार शिक्षक कलाकाराच्या भूमिकेतून करत

असतो आणि शैक्षणिक उद्दिष्टे साधन्याच्या प्रयत्नात असतो.

शिक्षणाचे कार्य यशस्वी व्हायचे असेल तर त्याला योग्य अभ्यासक्रमाची जरुरी आहे. अभ्यासक्रमावर केवळ विद्यार्थी वर्गाचे भवितव्य अवलंबून असते असे नाही तर सामाजिक जडण-घडण व कल्याण आणि राष्ट्रीय विकास त्यावर अवलंबून असतो. अभ्यासक्रम पालकांनी व शिक्षकांनी बदलत्या स्वरूपात समजून घेतला पाहिजे. पूर्वीचे विषयनिष्ठ संकुचित स्वरूप आता राहिले नसून शिक्षणाच्या उद्दिष्टांनुसार अभ्यासक्रमाचे स्वरूप विशाल कसे झाले आहे हे लक्षात घेतले पाहिजे. आजच्या अभ्यासक्रमात ज्ञान, विज्ञान, तंत्रज्ञान, कृतिशीलता, व्यावसायिक गुण, सामाजिक सेवा, सहकार्य, नीतिमूल्ये, स्वदेशी प्रेम आणि आंतरराष्ट्रीय सामंजस्य अनुदेय आहे.

अमेरिकेच्या राष्ट्रीय शिक्षण सोसायटीने २९ व्या वार्षिक अहवालात म्हटले आहे की 'The Curriculum may be defined as the totality of subject matter, activities experiences which constitute a pupils school - life.' वरील विवेचनावरून व काही व्याख्यांवरून अभ्यासक्रमाचा अर्थ स्पष्ट होतो. अभ्यासक्रमावर शिक्षणपद्धती ठरवली जाते.

२) अभ्यासक्रमाचे महत्त्व (Importance of Curriculum)

शैक्षणिक संस्थांच्या कार्यपद्धती अभ्यासक्रमावर अवलंबून असतात. शिक्षकांच्या नेमणुका, वेळापत्रक, परीक्षा, पुस्तके अभ्यासक्रमाला धरून तयार केली जातात. शाळा, महाविद्यालये, विद्यापीठे, प्रशिक्षण केंद्रे हे सर्व अभ्यासक्रमानुसार चालत असतात. अभ्यासक्रम हा शिक्षणाचा आत्मा आहे असे म्हणणे योग्य होईल. पुढील मुद्द्यांना धरून शिक्षणात अभ्यासक्रमाचे महत्त्व स्पष्ट करता येईल. –

१. अध्यापन - अध्ययन अभ्यासक्रमामुळे शक्य होत असते.

२. अध्यापन - अध्ययनाचा दर्जा अभ्यासक्रमामुळे ठरला जातो.

३. अध्यापन व अध्ययनाचे वेळापत्रक नक्की करता येते.

४. परीक्षा पद्धती - मूल्यमापन पद्धती ठरविता येते.

५. शिक्षणाची उद्दिष्टे साध्य करणे शक्य होते.

३) अभ्यासक्रमाची उद्दिष्टे (Objectives of Curriculum)

१. विषय ज्ञानाची जुळवाजुळव करणे.

२. लोकशाहीची मूल्ये जतन करणे.

३. चारित्र्य संवर्धन करणे.

४. व्यक्तींच्या कुवतीनुसार गरजा पूर्ण करण्यास मदत करणे.

५. शैक्षणिक वातावरणाची निर्मिती करणे.

६. विषय ज्ञानाची वाढ करणे.

७. नवीन ज्ञानांची निर्मिती करणे.

८. व्यक्तींचा सर्वांगीण विकास करणे. इ.

४) अभ्यासक्रम रचनेची मूलतत्त्वे (Principles of Curriculum Construction)

अभ्यासक्रमाची रचना करताना निरनिराळ्या तत्त्ववेत्त्यांनी व शिक्षणतज्ज्ञांनी तत्त्वे मांडताना आपापल्या विचारांना प्राधान्य दिल्याचे दिसून येते. शिक्षणाचे मानसशास्त्रीय अधिष्ठान व तात्त्विक अधिष्ठान आणि सामाजिक परिस्थितीचा तसेच राजकीय प्रणालीचा विचार करून तत्त्वे ठरवावी लागतात.

१) मानसशास्त्रीय तत्त्वज्ञान (Phychological Principle) : व्यक्तिविकासाच्या पायऱ्या व त्यांची वैशिष्ट्ये मानसशास्त्रज्ञांनी ठरविलेली आहेत. अध्ययनावर परिणाम करणारे घटक, ज्ञानेंद्रियांचे कार्य इ. मानसशास्त्रीय अभ्यासामुळे

विद्यार्थी कसे शिकतात हे अभ्यासलेले आहे. त्यामुळे विद्यार्थी केंद्रित शिक्षण पद्धती झाली आहे. विद्यार्थ्यांच्या मानसिक अवस्थेचा विचार करून अभ्यासक्रमाची रचना केली पाहिजे.

२) समाजशास्त्रीय तत्त्वज्ञान (Sociological View) : व्यक्तीचा विकास किंवा शिक्षण समाजाच्या वातावरणात होत असते. व्यक्ती जीवनाचा समाजाशी घनिष्ट संबंध असतो. म्हणून सामाजिक सिद्धान्ताचा विचार अभ्यासाची रचना करताना करण्याची गरज असते. तसेच तात्त्विक बैठक हवी.

३) उपयुक्तता (Principle of Utility) : जीवनामध्ये शिक्षणाला महत्त्व आहे. जीवन म्हणजेच शिक्षण आणि शिक्षणाचा उपयोग जीवनासाठीच असल्याने शिक्षणाची उपयुक्तता लक्षात घेऊन अभ्यासक्रमाची रचना केली पाहिजे.

४) खेळ व काम (Play and work) : शिक्षणात खेळाला व कार्याला महत्त्व असते. नुसताच खेळ किंवा नुसतेच काम असा प्रकार असू नये. विद्यार्थ्यांच्या वयाचा विचार करून खेळाचा वापर अभ्यासक्रमातून करता आला पाहिजे.

५) व्यक्तिभेद (Individual Differences) : व्यक्तिभेद हा सर्वच बाबतीत दिसून येतो. 'व्यक्ती तितक्या प्रकृती' या तत्त्वाने विद्यार्थ्यांत फरक असतो. शारीरिक, बौद्धिक, भावनिक भेद हा सर्व स्तरावर असतो. प्रज्ञावंत मुलांचा विचार करावा तसाच मंद किंवा मतिमंदाचा पण विचार व्हावा. शारीरिक दुर्बलता याचा पण विचार अभ्यासक्रमाच्या वेळी केला पाहिजे.

६) ज्ञानाच्या कक्षा (Development in Knowledge) : ज्ञानाच्या कक्षा दिवसेंदिवस उंचावत आहेत. नवीन विषय, नव्या संकल्पना, नवे सिद्धान्त, नवीन तत्त्वे पुढे येत आहेत. जुन्या ज्ञानाच्या कक्षा मागे पडत आहेत. याचा विचार करून अभ्यासक्रमाची मांडणी व्हायला हवी.

७) व्यावसायिक दृष्टिकोन (Vocational View) : ज्ञानासाठी ज्ञान ही कल्पना जुनी व कालबाह्य झाली आहे. जीवनात स्थिरता येण्यासाठी Earn While Learn असा दृष्टिकोन सर्वमान्य झाला आहे. या दृष्टिकोनातून अभ्यासक्रम वरिष्ठ वर्गांना हवा.

८) विविधता (Variety) : सामाजिक गरजा व ज्ञानाच्या व जीवन पद्धतीची विविधता लक्षात घेऊन नवे नवे अभ्यासक्रम उदयास येत आहेत.

९) लोकशाहीची मूल्ये : लोकशाही तत्त्वज्ञान जपले पाहिजे.

१०) लवचिकता (Flexibility) : अभ्यासक्रम समाजाच्या व काळाच्या गतीनुसार बदलता हवा.

११) क्रियाशीलता (Creativity) : क्रियाशीलता हवी.

१२) नैतिकता हवी (Morality)

१३) एकता (Integrated in Nature)

५. अभ्यासक्रमाचा ऐतिहासिक आढावा (Brief Account of Curriculum Development)

१) शिक्षणाची ध्येय - उद्दिष्टे साध्य करावयाची असतील तर त्याचे योग्य साधन म्हणजे 'अभ्यासक्रम' होय. वर्तमानकाळ हा भूतकाळाच्या पायावर उभा राहतो आणि भविष्याकडे वाटचाल करतो. अभ्यासक्रमाचा विचार करताना त्याच्या पैलूंचा व विविध अंगाचा विचार करावा लागतो. अभ्यासक्रमाच्या रचनेमध्ये ऐतिहासिक (Historical), तात्त्विक (Philosophical), मानसशास्त्रीय (Psysiological), समाजशास्त्रीय (Sociological) या प्रमुख बाबींचा विचार करावा लागतो. या ठिकाणी फक्त ऐतिहासिक त्रोटक नोंदी करत आहोत.

प्राचीन भारतीय शिक्षणाचे ध्येय धार्मिक असल्याने हिंदू, बौद्ध, जैन या धर्मग्रंथांच्या विविध विचारावर अभ्यासक्रमाची रचना होत होती. चार वेदांचे पठण होई. परंतु विद्यार्थ्यांच्या सोयीने त्याचे रूपांतर आचार्यांनी 'ब्राह्मण' ग्रंथांत केले. प्रत्येक वेदावर आधारित एक ब्राह्मण ग्रंथ होता. या ब्राह्मण ग्रंथात उच्चार, उपपत्ती, व्याकरण इ. चा समावेश होतो. समाजाच्या गरजा वाढत गेल्या तशा प्रकारे वेदांचे उपवेद होऊन त्यामधून - औषधशास्त्र, स्थापत्यशास्त्र, खगोलशास्त्र, भाषाशास्त्र इ.

माहितीची नोंद अभ्यासक्रमात झाली. चार वर्णाची प्रथा होऊन प्रत्येक वर्णात वेगवेगळ्या शास्त्रांचा अभ्यास होत होता. वैदिक वाङ्मयाचा प्रसार झाला पण मुद्रणकला नसल्याने पुस्तके तयार झाली नव्हती. जीवनाचे चार स्तर पडून प्रत्येक वयोगटातील कार्य स्थिर झाले. १) विद्यासंपादन काळ, २) गृहस्थी संसाराचा काळ, ३) अरण्यवास - चिंतनाचा काळ आणि शेवटी ४) सर्वत्याग - सन्यासकाळ या प्रत्येक काळासाठी २५ वर्षे धरणेची प्रथा होती आणि आयुष्य शंभर वर्षांचे समजण्यात येत असत.

वानप्रस्थ आश्रमात अरण्यात राहून आरण्यके व उपनिषदे या ग्रंथाची निर्मिती होऊन चिंतनातून भारतीय तत्त्वज्ञानाचा पाया घातला गेला. या ग्रंथानाच भारतीय संस्कृतीचे तत्त्वज्ञान म्हणतात. परंतु आर्यांच्या आगमनाने व रानटीपणाने कर्मकांडे तयार झाली. कर्मकांडांच्या स्तोमामुळे त्याला विरोध म्हणून बौद्ध व जैन धर्मासारखे धर्मपंथ उदयास आले. अहिंसा व व्यक्ती विकास स्वातंत्र्यामुळे लोकांनी या धर्मांना जवळचे केले. हिंसात्मक विधींना आळा बसून उपासना व भक्ती मार्गाने मोक्ष मिळू शकतो (निर्वाण) हे बहुजनांना पटले. त्यातूनच भक्ती-पुराणे तयार झाली. या पुराणांचा व स्मृतींचा अभ्यासक्रम चालू झाला. तो बरेच वर्षे होता.

परंतु पठाण, मोगल, डच, पोर्तुगाल, इंग्रज यांनी येऊन भारतीय संस्कृतीला धक्का दिला व स्वत:चे आचार विचार लागू केले. अध्यात्मापेक्षा लढाईच्या जोरावर वर्चस्व गाजविले.

२) मध्ययुगीन काळात भारतात अनेक धर्मपंत व व्यवसायात वाढ झाली. त्यामुळे धर्मांतरे होऊन भारतीय संस्कृतीचा चेहरा बदलला. मुस्लिम, ख्रिश्चन धर्मियांची वाढ झाली. मोगलानंतर इंग्रजांचे राज्य साऱ्या भारतात सुरू झाल्याने जातीवादी संस्कृतीला थोडा आळा बसला आणि ब्रिटिशांनी लॅटीन भाषेला प्राधान्य देऊन इंग्रजी भाषेतून राज्य कारभार सुरू केले. १८३५ ला मेकॉलेने झिरपती शिक्षणपद्धती सुचविली. १८५४ ला वूडच्या खलात्याने ब्रिटिश देशाचा अभ्यासक्रम सुरू केला. भाषा, गणित, इतिहास हे प्रमुख विषय होते. नंतर भूगोल, विज्ञान आले. इंग्रजीमुळे भारतीय मंडळी जागी झाली आणि स्वदेशी शिक्षणाची मागणी करू लागले. दादाभाई नौरोजी, न्यायमूर्ती रानडे, लोकमान्य टिळक, महात्मा गांधी, महात्मा फुले इ. मंडळींनी शिक्षणाचा आग्रह धरला. महात्मा गांधीजींची जीवन शिक्षण पद्धती उदयास आली. साक्षरतेची गरज भासली.

३) स्वातंत्र्यानंतर कमिशन नेमून समित्या नेमून नवा शैक्षणिक आकृतिबंध तयार केला. त्यामध्ये सर्व स्तरावर वैज्ञानिक व मातृभाषेला, गणित, इतिहास-भूगोल, नागरिकशास्त्र, हिंदी या विषयांना प्राधान्य दिले, राष्ट्रीय जागृती, कार्यानुभव इ. विषयांना प्राधान्य मिळाले. १९८६ च्या धोरणाने विज्ञानातील तंत्रज्ञानाला, वैद्यकीय शास्त्रांना व जागतिकीकरणास महत्त्व देऊन संगणक इ. नवे विषय अभ्यासक्रमात येऊन १० गाभाभूत घटक (Core Subjects) प्रधान मानून अभ्यासक्रमाचा विकास चालू आहे.

४) युरोप, इजिप्त, चीन या देशात देखील भारताप्रमाणेच अभ्यासक्रमाची सुधारणा धार्मिक तत्त्वानुसार व सामाजिक बदलानुसार सुरू झाली. स्पाटी, अथेन्स या राज्यात शारीरिक व धार्मिक शिक्षणाला प्राधान्य देण्याची तरतूद अभ्यासक्रमात होती. बायबलचे भाषांतर लॅटीनमधून इतर युरोपियन भाषेत करून सर्वांना बायबलची ओळख करून दिली. गणित, विज्ञानाच्या अभ्यासाला स्थान दिले. त्यामुळे अनेकांनी अनेक शोध लावले. व्यावसायिक शिक्षणाला प्राधान्य दिल्याने व्यापार वाढला. त्यातच अमेरिकेचा शोध लागल्याने युरोपियन वसाहतीची वाढ त्या ठिकाणी झाली व जग-प्रवासाला प्राधान्य मिळाले. होकायंत्र, इंजिनचा शोध यामुळे अभ्यासक्रमात भाषेबरोबर विज्ञान आलं. इजिप्त देशात जो विकास झाला तो 'नाईल' नदीमुळे, शेती बरोबर स्थापत्य शास्त्रात मोठी प्रगती झाली. 'पिरॅमिड' जगप्रसिद्ध आजही आहेत. मुद्रण कलेमुळे जगातील सर्वच देशात अभ्यासक्रमात सुधारणा होत गेल्या.

भारताप्रमाणे चीन देशात देखील प्राचीन संस्कृती व व्यवसाय बदलले आहेत. रेशमी उद्योग चीनची देणगी होय. शेती-व्यापार इ.मध्ये आधुनिकता आली आहे.

B. अभ्यासक्रमाचा विकास - संकल्पना :

अभ्यासक्रम विकास याचा अर्थ सतत नवीन ज्ञानाची वाढ होत राहणे, सतत चालणारी आणि योग्य तो बदल शिकणाऱ्याच्या वर्तनात होत राहणे होय. अभ्यासक्रम विकास प्रक्रियेत विद्यार्थ्यांच्या वर्तनातील बदलाला महत्त्व असते. अभ्यासक्रमाच्या विकासाचे चक्र पुढीलप्रमाणे असते.

१) अध्यापनाची उद्दिष्टे : अध्यापनाची उद्दिष्टे तीन आहेत – १) ज्ञानात्मक, २) भावात्मक आणि ३) क्रियात्मक या उद्दिष्टांना धरून अभ्यासक्रमाचा विकास चालतो.

२) अध्यापनाच्या पद्धती : अध्ययन अनुभूती, अध्यापनाच्या पद्धतीवर अवलंबून असते. अभ्यासक्रम सुधारावयाचा असेल तर त्याला अध्यापनाच्या पद्धतीची साथ पाहिजे. नवीन संकल्पना पुढे येत आहेत. त्यामुळे विकासाचे चक्र चालू आहे.

३) मूल्यमापन प्रक्रिया : मूल्यमापन प्रक्रियेच्या आधारे शिक्षणाचा परिणाम मोजला जातो. त्यामुळे अभ्यासक्रमाचा व विकासाचा संबंध मूल्यमापनाशी आहे.

४) पाठ-पुरावा : मूल्यमापनाच्या आधारे उद्दिष्टपूर्ती समजते. त्यानुसार उद्दिष्टात पुढील बदल करणे आणि पद्धतीत सुधारणा करणे क्रमप्राप्त राहते. साहजिकच अभ्यासक्रमात बदल करण्याची गरज भासते.

डॉ. ब्लूम यांच्या मते अभ्यासक्रम विकासाची तीन अंगे - घटक असून ते एकमेकांवर अवलंबून असतात. या तीन घटकात सुधारणा करणे म्हणजे अभ्यासक्रमाचा विकास होय –

अभ्यासक्रम विकासाची चार अंगे - (घटक प्रमुख)

१) उद्दिष्टे - वर्तनात अपेक्षित बदल ठरवून उद्दिष्टे लिहिली जातात. विद्यार्थ्यांची कुवत, परीक्षेतील अपेक्षा या गोष्टी लक्षात घेऊन उद्दिष्टे निश्चित केली जातात.

२) पाठ्यांश (आशय) : अभ्यासक्रम आशय उद्दिष्टांनुसार बदलतो. त्याचे उपभोग करून अनुभूती घेता येते. शैक्षणिक अनुभूती ज्यावेळी विषय ज्ञानाचा भाग किंवा आशय महत्त्वाचा असतो.

३) अध्यापनाची संरचना : अध्यापन करताना जास्तीत जास्त परिणामकारक होण्यासाठी विविध तंत्र व पद्धतींचा वापर करावा लागतो. विद्यार्थ्यांचा गट व लक्ष लक्षात घेऊन अभ्यासात योग्य पद्धती ठरविणे आवश्यक आहे.

४) मूल्यमापन : मूल्यमापन हा अभ्यासक्रमाचा महत्त्वाचा भाग असतो. त्यावरून अभ्यासक्रमाची पुनर्रचना करावी लागते. त्या संबंधीची रचना खालीलप्रमाणे -

(१९९५ साली बी. एड.चा अभ्यासक्रम एन.सी.टी.ई.ने केला होता; परंतु १९९७ साली त्यामध्ये बदल करून एन.सी.टी.ई.ने पुन्हा तयार केला. याला बी.एड. अभ्यासक्रमाचा विकास म्हणता येईल.)

४. अभ्यासक्रमाच्या विकासाची उद्दिष्टे (Objectives of Curriculum Development)

१. व्यक्तीचा सर्वांगीण विकास साधणे - ज्ञानात्मक - भावात्मक - क्रियात्मक
२. अभ्यासक्रमाचा विकास संस्कृतीशी मिळता-जुळता असावा.
३. चारित्र्य संवर्धनाशी संबंधित विकास असावा.
४. तर्क, विचार क्षमता, निरीक्षण क्षमता, विवेकी असावा.
५. जीवन मूल्यांची वाढ होणारी विकास प्रक्रिया हवी.
६. सामाजिक व राष्ट्रीय कर्तव्याची जाणीव देणारा हेतू हवा.
७. लोकशाहीशी सुसंगत, नागरिकत्वाची जबाबदारी.
८. सर्व विषयांशी सुसंगत सांधणे.

९. पर्यावरण, लोकसंख्या शिक्षण, आरोग्य शिक्षणाची जोड

१०. समाजाच्या गरजा, अपेक्षा व राष्ट्रीय - आंतरराष्ट्रीय सामंजस्य

४. अभ्यासक्रमाची प्रतिमाने (Models of Curriculum) :

अभ्यासक्रम आणि अभ्यासक्रमाचा अर्थ - स्वरूप - रचनेची तत्त्वे, अभ्यासक्रमाचा विकास व विकासाची तात्त्विक भूमिका आणि विकासाची अंगे-घटक यांची थोडक्यात माहिती करून घेतली. अभ्यासक्रमाच्या रचनेची प्रतिमाने (Models) थोडक्यात पाहू या –

अभ्यासक्रमाची रचना अध्यापन - अध्ययन परिणामकारक होण्यासाठी केली जाते. तसेच अध्यापनाची - प्रतिमाने (Models of teaching) देखील त्याच उद्देशाने वापरली जातात. अध्यापनाची प्रतिमाने आणि अभ्यासक्रमाची प्रतिमाने यामध्ये सारखेपणा राहतो. या ठिकाणी प्रमुख अभ्यासक्रमाच्या प्रतिमानांची थोडक्यात माहिती देत आहोत.

१) 'हिल्दा ताबा' अभ्यासक्रमाचे प्रतिमान (Model Hilada Taba)

२) 'सॅरन' प्रतिमान (Saran Model)

३) मुखोपध्याय (Mukhopdhaya Model)

१) हिल्दा ताबा प्रतिमान (Hilada Taba) : सदर प्रतिमान हे उद्गामी अध्यापनाशी संबंधित आहे. समाजशास्त्राच्या अभ्यासासाठी वापर केला जातो. ज्ञानात्मक संकल्पना तयार करण्यासाठी वापर होतो. 'हिल्दा ताबा' या प्रतिमानामध्ये चार पायऱ्या प्रमुख मानल्या जातात –

१. उद्दिष्टांची निश्चिती करणे, उद्दिष्टे स्थिर करणे.

२. अध्यापन-अध्ययनचे प्रसंग निर्माण करणे.

३. अध्ययनावर परिणाम करणारे घटक शोधणे.

४. उद्दिष्टांनुसार विद्यार्थ्यांवर होणारा परिणाम पहाणे.

'हिल्दा ताबा' प्रतिमान हे डॉ. ब्लूम् (Dr. Bloom) यांच्या मूल्यमापन कार्यपद्धतीवर अवलंबून आहे. विविध पायऱ्यांवर (steps) अभ्यासक्रमाचे गुणदोष शोधले जातात. त्याचे पुढे गृहीतकात रूपांतर केले जाते किंवा गृहीत धरले जाते. (assumption) सदर गृहीतके (Hypothesis or assumption) अभ्यासली जाऊन त्याआधारे अभ्यासक्रमाच्या रचनेत बदल केला जातो. अशा प्रकारे प्रत्यक्षात येऊ शकेल असा बदल करण्याचा प्रयत्न या प्रतिमानाच्या अभ्यासातून होतो. अभ्यासक्रमातील सुधारणा या प्रत्यक्ष पुराव्यावर (evidences) आधारित व कृतीत येणारा होऊ शकतो. अध्यापन - अध्ययन प्रसंग - विद्यार्थी बदलाचे प्रसंग हे उद्दिष्टांशी पडताळून पाहून अभ्यासक्रमाच्या संरचनेत बदल करण्याची पद्धती म्हणजे - 'हिल्दा ताबा' प्रतिमान होय.

२) प्रशासकीय प्रतिमान (Administration Model)

प्रशासकीय अभ्यासक्रमाचे प्रतिमान व प्रशासनाशी संबंधित आहे. (Administrative Model is related to management Technology) व्यवस्थापकीय प्रतिमानमध्ये खालील पाच प्रमुख गोष्टींचा समावेश होतो – १) नियोजन (Planning), २) संयोजन (Organisation), ३) प्रशासन (Administration), ४) अंमलबजावणी (Execution), ५) मूल्यमापन करून सुधारणा करणे (Controlling and feed back)

डॉ. आय. के. देवीस (I. K. Devies) यांनी अध्यापन - अध्ययनच्या व्यवस्थापकीय पद्धतीमध्ये खालील चार गोष्टींचा समावेश केला आहे.

१. अध्यापनाचे नियोजन (Planning of Teaching)

२. अध्यापनाची कृती (Organisation of Teaching)

३. अध्यापनाचे मार्गदर्शन (Leading of Teaching)

४. अध्यापनाचे निरीक्षण (Controlling of Teaching)

निरनिराळ्या शैक्षणिक आयोगांनी अभ्यासक्रमाच्या रचनेच्या व विकासाच्या संदर्भात खालील बाबींचा समावेश केला आहे.

१. समाज व सामाजिक तत्त्वज्ञान
२. राष्ट्रीय गरज / राज्याची गरज
३. अभ्यासक्रमाचे स्वरूप
४. मूल्यमापन किंवा परीक्षा पद्धती
५. मानसशास्त्रीय अधिष्ठान
६. विद्यार्थ्यांची शारीरिक वाढ व अवस्था
७. शैक्षणिक आयोगांनी केलेल्या शिफारसी
८. शासकीय धोरण इ.

आपल्या देशात प्रत्येक राज्यशासनाला स्वतंत्र अभ्यास मंडळ आहे. (State Board of Education) या मंडळाची अभ्यासक्रमाची रचना व विकास करण्याची जबाबदारी आहे. (CBSE and ICSE) याचे मार्फत अभ्यासक्रम तयार केला जातो. प्रत्येक विद्यापीठाला स्वतंत्र अभ्यासमंडळ असते. त्यांच्याकडे पदवी व पदव्युत्तर अभ्यासक्रमाची सर्व जबाबदारी येते. तांत्रिक व व्यावसायिक शिक्षणासाठी स्वतंत्र मंडळ आहे. बी.एड. / एम.एड्.साठी आणि इतर व्यावसायिक शिक्षणासाठी पुढील मंडळे जबाबदार आहेत. १) N.C.T.E. = National Council for Teacher Education, २) मेडिकल सायन्स C.M.J., ३) ICSSR, ४) IARI (Indian Agri. Research Institute), ५) लॉ कौन्सिल, ६) इंजिनिअरिंग कौन्सिल, ७) NCERT इ.

C. अभ्यासक्रमरचना व विकासाची प्रणाली

(System Analysis Model of Construction and Development of Curriculum)

विश्लेषणप्रणाली - System Analysis ही शब्दप्रणाली विज्ञान किंवा इंजिनिअरिंग विभागातून आलेले आहे. व्यवस्थित बसलेली, रचनाबद्ध पद्धती किंवा रचनाबद्ध प्रणाली असे म्हणता येईल. शिक्षणव्यवस्थेमध्ये शास्त्रीय पद्धतीचा उपयोग करून समस्यांची सोडवणूक करणे म्हणजे विश्लेषणप्रणाली (System Analysis) असे म्हणता येईल. व्यवस्थापनामध्ये शास्त्रीय पद्धतीचे तंत्रज्ञान वापरून अभ्यासाची रचना करणे. निर्णय घेताना विश्लेषणात्मक अभ्यास करून घ्यावा. त्याला गणिती व वैज्ञानिक पाया असावा अशी अपेक्षा या प्रणालीमध्ये धरण्यात येतो.

अभ्यासक्रमाची वरील विकासाची प्रणाली वापरताना पुढील पायऱ्या लक्षात ठेवाव्या लागतात.

१) उद्दिष्टांची निश्चिती (Formulation of Objective) : वर्तनात नेमका बदल कोणता होईल किंवा करावयाचा आहे याची निश्चिती हवी. स्पष्टता असली पाहिजे.

२) समस्येची निश्चिती (Main Problem) : शैक्षणिक क्षेत्रात अनेक समस्या असतात. त्यामध्ये गुंतागुंत राहते आणि निश्चितता समजणे कठीण जाते. म्हणून आढावा घेऊन निर्णय घेणे गरजेचे आहे.

३) माहिती जमा करणे (Collection of Data) : या ठिकाणी संख्याशास्त्रीय पद्धतीचा वापर केला जात असल्याने माहिती जमा करावी लागते.

४) माहितीचे विश्लेषण करणे (Analysis of Data) : संख्याशास्त्रीय माहितीचा अर्थ स्पष्ट होणे आवश्यक आहे. त्यासाठी पृथक्करण करणे ही चौथी पायरी होय.

५) समस्येवर लक्ष केंद्रित करणे - निवड करणे (Selection of Problem) : माहितीचे विश्लेषण किंवा पृथक्करण केल्यानंतर समस्येचे खरे स्वरूप स्पष्ट होते आणि निश्चित दिशा मिळते. निवड होते.

६) शेवटी समस्येची रूपरेषा तयार करावी लागते. त्यालाच डिझाइन (Diagram) म्हणता येईल. त्यामध्ये उपसमस्या किंवा उप-घटक वेगवेगळे दाखविणे शक्य होते - (Block Diagram).

७) मूल्यमापन (Evaluation) : नवीन प्राप्त झालेले उत्तर व त्याचा पडताळा पहावा लागतो. तात्पुरती रचना समजून वापर करून अंतिम निकष ठरविता येते. त्यानुसार नवीन विकास किंवा रचना मॉडेल ठरविले जाते.

८) नवीन अभ्यासक्रमाच्या प्रणालीचा वापर : नवीन प्रणाली (New System Analysis) म्हणून अभ्यासक्रमामध्ये स्थान मिळाल्याचे जाहीर करणे.

प्रणाली विश्लेषण - मूल्यमापनाचे निकष (Evaluation Criteria for System Analysis Projcet)

कोणत्याही संरचना पद्धतीमध्ये प्रावीण्य, उपयुक्तता, वेळ व खर्च इ. बाबींचा विचार करावा लागतो. अभ्यासक्रमाच्या विश्लेषणप्रणालीमध्ये देखील या बाबींचा विचार करावा लागतो.

१. परिणाम किंवा प्रावीण्य (Performance) : परिणामकारकता हा गुण महत्त्वाचा आहे. उद्दिष्टांची पूर्तता कशी व किती प्रमाणात झाली याला प्राधान्य दिले पाहिजे. उद्दिष्टांची विश्वसनीयता व सप्रमाणता महत्त्वाची असून प्रकल्पाची यशस्विता या बाबींवर अवलंबून राहते.

२. खर्च (Cost) : प्रकल्पाचा तुलनात्मक खर्च पाहिला जातो. एकूण खर्च व त्यातून साध्य होणारे उद्दिष्ट महत्त्वाचे आहे.

३. उपयुक्तता : शैक्षणिक प्रशासनामध्ये आणि अध्यापन व (Utility) अध्ययनामध्ये नवीन रचनेचा - प्रणालीचा किती व कसा उपयोग आहे याची दखल घेणे आवश्यक आहे.

४. वेळ (Time) : एकूण तयार करण्यासाठी लागणारा कालावधी आणि उद्दिष्टप्राप्तीसाठी लागणारा कालावधी या बाबींना System Analysis Project मध्ये महत्त्व राहते.

५. शैक्षणिक बदल (Educational Change) : एकूण शैक्षणिक प्रक्रियेत होणारा बदल आणि पुढील प्राप्त होणारी दिशा या गोष्टींचा विचारदेखील महत्त्वाचा होय.

म्हणून विश्लेषणप्रणालीबाबत म्हटले जाते की,

"System Analysis is the best environment in the best place for the people at the best time and at the best price."

रचनाप्रणाली पद्धतीचा शैक्षणिक प्रशासनामध्ये, नियोजनामध्ये अनेक घटकांचा समन्वय साधला जाऊन शास्त्रीय तत्त्वावर समस्यांचे उत्तर सापडते. समस्यांची जाणीव होऊन निश्चित निवड करणे व मांडणी करणे सोयीचे होते. सर्व स्तरांवर शक्य होते.

प्रशिक्षणात प्रणालीविश्लेषणाचा वापर करून नवीन व्यवस्थापनाचे तत्त्व मांडता येते. तसेच नवीन दृष्टिकोन सापडतो. उपप्रणाली तयार करता येते. त्यामुळे शिक्षणक्षेत्रातील इतर घटकांना एकत्र आणून अभ्यास करून समस्यनिराकरण करता येते. विशेषत: प्रशासकीय स्तरावर या पद्धतीने बदल करणे व शास्त्रीय पद्धतीने मांडणे सोयीचे होते. केशव आणि मिचीन यांचे मते - "(1959) System approach is one of the techniques which aims at finding the most efficient and economically, intelligent methods for solving the problems of education."

D. अभ्यासक्रमाचे मूल्यमापन - प्रकार (Types of Curriculum Evaluation)

अभ्यासक्रमाचे मूल्यमापन करताना परीक्षापद्धतीचा अगर गुणदान योजनेपेक्षा वेगळा विचार करावा लागतो. परीक्षा व इतर व्यवहारात दर्जा ठरवितो किंवा प्रत्यक्ष शेकडा गुण देतो. अभ्यासक्रमामध्ये अभ्यासक्रमाची रचना व विकास या भूमिकेतून पहावे लागते. तसेच विद्यार्थी, विषय, शिक्षक उद्दिष्टे इ. बाबींचा विचार करून इतर विषयज्ञानाचा समन्वयदेखील विचारात घ्यावा लागतो. तसेच परीक्षापद्धतीचा व अध्यापन-अध्ययन तंत्राचा विचार होतो. या ठिकाणी तीन प्रकाराचा विचार केला आहे.

१. रचना मूल्यमापन (Formative Evaluation) : सार्वजनिक किंवा पब्लिक उपयोगासाठी अभ्यासक्रमाची मांडणी केलेली असेल किंवा सर्वसाधारणपणे स्पर्धा परीक्षांसाठी अभ्यासक्रमाची रचना असेल तर रचनात्मक (Formative)

पद्धती वापरतात.

२. एकात्मिक मूल्यमापन (Summative Assessment) : एकूण अभ्यासक्रम पूर्ण केल्यानंतर शेवटी अभ्यासातील त्रुटी शोधल्या जातात. या उलट रचनात्मक किंवा Formative च्या प्रकारात विद्यार्थी व शिक्षकांना अध्यापन व अध्ययन चालू असताना मध्येच संबंधित अभ्यासक्रमाच्या एका किंवा दोन घटकांच्या संबंधित मूल्यमापन केले जाते.

३. विकासात्मक मूल्यमापन (Development Assessment) : या ठिकाणी अभ्यासक्रमाच्या विकासाच्या संदर्भात विचार करून शिक्षक, विद्यार्थी, परीक्षक यांच्याशी संपर्क व चर्चा करून अभ्यासक्रमात बदल सुचविला जातो. सदरचे मूल्यमापन हे अभ्यासक्रमाच्या विकासाशी संबंधित असून त्याचाच भाग आहे. त्यामुळे Formative and Summative Evaluation चे बाबतीत अधिक माहिती घेणे योग्य होईल.

रचनात्मक मूल्यमापनाच्या वेळी अभ्यास चालू असताना मध्येच चाचणी घेतली जाते. वारंवार व नियमित परीक्षण घेतले जाते. या उलट एकात्मक मूल्यमापन अभ्यासक्रमपूर्ण झाल्यावर शेवटी चाचणी घेऊन सामन्यीकरण केले जाते. एकात्मक (Summative) मधील सामान्यीकरण (Generalisation) योग्य असते. त्या प्रकारे (Formative) मध्ये करता येत नाही. रचनात्मक मूल्यमापन पूर्ण अभ्यासक्रमावर होत नाही. या उलट एकात्मक मूल्यमापन संपूर्ण अभ्यासक्रमाशी संबंधित असते. (Whole Curriculum) त्यामुळे या ठिकाणी घेतलेल्या चाचण्या व निकष, नियम विविधतेवर असतात. अभ्यासक्रम सहा महिन्यांचा असेल तर सहा महिन्यांनी आणि अभ्यासक्रम वर्षाचा किंवा एका सत्रचा, टर्मला धरला तर टर्मच्या शेवटी किंवा वर्षाच्या शेवटी मूल्यमापन होते. एकूण किंवा एकत्रित मूल्यमापन म्हणून एकात्मक Summative असे म्हणतात. या उलट वारंवार, जरुरीप्रमाणे चाचणी घेऊन आठवडा किंवा पंधरा दिवसांनी थोड्या भागावर घेतलेल्या चाचण्या - मूल्यमापन Formative रचनात्मक होय.

अभ्यासक्रम मूल्यमापनाच्या निकषाच्या बाबी

(Criteria for Curriculum Evaluation)

अभ्यासक्रमाच्या मूल्यमापनाबाबत विचार केला तर पुढील निकष (Criteria) ठरविता येईल.

१. विषयज्ञान - (Subject Content) पाठ्यांश किंवा विषयज्ञानाचे महत्त्व अभ्यासक्रमात धरले पाहिजे. मराठी, इंग्रजी, हिंदी, भूगोल, इतिहास, अर्थशास्त्र, मानसशास्त्र, कला, गणित, शास्त्र इ. विषयांच्या संबंधित ज्ञानाला - Content ला महत्त्व आहे.

२. अनुभवी - सिद्धान्त - (Experienced Principles) अभ्यासक्रमात अनुभवी तत्त्वे, गृहीतके, नियम, मूल्ये, बौद्धिक मान्य झालेल्या गोष्टींची भर हवी.

३. कौशल्य - (Skill) कौशल्य प्रत्येक विषयात हवे. रचनात्मक व भाषण - वाचन - लेखनाबरोबर गणिती व इतर तांत्रिकी कौशल्यांचा अभ्यासक्रमातून आविष्कार दिसला पाहिजे.

४. मनोवृत्ती व मूल्यांची वाढ - (Attitude and Values) अभ्यासक्रमातून भावनिक विकास होण्याची गरज आहे. प्रामाणिकपणा, प्रेम - दया, करुणा यांबरोबर अन्यायाविरोधी राग, सत्याची चाड, राष्ट्रीय अभिमान व आंतरराष्ट्रीय सामंजस्य दिसले पाहिजे, व्यक्तीच्या सर्वांगीण विकासाची बीजे अभ्यासक्रमातून दिसली पाहिजेत. चांगल्या अभ्याक्रमाला वरील सर्वच निकष लागू पडतात.

५. मूल्यमापनाचे फलित - (Interpretation of Evaluation) मूल्यमापनाचे अर्थ समजून घेऊन त्यानुसार पाठपुरावा करणे आवश्यक आहे (Follow up) मूल्यमापनाचे फलित काय आहे हे अभ्यासणे आवश्यक आहे. त्यालाच आपण अर्थनिर्वाचन असे म्हणतो. माहितीचे विश्लेषण करून उद्दिष्टांची जवळीक साधून जो अर्थ समजून घेतो आणि त्यानुसार बदल करतो त्याला महत्त्व असते. अर्थप्राप्तीनुसार मार्गदर्शनात व एकूण रचनेत बदल करावा असे सुचविले जाते. मूल्यमापनाचा निकर्ष नकारार्थी अगर होकारार्थी असू शकतो.

***

प्रश्नपत्रिका

JUNE 14 - PAPER I

1. Break-down in verbal communication is described as
(A) Short circuit (B) Contradiction
(C) Unevenness (D) Entropy

2. The Telephone Model of Communication was first developed in the area of
(A) Technological theory (B) Dispersion theory
(C) Minimal effects theory (D) Information theory

3. The Dada Saheb Phalke Award for 2013 has been conferred on
(A) Karan Johar (B) Amir Khan
(C) Asha Bhonsle (D) Gulzar

4. Photographs are not easy to
(A) publish (B) secure (C) decode (D) change

5. The grains that appear on a television set when operated are also referred to as
(A) sparks (B) green dots (C) snow
(D) rain drops

6. In circular communication, the encoder becomes a decoder when there is
(A) noise (B) audience
(C) criticality (D) feedback

7. In a post-office, stamps of three different denominations of ₹ 7, ₹ 8, ₹ 10 are available. The exact amount for which one cannot buy stamps is
(A) 19 (B) 20 (C) 23 (D) 29

8. In certain coding method, the word QUESTION is encoded as DOMESTIC. In this coding, what is the code word for the word RESPONSE ?
(A) OMESUCEM (B) OMESICSM
(C) OMESICEM (D) OMESISCM

9. If the series 4, 5, 8, 13, 14, 17, 22, ... is continued in the same pattern, which one of the following is not a term of this series ?
(A) 31 (B) 32 (C) 33 (D) 35

10. Complete the series BB, FE, II, ML, PP, ...by choosing one of the following option given :
(A) TS (B) ST (C) RS (D) SR

11. A man started walking from his house towards south. After walking 6 km, he turned to his left and walked 5 km. Then he walked further 3 km after turning left. He then turned to his left and continued his walk for 9 km. How far is he away from his house ?
(A) 3 km (B) 4 km (C) 5 km (D) 6 kmü

12. One writes all numbers from 50 to 99 without the digits 2 and 7. How many numbers have been written ?

(A) 32   (B) 36   (C) 40   (D) 38

13. "If a large diamond is cut up into little bits, it will lose its value just as an army is divided up into small units of soldiers, it loses its strength." The argument put above may be called as

(A) Analogical   (B) Deductive

(C) Statistical   (D) Causal

14. Given below are some characteristics of logical argument. Select the code which expresses a characteristic which is not of inductive in character.

(A) The conclusion is claimed to follow from its premises.

(B) The conclusion is based on causal relation.

(C) The conclusion conclusively follows from its premises.

(D) The conclusion is based on observation and experiment.

15. If two propositions having the same subject and predicate terms can both be true but can not both be false, the relation between those two propositions is called

(A) contradictory   (B) contrary   (C) subcontrary   (D) subaltern

16. Given below are two premises and four conclusions drawn from those premises. Select the code that expresses conclusion drawn validly from the premises (separately or jointly).

Premises :

(A) All dogs are mammals.   (B) No cats are dogs.

Conclusions :

(i) No cats are mammals.   (ii) Some cats are mammals.

(iii) No dogs are cats.   (iv) No dogs are non-mammals.

Codes :

(A) (i) only   (B) (i) and (ii)   (C) (iii) and (iv)   (D) (ii) and (iii)

17. Given below is a diagram of three circles A, B & C inter-related with each other. The circle A represents the class of Indians, the circle B represents the class of scientists and circle C represents the class of politicians. p, q, r, s ... represent different regions. Select the code containing the region that indicates the class of Indian scientists who are not politicians.

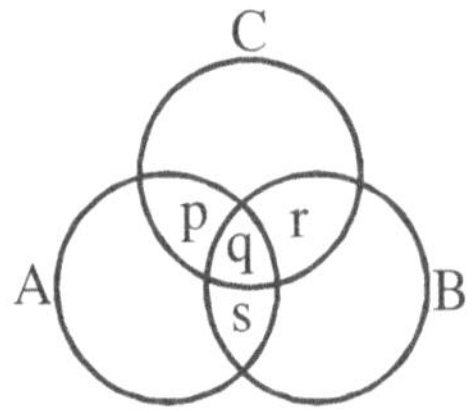

Codes :

(A) q and s only   (B) s only   (C) s and r only   (D) p, q and s only

Read the following table carefully. Based upon this table answer questions from **18** to **22** : Net Area under Irrigation by sources in a country (Thousand Hectares)

Year	Government canals	Private canals	Tanks	Tube wells & other wells	Other sources	Total
1997-98	17117	211	2593	32090	3102	55173
1998-99	17093	212	2792	33988	3326	57411
1999-00	16842	194	2535	34623	2915	57109
2000-01	15748	203	2449	33796	2880	55076
2001-02	15031	209	2179	34906	4347	56672
2002-03	13863	206	1802	34250	3657	53778
2003-04	14444	206	1908	35779	4281	56618
2004-05	14696	206	1727	34785	7453	58867
2005-06	15268	207	2034	35372	7314	60196

18. Which of the following sources of Irrigation has registered the largest percentage of decline in Net area under irrigation during 1997-98 and 2005-06 ?

(A) Government canals   (B) Private canals   (C) Tanks   (D) Other sources

19. Find out the source of Irrigation that has registered the maximum improvement in terms of percentage of Net irrigated area during 2002-03 and 2003-04.

(A) Government canals   (B) Tanks

(C) Tube wells and other wells   (D) Other sources

20. In which of the following years, Net irrigation by tanks increased at the highest rate ?

(A) 1998-99   (B) 2000-01   (C) 2003-04   (D) 2005-06

21. Identify the source of Irrigation that has recorded the maximum incidence of negative growth in terms of Net irrigated area during the years given in the table.

(A) Government canals   (B) Private canals

(C) Tube wells and other wells   (D) Other sources

22. In which of the following years, share of the tube wells and other wells in the total net irrigated area was the highest ?

(A) 1998-99   (B) 2000-01   (C) 2002-03   (D) 2004-05

23. The acronym FTP stands for

(A) File Transfer Protocol   (B) Fast Transfer Protocol

(C) File Tracking Protocol   (D) File Transfer Procedure

24. Which one of the following is not a/an image/graphic file format ?

(A) PNG   (B) GIF   (C) BMP   (D) GUI

25. The first web browser is

(A) Internet Explorer   (B) Netscape   (C) World Wide Web   (D) Firefox

26. When a computer is booting, BIOS is loaded to the memory by

(A) RAM   (B) ROM   (C) CD-ROM   (D) TCP

27. Which one of the following is not the same as the other three ?

(A) MAC address   (B) Hardware address

(C) Physical address   (D) IP address

28. Identify the IP address from the following :

(A) 300 . 215 . 317 . 3   (B) 302 . 215@ 417 . 5

(C) 202 . 50 . 20 . 148   (D) 202 − 50 − 20 − 148

29. The population of India is about 1.2 billion. Take the average consumption of energy per person per year in India as 30 Mega Joules. If this consumption is met by carbon based fuels and the rate of carbon emissions per kilojoule is 15×10^6 kgs, the total carbon emissions per year from India will be

(A) 54 million metric tons   (B) 540 million metric tons

(C) 5400 million metric tons   (D) 2400 million metric tons

30. Which of the following cities has been worst affected by urban smog in recent times ?

(A) Paris   (B) London   (C) Los Angeles   (D) Beijing

31. The primary source of organic pollution in fresh water bodies is

(A) run-off urban areas   (B) run-off from agricultural forms

(C) sewage effluents   (D) industrial effluents

32. 'Lahar' is a natural disaster involving

(A) eruption of large amount of material   (B) strong winds

(C) strong water waves   (D) strong winds and water waves

33. In order to avoid catastrophic consequences of climate change, there is general agreement among the countries of the world to limit the rise in average surface temperature of earth compared to that of pre-industrial times by

(A) 1.5°C to 2°C   (B) 2.0°C to 3.5°C

(C) 0.5°C to 1.0°C   (D) 0.25°C to 0.5°C

34. The National Disaster Management Authority functions under the Union Ministry of

(A) Environment   (B) Water Resources   (C) Home Affairs   (D) Defence

35. Match List – I and List – II and select the correct answer from the codes given below :

	List – I		**List – II**
a.	Flood	1.	Lack of rainfall of sufficient duration
b.	Drought	2.	Tremors produced by the passage of vibratory waves through the rocks of the earth
c.	Earthquake	3.	A vent through which molted substances come out
d.	Volcano	4.	Excess rain and uneven distribution of water

Codes :

	a	b	c	d
(A)	4	1	2	3
(B)	2	3	4	1
(C)	3	4	2	1
(D)	4	3	1	2

36. Which one of the following green house gases has the shortest residence time in the atmosphere?

(A) Chlorofluorocarbon   (B) Carbon dioxide

(C) Methane   (D) Nitrous oxide

37. Consider the following statements and select the correct answer from the code given below :

i. Rajasthan receives the highest solar radiation in the country.

ii. India has the fifth largest installed wind power in the world.

iii. The maximum amount of wind power is contributed by Tamil Nadu.

iv. The primary source of uranium in India is Jaduguda.

Codes :

(A) i and ii   (B) i, ii and iii   (C) ii and iii   (D) i and iv

38. Who among the following is the de facto executive head of the Planning Commission ?

(A) Chairman   (B) Deputy Chairman

(C) Minister of State for Planning   (D) Member Secretary

39. Education as a subject of legislation figures in the

(A) Union List   (B) State List

(C) Concurrent List   (D) Residuary Powers

40. Which of the following are Central Universities ?

1. Pondicherry University

2. Vishwa Bharati

3. H.N.B. Garhwal University

4. Kurukshetra University

Select the correct answer from the code given below :

Codes :

(A) 1, 2 and 3   (B) 1, 3 and 4   (C) 2, 3 and 4   (D) 1, 2 and 4

41. Consider the statement which is followed by two arguments (i) and (ii).

Statement : India should have a very strong and powerful Lokpal.

Arguments : (i) Yes, it will go a long in eliminating corruption in bureaucracy.

(ii) No, it will discourage honest officers from making quick decisions.

Codes :

(A) Only argument (i) is strong.   (B) Only argument (ii) is strong.

(C) Both the arguments are strong.   (D) Neither of the arguments is strong.

42. Which of the following universities has adopted the meta university concept ?

(A) Assam University (B) Delhi University

(C) Hyderabad University (D) Pondicherry University

43. Which of the following statements are correct about a Central University ?

1. Central University is established under an Act of Parliament.

2. The President of India acts as the visitor of the University.

3. The President has the power to nominate some members to the Executive Committee or the Board of Management of the University.

4. The President occasionally presides over the meetings of the Executive Committee or Court.

Select the correct answer from the code given below :

Codes :

(A) 1, 2 and 4 (B) 1, 3 and 4 (C) 1, 2 and 3 (D) 1, 2, 3 and 4

44. Which one of the following is considered a sign of motivated teaching ?

(A) Students asking questions (B) Maximum attendance of the students

(C) Pin drop silence in the classroom (D) Students taking notes

45. Which one of the following is the best method of teaching ?

(A) Lecture (B) Discussion (C) Demonstration (D) Narration

46. Dyslexia is associated with

(A) mental disorder (B) behavioural disorder

(C) reading disorder (D) writing disorder

47. The e-content generation for undergraduate courses has been assigned by the Ministry of Human Resource Development to

(A) INFLIBNET

(B) Consortium for Educational Communication

(C) National Knowledge Commission

(D) Indira Gandhi National Open University

48. Classroom communication is normally considered as

(A) effective (B) cognitive (C) affective (D) selective

49. Who among the following, propounded the concept of paradigm ?

(A) Peter Haggett (B) Von Thunen

(C) Thomas Kuhn (D) John K. Wright

50. In a thesis, figures and tables are included in

(A) the appendix (B) a separate chapter

(C) the concluding chapter (D) the text itself

51. A thesis statement is

(A) an observation (B) a fact (C) an assertion (D) a discussion

52. The research approach of Max Weber to understand how people create meanings in natural settings is identified as

(A) positive paradigm   (B) critical paradigm

(C) natural paradigm   (D) interpretative paradigm

53. Which one of the following is a nonprobability sampling ?

(A) Simple random   (B) Purposive   (C) Systematic   (D) Stratified ü

54. Identify the category of evaluation that assesses the learning progress to provide continuous feedback to the students during instruction.

(A) Placement   (B) Diagnostic   (C) Formative   (D) Summative

55. The research stream of immediate application is

(A) Conceptual research   (B) Action research

(C) Fundamental research   (D) Empirical research

Read the following passage carefully and answer questions 56 to 60 :

Traditional Indian Values must be viewed both from the angle of the individual and from that of the geographically delimited agglomeration of peoples or groups enjoying a common system of leadership which we call the 'State'. The Indian 'State's' special feature is the peaceful, or perhaps mostly peaceful, co-existence of social groups of various historical provenances which mutually adhere in a geographical, economic, and political sense, without ever assimilating to each other in social terms, in ways of thinking, or even in language. Modern Indian law will determine certain rules, especially in relation to the regime of the family, upon the basis of how the loin-cloth is tied, or how the turban is worn, for this may identify the litigants as members of a regional group, and therefore as participants in its traditional law, though their ancestors left the region three or four centuries earlier. The use of the word 'State' above must not mislead us. There was no such thing as a conflict between the individual and the State, atleast before foreign governments became established, just as there was no concept of state 'sovereignty' or of any church-and-state dichotomy.

Modern Indian 'secularism' has an admittedly peculiar feature : It requires the state to make a fair distribution of attention and support amongst all religions. These blessed aspects of India's famed tolerance (Indian kings so rarely persecuted religious groups that the exceptions prove the rule) at once struck Portuguese and other European visitors to the West Coast of India in the sixteenth century, and the impression made upon them in this and other ways gave rise, at one remove, to the basic constitution of Thomas More's Utopia. There is little about modern India that strikes one at once as Utopian : but the insistence upon the inculcation of norms, and the absence of bigotry and institutionalized exploitation of human or natural resources, are two very different features which link the realities of India and her tradition with the essence of all Utopians.

56. Which of the following is a special feature of the Indian State ?

    (A) Peaceful co-existence of people under a common system of leadership

    (B) Peaceful co-existence of social groups of different historical provenances attached to each other in a geographical, economic and political sense

    (C) Social integration of all groups

    (D) Cultural assimilation of all social groups.

57. The author uses the word 'State' to highlight

    (A) Antagonistic relationship between the state and the individual throughout the period of history.

    (B) Absence of conflict between the state and the individuals upto a point in time.

    (C) The concept of state sovereignty.

    (D) Dependence on religion.

58. Which one is the peculiar feature of modern Indian 'Secularism' ?

    (A) No discrimination on religious considerations

    (B) Total indifference to religion

    (C) No space for social identity

    (D) Disregard for social law

59. The basic construction of Thomas More's Utopia was inspired by

    (A) Indian tradition of religious tolerance.

    (B) Persecution of religious groups by Indian rulers.

    (C) Social inequality in India.

    (D) European perception of Indian State.

60. What is the striking feature of modern India ?

    (A) A replica of Utopian State   (B) Uniform laws

    (C) Adherence to traditional values   (D) Absence of Bigotry

JUNE 15 - PAPER I

Note :

- This paper contains sixty (60) multiple choice questions, each question carrying two (2) marks.
- Candidate is expected to answer any fifty (500 questions.
- In case more than fifty (50) questions are attempled, only the first fifty (50) questions will be evaluated.

1. Which of the following is the highest level of cognitive abilify?

   (1) Knowing (2) Understanding (3) Analysing (4) Evaluating

2. Which of the following factors does not impact teaching?

   (1) Teacher's knowledge

   (2) Class room activities that encourage learning

   (3) Socio-economic background of teachers and students

   (4) Learning through experience

3. which of the following statements about teaching aids are correct?

   a) They help in retaining concepts for longer duration.

   b) They help students learn better.

   c) They make teaching learning process interesting.

   d) They enhance rote learning.

   Select the correct answer from the codes given below :

   (1) (a), (b), (c) and (d) (2) (a), (b) and (c)

   (3) (b), (c) and (d) (4) (a), (b) and (d)

4. Techniques used by a teacher to teach include :

   a) Lecture b) Interactive lecture

   c) Group work d) Self study

   Select the correct answer from the codes given below :

   (1) (a), (b) and (c) (2) (a), (b), (c) and (d)

   (3) (b), (c) and (d) (4) (a), (b) and (d)

5. Achievement tests are commonly used for the purpose of :

   (1) Making selection for a specific job

   (2) Selecting candidates for a course

   (3) Identifying strengths and weaknesses of learners

   (4) Assessing the amount of learning after teaching

6. A good teacher is one who :

   (1) gives useful information (2) explains concepts and principles

   (3) gives printed notes of students (4) Inspires students to learn

7. Which of the following statements regarding the meaning of research are correct?
   a) Research refers to a series of systematic activity or activities undertaken to find out the solution of a problem.
   b) It is a systematic, logical and an unbiased process wherein verification of hypothesis, data analysis, interpretation and formation of principles can be done.
   c) It is an intellectual enquiry or quest towards truth.
   d) It leads to enhancement of knowledge.

   Select the correct answer from the cldes given below.

   (1) (a), (b) and (c) (2) (b), (c) and (d)
   (3) (a), (c) and (d) (4) (a), (b), (c) and (d)

8. A good thesis writing should involve :
   a) reduction of punctuation and grammatical errors to a miniumum.
   b) careful checking of references.
   c) consistency in the way the thesis-is-written.
   d) a clear and well written abstract.

   Select the correct answer from the codes given below :

   (1) (a), (b), (c) and (d) (2) (a), (b) and (c)
   (3) (a), (b) and (d) (4) (b), (c) and (d)

9. Jean Piaget gave a theory of cognitive development of humans on the basis of his :
   (1) Fundamental Research (2) Applied Research
   (3) directional hypothesis (4) Statistical hypothesis

11. The conclusions / findings of which type of research cannot be generalized to other situations?
   (1) Historical Research (2) Descriptive Research
   (3) Experimental Research (4) Causal Comparative Research

12. Which of the following steps are required to design a questionnaire?
   a) Writing primary and secondary aims of the study.
   b) Review of the current literature.
   c) Prepare a draft of questionnaire.
   d) Revision of the draft.

   Select the correct answer from the codes given below :

   (1) (a), (b) and (c) (2) (a), (c) and (d)
   (3) (b), (c) and (d) (4) (a), (b), (c) and (d)

Read the following passage carefully and answer questions 13 to 18.

Story telling is not in our genes. Neither it is an evolutionary history. It is the essence of what makes us Human.

Human beings progress by telling stories. One event can result in a great variety of stories being told about it Sometimes those stories differ greatly. Which stories are picked up and repeated and which ones are dropped and forgotten often determines how we progress. Our history, knowledge and understanding are all the collections of the few stories that survive. This includes the stories that we tell each other about the future. And how the future will turn out depends partly, possibly largely, on which stories we collectively choose to believe.

Some stories are designed to spread fear and concern. This is because some story-tellers feel that there is a need to raise some tensions. some stories are frightening, they are like totemic warnings : "fail to act now and we are all doomed." Then there are stories that indicate that all will be fine so long as we leave everything upto a few especially able adults. currently, this trend is being led by those who call themselves 'rational optimists." They tend to claim that it is human nature to compete and to succeed and also to profit at the expense of others. The rational optimsts however, do not realize how humanity has progressed overtime through amiable social networks and how large groups work in less selfishness and in the process accommodate rich and poor, high and low alike. This aspect in stroy-telling is considered by the "practical Possibles', who sit between those who say all is fine and cheerful and be individualistic in your approach to a successful future, and those who ordain pessimism and fear that we are doomed.

What the future holds for us is which stories we hold on to and how we act on them.

Answer the following questions :

13. Our knowledge is a collection of :
    (1) all stories that we have heard during our life-time
    (2) some stories that we remember
    (3) a few stories that survive
    (4) some important stories

14. Story telling is :
    (1) an art   (2) a science
    (3) in our genes   (4) the essence of what makes us human.

15. How the future will turn out to be, depends upon the stories?
    (1) We collectively choose to believe in.
    (2) Which are repeatedly marrated.
    (3) Designend to make prophecy.

16. Rational optimists :
    a) Look for opportunities.   b) Are sensible and cheerful.
    c) Are selfishly driven.
    Identify the correct answer from the codes given below.
    (1) (a), (b) and (c)   (2) (a) only   (3) (a) and (b) only   (4) (b) and (c) only

17. Humans become less selfish when :
    (1) They work n large groups   (2) They listen to frightening stories
    (3) They listen to cheerful stories (4) they work in solitude

18. 'Practical Possibles' are the ones who :
    (1) follow Midway path   (2) are doom-mongers
    (3) are self-centred   (4) are cheerful and carefree

19. Effectiveness of communication can be traced from which of the following?
    a) Attitude surveys   b) Performance records
    c) Students attendance   d) Selection of communication channel.
    Select the correct answer from the codes given below.
    (1) (a), (b), (c) and (d)   (2) (a), (b) and (c)
    (3) (b), (c) and (d)   (4) (a), (b) and (d)

20. Assertion (A) : Formal communication tends to be fast and flexible.
    Reason (R) : Formal connunication is a systematic and orderly flow of information.
    (1) Both (A) and (R) are correct and (R) is correct explanation of (A)
    (2) Both (A) and (R) are correct but (R) is not correct explanation of (A)
    (3) (A) is correct but, (R) is false.
    (4) (A) is false but, (R) is correct.

21. Which of the following are the characteristic features of communication?
    a) Communication involves exchange of ideas, facts and opinions.
    b) Communication involves both information and understanding.
    c) Communication is a continuous process.
    d) Communication is a circular process.
    Select the correct answer from the codes given below :
    (1) (a), (b) and (c)   (2) (a), (b) and (d)
    (3) (b), (c) and (d)   (4) (a), (b), (c) and (d)

22. The term 'grapevine' is also known as :
    (1) Downward communication   (2) Informal communication
    (3) Upward communication   (4) Horizontal communication

23. Which of the following is not a principle of effective communication?
    (1) Persuasive and convincing dialogue   (2) Participation of the audience
    (3) One-way transfer of information   (4) Strategic use of grapevine

24. In communication, the language is :
    (1) The verbal code   (2) Intrapersonal
    (3) The symbolic code   (4) The non-verbal code

25. The next term in the series is :
    2, 5, 9, 19, 37, ?
    (1) 73   (2) 75,   (3) 78   (4) 80

26. In certain code Mathura is codes as Jxqeros. The code of Hotels will be :
    a) LEQIBP   b) ELQBIP   c) LEBIQP   d) ELIPQB

27. One day prakash left home and walked 10km towards south, turned right and walked 5km, turned right and walked 10km and turned lefe and walked 10km. How many km will he have to walk to reach his home straight?

   (1) 10   (2) 20   (3) 15   (4) 30

28. A girl introduced a boy as the son of the daughter of the father of her uncle. The boy is related to the girl as :

   (1) Brother   (2) Uncle   (3) Nephew   (4) Son

29. In an examination 10,000 students appeared. The result revealed the number of students who have :

   passed in all five subjects = 5583

   passed in three subjbects only = 1400

   passed in two subjects only - 1200

   passed in one subject only = 755

   failed in English only = 75

   failed in Physics only = 145

   failed in Chemistry only = 140

   failed in Mathematics only = 200

   failed in Bio-science only = 157

   The number of students passed in at least four subjects is :

   (1) 6300   (2) 6900   (3) 7300   (4) 7900

30. At present a person is 4 times older than his son and is 3 years older than his wife. After 3 years the age of the son will be 15 years. The age of the person's wife after 5 years will be :

   (1) 42   (2) 48   (3) 45   (4) 50

31. If we want to seek new knowledge of facts about the world, we must rely on reason of the type :

   (1) Inductive   (2) Deductive   (3) Demonstrative   (4) Physiological

32. A deductive argument is invalid if :

   (1) Its premises and conclusions are all false.

   (2) Its premises are ture but its conclusion is false

   (3) Its premises are false but its conclusion is ture

   (4) Its premises and conclusions are all true.

33. Inductive reasoning is grounded on :

   (1) Integrity of nature   (2) Unity of nature

   (3) Uniformity of nature   (4) Harmony of nature

34. Among the following statements two are contradictory to each other. Select the correct code that represents them :

   Statements :

   a)   All poets are philosophers.

b) Some poets are philosophers.

c) Some poets are not philosophers.

d) No philosopher is a poet.

Codes :

(1) (a) and (b)   (2) (a) and (d)   (3) (a) and (c)   (4) (b) and (c)

35. Which of the codes given below contains only the correct statements? Select the code :

Statements :

a) Venn diagram represents the arguments graphically.

b) Venn diagram can enhance our inderstanding.

c) Venn diagram may be called valid or invalid.

d) Venn diagram is clear method of notation.

Codes :

(1) (a), (b) and (c)   (2) (a), (b) and (d)   (3) (b), (c) and (d)   (4) (a), (c) and (d)

36. When the purpose of a definition is to explain the use or to eliminate ambiguity the definition is called :

1. Stipulative   (2) Theoretical   (3) Lexical   (4) Persuasive

Questions numbers 37 to 42 are based on the tabulated data given below :

A company has 20 employees with their age (in years) and salary (in thousand rupees per month) mentioned against each of them :

S. No.	Age (in years)	Salary (in thousand rupees per month)	S. No.	Age (in years)	Salary (in thousand rupees per month)
(1)	44	35	11.	33	30
(2)	32	20	12.	31	35
(3)	54	45	13.	30	35
(4)	42	35	14.	37	40
5.	31	20	15.	44	45
6.	53	60	16.	36	35
7.	42	50	17.	34	35
8.	51	55	18.	49	50
9.	34	25	19.	43	45
10.	41	30	20.	45	50

37. Classify the data of age of each employee in class interval of 5 years. Which class interval of 5 years has the maximum average salary?

(1) 35-40 years   (2) 40-45 years   (3) 45-50 years   (4) 50-55 years

38. What is the frequency (%) in the class interval of 30-35 years?

(1) 20%   (2) 25%   (3) 30%   (4) 35%

39. What is the average age of the employees?

    (1) 40.3 years   (2) 38.6 years   (3) 47.2 years   (4) 45.3 years

40. What is the fraction (%) of employees getting salary $\geq$ 40,000 per month?

    (1) 45%   (2) 50%   (3) 35%   (4) 32%

41. What is the average salary (in thousand per month) in the age group 40-50 years?

    (1) 35   (2) 42.5   (3) 40.5   (4) 36.5

42. What is the fraction of employees getting salary less than the average salary of all the employees?

    (1) 45%   (2) 50%   (3) 55%   (4) 47%

43. Encoding or scrambling data for transmission across a network is known as :

    (1) Protection   (2) Detection   (3) Encryption   (4) Decryption

44. Which of the following is not an output device?

    (1) Printer   (2) Speaker   30 Monitor   (4) Keyboard

45. Which of the following represents one billion characters?

    (1) Kilobyte   (2) Megabyte   (3) Gigabyte   (4) Terabyte

46. Which of the following is not open source software?

    (1) Internet explorer   (2) Fedora Linux

    (3) Open office   (4) Apache HTTP server

47. Which one of the following represents the binary equivalent of the decimal number 25?

    (1) 10101   (2) 01101   (3) 11001   (4) 11011

48. Which is an instant messenger that is used for chatting?

    (1) Altavista   (2) MAC   (3) Microsoft Office (4) Google Talk

49. In Which of the countries per capita use of water is maximum?

    (1) USA   (2) European Union (3) China   (4) India

50. India's contribution to total global carbon dioxide emissions is about :

    (1) $\sim$ 3%   (2) $\sim$ 6%   (3) $\sim$10%   (4) $\sim$15%

51. Two earthquakes A and B happen to be of magnitude 5 and 6 respectively on Richter Scale. The ratio of the energies released EB / EA will be approximately :

    (1) $\sim$ 8   (2) $\sim$ 16   (3) $\sim$ 32   (4) $\sim$ 64

52. Which of the following combinations represent renewable natural resources?

    (1) Fertile soil, fresh water and natural gas

    (2) Clean air, phosphates and biological diversity

    (3) Fishes, fertile soil and fresh water

    (4) Oil, forests and tides

53. In the recently launched Air Quality Index in India, which of the following pollutants is not included?

    (1) Carbon monoxide   (2) Fine particulate matter

    (3) Ozone   (4) Chloroflurorcarbons

54. The factors which are most important in determining the impact of anthropogenic activities on environment are :

(1) Population, affluence per person, land available per person

(2) Population, affluence per person and the technology used for exploiting resources

(3) Atmospheric conditions, population and forest cover

(4) Population, forest cover and iand available per person

55. The session of the parliament is summoned by :

(1) The president

(2) The prime Minister

(3) The speaker of the Lok Sabha

(4) The speaker of the Lok Sabha and the chairman of the Rajya Sabha

56. Civil Service Day is celebrated in India on :

(1) 21st April (2) 24th April (3) 21st June (4) 7th July

57. The south Asia University is situated in the city of :

(1) Colombo (2) Dhaka (3) New Delhi (4) Kathmandu

58. The University Grants Commission was established with which of the following aims?

a) Promotion of research and development in higher education.

b) Identifying and sustaining institutions of potential learning

c) Capacity building of teachers.

d) Providing autonomy to each and every higher educational institution in India.

Select the correct answer from the codes given below :

(1) (a), (b), (c) and (d) (2) (a), (b) and (c)

(3) (b), (c) and (d) (4) (a), (b) and (d)

59. The Gross Enrolment Ratio (GER) in institutions of higher education in India at present (2015) is about :

(1) 8 percent (2) 12 percent (3) 19 percent (4) 23 percent

60. The total number of central universities in India in April 2015 was :

(1) 08 (2) 14 (3) 27 (4) 43

JUNE 14 - PAPER II

Note :

This paper contains **fifty (50)** objective type questions of **two (2)** marks each. **All** questions are compulsory.

1. Which of the following is not the purpose of educational philosophy ?

(A) To professionalize the job of teaching

(B) To increase the teachers love of and control over the students

(C) To critically examine assumptions behind educational practice

(D) To clarify values and aims in teaching.

2. The phrase "equal educational opportunities" in India means

(A) equal opportunities for all children to have access to higher education.

(B) equalities of educational opportunities for each child.

(C) equality of the type of education available for each child.

(D) equal opportunities to have the type of education for which one is suited.

3. To educate according to 'nature' means

(A) to return to the natural as opposed to the artificial in life.

(B) to educate according to the natural laws of human development

(C) to study natural laws and apply them to the educational process

(D) All the above are correct.

4. The teaching of Froebel grew out of his belief that

(A) aim of education was self realization.

(B) spiritual meaning lay behind all phenomena even play.

(C) the method of education should be self-activity.

(D) All the above answers are correct.

5. In the Dewey theory of how we think

(A) the experimental method is used exclusively.

(B) the logical method of inquiry is used exclusively.

(C) the ideas produced by any method must be tested in experience.

(D) none of the above.

6. From the angle of epistemology

(A) the naturalist says truth must be obtained through objective rather than subjective means.

(B) the idealist rejects dualism of man and nature by making man a part of nature.

(C) the realist maintains that truth is arrived at through logical contemplation and revelation.

(D) the pragmatist says man is a product of biological evolution.

7. Madhyama Pratipada is a cardinal principle of

(A) Jainism (B) Buddhism

(C) Vedanta Philosophy (D) Sankhya

8. Integral education is a concept given by
   (A) Aurobindo
   (B) J. Krishnamurthy
   (C) M.A. Kalam Azad
   (D) Annie Beasant

9. The Jain epistemology considers a five stage hierarchy of knowledge. Which of the following is the proper order of different levels of knowledge ?
   (A) Mati, Shruti, Manahparyava, Avadhi, Kaivalya
   (B) Shruti, Mati, Avadhi, Manahparyava, Kaivalya
   (C) Mati, Shruti, Avadhi, Manahparyava, Kaivalya
   (D) Kaivalya, Avadhi, Manahparyava, Shruti, Mati

10. Match the following :

	List – I		List – II
a.	Kaivalya	i.	Panchkosh
b.	Jivan Mukti	ii.	Buddhism
c.	Nirvana	iii.	Jainism
d.	Anand	iv.	Vedanta
		v.	Islamic traditions

    Codes :

	a	b	c	d
(A)	ii	iii	i	v
(B)	iii	v	ii	iv
(C)	v	iii	ii	i
(D)	iii	iv	ii	i

11. Pedagogy of the oppressed is authored by
    (A) Paulo Freire
    (B) Bertrand Russell
    (C) J. Krishnamurthy
    (D) John Dewey

12. Ivan Illich is renowned for
    (A) Life Long Learning
    (B) Life Skill Education
    (C) De Schooling Society
    (D) Distance Education

13. Culture is not
    (A) Constant flux
    (B) Cummulative
    (C) Primarily Materialistic
    (D) Uneven in development

14. Life skill education is needed
    (A) to adopt to one's own culture
    (B) to enhance vocational efficiency
    (C) to promote cultural integration
    (D) to face the challenges in life effectively

15. Sanskritization is a process related with
    (A) Social Control
    (B) Social Stratification
    (C) Social Mobility
    (D) Social Change

16. Critically judge the following :

Assertion (A) : Education promotes peace and harmony.

Reason (R) : Democratic principles are practised in the classrooms.

Codes :

(A) Both (A) and (R) are true.
(B) Both (A) and (R) are false.
(C) Only (A) is true.
(D) Only (R) is true.

17. Enculturation is the process of

(A) adopting the values of significant to others.
(B) imbibing one's own culture in one's personality.
(C) integrating the culture and traditions.
(D) accepting the customs and values of other cultures.

18. Critically judge the following :

Assertion (A) : Education is the key that unlocks the door to modernization.

Reason (R) : Development of technology facilitates interaction among people.

Codes :

(A) Both (A) and (R) are true.
(B) Both (A) and (R) are false.
(C) Only (A) is true but (R) is false.
(D) Only (R) is true.

19. Names of the scholars are given in List – I with the field of study in List – II. Match them by arranging in the correct order :

	List – I		**List – II**
a.	Margret Mead	i.	Cultural Lag
b.	William Ogburn	ii.	Culture and Adolescence
c.	Verrier Elwin	iii.	Sanskritization
d.	M.N. Srinivas	iv.	Tribalism
		v.	Religion

Codes :

	a	b	c	d
(A)	i	iv	iii	v
(B)	ii	i	iv	iii
(C)	iii	ii	i	iv
(D)	iv	iii	i v	

20. Education as a sub-system of society helps

(A) to cater to the needs of knowledge society.
(B) to preserve the social customs and traditions.
(C) to transform society through scientific and technological advances.
(D) all of the above

21. Psychogy's major contribution to education lies in

(A) defining the goals for which teacher should strive.

(B) identifying potentially successful methods and procedures for teaching.

(C) providing scientific foundation for the art of teaching.

(D) comparing the relative effectiveness of various teaching procedures.

22. The determinants of individual differences in human being relate to

(A) differences in their environment only.

(B) differences in their heredity only.

(C) differences in their heredity and environment.

(D) an interaction between factors of heredity and factors of environment.

23. Which of the following characteristics is not true of divergent thinking ?

(A) Flexibility of ideas   (B) Novelty of ideas

(C) Correctness of ideas   (D) Fluency of ideas

24. Research has constantly demonstrated that the best single index for readiness for a given academic task is

(A) the IQ (Intelligence Quotient)   (B) the AQ (Achievement Quotient)

(C) the EQ (Emotional Quotient)   (D) the MA (Mental Age)

25. Which of the following is the correct sequence of motivational set ?

(A) Goal directed behaviour, attainment of goal, drive, satisfaction

(B) Drive, goal directed behaviour, attainment of goal, satisfaction

(C) Drive, satisfaction, attainment of goal, goal directed behaviour

(D) None of the above.

26. The basic reason why meaningful material is learned rapidly is that

(A) the learner is less likely to be bored

(B) it is related to previous experience of the learner

(C) it has continuity and meaning inherent in itself

(D) it permits more effective transfer

27. **Assertion (A) :** Training obtained in one situation A can be transferred to another situation B.

Reason (R) : It is because the two situation A and B are meaningful.

Codes :

(A) The Assertion (A) is true.

(B) The Reason (R) is true.

(C) Both the Assertion (A) and Reason (R) are true.

(D) The Assertion (A) is true but Reason (R) is not true.

28. A problem child is one who has

(A) an unsolved problem   (B) a poor heredity

(C) poor home environment   (D) an over protective parent

29. Latent learning is a concept enunciated by

(A) Hull   (B) Piaget   (C) Tolman   (D) Skinner

30. Punishment is a
    (A) Negative reinforcer
    (B) Positive reinforcer
    (C) Not a reinforcer at all
    (D) None of the above

31. **Assertion (A) :** Sometimes the school children becomes mischievous, explosive, rebellious or apathetic.

    Reason (R) : It is because of the inappropriateness of work assigned or demands made.

    Codes :
    (A) Only Assertion (A) is true.
    (B) Only the Reason (R) is true.
    (C) The Assertion (A) is true but the Reason (R) is false.
    (D) Both the Assertion (A) and Reason (R) are true.

32. In the final analysis, the key to motivation in the classroom is
    (A) the interest inherent in the subject matter.
    (B) the teacher's personality and his/her communication skills.
    (C) the emotional climate of the classroom.
    (D) the suitability of the curricular experiences.

33. What is Rorschach's projective test designed to measure ?
    (A) Unconscious intentions
    (B) Dreams
    (C) Conscious desires
    (D) All of the above

34. The concept of 'Archetype' was given by
    (A) Freud
    (B) Arieti
    (C) Wallas
    (D) Jung

35. The theory of Level – I and Level – II intelligence was propounded by
    (A) Jenson
    (B) Guilford
    (C) Cattel
    (D) Eysenck

36. A non-government organization conducted a study in a Gram Panchayat to see the impacts of campaign approach on enrolment and retention of rural elementary school children. This is an example of
    (A) Descriptive Study
    (B) Field Experiment
    (C) Ex-post facto research
    (D) Historical Research

37. An experimenter administered a pretest on both experimental and control groups and found that the pre-test mean scores of the groups differ. Which of the following statistical techniques can address this difference in studying the impacts of independent variable ?
    (A) Analysis of variance
    (B) t-test
    (C) Regression analysis
    (D) Analysis of co-variance

38. Sampling error can not be estimated when the researcher employs
    (A) Simple random sampling
    (B) Stratified random sampling
    (C) Systematic sampling
    (D) Quota sampling

39. Which of the following is not a non-probability sampling technique ?
    (A) Snow-ball sampling
    (B) Stratified random sampling
    (C) Incidental sampling
    (D) Purposive sampling

40. Which of the following variables is discrete ?

(A) Achievement   (B) Intelligence   (C) Aptitude   (D) Attribute

41. Which of the following is a non-parametric test ?

(A) t-test   (B) F-test   (C) c2-test   (D) z-test

42. The range of coefficient of correlation between two variables is

(A) 0 to +1   (B) +1 to −1   (C) 0 to −1   (D) none of the above

43. The most stable measure of variability is

(A) Range   (B) Mean Deviation

(C) Standard Deviation   (D) Quartile Deviation

44. Which of the following falls under Inferential Statistics ?

(A) Arithmetic Mean   (B) Standard Deviation

(C) Harmonic Mean   (D) Analysis of Variance

45. Match the following :

List – I	**List – II**
a. Experimental	i. Criticism
b. Historical	ii. Control
c. Case study	iii. Interpretative
d. Ethnography	iv. Intensive
	v. Intuitive

Codes :

	a	b	c	d
(A)	ii	iii	iv	v
(B)	i	ii	v	iii
(C)	iii	i	iv	v
(D)	ii	i	iv	iii

46. Research conducted by classroom teacher to improve spelling among students in English language is categorized as

(A) Pure Research   (B) Qualitative Research

(C) Quantitative Research   (D) Active Research

47. For conducting research in group dynamics, which of the following techniques can be used ?

(A) Anthropometry   (B) Biometry   (C) Geometry   (D) Sociometry

48. A study of the causes and consequences of India's freedom struggle movement falls under which of the following types of research ?

(A) Ex-post facto research   (B) Historical Research

(C) Correlational Research   (D) Phenomenological Research

49. Which of the following is a positional average ?

(A) Mean   (B) Median   (C) Mode   (D) None of the above

50. Test-retest is a method to determine

(A) Validity   (B) Reliability   (C) Feasibility   (D) Objectivity

DEC. 14 - PAPER II

Note :

This paper contains **fifty (50)** objective type questions of **two (2)** marks each. **All** questions are compulsory.

1. Of Froebel's idealism it can be said that
   (A) education is not a process of unfoldment
   (B) learning unites knowledge, feelings and doing
   (C) education cannot be a process of self realization
   (D) the notion of self activity is limited to manual activity
2. Concerning the nature of truth
   (A) the idealist says it is absolute discovered through reasoning and intuition
   (B) the realist says it is constantly changing and is a concept that is man made
   (C) the pragmatist says it consists of laws governing the physical world of man
   (D) the rationalist humanist says it is whatever the individual in his/her society makes it
3. Those whose educational philosophy is based on pragmatism, will
   (A) reject the scientific method of experimentation
   (B) accept that complete objectivity is possible
   (C) accept the stimulus response theory of learning
   (D) claim that knowledge is tentative, truth is relative
4. Critically examine the following Assertion (A) and Reason (R) and give your answer from the codes given below :

   Assertion (A) : There is almost a consensus that drop out rate of the government primary schools is much higher in comparison to that of public schools.

   Reason (R) : It is so because the government primary schools do not offer enough cocurricular activities.

   Codes :
   (A) Both (A) and (R) are true.
   (B) (A) is true, but (R) is false.
   (C) (A) is false but (R) is true.
   (D) Both (A) and (R) are false.
5. A student has a problem. He/she comes to the teacher and asks, "What shall I do ?" The teacher should
   (A) tell the student the course of action after considering the student's abilities and interest
   (B) tell the student what he/she (the teacher) would do if he/she were in student's place
   (C) ask questions to the student, which will develop the information needed for an intelligent decision.
   (D) tell the student to figure out himself/herself to find solution to his/her problems

6. Which of the following premises is inconsistent with democratic school administration ?

(A) Every teacher should make an equal contribution to the cause of education.

(B) The welfare of the group is assured by furthering the welfare of individuals.

(C) Cooperative group decisions are apt to be more valid than the decisions of individuals

(D) Every person can make a unique and important contribution

7. Find the odd item out :

(A) Budhi   (B) Antahkaran   (C) Chitta   (D) Manas

8. The initiation ceremony called "Pabajja" is related to which of the following ?

(A) Islam   (B) Jainism   (C) Buddhism   (D) Samkhya-Yoga

9. Match Column – I (thinkers) and Column – II (their works) and give your answer from the codes given below :

Column – I	Column – II
a. Ivan Illiach	i. The laboratory school
b. John Dewey	ii. Education and social order
c. Paulo Friere	iii. Deschooling society
d. Bertrand Russell	iv. Banking concept of education
	v. Integral education

Codes :

	a	b	c	d
(A)	ii	i	iv	iii
(B)	iii	i	iv	ii
(C)	v	ii	iii	iv
(D)	ii	iii	v	iv

10. Which of the following is correct ?

(A) Maktab is a place where pupils learn reading and writing and Madarsa is where lectures are delivered.

(B) The two concepts are the same, there is no actual difference.

(C) Madarsa is where literacy is provided and Maktab where higher education is given.

(D) Maktabs are educational institutions meant for religious (Islamic) education but Madarsas are institutions where non-religious secular education is provided.

11. Application of general principles of sociology in the process of education is known as

(A) Educational Sociology   (B) Social foundations of education

(C) Sociology of education   (D) Educational foundations of education

12. In modern society one spends a significant part of one's formative years _____ to avail formal education.

(A) in family   (B) in community   (C) with peers   (D) at school

13. Which of the following will not form part of a social system ?

(A) values   (B) technology   (C) collectivities   (D) roles

14. In social change, alteration in social organization relates mainly to its
    (A) structural aspects
    (B) functional aspects
    (C) both (A) and (B)
    (D) neither (A) nor (B)

15. Given below are two statements, one labelled as Assertion (A) and the other labelled as Reason (R) :

    Assertion (A) : An equitable society strives towards providing equality of opportunity to its members and also excellence on the basis of talents.

    Reason (R) : These are mutually exclusive and hence it will not be possible to attain both. After reflecting on the two statements as above, decide as to which one of the following is correct.

    (A) Both (A) and (R) are true and (R) is the correct explanation.
    (B) Both (A) and (R) are true but (R) is not the correct explanation.
    (C) (A) is true, but (R) is false.
    (D) (A) is false, but (R) is true.

16. Which one of the following is not a characteristic feature of a school as a social subsystem?
    (A) Latent pattern maintenance
    (B) Goal attainment
    (C) Integration
    (D) Enrichment of resources

17. In arranging the following policies / reports in order in which they appeared choose the correct code :
    I.   Report of National Commission on Teachers – I (Chairperson Prof. D.P. Chattopadhyaya)
    II. Towards an enlightened and humane society (Chairperson Acharya Rammurti)
    III. Challenge of Education : A policy perspective
    IV. National Policy on Education, 1986 : Revised Policy Formulations
    Codes :
    (A) III, I, II, IV   (B) I, III, II, IV   (C) III, IV, I, II   (D) IV, II, III, I

18. Articles (36) to (51) of the Constitution of India deal with
    (A) Fundamental Rights
    (B) Fundamental Duties
    (C) Introduction
    (D) Directive Principles

19. Which of the following illustrates the spirit of the statement : "There is a gap between technological development of society (material aspects) and its moral and legal institutions (non material aspects)".
    (A) Social stratification
    (B) Cultural imperialism
    (C) Cultural lag
    (D) Cultural change

20. Which of the following statements cannot be considered true with reference to Indian education since independence ?
    (A) With the expansion of education since independence the number of teachers has shot up
    (B) Implementation of 'three language formula' has raised a controversy.
    (C) The expansion of higher education has raised the quality of education at all levels
    (D) Extreme unevenness can be perceived between different segments of society and between different states

21. Which of the following is the most appropriate term to describe the content of Educational Psychology ?

    (A) Determinable (B) Fluid (C) Causal (D) Transparent

22. The relation between Education and Psychology is best understood on the basis of

    (A) Interdependence (B) Independence (C) Interaction (D) Dependence

23. One of the most significant implications of individual differences for organizing educational programmes lies is using

    (A) Teacher centric approach (B) Content centered approach

    (C) Examination centered approach (D) Learner centric approach

24. While measuring intelligence which tests assume that upto a certain chronological age intelligence reaches a peak ?

    (A) Verbal and non verbal tests (B) Emotional and social intelligence tests

    (C) Spiritual and ethical intelligence tests (D) Social and emotional intelligence tests

25. A student of class XII aspires to get 'A' in his school final examination. Which of the following will best explain his/her motivation ?

    (A) Need for affiliation (B) Need for self esteem

    (C) Need for actualization (D) Need for achievement

26. Which of the following learning theories is intimately related to Thorndike's law of effect ?

    (A) Guthrie's contiguity theory (B) Pavlov's reflex conditioning

    (C) Skinner's operant conditioning (D) Kohler's Gestalt theory

27. Which learning theory lays stress on emergent synthesis ?

    (A) Tolman's sign gestalt (B) Lewin's field theory

    (C) Mowrer's two factor theory (D) Hull's need reduction theory

28. Defence mechanisms are used by the

    (A) Ego of a person knowingly (B) Superego of a person knowingly

    (C) Id of a person unknowingly (D) Ego of a person unknowingly

24. While measuring intelligence which tests assume that upto a certain chronological age intelligence reaches a peak ?

    (A) Verbal and non verbal tests (B) Emotional and social intelligence tests

    (C) Spiritual and ethical intelligence tests (D) Social and emotional intelligence tests

25. A student of class XII aspires to get 'A' in his school final examination. Which of the following will best explain his/her motivation ?

    (A) Need for affiliation (B) Need for self esteem

    (C) Need for actualization (D) Need for achievement

26. Which of the following learning theories is intimately related to Thorndike's law of effect ?

    (A) Guthrie's contiguity theory (B) Pavlov's reflex conditioning

    (C) Skinner's operant conditioning (D) Kohler's Gestalt theory

27. Which learning theory lays stress on emergent synthesis ?
    (A) Tolman's sign gestalt   (B) Lewin's field theory
    (C) Mowrer's two factor theory   (D) Hull's need reduction theory
28. Defence mechanisms are used by the
    (A) Ego of a person knowingly   (B) Superego of a person knowingly
    (C) Id of a person unknowingly   (D) Ego of a person unknowingly
29. A student who fails in an examination, makes a complaint that the examiner was strict. He/she is using a defence mechanism of
    (A) Sublimation   (B) Regression
    (C) Rationalization   (D) Reaction formation
30. Which one of the following statements best describes the mental health of a teacher ?
    (A) A teacher handles student problems without creating fuss.
    (B) A teacher deals with students in a friendly manner.
    (C) A teacher controls his/her emotions in the class.
    (D) A teacher persuades his/her students to follow the rules.
31. Synectics is the method for dealing with
    (A) Gifted children   (B) Cognitively impaired children
    (C) Backward children   (D) Creative children
32. In which of the following, the principle of differential reinforcement is used ?
    (A) Discrimination   (B) Generalisation
    (C) Shaping   (D) Associate conditioning
33. Which schedule of reinforcement in operant conditioning is likely to produce steadiness in acquired behaviour ?
    (A) Continuous schedule of reinforcement
    (B) Fixed interval schedule of reinforcement
    (C) Variable interval schedule
    (D) Variable ratio schedule of reinforcement
34. A student suffering from depression and sadness can be classified as
    (A) Sanguine type   (B) Phlegmatic   (C) Choleric   (D) Melancholic
35. By arranging following concepts of intelligence in the order in which they appeared, select the correct code :
    I. Academic intelligence   II. Emotional intelligence
    iII. Spiritual intelligence   IV. Ethical intelligence
    Codes :
    (A) IV, I, II, III
    (B) I, III, IV, II
    (C) I, II, III, IV
    (D) IV, III, IV, II

36. The progress of a nation mostly depends on the
    (A) means of production in a country
    (B) natural resources in a country
    (C) enhancement of output through use of proven techniques
    (D) the government's effort in a country

37. Some usual steps in conducting research are given below, identify the code which gives acceptable rational sequence :
    I. Formulating hypothesis   II. Collecting data and its analysis
    III. Identifying the research problem   IV. Testing the hypothesis
    Codes :
    (A) I, III, II, IV   (B) I, II, IV, III   (C) III, I, II, IV   (D) II, I, IV, III

38. A researcher wants to study whether discovery learning procedure has an impact on the motivation of students. In this situation, the variable motivation will be labelled as
    (A) Intervening variable   (B) Independent variable
    (C) Dependent variable   (D) Extraneous variable

39. In labelling research variables, the designations of variables from one research to the other have to be
    (A) Identical   (B) Different
    (C) Sometimes identical   (D) Sometimes different

40. In which research design sampling is least necessary ?
    (A) Comparative analysis   (B) Experimental study
    (C) Case study   (D) Correlational study

41. Research for exploring the applicability of a theory or law formulated in a specific situation in the field of education is termed as
    (A) Pure research   (B) Action research
    (C) Applied research   (D) Theoretical research

42. An aptitude test should essentially possess
    (A) Content validity   (B) Predictive validity
    (C) Concurrent validity   (D) Construct validity

43. Match the following and select the correct code :
List – I		List – II	
i.	Product moment correlation	a.	both variables expressed in an ordinal scale
ii.	Rank order correlation	b.	both variables are in an interval scale
iii.	Biserial correlation	c.	one variable is continuous and the other is truly dichotomous
iv.	Point biserial correlation	d.	both variables are a true dichotomy
		e.	One variable is continuous and the other is artificially dichotomous

Codes :

	i	ii	iii	iv
(A)	a	c	b	e
(B)	b	a	e	c
(C)	b	c	e	a
(D)	a	b	e	c

44. In the process of standardization of a multiple choice test, the researcher while doing item analysis wants to test the hypothesis for each item response. The most appropriate statistics the researcher may use will be

(A) 't' test   (B) 'F' test   (C) chi square test   (D) sign test

45. For collecting information under Right to Information Act from five different states, the better research tool will be

(A) Observation schedule   (B) Rating scale

(C) Questionnaire   (D) Checklist

46. The procedure of sampling which provides equal and independent chance to each unit while being selected in a sample is called

(A) Purposive sampling   (B) Convenient sampling

(C) Snowball sampling   (D) Random sampling

47. The association among variables in a scientific study is indicated quantitatively as

(A) Coefficient   (B) Ratio   (C) Percentile   (D) Variance

48. If the computed values are used only to explain the properties of a particular sample taken for the study, the statistics used is called _____

(A) Descriptive statistics   (B) Inferential statistics

(C) Both (A) and (B)   (D) Neither (A) nor (B)

49. Which of the following research tool / technique will be appropriate for an indepth understanding of cultural and social aspects of a tribe ?

(A) Questionnaire   (B) Participant observation

(C) Sociometric technique   (D) Rating scale

50. In research situations, non parametric statistics is used for

(A) Nominal data   (B) Ordinal data   (C) Interval data   (D) Ratio data

JUNE 14 - PAPER III

Note :

- This paper contains **seventy five (75)** objective type questions of **two (2)** marks each.
- **All** questions are compulsory.

1. Rationalism was a movement which advocated

(A) a faith in the power of unaided reason

(B) the reconciliation of Church dogmas with new science.

(C) the substitution of Aristotelian authority for the Church.

(D) None of the above

2. The educative experience is desirable to the

(A) pragmatist, only if, on the whole it is acceptable to the pupil.

(B) realist, only if it is pleasurable and practical for the pupil.

(C) idealist only if it is effective in attaining immediate goals.

(D) reconstructionist, only if it helps the pupil earn a living.

3. Which of the following is not an aim of education according to Jain Philosophy ?

(A) Samyak J. Nana (Right knowledge)

(B) Samyak Samkalpa (Right determination)

(C) Samyak Darshan (Right faith)

(D) Samyak Charitra (Right conduct)

4. Stratification in society is based on

(A) Power, Property and Prestige

(B) Culture, Caste and Class

(C) Education, Learning and Empowerment

(D) Motivation, Mobility and Material possession

5. Social change is a change in

(A) Social Relationships (B) Social Achievement

(C) Social Values (D) Civilization

6. In socialization, the teacher should play the role of

(A) An agent (B) An administrator

(C) A counsellor (D) All of the above

7. The real carriers of heredity are

(A) The Chromosomes (B) The Genes

(C) The Nucleus of the cell (D) DNA

8. Social development is essentially a matter of

(A) Conformity to the demands of the social order

(B) Achievement of social security and acceptance

(C) Integration of ones purposes with those of the social order

(D) The development of social skills

9. Which of the following best describes the process of growth and development ?

(A) It is entirely physical and physiological.

(B) It is pre determined by heredity.

(C) All of its aspects are highly inter-related.

(D) It is essentially an individual phenomenon, different from person to person.

10. Structure of Intellect (SI model) is evolved by

(A) Thurstone   (B) Guilford   (C) Spearman   (D) Gardner

11. An intelligent child is characterised by

(A) Creative and Divergent thinking

(B) Critical and convergent thinking

(C) Critical, creative and convergent thinking

(D) All of the above

12. Constructivist learning is advocated by

(A) Jean Piaget   (B) Leu Vygotsky   (C) B.F. Skinner   (D) Kohler

13. Eysenck measured personality based on

(A) Type and Traits   (B) Type only   (C) Traits only   (D) None of the above

14. 'Humanist theory' of personality is advocated by

(A) McDougal   (B) Maslow   (C) Rogers   (D) Guilford

15. Match the following in List – I with that of List – II in the correct order :

List – I		List – II	
a.	Freud	i.	Directive counseling
b.	Williamson	ii.	Free Association
c.	Rogers	iii.	Free wheeling
d.	Gordon	iv.	Non-directive counseling
		v.	Eclectic counseling

Codes :

	a	b	c	d
(A)	i	iii	iv	v
(B)	ii	i	v	iv
(C)	ii	i	iv	iii
(D)	iii	ii	i	v

16. When working with children with disabilities it is important for the counselor to enhance school based services by doing so, the counselor is taking on the role of

(A) Investigator   (B) Collaborator   (C) Psychologist   (D) Coordinator

17. The psychotherapeutic method of guidance involves in :

(A) Emphasizes the use of the cumulative record

(B) Supports the giving of advice to the counsele

(C) Places confidence in the pupils ability to solve his/her own problems

(D) Is the destructive method of counseling pupils.

18. In counseling with pupil, a teacher should

(A) plan to do most of the talking

(B) establish rapport with the pupil

(C) refrain from giving him information

(D) assume responsibility for solving his problems.

19. In experimental research hypothesis are formulated

(A) before the experiment. (B) during the experiment.

(C) after the experiment. (D) none of these.

20. Type-I error, in the testing of a null hypothesis, occurs when the researcher

(A) rejects it when it is true (B) accepts it when it is false

(C) Both (A) and (B) (D) Neither (A) nor (B)

21. Which of the following is wrong ? Hypothesis can be formulated using

(A) the established theories. (B) the findings of previous research.

(C) experience of the researcher. (D) the results of the same study.

22. A researcher conducted three experiments with 100 subjects each following uniform design instead of one experiment with 300 subjects. This is known as

(A) Replication (B) Manipulation (C) Observation (D) Validation

23. Which of the following is not a characteristic of naturalistic inquiry ?

(A) Data Triangulation (B) Prolonged stay in the field

(C) Both (A) and (B) (D) Quantification of results

24. Internal criticism of historical data refers to

(A) establish authenticity of data source (B) establish validity of the contents of data

(C) both (A) and (B) (D) none of these

25. The mid day meal programme for pre-schools initiated with a view to

(A) increase enrollment (B) involve community

(C) engage teachers (D) increase the employment

26. The official organ of the U.S. Office of education is

(A) School News (B) School Life (C) The Educator (D) School and Society

27. The main agency engaged in vocationalization of education in U.S.A.

(A) Private Enterprise System (B) U.S. Department of Labour

(C) Formal Education System (D) All of the above

28. The core-curriculum does not emphasize

(A) democratic procedures (B) problem solving

(C) a well defined body of subject matter (D) integration of different subject matter

29. The core curriculum consist of the

    (A) subject matter children must learn in school

    (B) subject offered by the school authorities

    (C) total experiences in the school programme

    (D) unit and lesson plans prep. by the teachers

30. A curriculum maker interested in designing a functional curriculum would need an understanding of

    (A) Educational philosophy   (B) Psychological principles

    (C) Pedagogical procedures   (D) All of the above

31. Who initiated the Bureaucratic approach in the field of administration ?

    (A) F.W. Taylor   (B) M.Weber   (C) Mary Parker   (D) Elton Mayo

32. Educational planning relates to

    (A) choosing the best course of action for achieving the educational objectives.

    (B) recruitment of teachers.

    (C) checking the performance is in conformity with laid down standards.

    (D) motivating the subordinates.

33. A school supervisor has responsibility to

    (A) help the school in its development.

    (B) observe the classroom teaching and suggest improvements if required.

    (C) develop the teaching-learning material.

    (D) All of the above

34. Which of the following statements has been advocated under Human Relation Approach ?

    (A) Human beings do more work if their supervisors are strict.

    (B) Human being attach importance to good interpersonal relations.

    (C) Money is the only key motivation for human beings.

    (D) None of the above

35. Which of the following is not the source of Educational Finance ?

    (A) Public Funds   (B) Local Bodies Fund

    (C) Education cess   (D) Relief Fund

36. Which of the following is not the technique of supervisor ?

    (A) School visits   (B) Surprise visits   (C) Annual visits   (D) Excursion visits

37. The Father of Scientific Management Approach is

    (A) F.W. Taylor   (B) Henry Fayol   (C) St. Etienne   (D) W. Willson

38. Who defined planning as "Deciding in advance what to do, how to do it, whom to do it and when to do it" ?

    (A) Max Weber   (B) Elton Mayo   (C) Koontz   (D) F. Taylor

39. For effective results, the educational supervisor should follow which of the following approaches ?

(A) Team Approach   (B) Modern Approach

(C) Traditional Approach   (D) Administrative Approach

40. Teachers often put questions to students during and/or immediately after teaching a lesson so as to assess their learning and thereby to proceed to the next lesson. This an example of

(A) Summative evaluation   (B) Formative evaluation

(C) Concurrent evaluation   (D) Diagnostic evaluation

41. Teacher Eligibility Test conducted for selection of candidates for admission into teacher education institution is an example of

(A) Placement test   (B) Aptitude test   (C) Attitude test   (D) Achievement test

42. The examination conducted by the Central Board of Secondary Education (CBCE) can be categorized as

(A) Norm Referenced Test   (B) Criterion Referenced Test

(C) Both (A) and (B)   (D) Neither (A) nor (B)

43. Which of the following types of tools is most appropriate to assess one's interest in a particular phenomenon ?

(A) Questionnaire   (B) Scale   (C) Test   (D) Inventory

44. Which of the following is not related to item analysis ?

(A) Item difficulty index   (B) Item discrimination index

(C) Reliability coefficient   (D) Sensitivity of item to instructional effects

45. Miss Reema obtained grades in the subjects as follows in a 5 point scales :

English – A; Mathematics – B; Science – D and Social Sciences – A. Her Grade Point Average (GPA) will be

(A) 5   (B) 3   (C) 4   (D) 3.5

46. Which of the following is not related to analysis of qualitative data ?

(A) Axial coding   (B) Meta Analysis

(C) Rich thick description   (D) Driting memos

47. The formula for calculation of Intelligence Quotient (IQ) is

(A) $\dfrac{CA}{MA} \times 100$ (B) $\dfrac{MA}{CA} \times 100$ (C) $\dfrac{CA}{100} \times MA$ (D) $\dfrac{100}{MA} \times CA$

48. Norms are developed for the psychological tests at the time of their

(A) Translation   (B) Construction   (C) Standardization   (D) Administration

49. "Education Technology is the application of modern skills and techniques to the requirements of Education and Training." This was stated by

(A) Unwin   (B) T. Sakamato   (C) Leith   (D) Saetter

50. The important concept for developing the understanding and skills of teaching and training is

(A) Planning   (B) Demonstration   (C) Evaluation   (D) Task Analysis

51. Which is not true of interactive video ?

(A) Presentation of video pictures (B) Presentation of CAI materials

(C) Use of principles of programmed instruction

(D) Learning becomes meaningful rather than instructional

52. What is the verbal component of a poster ?

(A) Visual (B) Caption (C) Pictorial (D) All of the above

53. External programmed instruction is also known as

(A) linear programmed instruction (B) internal programmed instruction

(C) interpretive programmed instruction (D) crowderian programmed instruction

54. Which of the following is not a component of basic teaching model ?

(A) Instructional objectives (B) Instructional procedures

(C) Instructional assessment (D) Performance assessment

55. Match Column – A with Column – B :

Column – A	Column – B
a. Audio-visual aids	i. Software
b. Behaviour technology	ii. Hardware
c. Programmed instruction	iii. Management technology
d. Training psychology	iv. System analysis
	v. Internet

Codes :

(A) a and i (B) a and ii (C) c and üiv (D) d and i

56. Which of the following element contributes to educational achievement of distance learners ?

(A) Student assignment response (B) Course material

(C) Personal contact programme (D) All of the above

57. Which of the following statement is incorrect about microteaching ?

(A) It is a method of teaching.

(B) It consists of core teaching skills.

(C) Each skill is practised separately.

(D) Questioning is one component of microteaching.

58. Most important challenge in teaching a resource teacher is

(A) identification and assessment of the disabled children

(B) teaching plus curricular activities

(C) sensitization of public, parents and peer groups.

(D) establishing resource room and supplying assistive devices.

59. According to Rehabilitation Council of India, teacher-pupil ratio in teaching for the visually impaired children in a integrated education programme is

(A) 1 : 10 (B) 1 : 8 (C) 1 : 6 (D) 1 : 1

60. In List – I the name of the National and International Acts, declarations are given and in List – II year regarding the Declarations and Acts are given. Match the List – I with List – II in correct order :

	List – I		List – II
a.	International Year of the Disabled People (IYDP)	i.	1990
b.	World Conference on Education for All (EFA)	ii.	1992
c.	Pupil with Disabilities Act (PWD)	iii.	1995
d.	Rehabilitation Council of India Act (RCI)	iv.	1981
		v.	1986

Codes :

	a	b	c	d
(A)	ii	i	iii	v
(B)	iii	ii	iv	i
(C)	iv	i	iii	ii
(D)	i	iii	iv	ii

61. "There are three preventive activities, received from public regarding mentally retarded children." Which of the following is incorrect one ?

(A) Providing necessary advertisement through National Institute for Mentally Retarded Children.

(B) Dissemination of available knowledge on ecology of mentally retarded through public media like newspapers, radio, television etc.

(C) To bring together the parents and the interested person or public to mobilize their efforts to channalise funds and family.

(D) Strengthening National level organizations to coordinate and disseminate the efforts.

62. The children with disabilities studying along with normal children in a least restrictive environment programme assisted by a resource teacher is known as

(A) Special School Programme   (B) Integrated Education Programme

(C) Inclusive Education Programme   (D) None of the above

63. Legal Blindness is defined as

(A) 20/180 visual acuity in the better eye after best correction

(B) 20/70 visual acuity in the better eye after best correction

(C) 20/200 visual acuity in the better eye after best correction

(D) 20/100 visual acuity in the better eye after best correction

64. Apex body for the hearing impaired in India is

(A) Teacher training centre of little flower convent

(B) Rehabilitation Council of India

(C) The All India Institute of Speech and Hearing

(D) Ali Yavar Jung NationalInstitute for the Hearing Handicapped

65. The most important challenge in Rehabilitation intervention programme is
   (A) maintaining the full mobility or range of movement of the joints.
   (B) improving the muscle power in the affected limbs.
   (C) restoring the function of the affected limb by appropriate training.
   (D) providing splints or callipers if needed.

66. Match the following List – I with List – II in correct order :

	List – I		List – II
a.	Weakness of one half of body	i.	Monopolegia
b.	Weakness of one limb	ii.	Paraplegia
c.	Weakness of all four limbs including trunk	iii.	Hemiplegia
d.	Weakness of both lower limbs	iv.	Quadriple
		v.	Diabetic

   Codes :

	a	b	c	d
(A)	ii	i	iii	v
(B)	iii	i	iv	ii
(C)	i	ii	iii	v
(D)	iv	iii	i	ii

67. "Destiny of India is being shaped in her classroom." This is stated in
   (A) Education Commission (1964-1966)
   (B) National Policy on Education (1986)
   (C) National Knowledge Commission (2005)
   (D) University Education Commission (1948-49)

68. National Education Day is observed on Nov.-11 every year in memory of
   (A) Sarvapalli Radhakrishnan   (B) Maulana Abul Kalam Azad
   (C) Zakir Hussain   (D) Mahatma Gandhi

69. 'Accreditation' of Teacher Education Institution is done by
   (A) NCERT   (B) NCTE   (C) NAAC   (D) NUEPA

70. Integrated Teacher Education Programmes are offered by
   (A) Self-financing colleges of Education   (B) Open Universities in India
   (C) State Institutes of Education   (D) Regional Institutes of Education

71. Match the following :

	List – I		List – II
a.	Personalised System of Education	i.	Keller
b.	Cone of Experience	ii.	Edgar Dale
c.	Programmes Instruction	iii.	Herbart
d.	Didactic Apparatus	iv.	Skinner
		v.	Crowder

Codes :

	a	b	c	d
(A)	i	ii	iv	v
(B)	iii	i	iv	ii
(C)	ii	i	iv	iii
(D)	iv	iii	ii	v

72. The most important single factor of success for a teacher in the beginning of teaching career is

(A) Personality and ability to adjust to classroom

(B) Positive attitude and outlook towards life

(C) Verbal fluency and organizational ability

(D) Competence and professional ethics

73. When the children become mischievous and disobedient in the classroom, the teacher should examine

(A) Home background of the students

(B) Influence of outside elements in class

(C) Teaching methods and subject knowledge

(D) Co-curricular and other attractions in the school

74. Teachers working with children with disabilities must register their names with

(A) NCTE   (B) RIE   (C) NCERT   (D) RCI

75. Task analysis in teaching requires

(A) Content and Pedagogy

(B) Technology and Evaluation

(C) Both (A) and (B)

(D) None of these

DEC. 14 - PAPER III

Note :

- This paper contains **seventy five (75)** objective type questions of **two (2)** marks each.
- **All** questions are compulsory.

1. Which of the following is not a basis for rationalization ?

(A) The development of knowledge from mathematical reasoning

(B) The use of self-evident truths as first principles

(C) The collection of sense data in discovering facts

(D) The use of inductive reasoning as a method of inquiry

2. Gandhian Philosophy of education is

(A) Naturalistic in its aims, pragmatic in setting and idealistic in its methods

(B) Naturalistic in its methods, idealistic in its setting and pragmatic in its aims

(C) Naturalistic in its setting, idealistic in its aims and pragmatic in its methods

(D) Realistic in its methods, idealistic in its setting and pragmatic in its aims

3. While developing an educational theory, which of the following will be the most logical order?

i. motion of an educated person | ii. pedagogical procedures

iii. aims of education | iv. assumptions about human nature

Codes :

(A) i, iv, ii, iii | (B) iv, i, iii, ii

(C) iv, ii, iii, i | (D) i, iii, iv, ii

4. Which of the following schools of thought focuses on principles of knowledge and human values ?

(A) Logical positivism | (B) Idealism

(C) Pragmatism | (D) Existentialism

5. Which of the following is the proper order of the levels of knowledge (hierarchy) as propounded by Jaina thinkers ?

(A) Shrutijnana, Avadhijnana, Matijnana, Kaivalya, Manahparyava

(B) Shrutijnana, Matijnana, Manahparyava, Avadhijnana, Kaivalya

(C) Matijnana, Shrutijnana, Avadhijnana, Manahparyava, Kaivalya

(D) Avadhijnana, Matijnana, Shrutijnana, Kaivalya, Manahparyava

6. Cinema is considered

(A) Non-formal agency of education | (B) Formal agency of education

(C) Informal agency of education | (D) An active agency of education

7. Match the following from List – I with List – II in correct order :

	List – I		List – II
a.	Article 21 of Constitution of India	i.	Fundamental rights to life
b.	Article 45 of Constitution of India	ii.	Right to Education (age group upto 6 years)
c.	Article 51 (A) of Constitution of India	iii.	Right to free meals
d.	Article 21 (A) of Constitution of India	iv.	Right to express
		v.	Duty of parents/guardians to Education of Children
		vi.	Fundamental right to Education between age group of 6 to 14 years

Codes :

	a	b	c	d
(A)	i	ii	v	vi
(B)	vi	v	iii	iv
(C)	i	ii	v	iv
(D)	vi	iv	iii	ii

8. Issue regarding establishment of common school system in India is related to
   (A) Problem of 'Education and Modernization'
   (B) Social Equity
   (C) Politics and Educational change
   (D) Education of backward section of the society

9. Legislation concerning the educational opportunities for the weaker sections of the society in India is an example which brings into focus the
   (A) Political nature of education
   (B) Social nature of education
   (C) Economic nature of education
   (D) Cultural nature of education

10. Group structures are measured most commonly by
    (A) Sociogram
    (B) Group Rating scale
    (C) Anecdotal Record
    (D) Socio-drama

11. In differentiating growth from development which one of the following is not the basis :
    (A) Physical   (B) Qualitative   (C) Quantitative   (D) Emotional

12. Identify the correct statement :
    (A) Concept formation precedes logical reasoning
    (B) Language development precedes concept formation
    (C) Logical reasoning comes before language development
    (D) Emotional development comes before concept formation

13. Individual differences will be more relevant in which of the following contexts :
    (A) Designing a teaching learning system
    (B) Assessing student's performances
    (C) Developing a remedial programme
    (D) Conducting a diagnosis

14. According to Jean Piaget the formal operation stage is during the

(A) Infancy   (B) Childhood

(C) Adolescence   (D) Adulthood

15. In schools, physical education programmes should be conceived primarily as

(A) a means for satisfying the physical needs of children

(B) a series of planned developmental experiences

(C) a means of improving pupils health

(D) a relaxation from academic strain

16. Gestalt psychologists explain transfer of learning in terms of

(A) Generalization   (B) Identical elements

(C) Foresights   (D) transposition

17. What is not a factor for influencing learning ?

(A) Maturation   (B) Motivation   (C) Teacher   (D) Friendship

18. In Gagne's hierarchy, the assumption is that

(A) lower order learning runs parallel with other learning

(B) lower order learning occurs before higher order learning

(C) higher order learning goes together with other learning

(D) lower and higher order learning are not related

19. The stage of manifest inactivity in creative thinking process is called

(A) Inspiration   (B) Incubation

(C) Generalization   (D) Preparation

20. In Advance organizer model, what is the focus ?

(A) Development of creative thinking   (B) Development of critical thinking

(C) Intellectual scaffolding   (D) Information processing

21. In the study of personality which sequence is most appropriate :

(A) Personality type, Personality trait, Psychoanalytic

(B) Personality trait, Personality type, Psychoanalytic

(C) Psychoanalytic, Personality type, Personality trait

(D) Psychoanalytic, Personality trait, Personality type

22. Which one of the following statements appropriately describes personality ?

(A) Personality is a physiological concept

(B) Personality is a molecular concept

(C) Personality is a dynamic concept

(D) Personality is a popular concept

23. Which of the following trait can be measured effectively through projective techniques of personality ?

(A) Extraversion-Introversion   (B) Conscientious

(C) Mental Inhibitions   (D) Balanced approach

24. A student shows excessive concern for cleanliness in family. This can be best explained as an example of

(A) Regression
(B) Repression
(C) Sublimation
(D) Reaction formation

25. In Indian system, the process of adjustment can be described best by

(A) Stress management
(B) Stress reduction
(C) State of equilibrium
(D) State of anxiety

26. For organizing eclectic counselling which of the following is most important :

(A) Study of needs and personality characteristics
(B) Selection of techniques
(C) Preparation for counselling
(D) Seeking the opinion of the client and other related people

27. The kinds of services required for organizing a school guidance programme are :

(A) Personal, professional, placement, follow-up
(B) Information, testing, counselling, follow-up
(C) Information, guidance, counselling, follow-up
(D) Information, testing, counselling, placement

28. Which of the following will not be acceptable as a rationale of group guidance ?

(A) Acquainting the client group about their assumptions and beliefs
(B) Developing interpersonal relations
(C) Promoting a democratic climate during guidance
(D) Encouraging mental understanding and co-operation

29. Which one from the following list is considered central service in guidance programme ?

(A) Information service
(B) Self-inventory service
(C) Placement service
(D) Counselling service

30. Non-directive counselling is mainly meant for

(A) analysis of client data
(B) diagnosis of relevant factor
(C) emotional release
(D) placement service

31. When the population is heterogeneous which of the following methods will be efficient for a choice of sampling procedure ?

(A) Random sampling
(B) Systematic sampling
(C) Stratified sampling
(D) Convenience sampling

32. When a multiple comparison of means is intended honestly significant difference (HSD) is useful in case of

(A) F value being significant
(B) F value not being significant
(C) Both (A) and (B)
(D) Neither (A) nor (B)

33. Which one of the following may be considered as the best source for the formulation of a research problem ?

(A) Consulting the research supervisor

(B) Holding a discussion with librarian

(C) Reflecting on research articles reported in a journal

(D) Reflecting on the problems of education

34. Triangulation in research is concerned with combining

(A) More than two samples together

(B) A number of qualitative research techniques

(C) A number of quantitative techniques for data analysis

(D) More than two research studies together

35. For indicating the extent of variability, the appropriate measure for ordinal data will be

(A) Standard Deviation (B) Standard Score

(C) Average Deviation (D) Quartile Deviation

36. In a laboratory experiment, which of the following operations is most important ?

(A) Arranging the laboratory (B) Selecting the site

(C) Controlling the variables (D) Manipulating the variables

37. In historical research, the emphasis is on

(A) Depicting the events of the past (B) Depicting the events of the past and present

(C) Collecting data from the past (D) Collecting and collating data from the past

38. A teacher has introduced calorie-rich mid day meal programme as an intervention in school programmes. He /she should conduct which of the following tests at the data interpretation stage :

(A) one-tailed test (B) two-tailed test

(C) both (A) and (B) (D) non-parametric tests

39. F-test is used when

(A) two independent groups are to be compared

(B) two correlated groups are to be compared

(C) more than two independent groups are to be compared

(D) more than two dependent or independent groups are to be compared

40. Which of the following is a distribution-free statistics ?

(A) t-test (B) F-test

(C) Pearson's 'r' co-efficient (D) Chi-square test

41. For universalisation of elementary education in India, which one of the following has been used as an intervention

(A) Sarva Shiksha Abhiyan (B) Continuous and comprehensive evaluation

(C) Distribution of laptops (D) Free distribution of books and dress

42. Which of the following is an assessment agency for assessing higher education agency in India ?

(A) AICTE (B) NCTE (C) NAAC (D) NUEPA

43. Which of the following is a characteristic of distance education ?

(A) Education that involves the use of computer

(B) Teacher and students are connected through an off campus location

(C) Flexibility in time and space for relating teachers and learners

(D) Exchanging students from one campus to the other

44. In which of the country educational administration of schools exclusively is in the hands of local authorities ?

(A) India   (B) Australia   (C) Ireland   (D) U.S.A.

45. Vocational education and vocationalisation of education when viewed in a comparative perspective are

(A) Identical interventions

(B) Dissimilar interventions

(C) Related with two educational system of the country

(D) Related with the occupational problems

46. In grassroot model of curriculum directly accountable functionary for curriculum implementation is

(A) Learner   (B) Teacher   (C) Headmaster   (D) Parent

47. The most appropriate approach for implementing an administrative model of curriculum is to focus on

(A) Hierarchy of staff   (B) Democratic values

(C) Participative culture   (D) Horizontal co-ordination

48. The ultimate purpose of demonstration model of curriculum is

(A) Employing strategies by teachers in curriculum development

(B) Maximising activity approach for curriculum transaction

(C) Getting feedback for implementing at a larger scale

(D) Demonstrating the feasibility of the model

49. The basic purpose of summative evaluation is to find out whether the learners have

(A) cleared all mid term tests

(B) acquired the desired learning outcomes

(C) completed all tests and assignments

(D) attended the full course

50. What will be the policy relevant for reflective formative evaluation ?

(A) Wait and watch policy   (B) Watch for the impact policy

(C) Perfectionist policy

(D) Use and assess the learning outcome policy

51. Identify the institution exclusively meant for planning and administration of education in India.

(A) NCERT   (B) IISE   (C) NEUPA   (D) NAAC

52. A well defined management should give stress on

(A) Supervision

(B) Organisational aspects for proper development

(C) Teacher's problems

(D) Disciplinary aspects

53. Leadership becomes most effective on the basis of

(A) leadership personality traits   (B) followers motivation

(C) situational factors   (D) leadership style

54. Basic function of supervision should be :

(A) To maintain discipline among students

(B) To look into office management

(C) Development of constructive and creative environment in the institution

(D) To implement rules and regulation in the school

55. The chief responsibility of the school principal is to

(A) organise the guidance programme

(B) provide leadership in the instructional programme

(C) to listen to parental criticism

(D) to handle discipline problems

56. Kuder Richardson estimate is used to test

(A) Objectivity   (B) Reliability   (C) Validity   (D) Comprehensiveness

57. Match List – I with List – II and select the correct answer using the codes given below :

List – I	List – II
i. Achievement test	a. Predictive validity
ii. Aptitude test	b. Content validity
iii. Personality test	c. Criterion related validity
iv. Performance test	d. Concurrent validity
	e. Construct validity

Codes :

	i	ii	iii	iv
(A)	b	c	d	a
(B)	a	b	e	c
(C)	b	a	e	d
(D)	d	b	c	e

58. The main purpose of formative evaluation is

(A) To reduce the burden of content evaluation

(B) To have continuous evaluation

(C) To assess the extent to which students have learnt

(D) To help students achieve more

59. Arrange the following in a procedurally correct order and select the correct code :

a. Item Analysis   b. Item writing

c. Item selection   d. Item tryout   e. Reliability

Code :

(A) a c b d e   (B) b d a c e   (C) e b d a c   (D) b a d e c

60. A power test is so called for its emphasis on screening the

(A) inclinations of examiners   (B) interests of examinee

(C) ability of the examinee   (D) perspective of the examinee

61. While using the Flander's Interaction Analysis the focus is on

(A) Class climate   (B) Learner Behaviour

(C) Teacher Behaviour   (D) Class interaction

62. The programmed instruction uses the learning paradigm of

(A) Classical conditioning   (B) Operant conditioning

(C) Instrumental conditioning   (D) Instructional conditioning

63. Which of the following will be the preferred measurement indicator of Criterion Referenced Test (CRT) ?

(A) Percentile ranks   (B) Standard scores

(C) Bench marking   (D) Deviation scores

64. What is the correct sequence in the evolution of distance education movement in India ?

(A) Correspondence courses, distance learning, open learning, open universities

(B) Correspondence courses, open learning E-learning, distance courses

(C) Home delivery, correspondence courses, open learning, virtual learning

(D) Home delivery, open learning, correspondence courses, virtual learning

65. A teacher reflects on the attitude of his/her students towards the subject taught by him or her in the class. This is an activity suitable at

(A) Pre-active stage of learning   (B) Interactive stage of learning

(C) Post active stage of learning   (D) Intuitive stage of learning

66. Sign language is a

(A) proper language   (B) proper script

(C) dialect   (D) language without grammar

67. Education intervention for hearing impaired children involve

(A) Language development   (B) Curriculum adaptation

(C) Concept development   (D) All the above

68. Oralism is

(A) Oral speech   (B) Multisensory cueing

(C) Oral mode of auditory training   (D) ability to talk comfortably

69. When an individual with multiple cognitive disabilities has extraordinary proficiency in one isolated skill, this is known as ?

(A) Reunman syndrome

(B) Asperger Ability

(C) Intellectual Isolation

(D) Savant syndrome

70. On the basis of research studies, it has been generally observed that problem students can be dealt with most effectively through use of

(A) Punishments

(B) Rewards

(C) Correctional feedback

(D) Failure

71. Identify the pair of institutions which is not directly responsible for the professional growth of education in India.

(A) NCERT and SCERT

(B) DIET and IASE

(C) NCTE and UGC

(D) CSIR and ICSSR

72. National Curriculum framework for Teacher Education in India (2009) was developed by

(A) NCERT

(B) NUEPA

(C) NCTE

(D) NAAC

73. Faculty Improvement Programme is meant for

(A) Primary school teachers

(B) Pre-primary teachers

(C) Secondary school teachers

(D) College and university teachers

74. The purpose of establishing the NCTE is to

(A) Universalisation of education

(B) To improve the quality of teacher education

(C) Empowerment of teachers in India

(D) To encourage educational research

75. Indirectness in teacher's behaviour is related to

(A) Motivation in the class

(B) Involvement of peer groups

(C) Learning outcomes of students

(D) Effectiveness of teacher presentation

ANSWER PAPER

JUNE 14 - PAPER I

1. D	2. D	3. D	4. C	5. C	6. D	7. A	8. C	9. C	10. A
11. C	12. A	13. A	14. C	15. C	16. C	17. B	18. C	19. D	20. D
21. A	22. C	23. A	24. D	25. C	26. B	27. D	28. C	29. *	30. D
31. C	32. A	33. A	34. C	35. A	36. C	37. D	38. B	39. C	40. A
41. A	42. B	43. C	44. A	45. C	46. C	47. B	48. C	49. C	50. D
51. C	52. D	53. B	54. C	55. B	56. B	57. B	58. A	59. A	60. D

JUNE 15 - PAPER I

1. ④	2. ③	3. ②	4. ②	5. ④	6. ④	7. ④	8. ②	9. ①	10. ②
11. ③	12. ②	13. ③	14. ④	15. ①	16. ④	17. ①	18. ①	19. ④	20. ④
21. ④	22. ②	23. ③	24. ①	25. ②	26. ②	27. ③	28. ①	29. ①	30. ④
31. ④	32. ②	33. ③	34. ②	35. ②	36. ②	37. ④	38. ②	39. ①	40. ①
41. ②	42. ③	43. ③	44. ④	45. ③	46. ①	47. ③	48. ④	49. ①	50. ②
51. ③	52. ①	53. ④	54. ③	55. ①	56. ①	57. ③	58. ②	59. ③	60. ④

JUNE 14 - PAPER II

1. B	2. D	3. D.	4. D	5. C	6. D	7. B	8. A	9. C	10. D
11. A	12. C	13. C	14. D	15. C	16. A	17. B	18. A	19. B	20. D
21. C	22. D	23. C	24. D	25. B	26. B	27. D	28. A	29. C	30. C
31. D	32. D	33. A	34. D	35. A	36. B	37. D	38. D	39. B	40. D
41. C	42. B	43. C	44. D	45. D	46. D	47. D	48. B	49. B	50. B

DEC. 14 - PAPER II

1. B	2. A	3. D	4. B	5. C	6. A	7. C	8. C	9. B	10. A
11. A	12. D	13. B	14. C	15. C	16. D	17. A	18. D	19. C	20. C
21. B	22. C	23. D	24. A	25. D	26. C	27. B	28. D	29. C	30. 1*
31. D	32. C	33. D	34. D	35. C	36. C	37. C	38. C	39. B	40. C
41. C	42. B	43. B	44. C	45. C	46. D	47. A	48. A	49. B	50. C

JUNE 14 - PAPER III

1. A	2. A	3. B	4. AB	5. A	6. A	7. B	8. C	9. C	10. B
11. B	12. B	13. A	14. B	15. C	16. B	17. C	18. B	19. A	20. A
21. D	22. A	23. D	24. A	25. A	26. B	27. D	28. B	29. C	30. D
31. B	32. A	33. D	34. B	35. D	36. D	37. A	38. C	39. A	40. B
41. B	42. A	43. D	44. C	45. C	46. B	47. B	48. C	49. A	50. D
51. D	52. B	53. C	54. C	55. B	56. D	57. A	58. B	59. B	60. C
61. A	62. B	63. C	64. D	65. A	66. B	67. A	68. B	69. C	70. D
71. A	72. A	73. C	74. D	75. C					

DEC. 14 - PAPER III

1. C	2. C	3. B	4. B	5. C	6. A	7. A	8. B	9. 1*	10. A
11. D	12. A	13. C	14. C	15. B	16. D	17. D	18. B	19. B	20. B
21. B	22. C	23. C	24. D	25. C	26. A	27. B	28. B	29. D	30. C
31. C	32. A	33. C	34. B	35. D	36. C	37. D	38. A	39. D	40. D
41. A	42. C	43. C	44. D	45. B	46. B	47. A	48. C	49. B	50. D
51. C	52. B	53. A	54. C	55. B	56. B	57. C	58. D	59. B	60. C
61. C	62. B	63. C	64. C	65. C	66. A	67. D	68. C	69. D	70. C
71. D	72. C	73. D	74. B	75. C					